**என். ஸ்ரீராம்** (1972)

விவசாய வாழ்வைப் பின்புலமாகக்கொண்ட கொங்கு நிலத்தின் திருப்பூர் மாவட்டம் – தாராபுரம் வட்டம் – நல்லிமடம் கிராமத்தைப் பிறப்பிடமாகக் கொண்டவர். தந்தை மா. நாட்டராயசாமி, தாய் நா. ஜானகி அம்மாள். ‘இளங்கலைக் கூட்டுறவியல்’ பட்டம் பெற்ற இவர், தற்போது மனைவி ராதா, மகன் அபிஷேக் குமார் ஆகியோருடன் பணியின் நிமத்தமாக சென்னையில் வசிக்கிறார்.

பல்வேறு பத்திரிகைகள், தொலைக்காட்சிகள், திரைப்படங்கள் ஆகிய துறைகளில் 30 ஆண்டுகளுக்கு மேல் பணியாற்றிய அனுபவமிக்கவர். தற்போது கலர்ஸ் தமிழ் தொலைக்காட்சியில் நிகழ்ச்சித் தயாரிப்பாளராகப் பணிபுரிகிறார். தமிழ்நாட்டின் சில கல்லூரிகளில் இவரது சிறுகதைகள் பாடத்திட்டத்தில் இடம்பெற்றுள்ளன. ஐந்துக்கும் மேற்பட்டோர் இவரது படைப்புலகத்தை ‘முனைவர் பட்டத்துக்காக’ ஆய்வுசெய்து வருகிறார்கள். கொங்கு நில வாழ்வின் ஆன்மாவை தனித்த மொழிநடையில் நவீன இலக்கியத்தில் பதிவுசெய்யும் தமிழ்நாட்டின் முக்கியமான எழுத்தாளர்.

**சிறுகதைத் தொகுப்புகள்:** வெளிவாங்கும் காலம் (2004), மாடவீடுகளின் தனிமை (2008), மீதமிருக்கும் வாழ்வு (2014), என். ஸ்ரீராமின் படைப்புகள் (2016), என். ஸ்ரீராம் – தேர்ந்தெடுத்த சிறுகதைகள் (2019), மீசை வரைந்த புகைப்படம் (2020), உடுக்கை விரல் (2022), துருத்தி நடனம் (2024), கல்சிலம்பம் (2024)

**குறுநாவல்:** கெண்டை மீன் குளம் (2009)

**நாவல்கள்:** அத்திமரச் சாலை (2010), மாயாதீதம் (2024), இரவோடி (2025)

**விருதுகள்:** கணையாழி – சம்பா நரேந்தர் குறுநாவல் போட்டி பரிசு (1999), கணையாழி வாசகர் வட்டம் பரிசு (2001), கே.ஆர்.ஜி. நாகப்பன் – ராஜம்மாள் இலக்கிய அறக்கட்டளை விருது (2005), இலக்கியச் சிந்தனைப் பரிசு (2005), உயிர்மை – சுஜாதா இலக்கிய விருது (2014), இலக்கிய வீதி அன்னம் விருது (2016), புதுமைப்பித்தன் இலக்கிய விருது (2017), தஞ்சை ப்ரகாஷ் இலக்கிய விருது (2024), ‘பப்பாசி’ வழங்கும் சிறந்த சிறுகதை ஆசிரியருக்கான கலைஞர் மு. கருணாநிதி பொற்கிழி விருது (2025).

# இரவோடி

**என். ஸ்ரீராம்**

பரிசல்

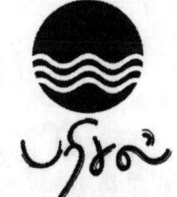

**இரவோடி**
என். ஸ்ரீராம்

© என். ஸ்ரீராம்

முதல்பதிப்பு: டிசம்பர் 2024

பக்கங்கள்: 512

வெளியீடு: பரிசல் புத்தக நிலையம்
47, B1 பிளாட், தாமோதர் பிளாட் ஐஸ்வர்யா அப்பார்ட்மெண்ட்,
முதல் தளம், ஓம் பராசக்தி தெரு, வ.உ.சி நகர்,
பம்மல், சென்னை 600 075.
parisalbooks2021@gmail.com
தொடர்புக்கு: 93828 53646, 88257 67500

அட்டை மற்றும் உள் ஓவியங்கள்: வெங்கடேசன் கிருஷ்ணமூர்த்தி
முகப்பு, நூல் வடிவமைப்பு: பா. ஜீவமணி
அச்சகம்: Raviraja Printers, Chennai 600 005

**விலை: ரூ 700**

---

**Iravodi**
N. Sriram

© N. Sriram
First Edition: December 2024
Language: Tamil
Pages: 512

by Parisal Putthaga Nilayam
No. 47 B1 Flat, First floor, Dhamodar Flat Aiswarya Apartment,
Om Parasakthi St, VOC Nagar, Pammal, Chennai 600 075.
Contact: 93828 53646, 88257 67500 | Parisalbooks2021@gmail.com

Paintings and Drawings: Venkatesan Krishnamoorthy
Book and Cover Design: B Jeevamani
Printed by: Raviraja Printers, Chennai 600 005

**Price: Rs. 700**
ISBN: 978-81-19919-44-4

சமர்ப்பணம்

நினைவில் உயிர்த்திருக்கும்
**எழுத்தாளர் க.சீ. சிவகுமாருக்கு**

# நெடுந்தூரப் பெருநதியின் நீர்ப்பாதை

எனது இளம்பிராயக் காலத்தின் ஓர் இளமதிய வேளை. வெயில் அனலோடும் நேரம். நாய்கள் ஓங்கிக் குரைத்தன. எங்கள் தோட்டத்து வீட்டு வாசலில் பகல்கோடாங்கி ஒருவர் சிற்றுடுக்கை அடித்தபடி வந்து நின்றார். முதலில் எதிர்மறையாகக் குறி கூறினார். எங்கள் வீட்டினர் எவரும் கண்டுகொள்ளவில்லை. அடுத்து பரிகாரத்துடன் நேர்மறையாகக் குறி கூறினார். அப்பொழுதும் எங்கள் வீட்டினர் கண்டுகொள்ளவில்லை. எங்கள் அம்மாவும் பெரியம்மாவும் சிறிதளவு அரிசியும் பழந்துணிகளும் கொண்டுவந்து கொடுத்தனர். 'எங்களுக்கு நிறையவே வேலையிருக்கின்றன கோடாங்கியாரே... நீங்கள் செல்லுங்கள்' எனக் கூறிவிட்டனர். பகல்கோடாங்கி சித்தநேரம் வாசற்படியோரம் அமர்ந்து இளைப்பாறினார். நீர் வாங்கி அருந்திவிட்டுப் புறப்பட்டுப் போய்விட்டார். அன்று, பகல்கோடாங்கி மறைந்த பிற்பாடு, 70-களின் இறுதியில் எங்கள் ஊரில் சாமக்கோடாங்கி எதிர்கொண்ட ஒரு நிஜ சம்பவத்தை என் பெரியப்பா பழனிச்சாமி கூறத் தொடங்கினார்.

காலம் கடந்தோடியது. ஒரு தினம் நான் அந்த நிஜ சம்பவத்தை நினைத்துப்பார்த்தேன். அது ஒரு மாய யதார்த்தத் தன்மைகொண்டு விளங்குவதைக் கண்டடைந்தேன். சிறுகதையாக எழுதலாம் என முதலில் தீர்மானித்தேன். அகாலத்துக் கிராமத்து வீதிகளுக்கும் சாமக்கோடாங்கிகளுக்குமான புதிர்ப்பயணத்தை முதன்மையாக்கி 'கானல் வீதி' என்று தலைப்பிட்டு எழுதத் தொடங்கினேன். முவ்வாயிரத்துக்கும் மேற்பட்ட சொற்களை எழுதிய நிலையில், எனது மடிக்கணினியில் சிறு பழுது ஏற்பட்டது. அதைச் சரிப்படுத்த நண்பர் 'பாதரசம்' சரோலாமா வந்தார். எழுதும் கதை பற்றி விசாரித்த அவர், கானல் வீதியை 'கானல் விதி' என்று தலைப்பிட்டு நாவலாக எழுதும்படி சொன்னார். அன்றிலிருந்து 'கானல் விதி' நாவலாக விரிவுகொண்டது. நாவலுக்கான முதல் விதையை ஊன்றிய நண்பர் சரோலாமாவுக்கு நன்றி.

இந்த நாவலை தொடர்ந்து எழுத ஆரம்பித்த பின்னர் சாமக்கோடாங்கி குறித்த என்னிடம் இருந்த தரவுகள் போதவில்லை. நான் தரவுகளைத் தேடி மாதக் கணக்கில் அலைந்து திரிந்தேன். கொங்குவெளிச்

சாமக்கோடாங்கிகள் பற்றிய தனித்துவத் தகவல்கள் தேவைப்பட்டன. நான் விசாரித்தவர்கள் அனைவரும், சாமக்கோடாங்கிகளால் பொல்லாச் சாபம் வாங்கிச் சீரழிந்த குடும்பத்தின் கதைகளையே கூறினர். ஆதாரமில்லாத சாகசத் தன்மைகொண்ட அந்தக் கதைகள் என் எழுத்துக்கு எவ்விதத்திலும் இந்த நிலையில் பயன் தரவில்லை. இணையத்திலும் குடுகுடுப்பைக்காரர்கள் என்கிற ரீதியில் மேலோட்டமான நேர்காணல்களும் கட்டுரைகளும் சுயஅனுபவப் பதிவுகளுமே நிறைந்துகிடந்தன. என்னுடைய புனைவோட்டத்திற்கான தரவுகள் இவை கிடையாது. நான் பெரும்போராட்டத்திற்குப் பின் கொங்குவெளிச் சாமக்கோடாங்கிகளின் பூர்வத் தொன்மக் கதைகளைச் சேகரித்தேன். இவை எல்லாம் சரியானவைதானா என்று ஒப்பிட்டுநோக்க என்னிடம் உண்மைத் தரவுகள் எதுவும் இல்லை. அந்தச் சமயத்தில் ஒரு மழைத் தினத்து அந்தியில், சென்னை வில்லிவாக்கம் நூலகத்தில் புத்தகங்கள் தேடிக்கொண்டிருந்த போது, யதேச்சையாக மானிடவியல் அறிஞர் பக்தவத்சல பாரதி அவர்கள் பதிப்பித்த *'தமிழகத்தில் நாடோடிகள் - சங்ககாலம் முதல் சமகாலம் வரை'* என்கிற புத்தகம் கிடைத்தது. அதில் பக்தவத்சல பாரதி எழுதிய 'குடுகுடுப்பை நாயக்கர்' என்கிற கட்டுரை இடம்பெற்றிருந்தது. மழை ஓய்ந்து இருள் சூழும்வரை நூலகத்திலேயே அமர்ந்து அந்தக் கட்டுரையை வாசித்து முடித்தேன். என்னுடைய அனேகத் தரவுகள் அந்தக் கட்டுரையோடு பொருந்திப் போயின. பெரும் குதூகலம் ஏற்பட்டது. இந்தக் கட்டுரையைக் கொண்டு நான் சேகரித்த தொன்மக் கதைகளையும் செறிவாக்கினேன். சாமக்கோடாங்கிகளுக்கான பூஜை முறைகள் குறித்த ஒற்றைச் சொற்பிரயோகங்கள் அந்தக் கட்டுரையிலேயே சரியாக இருந்தன. நான் எனது புனைவிற்கு அந்தச் சொற்பிரயோகங்களையே பயன்படுத்தி இருக்கிறேன். அந்தவகையில் மானிடவியல் அறிஞர் பக்தவத்சல பாரதி அவர்களுக்கு மிகுந்த நன்றி.

2018 ஆம் ஆண்டு, ஆடிக் காற்றுக் கால மதியம். என்னையும் எழுத்தாளர் சு. வெங்குட்டுவனையும் தாராபுரம் தில்லாபுரி அம்மன் கோவிலுக்கு மீனாட்சிபுரம் ஆசிரியர் தேவராஜன் சிவக்குமார் அழைத்துப்போனார். குளிர்ந்துகிடந்த கோவில் வளாகத்து இலுப்பைத் தோப்பும் தணிந்தோடும் நீர்மட்டத்தோடு நீட்டிக்கொண்டிருக்கும் குத்துப்பாறைகளாகக் காட்சிதரும் அமராவதி நதியும் என்னுள் ஆழப்பதிந்துபோயின. அந்த நெடுந்தூரப் பெருநதியின் நீர்ப்பாதை என்னை ஆட்கொண்டு, சுழித்தோடும் அதன் அர்த்தப் பிரவாகத்தில் இழுத்துச் செல்லத் தொடங்கியது. அப்பொழுதே எனது மனம் இது அடுத்த பெரும்புனைவுக்கான கதைக்களம் எனத் தீர்மானித்துவிட்டது. இந்த நாவலுக்குத் தானாக அந்த இடமே பிரதான கதைக் களமாகிவிட்டது.

இந்த நாவலில் இடம்பெற்ற சில கதைக்களத்துத் தரவுகளை எனக்குத் தந்துதவிய மாப்பிள்ளை மோகன்ராஜ், விக்னேஷ் குப்புசாமி, கவிஞர் சேலம் ராஜா, குளத்துப்பாளையம் குப்புசாமி, அருள்மிகு பழநி ஆண்டவர் கலை மற்றும் பண்பாட்டுக் கல்லூரியின் ஓய்வுபெற்ற ஆங்கிலத் துறைத் தலைவர் பேராசிரியர் மருதை கனராஜ் ஆகியோருக்கும், தான் எழுதிய கோடாங்கி பற்றிய கட்டுரையை அனுப்பிவைத்து சாமக்கோடாங்கிகளின் தற்போதைய நிலை குறித்த விவரங்களைப் பகிர்ந்துகொண்ட எழுத்தாளர் லோகமாதேவிக்கும் நன்றிகள் பல.

வெறும் தரவுகள் மட்டுமே பெரும்புனைவாகிவிடாது. வலுவான கதாப்பாத்திரங்களும் கதையோட்டமும் வாசிக்க ஏதுவான மொழிநடையும் தேவை. புனைவின் மகத்தான ஒளி வழிநடத்தினால் மட்டுமே இவை சாத்தியம் என்பது எனது ஆழ்நம்பிக்கை. ஏனோ அந்த மகத்தான ஒளி என்னைச் சுலபத்தில் வழிநடத்த வந்துவிடவில்லை. அடர் இருளில், மானாவாரி நிலத்துப் பச்சைக்கல்லின் மீது கனநேரம் படரும் மின்னல் ஒளிபோல் அரிதாகவே வந்தது. இருப்பினும் நிலத்தின் மீதான ஈர்ப்பையும் பரவசத்தையும் வலிய வரவழைத்துக்கொண்டு எழுதிக்கொண்டே இருந்தேன். நிறைய நிலங்களினூடே பயணித்து பரிட்சித்துப் பார்த்தேன். சமகாலத்திய நிலம் தானாகக் கண்முன்னால் விரிந்து காட்சிதந்தது. கடந்தகால நிலத்தைக் கண்முன் காண பால்யத்தின் நினைவை மறுபடியும் மீட்க வேண்டியிருந்தது. முன்னோர்கள் வாழ்ந்து மறைந்த மண்ணைக் கூர்பார்வையுடன் ஊடுருவி அவதானிக்க வேண்டியிருந்தது.

பனிக்கால வைகறை ஈரநிலத்தின் மீது ஊர்ந்து செல்லும் கருநத்தையின் வெண்கோடுபோல நகர்ந்த எழுத்து, நாட்கள் செல்லச் செல்ல நீர்ப்பெருக்கு நிறைந்த ஆற்றின் கரையோர நீரில் நீந்தும் சிப்பிலிக் கெண்டையின் பிறளியடிப்பாய் மிகுவேகம் பிடித்தது. எழுதத் தொடங்கும்போது எனது மனதின் கற்பனையிலிருந்த வடிவத்திலிருந்து முற்றிலும் வேறுவிதமாக வளர்ந்தது. தானாகப் புனைவின் பரிமாணம் பெருகியது. கால மாற்றத்தின் மீது கட்டமைக்கப்பட்ட பெரும்புனைவாக இந்த நாவல் புதுவடிவம் கொண்டது. கொங்கு மண்ணின் இதுவரை அறியப்படாத கதைமாந்தர்கள் அவர்களாகவே விரைந்து வந்து புனைவின் புதுவடிவத்துக்குள் புகுந்து பயணித்தனர். தங்கள் தனித்துவமற்ற வாழ்க்கையை, பிரக்ஞைபூர்வமற்ற மன முரண்களைத் திறந்துகாட்டினர். தங்கள் நிராசைகளையும் வெற்றி-தோல்விகளையும் பலவீனங்களுடன் முன்வைத்து உரையாடினர். மீதமுள்ள வாழ்வின் எஞ்சிய நிதர்சனத் தரிசனங்களைத் தேடிக் கண்டடைய முயன்றனர்.

இந்த நாவலை எழுதி முடிப்பதற்கு நான் கிட்டத்தட்ட இரண்டு வருடங்களுக்கு மேல் எடுத்துக்கொண்டிருக்கிறேன். இதன் ஆரம்பத்திலிருந்து என்னோடு பயணித்தவர் நண்பர் கவிஞர் கதிர்பாரதி. இந்த நாவலின் தலைப்பான 'இரவோடி' என்கிற கவித்துவ அடர்வும் வசீகரமும்கூடிய சொல்லைக் கண்டுபிடித்ததில் இருந்து, ஒவ்வோர் அத்தியாயமாக வாசித்து நாவலைச் செப்பினிட தகுந்த ஆலோசனைகள் வழங்கிக்கொண்டே இருந்தார். ஒவ்வொரு கதாபாத்திரங்களின் குணநல முரண்களை நிர்த்தாட்சண்யமின்றி விவாதித்தவர். மீண்டும் உற்றுநோக்கிப் பார்த்து எழுத வைத்தவர். கதிர்பாரதிக்கு மனம் நிறைந்த நன்றி. அதேபோல் விரைந்து வாசித்துவிட்டு, 'இரவோடி' வாசிப்புச் சுவாரஸ்யமும் வாழ்க்கைச் செறிவும் நவீனத் தன்மையும் கொண்டுள்ளதாக ஊக்கப்படுத்தினார் எழுத்தாளர் லதா அருணாச்சலம். அவருக்கு மனம் நிறைந்த நன்றி.

'இரவோடி' என்கிற தலைப்பை முன்மொழிந்து, மகிழ்வோடு சூட்டி நாவலை நிறைவு செய்யும்வரை ஊக்கப்படுத்தி மிகுந்த அக்கறையுடன் உடன்நின்றவர் நண்பர் - இயக்குநர் வசந்தபாலன். அவரின் அன்புக்கு அனேக நன்றிகள்.

'எப்போது நாவலை எழுதி முடிப்பீர்கள்?' என்று கேட்டு எழுத ஊக்கமும் உற்சாகமும் கொடுத்துக்கொண்டே இருந்தவர்கள் எழுத்தாளர் எம். கோபாலகிருஷ்ணனும் கவிஞர் யுகபாரதியும். எம். கோபாலகிருஷ்ணன் 'இரவோடி'யின் பின்னட்டை வாசகமும் எழுதித் தந்து ஆச்சரியப்படுத்தினார். என் எழுத்தின் மீது எப்போதும் நல்லபிமானம் கொண்டிருக்கும் இவர்கள் இருவருக்கும் அன்பும் நன்றியும்.

நான் எழுத வந்த காலத்திலிருந்து புனைவின் வழி என்னை ஊக்கப்படுத்தும் படைப்பாளிகள்... ஆர். ஷண்முகசுந்தரம், கி. ராஜநாராயணன், அசோகமித்திரன், சுந்தர ராமசாமி, பூமணி, வண்ணதாசன், நாஞ்சில் நாடன், பாவண்ணன், ஜெயமோகன், எஸ். ராமகிருஷ்ணன், பெருமாள் முருகன் ஆகியோருக்கும் நன்றிகள்.

இந்திய இலக்கிய நாவல் வடிவத்தில் மிகப்பெரும் தாக்கத்தை எனக்கும் ஏற்படுத்திய பேராளுமைகளான விபூதிபூஷண் பந்தோபத்யாய, சிவராம் காரந்த், அதீன் பந்தோபத்யாய, தகழி சிவசங்கரன் பிள்ளை, வைக்கம் முகம்மது பஷீர், மகாஸ்வேதா தேவி, எம்.டி. வாசுதேவன் நாயர், எஸ்.எல். பைரப்பா... ஆகியோரை இந்தத் தருணத்தில் நன்றியுடன் நினைவுகூர்கிறேன்.

2024 ஆம் ஆண்டு 'இந்து தமிழ் திசை - தீபாவளி மலர்' நாவல் பகுதியில் 'இரவோடி'யின் ஓர் அத்தியாயத்தை வெளியிட்டுக் கவனம் பெறவைத்த கவிஞர் மண்குதிரைக்கு மகிழ்வான நன்றி.

எனக்கு எப்பொழுதும் எழுதும் சூழலை கொடுத்துக் கொண்டிருக்கும் மனைவி ராதா, மகன் அபிஷேக்குமார் ஆகியோருக்குப் பிரியம் கலந்த நன்றிகள்.

'இரவோடி'யை மெய்ப்பு திருத்தி, நூலாக வடிவமைத்த பா. ஜீவமணிக்கும், விரைந்து நல்ல முறையில் வெளியீடு செய்த 'பரிசல்' புத்தக நிலையம் தோழர் செந்தில்நாதனுக்கும் மனமார்ந்த நன்றிகள்.

அடுத்த ஒரு பெரும்புனைவை நோக்கி நகரும் இந்தக் கணத்தில், எனது மனவெறுமையைக் கடக்க சிவவாக்கியரின் ஒரு ஞானநிலை பாடலே ஆதாரசுருதியாக மனதுக்குள் சதாகாலமும் ஒலித்துக்கொண்டே இருக்கிறது...

*என்னிலே இருந்த ஒன்றை யான் அறிந்தது இல்லையே*
*என்னிலே இருந்த ஒன்றை யான் அறிந்து கொண்டபின்*
*என்னிலே இருந்த ஒன்றை யாவர் காண வல்லரோ*
*என்னிலே இருந்திருந்து யான் உணர்ந்து கொண்டெனே.*

அனேகப் பிரியங்களுடன்

*அண்ணா நகர், சென்னை - 40* **என். ஸ்ரீராம்**
*12.12.2024*

என். ஸ்ரீராம் 11

**நன்றி**

கலாப்ரியா, சுகுமாரன், தேவிபாரதி, பாரதிபாலன், கீரனூர் ஜாகீர்ராஜா, எம்.டி. முத்துக்குமாரசாமி, ஆதவன் தீட்சண்யா, க. மோகனரங்கன், கரிகாலன், அரவிந்தன், எஸ். செந்தில்குமார், கார்த்திகைப்பாண்டியன், குணா கந்தசாமி, அய்யப்பன் மகராஜன், அகரமுதல்வன், ஜான்சிராணி, பரிசல் கிருஷ்ணா, சுந்தரபுத்தன், சித்ரா சிவன், காளிப்ரசாத், அடவி முரளி, ஸ்ரீதர்ஷன், கோமளா, கவிநேசன், சி. கார்த்திகேயன், சி. ஜெரால்டு, ஹரிகிருஷ்ணன் சங்கரன்.

# 1

ஐங்காதவெளி எங்கும் காரிருளில் மூழ்கிக் கிடந்தது. குறுகிய மண்புழுதிச் சாலையின் இருமருங்கும் முள்கிளுவை வேலிகள் புதராக அடர்ந்து வளர்ந்திருந்தன. முள்கிளுவை வாதுகள் மண்புழுதிச் சாலை வரைகூட நீட்டிக்கொண்டிருந்தன. வீரான் நடந்தபடியே இருந்தான். சும்மாட்டுத் தலையில் வெள்ளைவேட்டியால் மூடி முடிந்திருந்த சிறுசுமை அசையாமல் இருந்தது. வழிநெடுகக் காலடியும் புலனாகாத இருள் கவிழ்ந்து கிடந்தது. சுற்றிலும் இருளைத் தவிர எதுவுமற்ற வெளி விரிந்திருந்தது. தாழப் பறந்து கத்திய மஞ்சமூக்கு ஆள்காட்டிகள் தூரப் போயின. வேறு ஜீவராசிகளின் சஞ்சாரமில்லை. காற்றின் ஓசையில்லை. கருமரங்களின் அசைவுகளில்லை. இராப்பூச்சிகளின் ரீங்கரிப்பில்லை. எங்கும் எவ்விதச் சலனமுமற்றப் பெருநிசப்தம். வீரானுக்கு அலாதியான தனிமையில் உறைந்த விரைவு நடை பயணம். ஆகாயம் கொள்ளாத விண்மீன்கள் மட்டும் வழித்துணையாகச் சுடர்ந்து கூடவந்து கொண்டேயிருந்தன. அருகில் ஊர் இருப்பதற்கான சிறு அறிகுறியும் தென்படவில்லை. ஏற்கனவே நடந்திருந்த வழித்தடத்தின் சாயல் முற்றிலும் மாறியிருந்தது.

வீரான் நடையில் வேகம் கூட்டினான். பிங்கள வருஷத்தின் பின்பனிக்காலம். தை அமாவாசை தினம். இன்று மட்டும் ஏனோ முன்னிரவிலேயே பனிக்குளிர் அடித்தது. இருளின் அடர்த்தி கணத்துக்குக் கணம் கூடுதலாகிக்கொண்டே வந்தது. திடீரென வீசிய பனிக்குளிர் வாடையில் தங்கரளிப்பூவின் வாசனை வீசிற்று. வீரானுக்கு உடலும் நடுங்கிற்று. மண்புழுதிச் சாலை குறுகிற்று. இருபுறமும் குறுவாள் இலைகள் தொங்கிய தங்கரளிப் புதர்களின் வரிசை நிழலுருவாய் நின்றன. வீரான் வழித்தடத்தின் மீது மிகுகவனம் செலுத்தினான். இரை முழுங்கிய கட்டுவிரியன் மண்புழுதிச் சாலையை புரண்டுப் புரண்டு மெதுவாகக் கடந்தது. வீரான் நின்று பார்த்துவிட்டுப் பாம்புத் தாரையைத் தாண்டி நிதானமாக நடந்தான்.

பனைத்தோப்பு வந்தது. பனையுச்சிகளில் வறலோலை மட்டைகள் உராயும் ஓசை எழுந்தது. பனையடியில் ஆமரப்பாளைகள் உதிர்ந்து கிடந்தன. காலத்தொன்மையில் தோய்ந்த பனைமரத்து முனீசுவரன் கோவில் எதிர்ப்பட்டது. வீரத்தோற்றம் பூண்ட இரு முனிகள் வீச்சரிவாள் பிடித்து அட்டணாங்காலில் நிமிர்ந்து அமர்ந்திருந்தன. பனைமரத்து

முனீசுவரன் கோவிலை ஒட்டி வட்டவடிவ காரைத்திண்ணை கொண்ட தீர்த்தக்கிணறு இருந்தது. வீரானுக்கு தேடி வந்த செங்காட்டூர் கிட்டத்தில் இருப்பது கண்டு சந்தோஷம் ஏற்பட்டது. ஊரின் வீதிகளும் வீடுகளும் கூட மனதுக்குள் சித்திரங்களிட்டு மறைந்தன.

வீரான் தீர்த்தக்கிணற்றினுள்ளே எட்டிப் பார்த்தான். சுவர்ப்பொந்தில் ஒளிரும் கண்களை உருட்டியபடி இராக்கோட்டான்கள் உட்கார்ந்திருந்தன. வீரான் மேலே அன்னார்ந்து ஆகாயத்து விண்மீன்களைப் பார்த்தான். உலைக்கால் விண்மீன்கள் உச்சியேறிக் கொண்டிருந்தன. நேரம் இரண்டாம் சாமம் கடந்துவிட்டதை உறுதி செய்து கொண்டான். தீர்த்தக் கிணற்றை ஒட்டி வலப்புறம் தாடகிப் புதருக்குள் சென்ற ஒற்றைக்கால் மண்தடத்தில் ஏறி நடந்தான். முன்பு அப்பக்காரரோடு நடந்து பழகிய வழி. பயமின்றிக் கூட்டிப் போனது. உடைந்த மரக்கட்டில்களும் கோரைப்பாய்களும் தானியம் புடைக்கும் முறங்களும் கரையான்கள் அரித்துக் கிடந்தன. சவக்குழிமேடுகள் வந்தன. வீரான் சமீபத்தில் புதைத்த சவக்குழிமேட்டை தாண்டி நடந்தான். அனாதரவான மயானச்சுடுகாடு வந்தது. சமீபத்தில் சடலம் சுட்டெரித்த சாம்பல் குவியலை துலாவிக் கண்டடைந்தான். மண்டையோடுகளும் விலா எலும்புகளும் கூட பார்வையில் பட்டன.

வீரான் துணி மூட்டையை இறக்கி நிலத்தில் வைத்தான். உருமாலையை பிரித்துத் தலைக்குச் சுங்கம் வைத்துக் கட்டினான். வேட்டியைத் தாராக்கோவணமாக மாற்றிக் உடுத்தினான். குனிந்து துணி மூட்டையை அவிழ்த்துச் சிற்றுடுக்கையை வெளியே எடுத்தான். இடதுகையில் நாம்பிப் பிடித்தான். சிற்றுடுக்கையைச் சுற்றிக் கட்டியச் சலங்கை மணிகள் கிணுகிணுத்தன.

“ஜக்கம்மா தேவியே... சாமக் கோடாங்கி வந்திருக்கேன்... குறி சொல்ல உத்தரவு குடு...”

எட்டுத்திக்கும் பேரமைதி. ஜக்கம்மா உத்தரவு தர தாமதமானது. வீரான் ஆகாயத்தை அன்னார்ந்து பார்த்தபடியே நின்றான். மூன்றாம் சாமம் தொடங்கி நகர்வதை உலைக்கால் விண்மீன்கள் குறிப்புணர்த்தின. தீர்த்தக்கிணற்றின் வட்டவடிவக் காரைத்திண்ணை மீதேறி உட்கார்ந்த இராக்கோட்டான்கள் அலறிக் குடுகின. வீரான் மீண்டும் ஒருமுறை ஜக்கம்மா தேவியிடம் உத்தரவு கேட்டான். ஜக்கம்மா தேவியிடமிருந்து எவ்வித உத்தரவுச் சமிக்ஞையும் வரவில்லை. சட்டென வீரானுக்கு ஆத்திரம் மூண்டது.

“ஜக்கம்மா தேவியே... நாஞ்செஞ்ச தப்பென்ன... உத்தரவு குடுக்க... ஏனிந்த தாமசம்...?”

வீரான் திரும்பத் திரும்ப ஓங்கிக் கத்தினான். குரல் தீர்த்தக்கிணற்றின் அடியாழச்சுவற்றில் மோதி எதிரொலித்தது. நேரம் போனது. கருநெடும்பனைகளை வாடை மெல்ல அசைத்தது. ஜக்காமாதேவியின் உத்தரவு கிடைக்கவேயில்லை. வீரான் ஜக்கம்மா தேவியை விட்டு விட்டான். மற்ற பரிவாரத் தெய்வங்களைத் துணைக்கு அழைத்து அருள் வேண்டினான். அந்த நேரம் திடீரென பனைமரத்து முனீசுவரன் கோவிலுக்கு அருகில் பொட்டொலிகள் எழுந்தன. விரான் வேண்டுதலை நிறுத்திவிட்டு வடக்குத்திசையை உற்றுப் பார்த்தான். காய்ந்த புற்களின் மீது விழுந்த பொட்டொலிகளின் தீக்கங்குகள் தீப்பற்றி புகைந்து எரிந்தன.

உடனே மயானத்திற்கு எதிர்திசையில் ஒரு பொட்டொலி ஆகாயம் நோக்கி உயர்ந்தது. பேரோசையுடன் நிலம் அதிர வெடித்தது. வீரானுக்கு ஏதோ விபரீதம் நடக்கப் போகிறது என உள்ளுணர்வு உணர்த்தியது. சிற்றுடுக்கை பிடித்த கை நடுங்கியது. அவசரமாக மயானத்தைவிட்டு வெளியேறினான். மேலும் மேலும் பொட்டொலிகள் எல்லா திசைகளிலிருந்தும் விடாமல் எழுந்து வெடித்தன. வீரானுக்கு மனஅச்சம் தொற்றியது. தாடகிப்புதர்களிடையே குறுக்காகப் புகுந்தான். பனைமரத்து முனீஸ்வரன் கோவிலை நோக்கி ஓடத் துவங்கினான்.

இராக்கோட்டான்கள் அபசகுனமாக அலறிக் குடுகியபடி தெற்குப் பார்த்துப் பறந்து போயின. பனைமரத்து முனீசுவரன் கோவில் யாருமற்றுக் கிடந்தது. வீரானுக்கு நெடுமூச்சு வாங்கிற்று. நின்று நிதானமாகச் சுற்றும் முற்றும் பார்த்தான். பொட்டொலிகள் ஓய்ந்து விட்டன. மனஅச்சம் இன்னும் முற்றிலும் அகலவில்லை. மனமும் ஸ்திரமாக இருக்க மறுத்தது. இனி இங்கு நிற்கக் கூடாது என முடிவு செய்தான். வந்தவழியே ஊரைப் பார்த்து மெல்ல எட்டி வைத்தான். இருளில் ஐம்பதடி தூரம் நடந்தவன் திடுக்கிட்டான். திடீரென முகத்திற்கு முன்னால் மண்புழுதிச் சாலையின் மத்தியில் அனல் வளையங்கள் தோன்றிச் சுழன்றன. வீரானுக்கு பகீரென்றது. அடுத்தடுத்து அனல் வளையங்கள் தோன்றிச் சுழன்று கொண்டேயிருந்தன.

வீரான் திரும்பி மயானவழிப் பார்த்து ஓடத் தொடங்கினான். பனைமரத்து முனீஸ்வரன் கோவில் கடந்து தீர்த்தக்கிணற்றை எல்லாம் தாண்டி நூறடி தூரம் ஓடியவன் மீண்டும் திடுக்கிட்டான். தாடகிப்புதருக்குள் சென்ற ஒற்றைக்கால் மண்தடத்தை வழிமறித்து அனல் வளையங்கள் தோன்றிச் சுழன்றன. பார்க்கப் பார்க்க அனல் வளையங்கள் அதிகமாகிக் கொண்டேயிருந்தன. வீரானுக்கு மூச்சு முட்டியது. மனஅச்சம் உச்சத்தை எட்டியது. பதற்றத்தில் பிதற்ற ஆரம்பித்தான்.

"ஜக்கம்மா... ஜக்கம்மா... ஜக்கம்மா தேவியே..."

மறுபடியும் வீரான் திரும்பித் தாடகிப்புதருக்குள் சென்ற ஒற்றைக்கால் தடத்தில் வடக்கு முகமாக ஓடினான். பனைமரத்து முனீஸ்வரன் கோவிலைத் தாண்டிவிட்டான். தன் ஊர் செல்லும் வடக்குவெளி மண்புழுதிச் சாலையில் கால் வைத்து விட்டான். மனஅச்சம் குறைந்தது. ஐம்பதடி தூரம் ஓடியவன் மீண்டும் திடுக்கிட்டான். இருளில் வெறிச்சிட்டுக் கிடந்த மண்புழுதிச் சாலையில் அனல் வளையங்கள் தோன்றிச் சுழன்றன. வீரான் தடுமாறிப் போனான். ஸ்தம்பித்து நின்று விட்டான். உடனே என்ன செய்வதென்று யோசிக்க முடியவில்லை. அங்கு நிற்பதற்கும் அவகாசமில்லை.

திரும்பி வந்தவழியே ஓடி வந்தான். பனைமரத்து முனீசுவரன் கோவிலை கடந்தான். தீர்த்தக்கிணற்றடியில் கிழக்கே பிரிந்து சென்ற ஊர் செல்லும் மண்புழுதிச் சாலையில் நுழைந்து நின்றான். நாலாத்திக்கிலும் நோட்டமிட்டான். எத்திசையிலும் அனல் வளையங்கள் தென்படவில்லை. மறுபடியும் மனஅச்சம் குறைந்தது. மீண்டும் கிழக்குமுகமாகவே ஓட ஆரம்பித்தான். ஊர் தலைவாசல் சென்று தப்பித்து விடவேண்டும் என்கிற வெறியுடன் நிற்காமல் ஓடினான். காலடியில் மண்புழுதி எழும்பிற்று. தங்கரளிப்புதரினூடே மண்புழுதிச் சாலை நிசப்தமாக நீண்டு கிடந்தது. வீரான் ஓட்டத்தில் மேலும் விசையைக் கூட்டினான். ஓட ஓட காலத்தின் கணங்கள் உறைந்து போய் விட்டதாகப் பட்டது. ஊர் தலைவாசலை நெருங்கும் தருணம். இருந்திருந்தாற்போல் தங்கரளிப்புதர்களுக்கு இடையே அனல் வளையங்கள் தோன்றிச் சுழன்றன. வீரானுக்கு இனி தப்பிக்க முடியாது எனத் தெரிந்துவிட்டது. மீண்டும் நின்று அனல் வளையங்களை வெறித்தான். பொறுமையையும் இழந்துவிட்டான். உடம்பெங்கும் வியர்வை பெருக்கெடுத்து வடிந்தது. தீராப்பயத்தில் நெஞ்சிறுகி மூச்சுத் திணறியது. ஜக்கம்மா தேவி உத்தரவு கொடுக்காமல் மற்ற பரிவாரத் தெய்வங்களிடம் அருள் கேட்டது தவறு எனப் புரிந்து கொண்டான். வீரான் வீறிட்டுக் கத்தினான்.

"ஜக்கம்மா தேவியே... என்னை மன்னிச்சிரு... ஜக்கம்மா தேவியே... என்னை மன்னிச்சிரு..."

வீரானின் கண்களில் கண்ணீர் துளிகள் பெருகி வழிந்தன. மண்புழுதிச் சாலையில் அப்படியே சோர்ந்து போய் நின்று கொண்டே இருந்தான். இருண்டுக் கிடக்கும் ஆகாயத்தை நோக்கினான். ஜக்கம்மா தேவியே அனல் வளையமிட்டு நாலுதிக்கும் கட்டிப் போட்டதாக நினைத்தான். இனி இங்கிருந்து தப்பிக்கும் வழியை ஜக்கம்மா தேவிதான் காட்ட வேண்டும். மனதை வலுவூட்டிக் கொண்டு மீண்டும் ஜக்கம்மா தேவியை மனதார வேண்டினான். அந்த சமயத்தில் தங்கரளிப்

புதர்களுக்கப்பால் இருந்து அசரீரியின் தொனியில் ஒரு கம்பீரமான பெண்குரல் ஒலித்தது.

“மகனே... என் உத்தரவு இல்லாமல் இனி இந்த ஊருக்குள் போவாயா...?”

“உங்க மேல சத்தியமாக இனி எந்தவூருக்கும் போகமாட்டேன் தாயே...”

“என் சனங்களான சாமக்கோடாங்கிகள்... இனி இந்த ஊருக்குள்ளே எப்போதும் வரக்கூடாது...”

“அப்படியே ஆகட்டும் தாயே...”

“உன்னை மன்னித்து விட்டேன்... வந்தவழியே ஓடிப் போய்விடு...”

வீரானுக்கு அசரீரியில் பேசியது ஜக்கம்மா தேவியேதான். சிறிதும் ஐயமில்லை. கண்ணெதிரே அனல் வளையங்கள் ஒவ்வொன்றாக மங்கி மறைந்தன. வீரான் அவசரமாக அங்கிருந்து திரும்பி வந்தவழியே ஓடத் துவங்கினான். இப்போது இராக்கோட்டான்கள் அலறிக் குடுகியபடி வடக்கு முகமாகப் பறந்து வந்தன. பனைமரத்து முனீசுவரன் கோவில் முன்பு அட்டணாங்கால் முனிகள் எதுவும் நடவாததுபோல் பார்த்தபடி இருந்தன. வீரான் நெடும்பனைகளை தாண்டி மண்புழுதிச் சாலையில் விசைக்கொண்டு ஓடியபடியே இருந்தான். இருளான மண்புழுதிச் சாலை முடிவற்று நீண்டு முன்னே போய்க் கொண்டேயிருந்தது.

அருகில் காற்றாடி சுழலும் ஓசை கேட்டது. வீரான் திடுக்கிட்டு ஞாபகம் கலைந்து சுயநினைவுக்கு மீண்டார். இது நடந்து ஐம்பது வருடங்கள் ஆகப்போகும் நிலையிலும் அந்த நினைவின் தாக்கம் உள்ளுக்குள் நடுக்கமுறவே செய்தது. இன்னும் தீரா மன அச்சத்தையும் எழுப்பியது. வீரான் நடந்துகொண்டே கவனத்தை புறவெளியின் மீது திருப்ப முயன்றார். தலையில் சுமந்திருந்த துணிமூட்டையை இறக்கி இக்கத்தில் இடுக்கிக் கொண்டார். வெங்காந்து கிடந்த மானாவாரிக் கொறங்காட்டுவெளி எங்கும் காற்றாடிகள் முளைத்திருந்தன. விசையான கொண்டல் காற்றுக்குக் காற்றாடிச் சிறகுகள் அதிவேகமாகச் சுழன்றன. தலைக்கு மேலாகச் சிலந்தி நூல்வலையென மின்சாரக் கம்பிகள் போயின. காய்ந்த புல்விதைகளை மேயும் கல்கவுதாரிகள் கத்திக்கொண்டு பறந்தன. கண்முன்னே மண்புழுதிச் சாலை ஆளில்லா வெறுமையுடன் முன்அந்தி மஞ்சள் வெயில் படிந்து கிடந்தது. தெற்கு நோக்கி செங்காட்டூரை குறிவைத்து நடக்க நடக்க மீண்டும் வீரான் பழைய நினைவுகளிலேயே மூழ்கினார்.

○○○

வழிநெடுக தென்பட்ட முதிர்ந்த ஆலமரங்களின் நுனிவாதுகள் எல்லாம் சிவந்த கொழுந்துகளாகத் துளிர்விட்டிருந்தன. பொழுது மங்க இன்னும் கொஞ்சநேரம் மீதமிருந்தது. வீரான் அப்பக்காரரைப் பின்தொடர்ந்து மண்புழுதிச் சாலையில் இஷ்டமேயில்லாமல் நடந்து கொண்டிருந்தான். பின்அந்தி வெளிச்சம் மங்கிய நேரத்தில் குறி சொல்லக் கிளம்பிய அப்பக்காரரிடம் வீரானையும் கூட்டிச் செல்லும்படி அம்மாக்காரிதான் வற்புறுத்தினாள்.

"பத்து வ்யசு முடியப் போவுது... கழுத இன்னும் விளையாட்டுத்தனமா ஊரச் சுத்திகிட்டு கெடக்குது... இன்னிக்கே நல்ல நாளு... உங்களோட கூட்டிக்கிட்டு போங்க... நம்ம குலதொழிலையாச்சும் பழகட்டும்..."

வீதி சேக்காலிகளோடு வாவிக்கரைப்புதூர் தலைவாசலில் கிளித்தட்டு விளையாண்டு கொண்டிருந்த வீரானை அம்மாக்காரி கூப்பிட்டாள். மண்புழுதிக் கால்களோடு வீட்டுக்கு வந்த வீரானைக் குளிக்க வைத்தாள். அப்பக்காரரோடு குறிகூற அனுப்பி வைத்தாள். மேற்கு அடிஆகாயத்தில் மூன்றாம் பிறைக்கீற்று தோன்றி மறைந்தது. மானாவாரி மஞ்சமூக்கு ஆள்காட்டிகள் கத்தியபடி கூடவே பறந்து வந்தன. அப்பக்காரர் முதல் சாமம் வரை நிற்காமல் நடந்துகொண்டே இருந்தார். வீரானுக்கு நடை தளர்ந்துவிட்டது. இனி இருளில் திரும்பியும் ஊர் போக முடியாது. இதே இடத்தில் உட்கார்ந்திருக்கவும் முடியாது. அப்பக்காரர் ஏதோ ஓர் ஊரை குறிவைத்து குறுக்கு வழியில் நடந்துகொண்டே இருக்கிறார் என்பது மட்டும் தெரிந்தது. அந்த ஊரும் நெருங்கி வராமல் இருளுக்குள் தூரமாக விலகிப் போய்க் கொண்டேயிருந்தது. பசுங்குருத்திட்ட கிளுவை முள்வேலிகள் இருமருங்கமைந்த ஆளரவமற்ற இட்டேரித் தடங்கள் மாறிமாறி வந்தன. வெள்ளெலிகள் காலடியில் குறுக்கே புகுந்தோடின. படம் விரித்தெழும் நாகசர்ப்பங்கள் எதிர்பட்டுக் கடந்தன. அப்பக்காரரின் நடை மிகுவேகம் கொண்டதாகவே இருந்தது. வீரானுக்கு அப்பக்காரரை பிடிக்க இருளில் பின்தொடர்ந்து ஓட வேண்டியிருந்தது. சுவாசம் இளப்பெடுத்தது. பாதங்கால்கள் வலியெடுத்தன. கோடைக்காற்றின் குளிரும் உடம்பை நடுங்கச் செய்தது.

நேரம் நடுநிசி தாண்டிற்று. திடீரென இருளில் சிற்றூர் தென்பட்டது. வீரானுக்கு மண்ணுக்குள் புதைந்திருந்த சிற்றூர் இந்தக் கணத்தில்தான் மேலெழுந்து பார்வைக்குப் படுவதாகத் தோன்றியது. அப்பக்காரர் தேர்ப்பாடைகள் சிதைவுறாமல் கிடந்த மயானச் சுடுகாட்டில் நுழைந்தார். முதல்வேலையாக சிற்றுடுக்கையடித்து ஜக்கம்மா தேவியிடம் உத்தரவு பெற்றார். பிற பரிவாரத் தெய்வங்களையும் அழைத்து அருள் வேண்டினார். சடுதியில் சாமக்கோடாங்கியாக மாறினார். செருக்குடன் ஊரை நோக்கி நடந்தார். ஊர் தலைவாசல்

வந்தது. அப்பக்காரர் சிற்றுடுக்கையை ஓங்கி ஒலிக்கச் செய்தார். குறிகூறும் குரலின் தொனி கம்பீரமடைந்தது. வீரான் அச்சம் மேலிட அப்பக்காரரையே பார்த்துக் கொண்டிருந்தான்.

நெடுவீதிகள் நிசப்தத்தில் உறைந்து கிடந்தன. வீடுகளுக்குள் சிறுமுனகல்கள் கூட எழவில்லை. சிற்றூரும் சனங்கள் வசிக்கச் சாத்தியமற்ற அனாதரவான இடம்போல் பேரமைதியில் கிடந்தது. நெடுவீதிகள் நீண்டு போயின. நாய்கள் கூட எதிர்ப்புக்குரல் காட்டவில்லை. மேட்டாங்காடுகளில் இன்னும் மானாவாரித் தானியங்களின் விதைப்பு நடக்கவேயில்லை. கோடைகாற்று காலம் முடிவுறவும் இல்லை. ஆனியில் பருவம் தப்பிப் பெய்த மழை வறல்நிலத்தை மட்டும் பசுக்கச் செய்திருந்தன. வீடுகளின் தாழ்வாரத்து வெளித்திண்ணை எங்கும் வெறுமையாகவே கிடந்தன. அப்பக்காரர் வீடுகளை தேர்ந்தெடுத்து மிகுநம்பிக்கையோடு சிற்றுடுக்கையை அடித்தார். குறி கூறிக் கொண்டே போனார். அருள் நிலையில் நின்று பாடலாகப் பாடி ஒவ்வொரு வீடாகக் கடந்தார்.

*"நல்ல காலம் பொறக்குது*
*நல்ல காலம் பொறக்குது...*
*ஆத்தா ஜக்கம்மா வாக்கு சொல்றா*
*ராசா மாதிரி இருந்தும்*
*மனுஷனுக்கு நிம்மதியில்ல*
*நிம்மதியில்ல...*
*ராவுல படுத்தா கண்ணுல தூக்கமில்ல*
*கண்ணுல தூக்கமில்ல...*
*வேதனையும் சோதனையுமாவே வெடியுது*
*இந்த வூட்டு மகராசனுக்கு...*
*தேர்பூட்டி ஓட்டற நெலமை மாறும்*
*பிச்சைக்காரர்போல அன்னக்கஞ்சி குடிக்க*
*அல்லோலப்படனும்...*
*சேதாரம் ரொம்பப் போகாமல்...*
*சூதானமா ரோசனை செய்யுங்க...*
*வெடியாதுக்குள்ள பரிகாரம் தேடலையின்னா*
*வேய்க்கானமா இருந்தாலும்...*
*பரலோகவாசம் சூழ்ந்துக்கும்...*
*சாமக்கோடாங்கி ரூபத்துல...*
*ஆத்தா ஜக்கம்மா வாக்கு சொல்றா...*
*ஆத்தா ஜக்கம்மா வாக்கு சொல்றா..."*

வீடுகளில் சன்னல்கள் மெல்ல திறந்தன. கதவடியில் காலடியோசைகள் எழுந்தன. வீடுகள் மாறிக் கொண்டேயிருந்தன. அப்பக்காரரின் குறிகூறும் பாடல்களும் வேறுவேறாயின. சிற்றுடுக்கையும் ஏற்ற இறக்கம் கொண்டு ஒலித்தது. உலைக்கால் விண்மீன்கள் மேற்கே சரிந்துவிட்டன. வீட்டுக் கூரைகளின் மேலாகத் தாழப் பறந்த பழந்தின்னி வௌவால்கள் காட்டுவெளி நோக்கி விரைந்து கொண்டிருந்தன. அப்பக்காரர் ஊரைவிட்டு வெளியேறினார். திரும்பி வந்தவழியே மண்புழுதிச் சாலையில் வேகமாக நடந்தார். வீரானால் பின்தொடர முடியவில்லை. களைத்துப் போய்விட்டான். தாகமும் பசியும் எடுத்தது. வந்தவழியை பாதித்தூரம் கடந்தபோது மஞ்சமூக்கு ஆள்காட்டிகள் ஆளை ஒட்டிப் பறந்து வந்து கத்தின. வீரான் தணிந்த குரலில் சொன்னான்.

“அப்பா... நா... பள்ளிக்கோடம் போயிப் படிக்கிறேன்...”

சட்டென அப்பக்காரர் நின்று திரும்பிப் பார்த்தார். மேற்கொண்டு பேசாமல் நடந்தார். இட்டேரியில் வெகுதூரம் வந்தபின் ஒரு மண்திட்டின் மீது ஏறி உட்கார்ந்தார். அருகில் வீரானையும் ஏறி உட்காரச் சொன்னார்.

“எனக்கும் நீ படிச்சு பெரிய கவுர்மெண்டு ஆபீசரா வரனுமுன்னுதான் ஆச... ஆனா நாம சாமக்கோடாங்கிக... பள்ளிக்கோடம் போகக் கூடாதே கண்ணு...”

வீரான் மௌனமாகவே இருந்தான். அப்பக்காரர் தோள்துணி மூட்டையை மண்ணில் இறக்கி வைத்தார்.

“நம்ம சனத்துமேல ஒரு தீராதச் சாபம் இருக்குடா வீரா... அதனாலதான் நாம இன்னைக்கு வரைக்கும் சாமக்கோடாங்கியாவே நடுச்சாம இருட்டுல ஊரூரா அலஞ்சு திரியிறோமடா...”

அப்பக்காரர் பார்வையைத் திருப்பிக் கொண்டார். கிழக்கே இருள் விலகுவதை உற்று நோக்கினார். விரக்தியான தொனியில் குலச்சாபம் வந்த கதையைச் சொல்லத் துவங்கினார்.

“ஆதியில நம்ம சாதிசனம் வடதேசத்துல செல்வாக்கோட வாழ்ந்துக்கிட்டு இருந்துச்சு... ஒருநா நகர்வலம் வந்த நாட்டு மகராசர் நம்ம பொண்ணு அழகுல மயங்கி கலியாணம் செஞ்சுக்க பொண்ணு கேட்டுட்டாரு... வேத்து இனத்தாருக்கு பொண்ணுக் குடுக்க விரும்பாத நம்ம சாதிசனம்... மகராசருக்கு பயந்துக்கிட்டு... தெக்குதேசம் போய் பொழச்சுக்கலாமுன்னு... ராவோடு ராவாக ஊர காலி செஞ்சுட்டு... தெக்கே பொறப்பட்டுருச்சு... அப்படி

வர்ற வழியில ஒரு பெரிய்ய ஆத்தை தாண்ட வேண்டியிருந்துச்சு... அந்த ஆத்து நெறய்ய வெள்ளம் ஓடுது... வெள்ளம் வடியறதுக்காக காத்துக் கெடந்தபோது நம்ம பிரிவுக்காரங்க மட்டும் நடந்து வந்த சலிப்புல அசந்து தூங்கிட்டாங்க... மத்த பிரிவுக்காரங்க எல்லாரும் தூங்காம பெருமாளை வேண்டியிருக்காங்க... அப்போ ஆத்தங்கரையில இருந்த பொங்கு மரம் ஒன்னு வளஞ்சு... பாலம் அமைச்சு குடுத்து... அவங்கள ஆத்தக் கடக்க வெச்சிருக்கு... ஆழ்ந்த நித்திரை கலைஞ்சு முழிச்சுப் பாத்த நம்ம பிரிவுக்காரங்களுக்கு ஆத்தக் கடக்குற வழி தெரியல... ஒடனே சிவபெருமானுகிட்ட வேண்ட... வேண்டுதலுக்கு மனமிறங்கி நிசுட்டையில இருந்த சிவபெருமானும் கண்ணை முழிச்சுப் பாத்தாரு... அவருக்கு என்ன தோனுச்சுன்னும் தெரியல... தூங்கிப் போயிட்ட நம்ம பிரிவுக்காரங்க மேல கோபப்பட்டு... நடுராத்திரியும் தூங்காம குடுகுடுப்பை அடிச்சு குறி சொல்லிப் பொழைக்கனுமின்னு சாபம் முட்டுட்டாரு... அப்புறம் அவரு குடுகுடுப்பை அடிக்கற அவரோட சித்துடுக்கையையும் நமக்கே குடுத்துட்டாரு... அன்னையிலிருந்து இன்னைக்கு வரைக்கும் நாம சாமக்கோடாங்கியாவே தூங்காம நடுச்சாம இருட்டுல திரியறோம்..."

வீரான் சிற்றுடுக்கை தந்த சிவபெருமான் யாரென யோசித்தபடி இருந்தான். அப்பக்காரர் எழுந்து மண்திட்டிலிருந்து கீழிறங்கினார். மண்புழுதிச் சாலையில் வடக்குப்பார்த்து வேகமாக நடந்தார். கத்திக்கொண்டு கூடவே பறந்து வந்த மஞ்சமூக்கு ஆள்காட்டிகள் விலகித் தொலைவாகப் போயின. வீரான் அப்பக்காரரின் காலடியை பின்பற்றி ஓடி நெருங்கினான். மறுபடியும் கேட்டான்.

"என்னை பள்ளிக்கோடத்துல சேத்து உடுங்க... படிக்கோனும்..."

அப்பக்காரர் திரும்பிப் பார்த்து முறைத்தார். பின் என்ன நினைத்தாரோ தெரியவில்லை. சட்டெனெ வலக்கையை ஓங்கி வீரானின் பொடனியில் அறைந்தார்.

"இன்னாவெரைக்கும் நானு வேல மயிரு இல்லாமயாடா... நம்ம வம்சாவழிக் கதயச் சொன்னேன்..."

வீரான் தடுமாறி புழுதி மண்ணில் விழுந்தான். அப்பக்காரர் நிற்காமல் வந்தவழியின் திசைப் பார்த்து நடந்தார். வீரானுக்கு அழுகை முட்டியது. எழுந்து நின்று அப்பக்காரரின் பின்னே ஓடினான். அருகில் வேட்டைக்கார ஆந்தையின் குரல் ஒலித்தது. கிழக்கே கீழ் ஆகாயத்தில் விடியலின் வெளிச்சம் தோன்ற ஆரம்பித்தது.

○○○

# 2

தொட்டிக்கட்டு வீட்டின் வெளித் தாழ்வாரத்துத் திண்ணையில் படுத்திருந்த அகில் திடுக்கிட்டு விழித்தான். திடீர் விழிப்புத் தட்டியதன் காரணம் புரியவில்லை. கோரைப்பாயிலிருந்து போர்வையை உதறி எழுந்து நின்றான். ஊர் எங்கும் இருளேறிக் கிடந்தது. நெடுவீதியின் கிழக்குமுனையில் தலைவாசல் பக்கமாக நாய்கள் விடாமல் குரைத்தன. வீதிவிளக்குகள் அணைந்து கிடந்தன. மார்கழி பனிச்சீதளக் குளிரில் ஊர் முடங்கியிருந்தது. தாழ்வாரத்து விட்டத்தின் கீழாகச் சிறு தோக்குருவிகள் பறந்தன. இருள் வியாபித்த நெடுவீதியில் இருந்திருந்தாற்போல் சிற்றுடுக்கையின் ஒலி எழுந்தது. ஒற்றை சாமக்கோடாங்கி நெடுவீதியில் முன்னேறி வருவது தெரிந்தது.

அகில் நகர்ந்து வெளிநடைக்கதவை தள்ளிப் பார்த்தான். உள்தாழிடப்பட்டிருந்தது. தாழ்வாரத்து திண்ணையில் ஓசையெழுப்பாமல் நடந்தான். திறந்திருந்த தொட்டிக்கட்டு ஆசாரத்துச் சன்னல் வழியாக உள்ளே எட்டிப் பார்த்தான். நாற்புற தொட்டிக்கட்டு ஆசாரத்து திண்ணைகளும் மங்கிய ஒளியில் தெரிந்தது. வடக்குமூலை திண்ணை மரக்கட்டிலில் அப்பா குறட்டையிட்டு உறங்கிக் கொண்டிருந்தார். அதன் கீழே மரக்கட்டிலை ஒட்டியக் காரைத்தரையில் அம்மா முந்தானை விரித்து படுத்துறங்கிக் கொண்டிருந்தாள். தெற்குமூலை ஆசாரத்து திண்ணையின் கயிற்றுக் கட்டிலில் முத்துச்சாமி தாத்தா பெருமூச்சணைத்தியபடி கிடைசேர்ந்து கிடந்தார். ஆகாயம் பார்த்த நடுமுற்றத்து வாசல் வெளிச்சத்தில் வெள்ளைப்பூனை உட்கார்ந்து எதையோ உன்னித்துக் கவனித்துக் கொண்டிருந்தது. பின்கட்டுக்கதவை நோக்கி மூஞ்சூறு கிரீச்சிட்டு ஓடியது. வெள்ளைப்பூனை தாவிக் குதித்துத் துரத்திப் போனது.

அகில் குரலிட்டு அம்மாவையும் அப்பாவையும் எழுப்பலாம் என நினைத்தான். அதற்குள் நெடுவீதியில் சிற்றுடுக்கையின் ஒலி கிட்டத்தில் கேட்டது. பழையபடி கோரைப்பாயில் வந்து படுத்துக் கொண்டான். கால்களிலிருந்து கழுத்துவரை போர்வையால் போர்த்திக் கொண்டான். தூங்குவதாகப் பாவனை செய்தான். தனித்த சாமக்கோடாங்கி வெளிவாசலில் வந்து கருநிழலுருவாய் நின்றார். பின்தொடர்ந்து வந்த நாய்கள் குரைத்தபடி சாமக்கோடாங்கியைச் சூழ்ந்து நின்றன.

அகில் உடலை சிறிதும் அசைக்காமல் படுத்திருந்தான். பாதிக்கண் திறந்து சாமக்கோடாங்கியை பார்த்தபடி இருந்தான். இருளுக்குள் சாமக்கோடாங்கியின் முழு உருவம் பிடிபடவில்லை. குரல் மட்டும் கணீரென கேட்டது. திடீரென சாமக்கோடாங்கி சிற்றுடுக்கையை துரிதகதியில் இசைக்கத் துவங்கினார். தாழ்வாரத்துத் திண்ணையை நெருங்கி வந்தார். எறப்பு விட்டத்தைப் பிடித்துக்கொண்டு அகில் படுத்திருப்பதையே உற்றுப் பார்த்தார். அகில் சலனமில்லாமல் படுத்திருந்தான். சட்டென சாமக்கோடாங்கி குறிப்பாட்டுப் பாட ஆரம்பித்தார். நாய்கள் குரைப்பதை நிறுத்தி நிசப்தமாயின. சாமக்கோடாங்கியின் குரல் அசரீரியின் தொனியில் ஒலித்தது.

*"நல்ல காலம் பொறக்குது*
*நல்ல காலம் பொறக்குது...*
*சத்தியவாக்கான சாமக்கோடாங்கி வந்திருக்கேன்*
*ஆத்தா ஜக்கம்மா தேவி அருள்வாக்கு சொல்லறா...*
*கெடை சேர்ந்த பெரிய்ய சாமிக்கு மோட்சம் காத்திருக்கு...*
*கண்ணு வெச்ச புதுப்பொண்ணு சின்னராசாவுக்கு ஏங்குது..."*

சாமக்கோடாங்கி திரும்பி வீதியில் இறங்கினார். இருளுக்குள் நடந்து மறைந்தார். நாய்களும் பின்னே சென்று மறைந்தன. சிற்றுடுக்கையொலியும் தேய்ந்து ஒடுங்கியது. கால்மாட்டில் முத்துச்சாமி தாத்தா வந்து நின்றார்.

"ஏன்டா வெடியால நேரமே ரயிலுக்கு போவோனும் எழுப்பிவுடுங்க அப்பாருன்னே... இப்ப என்னடான்னா... குப்புறக் கவுந்து தூங்கறியேடா...?"

அகில் போர்வையை உதறி எழுந்து நின்றான். கண்ணெதிரே முத்துச்சாமி தாத்தா தென்படவில்லை. அப்போதுதான் அகிலுக்கு ஹூதியானா சந்திப்புக்கு பயணச்சீட்டு முன்பதிவு செய்திருப்பது ஞாபகம் வந்தது. அதிகாலையில் திருப்பூர் சென்று திருநெல்வேலியிலிருந்து கட்றா வைஷ்ணவி கோயில் வரை செல்லும் நவயுக் விரைவு ரயிலைப் பிடிக்க வேண்டும். பின்வளவு வீதியில் தலைச்சேவல் கூவிற்று. ஆசாரத்தில் அம்மாவின் காலடி ஓசை கேட்டது. பின்கட்டு நடைக்கதவு திறக்கும் சப்தமும் எழுந்தது. அம்மா பட்டுப்பூச்சிகளுக்கு தீனிபோட பட்டுக்கூடத்தை நீக்கும் சப்தமும் எழுந்தது. அகில் அவசரமாகத் தொட்டிக்கட்டு ஆசாரத்தின் தெற்குமூலை காரைத்திண்ணைக்கு போனான். கயிற்றுக் கட்டிலில் முத்துச்சாமித் தாத்தா பெருமூச்சு விட்டபடியே மல்லாக்கப் படுத்துக் கிடந்தார். துளியும் அசைவில்லை. கட்டிலுக்கு கீழே மூத்திரச்சட்டி நாறியது. அப்போது ஈரக்கையை

முந்தானையில் துடைத்தபடியே அம்மா தொட்டிக்கட்டு வாசலில் வந்து நின்றாள்.

"வெளியூரு பொறப்பபடற பையன்... வெடியால கெடை சேர்ந்த மனுச மொகத்துல முழிச்சுக்கிட்டு... சீக்கிரம் போயி தண்ணி வார்த்துட்டு வாடா... ரயிலுக்கு நேரமாகிரும்..."

"சாமக்கோடாங்கி வந்தப்ப... நம்ம அப்பாரு எந்திருச்சு வந்தமாதிரி இருந்துச்சும்மா..."

"என்னடா ஒலர்றே...? கெழக்கு வெளுக்கப் போகுது... சாமக்கோடாங்கி எப்பிடி வருவாங்க... ஏதாச்சும் கனவு கினவு கண்டிருப்பே...?"

"அப்ப சாமக்கோடாங்கி வந்து குறி சொன்னதை நீ கேக்கலையா...?"

"உனக்கு ஏதோ பித்து புடிச்சுக்கிச்சுன்னு நெனைக்கறேன்... நம்ம ஊருக்குள்ளதான் சாமக்கோடாங்கியே வரமாட்டாங்களே... அந்த காலத்துல இருந்து இன்னைக்கு வெரைக்கும் சத்தியவாக்கு இருக்கு... மீறி வந்தா அனல் வளையம் தோனி வழிமறிச்சு தொரத்தீரும்..."

"அனல் வளையமுனா...?"

"ஆமாண்டா... ஆகாசத்துல இருந்து... தீப்பத்தி எரியற வளையங்களா எறங்கி வந்து சாமக்கோடாங்கியை மெரட்டும்..."

அகில் மேற்கொண்டு எதுவும் கேட்கவில்லை. வேகவேகமாகக் குளித்துப் புறப்பட்டான். பெரியமாமா புல்லட்டை ஓட்டினார். செங்காட்டூரின் மேற்குப்புறம் வந்ததும் பனைமரத்து முனீஸ்வரன் கோவிலடியில் புல்லட்டை நிறுத்தினார். வாசற்படியில் சூடம் கொளுத்தி அகிலை வேண்ட வைத்தார். அகில் திருப்பூர் ரயிலடி சேரும்வரை அனல் வளையங்கள் குறித்தே யோசித்தான். இரு தினங்கள் ரயில் பயணத்திலும் அடிக்கடி அனல் வளையங்கள் குறித்தே யோசித்தான். விடியக்காலை கனவில் சாமக்கோடாங்கி வந்து எழுப்பியதன் சூட்சுமத்தையும் புரிந்துகொள்ள முடியாமல் திணறினான். புறக்காட்சிகளின் மீதானப் பிரக்ஞை சிறிதுமின்றியே பயணம் முடிவுற்றது. லூதியானா ரயில் நிலையத்திற்கு வெளியே கலியமர்த்தன கிருஷ்ண நம்பூதிரி ஜாவாவில் வந்து காத்திருந்தார். அகில் திரும்பவும் லூதியானா வந்து சேர்ந்ததன் மகிழ்ச்சியை அவர் கண்கள் வெளிப்படுத்தின. ஜாவா அகிலை ஏற்றிக்கொண்டு புறப்பட்டது. மணிக்கூண்டு கடந்தபோது ஜோடா பஜார் கடைகளில் முன்னிரவின் பரபரப்புத் தொற்றியிருந்தது. கண்டகரின் கம்பளி ஆடைகளும் தோல்

சாமான்களுக்கும் விற்கும் கடைவீதியை தாண்டும் வரை நின்று நின்று நிதானமாப் போக வேண்டியிருந்தது. ஜலந்தர் செல்லும் தேசியநெடுஞ்சாலை ஏறியதும் ஜாவா வேகம் பிடித்து விரைந்தது. தென்மாநிலங்கள் நோக்கி விரையும் கனரக லாரிகள் நிறையக் கடந்து சென்றன. சாலையோரக் கடை ஒன்றின் முன்பு ஜாவா நின்றது. அகிலும், கலியமர்த்தன கிருஷ்ண நம்பூதிரியும் தகர உருளை அடுப்பில் சுடப்பட்ட தந்தூரி ரொட்டியும், சில்வர் தேக்சாவில் வெந்து கொண்டிருந்த தால் சப்சியும் வாங்கிச் சாப்பிட்டனர்.

மீண்டும் ஜாவா பயணம் தொடர்ந்தது. சட்லெஜ் நதிக்கரை நெடும்பாலம் துவங்குமிடத்தில் எட்டுச் சக்கரங்கள் கொண்ட இரு லாரிகள் எதிரெதிராக நின்றிருந்தன. லாரிக்காரர்கள் இந்தியில் திட்டியபடி சண்டையிட்டுக் கொண்டிருந்தனர். நெடும்பாலம் கடந்ததும் மஜ்ராகாலன் கிராமம் வந்தது. ஊர்முகப்பு துர்கா மந்திரில் அஷ்டமி பூஜை நடந்து கொண்டிருந்தது. ஜாவா வேகம் குறைந்து இடப்புறம் திரும்பிற்று. இறக்கமான மஜ்ராகாலன் வீதிகளில் நுழைந்து சென்றது. வீதிகளின் இருபுறமும் சீமைப்பசு தொழுவத்துடன் கூடிய மச்சுவீடுகள் அடுத்தடுத்து இருந்தன. நதிக்கரையோரத்தில் எருமை தொழுவம் கொண்ட மச்சு வீட்டின் முன்பு ஜாவா நின்றது. தொழுவத்தினுள்ளே எருமைகள் பொடித்துண்டமாக நறுக்கிய மக்காச்சோளப் பயிர்களை கடைவாயில் நீரொழுக தின்று கொண்டிருந்தன. சர்தார்ஜி வீட்டு முற்றத்தில் கட்டில் போட்டு அமர்ந்து புகைத்துக் கொண்டிருந்தார். அங்கிருந்தபடியே வீட்டின் முன்னறை தொலைக்காட்சிப் பெட்டியில் ஓடிக் கொண்டிருந்த கேரி ஆன் ஜட்டா பஞ்சாபி திரைப்படத்தையும் பார்த்துக்கொண்டு இருந்தார். மஹி கில்லை காதலிப்பதற்காக ஜிப்பி கிரேவால் காமெடியனுடன் சேர்ந்து பேசும் வசனத்தை லயித்தும் கேட்டுக் கொண்டிருந்தார். அகிலும் கலியமர்த்தன கிருஷ்ண நம்பூதிரியும் படிக்கட்டேறி மேல்மாடி அறைக்குப் போயினர். அகில் தோள்பையை இறக்கி வைத்துவிட்டு கட்டில்மெத்தையில் அமர்ந்தான். ஆசுவாசப் பெருமூச்சு விடுவதற்குள் அம்மா அலைபேசியில் அழைத்தாள்.

“அகிலு கண்ணு... இன்னிக்கு பொழுதெறங்கற நேரம்... உங்கப்பா கொத்தனூரு போயி சாம்பசிவ பண்டுதகாரர கூட்டிக்கிட்டு வந்து உங்கப்பாருவ காட்டினாரு... பண்டுதகாரரு உங்கப்பாரு நாடியெல்லாம் புடிச்சுப் பாத்துட்டு... நாளைக்கு இல்ல அதுக்கு மக்யாநாளு... அப்பொறம் அதுக்கு மேல தாங்காதுன்னு சொல்லீட்டாரு... இப்ப என்ன கண்ணு செய்யறது...?”

அகில் பதில் பேசாமல் இருந்தான். அம்மா தொடர்ந்தாள்.

“எனக்கும் உன்ற நெலமை புரியுது கண்ணு... நம்ம பங்கும் பங்காளிகதான் உனக்கு தகவல் குடுத்து வரச்சொல்லீருன்னு சொல்லறாங்க...”

“செரி செரி நீ பொலம்பாதே... நானு கெளம்பி வர்றதுக்கு பாக்கறே...”

“எப்பிடியாச்சும் வந்து சேந்துருகண்ணு...”

மறுபடியும் திரும்பி ஊர் போகக்கூடிய பயணத்தை நினைத்து பெரும்சலிப்பு ஏற்பட்டது. முத்துச்சாமி தாத்தாவின் உயிர் பிரியாமல் ஏன் இத்தனை தினங்கள் இழுக்கின்றன என்பதும் புரியவில்லை. கலியமர்த்தன கிருஷ்ண நம்பூதிரி அகிலுக்கு ஆறுதல் வார்த்தைகளைக் கூறிவிட்டுக் கதகளி பயிற்சியில் இறங்கிவிட்டார். அவரின் அலைபேசி வாரணாசி விஷ்ணு நம்பூதிரியின் மத்தளத்தையும் குறூர் வாசுதேவன் நம்பூதிரியின் செண்டைமேளத்தையும் கலந்து இசைத்தது. கிரும்மிரவதத்தில் லலிதாவின் முகபாவனையையும் உடல்மொழியையும் தன்மீது இறக்கி நடுஅறையை ஆக்கிரமித்து நின்றார். கைகள் அபிநயக்க கால் அடவுகளுடன் முன்னே சென்றார். பின்னகர்ந்து வந்து நிலை கொண்டார். முகத்தில் வீரம் ரௌத்திரம் ஆவேசம் சாந்தம் என மாறிமாறிக் காட்டினார்.

அகில் கட்டிலிலிருந்து எழுந்து அறையை விட்டு வெளியே வந்தான். மாடிப்படிகளில் கீழிறங்கினான். தொலைக்காட்சியில் இன்னும் கேரி ஆன் ஜட்டா முடியவில்லை. முற்றத்து கட்டில் காலியாகக் கிடந்தது. சர்தார்ஜியும் வீட்டுப் பெண்களும் தொழுவத்துக்குள் நின்றிருந்தனர். தலையீற்று எருமைக்கிடாரி கன்றீனியிருந்தது. நஞ்சுக்கொடி தொங்க எருமைக்கிடாரி காலடியில் கிடந்த கன்றின் ஈரவுடலை நக்க முயன்றது. அகில் வாசலோரம் பாசுமதி நெல்மூட்டைகள் அடிக்கியிருந்த கோதுமை வைக்கப்புல் கூரையிட்ட கூடத்தைக் கடந்து வீதிக்கு வந்தான். சட்லெஜ் நதிக்கரை நோக்கி செல்லும் இறக்கப்பாதையில் இறங்கி நடந்தான்.

முதல்சாமத்தில் மஜ்ராகாலன் சந்தடியின்றி அடங்கிக் கிடந்தது. வீதியோரத் தொழுவங்களில் சீமைப்பசுக்களும் எருமைகளும் வாலை விசிறிபடி அசைவாங்கிப் படுத்திருந்தன. ஈரநிலத்து செம்மூக்கு ஆள்காட்டிகள் ஆளின் அடையாளம் கண்டு விழித்துக் கொண்டன. நதிக்கரையோரத்தில் கல்கூடுகள் கட்டி முட்டையிட்டுக் குஞ்சுகள் பொரித்திருக்கும் செம்மூக்கு ஆள்காட்டிகளுக்கு அகில் எதிரியாகத் தெரிந்தான். தலைக்கு மேலாக வட்டமிட்டுப் பறந்து வீறிட்டுக் கத்தின. அகில் கரைமேட்டு அகலக்கல்லின் மீது அமர்ந்து கொண்டான். சட்லெஜ் நதிப்பாலத்தின் மேல் விரைந்து கடக்கும் வாகன ஓசை

தவிர சுற்றுப்புறம் பேரமைதி பூண்டிருந்தது. சட்லெஜ் எல்லாப் பருவத்திலும் நீர்பெருக்கு நிறைந்த நதி. இருகரை கொள்ளாத நீர்பிரவாகம் இருளினூடே ஓசையிட்டு நகர்ந்தது. பெருநாரைக் கூட்டம் நீரின் மேலே எதிர்கரை நோக்கிப் பறந்து போயிற்று. எதிர்கரையிலுள்ள குருத்துவாராவில் மட்டும் விளக்கு எரியும் ஒளிப்புள்ளிகள் தெரிந்தன. அகிலினால் அதிகநேரம் நதிக்கரையோரத்து காட்சிகளில் கவனம் செலுத்த முடியவில்லை. அடுத்தடுத்து குழப்பமான எண்ணங்கள் மனதை சூழ்ந்தன. கடந்த இரு மாதங்களாகவே முத்துச்சாமி தாத்தா நிமித்தமாக ஊருக்கும் லூதியானாவுக்கும் நான்கைந்து தடவை போய் வந்தாயிற்று. ஒவ்வொரு தடவையும் அம்மாவிடமிருந்து இதேபோன்றுதான் அழைப்பு வந்தது. ஊர் போய் இறங்கிய பின்னால் தாத்தாவுக்கு எதுவும் நேர்வதில்லை. கிடை சேர்ந்த நிலையிலேயே தாத்தா கிடந்தார். திரும்பவும் லூதியானாவுக்கு திரும்பியாக வேண்டிய அலுவலக நெருக்கடிச் சூழல். ரயில் பயணங்கள் அலுத்துவிட்டன. விமானப் பயணங்கள் சாத்தியமில்லை. இந்தமுறை ஊர் சென்றால் தாத்தாவின் இறுதிக் காரியங்கள் முடியும் வரை இருந்துவிட்டு வருவதென முடிவு செய்தான். எவ்வளவு தினங்கள் கடந்தாலும் பரவாயில்லை. தன் அலுவலகத்தைச் சமாளித்து எப்படி விடுமுறை எடுப்பதென்பது மட்டும் கேள்விக்குறியாக இருந்தது. இதுவரை தாத்தாவிற்காக அதிகப்படியான விடுமுறையை எடுத்தாயிற்று. இப்போதைய காலகட்டத்தில் இந்த வேலையை விடவும் முடியாது. அலுவலகத்தை எப்படி எதிர்கொள்வது என்கிற சிந்தனையே ஓடியது. தீர்வு பிடிபடவில்லை.

இரண்டாம் சாமமும் கடந்துவிட்டது. எதிர்கரை குருத்துவாராவிலும் ஒளிப்புள்ளிகள் அணைந்துவிட்டன. செம்மூக்கு ஆள்காட்டிகளும் கத்தாமல் அடங்கியிருந்தன. சட்லெஜ் நதிக்கரைப் பாலத்தில்கூட கனரக வாகனப் போக்குவரத்துக் குறைந்துவிட்டது. அகில் அறையின் மேற்குப்புற சன்னலை நோட்டமிட்டான். அறைக்குள் விளக்கொளி அணைந்திருந்தது. கலியமர்த்தன கிருஷ்ண நம்பூதிரியும் கதகளிப் பயிற்சி முடித்துவிட்டார். உறங்குவதற்கு முன் தரைமெத்தையில் சாய்ந்தபடி அலைபேசியில் மாத்தூர் கோவிந்தன் குட்டியின் கதகளி நடனத்தை ஓடவிட்டு கூர்ந்து கவனிக்கும் நேரம். கதகளியில் பெண்வேசம் கட்டி ஆடுவதில் மாத்தூர் கோவிந்தன் குட்டி பிரபலம். கலியமர்த்தன கிருஷ்ண நம்பூதிரியின் மானசீகக் குரு. தொற்றுநோய் காலத்தில் அவர் மரணமடைந்தபோது கலியமர்த்தன கிருஷ்ண நம்பூதிரி இழப்பின் ஆற்றாமையில் நாளெல்லாம் அழுதார்.

கரைமேட்டு சீஷம் மரங்களின் இலையடர்ந்த கிளைகள் காற்றுக்கு அசைந்தன. நதிக்கரை நீரடியோரம் தவளைகள் கத்தத் துவங்கிவிட்டன.

அகில் எழுந்து நடந்தான். மஜ்ராகாலன் வீதியை நோக்கிய ஏற்றப்பாதையில் இருளடர்ந்து கிடந்தது. எருமை தொழுவத்தில் சர்தார்ஜி மட்டும் கட்டிலை போட்டு உட்கார்ந்திருந்தார். பெண்கள் வீட்டுக்குள் உறங்கப் போய்விட்டனர். கன்று எழுந்து நின்று எருமைக்கிடாரியின் முலைக்காம்பு பற்ற முயன்று கொண்டிருந்தது. அகில் மாடிப்படியேறி அறைக்குள் நுழைந்தான். கலியமர்த்தன கிருஷ்ண நம்பூதிரி மானசீகக் குருவின் கதகளி ஆட்டத்தில் லயித்திருந்தார். அகில் கட்டில்மெத்தையில் சாய்ந்தான். உடனே உறக்கம் வராது எனத் தெரிந்துவிட்டது. மனதை அலுவலகம் சார்ந்த எண்ணங்களே மையமிட்டன.

அகில் கடந்த எட்டு வருடங்களாக நாய் பிஸ்கட் உற்பத்தி செய்யும் தொழிற்சாலையில்தான் வேலை பார்த்து வந்தான். முந்நூறு பேருக்கு மேல் வேலையாட்கள் எப்போதும் இயங்கிக் கொண்டிருக்கும் பெரிய தொழிற்சாலை. உற்பத்தி செய்யும் அநேக நாய் பிஸ்கட்டுக்கள் ஐரோப்பிய நாடுகளுக்கு ஏற்றுமதியாயின. கோதுமை மாவுகளையும் பதப்படுத்தப்பட்ட இறைச்சி சதைகளையும் கலக்கிப் பிசைய எந்நேரமும் நிற்காமல் இயங்கிக் கொண்டிருக்கும் பழைய இயந்திரங்களில் பழுதுப் பார்க்கும் பணி. அகிலுக்கு வாகனங்கள் மீது இளம்பிராயத்திலிருந்தே அலாதி பிரியம் இருந்தது. இயந்திரப் பொறியாளர் ஆனான். காலச்சூழலில் வேலை கிடைத்ததோ நாய் பிஸ்கட் தயாரிக்கும் தொழிற்சாலையில்தான். நாய் பிஸ்கட் தயாரிக்கும் தொழிற்சாலையில் வேலை என்றால் கேட்கும் எல்லோரிடமும் ஏளனம் மிகுந்திருந்தது. அகில் ஊரிலும் உறவினர்களிடமும் குழந்தைகள் பிஸ்கட் தாயாரிக்கும் தொழிற்சாலையில் வேலை என்றுதான் பொய் சொல்லி வந்தான்.

அகில் விழித்தபடியே படுத்திருந்தான். செம்மூக்கு ஆள்காட்டிகள் மறுபடியும் விழித்துக் கொண்டன. இருளுக்குள் பறந்து பய ஒலி எழுப்பியபடி இருந்தன. கீழே சர்தார்ஜியின் எருமைக் கட்டுத்தரையிலிருந்து சாணமூத்திர நாற்றம் அடித்தது. சர்தார்ஜி அலைபேசியில் குருதாஸ் மாணின் “தில் தா மம்லா ஹை” கேட்டுக் கொண்டிருந்தார். எருமைக்கிடாரியில் நஞ்சுக்கொடி இறங்க சர்தார்ஜி இன்னும் காத்துக் கொண்டிருக்கிறார் எனத் தோன்றியது. கீழே தரைமெத்தையில் கலியமர்த்தன கிருஷ்ண நம்பூதிரி கதகளி பயிற்சி செய்த களைப்பில் ஆழ்ந்து உறங்கிவிட்டார். மெலிதான குறட்டையும் கேட்டது. அகில் கட்டில் மெத்தையிருந்து எழுந்து அறையின் மேற்குப்புற சன்னலோரம் போய் அமர்ந்தான்.

எங்கும் வெளிச்சப் புள்ளிகளே தென்படவில்லை. எதிர்கரையிலும் இருள். இக்கரையிலும் இருள். இடையே இருளுக்குள் நகரும் சட்லெஜ் நதி. பார்வைக்குப் புலப்படாத இந்த சட்லெஜ் நதி மாயவாழ்வின்

போக்கைக் குறித்து பூடகமாக ஏதோ சொல்ல முயன்றது. அகிலுக்கு விடியும் வரை எப்படி நேரத்தைக் கடத்துவது என்று தெரியவிலை. மறுபடியும் வந்து கட்டில் மெத்தையில் படுத்துக் கொண்டான். செம்மூக்கு ஆள்காட்டிகள் கத்துவது மட்டுமே கேட்டபடியிருந்தது.

பொழுது புலர்ந்துவிட்டது. செம்மூக்கு ஆள்காட்டிகள் வெளிச்சத்திலும் கத்தின. அகில் கலியமர்த்தன கிருஷ்ண நம்பூதியுடன் சென்று சட்லெஜ் நதியில் இறங்கிக் குளித்து வந்தான். எருமை தொழுவத்தின் முன்பு சர்தார்ஜி புடை தள்ளாத மக்காச்சோளப் பயிர்களை இரும்பு இயந்திரத்தில் திணித்து நறுக்கிக் கொண்டிருந்தார். வீட்டுப் பெண்கள் ஒத்தாசை செய்து கொண்டிருந்தனர். அகில் ஊர் செல்வதற்காகத் தோள்பையை எடுத்துக் கொண்டான். கலியமர்த்தன கிருஷ்ண நம்பூதிரியுடன் ஜாவாவில் அலுவலகம் புறப்பட்டான். ஜாவா ஜலந்தர் செல்லும் தேசிய நெடுஞ்சாலையை கடந்து மண்பாதையில் பயணித்தது. எங்கும் சிர்ஹிந்த் வாய்க்கால் பாசனத்தின் நீர்செழுமை. கோதுமை நாற்றுக்கள் நடும் வயல்களில் அன்றில் பறவைகள் இறங்கி இரைதேடிக் கொண்டிருந்தன. ஆகாயத்திலும் மழைமுகிலுக்கு கீழாக அன்றில் பறவைகள் கூட்டம் கூட்டமாக பறந்தலைந்தன. முள்ளங்கியும் பீட்ரூட்டும் பயிரிட்ட மேட்டு நிலங்களின் வழியே ஜாவா குலுங்கிக் குலுங்கிச் சென்றது. லோதிக்கோட்டை செல்லும் சிற்றுந்து உச்சியிலும் ஆட்களை ஏற்றிக்கொண்டு எதிரே வந்தது.

பத்து மைல் தொலைவு தாண்டி அப்ராபிண்டு கிராமம் வந்தது. மண்பூச்சு மதில்கள் கொண்ட செங்கல் வீடுகளின் முன்பு சீமைப்பசுக்கள் கட்டப்பட்டிருந்தன. பச்சைவண்ணமடித்த சிறிய தர்காவின் திண்ணையில் முதியவர்கள் அமர்ந்து புகைத்தபடியிருந்தனர். அப்ராபிண்டின் மறுகோடியில் காட்டு இலந்தைகள் கிளைவிரித்த ஏரிக்கரையோரம் நாய் பிஸ்கட் தொழிற்சாலை இருந்தது. ஏரிக்கரை நீர்த்தேக்கத்தின் மேலே அன்றில் பறவைகளின் பறத்தல் அணிவரிசை பிணையல் பாம்பின் சாயலைக் காட்டிற்று. லாரிகள் பாரமிறக்கும் கோதுமைமாவு மூட்டைகளினூடே ஜாவா சென்று நின்றது.

அகில் இறங்கி அலுவலகத்துக்குள் போனான். எலும்பின் வடிவத்தில் தாயாரித்த பல்வேறு வண்ணம் கொண்ட நாய் பிஸ்கட்டுகள் குவிந்து கிடந்தன. எங்கும் இயந்திரங்கள் இயங்கும் சப்தம். இறைச்சி வாசனை அடிக்கும் பழுதான இயந்திரம் ஒன்றின் அருகில் மேலாளர் பிரதாப்சிங் நின்றிருந்தார். அகில் முத்துசாமி தாத்தாவின் நிலைமையை ஆங்கிலத்தில் எடுத்துச் சொன்னான். பிரதாப்சிங் அகிலை நம்பத் தயாராக இல்லை. இந்தியில் கோபமான தொனியில் அறிவுரை கூறத் துவங்கிவிட்டார். அகில் தள்ளிப்போய் இயந்திரங்களுக்குள் ஒளிந்து நின்று அப்பாவை

வீடியோ காலில் அழைத்தான். முத்துச்சாமித் தாத்தாவின் நிலைமையை காட்டும்படி ஏற்பாடு செய்து கொண்டான். பிரதாப்சிங்கை நெருங்கினான். அலைபேசியை பிரதாப்சிங்கிடம் காட்டினான். பிரதாப்சிங் முத்துச்சாமித் தாத்தாவின் கிடை சேர்ந்த கோலத்தை கண்டு மனமிறங்கினார். வேறு எதுவும் கேட்கவில்லை. விடுமுறை கொடுத்துவிட்டார். அகில் அலுவலக நுழைவாயிலுக்கு வெளியே வந்தான். ஏரிக்கரையை பார்த்தவாறு கிடக்கும் புல்தரை அமர்கல்பலகையில் உட்கார்ந்து கொண்டான். உச்சந்தலையை அழுத்திய பெரும்சுமை இறங்கிய நிம்மதி ஏற்பட்டது. அலைபேசி மூலமே தக்கலில் அந்தியில் லூதியான வந்து சேரும் ஜம்முதாவி விரைவு ரயிலில் பயணசீட்டு முன்பதிவு செய்தான். ஏரியின் நீர்ப்பரப்பு மீது இளமதிய வெயிலில் பறந்து திரியும் அன்றில் பறவைகளைப் பார்த்தவாறே இருந்தான்.

அகிலை பாதமேறிக் கடித்த சுளுக்கைகள் தன்னுணர்வுக்கு மீட்டன. சுளுக்கைகளை விரலால் தட்டிவிட்டான். மண்தரையில் விழுந்த சுளுக்கைகள் பதற்றத்துடன் ஊர்ந்தலைந்தன. ஊர்ந்தலைந்த சுளுக்கைகள் மண்தரையில் தூரமாகப் போய் மறையும் வரை பார்த்தபடியிருந்தான். மனமும் கடந்தபோன தினத்து நினைவுகளின்றி மெல்ல வெறுமையானது. இலுப்பை மரங்களினூடே தில்லாபுரி அம்மன் கோவிலை நோக்கி வரும் மண்தடத்தைப் பார்த்தான். வெள்ளைத்தாடிக்காரரை இன்னும் காணவில்லை. மொபட் வரும் ஓசை தூரத்தில் கூடக் கேட்கவில்லை. மாசி உக்கிரம் முன்அந்தியிலும் தணியவில்லை. இலுப்பைத்தோப்பு ஆளரவமற்றே கிடந்தது. திடீரென சூறைக்காற்று மிகுவேகம் எடுத்துக் கடந்தது. இலுப்பையிலைகள் சரசரத்து ஓசையெழுப்பின. கோவிலினுள்ளே ஊஞ்சல் அருகில் ஊன்றியிருந்த சூலமணிகளும் அசைந்து ஒலித்தன. அகில் எழுந்து கருவறையை நோக்கி திரும்பினான். மங்கிய வெளிச்சத்தினூடே தில்லாபுரி அம்மன் நின்ற கோலத்தில் வீற்றிருந்தாள். அகில் வார்த்தைகள் வெளிப்பட வேண்ட ஆரம்பித்தான்.

> "தாயே இன்னைக்குதான் என்னோட இந்த தேடலுக்கும் கடேசி நாளு... இதுக்கப்புறம் நான் இந்த தேடலை தொடர போவதில்லை... நீதான் ஒரு நல்ல முடிவு கெடைக்க வழிகாட்டனும்..."

அகில் தில்லாபுரி அம்மனையே பார்த்தபடி இருந்தான். மனதுக்குள் விரவிய வெறுமை தணிந்தது. பின் திரும்பி வாசற்படி மீது முன்பு போலவே வடக்குப் பார்த்து உட்கார்ந்து கொண்டான். வெள்ளைத்தாடிக்காரர் இப்போதைக்கு வரும் அறிகுறி தெரியவில்லை. இலுப்பைவாதுக்குள் வால்காக்கைகள் கத்தின. மேற்கே பொழுதும் சாய்ந்து கொண்டு வந்தது.

○○○

தொட்டிக்கட்டு ஆசாரத்தின் தெற்குமூலை காரைத்திண்ணையில் முத்துச்சாமி தாத்தா இறுதிமூச்சுப் பிரிய ஏங்கிக் கொண்டிருந்தார். அப்பாவும் அம்மாவும் அத்தைமார்களும் எந்நேரமும் கிட்டத்திலேயே உட்கார்ந்து கிடந்தனர். வெளிதேசத்தில் வசித்த பேரன்பேத்திகள் எல்லோரும் கூட வந்து தாத்தாவுக்குப் பாலூற்றிப் பார்த்தனர். தாத்தாவின் சுவாசம் பெருமூச்சுடன் இழுத்துக் கொண்டேயிருந்தது. சில தினங்கள் இருந்து பார்த்துவிட்டு பேரன்பேத்திகள் எல்லோரும் புறப்படுப் போய்விட்டனர். குடும்பத்தில் எல்லோருக்கும் மனச்சோர்வு உச்சகட்டத்தை அடைந்துவிட்டது. அளவற்ற எரிச்சல் ஊற்றெடுத்தது. எந்த ஒரு காரியத்தையும் நிம்மதியாகச் செய்ய முடியவில்லை. வெளியூர் பயணங்கள் தொடர்ந்து தவிர்க்கப்பட்டு வந்தன. சுபகாரியங்கள் எல்லாம் ஒத்தி வைக்கப்பட்டன.

அன்று ஊர் மீது கோடைமழை தூறிக் கொண்டிருந்த விடியக்கருக்கல் வேளை. பனைமரத்து முனீசுவரன் கோவில் காளியப்பன் பூசாரி மிதிவண்டியில் வந்து வாசலில் நிறுத்தி இறங்கினார். திருநீறு மணத்தோடு நேராக தொட்டிக்கட்டு ஆசாரத்து தெற்குமூலை காரைத்திண்ணைக்குப் போனார். முத்துச்சாமி தாத்தாவை சிறிதுநேரம் உற்று நோட்டமிட்டார். தாத்தாவின் சுவாசத்தை ஆழ்ந்து கவனித்தார். அதற்குள் எல்லோரும் எழுந்து தூக்கச்சடைவோடு தாத்தாவின் கயிற்றுக் கட்டிலருகே வந்து சூழ்ந்து நின்றனர். காளியப்பன் பூசாரி நீண்ட அவதானிப்புக்குப்பின் பேசினார்.

> “பெரியவரு சாமி நம்பிக்கை இல்லாதவரு... ஈரோட்டாரு கோஷ்டி... அதனால என்னை புடிக்காது... ஆனா நல்ல மனுசன்...”

காளியப்பன் பூசாரி பேச்சை நிறுத்தினார். பின் நகர்ந்து தாத்தாவின் பாதங்கால்களை தொட்டுக் கும்பிட்டுவிட்டு மீண்டும் பேசினார்.

> “இது நல்ல ஆத்மா... அதனாலதான் நானே கும்பிடறேன்... இப்பிடிப்பட்ட நல்ல ஆத்மா இழுத்துக்கொண்டு கெடந்துச்சுன்னா... அவங்க மனசுக்குள்ள ஏதோ ஒரு நெருடல் இருக்குன்னு அர்த்தம்... நாம அது என்னன்னு கண்டுபுடிச்சு நெறவேத்த பாக்கனும்... அப்பத்தான் இந்த ஆத்மா சுலுவுல பிரியும்... இது என்னோட அனுபவத்துல நானு கண்டு சொல்லறது...”

காளியப்பன் பூசாரி புறப்பட்டுப் போனபின்பு வீட்டில் விவாதங்கள் தொடர்ந்தன. முதலில் முத்துச்சாமி தாத்தாவின் நிராசைகளைப் பட்டியலிட்டு அவைகளை நிறைவேற்ற முயன்றனர். அத்தைமார்கள் தாத்தா விரும்பிச் சாப்பிடும் உணவுப் பதார்த்தங்களையும் பலகாரங்களையும் செய்து ஊட்டிவிட்டனர். அடுத்து அப்பா தாத்தாவிற்கு

பிடித்தமான உறவினர்களை எல்லாம் அழைத்துவந்து சந்திக்க வைத்தார். அவர்கள் தாத்தாவுடனான தன் பழக்கங்களை நினைவு தப்பிக் கிடக்கும் தாத்தாவோடு பகிர்ந்து கொண்டது நகைக்கும்படி இருந்தது.

இதனிடையே குளிர் கோடைக்காற்று விசையுடன் வீசிய முன்னிரவில் பெரியமாமா புல்லட்டில் தெற்கே புறப்பட்டுப் போனார். உப்பாற்றின் அக்கரையேறி துளசிமேட்டிலிருந்து வடுகநாதச் சோதிடரை வீட்டுக்குக் கூட்டி வந்தார். தொட்டிக்கட்டு ஆசாரத்து வடக்குமூலைத் திண்ணையில் அமர்ந்த வடுகநாத சோதிடர் எல்லோர் ஜாதகத்தையும் வாங்கிக் கணித்தார். தற்போதைய கிரகசாரத்தின்படி கருமாதி செய்யும் அமைப்பு எவருக்கும் இல்லையென்று சொல்லிவிட்டார். அதன்பின்பும் வீட்டினர் அடங்கவில்லை. தாத்தாவின் உயிர் பிரிய வேண்டி ஏதேதோ பரிகாரங்கள் எல்லாம் கூட செய்தனர். உள்ளூர் சாமியாடிகளும் வெளியூர் மந்திரவாதிகளும் அகால ராத்திரியில் வீட்டுக்கு வந்து பூஜை செய்துவிட்டு தட்சணை வாங்கிப் போயினர். தாத்தா எதற்கும் அசைந்துக் கொடுக்கவில்லை.

அகில் தன் வீட்டினர் செய்யும் எவ்வித அபத்தச் செயல்களிலும் ஆர்வம் காட்டாமல் நாட்களை கடத்திக்கொண்டு வந்தான். அன்று இளமதியத்தில் ஆகாயம் இருண்டு கவிழ்ந்தது. பருவம் தப்பிய மழை சிறுதூறலாக இறங்கியது. வீதிப்புழுதி எங்கும் ஈரம் படிந்துவிட்டது. எதிர்வீடுகளின் ஈரச்சீமையோட்டுக் கூரைகள் மீது கொண்டலாத்திகளும் வீட்டுப்புறாக்களும் சிறகு கோதிக்கொண்டிருந்தன. அகில் வெளித்தாழ்வாரத்து திண்ணையில் அமர்ந்து மீண்டும் லூதியானா திரும்புவது குறித்து யோசித்துக் கொண்டிருந்தான். அந்த சமயத்தில் வீட்டுக்குள்ளிருந்து அம்மாவின் குரல் கூப்பிட்டது.

"அகிலு... இங்க வந்து பாரேன்டா... உங்க அப்பாரு ஏதோ மொனகறாரு..."

அகில் எழுந்து தொட்டிக்கட்டு ஆசாரத்து தெற்குமூலைகாரைத்திண்ணைக்கு ஓடினான். கயிற்றுக் கட்டிலில் மல்லாந்து கிடந்த முத்துச்சாமி தாத்தா ஏதோ சொல்ல வந்தார். ஒடுக்கு விழுந்த பொக்கைவாயில் ஜலவாய் ஒழுகியது. சொற்கள் எதுவும் வெளிப்படவில்லை. பீளை கட்டிய கண்களில் நீர் பெருகி வழிந்தது. அகில் தாத்தாவின் தலைமாட்டில் நின்று அமைதியாகப் பார்த்தபடியிருந்தான். அம்மாவுக்கு அங்கு நிற்கப் பொறுமையில்லை. வீட்டில் நிறைய வேலையிருந்தது. பின்கட்டில் பட்டுக்கூடுகளில் வளரும் பட்டுபூச்சிகளுக்கு தழைகள் போட வேண்டும். பட்டுப்பூச்சிகள் நூற்கும் நூல் கூடுகளை சூதானமாக அகற்றிப் பத்திரப்படுத்த வேண்டும். அப்பா இல்லாத நேரத்தில் தோட்டத்திற்குப் போய் மூங்கில் கூடையில் பட்டுப்பூச்சி தழைகள்

பறித்து வரவேண்டும். இவ்வளவு வேலை அம்மாவுக்கு சதாநேரமும் எதிர்நோக்கியிருந்தன.

"இந்த கெழம் இப்பிடியேதான்டா நம்மல வட்டவாசி செய்யுது..."

அம்மா நகர்ந்து பின்கட்டு வாசற்படி இறங்கி மறைந்தாள். முத்துச்சாமி தாத்தா ஏதோ சொல்ல முயன்றபடியே இருந்தார். அகில் கூர்ந்து கவனித்தபடியே இருந்தான். தொட்டிக்கட்டு ஆசாரம் பெரு நிசப்தத்தில் அமிழ்ந்திருந்தது. சட்டென தாத்தாவின் சொற்கள் சற்று பிசிறுடன் வெளிப்பட்டன.

"வீரான்... வீரான்... வீரான்... வீரான்..."

முத்துச்சாமி தாத்தா இந்தப் பெயரையே திரும்பத் திரும்ப உளறியபடி உச்சரித்துக் கொண்டிருந்தார். மறுபடியும் உள்ளே வந்த அம்மா கேலியாகச் சொன்னாள்.

"இந்த பேருக்காரன் எவனாச்சுக்கும் கடன்கிடன் குடுத்து வாங்காம உட்டுட்டாரோ என்னமோ... வெசாரிச்சு பாருடா... நமக்கும் பணம் வருமுல்ல..."

நேரம் கடந்தது. முத்துச்சாமி தாத்தா மௌனமானார். கண்களில் நீர் வழிவது நின்றுவிட்டது. உறங்குவதான பழைய சாயலுக்குப் போய்விட்டார். சுவாசம் மட்டும் இழுத்து இழுத்து வெளிவந்தது. அகிலுக்கு முத்துச்சாமி தாத்தா சொன்ன வீரான் யார் என்பது பெரும்புதிராக நீண்டது. அப்பாவுக்கும் அம்மாவுக்கும் அத்தைமார்களுக்கும் மாமாக்களுக்கும் கூட வீரானைக் குறித்த எவ்வித விவரமும் தெரியவில்லை. அகில் உள்ளூருக்குள் சென்று பங்காளிகளிடத்தில் வீரானைப் பற்றி விசாரித்தான். அவர்களுக்கும் எதுவும் தெரியவில்லை. உள்ளூர் சனங்களும் வீரானை அறிந்திருக்கவில்லை.

அன்று அகில் வீரானைப் பற்றி விசாரித்து விசாரித்து சலிப்படைந்து விட்டான். முதல்சாமம் முடிவில் ஊர் அடங்கியது. வீடு திரும்பிய அகில் சமையல்கட்டில் சாப்பிட உட்கார்ந்தான். வட்டிலில் தோசை சுட்டுப் போட்டுக்கொண்டே அம்மா சிரித்தபடி கேலியாகச் சொன்னாள்.

"அகிலு... கெழவ சொல்லுச்சுன்னு அந்த வீரானை பத்தியெல்லாம் வெசாரிக்காதே நீ... எங்காச்சும் கெழம் வெப்பாட்டி கீது வெச்சிருந்து... அதுக்கு வீரான்னு ஒரு பையன் இருந்தா பெரிய்ய கூத்தாப் போயிரும்... அப்பொறம் உஞ்சொத்துல பாதிய பிரிச்சுக் குடுக்கோனுமாக்கும் பாத்துக்க..."

34 இரவோடி

மறுபடியும் அம்மா சப்தமாகச் சிரித்தாள். அகிலால் ஏனோ சிரிக்க முடியவில்லை. மௌனமாகச் சாப்பிட்டுவிட்டு எழுந்தான். தாழ்வாரத்துத் திண்ணையில் விரித்திருந்த கோரைப்பாயில் போய் படுத்துக் கொண்டான். கோடைக்காற்றின் குளிர் உடம்பை நடுங்கிச் சிட்டெடுக்கச் செய்தது. துப்பட்டியை எடுத்து தலைவரை இழுத்துப் போர்த்திக் கொண்டான். இரண்டாம் சாமம் தாண்டியும் உறக்கம் வர மறுத்தது. வீட்டில் வேறு எவரும் வீரானைப் பற்றி விசாரிக்க அக்கறை காட்டவில்லை. வீரான் என்கிற பெயரை முத்துச்சாமி தாத்தா ஏதோ உளறியதாகவே எடுத்துக் கொண்டனர். பொருட்படுத்துமளவுக்கு முக்கியத்துவம் இல்லையென்றும் கடந்துவிட்டனர். அகில் வீரான் குறித்து யோசித்தபடியே படுத்திருந்தான். வெள்ளைப்பூனை கால்மாட்டில் வந்து குத்தவைத்து அமர்ந்தது. வீதி விளக்கொளியினால் அதன் நிழல் பெரிதாகி வெண்சுவரில் ஆடியது. அகில் வெள்ளைப்பூனையின் நிழலையே பார்த்துக் கொண்டிருந்தான். சீக்கிரத்தில் உறங்கிப் போனான்.

இருளடர்ந்த நடுச்சாமம். திடீரென அகிலுக்கு உறக்கம் கலைந்து போனது. ஆகாயத்தில் கண்ணைப் பறிக்கும் மின்னல். நிலமதிரும் கனத்த இடி. குளிருடன் வீசும் மழைக்காற்று. கருமுகிலுக்கு கீழே வௌவால்கள் கிரீச்சிட்டபடி சடசடத்துப் பதற்றமாகப் பறந்து போயின. கிட்டத்தில் மண்வாசம் வீசிற்று. ஈசானத் திசையிலிருந்து கார்மழை நகர்ந்து பாட்டம்பாட்டமாக இறங்கிற்று. பெருமழைத்துளிகள் காரைவாசலில் விழுந்து தெறித்தன. அகில் கோரைப்பாயிலிருந்து எழுந்து அமர்ந்தான். இருளில் மழை பெய்வதையே பார்த்துக் கொண்டிருந்தான். கார்மழை வலுத்துவிட்டது. மழையில் நனைந்தபடி ஓர் உருவம் காரைவாசலில் வந்து நின்றது. அகில் கூர்ந்து நோக்கி அடையாளம் காணுவதற்குள் அந்த உருவம் விரைசலாக வாசற்படியேறி வெளிக்கதவைத் திறந்தது. தொட்டிக்கட்டு ஆசாரத்துக்குள் நுழைந்து மறைந்தது.

"எந்திரீங்க சார்... நான் வீரான் வந்திருக்கேன்..."

சப்தம் தொனித்த குரல் கேட்டது. அகில் திகைத்துப் போனான். அந்த உருவம் முத்துச்சாமி தாத்தாவின் கையைப் பிடித்துக் காரைவாசலுக்கு அழைத்து வந்தது. முத்துச்சாமி தாத்தாவும் குதூகலத்தோடு அந்த உருவத்தின் பின்னே புறப்படத் தயாராக நின்று கொண்டிருந்தார். அப்போதும் அகிலால் அந்த உருவத்தை அடையாளம் காண முடியவில்லை. திக்பிரமை பிடித்தவனாக சில கணங்கள் அதே நிலையில் அமர்ந்திருந்தான். பின் எழுந்து நிற்க முயன்று தோற்றான். கால்களை யாரோ கட்டிப் போட்டதுபோல் இருந்தது. அதற்குள் அந்த உருவம் முத்துச்சாமி தாத்தாவோடு நெடுவீதியில் இறங்கி கார்மழைத் துளிகளினூடே நடந்து காணாமல் போனது.

அகில் மனக்குழப்பம் சூழ அப்படியே அமர்ந்திருந்தான். மீண்டும் படுத்துத் தன்னுணர்வின்றி உறங்கிப் போனான். விடியக்காலையில் எழுந்தபோது முத்துச்சாமி தாத்தாவை அந்த உருவம் அழைத்துப் போனது ஞாபகம் வந்தது. மனம் அடித்துக் கொள்ள விரைசலாக எழுந்தான். தொட்டிக்கட்டு ஆசாரத்து தெற்குமூலை காரைத்திண்ணைக்கு ஓடினான். கயிற்றுக் கட்டிலோடு முத்துச்சாமி தாத்தாவை காணவில்லை. அந்த உருவத்தோடு முத்துச்சாமி தாத்தா போய்விட்டது உறுதியானது. வீட்டில் அம்மா அப்பா எவரும் தென்படவில்லை. அகிலுக்கு என்ன செய்வதென்றும் தெரியவில்லை. அந்தநேரம் முத்துச்சாமி தாத்தாவை பின்கட்டுக் கிணற்றடியில் குளிப்பாட்டி அம்மாவும் அப்பாவும் கயிற்றுக் கட்டிலோடு ஆசாரத்து காரைத்திண்ணைக்குத் தூக்கி வந்து கொண்டிருந்தனர். ஒத்தாசைக்கு ஏகாலிப்பெண்மணி இருந்தாள். தெற்குமூலை காரைத்திண்ணையில் அகில் நிற்பதைக் கண்டதும் அம்மா கேலியாகச் சொன்னாள்.

"அன்ன ஆகாரம் எதுவுமில்லையின்னாலும் கெழம் கனம் கூடீட்டு வருதுடா..."

அகில் மௌனமாக மறுபடியும் தாழ்வாரத்துத் திண்ணைக்கே சென்று அமர்ந்து கொண்டான். அந்த உருவம் வந்து முத்துச்சாமி தாத்தாவை அழைத்துப் போனது நிஜம் என்பதில் எவ்வித சந்தேகமும் இல்லை. மீண்டும் அச்சத்துடன் கூடிய மனக்குழப்பம் சூழ்ந்தது. அந்த சமயத்தில் காரைவாசல் பக்கமிருந்து வெள்ளைப்பூனையின் குரல் கேட்டது. அகில் திரும்பிக் காரைவாசலை பார்த்தவன் அச்சத்தில் அதிர்ந்து போனான். காரைவாசல் வறண்டு கிடந்தது. நேற்று நடுச்சாமத்தில் கார்மழையே பெய்திருக்கவில்லை. தற்போது கோடைமழைக்காலம் என்பதும் புத்தியில் உரைத்தது.

○○○

# 3

மேற்கு ஆகாயத்தின் கீழ்விளிம்பில் கார்முகிலினூடே கசிந்த மஞ்சள் ஒளிக்கிரணங்கள் உள்ளமிழ்ந்து கொண்டு வந்தன. வீரான் பொழுதிறங்கும்முன் செங்காட்டூர் சென்று சேர்ந்துவிட வேண்டும் என்று நினைத்தார். கொஞ்சம் வெளிச்சம் மீதமிருக்கும்போதே மயானச்சுடுகாட்டை கணித்தறிய வேண்டும் என்றும் திட்டமிட்டார். வெறிச்சிட்ட தெற்குவெளி மண்புழுதிச் சாலையில் வேகம் கூட்டி எட்டி வைத்தார். மானாவாரி கொறங்காடுகளில் மயில்கள் மட்டுமே அகவின. இருமருங்கு நெடுவேலியில் ஊஞ்சல் மரங்களும் கிளுவை மரங்களும் பால்வற்றிக் காய்ந்து கரையான்கள் ஏறிக் காட்சியளித்தன. காடுகரைகள் எல்லாம் அனல் உமிழ்ந்து கிடந்தன. வெங்காந்த மண்ணில் பட்டாம்பூச்சி இறக்கைகளும் கோலாம்பூச்சி ஓடுகளும் படிந்து பஞ்சகாலத்தின் தடயமாகச் சாட்சி கூறின.

இந்த சோபகிருது வருஷத்தில் கார்மழையும் பருவமழையும் கனத்திறங்கிப் பெய்யவில்லை. ஊமத்தைகள் கூட உயிர்ப்பற்றுக் கருகிப் போயிருந்தன. நாட்டுக்கள்ளிகள் வெண்பூஞ்சை படிந்து வதங்கி ஒடிந்து கொண்டிருந்தன. தோட்டவெளித் தென்னைகள் பாளையிட்டு குரம்பையிடாமல் மட்டைகள் தொங்கிப்போய் நின்றன. சாலோடி நின்ற நெடும்பெண்பனைகள் கோடைகாலத்துக் கடைசிப் பனம்பழங்களையும் உதிர்ந்துவிட்டு வெறுமை பூண்டிருந்தன.

மண்புழுதிச் சாலையில் மஞ்சள் வெயில் மங்கி இருட்டுக்கான மூகாந்திரம் துவங்கிவிட்டது. வீரான் நடையை விரைசலாக்கினார். செங்காட்டூரின் மேற்கு எல்லை வந்தது. பனைதோப்புக்குள் ராசாளிப்பருந்து குரலிட்டது. வெளிறிய ஆகாயத்துக்குக் கீழே அட்டணங்கால் முனிகளின் அமர்வு விஸ்வரூபமாகத் தெரிந்தது. கம்பிக் கதவுகளுக்கு அப்பால் பனைமரத்து முனீசுவரனின் காலடியில் யாரோ வைத்திருந்த அகல்தீபம் நடுங்கிச் சுடர்ந்தது. வீரான் தீர்த்தக்கிணற்றடிக்கு சென்றார். வட்டவடிவ காரைத்திண்ணையின் மீது துணிமூட்டையை இறக்கிவைத்தார். எப்பொழுதாவது வீசும் மென்கொண்டலுக்கு நீர்சேந்தும் துளைவாரியின் தோரணப்பலகையில் பொருத்தியிருந்த மரவுருளி அசைந்து ஓசையெழுப்பிற்று. வீரான் குனிந்து தீர்த்தக்கிணற்றின் அடியாழத்தைப் பார்த்தார். கருமை படர்ந்து போயிருந்தது. நீர் இருப்பதற்கான சுவடே தெரியவில்லை.

கற்சுவர் பொந்துகளில் தங்கும் இராக்கோட்டான்கள் வெகுகாலத்துக்கு முன்பே எங்கோ இடம்பெயர்ந்து போய்விட்டன. சிட்டுக்குருவிகளும் வசிக்கவில்லை. தீர்த்தக்கிணறும் யாரும் புழங்காத கிணறாக மாறிப் போயிருந்தது.

வீரானுக்குத் தீர்த்தக்கிணற்றடியில் நிற்கும்போது இப்போதும் நிகழ்கணம் மறைந்து போனது. இளம் பிராயத்துப் பழைய நினைவுகளே எழுந்தன. நாலுதிக்கும் பொட்டொலிகள் நிலமதிர வெடித்து பேரோசையிட்டன. கண்ணெதிரே அனல் வளையங்கள் தோன்றித் தோன்றிச் சுழன்றன. ஜக்கம்மா தேவியின் அச்சம் கொள்ளச் செய்யும் அசரீரி கேட்கத் துவங்கிற்று.

○○○

*அ*ப்போது காளயுக்தி வருடம். ஆடி மாதம் மத்தியில் கோடைக்காற்றின் வேகம் தணிந்துவிட்டது. உச்சிப் பகலில் ஆகாயம் மழை உருமம் கட்டியிருந்தது. எங்கும் உக்கிர அனலடித்தது. சீக்கிரத்தில் பருவ மழைக்காலம் தொடங்கும் அறிகுறி தென்பட்டது. ஊரில் குடியானவர்கள் மானாவாரி விதைத் தானியங்களைச் சேகரிப்பதில் மும்முரமாயிருந்தனர். கோடை உழவு அடித்த மேட்டாங்காடுகளின் மேலாக கருமுகில் கூட்டம் நிழல் கட்டிக் கடந்தது. அனுதினம் வைகறையிலேயே ஆகாயம் இருண்டு இருண்டு வந்தது. குளிர்வாடைக் காற்று கொம்பு சுழன்று அடித்தது. கனமழையின் பொழிவு நிச்சயம் என்கிற சூழல் உருவாகிற்று. கடந்த இரு வாரங்களாகவே ஆகாயம் தினமும் இதுபோலவே சுற்றுவெளியை மிரட்டிக் கொண்டிருந்தது. முன்னிரவில் மின்னலும் இடியும் கிடுகிடுக்க கருமுகில் கூட்டம் கூடிற்று. ஏனோ மழையிறங்காமல் ஆகாயம் வெளிவாங்கிற்று. வாவிக்கரைப்புதூர் சாமக்கோடாங்கிகள் குடிசை வாசலில் அமர்ந்து ஆகாயத்தைப் பார்த்தபடியே இருந்தனர். விண்மீன்கள் வெளித்தெரியாத ஆகாயத்தை வைத்து மழை இறங்கும் கணத்தைத் துல்லியமாகக் கணிக்க முடியவில்லை. குடிசை முன்பு மஞ்சுத்திண்ணையில் உட்கார்ந்திருந்த அப்பக்காரர் வீரானிடம் சொன்னார்.

"மழ பேஞ்சா தெரியும்... சாமக்கோடாங்கி பொழப்புங்கறது செரியாத்தா இருக்கு வீரா... வெடியால தயாரா இருடா... நாம ஒருவக்கம் போயிட்டு வரலாம்..."

அந்த இரவெல்லாம் வீரான் அப்பக்காரர் எங்கு கூப்பிடுகிறார் என எண்ணமிட்டபடி இருந்தான். பதில் புதிராக நீண்டது. மறுதினம் இளமதிய வெயில் ஏறிக்கொண்டிருந்தது. வீரான் எவ்வித எதிர்ப்பார்ப்புமின்றி அப்பக்காரரோடு புறப்பட்டான். அப்பக்காரர்

வீரானைக் கூட்டிக்கொண்டு ஊரைத் தாண்டி வடக்கே போனார். நிழலியாற்றங்கரை ஏறி விரைசலாக நடந்தார். கரைமேட்டின் கொழிமணல் இட்டேரியில் விரியமரங்களின் நிழல் கவிழ்ந்து கிடந்தது. ஓணான்கள் மழை பெய்யும் அறிகுறியாக மஞ்சளும் சிகப்புமாக நிறம் மாறிக் காட்சியளித்தன. அப்பக்காரரின் பின்னே நடந்த வீரான் கேட்டான்.

"இப்போ நாம எங்க போறோமுப்பா...?"

"சித்த நேரத்துல நீயே தெரிஞ்சுவுக்குவே பாரு...?"

வீரான் மேற்கொண்டு எதுவும் கேட்கவில்லை. செல்லும் இடம் குறித்து யோசிக்கவும் இல்லை. அப்பக்காரர் நிழலியாற்றங்கரையிலிருந்து கீழிறங்கினார். கொழிமணல்பரப்புக் கடந்து வட்டமலை நோக்கி நடந்தார். மலையுச்சி முத்துக்குமாரசாமி கோவிலின் மேல் செங்கருடன்கள் சிறகசைக்காமல் வட்டமிட்டுக் கொண்டிருந்தன. சமதளப்பாறையின் மீது சற்று நடந்து சீமையோட்டு வீடுகள் நிறைந்த வீதியில் கூட்டிப் போனார். முற்சந்தி முனையிலிருந்த நாலுகோம்பை வீட்டின் வெளிநடையோரம் நின்றார். நுணுக்க வேலைப்பாடுகள் நிறைந்த மரத்தூண்கள் கொண்ட காரைத்திண்ணையில் மரநாற்காலி போட்டு முத்துச்சாமி வாத்தியார் பிரம்புடன் அமர்ந்திருந்தார். அவர் முன்பு வீரான் வயதொத்த சிறுவர்கள் தரையில் புத்தகங்களைப் பரப்பிக் குனிந்து படித்துக் கொண்டிருந்தனர். அப்பக்காரர் வீரானின் காதோரம் குசுகுசுவெனச் சொன்னார்.

"இவருதா இங்கிருக்கிற பெரிய பள்ளிக்கோடத்து வாத்தியாருடா... விடுப்பு நாள்ல பள்ளிக்கோடம் வராத நம்மலாட்ட ஏழபாழ சனத்துக் கொழந்தைங்களுக்கு... இப்பிடி திண்ணையில உக்கார வெச்சுப் படிப்பு சொல்லிக் குடுப்பாரு..."

வீரான் முத்துச்சாமி வாத்தியாரையே பார்த்துக் கொண்டிருந்தான். முத்துச்சாமி வாத்தியார் வெள்ளை வேட்டி சட்டையில் உயரமாக இருந்தார். அடர்ந்து கருத்த தலைமுடி. சவரம் செய்த முகத்தில் தடித்த மீசை. ஆளுமையான கம்பீரத் தோற்றம். அப்பக்காரர் திண்ணையோரம் போய் நின்று கும்பிட்டார். முத்துச்சாமி வாத்தியாருக்கு ஏற்கனவே அப்பக்காரரை நன்றாகத் தெரிந்திருந்தது. வீரானை திண்ணையில் ஏறிப் பையன்களோடு வந்து உட்காரச் சொன்னார். வீரான் தயங்கினான். முத்துச்சாமி வாத்தியார் கூப்பிட்டார்.

"இவங்களும் உன்னை மாதிரிதான்... கூச்சப்படாதே மேலேறி வாப்பா..."

அப்போதும் வீரான் தயங்கியபடியே நின்றான். முத்துச்சாமி வாத்தியார் கீழிறங்கி வந்தார். வீரானின் கையைப் பிடித்துத் திண்ணைக்கு இழுத்துப் போனார்.

"படிக்கற எடத்துல எல்லாம் சாதி பாக்கக் கூடாது... எல்லாரும் சரிசமம்தான்..."

வீரான் கடைசி வரிசையில் சம்மணங்கால் போட்டு உட்கார்ந்து கொண்டான். சுவராணியில் மாட்டியிருந்த கரும்பலகையில் எழுதிய எழுத்துக்கள் எதுவும் புரியவில்லை. முத்துச்சாமி வாத்தியார் உரக்க ஒரு பாடலைப் பாடினார்.

*"மருந்துக் கள்ளி மருதூரிற் பள்ளி*
*வடகரைவிட்டு வந்த பிறகு*
*திருந்தப் பேசின வார்த்தையுங் கேளாய் நான்*
*தெற்கே பார்த்தால் வடக்கே நீ பார்பாய்*
*பருந்தாட்டங் கொண்டு கொப்பத்தில் ஆனை*
*பட்டாப்போல் அகப்பட்டாய் மரத்தில்*
*பொருந்தத் தன்வினை தன்னைச் சுற்றும் விதி*
*பொய்க்குமோ சொல்லாய் முக்கூடற் பள்ளா...!"*

வீரான் செய்யுள் மீது கவனம் கொள்ள முடியாமல் சிரமப்பட்டான். கண்ணைக் கட்டிக் காட்டில் விட்டதுபோல் இருந்தது. முத்துச்சாமி வாத்தியார் புரிந்துகொண்டார்.

"உனக்கு முதல்ல ஆன்னா ஆவன்னா சொல்லித்தாறேன்... அப்புறம் நீயும் முக்கூடற்பள்ளு ஒப்பிக்கறளவுக்கு வந்துருவே..."

வீரான் தலையசைத்தான். திண்ணையிலிருந்து சிறுவர்கள் எழுந்து கலைந்தபோது உச்சி ஆகாயத்தில் கருக்கல் ஏறிவிட்டது. அப்பக்காரர் வெளிநடையோரமே உட்கார்ந்து கிடந்தார். இருவரும் நிழலியாற்றங்கரையேறி கொழிமணல் இட்டேரியில் ஊருக்கு நடந்தபோது இடிமின்னலோடு கனத்த மழை பிடித்துக்கொண்டது. மழைக்கு நனையாமல் ஒதுங்கக்கூட எங்கும் இடமில்லை. ஈரச்சிறகுகளோடு தாய் செங்காடை குஞ்சுகளைக் கூட்டிக்கொண்டு குறுக்கே ஓடியது. வீரானும் அப்பக்காரரும் தொப்பலாக நனைந்தபடி ஊர் வந்து சேர்ந்தனர். மறுதினமே நிலத்தில் பச்சைக்கோரைகள் துளிர்த்திருந்தன. அடர்சிகப்பு மொட்டுப்பாப்பாத்திகள் ஊர்ந்து வசீகரித்தன. சுற்றுவெளி ஊர்க் குடியானவர்கள் விதைப்புக்கான காரியத்தில் இறங்கியிருந்தனர். மானாவாரிக் கொறங்காட்டுவெளியில் நரிபயிரும் கொள்ளும் விதைத்து உழவு ஓட்டினர். நரிப்பயிறும் கொள்ளும் முளைத்த தினத்தில் வீரான் தனியாகவே முத்துசாமி

வாத்தியாரின் நாலுகோம்பை வீட்டு திண்ணைப் பள்ளிக்கூடம் சென்று படிக்கத் துவங்கினான். அந்த மழைக்காலம் முடிவுறும்போது நரிப்பயிரும் கொள்ளும் கொடிபடர்ந்து பூவெடுத்துப் பிஞ்சுகள் பிடித்திருந்தன. வீரானுக்கும் தமிழ் எழுத்துக்கள் பிடிபட்டன. நன்றாகத் தமிழ் வாசிக்க முடிந்தது.

அன்று நாலுகோம்பை வீட்டு திண்ணைப் பள்ளிக்கூடத்திலிருந்து எழுந்து கலையும்போது முத்துச்சாமி வாத்தியார் வீரனை தனியே கூப்பிட்டுக் கேட்டார்.

"படிச்சு நீ என்னவாக ஆகப்போறே...?"

"உங்கமாதிரி வாத்தியாராகி... எங்க வளவுப் பசங்களுக்கும் பாடம் சொல்லித் தரனுமுங்க சார்..."

வீரான் முதுகில் முத்துச்சாமி வாத்தியார் தட்டிக் கொடுத்தார். மேற்கே செம்பொழுது மங்கலாயிற்று. வீரான் தோளில் புத்தகப் பைக்கட்டை சுமந்தபடி வாத்தியார் ஆகும் கற்பனையில் ஊர் திரும்பிக் கொண்டிருந்தான். நிழலியாற்றங்கரையேறி கொழிமணல் இட்டேரி வழியே நடந்து மானாவாரிக் கொறங்காட்டுவெளியில் நுழைந்தான். நரிப்பயிரும் கொள்ளும் நிலம் தெரியாதளவுக்கு அடர்ந்து செழித்து வளர்ந்திருந்தது. அதனுள்ளே கதுவேலிக் குருவிகள் குரலிட்ட வண்ணமிருந்தன. ஒரு திருப்பத்தில் கோடாங்கி வளவுப் பையன்கள் கிளுவை வேலியில் ஓணான் அடித்துக்கொண்டு நின்றிருந்தனர். அந்த பையன்களில் உயரமாக இருந்தவனின் இடக்கையில் அடிபட்ட ஓணான்கள் கொத்தாகத் தொங்கின. ஓணான்களிலிருந்து இரத்தம் சொட்டிட்டு நிலத்தில் விழுந்தது. வீரான் அந்தப் பையன்களை விலகி நடந்தான். உயரமாக இருந்தப் பையன் கேட்டான்.

"வாடா வீரா... ஓடக்காய் அடிக்கலாம்..."

"வீட்டுப்பாடம் எழுதற வேலயிருக்கு..."

வீரான் நிற்காமல் நடந்தான். பையன்கள் ஒருசேர ஓடிவந்து வீரானை வழிமறித்தனர். புத்தகப் பைக்கட்டைப் பிடிங்கிப் புத்தகத்தை வெளியே எடுத்தனர். கிழித்தெறிவதுபோல் பொய்பாவனை செய்தனர். வீரான் அழுது கெஞ்சினான்.

"பொசுத்தகத்த ஒன்னும் செஞ்சராதிங்கடா..."

உயரமாக இருந்த பையன் கேலியாகச் சிரித்தான். திடீரென ஒரு புத்தகத்தைக் கிழித்துக் காற்றில் விசிறினான். காகிதத் தாள்கள் காற்றில் மிதந்து பறந்தன. தள்ளிப் போய்க் கிளுவைமுட்களில் சிக்கிக்

காற்றுக்குப் படபடத்தன. மற்ற பையன்கள் எஞ்சியப் புத்தகங்களையும் கிழிக்க முயன்றனர். சட்டென வீரான் கீழே குனிந்து கூர்வெங்கிக்கல் ஒன்றை வலக்கையில் எடுத்தான்.

"எவனாச்சும் எம்பொசுத்தகத்த கிழிச்சீங்கன்னா... ஒரே போடா போட்டுருவேன்..."

உயரமாக இருந்த பையன் இன்னொரு புத்தகத்தை வாங்கி கிழித்தபடியே கேட்டான்.

"மயிராண்டி... என்னடா செஞ்சிருவே...?"

மறுகணம் வீரான் கூர்வெங்கிக்கல்லை ஓங்கி விட்டெறிந்தான். உயரமாக இருந்த பையனின் நெற்றியில் வெங்கிக்கல் தாக்கித் தெறித்தது.

"அய்யோ அம்மா..."

உயரமாக இருந்த பையன் அலறினான். நெற்றியை கையால் அழுத்திக்கொண்டே குனிந்து நிலத்தில் உட்கார்ந்தான். இரத்தம் பீறிட்டு வடிந்தது. மற்ற பையன்கள் புத்தகங்களை வீசிவிட்டு ஓட ஆரம்பித்தனர். வீரான் புத்தகங்களை பொறுக்கி எடுத்துக்கொண்டு ஊரை நோக்கி திரும்பித் திரும்பிப் பார்த்தபடியே நடந்தான்.

அன்றிரவு அகாலத்து உறக்கத்தின்போது கிழிந்தக் காகிதத் தாள்கள் நெடுநாகங்களாக மாறி நெளிந்தன. படமெடுத்துப் பையன்களைத் துரத்தித் துரத்திக் கொத்தின. வீரானை சுற்றிச் சுற்றி வந்து அரண்போல் நின்றன. வீரான் நெடுநாகங்களை கையில் பிடித்துத் தூரத்தூர வீசியெறிந்தான். நெடுநாகங்கள் திரும்பவும் முன்புபோலவே அரணாக உருவாகி வீரானைச் சூழ்ந்து வந்து நின்றன. வீரான் நெடுநாகங்களின் அரணைவிட்டு வெளியேற முடியாமல் தவித்துப் போனான். அச்சத்தில் உடல் நடுங்கிற்று. வீறிட்டுக் கத்தினான். கால்களை உதறினான். கனவு கலைந்து விழித்தெழுந்தான்.

வாசற்படிக்கு வெளியே கீழ்ஆகாயம் சிவப்பேறியிருந்தது. எதிர்வீட்டு பூவரசில் அமர்ந்து வால்நீண்ட கரிக்குருவிகள் கத்திக் கொண்டிருந்தன. வளவுச் சாமக்கோடாங்கிகள் பட்டக்காரக் கோடாங்கியோடு வந்து வாசலில் நின்றிருந்தனர். முன்வரிசையில் உயரமாக இருந்த பையன் தலைக்கட்டோடு அழுதபடி நின்றான். அப்பக்காரர் உருமால் துண்டை இடுப்புக்கு இறக்கிக் கட்டி தலை தாழ்ந்து நின்றிருந்தார். வீரான் அவசரமாக எழுந்து வாசற்படி மீதேறி நின்று கவனித்தான். பட்டக்காரக் கோடாங்கியின் குரல் ஓங்கி ஒலித்தது.

"நம்ம சாதிசனத்தோட ஒழுங்க மீறினா... என்ன தண்டனையின்னு தெரியுமில்ல மணியா...?"

அப்பக்காரர் தலை நிமிராமால் மௌனமாகவே நின்றார். பட்டக்காரக் கோடாங்கி வளவுச் சாமக்கோடாங்கிகளை ஒருமுறை பார்த்துவிட்டு மீண்டும் கேட்டார்.

"என்ன நாங்கேக்கறதுக்கு எந்தப் பதிலையும் காணாம்..."

அப்பக்காரர் தலை நிமிராமல் மீண்டும் மௌனமாகவே நின்றார். வளவுச் சாமக்கோடாங்கி கூட்டத்துக்குள் நின்ற கிழவர் ஒருவர் முன்னே வந்து கத்தினார்.

"பட்டக்காரரே... பய்யன் பள்ளிக்கோடம் போனதுமில்லாம... வளவுப் பய்யன்கள கல்லெடுத்துப் போட்டு மண்டையும் ஒடச்சிருக்கான்... இதுக்கு என்ன தண்டனையோ அதெ இப்பவே வழங்குங்க..."

பட்டக்காரக் கோடாங்கி யோசித்தார். அப்பக்காரர் எவ்விதப் பதிலும் சொல்ல முடியாமல் கூனிக் குறுகி நின்றார். வீரானுக்கு அப்பக்காரரைப் பார்க்கப் பாவமாக இருந்தது. தனக்காகத்தானே அப்பக்காரர் இந்த அவமானத்தை எல்லாம் தாங்கிக்கொள்கிறார் என நினைத்தான். அழுகை முட்டிக்கொண்டு வந்தது. அந்தநேரம் அடுப்படியிலிருந்து ஓடிவந்த அம்மாக்காரி பட்டக்காரக் கோடாங்கியின் காலடியில் நெடுஞ்சாண்கிடையாக விழுந்தாள். கதறி அழுதாள்.

"இந்த ஒருதவக்கா மாப்பு உட்ருங்க சாமி... பய்யன் உனி சாமக்கோடாங்கியாவே வளருவான்... அதுக்கு நாம் பொறுப்பு..."

பட்டக்காரக் கோடாங்கியும் வளவுச் சாமக்கோடாங்கிகளும் அப்பக்காரரையும் வீரானையும் முறைத்துப் பார்த்துவிட்டு வீதியில் இறங்கி நடந்தனர். அப்பக்காரரின் மௌனம் அப்போதும் கலையவில்லை. மண்சுத்திண்ணையில் வந்து சோர்வாக உட்கார்ந்தார். வீரானும் எதுவும் பேசாமல் அப்பக்காரர் அருகில் போய் உட்கார்ந்தான். அம்மக்காரி சேலையில் அப்பியிருந்த சாணிப்புழுதியைத் தட்டி உதறியபடி எதிரில் வந்தாள்.

"அப்பனும் மவனும் உனிமேலாவது ஐக்கம்மா சாபத்துக்கு ஆளாகாதீங்க..."

அப்பக்காரர் வீரானை இழுத்து அணைத்தபடியே பதில் பேசினார்.

"படிக்கறது குத்தமின்னு... எம்மவன ஜக்கம்மாவெல்லாம் சாபமிடல... நமக்கு நாமலேதான் சாபமிட்டுக்கிறோம்..."

"அப்ப இந்த மனுசனுக்கு இவ்வளவு பட்டும் புத்திவல்ல... அப்பிடித்தானே..."

அம்மாக்காரி முகத்தைச் சுழித்தாள். மீண்டும் அடுப்படிக்கே போய்விட்டாள். அப்பக்காரர் நடைவழியே விறகுப்புகை கசிந்து வெளியே வருவதைப் பார்த்துக்கொண்டு வெகுநேரம் அமைதியாக உட்கார்ந்து கிடந்தார். பின் திடீரென எழுந்து வீரானையும் கூட்டிக்கொண்டு வட்டமலைக்குப் போனார். வீடுகள் மீது ஏறுவெயில் விழுந்து கொண்டிருந்தது. அன்று சனிக்கிழமை. பள்ளி விடுமுறை தினம். முத்துச்சாமி வாத்தியார் நாலுகோம்பை வீட்டு வெளித்திண்ணையில் சிறுவர்களுக்கு மணிமேகலையின் செய்யுள்களை பாடம் நடத்திக் கொண்டிருந்தார். வீரான் திண்ணையேறி பின்வரிசையில் போய் அமர்ந்து கொண்டான். அப்பக்காரர் வீதியில் இறங்கி மறைந்து போனார். முத்துச்சாமி வாத்தியாரே எல்லா சிறுவர்களுக்கும் மதியச்சோறு போட்டார். அந்தி மஞ்சள் வெயில் படரும்வரை வகுப்பெடுத்தார். வீரான் ஒத்தையிலேயே ஊர் வந்து சேர்ந்தபோது இருட்டிவிட்டது. வீட்டில் அப்பக்காரரைக் காணவில்லை. மறுதினம் விடியக் கருக்கலிலும் அப்பக்காரர் வீடு வந்து சேரவில்லை. வளவின் வடக்கே குளத்துப் பனைவரிசையில் செம்போத்துகள் கத்தத் துவங்கின. முத்துச்சாமி வாத்தியார் மிதிவண்டியில் வந்து வாசலில் இறங்கினார். நூறு ரூபாய் நோட்டுக்கள் சிலவற்றை வீரானிடம் கொடுத்தபடியே பேசினார்.

"உங்கப்பக்காரன் ரிக்வண்டி ஏறி... போர்க்குழி வேலைக்கு மகாராஸ்ட்ரா போயிட்டான்... திரும்பி வர ரெண்டு மாசம் ஆகுமாம்... மொதலாளி கிட்ட வாங்கின முன்பணத்தை உங்க ஊட்டுல குடுக்க சொன்னான்... உன்னையும் பள்ளிக்கோடத்துக்கு ஒழுங்கா வரச் சொல்லிட்டுப் போனான்..."

வீரானால் பதில் பேச முடியவில்லை. அம்மாக்காரி முத்துச்சாமி வாத்தியார் மிதிவண்டியேறி வீதியில் மறையும் வரை வீட்டுக்குள் நின்று மௌனமாகப் பார்த்துக் கொண்டிருந்தாள். பின் வீரானிடம் வந்து பணத்தைப் வெடுக்கெனப் பிடிங்கிக் கொண்டு சப்தமிட்டாள்.

"உங்கப்பக்காரன் உன்னைய படிக்க வெக்கறதுக்காக செஞ்ச தந்திரம் இது... ஆனா இந்த தந்திரமெல்லாம் நம்ம பட்டக்காரக் கோடாங்கிகிட்ட பலிக்காது பாரேன்..."

வீரான் அம்மாக்காரியை முறைத்தான். புத்தகப் பைக்கட்டை தூக்கிக்கொண்டு பள்ளிக்கூடம் புறப்பட்டான். அம்மாக்காரி வீரானை விலகி வீதியில் வடக்கே ஓடினாள். வீரானுக்கு அம்மாக்காரியின் இந்த வினோதச் செயல் விபரீதத்தை ஏற்படுத்தும் எனப்பட்டது. யோசித்தபடியே வீதியில் நடந்தான். பனயோலை வீடுகளுக்கு மேலாக வல்லூறு வட்டமிட்டுக் கொண்டிருந்தது. சேவல்கள் குரலிட்டு எச்சரித்தன. குஞ்சுக்கோழிகள் கொக்கரித்தன. வீரான் வீதிமுனை திரும்பினான். அம்மாக்காரி பட்டக்காரக் கோடாங்கியையும் வளவுச் சாமக்கோடாங்கிகள் சிலரையும் எதிராகக் கூட்டிக்கொண்டு வந்து வழிமறித்தாள். வீரான் எதுவும் பேசாமல் அவர்களைப் பார்த்தபடியே நின்றான். தன் வாத்தியார் ஆகும் கனவு முடிந்து போனதுபோல் இருந்தது. விம்மி விம்மி அழுகை வந்தது.

என். ஶ்ரீராம் 45

# 4

அகில் தில்லாபுரி அம்மன் கோவில் வெளிவாசற்படியிலேயே வடக்குப் பார்த்து உட்கார்ந்து கிடந்தான். வெள்ளைத்தாடிக்காரரை எதிர்பார்த்து எதிர்பார்த்து நேரம் கடந்தது. வெள்ளைத்தாடிக்காரர் இன்னும் வந்தபாடில்லை. அகிலுக்கு இப்படிக் காத்திருப்பது மிகுந்த மனச்சோர்வையும் அலுப்பையும் தந்தது. அந்தச் சமயத்தில் எங்கிருந்தோ பறந்துவந்த காகக்கூட்டங்கள் இலுப்பை மரங்களின் உச்சியில் அமர்ந்து ஒருசேரக் கரைந்தன. திடீரென இலுப்பைத் தோப்பைக் கவிழ்ந்திருந்த பேரமைதி குலைந்தது. காகங்களின் கரைதல் அதிகமாகிக் கொண்டேயிருந்தது. அகில் இம்சையாக உணர்ந்தான். எழுந்து நின்று சடவு முறித்தான். தடித்த இலுப்பைகளின் அடிமரங்களினூடே புகுந்து நடந்தான். நாணல்கரைமேட்டில் போய் நின்று கிழக்கே பார்த்தான். நீர்வற்றிய அமராவதி ஆற்றில் கூழாங்கற்கள் பெருமணல் மீது துருத்திக் கிடந்தன. செம்மூக்கு ஆள்காட்டிகள் தாகத்திற்குக் கத்தியபடி மடுவுநீர் தேடிப் பறந்தலைந்து கொண்டிருந்தன. அகில் அக்கரைக்கு அப்பால் தெரியும் தென்னந்தோப்பு மச்சுவீட்டைப் பார்த்தான். அந்தி மஞ்சள் வெயில் இறங்கிய அந்த மச்சுவீடு நிறைய காலப்புதிரை அவிழ்க்காமல் புதைத்து வைத்துக்கொண்டு தன்னை நோக்கி மர்மமாகப் புன்னகைப்பதாகப்பட்டது.

அதுவரை நிற்காமல் கரைந்த காகக் கூட்டங்கள் ஒருசேர எழுந்து பறந்து போயின. மீண்டும் இலுப்பைத் தோப்பு பேரமைதி பூண்டது. ஒருவழியாக வெள்ளைத்தாடிக்காரரும் மொபட்டில் இலுப்பை மரங்களிடையே புகுந்து நாணல்கரைமேட்டுக்கே வந்து சேர்ந்தார். அகில் மொபட்டின் பின்னால் ஏறி அமர்ந்தான். வெள்ளைத்தாடிக்காரர் மொபட்டின் முன்புறமிருந்த வெடிமருந்து சாக்கையும் சரவானவெடிக் கட்டுக்களையும் அகிலிடம் எடுத்துக் கொடுத்தார். மடியில் வைத்துப் பிடித்துக் கொள்ளச் சொன்னார். காகக் கூட்டங்கள் அந்த மச்சுவீட்டின் மேலாகப் பறந்து கொண்டிருந்தன. வெள்ளைத்தாடிக்காரர் மொபட்டை இலுப்பைத் தோப்பிலிருந்து வடகிழக்கே செல்லும் மண்பாதையில் ஓட்டிப் போனார். குண்டும் குழியுமான மண்பாதை. மொபட் குலுங்கிக் குலுங்கி முன்னேறிற்று.

வெள்ளைத்தாடிக்காரர் நாணல்மடைவலசு போய் கிழக்கே மொபட்டைத் திருப்பிச் செலுத்தினார். மீண்டும் தரிசு நெல்வயல்களின் நடுவே

ராஜவாய்க்கால் மேட்டோரமாக மண்பாதை போயிற்று. அமராவதி ஆற்றங்கரையை ஒட்டி விரிந்த ஆலமரத் தோப்பு நிழலின்கீழ் திருவிழாக் கடைகள் இருந்தன. குடைராட்டினத்தூரிகள் குழந்தைகளை உட்காரவைத்து சுழன்று கொண்டிருந்தன. வெள்ளைத்தாடிக்காரர் காலப்பழமையான மாகாளியம்மன் கோவில் முன்பு போய் மொபட்டை நிறுத்தினார். கோவில் முன்கோபுர ஒலிப்பெருக்கி அம்மன் துதிப்பாடலை சப்தமாக ஒலித்துக் கொண்டிருந்தது. மாகாளியம்மன் கோவில் கருவறை முன்பு நூற்றுக்கு மேற்பட்ட மண் உருவாரச் சாமிகள் சப்பரத்தில் ஏற்றி நிறுத்தி தூக்குவதற்கு ஏதுவாக வைக்கப்பட்டிருந்தன. சனங்கள் கோவில் வளாகத்தில் இன்னும் முழுதாகத் திரளவில்லை. திருவிழாக் கடைகளிலும் கூட்டம் இல்லை. பச்சை வேட்டிக்காரன் மாகாளியம்மன் கோவில் கருவறையின் பின்புறமிருந்து ஓடி வந்தான். வெள்ளைத்தாடிக்காரர் அகிலிடம் பிடித்திருந்த சரவானவெடிக் கட்டுகளில் ஐந்தை மட்டும் எடுத்து பச்சை வேட்டிக்காரனிடம் கொடுத்தார்.

"அடேய் இங்க பாரு... மண்ணு உருவாரச்சாமி வாவிக்கரப்புதூரு மாரியம்மன் கோவிலு வர்ற வெரைக்கும் இந்த வானங்கள வெச்சுத்தா நீ ஒப்பேத்தனும்... எங்காச்சும் வானத்த தீத்துப்போட்டு போன் அடிச்சே... உன்னை உண்டு இல்லீன்னு பண்ணீருவேன்..."

"அண்ணே... நாம்பாத்துக்கறே... நீங்க பொறப்படுங்க..."

"அப்புறம்... வானம் எங்காச்சும் ஊட்டுக்கூரை மேலே உழுந்திருச்சு... ஆளுமேலே உழுந்திருச்சு... வைக்கப்போரு மேலே உழுந்துச்சுன்னு அவப்பேரு வந்தர கூடாது சொல்லிப்புட்டேன்..."

"அண்ணே... இருவது வருசமா நானு வானம் உடறே... எதாச்சும் எசக்கு பிசக்கு ஆயிருக்கா..."

வெள்ளைத்தாடிக்காரர் மொபட்டை திருப்பினார். பச்சை வேட்டிக்காரன் அகிலை பார்த்துக் கேட்டான்.

"இந்த தம்பி ஆரு உங்க புது எடுபுடியா...?"

"ஒதைச்சன்னா செரி... இவரு வீரான்னு ஒருத்தர தேடி வந்திருக்காரு..."

"ஏண்ணே... அந்தாளு கைமாத்து கீது வாங்கிட்டு ஓடி போயிட்டாரா...?"

"உம்புத்தி உன்னவுட்டு எங்கடா போவும்...?"

வெள்ளைத்தாடிக்காரர் அடிக்க வலக்கையை ஓங்கினார். பச்சை வேட்டிக்காரன் சரவானக்கட்டுகளை இடது இக்கத்தில் இடுக்கியபடி நகர்ந்தான். மறுபடியும் வெள்ளைத்தாடிக்காரர் மொபட்டை மண்பாதையில் ஏற்றி வடகிழக்கே செலுத்தினார். நாணல்மடைவலசு கடந்ததும் பெண்மயில் கூட்டமொன்று அகவிக்கொண்டு ஓடியது. நெடிய ஒதியமரக் கிளைகளின் உச்சிக்கு அருகே கரும்பருந்துகள் வட்டமிட்டன. அகில் வெள்ளத்தாடிக்காரரிடம் கேட்டான்.

“வீரான கண்டுபுடிச்சிரலாமாங்க...?”

“தம்பி... கவலப்படாதீங்க... அந்தாளு என்ன வேற லோகத்துலயா ஒளிஞ்சிருக்கான்... கண்டுபிடிக்கறது கசுட்டமுங்கறதுக்கு... இங்கதான் எங்காச்சும் சுத்திக்கிட்டு திரிவான்... சுலுவா நம்மகிட்ட சிக்குவான்...”

“இன்னிக்கு வெடியறதுக்குள்ள எப்பிடியாச்சும் வீரான கண்டுபுடிச்சு கூட்டிக்கிட்டுதான் எங்க ஊட்டுக்கு போகனுமுன்னு இருக்கேன்... இல்லீன்னா இன்னையோட இந்த முயச்சியவே கைவிட்டறலாமுன்னு இருக்கேங்க...”

“ஏந்தம்பி விசுக்குன்னு இப்பிடி சொல்லறீங்க... அந்தாளு நிச்சயமா இன்னிக்கு கெடைப்பான்... அப்புறம் இன்னொன்னு தெரியுமா தம்பி... ரெண்டு வருசத்துக்கு ஒருக்கா நடக்கற இந்த சாட்டுக்கு அவங்க சாதிசனங்க எல்லாரும் எங்கிருந்தாலும் இங்க வந்து கூடீருவாங்க... அப்பிடி இங்க வாராம போனா சாமி குத்தமாயிருமுன்னு சொல்லி கேள்விப்பட்டிருக்கேன்...”

“எனக்கும் வீரானுக்கும் ஏதோ பிரிக்க முடியாத காலக்கணக்கு ஒன்னு இருக்கும்போல... அதுதான் இப்போ போய் தேவையில்லாம அந்தாள தேடிக்கிட்டு அபத்தமா திரியறேன்... நாம் பாட்டுக்கு என்னோட வேலய பாத்துக்கிட்டு இருந்திருக்கலாம்...”

மண்பாதையின் இருமருங்கும் அத்தி மரங்கள் கனி உதிர நின்றிருந்தன. மொபட் வேகம் பிடித்துப் போயிற்று. வலப்புறத்தில் அமராவதி ஆறு கூடவே வந்தது. பெரிய நீர்க்காகங்கள் உயரக் குத்துப்பாறைகள் மீது மௌனமாக உட்கார்ந்திருந்தன. இடப்புறத் திருப்பமொன்றில் திரும்பியபோது எதிரே தோளில் கொட்டுப் பலகையைத் தொங்கவிட்டபடி கொட்டுமுழக்கு ஆட்கள் நடந்து வந்துகொண்டிருந்தனர். வெள்ளைத்தாடிக்காரர் மொபட்டின் வேகத்தைத் தணித்தபடி கத்திப் பேசினார்.

“என்னுங்கடா... இன்னிக்காவது நடுச்சாமத்துக்கு முன்னால மண்ணு உருவார சாமிங்க எல்லாம் மாரியம்மன் கோவிலுக்கு வந்து சேந்திருமா...?”

கொட்டுமுழக்கு ஆட்களில் வயதானவர் பதில் சொன்னார்.

“அய்யனே... அது எங்க பெரியவூட்டுக்காரருக்கும் பூசாரிக்குமே வெளிச்சம்...”

கொட்டுமுழக்கு ஆட்கள் நிற்காமல் சென்றுவிட்டனர். மேலும் மண்பாதை இரு மைல் தொலைவு வடகிழக்கே சென்றது. திடீரென மண்பாதை அமராவதி ஆற்றங்கரையைவிட்டு வடமேற்கே பிரிந்து போனது. அருகில் மணிப்புறாக்களின் குரலோசைகள் எழுந்தன. கொம்பூதிகள் இருவர் எதிரே மிதிவண்டியில் வந்தனர். மிதிவண்டியின் பின்புறம் உட்கார்ந்திருந்தவர் ஊதுகொம்புகளை தோளில் தொங்கவிட்டுப் பிடித்திருந்தார். மிதிவண்டியை ஓட்டியவர் மொபட் கடந்து செல்லும்போது கேலியாகச் சிரித்தபடி கேட்டார்.

“அய்யனே... உங்காட்டுல இன்னிக்கு மழதாம் போல இருக்கு... முன்னூரு பொட்டிலியாமே... ஊருக்குள்ளார பேசிக்கறாங்க...?”

“போடாங்... உன்ற வாய பன்னிவிட்டையில கழுவ...”

“பன்னிவிட்டைக்கும் மவுசு கூடிப்போச்சு அய்யனே... வயக்காட்டு அடியுரத்துக்கு மனுவு அறநூறு ரூவாவுக்கு விக்குது...?”

அகிலுக்கும் சிரிப்பு வந்தது. கொம்பூதிகள் மறையும் வரை தொடர்ந்து ஏதேதோ சொல்லிக்கொண்டு கேலியாகச் சிரித்தபடியே போனார்கள். வாடைக்காற்றில் புங்கன் பூவின் வாசனை வீசிற்று. வெள்ளைத்தாடிக்காரர் மொபட்டை விரைந்து செலுத்தியபடியே பேசினார்.

“தம்பி... இந்தவூரு கொஞ்சம் செரியில்லாத ஊரு... நாம வீரான தேடறோமுங்கறது கொஞ்சம் ரகசியமாகவே இருக்கட்டும்...”

“வெளியில தெரிஞ்சா தெரிஞ்சுட்டுப் போகட்டுமேங்க...”

“உனக்கு சொன்னா இப்ப புரியாது தம்பி... இந்த திருவிழாவுல வந்து சுத்தற சாமக்கோடாங்கிக எல்லாரும் பில்லி சூனியம்...காத்து கருப்பு... ஏவல்... கணகட்டுவித்தை... மந்திரிக்கறதுன்னு சகல பாடமும் கத்துக்கிட்டவங்களா இருப்பாங்க... அவங்க நாம எதுக்கு வீரான பத்தி வெசாரிக்கறோமுன்னு தெரிஞ்சா... பயந்துக்கிட்டு நம்மல ஏதாச்சும் ஏவி செஞ்சுருவாங்க தம்பி...”

அகிலுக்கு வெள்ளைத்தாடிக்காரர் குழப்புவதாகத் தோன்றியது. மொபட் சக்கரங்களின் புழுதி மேலெழுந்து பரவிச் சூட்டுடன் முகத்தில் அடித்தது. ஒற்றைப் பனங்காடை கத்தியபடி நீலச்சிறகசைத்துப் பறந்து போனது. அந்தி இறங்குபொழுது வேகமாக சரிந்து கொண்டிருந்தது. மாரியம்மன் கோவில் வாவிக்கரைப்புதூரின் தென்கிழக்குத் திசையில் இருந்தது. பொங்கல் சாட்டின் தீவிரம் ஒவ்வொரு இடத்திலும் தெரிந்தது. வெள்ளைத்தாடிக்காரர் கோவிலிலிருந்து ஊருக்குள் செல்லும் மண்தடத்தோரம் போய் மொபட்டை நிறுத்தி இறங்கினார். அங்கு ஏற்கனவே நின்றிருந்த சரவானவெடி விடும் ஆட்கள் ஓடிவந்து அகில் வைத்திருந்த வெடிமருந்து சாக்கையும் சரவானவெடிக் கட்டுக்களையும் வாங்கிக் கொண்டனர். அகில் மொபட்டிலிருந்து இறங்கினான். வெள்ளைத்தாடிக்காரர் மொபட்டை சற்று உருட்டிக்கொண்டுப் போய் ஊமத்தை முளைத்திருந்த குட்டிச்சுவரோரமாக நிறுத்திவிட்டு வந்தார். பொட்டொலி போடும் மரப்பெட்டி பதித்திருந்த மண்குழியை நோட்டமிட்டார். முகத்தில் திருப்தியின் வெளிப்பாடு தெரிந்தது. வெடிமருந்து சாக்கைப் பிரித்து உள்ளங்கை நிரம்ப வெடிமருந்தை அள்ளினார். மரப்பெட்டியின் நடுவில் நீட்டிக் கொண்டிருக்கும் இரும்புக்குழாயில் கொட்டினார். வெடிமருந்தை கிட்டித்துத் திரியை நீட்டிவிட்டார். சூடிக்கயிற்றுச் சுரணையை அவிழ்த்தார். சுருள் பிரித்து நீளும் சூடிக்கயிற்றின் நுனியில் நெருப்புப் பற்ற வைத்தார். தீக்கங்குகள் புகையும் சூடிக்கயிற்றைக் கையில் எடுத்துப் பிடித்தார். மரப்பெட்டி இரும்புக்குழாயின் திரியில் பற்ற வைத்தார். திரி புகைந்து கந்தக வாசனையைக் கசியவிட்டது. சடுதியில் ஒற்றை நெருப்புச் சுவாலை ஆகாயத்தை நோக்கிச் சீறிப் பாய்ந்தது. நூறடிக்கு மேலே உச்சியில் போய் வெடித்துச் சிதறியது. காதைப் பிளக்கும் கனத்த ஓசை எழுந்தது. பொட்டொலி ஓசை அடங்க சித்தநேரம் பிடித்தது. அகில் நின்றிருந்த இடம் வரை அனற்சூடு காந்தியது. சுவாசத்தில் வெடிமருந்து நாற்றம் வீசியது. வெள்ளைத்தாடிக்காரர் வெற்றிக் களிப்பில் சிரித்தார். அங்கு ஏற்கனவே நின்றிருந்த ஆட்களில் ஒருவன் கேட்டான்.

“இந்த வருசம் ஒரு பொட்டிலிக்கு எவ்வளோ வாங்கறதுண்ணே...?”

“அம்பது ரூவான்னு வாங்கோனும்...”

“போன வருசம் முப்பதுதா வாங்கினோம்...”

“அடேய்... வேண்டுதல் நெறைவேறிருச்சுன்னு சந்தோசத்துலதா சனங்க பொட்டிலி போடவே வர்றாங்க... கேட்ட காச தட்டாம குடுத்துருவாங்க... அப்புறம் உன்னொன்னு தெரியுமாடா... நல்லவங்க எவனும் சாமிகிட்ட பெரிசா வேண்டிக்கறதில்லை... நடக்கறது எல்லா அவங்களுக்கு நல்லதுதாவே நடக்குது... இந்த

கெட்டவனுக இருக்கறானுகளே... வெனைபுடிச்சவனுக... சாமிகிட்ட நீ எனக்கு இதக்குடு... நானு உனக்கு இதக்குடுக்கறேன்னு ஒரே நேரத்துல ஒம்போது வேண்டுதல வேண்டிக்குவானுக... அவனுகதா நம்மகிட்ட வந்து வசமா மாட்டறது... அவனுககிட்ட காச கொஞ்சம் அதிகமா கறக்கறதில தப்பொன்னுமில்ல..."

வெள்ளைத்தாடிக்காரர் அதற்குமேல் அங்கு நிற்கவில்லை. அகிலை அழைத்துக்கொண்டு நாடகமேடை அமைக்கும் இடத்துக்குப் பக்கத்தில் வந்து நின்றார். சுற்றும் முற்றும் பார்த்துவிட்டு தாழ்ந்த குரலில் பேசினார்.

"அகிலு தம்பி... நானு வீரான பத்தி வெசாரிக்கும்போது நீங்க கிட்டக்க இருக்க வேண்டாம்... நானு இந்த ஏரியாக்காரன்... எம்மேல எவனுக்கும் சந்தேகம் வராது... நீங்க ஆடல் பாடலுன்னு ரசிச்சுக்கிட்டு கோயில சுத்திக்கிட்டு இருங்க... நானு வீரான கண்டுபிடிச்சுட்டுக் கூப்படறேன்..."

அகில் பதில் சொல்லும் முன்பே வெள்ளைத்தாடிக்காரர் பொட்டொலி போடும் இடத்துக்கு திரும்பி நடந்தார். நாடக அரங்கத்தினுள்ளே கொடுமுடி ஸ்ரீ அபிராமி மன்றத்தினர் வழங்கும் இந்திரஜித்தின் கதை என்கிற எழுத்து எழுதிய படுதா தலைகீழாகத் தொங்கிக் கொண்டிருந்தது. ஆட்கள் சிரித்து பேசியபடியே சாமியானா துணியை நாடகமேடையைச் சுற்றிலும் இழுத்துக் கட்டிக் கொண்டிருந்தனர். அகில் கோவில் வளாகத்தை நோக்கி நடந்தான். மாரியம்மன் கோவில் முன்பு கூட்டம் திரள தொடங்கியிருந்தது. வெளிச்சம் மங்கி இருள் கூடிக்கொண்டு வந்தது. விளக்குகளின் ஒளி திடீரென பிரகாசிப்பதாய் பட்டது. மேற்குத் திசையில் அடுத்தடுத்து பொட்டொலி எழுந்தது. அகில் சனத்திரளினோடே புகுந்து இலக்கின்றி சுற்றிச்சுற்றி அலைந்து திரிந்தான். இந்த வீரான் இன்று எப்படியாவது கிடைத்துவிட வேண்டும் என்று நினைத்தான். மனதுக்குள் மட்டும் ஏனோ தான் தனித்து விடப்பட்டவனாய் உணர்ந்தான்.

○○○

**தூ**ரமாகக் காற்றாடிகள் சுழன்று கொண்டிருந்தன. மின்சாரக் கம்பியில் பச்சைப் பஞ்சுருட்டாங்குருவிகள் இரையை எதிர்நோக்கி உட்கார்ந்திருந்தன. அகில் செங்காட்டூரை விட்டு விலகி கிழக்கே வண்டிப்பாதையில் நடந்தான். ஊருக்கு கிழக்கேயும் பனைதோப்பு வண்டிப்பாதையை வழிமறித்து நின்றது. வண்டிப்பாதை கருநெடும்பனைகளையும் மீறி இடைபுகுந்து சென்றது. அகில் விழுந்து முறிந்துகிடந்த ஆமரப்பாளைகளை மிதித்துக் கடந்தான். செல்லியாத்தா

கோவில் தும்பைத்தரிசில் மழைத்தட்டான்களும் எருக்கந்தும்பிகளும் தாழப் பறந்தன. அகில் கோபுரவாயில் வாசற்படியேறி உள்ளிறங்கினான். காணிக்காரர்களின் குலதெய்வ வெண்கலக்குதிரைகள் முன்னங்கால் தூக்கி வேட்டைக்குச் செல்லும் தோற்றத்தில் நின்றன. காளியப்பன் பூசாரியின் துணையாள் கருவறை செல்லியாத்தாவைக் குளிப்பாட்டி பூவலங்காரம் செய்து கொண்டிருந்தார். அகில் எட்டிப் பார்ப்பதைக் கண்டு ஈரக்கையைக் காவிவேட்டியில் துடைத்தபடி குனிந்து கருவறை நடைக்கு வெளியே வந்தார். அகிலின் கண்கள் காளிப்பன் பூசாரியைத் தேடுவதைக் கண்டுக் கொண்டார்.

"அண்ணாரு... பின்னால தேர் வேல நடக்கற எடத்துல இருக்காருங்க..."

அகில் துரட்டிமரப் பால்பிஞ்சுகள் உதிர்ந்து கிடந்த மண்பிரகாரத்தைக் கடந்து போனான். பொந்து விழுந்த துரட்டிமர உச்சிக்கிளையில் துடுப்புவால் கரிச்சான் கத்தியது. பின்மதிலோரம் மண்புற்றுக்கு மத்தியில் முற்றிய மாவிலிங்கத்தின் தாழக்கிளைகள் எங்கும் குழந்தைவரம் வேண்டிக் கட்டித் தொங்கவிடப்பட்ட மரத்தொட்டில்கள் அசைந்தன. அகில் பின்மதில் வாயிலில் நுழைந்து வெளியேறினான். பீமங்குளக்கரை செல்லும் மண்தடத்தோரம் சித்திரத்தேர் நின்றிருந்தது. மரத்தச்சர்கள் உளிகொண்டு நுனுக்க மராமத்துப் பணிகளில் ஈடுபட்டிருந்தனர். சித்திரத்தேரின் முன்புறத்தில் முதிய மரத்தச்சர் யாளிக்கு அளவெடுத்துக் கொண்டிருந்தார். அந்த முதிய மரத்தச்சரோடு நின்று பேசிக்கொண்டிருந்த காளியப்பன் பூசாரி அகில் வந்திருப்பதன் குறிப்பறிந்து கொண்டார். கோவிலின் மேற்குப்புற மதிற்சுவற்று நிழலுக்குக் கூட்டிப் போய் பேசினார்.

"மாசிமாச தேரோட்டத்துக்கு நம்ம சித்திரத்தேர புதுபிக்கலாமான்னு செல்லியாத்தாகிட்ட பூக்கேட்டோம்... செல்லியாத்தா புதுப்பிக்க உத்தரவு குடுத்துட்டா... ரெண்டு நாளா வேல போகுது... செரி நீங்க காலங்காத்தால பாக்கவந்த சோலியச் சொல்லுங்க அப்புனு..."

"தாத்தா நேத்து திடீர்ன்னு வீரான் வீரான்னு மொனகுனாருங்க... உங்களுக்கு தெரியுமா அப்பிடி யாரையாச்சியும்...?"

காளியப்பன் பூசாரி நரைத்த துள்ளுமீசையை விரல்களால் நீவியபடி யோசித்தார். துடுப்புவால் கரிச்சான் துரட்டிமர உச்சிக்கிளையிலிருந்து மேற்குப்புற மதிற்சுவற்றுக்கு இடம்மாறி அமர்ந்து கத்தியது.

"உங்க அப்பாரு... அந்தக் காலத்துல வசதியில்லாத நெறைய கொழந்தைகள படிக்க வெச்சிருக்கறாரு... அப்பிடி ஆராச்சாங்கூட இருக்குமப்புனு..."

“அப்பிடியே வெச்சுக்கிட்டாலும்... அதுல இந்த வீரானை எப்பிடீங்க கண்டுபிடிக்கறது...?”

“அப்புனு ஒன்னு மட்டும் எனக்கு தெரியும்... உங்க அப்பாரு அந்த கொழந்தைகள எல்லாம் படிக்கறதுக்கு தாராபுரத்துல இருக்கற சிலுவை பாதிரியார் மடத்துலதான் சேர்த்தி உடுவாரு... நானு சின்ன வயசுல கேள்விப்பட்டிருக்கேன்...”

அகிலுக்கு முத்துச்சாமி தாத்தா விசயத்தில் ஏதோ ஒரு சிறிய கதவொன்று திறந்ததாய்பட்டது. துடுப்புவால் கரிச்சான் மேற்குப்புற மதிற்சுவற்றிலிருந்து எழுந்து கத்தியபடி பீமங்குளத்தை குறிவைத்துப் பறந்து போனது. சித்திரத்தேரடியிலிருந்து முதிய மரத்தச்சர் கூப்பிடக் காளியப்பன் பூசாரி போய்விட்டார். அகில் தும்பைத்தரிசில் இறங்கி நடக்கும்போது வீரானைக் கண்டுபிடிப்பது என்கிற முடிவானவொரு தீர்மானத்திற்கு வந்திருந்தான். இந்தக் கணத்தில் இந்த தீர்மானம் ஏன் தோன்றியதென்பதும் விசித்திரமாகவே இருந்தது. ஊருக்குள் வந்து உள்ளூர் நண்பர்களிடம் சொன்னபோது கேலி செய்தனர். எவரும் துணைக்குக்கூடவர விரும்பவில்லை. இருப்பினும் அகில் வீரானைத் தேடுவதில் தீவிரம் கொண்டான். சிலுவைப் பாதிரியார் மடத்தைப் பற்றிய விவரங்களைச் சேகரித்துக் கொண்டான்.

ஏறுவெயிலுடன் பொழுது மேலேறிக் கொண்டிருந்தது. ஊரின் நாலாத்திக்கிலும் காற்றாடிகளின் சுழற்சி அடங்கியிருந்தன. அகில் காரை எடுத்துக்கொண்டு புறப்பட்டான். தாராபுரம் கச்சேரி வீதியில் இருக்கும் சிலுவைப் பாதிரியார் மடத்திற்கு முன்பு போய் காரை நிறுத்தி இறங்கினான். வெளிப்புற மதிற்சுவற்றில் எழுதியிருந்த புதிய ஏற்பாட்டின் ஆங்கில வாசகங்கள் தூசிப் படிந்து மங்கிக்கிடந்தன. அகில் கருங்கல் வாசற்படியேறி உள்நுழைந்தான். நேராகச் சிலுவைப் பாதிரியார் மடத்தின் பின்புறம் இருக்கும் தேவாலாயத்தின் நுழைவுவாயிலுக்குச் சென்றான். ஆட்கள் எவரும் தென்படவில்லை. தேவாலயத்தின் கிழக்குப்புற சுவரோரம் ஏதோ சப்தம் கேட்டது. அகில் நகர்ந்து எட்டிப் பார்த்தான். வெறுமேலோடு வயதானவர் கடப்பாரையில் குழித்தோண்டிக் கொண்டிருந்தார். அகிலிடம் சிநேகிதமாகச் சிரித்தார். பின் கடப்பாரையை வெட்டுமண்குமி மீது ஊன்றி நிறுத்தினார்.

“டீத்தண்ணீ குடிச்சுட்டு வாரேனுங்க...!”

அந்த வயதானவர் அகில் பதில் பேசும் வரை நிற்கவில்லை. கருங்கல் வாசற்படியை நோக்கிப் போனார். இளமதிய வெயில் தகித்தது. வெகுநேரமாகியும் அந்த வயதானவர் திரும்பி வரவேயில்லை. அகில் எரிச்சல் கலந்த களைப்புடன் காத்திருந்தான். தேவாலயத்தின் எதிரே

கிளைவிரித்திருந்த மலையரளியின் நிழலடி அமர்பலகையில் போய் அமர்ந்து கொண்டான். கோடைக்காற்று விசையாக வீசும்போது செந்நிற மலையரளிப்பூக்கள் தரை நோக்கி உதிர்ந்தன. இன்னும் தேவாலயப் பாதிரியார் வரவில்லை. எப்போது வருவார் என தகவல் கேட்கக்கூட எவருமில்லை. தேவாலயத்தின் நாற்புறம் தென்பட்ட கட்டிடங்கள் எல்லாம் பாழ்மனைகளாகக் மாறிப் போயிருந்தன. தற்போது மாணவர்கள் தங்கி படிக்கும் அடையாளச் சுவடுகள் துளியுமில்லை. அந்த வயதானவர் வெட்டுமண்குமி மீது ஊன்றியிருந்த கடப்பாரை உச்சி வெயிலுக்குச் சூடேறிக் கொண்டிருந்தது. மலையரளிக் கிளைகளில் ஊர்ந்தபடி கத்தும் அணில்கள் அங்கு உறைந்திருந்த நிசப்தத்தைக் கலைத்தது. அலைபேசியும் ஒலித்தது. துங்காவியிலிருந்து இனியா பேசினாள்.

“உங்க தாத்தா எப்பிடி இருக்காருங்க அகில்...?”

“இன்னும் அப்படியேதான் இருக்காரு இனியா...”

“அப்படீனா நம்ம கலியாணம் நடக்காதுன்னு சொல்லறீங்களா...?”

அகில் பதிலேதும் கூறவில்லை. இனியா பேச்சை தொடர்ந்தாள்.

“எங்கப்பாகிட்ட வேற ரெண்டு சாதகம் வந்திருக்கு... அதுல ஒன்னு பொருத்தம் கூட இருக்குன்னு சொன்னாரு... அந்த மாப்பிள்ளையும் உங்க மாதிரி டெல்லி பக்கம்தான் வேலை... இப்ப நான் என்ன பண்ணறது சொல்லுங்க...”

அகில் மௌனமாகவே இருந்தான். திடீரென இனியா உணர்ச்சி வசப்பட்டாள்.

“என்னை நீங்க பொண்ணு பாக்க வர்றதுக்கு முன்னால போட்டோவக் குடுத்தபோதே எனக்கு உங்கள புடிச்சிருந்துச்சு... அதனாலதான் உங்களுக்கு திரும்பத் திரும்ப போன் பண்ணிக்கிட்டு இருக்கேன்... ஆனா நீங்க என்னடான்னா... என்னைக் கட்டிக்க விருப்பமே இல்லாதவனாட்டம் பேசறீங்க... இனி நானு உங்களுக்கு போன் பண்ணமாட்டேன்...”

அலைபேசி துண்டிக்கப்பட்டது. இனி மனதுக்குப் பிடித்த இனியா தன் மனைவி ஆகும் சாத்தியம் குறைவு என்று தோன்றியது. ஒரு நல்ல சந்தர்ப்பம் கைநழுவிப் போயிற்று. எத்தனையோ ஜாதகம் பொருத்தமில்லாமல் புறக்கணிக்கப்பட்டபோது இனியாவின் ஜாதகம் பதினோரு பொருத்தங்கள் கூடி பொருந்தியிருந்தது. யோனிப்

பொருத்தமும் ரட்சுப் பொருத்தமும் கூட பொருந்தி இருப்பதாகத் தானாவதிக்காரர் சொன்னார்.

அன்று வைகாசி வளர்பிறைச் சதுர்த்தி நன்னாள். வைகறை நேரம். செங்காட்டூரிலிருந்து மூன்று கார்கள் கிளம்பின. நெடுவீதியில் நிறைகுடம் சுமந்த சுமங்கலிப்பெண் எதிரே வந்தாள். வழிச்சகுனம் சுபமாயிற்று. அகில் அலைபேசியில் இனியாவின் புகைப்படத்தைப் பார்த்தபடியே காருக்குள் ஒடுங்கி உட்கார்ந்திருந்தான். புகைப்படத்தில் இனியா லட்சணமாக அழகாக இருந்தாள். கார்கள் தாராபுரம் போய் மேற்கே பொள்ளாச்சி தார்சாலையில் திரும்பின. தானாவதிக்காரர் தயாராக நின்று அகில் அமர்ந்திருக்கும் காரில் ஏறிக்கொண்டார். காற்றாடிகள் சுழலும் தோட்டவெளி தென்னந்தோப்புகளோடு தென்பட்டது. துங்காவி சென்று சேர்ந்தபோது ஏறுபொழுதைக் கார்முகில் கூட்டம் மூடி மறைத்துக் கொண்டிருந்தது. இனியாவின் வீடு ஊரை ஒட்டி வடபுறமாகத் தென்னந்தோப்புக்குள் இருந்தது. ஆடம்பரமற்ற முன்திண்ணை கொண்ட சீமையோட்டு வீடு. சிறிய சல்லிமண் வாசலில் கார்கள் சென்று நின்றன. எல்லோருடன் அகிலும் இறங்கினான். கண்கள் இனியாவைப் பார்க்க ஆவலுற்று தேடின.

அப்போது உச்சி ஆகாயத்தில் நான்கைந்து மின்னல் வெட்டியது. இடியின் ஓசை கோடைக்காற்றை கிழித்துச் சிதறிப் படர்ந்தது. கல்லுமாரிகள் சடசடவென வாசலில் விழுந்து தெறித்தன. கோடைமழை கனத்துப் பெய்யத் தொடங்கியது. உடையில் மழைத்துளிகள் படிய எல்லோரும் ஓடி முன்திண்ணையேறினர். முன்திண்ணையில் சரிபாதிக்கு மேல் காய்ந்த சூர்யக்காந்திப் பூக்கள் குவிக்கப்பட்டிருந்தன. அகிலும் எல்லோருடன் சூர்யகாந்திப் பூக்களை மிதித்து நெருக்கி நின்றான். கோடைமழை மூர்க்கம் கொண்டது. எல்லோரும் பொண்ணுப் பார்க்க வந்ததையே மறந்து கோடை மழையை ரசிக்க ஆரம்பித்துவிட்டனர். கோடைமழை ஓய்ந்த பின்புதான் எல்லோரும் வீட்டுக்குள் போனார்கள். நல்ல நேரம்கூடக் கடந்திருக்குமென்று தோன்றியது. அகிலுக்கு இனியாவை முதல்பார்வையிலேயே பிடித்துப் போனது. பேசும்போது எதார்த்தமான பெண்ணாக இருந்தாள். உடுமலை விசாலாட்சி கல்லூரியில் பி.எஸ்.சி., பாட்டணி படித்து முடித்துவிட்டதாகச் சொன்னாள். இருவர் குடும்பத்தினரும் ஏதேதோ பேசிச் சிரித்துக் கொண்டிருந்தனர். அகிலுக்கு கல்யாணம் கூடி வந்துவிடும் என்கிற நம்பிக்கை வலுத்தது. மரச்சன்னல் கம்பிகளுக்கு வெளியே மழைநீர் சொட்டும் வாழைமடலில் மயிலழகு வண்ணத்துப்பூச்சி அமைதியாக ஒட்டியிருந்ததையே பார்த்தபடி நேரத்தைப் போக்கினான். அகில் குடும்பத்தினர் புறப்படும்போது தென்னந்தோப்புக்கு மேலே கார்முகில் கூட்டம் விலகி நீலஆகாயம் தெரிந்தது. வீட்டருகே கோடைக் காற்றுக்கு சுழலும் காற்றாடிகள் கடூர

ஓசைகள் எழுப்பின. கார் ஏறும்போது அகில் மீண்டும் ஒருமுறை இனியாவை திரும்பிப் பர்த்தான். இனியா கன்னக்குழி விழச் சிரித்து வழியனுப்பினாள். ஈரத்தார்சாலை கார் பயணத்தின்போது அம்மாவும் அத்தையும் இனியாவை நிரம்ப பிடித்திருப்பதாகச் சொன்னார்கள். அகிலுக்கு மனம் குதூகலித்தது. வழிநெடுக மழைத்தட்டான்கள் தாழப்பறந்தன.

இளமதியத்தில் கார்கள் செங்காட்டூரை நெருங்கின. சீமையோட்டுக் கூரை மீது உககிர வெயில் பரவிக் கிடந்தது. வீட்டுத் தாழ்வாரத்துத் திண்ணையில் ஓடித்திரிந்த சிட்டுக்குருவிகள் கத்தியபடி எழுந்து பறந்தன. காரிலிருந்து இறங்கி முதலில் வீட்டுக்குள் போன அம்மா அலற ஆரம்பித்துவிட்டாள். எல்லோருடனும் அகிலும் ஓடிப்போய் பார்த்தான். முத்துச்சாமித் தாத்தா தொட்டிக்கட்டு ஆசாரத்து வாசற்படியில் மல்லாக்க விழுந்துகிடந்தார். பின்மண்டையில் லேசான காயத்துடன் ரத்தக்கசிவு இருந்தது. சுவாசம் இழுத்துக் கொண்டிருந்தது. எல்லோரும் சேர்ந்து தாத்தாவை தூக்கி நிமிர்த்தி நிறுத்தினர். தாத்தா சரியாக நிற்க முடியாமல் சரிந்தார். உடனே ஆசாரத்து தெற்குமூலைக் காரைத்திண்ணைக்குத் தூக்கிப் போய்க் கயிற்றுக் கட்டிலில் கிடத்தினர். மதியம் மாப்பிள்ளை வீட்டுக்கு வருவதாக இருந்த இனியா குடும்பத்தினர் வரவில்லை. மாதங்கள் கடக்கக்கடக்க இனியாவுக்கு வேறு மாப்பிள்ளை பார்ப்பதாகச் சொல்லிவிட்டனர். அகிலினால் அமைதியாக இருப்பதைத் தவிர வேறு ஒன்றும் செய்ய முடியவில்லை. ஏனோ இனியாவை இழக்கவும் மனசு விரும்பவில்லை. ஓரிருமுறை இனியாவே போன் செய்து பேசியபோதுகூட அகிலினால் எதுவும் அரிதியிட்டு சொல்ல முடியவில்லை. மனம் வெறுமையை உள்வாங்கிக் கொண்டு பெருநிசப்தம் பூண்டது. அம்மா மட்டும் ஆற்றாமையில் சதா புலம்ப ஆரம்பித்துவிட்டாள்.

> "நம்ம சாதி சனத்துல ஆளான பசங்களுக்கு பொண்ணு கெடைக்கறதே குதிரக்கொம்பா இருக்கு... இந்த கெழம் கெடயாகெடந்து... இப்ப கெடச்ச பொண்ணையும் உட வெச்சிட்டுதேடா... உன்னை ஒத்தீல காலந்தள்ள வெச்சிரும் போலிருக்கேடா...?"

தேவாலய வாசலுக்கு மடிந்து தொங்கும் காதுகளுடன் ஓர் வெள்ளைநாய் ஓடி வந்தது. வெட்டுமண்குமி மீது ஊன்றியிருந்த கடப்பாரையில் பின்னங்கால் தூக்கி சிறுநீர் கழித்தது. எதன் வழியாக வெள்ளைநாய் உள்நுழைந்து வந்தது எனத் தெரியவில்லை. அகிலின் கவனத்தையும் நிகழ் உலகத்துக்குக் கொண்டுவந்தது. வெள்ளைநாய் தலை நிமிர்த்தி அகிலைப் பார்த்துவிட்டு ஓடி மறைந்தது. எதன் வழி வெள்ளைநாய் வெளியேறியது என்பதும் தெரியவில்லை... அகில் உட்கார்ந்திருந்த

அமர்பலகை வரை வெயில் பரவி மலையரளி மரநிழலைச் சுருக்கிற்று. தேநீர் அருந்த போன வயதானவர் நடுத்தர வயது ஆள் ஒருவருடன் வந்து சேர்ந்தார். நடுத்தர வயது ஆள் தடித்த கண்ணாடி அணிந்திருந்தார். இயல்பான உடையில் இருந்தார். அகில் எழுந்து நின்றான்.

"ஐயாம் எட்வர்டு... நீங்க...?"

அகில் வந்த விசயத்தை சுருக்கமாகக் கூறினான்: எட்வர்டு சற்றுநேரம் யோசித்தார். பின் அகிலை தேவாலயத்தின் உள்ளே அழைத்துப் போனார். தூசி படிந்த மரப்பெஞ்சியை ஊதிவிட்டு அகிலை உட்காரும்படி சொன்னார். அகில் தயக்கத்துடன் மரப்பெஞ்சில் உட்கார்ந்தான். எட்வர்டு நகர்ந்து போனார். விரலில் கோர்த்திருந்த சாவியால் தேவாலயத்தின் வலப்புற சுவரில் இருந்த நடைக்கதவைத் திறந்தார். இருளறையொன்று விரிந்தது. இருளறைக்குள்ளிருந்து சாம்பல்நிறப் பூனை வெளியேறி கொட்டாவிவிட்டது. அகில் நிச்சலனமாகச் சாம்பல்நிறப் பூனையையே பார்த்தபடியிருந்தான். எட்வர்டு அழுக்கடைந்த நோட்டுப் புத்தகத்துடன் இருளறைக்குள்ளிருந்து வெளிப்பட்டு அகிலிடம் வந்தார். சாம்பல்நிறப் பூனையும் எட்வர்டு கால்களை உரசிக்கொண்டு பின்னாலேயே வந்தது. அகிலை பார்த்ததும் அச்சப்பட்டு கொஞ்சம் தள்ளிப் போய் நின்றது.

"இங்க எழுவது எம்பதுகள்ல டேனியல் பாதிரியார்தான் ஹாஸ்டலும் ஸ்கூலும் வெச்சு நடத்திக்கிட்டு இருந்தாரு... படிக்க வசதியில்லாத நெறைய கொழந்தைகள சோறு போட்டு படிக்கவும் வெச்சிருக்கறாரு... அவங்க எல்லாரும் இப்ப நல்ல நெலைமையிலதான் இருப்பாங்கன்னு நெனைக்கறேன்... ஆனா அவங்க யாரும் இப்ப இங்க வர்றதில்ல... தொடர்பும் இல்ல... டேனியல் பாதிரியாரும் இப்ப இங்க இல்ல... அவரு இப்ப வளர்ப்பு மகனோட மைசூரு பக்கத்துல இருக்காரு... ரொம்ப வயசாயிருச்சு... காது கண்ணு எல்லாம் மந்தம்... நானு அவரோட வளர்ப்பு மகன் நம்பர் தர்றேன்... நீங்க பேசிப் பாருங்க... நீங்க வெசாரிக்கற வீரானப் பத்தியும் அவருக்கு தெரியலாம்..."

எட்வர்டு ஒரு வெள்ளைத்தாளை நீட்டினார். அதில் சைமன் என்கிற பெயரும் அதன் கீழே அலைபேசி எண்ணும் எழுதப்பட்டிருந்தது.

○○○

# 5

அருகில் திடீரென திசைத் தப்பித் திரிந்த இராக்கோட்டான்கள் அலறிக் குடுகின. வீரான் நிகழ்கணத்திற்கு மீண்டார். தீர்த்தக் கிணற்றடியிலிருந்து அவசரமாக நகர்ந்தார். வெட்டவெளியின் இருளில் போய் நின்றார். அன்னார்ந்து இராக்கோட்டான்களைத் தேடினார். பார்வைக்கு எதுவும் புலப்படவில்லை. இராக்கோட்டான்களின் குடுகும் அலறல்கள் மட்டும் விடாமல் கேட்டன. அரூபக் இராக்கோட்டன்கள் நடக்கப் போகும் எதனையோ முன்னுணர்த்துவதாகத் தோன்றியது. வீரானுக்குள் அனல் வளையங்கள் தோன்றித் தடுதலிடும் என்கிற நம்பிக்கை வலுத்தது. வீரான் அரூபக் இராக்கோட்டான்களின் அலறல்கள் அடங்கும் வரை அமைதிக் காத்தார். இனி காலதாமதம் செய்யக் கூடாது என முடிவு செய்தார். எட்டுத்திக்கும் இருளப்பிக் கிடந்தது. தீர்த்தக்கிணற்றடியிலிருந்து தெற்கே செல்லும் மயானத் தடத்தில் துணிமூட்டையோடு இறங்கி நடந்தார். தாடகிப் புதர்களின் பழுப்புச் சருகிலைகள் கால்மிதியில் சரசரப்பிட்டன. வீசும் கொண்டலில் மலத்தின் துர்வாடை அடித்தது. சந்தடியற்ற மயானவெளி அமானுஷ்யத்தை தோற்றுவித்து விரிந்திருந்தது. சீமையோடிட்ட தகன எரிமேடையைக் கடந்து நடந்தார். இதுவரை எவ்விதத் தீயநிமித்தங்களும் ஏற்படவில்லை.

வீரான் நின்று நிமிர்ந்து இருள் ஆகாயத்தை நோக்கினார். நெருக்கமான விண்மீன்கள் நேரத்தைக் கணிக்க முடியாத நிலைமையை உண்டாக்கியிருந்தது. நேரத்தைப் பிரித்துக் கூறும் விண்மீன்களைத் தனித்து அடையாளப் படுத்தவும் தெரியவில்லை. இளம்பிராயத்தில் பட்டக்காரக் கோடாங்கியோடு குறிகூறச் சென்ற நாளொன்றில் வீரானால் விண்மீன்களை வைத்து நேரத்தைக் கணிக்க முடியவில்லை. பட்டக்காரக் கோடாங்கி சரியாகக் கணித்தார். வீரான் பட்டக்காரக் கோடாங்கியை வியப்பாகப் பார்த்தான்.

"இதுக்கெல்லாம் ஒருத்தன் காலம்பூராவும் சாமக்கோடாங்கியா வாழனும்டா..."

அன்று கருக்கம்பாளையத்தில் குறிகூறிவிட்டு நான்காம் சாமத்தில் நிழலியாற்றங்கரையோரமாக நடந்து வரும்போது பட்டக்காரக் கோடாங்கி மேலும் சொன்னார்.

"அடேய் வீரா... நீ பள்ளிக்கோடம் போறேன்னு சொல்லறே... எனக்கு அது புரியுது... நல்லா படிச்சு பெரிய நெலமைக்கு வா... ஆனா வருசத்துக்கு ஒருதவக்கா நீ சாமக்கோடாங்கியா மாறி ஊரூரா போய் குறி சொல்லடா... அப்பத்தான் நம்ம சாமக்கோடாங்கி சாபம் உம்மேல எறங்கி கெடுதல் செய்யாம இருக்கும்..."

வீரான் பட்டக்காரக் கோடாங்கியின் சொல்பேச்சு கேட்கவில்லை. ஒருநாளும் சாமக்கோடாங்கியாக ரூபம் பூண்டு குறிக்கூற ஊர் ஊராகச் சொல்லவில்லை. இருளில் நாய்களும் குரைக்காத அனாதரவான வீதிகளில் அலையவுமில்லை. நடுச்சாமத்து மயானவெளியில் ஜக்கம்மா தேவியை வேண்டிக் குறிகூறும் உத்தரவுக்காக நிற்கவுமில்லை. காலவோட்டத்தில் வீரான் முற்றிலுமாக மாறிப் போய்விட்டார். இதுவரை ஆதிகாலத்துச் சாமக்கோடாங்கி சாபம் தன்னை எதுவும் செய்யவில்லை. குறை ஒன்றும் நேரவில்லை. இருப்பினும் அனல் வளைய மாயப்புதிர் மட்டும் அவிழாமலேயே கண்முன்னே கண்ணாமூச்சிக் காட்டியது. அனல் வளைய மாயப்புதிரை அவிழ்க்க முயற்சி செய்யும்போதெல்லாம் மனதுக்குள் ஒளிந்திருந்த ஏதோ ஒருவித இனப்புரியாத அச்சம் தடுத்தாற்கொண்டே இருந்தது. காலமும் கூடிவரவில்லை.

முன்னிரவு மெதுவாகக் கடந்து முடிந்தது. முதல்சாமம் வந்தது. ஏனோ செங்காட்டூர் இன்னும் அடங்கவேயில்லை. ஊர்ப்பாதையில் வாகனங்களின் ஒளிப்புள்ளிகள் நகர்ந்து கொண்டேயிருந்தன. கிழக்குத்திக்கில் சனங்களின் பேச்சரவங்கள் கேட்பதான பிரமை தோன்றித்தோன்றி மனஅச்சத்தை உருவாக்கிற்று. வீரான் திறந்த மயானவெளியில் ஏகாந்தமாக நின்றபடியே யோசித்தார். இந்நேரம் தலைக்கு மேலே மஞ்சமூக்கு ஆள்காட்டிகள் கத்தியிருக்க வேண்டும். நாய்கள் மாறிமாறி ஊளையிட்டிருக்க வேண்டும். சாமக்கோடாங்கி ஜக்கம்மா தேவியிடம் உத்தரவு கேட்கும் அறிகுறி தென்பட்டிருக்க வேண்டும். இதுவரை அப்படி எதுவும் நடக்கவில்லை. மயானவெளி இருளுக்குள் இயல்பாகக் கிடந்தது.

○○○

இருளின் பெருவெளியில் இரண்டாம் சாமம் தொடங்கியிருந்தது. கொட்டக்கொட்ட விழித்திருக்கும் இராக்கோட்டான்கள் கூட முன்னிரவிலேயே இரை தேடிவிட்டுக் தீர்த்தக்கிணற்றுக் கற்சுவர் பொந்துகளில் அணைந்துவிட்டன. தாடகிப் புதர்களின் விரிந்த மொறமொறப்பான இலைகள் ஆகாயம் பார்த்துக்கிடந்தன. வீரான் வழிமறித்த சிறுவாதுகளை விலக்கி விலக்கி ஒற்றைக்கால் மண்தடத்தில் நடந்தான். மனம் பதற்றமாகவே இருந்தது. மயானவெளி சுடுகாட்டில்

வேண்டியதும் ஜக்கம்மா குறிகூற உத்தரவு கொடுத்துவிட்டாள். வீரான் பதினோரு வயது பிராயத்தில் கன்னிக்குறி சொல்லும் சாமக்கோடாங்கியாக மாறிவிட்டான். செங்காட்டூரின் தலைவாசலில் போய் நின்றான். நெடுவீதிகள் பெருநிசப்தம் பூண்டிருந்தன. தொட்டிக்கட்டு வீடுகளுக்குள் ஆழ்ந்த மௌனம் கவிழ்ந்திருந்தது. குரைக்கும் நாய்கள் கூட இருக்கிற இடம் தெரியாமல் முடங்கியிருந்தன. மானாவாரி விளைநிலங்களில் அறுவடை முடிந்த தை மாதத் தொடக்கம் இது. வீட்டின் வெளித்திண்ணைகள் எங்கும் தானியமூட்டைகள் அடுக்கி வைக்கப்பட்டிருந்தன. வீரான் இடக்கைச் சிற்றுடுக்கையை மூர்க்கமாக அடித்தபடி குறிகூறும் தொனியில் சப்தமாகக் குரலிட்டான்.

"ஜக்கம்மா வந்திருக்கா... ஜக்கம்மா வந்திருக்கா... குறிசொல்ல ஜக்கம்மா வந்திருக்கா..."

வீடுகளுக்குள் எவ்விதச் சலனமும் இல்லை. வெகுநேரங்கழித்து தாழ்வாரத்துத் திண்ணை மீதேறி படுத்திருந்த நாய் எழுந்து குரைத்தது. பின்வளவுகளிலும் நாய்கள் கூட்டம் சேர்ந்து குரைக்க ஆரம்பித்தன. வீரான் வீதியில் தொடர்ந்து நடந்தபடியே இருபுற வீடுகளையும் நோட்டமிட்டான். சிற்றுடுக்கையை விசைகொண்டு அடித்தான். மீண்டும் குறிகூறும் தொனியில் சப்தமாகக் குரலிட்டான்.

*"நல்ல காலம் பொறக்குது...*
*நல்ல காலம் பொறக்குது...*
*ஜக்கம்மா வாக்குச் சொல்ல*
*கன்னிச் சாமக்கோடாங்கி வந்திருக்கேன்...*
*கன்னிச் சாமக்கோடாங்கி சொன்னது*
*சொன்னபடியே பலிக்கும்..."*

வீடுகளின் சன்னல்கள் மூடியே கிடந்தன. வெளிநடை கதவடியில் வந்து நின்றுகொண்டு உற்றுக் குறி கேட்கும் காலடி அரவங்களையும் கண்டுணர முடியவில்லை. ஊரின் எல்லா நெடுவீதிகளிலும் சிற்றுடுக்கை அடித்தபடி குரலிட்டுக்கொண்டே நடந்தான். வீடுகளில் வசிப்பவர்களின் நல்லகாலம் கெட்டகாலம் எதுவும் வீரானின் உட்புலனுக்குத் தோன்றவில்லை. குறிகூறவே முடியவில்லை. நேரம் செல்லச்செல்ல ஊர் நாய்கள் வந்து சூழ்ந்து கொண்டன. குரைப்பொலிகள் மிகுந்தன. ஊர்சனங்கள் யாரும் எழுந்து வீட்டைவிட்டு வெளியே வரவில்லை. வீரான் சிற்றுடுக்கை அடிப்பதை நிறுத்திக் கொண்டான். ஊர் நாய்களும் குரைப்பதை நிறுத்திக் கலைந்து போயின. வீரானை நெடுவீதிகளில் நிரம்பிய நிசப்தம் பயமுறுத்தியது. தன்னந்தனியனாகவே நெடுவீதி நெடுவீதியாக சுற்றிச்சுற்றி திரிந்தான். பின்புறத்து வளவு ஒன்றில் தலைச்சேவல் கூப்பிட்டது. வீரானுக்கு இனி ஊருக்குத் திரும்பிச்

செல்வதே உசிதம் எனத் தோன்றியது. தோல்வியும் நிராசையும் சூழ ஊரைவிட்டுப் புறப்பட்டான். யாருமற்ற கொழிமணல் பாதையில் வடக்கே நடந்தபடியே இருந்தான்.

வீரான் வாவிக்கரைப்புதூர் போய் சேர்ந்தபோது உதயகால வெளிச்சம் தோன்றிவிட்டது. பனையோலைக் குடிசை வாசலில் அம்மாக்காரி கல்லடுப்பு மண்சட்டியில் ராகிக்களி கிளறிக் கொண்டிருந்தாள். ராகிக்களிக்கு தொட்டுக்கொள்ளக் கீரைக்கடைசல் செய்ய முறத்தில் தொய்யரக்கிரி பறித்து வைத்திருந்தாள். வீரானிடம் நடந்ததையெல்லாம் கேட்டுவிட்டு கோபத்தில் கத்தினாள்.

"பொழைக்குற சாமக்கோடாங்கி பையனாட நீ... குறிகூற அருள் வரலையின்னு சொல்ல வெக்கமாயில்ல..."

வீரான் பதில் பேசாமல் மண்சுத்திண்ணையில் கால்களைத் தொங்கப்போட்டு உட்கார்ந்தான். இரவெல்லாம் நடந்த அசதியில் கால்கள் வலித்தன. உறக்கம் கண்ணைச் சொருகியது. அம்மாக்காரி மற்றொரு கல்லடுப்பின் மீதான மண்சட்டியில் முறத்து தொய்யரக்கிரியை கொட்டினாள். பருப்பாம்முட்டியால் கடைந்துகொண்டே பேசினாள்.

"உங்கப்பன் ஒரே ராத்திரியில எட்டூருக்கு குறி சொல்லப் போவான்... அத்தனையூரு வூட்டுச் சனங்களும் கிடுகிடுத்துக் கெடப்பாங்க... நல்லதும் கெட்டதும் உங்கப்பன் வாயால சொன்னா அப்படியே நடக்கும்... மறுக்காவும் மத்தியானத்துல நானு அந்த ஊருக்குள்ளாற போகும்போது கைரேகை பாக்கவும்... சுவடி பாக்கவும்... தோஷம் கழிக்கவும் சனங்க தயாரா இருப்பாங்க... அப்புறம் தவசத்த வாங்கி மாளாது... வூட்டுக்கு ரெண்டு படி தவசமாவது போடுவாங்கன்னா பாத்துக்குவே... தலச்சொமையா சொமக்க முடியாம... மாட்டுவண்டி கட்டிக்கிட்டு ஊருக்கு கொண்டுவந்த காலமெல்லாம் கூட உண்டு... இன்னிக்கு பகல்ல நா எந்த மூஞ்சிய கொண்டுக்கிட்டு அந்த ஊருக்குள்ளாற போவே... சொல்லுடா..."

வீரானுக்கு அவமானமாக இருந்தது. கண்களில் நீர் கோர்த்துவிட்டது. அழுகையை சிரமப்பட்டு அடக்கினான். காய்ந்து நுணுங்கி உதிரும் பனையோலைக் கூரைக்குள் பாப்புராணி ஊர்ந்த சரசரப்பு கேட்டது. இளமதியத்தில் ஏனோ அம்மாக்காரி வீரானையும் இழுத்துக்கொண்டே செங்காட்டூர் புறப்பட்டாள். ஏறுவெயிலில் ஊரின் ரூபமே வேறுபட்டுக் காணப்பட்டது. நெடுவீதிகள் எங்கும் நாய்கள் குரைத்தபடி விரட்டிகொண்டு பின்தொடர்ந்தன. தொட்டிக்கட்டு வீடுகளில் சனங்கள் நிறைந்திருந்தனர். அம்மாக்காரி குடுகுடுப்பை அடித்தபடி ஒவ்வொரு வீட்டு வாசலிலும் நின்றாள்.

*“கோடாங்கிச்சி வந்திருக்கேன் சாமியோவ்...*
*ஆத்தாமாருகளுக்கு நல்ல காலம் பொறக்குது...*
*நல்ல காலம் பொறக்குது...”*

ஊர் பெண்கள் எவரும் கண்டுக் கொள்ளவேயில்லை. அம்மாக்காரியிடம் கைரேகை கேட்கவும் சுவடி பார்க்கவும் கூட எவரும் முன்வரவில்லை. பொழுது சாயும் வரைக்கும் செங்காட்டூரையே சுற்றிச்சுற்றி வந்தாள். ஒருபடி தானியம்கூடக் கிடைக்கவில்லை. காசும் நாலணாகூட தேறவில்லை. எரிச்சலும் கோபமும் அடைந்தாள். வீரானை இழுத்துக்கொண்டு பனைமரத்து முனீசுவரன் கோவில் வந்தாள். அட்டணங்கால் முனிகளின் காலடியில் சோர்வாக உட்கார்ந்தாள். வீரானிடம் விரக்தியாகச் சொன்னாள்.

“எப்பவும் பகல் கோடாங்கிய கண்டா ஊர் பயப்படும்... அதுவும் சாமக்கோடாங்கிய கண்டா சன்னஞ்சன்னம்மா நடுநடுங்கிப் போகும்... ஆனா இன்னிக்கு... நீ ஊருக்குள்ளார ஒரு குஞ்சு குழுவாங்கூட நம்மள கண்டுக்காதளவுக்கு செஞ்சு போட்டேயேடா...”

வீரான் பதில் பேசவில்லை. அம்மாக்காரியை ஒட்டி மண்தரையில் உட்கார்ந்தான். அந்தி மஞ்சள் வெயில் மங்கிக் கொண்டிருந்தது. திடீரென அம்மாக்காரி ஒப்பாரியின் தொனியில் பாடத் துவங்கினாள்.

*“காங்கேயம் சந்தையில*
*செலவு செய்யக் காசில்ல*
*வாரத்துக்கும் சாத்துக்கும்*
*வழியில்லாம போயிருச்சே*
*பொழப்பு வேண்டி உன்னப்பே*
*போன எடம் தெரியலையே...”*

வீரானுக்கும் இயலாமையில் அழுகை வந்தது. எங்கிருந்தோ பறந்து வந்த கள்ளப்பருந்து முனியின் வீச்சரிவாள் மீது உட்கார்ந்தது. தலையை திருப்பி கோவிலுக்குள் எதையோ வேவு பார்த்தது. இருளுக்கான மூகாந்திரம் சூழ்ந்தது. திடீரென வீரான் எழுந்து கத்தினான்.

“எனக்கு இந்தப் பொழப்பு வேண்டாம்மா... நா பள்ளிக்கோடம் போறேன்...”

கள்ளப்பருந்து திடுக்கிட்டு சிறகு விசிறிப் பறந்து போனது. வீரான் திரும்பி தன் ஊரின் திசை நோக்கி மண்புழுதிச் சாலையில் நடந்தான். பின்னாலிருந்து அம்மாக்காரியின் குரல் கோவில் கற்சுவர் எதிரொலிக்க ஓங்கிக் கேட்டது.

"நாளைக்கு ராத்திரி இதே ஊருக்குள்ள குறி சொல்ல எறங்கு... நல்ல சாமக்கோடாங்கியின்னு நிருபிச்சுட்டு... அப்பொறம் உன்னிஷ்டத்துக்கு படிக்க போ..."

வீரான் நடந்து கொண்டேயிருந்தான். அம்மாக்காரி எழுந்து பின்னால் நடந்து வந்தபடியே திரும்பத் திரும்ப அதையே சொன்னாள். சட்டென வீரான் திரும்பி நின்று யோசிக்கத் துவங்கினான். அம்மாக்காரியின் தலைக்கு மேலாகச் சேற்றுநாரை கூட்டம் தாழப் பறந்து கடந்தது.

ooo

# 6

அகில் திமிறி விடுபடுபவனாய் வாவிக்கரைப்புதூருக்குள் நுழைந்து நடந்தான். மண்குறுவீதிகள் ஒரே சாயல் கொண்டிருந்தன. வறப்பனையோலை குடிசைகளின் குறுஞ்சன்னல்கள் சாத்தப்பட்டு கிடந்தன. மண்சுத்திண்ணையின் கீழ் குழி பறித்துப் படுத்துறங்கிய நாய்கள் தலை நிமிர்ந்து பார்க்கவில்லை. கூரை மேலேறி ஒடுங்கிய காராட்டுப்பூனைகள் எழுந்து மருண்டோடவில்லை. சகுனப்பல்லிகளும் அரணைப்பாப்புராணிகளும் சுருட்டைவிரியன்களும் பார்வைக்குத் தென்படவில்லை. பெருச்சாளிகளும் கரம்பையெலிகளும் மூஞ்சூறுகளும் எங்கு போனது என்றே தெரியவில்லை. ஊர்சனங்கள் பனையோலை குடிசைக்குள் அடைந்து கிடப்பதற்கான சிறுசுவடில்லை. எவரும் கதவு திறந்து தலைநீட்டி எட்டிப் பார்க்கவில்லை. ஒரு பச்சிளங்குழந்தை பாலுக்கு அழும் சப்தமில்லை. ஊருக்குள் எங்கும் சுவாச ஒலி இல்லை. வீரானை குறித்து விசாரித்தறிய ஆள் எவரும் எதிர்ப்படவில்லை. அகிலுக்கு உள்ளூற ஒருவித திகில் உண்டானது.

திடீரென ஆகாயம் விண்மீன்களின் ஒளியின்றி இருண்டது. காலடி மங்கிவிட்டது. அகிலுக்கு நடையின் வேகம் மட்டுப்பட்டது. இருள் புகுந்த குறுவீதியில் தனக்கு முன்னால் யாரோ நடந்து போவதாய் தெரிந்தது. அகில் விரைவாக எட்டிவைத்து அந்த ஆளை நெருங்கினான். அந்த ஆள் தளர்ந்துபோன வயோதிகர். தொங்கிய கைகள் நடுக்கமுற அசைந்து அசைந்து நடந்து கொண்டிருந்தார். அந்த ஆளின் அழுக்கு உடையில் ஒருவிதக் கவிச்சி நாற்றம் அடித்தது. அந்த ஆள் வேற்றுக் காலடி அரவம் கண்டு திரும்பிப் பார்க்கவில்லை. அகில் சப்தமிட்டு கூப்பிட்டான்.

“பெரியவரே... பெரியவரே...?”

அந்த ஆள் நிற்கவேயில்லை. அகில் விலகி ஓடி அந்த ஆளின் எதிரே போய் நின்றான். அந்த ஆளிடம் எவ்வித உணர்வுமில்லை. அகிலை நிமிர்ந்துகூடப் பார்க்கவில்லை. அகில் மறுபடியும் சப்தமிட்டான்.

“பெரியவரே... நான் இந்தவூர்ல வீரானை தேடி வந்திருக்கேன்...!”

அந்த ஆள் காதில் வாங்கிக் கொள்ளவேயில்லை. அகிலை விலகி நடந்து செல்வதிலேயே குறியாக இருந்தார். அகில் ஓடி அந்த

ஆளைப் பின்தொடர்ந்து நடந்தான். அந்த ஆள் ஊரின் மேற்கு எல்லை வழியே வெளியேறினார். மயானத்து இருளின் நிசப்தம் பயமுறுத்தியது. மண்புழுதிச் சாலையில் குதிரைவண்டி தனித்து வண்டியோட்டி இல்லாமல் நின்று கொண்டிருந்தது. குதிரைவண்டியின் அடியில் லாந்தர் எரிந்தது. பிடரி மயிர் அடர்ந்த வெள்ளைக்குதிரை அந்த ஆளைக் கண்டதும் முன்னங்கால் தூக்கிக் கனைத்தது. அந்த ஆள் வெள்ளைக்குதிரையை சாந்தப்படுத்தினார். தடுமாற்றத்துடன் தாவி குதிரைவண்டியில் ஏறி அமர்ந்தார். சேணத்தை இறுகப் பற்றினார். அகிலுக்கு என்ன செய்வதென்றே விளங்கவில்லை. திரும்பிப் போகவும் விருப்பமில்லை. ஓடிக் குதிரைவண்டியின் பின்புறத்தில் ஏறி அமர்ந்தான். அந்த ஆள் குதிரையின் சேணத்தை வெட்டினார். குதிரைவண்டி மண்புழுதிச் சாலையில் வடக்குத்திசை நோக்கி வேகம் பிடித்தது. அகில் இருளுக்குள் பின்னோக்கி செல்லும் வறண்ட மானாவாரி நிலத்தைப் பார்த்தபடியே அமர்ந்திருந்தான். சாமங்கள் கடந்து போயின. பொழுது உதித்து ஏறுவெயில் படர்ந்தது. பனைகள் செழித்த வழியில் குதிரைவண்டி போய்க் கொண்டிருந்தது. கரிக்குருவிகளும் பனங்காடைகளும் கத்தின. எங்கும் சனசஞ்சாரமில்லை. இளமதியம் முடிந்தபோது தொலைவில் செம்பாறை மலைக்கரடுகள் வரிசையாகத் தெரிந்தன. உக்கிர வெயில் அனலென அடித்தது. அகிலினால் வண்டியோட்டும் அந்த ஆளின் முகத்தைப் பார்க்கவே முடியவில்லை. குதிரையின் கால் குளம்பொலி எழுந்தபடியே இருந்தது. குதிரைவண்டி வனப்புறத்து ஊர்களையெல்லாம் கடந்தோடியது. செம்பாறை மலைக்கரட்டின் அடிவாரத்தை அடைந்தது. வண்டியோட்டி வந்த அந்த வயோதிகர் அகிலை பார்க்காமலேயே மலைக்கரட்டு உச்சியை கைகாட்டினார்.

அகில் குதிரை வண்டியிலிருந்து குதித்திறங்கினான். தென்றல் காற்று சருகிலைகள் மக்கிய நாற்றத்தை வீசிக் கடந்தது. இலையுதிர் காலத்தில் வனமரங்கள் பட்டுப்போய்கொண்டிருந்தன. காலப்பழமையான கல்குறிஞ்சி மண்டபத்தின் மீது பிணந்தின்னிக் கழுகுகள் சிறகு கோதியபடி நிசப்தமாக உட்கார்ந்திருந்தன. கல்படிக்கட்டில் மயிற்பீலிகள் உதிர்ந்து கிடந்தன. அகில் ஆயிரத்து நூற்றியிருபது படிக்கட்டுகளும் ஏறி முடித்தான். நடைசாத்திக் கிடந்த புராதனச் சித்தர் கோவில் எதிர்ப்பட்டது. சித்தர் கோவிலுக்கு இடப்புறம் செம்பாறையில் குகைக்கோவில் செல்லும் வழி என எழுதியிருந்தது. அதன் கீழே அம்புக்குறியிட்டிருந்த திசையில் மழைநீர் வடிந்து ஒழுகும் பள்ளத்துடன் செம்பாறைகளின் இடுக்கு வழியே மண்தடம் மேலேறிற்று. மண்தடம் எங்கும் சூரிமுள் கொத்துகளும் காய்ந்தக் காரைவாதுகளும் சிதறியிருந்தன. அகில் சூதானமாகவும் மிகுகவனிப்புடனும் அடிமேல் அடிவைத்து நடந்தான்.

அந்தி வெயில் தணியும் தருணத்தில் மலையுச்சியை அடைந்தான். மலையுச்சியும் உயிர்ப்பின்றியே இருந்தது. அகன்றுயர்ந்த செம்பாறையில் மூடிய குகைத்துவார நுழைவாயில் தென்பட்டது. திறக்கும் வழி புலப்படவில்லை. அகில் பொறுமை காத்தான். மலையுச்சி நிசப்தம் பூண்ட இருள்வெளியானது. திடீரென குகைத்துவார நுழைவாயில் ஒளிக்கசிவுடன் திறந்தது. அகில் உடம்பை ஒடுக்கி உள்நுழைந்தான். கற்சுரங்கப்பாதை சரிந்து கீழிறங்கிற்று. கற்சுவர்கள் கடுஞ்சூட்டை உமிழ்ந்தன. ஒளிக்கசிவு வழிகாட்டிப் பாதாளத்திற்கு அழைத்து போனது. அகிலால் ஒளிக்கசிவு எங்கிருந்து விழுகிறது என கண்டுணர முடியவில்லை. பாதாளத்தில் வட்டக்கல்குகை தென்பட்டது.

முதிய துறவி கல்முக்காலியில் சித்தாசனமிட்டு அமர்திருந்தார். கண்கள் மூடித் தியானத்தில் இருந்தார். அகில் மௌனமாக துறவிக்கு எதிரே கல்சுவரோரமாக ஒண்டி சம்மணங்காலிட்டு அமர்ந்தான். மனம் வெற்று சூன்யத்தை நோக்கி போக மறுத்தது. கண்கள் முதிய துறவியை பார்த்தபடி இருந்தன. முதிய துறவியிடம் எவ்விதச் சலனமுமில்லை. காலம் விரைந்து கடந்தது. முதிய துறவி மெல்லக் கண்திறந்தார்.

"இந்த வட்டக்கல்குகைக்கு வந்தவர் எவரும் மறுபடியும் மலையிறங்கிப் போனதில்லை..."

"அப்போ என்னோட கதி...?"

"விதி வழிவிட்டா வீரான் வந்து கூட்டிப் போவான்... நானும் வீரானுக்காகத்தான் இத்தனை காலமும் காத்திருக்கேன்..."

"நீங்க யாருன்னு தெரிஞ்சுக்கலாமா...?"

"பட்டக்காரக் கோடாங்கி..."

அகிலுக்கு உடலில் நடுக்கம் ஏற்படத் தொடங்கிவிட்டது. முதிய துறவியின் கண்கள் மூடிக்கொண்டன. அகில் எழுந்து நாலாத்திக்கிலும் பார்வையை செலுத்தினான். தன்னைச் சுற்றிலும் ஏராளமான சனங்கள். திருவிழாச் சாட்டுக்கே உண்டான கூச்சல்கள், ஆர்ப்பாட்டங்கள், கொண்டாட்டங்கள். அகிலுக்கு இன்னும் வட்டக்கல்குகையில் பட்டக்காரக் கோடாங்கியின் முன் அமர்ந்திருப்பதான பிரமை விலகவில்லை. கோவில் சாட்டில் இருந்துகொண்டு எப்படிப் பட்டக்காரக் கோடாங்கியை சந்தித்திருக்க முடியும் என்கிற புதிர் விடை தெரியாமல் குழப்பிற்று. மறுபடியும் அகில் ஒருமுறை சுற்றும் முற்றும் பார்த்துக்கொண்டான்.

குடைராட்டினங்கள் இளசுகளை சுமந்தபடி சுழன்றன. அருள் வந்து ஆடும் சாமியாடிகள் சனங்களை அழைத்து அருள்வாக்குச் சொல்லிக் கொண்டிருந்தனர். கூட்டம் சாமியாடிகளை சுற்றிலும் மருட்சியோடு நின்று கொண்டிருந்தது. சாட்டையாடி பையன்கள் இரத்தம் கன்றிய முதுகை காட்டிக் கையேந்தி கொண்டிருந்தனர். சாட்டைகள் காற்றில் விசிறி ஒலியெழுப்பின. முதுகில் சுருளாய் சுற்றிப் பிரிந்தன. பகல்வேசக்காரர்கள் அனுமனும் ராமருமும் சிவனும் பெருமாளுமாக மாறி யாசகம் கேட்டுக் கொண்டிருந்தனர். கழைக்கூத்தாடி பெண்ணொருத்தி கம்பி மீது நடந்து கவனத்தை ஈர்த்துக் கொண்டிருந்தாள். அகில் தான் நிற்பது திருவிழாச் சாட்டிய கோவில் வளாகத்துக்குள்தான் என்பதை உறுதிப்படுத்திக் கொண்டான். அப்படியானால் பட்டக்காரக் கோடாங்கியை சந்தித்தது எப்படி என்று யோசித்தான். அப்போதுதான் மண்புழுதி தரையில் உட்கார்ந்தபடி உறங்கிவிட்டது உறைத்தது.

அகில் இயல்பு நிலைக்கு மனதை கொண்டுவர கண்முன்னான காட்சியில் கவனம் பதிக்க முடிவு செய்தான். சனத்திரளுக்குள் புகுந்து நடந்தான். கோவில் வளாகத்திற்குள் வெறுமனே வேடிக்கைப் பார்த்தபடி சுற்றிக்கொண்டு அலைந்து திரிவது பெருஞ்சலிப்பை உண்டாக்கியது. இங்கு நேரமும் வீணாகி காரியானுகூலம் இல்லாமல் கடந்து போனது. வெள்ளைத்தாடிக்காரர் பேச்சைக் கேட்டு இங்கு வந்ததும் தேவையில்லாத ஒன்றாகப்பட்டது. ஆயிரக்கணக்கானவர்கள் மத்தியில் வீரானை கண்டுப்பிடிக்கும் சாத்தியங்களும் மிகக்குறைவு என்றே தோன்றியது. வெள்ளைத்தாடிக்காரர் மீதும் ஏனோ தேவையில்லாத கோபம் ஏற்பட்டது. அகில் சனத்திரளினூடே சுற்றி அலைந்து திரிந்துவிட்டு மறுபடியும் நாடகமேடைப் பக்கமே வந்து நின்றான். நாடகமேடையில் கட்டியங்காரன் வேடம் பூண்டவன் ஒலிப்பெருக்கியின் முன் நின்று கரகரத்த குரலில் அறிவிப்பு செய்தான்.

> “சரியாக இன்னும் அரைமணி நேரத்தில் நம்ம கொடுமுடி ஸ்ரீ அபிராமி நாடகக் குழுவினரின் அசத்தல் நடிப்பில்... இந்திரஜித்து நாடகம் அரங்கேற உள்ளதால்... வாவிக்கரைப்புதூர் மாரியம்மன் கோவில் சாட்டில் திரண்டு இருக்கும் ரசிக பெருமக்கள் ஆவலுடன் வந்து நாடகத்தை கண்டு களிக்குமாறு கேட்டுக் கொள்ளப்படுகிறார்கள்...”

அகிலுக்கு ஏனோ அபிராமியை சந்திக்கலாம் என்கிற எண்ணம் எழுந்தது. ஒருசமயம் அபிராமி பழநி சுலோசனாவாக இருந்தால் தன் தேடலின் புதிர் விலகக் கூடும். உடனே நாடக மேடையை நோக்கி நடந்தான். ஒப்பனை அறை நாடக மேடையின் பின்புறம் இருந்தது. அகிலோடு கூடவே ஓர் இளைஞன் வந்து சேர்ந்து கொண்டு

நடந்தான். அந்த இளைஞன் எதற்காக தன்னோடு வருகிறான் என்று தெரியவில்லை. கேட்கவும் தயக்கமாக இருந்தது. அந்த இளைஞன் கேலியாகச் சிரித்தபடி திக்கித்திக்கிச் சொன்னான்.

“ச்சா... ச்சா... சாமத்துல போடற நாடகத்துக்கு... ச்சா... ச்சா... சாயிங்காலத்திலிருந்து இப்படியே அறிவிச்சுக்கிட்டு இருக்கானுக... க்கூ... க்கூ... கூறுகெட்ட பயலுக...”

அகில் பதிலேதும் பேசாமல் அமைதியாக நடந்தபடி இருந்தான். அந்த இளைஞன் தொடர்ந்து பேசினான்.

“இ... இ... இந்த மாதிரி... மா... மா... மாரியம்மன் சாட்டுக்கு... எவ்... எவ்... எவனாவது... இ... இ... இந்திரஜித் நாடகத்தை போடுவானாங்க...?

அகிலுக்கு எரிச்சல் ஏற்பட்டது. அந்த இளைஞன் எதற்காக தன்னோடு தேவையில்லாமல் இதையெல்லாம் பேசுகிறான் என்று புரியவில்லை.

“இ... இ... இந்திரஜித் ஆருங்க... அவ்... அவ்... அவன்... ரா... ரா... ராவணனோட புள்ளையில்லீங்களா... அவ்... அவ்... அவங்கதைய போயி... ந... ந... நல்ல நாளும் அதுவுமா... நா... நா... நாடகமா போடுலாமுங்களா...?”

அகிலுக்கு அந்த இளைஞனோடு போய் அபிராமியை சந்திப்பது சரியில்லை எனப்பட்டது. சட்டென நின்று எதிர்த் திசையில் திரும்பினான். பொட்டொலி போடும் இடத்தை நோக்கி நடக்கத் தொடங்கினான். பொட்டொலிகள் விட்டுவிட்டு எழுந்தன. மனித முகங்கள் உரசுவதுபோல் கடந்தன. எங்கும் மனிதச் சுவாசக் காற்றின் செவை அடித்தது. பொட்டொலி போடும் இடம் கிட்டத்தில் நெருங்கி வந்தது. பொட்டொலி ஓசை கனத்து நிலமதிர ஒலித்தது. அந்தக்கணம் அகிலின் மனதுக்கு வெள்ளைத்தாடிக்காரரை சந்திப்பதில் பிரயோசனமில்லை என்று பட்டது. வெள்ளைத்தாடிக்காரருக்கு தான் கூடவே நின்று வீரானை குறித்து விசாரிப்பதில் துளியும் விருப்பமுமில்லை. அகில் அவனையறியாமல் நின்று திரும்பினான். வந்த திசை நோக்கியே சனத்திரளினூடே உள்நுழைந்து நடந்தான். மறுபடியும் இந்திரஜித் நாடக மேடை பக்கமே சென்று நின்றான். மேடை அமைப்பவர்கள் வலக்கையில் குறுவாள் ஏந்திய இந்திரஜித்தின் சித்திரம் வரைந்த திரையை நாடகமேடையின் முன்புறத்தில் தூக்கிக் கட்டிக் கொண்டிருந்தனர். முன்பு அகிலிடம் பேசிய அந்த இளைஞன் எங்கிருந்தோ வந்து தன்னை ஒட்டி நின்றுகொண்டு சிரித்தான். மறுபடியும் திக்கித்திக்கி பேசினான்.

"இ... இ... இப்பதான் ஒப்பனை குடுசுல... இ... இ... இந்திரசித்துக்கு... மீ... மீ... மீசையே வரையரானுக... இ... இ... இவனுக... எ... எ... எப்போ நாடகம் போடப் போறானுகளோ... நீ... நீ... நீங்க நாடகம் பாருங்க... நா... நா... நாம் போயி... சா... சா... சாமி எருத அலங்கரிக்கறேன்..."

அந்த இளைஞன் வாவிக்கரைப்புதூர் தலைவாசல் செல்லும் ஒற்றைத்தடத்தில் இறங்கி நடந்து போனான். அகில் நின்ற இடத்தின் அருகில் ரம்பத்தில் அறுத்தது போக எஞ்சி நிலத்தில் நீட்டியிருந்த வாகைமர அடித்துண்டத்தை கண்டான். நகர்ந்து போய் அந்த அடித்துண்டத்தின் மீது அமர்ந்து கொண்டான். யானைப்பாதத்தின் தோரணையில் அந்த வாகைமர அடித்துண்டம் ஆள் உட்காருவதற்கு தோதாக இருந்தது. முன்மாசி கார்மழை காற்றின்போது இந்த வாகைமரம் அடிசாய்ந்து விழுந்திருக்க வேண்டும். பச்சைவாசம் அடிக்கும் இலைச் சருகுகளும் சிறுவாதுகளும் நிலத்தில் சிதறிக் கிடந்தன. அகிலுக்கு நாடக மேடையிலிருந்து ஒளிரும் விளக்கு வெளிச்சம் கண்ணை கூசியது. தலை தாழ்த்திக் கொண்டான். சனங்களின் பாதங்கள் எட்டு வைத்து போவதும் வருவதுமாக இருந்தன. குழந்தைகளின் பிஞ்சுப் பாதங்கள், இளம்பெண்களின் கொலுசு பாதங்கள், வயோதிகரின் வெடிப்புண்ட புழுதிப் பாதங்கள் என விதவிதமான பாதங்கள். கோவில் வளாகம் எங்கும் மனிதப் பாதங்கள் நிறைந்த வெளியாக மாறிப் போயிருந்தது. மனிதப் பாதங்களை மட்டுமே பார்க்கப் பார்க்க மனதை இனம்புரியாத வெறுமை வியாபித்தது. இனம்புரியாத வெறுமையின் முடிவு ஏதோ ஒரு ரூபத்தில் வீரானின் கால்பாதங்களையும் தென்பட வைக்கும் என்கிற நம்பிக்கையை நிறைத்தது.

○○○

**வ**ட்டக்கல்குகையை நிசப்தமும் இருளும் சூழ்ந்திருந்தது. அகில் கற்சுவரில் வரையப்பட்டிருந்த சுவரோவியங்களை உற்றுப் பார்த்தபடி இருந்தான். எங்கோ இருந்து விழும் கற்பிளவின் சிறுதுவாரத்து வெளிச்சம் கண்களுக்குப் போதவில்லை. அகில் அலைபேசியில் வெளிச்சத்தை ஏற்படுத்திக் கொண்டான். மதம் பிடித்து பிளிரும் கொம்பன் யானையை குத்தீட்டி வீசி கொல்லும் வேட்டையரின் உருவங்கள் கோடுகளாகத் தீட்டப்பட்டிருந்தன. வெண்மையும் சிகப்பும் கலந்த கோடுகள். காவிச் சித்திரங்கள். குத்தீட்டியின் நுனிக்கூர்மையையும் குத்தீட்டியை நாம்பிப் பிடித்திருந்த வேட்டையர்களின் கைநரம்புத் திரட்சியையும் துல்லியமாகக் கண்கள் கண்டு துணுக்குற்றன. கொம்பன் ஓங்கிய பிளிறலுடன் நிலத்தில் சாயும் காட்சி கற்பனையில் எழுந்து மறைந்தது.

அகில் மெல்ல நகர்ந்தான். மூர்க்க வரிப்புலியின் வாயைப் பிளந்து வதைக்கும் வீரரின் சுவரோவியம் தென்பட்டது. சுவரோவியத்தில் வரிப்புலியின் மருண்ட கண்களும் வீரரின் அடங்கா ஆத்திரமும் கூட மிகநுட்பத்துடன் தீட்டப்பட்டிருந்தன. வனம் அதிரும் உறுமலுடன் வரிப்புலி மண்ணில் மல்லாந்து வீழ்ந்து கிடக்கும் காட்சியும் கற்பனையில் தோன்றியது. வட்டக்கல்குகையின் மேல்மூடாக்குப் பாறையில் வாளும் கேடயமும் ஏந்திய யுவனும் யுவதியும் அந்தரவெளியில் பறந்து கொண்டிருந்தனர்.

அகில் குளிர்மை விரவிய வட்டக்கல்குகையின் மறுகோடிக்கு நகர்ந்தான். இங்கு அலைபேசியின் ஒளியும் போதவில்லை. சுவரோவியங்களின் வெள்ளைநிற கோடுகள் மட்டும் பார்வைக்கு மங்கலாகப் புலப்பட்டது. மழைநீர் ஒழுகிய தாரைகளில் இன்னும் ஈரம் படிந்திருந்தது. வட்டக்கல்குகை குறுகி கீழே இறங்கிச் சென்றது. அகில் கற்சுவரில் கைவைத்தபடி மிகுசூதானமாகக் கால்களை கற்தரையில் ஊன்றி நடந்தான். மீண்டும் கற்பிளவின் வழியே கசியும் ஒளி இறங்கியிருந்தது. கற்சுவரில் சுவரோவியங்கள் கண்களுக்குப் புலப்படத் துவங்கின. இமைகள் மூடித் தியானம் செய்யும் தியானத்துறவியின் ஓவியம் அழிந்து காலச்சிதைவுடன் காணப்பட்டது. அகிலுக்கு ஏனோ தியானத்துறவி ஓவியத்தின் மீது இனம்புரியாத பரவச ஈர்ப்பு ஏற்பட்டது. தியானத்துறவியின் முகவுணர்ச்சி வெளிப்பாடு தன்னிடம் ஏதோ ரகசிய சேதி சொல்லக் காலம் கடந்து காத்திருப்பதாகத் தோன்றியது. அகிலின் விழிகள் தியானத்துறவி மீதே நிலைக்குத்தி நின்றன.

# 7

மயானவெளி மீது கவிழ்ந்திருந்த இருள் மேலும் வெறுமையை அதிகமாக்கிற்று. உச்சி ஆகாயத்திலிருந்து எரிவிண்மீன்கள் அடுத்தடுத்து அரிந்து விழுந்தன. உலைக்கால் விண்மீன்கள் மேற்கே நகர்ந்து கொண்டிருந்தன. விரானால் நேரத்தைக் கணிக்க முடிந்தது. முதல்சாமம் முடிவுறும் தருணத்தை நெருங்கிவிட்டது. வீசும் விசை கொண்டலில் சாம்பல் வாடை அடித்தது. வீரான் கம்பீரமான கூத்தடவு நடை நடந்தார். மனதுக்குள் பயமற்ற தினவை நிரப்பினார். முகத்தில் சாமக்கோடாங்கியின் தெனாவெட்டுத் தோரணையை கொண்டு வந்தார். சடுதியில் வீரான் சாமக்கோடாங்கி ரூபம் பூண்டார். சமீபத்தில் வெந்தெறிந்த உடல்சாம்பலை தேடும் வேட்கை அதிகமானது. பாதங்களில் தாடகிப்புதர் சருகுகள் மிதிபட்டன. தகன எரிமேடை கூரைவிட்டத்தில் அனைந்திருந்த புறாக்கள் சடசடத்துப் பறந்தன. தகன எரிமேடை தரையில் வெந்தெரிந்த சவசாம்பலின் மிச்சங்கள் இம்மியளவும் தட்டுப்படவில்லை.

வீரான் பொறுமையிழந்தார். தகன எரிமேடையிலிருந்து குதித்திறங்கி சுடுகாட்டுவெளிக்குள் எட்டி நடந்தார். நாகரூபங்கள் நெளிந்து போயின. பட்டமர விரிகிளையில் குடுகாமல் உட்கார்ந்திருந்த இராக்கோட்டான்களின் கண்கள் அச்சமூட்டுவதாக இருந்தன. கொண்டல் பெருங்காற்றின் வீரியம் கூடியது. ஆகாயப்பரப்பு மொத்தமும் இருண்டு விட்டது. வீரான் சமீபத்தில் வெந்தெரிந்த உடல்சாம்பலை தேடித்தேடிச் சலித்துப் போனார். மனம் அசிரத்தையை நோக்கி நகர துவங்கியது. மீண்டும் மனதை தன்வயமாக்க பெரும் பிரயாசைப்பட்டார். மனம் உள்ளும் புறமும் ஒன்றாகி ஜக்கம்மா தேவி மீது லயிக்க மறுத்தது. சாமக்கோடாங்கியின் மனரூபமும் கலைந்து சிதைந்தது. சாதாரண வீரானாக மாறிப் போனார். ஜக்கம்மா தேவியிடம் உத்தரவு கேட்கவும் பெரும் தயக்கம் ஏற்பட்டது. சிற்றுடுக்கை எடுத்து அடிக்க கூச்சமாகவும் வெட்கமாகவும் இருந்தது. நீண்ட தயக்கத்திற்குப்பின் சிற்றுடுக்கையை எடுத்து அடிக்கத் தொடங்கினார். விரல்கள் பழக்கத்தை மறந்திருந்தன. சிற்றுடுக்கையொலி ஓங்கி எழவில்லை. மயானவெளி தாண்டி கேட்கவில்லை. ஜக்கம்மா தேவியிடம் உத்தரவு கேட்கும் வழிபாட்டு முறைகள் மறந்து போயிருந்தன. ஜக்கம்மா தேவி கொடுக்கும் உத்தரவுச் சமிக்கையை உள்வாங்கிப் புரிந்து கொள்வதும் தெரியவில்லை.

ஜக்கம்மா தேவியை தனக்குள் இறங்கச் செய்யும் சூட்சும வழியும் பிடிபடவில்லை. வெகுநேரமாக வீரான் சுடுகாட்டுவெளியிலேயே நின்று வேண்டிக் கொண்டேயிருந்தார். திடீரென வேண்டுதல் வார்த்தைகளின் மந்திரத்தொனியும் மாறியது. மனதுக்குள்ளும் மருள் ஏற மறுத்தது. குறிகூறும் அருள்சக்தி கூடிவரும் தருணமும் தள்ளிப் போனது. வீரானும் முழுமையான சாமக்கோடாங்கியாக மாற முடியாமல் திணறினார்.

○○○

**பொட்**டொலிகள் அடங்கி ஓய்ந்திருந்தன. தீக்கனல்கள் தணிந்திருந்தன. சுற்றுவெளி இருள் நிறைந்து நிசப்தமாயிருந்தது. பின்னிரவு நீண்டு வெறித்தது. அசரீரியில் பேசியது ஜக்கம்மா தேவிதான் என்பதில் ஐயமேதுமில்லை. சற்றுமுன் தோன்றிய அனல் வளையங்கள் இன்னும் கண்ணுக்குள்ளேயே இருந்தன. வீரான் ஒற்றையாளாக மண்புழுதிச் சாலையில் வடக்கு நோக்கி ஓடிக் கொண்டேயிருந்தான். வழிநெடுக இராக்கோட்டான்கள் குடுகி அச்சமூட்டின. சாமக்கோடாங்கி முதன்முறையாக பயந்து ஓடிவந்து கொண்டிருக்கிறான் என்பது வாவிக்கரைபுதூருக்கு பேரவமானம். வீரானுக்கு சொற்பகணத்தில் எல்லாம் முடிந்துவிட்டதுபோல் இருந்தது. துக்கம் பொங்கி எழுந்தது. இயலாமையில் பெருகிய கண்ணீரை கட்டுப்படுத்த முடியவில்லை. ஓலமிட்டு கதறியபடியே பின்னங்கால் புழுதிமண் முதுகில் அடிக்க ஓடிக்கொண்டேயிருந்தான். உடல் வியர்த்து நடுங்கிற்று.

வாவிக்கரைப்புதூரின் வளவுக்குள் தலைச்சேவல்கள் கூவத் துவங்கியிருந்தன. வீரான் நடுக்க உணர்ச்சியோடு நடுவளவில் போய் நின்றான். எவரை முதலில் எழுப்புவது என்கிற குழப்பம் நீடித்தது. அம்மாக்காரியை நேருக்குநேராகப் பார்க்க அச்சமாகவும் அவமானமாகவும் இருந்தது. மண்சுத்திண்ணையில் துப்பட்டியால் போர்த்திப் படுத்துறங்கிக் கொண்டிருந்த வயதான வளவுக் சாமக்கோடாங்கிகளை கடந்து ஓடினான். நாய்கள் எழுந்து ஓடிவந்து எதிராக நின்று குரைத்தன. பட்டக்காரக் கோடாங்கியின் வீட்டு வாசலில் போய் நின்றான். காலடி அரவம் உணர்ந்த பட்டக்காரக் கோடாங்கி கற்றாழைமஞ்சிக் கயிற்றுக் கட்டிலில் இருந்து எழுந்து நின்றார். வீரானுக்கு அழுகை பீறிட்டுக் கிளம்பியது. விம்மி விம்மி அழுதான். நாய்களின் குரைப்பொலி கேட்டு மற்ற வளவுச் சாமக்கோடாங்கிகள் சிலரும் கிட்டத்தில் வந்து சூழ்ந்து நின்றனர். வீரான் விரக்தி படிந்த குரலில் நடந்ததை எல்லாம் ஒன்றுவிடாமல் சொல்லி முடித்தான். பட்டக்காரக் கோடாங்கி வளவுச் சாமக்கோடாங்கிகளைப் பார்த்து பேசினார்.

"அந்தவூருக்கு நாளைக்கு ராத்திரி நாம எல்லாரும் போறோம்... ஜக்கம்மா தேவி நெசத்த சொல்லுவா..."

எல்லோரும் கலைந்து போயினர். மறுதினம் வீரான் மண்சுத்திண்ணையில் உட்கார்ந்து பகலெல்லாம் யோசித்தபடியே இருந்தான். ஏதோ இனம்புரியாத அபாயத்தின் அச்சம் மனதுக்குள் பரவிச் சித்ரவதைக்குள்ளாக்கிக் கொண்டேயிருந்தது. முன்னிரவில் வளவுப் பெண்கள் கதவடைத்ததும் வளவுச் சாமக்கோடாங்கிகள் எல்லோரும் பட்டக்காரக் கோடாங்கி தலைமையில் தெற்கே புறப்பட்டனர். மஞ்சமூக்கு ஆள்காட்டிகள் பறந்து கத்தின. செங்காட்டூரை அடையும் வரை யாரும் யாருடனும் பேசிக் கொள்ளவில்லை. மயானவெளி பெருநிசப்தத்தில் உறைந்து கிடந்தது. இரண்டாம் சாமம் முடிவுறும்போது வீரானுக்கு நடுக்கம் தொற்றியது. சமீபத்தில் வெந்தெரிந்தச் சாம்பல் குவியல் முன்புப் பட்டக்காரக் கோடாங்கி நின்று ஜக்கம்மா தேவியிடம் குறிகூறப் போகும் உத்தரவுக்காகச் சிற்றுடுக்கை அடித்தார். உதடுகள் ஜக்கம்மா தேவியின் விருத்தக்கவியை உச்சரித்தன. எல்லோரும் கூடவே வேண்டிக் கொண்டனர். சிற்றுடுக்கையின் ஒலி ஓங்கிக் கேட்கத் தொடங்கியது. பட்டக்காரக் கோடாங்கி தன்னிலை மறந்தார். நடுக்கமுற்று ஆடினார். விருத்தக்கவி மந்திரத்தொனிக்கு மாறியது. அரூப ஜக்கம்மா தேவி இறங்கி வரவில்லை. அச்சத்தின் சொரூபம் எங்கும் வியாபித்தது. வளவுச் சாமக்கோடாங்கிகள் நம்பிக்கையற்று முனுமுனுத்தனர். பட்டக்காரக் கோடாங்கி தன்னுணர்வுக்குத் திரும்பினார்.

"நம்ம ஜக்கம்மா உத்தரவு குடுக்கல... நாம இன்னிக்கு திரும்பிப் போறதுதான் உசிதம்..."

வீரானுக்கு கோபம் வந்தது. சட்டென பட்டக்காரக் கோடாங்கியின் நேரெதிரே வந்து நின்று துணிச்சலாய் கேட்டான்.

"நா பொடிப்பயல் பயந்து வந்தத ஏத்துக்கலாம்... நீங்களும் பயந்து திரும்பினா கேவலமாயில்லீங்களா...?"

பட்டக்காரக் கோடாங்கி நிதானமாக யோசித்துவிட்டுப் பேசினார்.

"அப்பிடியில்ல அப்புனு... நமக்கு எதிரா ஏதோ ஒரு சக்தி இந்த ஊருக்குள்ளார இருக்கு... அது தெரியாம நாம ஆட்டம் போட்டமுன்னா... ஆள் காலியாயிருவோம்..."

வீரான் தலையைத் திருப்பி வளவுச் சாமக்கோடாங்கியைக் காட்டிச் சொன்னான்.

“உங்களுக்குதானே உத்தரவு குடுக்கல... இவங்களும் சாமக்கோடாங்கிதானே... இப்ப இவங்க ஜக்கம்மா தேவிகிட்ட உத்தரவு கேக்கட்டும்... இவங்களுக்கு உத்தரவு குடுத்தா நாம ஊருக்குள்ள போலாம்...”

“வேண்டாம் அப்புனு... நாம திரும்ப திரும்ப ஜக்கம்மா தேவிய சோதிக்கக்படாது...”

“சோதிக்கலயே... மறுக்கா ஒரு உத்தரவுதானே கேக்கறோம் பட்டக்காரரே...”

“நீ ஜக்கம்மா தேவி ஒரு சாதாரண சக்தியின்னு நெனைக்கறே... மொதல்ல ஜக்கம்மா தேவி ஒரு மகாசக்திங்கற நெனைப்பு வேணும்... நம்ம ஜக்கம்மா தேவி நடக்கப்போற விபரீதத்தை முன்கூட்டியே உணர்த்தக்கூடியவ... சனங்களுக்கும் ஜீவராசிகளுக்கும் ஊருக்கும் பூமிக்கும் ஆகாசத்துக்கும் நல்லது செய்யறதுக்குனே பிறப்பெடுத்து வந்தவ... புரிஞ்சுக்க வீரான்...”

பட்டக்காரக் கோடாங்கி சிற்றுடுக்கையை தோள்மூட்டைக்குள் வைத்து மூடிக் கட்டினார். முன்னே வந்து வீரானின் கையைப் பிடித்தார். வேகமாக இழுத்துக்கொண்டு தாடகிப்புதர்களை விலக்கி வந்தவழியே நடந்தார். வேறுவழியில்லாமல் வளவுச் சாமக்கோடாங்கிகளும் பின்தொடர்ந்தனர். செங்காட்டூரைத் தாண்டியதும் அடர் இருளினூடே மின்மினிப் பூச்சிகள் பறந்தன. வடக்குப் பார்த்துப் போன மண்புழுதி சாலையில் எல்லோரும் மௌனமாகவே நடந்தனர். இருமருங்கும் ஆவாரஞ்செடிகளின் மஞ்சள் பூங்கொத்துகள் வாடைக்காற்றுக்கு அசைந்தபடியிருந்தன. நடந்து கொண்டேயிருந்த பட்டக்காரக் கோடாங்கி வீரானிடம் பேசத் தொடங்கினார். இருளில் பட்டக்காரக் கோடாங்கியின் குரல் அசரீரிபோல் கேட்டது.

“இங்க பாரு அப்புனு... முன்னொரு காலத்துல... வடக்கு சீமையில... ஒரு பத்தினிப் பொண்ணு வசிச்சா... ஒருநா அவளுக்கு ஆவாரஞ்செடியருகே ஒரு கொழந்த கெடைச்சிச்சு... அந்த கொழந்த எப்பிடி கெடச்சுச்சுன்னு... அவ வூட்டுல எல்லாரும் சந்தேகப்பட்டாங்க... அவ பத்தினியின்னு நிரூபிக்க பல சோதனைய வெச்சாங்க... அவளும் சலிக்காம எல்லாத்திலயும் செயிச்சு வந்தா... அப்புறம் சாமி புண்ணியத்துல அந்த கொழந்த பெரிய பொண்ணா வளந்துச்சு... அப்புறம் ஆடு மேய்க்கற கெழவன் ஒருத்தன கலியாணம் செஞ்சுக்கிச்சு... அந்த ஆடு மேய்க்கற கெழப்புருசனுக்கு அந்த பொண்ணு தெனமும் மத்தியானச் சோறு எடுத்துக்கிட்டு போறது வழக்கம்... ஒருநா அந்த பொண்ணு ஊட்டுக்கு தூரமாயிட்டா...

அஞ்சு மொற தலைக்கு தண்ணீ ஊத்திட்டு... சமையல ஆரபிச்சா... சோறு ஆக்கி கொழம்பு வெச்சு முடிக்கும்போது உச்சிப் பொழுது மேக்க சாஞ்சிருச்சு... அவசரமா வேகுவேகுன்னு ஆடு மேய்க்கற கெழப்புருசனுக்கு சோறு சொமந்துட்டுப் போனா... ஆனா ஆடு மேய்க்கற கெழப்புருசனோ அந்த பொண்ணு கற்பு மேல சந்தேகப்பட்டான்... அந்த பொண்ணோ நெசத்த சொல்லி கால்ல உழுந்து கதறினா... ஆனா அவளோட கெழப்புருசன் மனமெரங்கல... ஊர்ப் பஞ்சயத்த கூட்டிட்டான்... ஊரு பஞ்சாயத்து அந்த பொண்ணுகிட்ட கற்ப நிரூபிக்கச் சொல்லி கேட்டுச்சு... அவளும் நிரூபிக்க தயாரானா... அந்த சபையிலேயே எர்ரகொல்லவார் ஆட்கள வரச்சொல்லி தீ மூட்டிக்கிட்டா... அடுத்ததா ஏகாலியிடமிருந்து தொவைச்ச பொடவை ஒன்ன வாங்கி வரச் சொன்னா... அப்படி பொடவ குடுத்த ஏகாலிய சீலவார்ன்னு சொல்லி... அந்த சீலவார பாதுகாக்க வேண்டிக்கிட்டா... அப்புறம் நானு உங்க சாதிசனத்துல இருக்கர ஒன்பது பிரிவுக்காரங்களுக்கும் உறுதுணையா இருப்பேன்னுட்டு... விசுக்குன்னு தீயில பாஞ்சுட்டா... அப்புறம் சித்தநேரம் கழிச்சு... அவ தீயில கருகாம வெளியே எழுந்து வந்தா... எல்லாருக்கும் ஆசி வழங்கிட்டு... மேலுலோகம் போயிட்டா... பஞ்சாயத்து ஆளுகளும் கெழப்புருசனும் அதிர்ச்சியாகிட்டாங்க... அன்னையில இருந்து தீபாஞ்ச அம்மனா இருக்கற ஜக்கம்மா தேவி நமக்கு பக்கதுணையா இருந்து பாதுகாக்கறா..."

இராக்கொக்குகள் கத்தியபடி பறந்து போயின. நான்காம் சாமத்தின் இருள் வாவிக்கரைப்புதூரைக் கவ்வியிருந்தது. பட்டக்காரக் கோடாங்கியின் வீட்டு வாசலில் போய் எல்லோரும் நின்றனர். பட்டக்காரக் கோடாங்கி நடை திறந்து குனிந்து வீட்டுக்குள் போனார். எல்லோரும் பார்த்துக் கொண்டிருக்கும்போதே பட்டக்காரக் கோடாங்கி வீட்டுக்குள்ளிருந்து சாமி கூடையையும் அகல்விளக்கு ஒன்றையும் சுமந்துகொண்டு வெளியே வந்தார். மண்சுத்திண்ணையில் வைத்து சாமி கூடையைத் திறந்தார். அகல்விளக்கை உயர்த்திப் பிடித்தார். அகல் விளக்கின் வெளிச்சத்தில் சாமி கூடைக்குள் மடிப்புக் கலையாத புதுப்புடவையொன்று இருப்பது தெரிந்தது. அந்த புடவையை வளவுச் சாமக்கோடாங்கிகள் எல்லோரும் கைகூப்பி வணங்கிக் கொண்டனர். வீரானுக்கு பட்டக்காரக் கோடாங்கியின் செயல் எதுவும் புரியவில்லை. வீரானும் வணங்கினான். பட்டக்காரக் கோடாங்கி வீரானைப் பார்த்துப் பேசினார்.

"இந்த வலசக் கூடையில இருக்கற புடவை வெறும் புடவையில்ல அப்புனு... ஆதியில நம்ம சனங்க வடக்குச் சீமையில இருந்து தெக்கெ வரும்போது இந்த பொடவையத்தா... நாம் ஜக்கம்மா

தேவியா பாவிச்சு கூடவே எடுத்துக்கிட்டு வந்தோம்... இன்னிக்கு ஒவ்வொரு ஊட்டுலயும் வலசக்கூடைக்குள்ள நம்ம ஜக்கம்மா தேவி பொடவ ரூபத்துல பக்கதுணையா இருக்கிறா..."

பட்டக்காரக் கோடாங்கி அகல்விளக்கை தாழ்த்தி மண்சுத்திண்ணையில் வைத்தார். பழையபடி புடவையோடு சாமி கூடையை மூடினார்.

"நாளைக்கு ராத்திரி நாம எல்லாரும்... இந்த வலசக்கூடைக்கு பூச செஞ்சு கும்பிட்டுட்டு... அந்த ஊருக்கு போவோம்... நம்ம ஜக்கம்மா தேவி நமக்கு நல்லபடியா வழிகாட்டுவா..."

வளவுச் சாமக்கோடாங்கிகள் அமைதியாகக் கலைந்தனர். வீரானும் வீட்டு மண்சுத்திண்ணையில் வந்து படுத்துக்கொண்டான். உறக்கம் கண்ணைச் சொருக மறுத்தது. வெறுமையான வீதியெங்கும் அனல் வளையங்கள் தோன்றித் தோன்றி நெருங்கி வருவதுபோல் பிரமை ஏற்பட்டுக் கொண்டேயிருந்தது. விடியவும் வெகுநேரமிருந்தது. ஊருக்குக் கிழக்கே குளத்துப் பனைவரிசையில் ஆந்தைகள் கூட்டங்கூடிக் குடுகின.

மறுதினம் முன்னிரவில் வலசக்கூடைக்கு பூசைச் செய்து எல்லோரும் தெற்கே புறப்பட்டனர். மண்புழுதிச் சாலையில் மஞ்சமூக்கு ஆள்காட்டிகள் ஆள்நடமாட்டத்தை குறிப்புணர்த்திக் குரலிட்டன. இரண்டாம் சாமத்தில் செங்காட்டூரை நெருங்கினர். வாடைக் காற்றுக்கு கருநெடும்பனைகளின் பசுமட்டைகள் அசைந்து மென்னோசையிட்டன. பட்டக்காரக் கோடாங்கி நேராக மயானவெளிக்குப் போய் சிற்றுடுக்கையை அடித்து ஜக்கம்மா தேவியிடம் உத்தரவு கேட்டார். ஜக்கம்மா தேவியின் விருத்தக்கவியை கூறிக் கொண்டிருக்கும்போதே ஊரின் வடக்குத் திசையில் இராக்கோட்டான்கள் மிரண்டு குடுகின. எல்லோர் கவனமும் வடக்குத் திசைக்குத் திரும்பிற்று. தீர்த்தக்கிணற்றுக்கு அருகில் மண்புழுதிச் சாலையில் இருதிருந்தாற்போல் அனல் வளையங்கள் தோன்றின. வீரான் அச்சத்தில் நடுநடுக்கினான். வளவுச் சாமக்கோடாங்கிகளுக்கு என்னசெய்வது என்று தெரியவில்லை. பட்டக்காரக் கோடாங்கி மட்டும் அசரவில்லை. சிற்றுடுக்கையை விசைக்கொண்டு அடித்தார். ஜக்கம்மா தேவியின் விருத்தக்கவியை உரக்க உச்சரித்தார். திடீரென விருத்தக்கவியை நிறுத்திக் கத்தினார்.

"ஜக்கம்மா தேவியே... சாமக்கோடாங்கிக வந்திருக்கோம்... குறி சொல்ல உத்தரவு குடு... ஊரை தீயசக்தி சூழ்ந்திருச்சு... காப்பாத்த வேணும் தாயே... சீக்கிரத்துல உத்தரவு குடு..."

வடக்கே மண்புழுதிச் சாலையில் அனல் வளையங்களின் எண்ணிக்கை அதிகமாயின. வீரானுக்கும் வளவுச் சாமக்கோடாங்கிகளுக்கும் நெஞ்சின்

படபடப்புக் கூடியது. பட்டக்காரக் கோடாங்கிக்கு ஜக்கம்மா தேவியின் உத்தரவு கிடைக்கவேயில்லை. சிற்றுடுக்கை அடிப்பதை நிறுத்தினார். மண்புழுதிச் சாலையை நோக்கி நடந்தபடியே பேசினார்.

"ஜக்கம்மா தேவி உத்தரவு குடுக்கலையின்னா என்ன... நானு வீரானுக்காக ஊருக்குள்ளார போறேன்..."

"போகாதீங்க பட்டக்காரரே... போகாதீங்க..."

"என்ன நடக்குதுன்னு பாக்க வேண்டாமா...? இல்லீனா பட்டக்காரக் கோடாங்கியும் பயந்துட்டான்னு அவப்பெயர் காலம்பூராவும் நெலச்சு நின்னுக்கும்... அது நானு தோத்து நாண்டுக்கிட்டு மாண்டு போனதுக்கு சமம்..."

வீரானும் வளவுச் சாமக்கோடாங்கியும் பயந்தனர். மனசுக்குள் ஏதோ விபரீதம் நிகழப் போவதாய்பட்டது. பட்டக்காரக் கோடாங்கி நீளநீளமான அடியெடுத்து வைத்து நிமிர்ந்து நடந்தார். மறுபடியும் சிற்றுடுக்கையை விசைகொண்டு அடிக்க ஆரம்பித்தார். வீரானும் வளவுச் சாமக்கோடாங்கிகளும் கொஞ்சம் இடைவெளிவிட்டு தயக்கத்துடன் பின்தொடர்ந்தனர். வடக்கே மண்புழுதிச் சாலையில் அடுத்தடுத்து அனல் வளையங்கள் சுழலத் துவங்கின. பொட்டொலிகள் இடைவிடாது எழுப்பின. அச்சமுறுத்தும் ஒருவித அமானுஷ்ய சூழல் உருவாயிற்று. பட்டக்காரக் கோடாங்கிக்கும் அனல் வளையங்களுக்குமான தூரம் குறைந்து வந்தது. அனல் வளையங்கள் நெருப்புப் பொறிகள் பறக்க மிகுந்த வேகத்துடன் சுழன்றன. அனல் வளையங்களைத் தாண்டாமல் ஊர் எல்லையில் நுழைய சாத்தியமில்லை. பட்டக்காரக் கோடாங்கி அச்சமின்றியே நடந்தார். அனல் வளையங்களை நெருங்கினார். கிட்டத்தில் பொட்டொலிகள் வெடியோசையிட்டன. வீரானும் வளவுச் சாமக்கோடாங்கிகளும் பட்டக்காரக் கோடாங்கியையே பயத்துடன் பார்த்துக் கொண்டிருந்தனர். திடீரென அனல் வளையங்களுக்கு அப்பால் தங்கரளிப் புதர்களுக்குப் பின்னேயிருந்து பெண்குரல் அசரீரிபோல் ஒலித்தது.

"என்னோட உத்தரவு இல்லாம யாருடா உங்களை ஊருக்குள்ள நுழையச் சொன்னது...?"

பட்டக்காரக் கோடாங்கி பதில் கூறவில்லை. சிற்றுடுக்கை அடிப்பதை நிறுத்தினார். சற்றுநேரம் அமைதி காத்தார். மீண்டும் அசரீரி தொடர்ந்தது.

"ஏய் பட்டக்காரக் கோடாங்கியே... மரியாதையாக திரும்பி போய்விடு... மீறி ஊருக்குள்ள நுழைய நினைத்தால் உன் உயிரை நானே காவு வாங்குவேன்..."

"இந்த ஊருக்குள்ள போகக்கூடாதுங்கறத்தானே உன் விருப்பம் தாயே... இனி எந்தக் காலத்திலேயும் எங்க சாமக்கோடாங்கிக இந்த ஊருக்குள்ளார வர மாட்டாங்க..."

பட்டக்காரக் கோடாங்கி திரும்பி நடந்தார். வீரானுக்கும் வளவுச் சாமக்கோடாங்கிகளுக்கும் நிம்மதிப் பெருமூச்சு வெளிப்பட்டது. அனல் வளையங்கள் நெருப்புப் பொறியிட்டு சுழன்றபடியே இருந்தன. பொட்டொலிகள் வெடியோசையிட்டுக் கொண்டேயிருந்தன. பட்டக்காரக் கோடாங்கி எல்லோரையும் வேறொரு குறுக்குவழியில் கூட்டிப் போனார். காய்ந்து கிடந்த மானாவாரிக் கொறங்காடுகளின் வழியில் குள்ளநரிகள் ஊளையிட்டன. வாவிக்கரைப்புதூர் வந்து மண்சுத்திண்ணையில் படுத்தபோது வீரானுக்கு மீண்டும் தோற்றுப்போய் விட்டதுபோல் இருந்தது.

மறுதினம் வீரான் கண்விழித்தபோது ஏறுவெயில் விழுந்த வாசலில் சேவல் தன் செந்நிறச்சிறகு விசிறிக் கூவியது. கால்மாட்டில் பட்டக்காரக் கோடாங்கி உட்கார்ந்திருந்தார். நரை மீசையை விரலால் ஒதுக்கியபடி சிரித்தார். வீரான் வேகமாக எழுந்தமர்ந்தான்.

"என்ன அப்புனு... நேத்து ராத்திரி பட்டக்காரக் கோடாங்கியும் பயந்துட்டான்னு நெனைச்சியா...?"

"அப்பிடி இல்லீங்கய்யா..."

"நீ மட்டுமில்ல... எல்லாரும் அப்பிடித்தா நெனைச்சிருப்பீங்க... நானு ஒன்னு சொல்லறே கேட்டுக்க... நேத்து சாமத்துல அந்தவூரு சுடுகாட்டுல... நம்ம ஜக்கம்மா தேவி குறி சொல்ல எனக்கு உத்தரவு குடுத்துட்டா..."

வீரான் அதிர்ச்சியாகி பட்டக்காரக் கோடாங்கியையே பார்த்தான்.

"ஆனா நானு ஏம்போகல சொல்லு பாக்கலாம்...?"

வீரான் மௌனித்தே இருந்தான்.

"என்னால அந்த அனல் வளையத்தயெல்லாம் உடச்சுட்டு ஊருக்குள்ள போகமுடியும்... நமக்கு எதிராயிருக்கற அந்த துர்சக்திய உண்டு இல்லீனு செஞ்சுற முடியும்... அப்புறமும் நானு ஏம்போகல சொல்லு பாக்கலாம்...?"

வீரான் இப்போதும் மௌனித்தே இருந்தான்.

“ஏன்னா அந்த துர்சக்தி... நாம கணிக்கற மட்டத்துல இல்ல... அத ஏவறவன் லேசுப்பட்டவனா தெரியல...”

“அப்போ... பெரிசா குட்டிச்சாத்தான் வித்தையெல்லாம் படிச்சவனா இருப்பானாங்கய்யா...?”

“அப்படியுமில்ல அப்புனு... அது ஆருன்னு இன்னிக்கு ராத்திரி உனக்கு காமிக்கறே...”

“நீங்கதான் சாமக்கோடாங்கி ஆரும் அந்த ஊருக்குள்ளார நொழைய மாட்டோமுன்னு வாக்குக் குடுத்துட்டு வந்திட்டீங்களே...?”

“அது நெசவாக்கு இல்ல அப்புனு... அவங்கள கொழப்பறதுக்கு...”

பட்டக்காரக் கோடாங்கி மண்சுத்திண்ணையிலிருந்து எழுந்து போய்விட்டார். வீதியில் அம்மாக்காரி தண்ணீர் குடத்தை இக்கத்தில் இடுக்கியபடியே வருவது தெரிந்தது. வீரானுக்கு பகல்வேளை முழுதும் உள்ளூர அச்சத்துடனேயே கழிந்தது. முதல் சாமம் வந்தது. வீரான் பட்டக்காரக் கோடாங்கியோடு மண்புழுதிச் சாலையில் தெற்கே நடந்தான். விஷஅரவங்கள் ஊர்ந்து கடந்தன. மஞ்சமூக்கு ஆள்காட்டிகள் கூடவே பறந்துவந்து அடையாளங்காட்டின. செங்காட்டூரின் மேற்கே எல்லை பனைமரத்து முனீஸ்வரன் கோவிலடியில் காத்திருந்த தருணத்திலும் பட்டக்காரக் கோடாங்கி எதுவும் பேசவில்லை. இரண்டாம் சாமம் தொடங்கியது. தீர்த்தக்கிணற்று இராக்கோட்டான்கள் அலறி அடங்கின. பட்டக்காரக் கோடாங்கி மயானத்தில் போய் நின்றார். விரல்களிடையே சிற்றுடுக்கை விசைகொண்டு முழங்கியது. உச்சரித்துக் கொண்டிருந்த ஜக்கம்மா தேவி மீதான விருத்தக்கவி சட்டென நின்றது.

“ஜக்கம்மா தேவி உத்தரவு குடுத்துட்டா... வா அப்புனு ஊருக்குள்ளார போலாம்...”

வீரான் புரியாமல் பட்டக்காரக் கோடாங்கியைப் பார்த்தான். அதற்குள் பட்டக்காரக் கோடாங்கி ஊர் எல்லையில் இறங்கி வேகவேகமாக நடந்தார். வீரானுக்கு தங்கரளிப் புதர்களை நெருங்க நெருங்க பயம் எழுந்தது. அடுத்தடுத்து அனல் வளையங்கள் தோன்றுமென்றே நினைத்திருந்தான். அப்படி விபரீதமாக எதுவும் நடக்காததைக் கண்டு ஆச்சரியம் ஏற்பட்டது. பட்டக்காரக் கோடாங்கி தணிந்த தொனியில் சொன்னார்.

“வீரான் பயந்துக்காதே... ஒரு ரகசியத்த சொல்லறேன்... இன்னிக்கு ஜக்கம்மா தேவி நமக்கு உத்தரவு குடுக்கல...”

வீரானின் மனம் அடித்துக் கொண்டது. நெடுவீதிகள் சிறு அரவமின்றி வெறிச்சிட்டுக் கிடந்தன. ஊர்சனங்கள் வீட்டு நடைசாத்தி ஆழ்ந்து உறங்கிப் போயிருந்தனர். பட்டக்காரக் கோடாங்கி மீண்டும் சிற்றுடுக்கையை எடுத்து ஓங்கி அடித்து ஒலிக்கச் செய்தார்.

*"நல்லகாலம் பொறக்குது... நல்லகாலம் பொறக்குது...*
*ஜக்கம்மா தேவி அருள்வாக்கு சொல்ல வந்துருக்கா...*
*மச்சுவூடு இடிஞ்சு... குச்சுவூடு ஒடிஞ்சு...*
*மக்கசனமெல்லாம் மாண்டு போற துர்சக்தி... ஊரச் சூழ்ந்திருக்கு...*
*மகராசங்கொற தீர்க்க மகாசக்தி ஜக்கம்மா தேவி வந்துருக்கா..."*

வீரான் பட்டக்காரக் கோடாங்கி கூறிய அருள்வாக்கையே திருப்பிச் சொன்னான். நாய்கள் எழுந்துவந்து குரைக்கத் துவங்கிவிட்டன. வீரானும் பட்டக்காரக் கோடாங்கியும் ஒவ்வொரு நெடுவீதியாகப் பிரவேசித்தனர். ஊர்சனங்களிடம் எவ்விதச் சலனமுமில்லை. பட்டக்காரக் கோடாங்கி இருபுற வீடுகளும் நெருக்கமாக இருந்த நெடுவீதி ஒன்றில் நுழைந்தார். அருள்வாக்கின் தொனியை சப்தமாக்கினார்.

நெடுவீதி கிழக்கு மேற்கில் முடிவில்லாமல் விரிந்துகொண்டே போனது. வீரானும் பட்டக்காரக் கோடாங்கியும் சோர்ந்து போயினர். இருந்திருந்தாற்போல் எதிரே இருபதடித் தொலைவில் அடுத்தடுத்து அனல் வளையங்கள் தோன்றிச் சுழன்றன. பட்டக்காரக் கோடாங்கி திடுக்கிட்டு தயங்கி நின்றார். சிற்றுடுக்கை அடிப்பதை நிறுத்தினார். திரும்பிப் போக நினைத்து பின்வாங்கினார். அதற்குள் நெடுவீதியின் மறுபுறமும் அனல் வளையங்கள் தோன்றிச் சுழன்றன. நாய்கள் குரைப்பதை நிறுத்தி மிரட்சியுடன் கலைந்தோடின. வீரானையும் அச்சம் தொற்றியது. எங்கும் முன்கதவு சாத்திய வீடுகள். ஊர்சனங்கள் தென்படாத வெறுமை. சற்றுநேரம் பட்டக்காரக் கோடாங்கி மௌனமாகவே நின்றார். பின் திடமனதுடன் தீக்கனல்கள் தெறிக்க ஆவேசமாகச் சுழலும் அனல் வளையங்களை நோக்கி நடந்தார். வீரான் மிகு அச்சத்துடன் பின்தொடர்ந்தான். பட்டக்காரக் கோடாங்கி அனல் வளையங்களை நெருங்கி நின்று சப்தமாகப் பேசினார்.

"எங்க சனமெல்லாம் ஏதோ உங்கள ஏமாத்தி காசு புடுங்கறதா நீங்க நெனைக்கறீங்க... நாங்க அப்படிப்பட்டவங்க இல்லீங்க சாமி... ஜக்கம்மா தேவி சத்தியத்துக்கு கட்டுப்பட்ட சாமக்கோடாங்கிக... ஒரு ஊருக்குள்ள துர்சக்தி இருந்திச்சினா... அத வெரட்டி நல்லது செஞ்சுடத்தா ஜக்கம்மா தேவி எங்கள அனுப்பி வெக்கறா... நீங்க குடுக்கற நாலனா எட்டணா காசுக்கு ஆசப்பட்டில்ல... அந்தக் காச வெச்சு நாங்க என்ன கோட்டையா கட்டி ஆளப்போறோம்... இத்தன காலமும் நாங்க எத்தனையோ ஊருக்கு... எத்தனையோ

சனங்களுக்கு நல்லது செஞ்சுட்டோம்... சாமக்கோடாங்கிகங்கற மானரோசத்தோடவும் வாழ்ந்துட்டோம்... இனியும் அப்படியே வாழ்வோம்... நீங்களெல்லாம் உங்க ஊருக்கும் உங்களுக்கும் எந்த நல்லதும் வேண்டாமுன்னு முடுவு செஞ்சுட்டீங்க... நாங்க இப்ப போயிடுறோம்... உட்டுடுங்க... இனிமே எங்க சாமக்கோடாங்கிக இந்த ஊருக்குள்ளார காலடி எடுத்து வெக்கமாட்டாங்க... இது எங்க ஜக்கம்மா தேவி மேல சத்தியம்..."

பட்டக்காரக் கோடாங்கி வெறிக் கொண்டவர் போல் சிற்றுடுக்கையை பிடித்து அடிக்க தொடங்கினார். தன்னிலை மறந்து கால் அடவு பிடித்து வட்டமிட்டு ஆடினார். உணர்ச்சிவசப்பட்டு விருத்தக்கவி சாயலில் ஓசையிட்ட குரலில் ஓங்கிக் கத்தினார்.

"தாயே ஜக்கம்மா தேவி... இனி இந்த ஊருக்குள் வாழ்கிற சனங்களுக்கும்... பிறக்கப்போற கொழந்தைகளுக்கும்... வெளியே இருந்து வர்றவங்களுக்கும்... இங்கிருந்து தூரதேசம் போறவங்களுக்கும்... ஏழேழு தலைமொறைக்கும்... எந்தக் குத்தம்கொற வராமெ காக்கனுமம்மா... அப்படியே தெரியாம ஊருக்குள்ளார நொழயற குடுகுடுப்பக்காரங்களுக்கும்... சுவடி பாக்கற... கைரேக பாக்கற... தீட்டுக் கழிக்கற கோடாங்கிப் பொண்டுகளுக்கும்... ஊருக்கு வர்ற நாடோடிகளுக்கும் பஞ்சப் பரதேசிகளுக்கும்... காத்து கருப்பு பில்லி சூனியம் ஏவல் தோஷம் என எதுவுமே அண்டாம காலங்காலத்துக்கும் காத்தருள வேண்டும் தாயே..."

சட்டென அனல் வளையங்கள் மறைந்தன. நிசப்தம் நிறைந்த நெடுவீதி இயல்புக்கு மாறியது. வீரான் ஆசுவாசமடைந்தான். பட்டக்காரக் கோடாங்கி சீக்கிரமாக ஊர் எல்லையைக் கடக்க முடிவுசெய்து நெடுவீதியில் விரைந்து நடக்கத் தொடங்கினார். வீரான் அனல் வளையங்களின் புதிர் அவிழாத கேள்வியோடு மௌனமாகப் பின்சென்றான்.

○○○

# 8

**தி**டீரென பாதங்கள் நடப்பது நின்றுவிட்டன. மண்புழுதி நிலம் வெறுமையாகக் காணப்பட்டது. சனங்களின் பேச்சரவமும் கூச்சலும் உரத்துக் கேட்கவில்லை. யானைப்பாத வாகைமர அடித்துண்டத்தின் மீது அமர்ந்திருந்த அகில் எழுந்து நின்று கவனித்தான். கிழக்கே கோவில் வளாகத்தில் சரவானவெடிகள் இடைவிடாமல் வெடித்து மின்னின. நாணல்மடைவலசிலிருந்து மண்உருவாரச் சாமிகளின் சப்பரங்கள் வந்துவிட்டன. இந்திரஜித் நாடக மேடையும் பூர்த்தியாகிவிட்டது. அகில் வேகமாக நடந்து கோவில் வளாகத்தை அடைந்தான். எங்கும் சனத்திரள் நெருக்கி நின்றிருந்தது. சனங்களின் முதுகும் தலையும் தவிர வேறெதுவும் பார்வையில் படவில்லை. அகில் சனங்களினூடே புகுந்து முன்னேறி சென்றான். உருமிமேளங்கள் முழங்கின. நாதஸ்வரங்கள் ஒலித்தன. சப்பரங்களின் மேலே யானை உருவாரச்சாமிகளும் குதிரை உருவாரச்சாமிகளும் காளை உருவாரச்சாமிகளும் அசைந்தாடிக் கொண்டிருந்தன. சிறிய மண்உருவாரச்சாமிகள் எல்லாம் பின்வரிசையில் ஆடின. அகில் ஒவ்வொரு ஆட்களாக விலக்கி விலக்கி முன்னேறினான். குழந்தைகள் குதூகலக் குரலிட்டுக் கொண்டிருந்தன. குதிரை மண்உருவாரச்சாமிகளின் சப்பரங்களை சுமந்தவர்கள் ஆடல்வெறி ஏறியவர்களாய் குதித்தாடினர். குதிரை மண்உருவாரச்சாமிகள் சப்பரத்திலிருந்து நழுவி விடுவதுபோல சாய்ந்து சாய்ந்து ஆடின. உருமிமேளங்களும் நாதஸ்வரங்களும் குதிரை மண்உருவாரச்சாமிகளின் ஆட்டத்துக்கு ஒத்திசைவாக இசைத்தன. நாணல்மடைவலசுப் பூசாரி உருமிமேளங்களையும் நாதஸ்வரங்களையும் மட்டுப்படுத்திவிட்டு சப்தமிட்டார்.

"வீரானே ஓடு... குதிரக்காரர்கள மட்டுப்படுத்து... சாட்டுல சப்பரம் சாஞ்சா அபசகுனமாயிரும்..."

சப்பரங்களின் பின்வரிசையிலிருந்து வீரான் முன்னே ஓடி வந்தார். அறுபது வயது தோற்றம். சிவந்த நிறம். சாந்தமுகம். நரை மீசை. நரை முடி. நெற்றியில் சந்தனக்கீற்றின் மேல் குங்குமப்பொட்டு. வீரான் குதிரைச்சாமி சப்பரங்கள் சுமந்தவர்களிடம் நெருங்கி ஏதோ பேசினார். அகிலுக்கு வீரானைப் பார்த்தவுடன் தான் தேடிவந்த வீரான் இவர்தான் என்று பட்டது. நாணல்மடைவலசுப் பூசாரியைத் தாண்டி வீரானை நெருங்க முடியவில்லை. இந்த வீரான் மட்டும் தான் தேடும்

வீரானாக இருந்தால் எல்லா வேலையும் சுலபமாக முடிந்துவிடும். அகில் வீரானையே விடாமல் கவனித்துக் கொண்டிருந்தான். குதிரை மண்உருவாரச்சாமிகளின் சப்பரங்களை சுமப்பவர்கள் ஆடும் வேகத்தைக் குறைத்தனர். நாணல்மடைவலசுப் பூசாரி மொத்தச் சப்பரத்து மண்உருவாரச்சாமிகளை இன்னும் கொஞ்சம் முன்னே நகர்த்தச் சாடைக் காட்டினார். சனத்திரள் மொத்தமாகப் பின்னே நகர்ந்தது. உருமிமேளக்காரர்களும் நாதஸ்வரக்காரர்களும் யானை மண்உருவாரச்சாமிகளின் சப்பரங்களை குறிவைத்து நகர்ந்தனர். உருமிமேளங்களையும் நாதஸ்வரங்களையும் தீவிரத்தன்மையுடன் இசைத்தனர்.

இப்போது யானை மண்உருவாரச்சாமிகளின் சப்பரங்களைச் சுமப்பவர்கள் ஆடல்வெறி ஏறியவர்களாய் குதித்தாடினர். யானை மண்உருவாரச்சாமிகள் சப்பரத்தின் மேல் நிலைக்கொள்ளாமல் ஆடின. மறுபடியும் நாணல்மடைவலசுப் பூசாரி வீரானை நோக்கிச் சப்தமிட்டார். வீரான் தென்படவில்லை. அதற்குள் வீரான் எங்கு போனார் எனத் தெரியவில்லை. நாணல்மடைவலசுப் பூசாரி தொடர்ந்து சப்தமிட்டுக் கொண்டேயிருந்தார். யானை மண்உருவாரச்சாமிகளின் சப்பரங்களைச் சுமப்பவர்களின் ஆட்டம் அடங்கவில்லை. யானை மண்உருவாரச்சாமிகள் தரையில் சாய்ந்துவிடுமோ என்கிற பயம் பார்த்துக் கொண்டிருப்பவர்களுக்குத் தோன்றியது. நாணல்மடைவலசுப் பூசாரி தொடர்ந்து விரானைத் தேடியபடி இருந்தார். அகிலும் தேடினான். வீரானை கண்டுபிடிக்க முடியவில்லை.

○○○

**வ**ட்டக்கல்குகைக்கு வெளியே வரிபுலிகள் கடூரமாக உறுமின. கொம்பன்கள் ஓங்கிப் பிளிறின. கற்பிளவின் வழியே கசியும் வெளிச்சம் மங்கிக்கொண்டு வந்தது. மழைத்துளிகள் தெறித்து விழுந்தன. யாரோ நடந்துவரும் மிதியடியோசை நெருங்கிக் கேட்டது. அகில் தியானத்துறவியின் கற்சுவர் ஓவியத்திலிருந்து பார்வையை விலக்கித் திரும்பிப் பார்த்தான். சைமன் உள்ளே நிதானமாக நடந்துவந்தார். மாநிறம். மேலே வாரிய அடர்த்தியான நரைத்த தலைமுடி. ஒடிசலானத் தோற்றத்தில் உயரமாக இருந்தார். முன்பழுப்புப்பற்கள் தெரிய சிரித்தார்.

“சாரி அகில்... ரொம்ப நேரம் காக்க வெச்சிட்டேனோ...?”

“இல்ல சார்... நீங்க காக்க வெச்சதினாலதான் எனக்கு வேறவொரு அனுபவம் கெடைச்சுது...”

"இருக்கலாம்... இந்தக் குகையோவியங்கள் ஒவ்வொருத்தருக்கு ஒவ்வொரு அனுபவத்தைக் கொடுக்கறதாக சொல்லறாங்க... கொஞ்ச நாளைக்கு முன்னால எனக்கே வித்தியாசமான ஓர் அனுபவம் கெடைச்சிது... நூத்திநாலு வயசு துறவி ஒருத்தர் இந்தக் குகைக்குள்ள வந்து நீங்க பார்த்துக்கிட்டு இருந்த சமணத்துறவி ஓவியத்தையே அவரும் வச்ச கண்ணு வாங்காம உத்துப் பார்த்துக்கிட்டு இருந்ததை நான் கவனிச்சேன்... நான் அவருகிட்ட நீங்க யாரு... நீங்க எங்கிருந்து வருகிறீங்கன்னு கேட்டேன்... அதற்கு அவரு நான் சாமக்கோடாங்கி... தெற்கே ஊதியூர் மலைப்பக்கமிருந்து வர்றேன்னு சொன்னாரு... நான் அப்படியே அசந்து போயிட்டேன்... இங்க எப்படி வந்து சேர்ந்தீங்கன்னு கேட்டேன்... அவரு உடனே எனக்கு இப்ப நூறு வயசாகுது... இந்த வருசம் நானு சமாதியாகனும்... எங்க ஜக்கம்மா தேவி இங்க போன்னு உத்தரவு குடுத்தான்னு சொன்னாரு... நான் இன்னும் அப்பப்போ அந்த சாமக்கோடாங்கியப் பத்தித்தான் நெனைச்சிக்கிட்டு இருக்கேன்..."

"சமீபத்துல நீங்க அந்த சாமக்கோடாங்கிய பாத்தீங்களா சார்...?"

"நான் பார்க்கல... இந்த பன்னார்கெட்டா வனத்துல வேலை பார்க்கற வேற சிலர் பார்த்ததா சொன்னாங்க..."

அகிலுக்குள் அந்த நூறு வயது சாமக்கோடாங்கி யாராக இருக்கும் என்கிற கேள்வி எழுந்தது. மீண்டும் ஒருமுறை தியானத்துறவி ஓவியத்தைப் பார்க்கும் ஆவல் ஏற்பட்டது. மழையிருட்டு ஓவியத்தைக் காணும் சாத்தியத்தைக் குறைத்துவிட்டது. திடீரென கற்பிளவுத் துவாரம் வழியே மின்னலின் ஒளி படர்ந்து மறைந்தது. மேல்மூடாக்குப்பாறை அதிர கனத்த இடியோசை எழுந்தடங்கியது. இளைஞன் ஒருவன் அலைபேசியில் வெளிச்சம் ஏற்படுத்திக்கொண்டு உள்ளே நடந்து வந்தான்.

"சார்... ஜீப் ரெடி நாம போகலாம்..."

சைமன் கற்படிக்கட்டில் மேலேறத் தொடங்கினார். அகில் அலைபேசி வெளிச்சத்தில் தெரியும் தியானத்துறவி ஓவியத்தை மறுபடியும் நோக்கினான். நூறு வயது சாமக்கோடாங்கி கண்கள் மூடி அமர்ந்திருந்தார். அகிலைக் கூப்பிடும் சைமனின் குரல் கேட்டது. அகில் நூறு வயது சாமக்கோடாங்கியிடமிருந்து விடைபெற்று கற்படிக்கட்டில் நடந்து மேலேறினான். வட்டக்கல்குகையை சூழ்ந்த வனவெளி அடர்மழைக்குள் ஆளரவமற்றுக் கிடந்தது. ஆண்மயில்கள் தோகை விரித்து அசைந்தாடின. அகில் சைமனுடன் பச்சைவண்ண ஜீப்பில் ஏறி அமர்ந்தான். அருகில் இன்னும் புலிகள் உறுமின. யானைகளின்

பிளிறல்கள் மட்டும் அடங்கியிருந்தன. ஜீப் வனத்துக்குள் செல்லும் சேற்றுப்பாதையில் மிதவேகத்துடன் சென்றது. சைமன் ஜீப் ஓட்டும் இளைஞனிடம் கேட்டார்.

"டாக்டர்கள் வந்துட்டாங்களா...?"

"இந்நேரம் வந்திருப்பாங்க சார்..."

அகிலுக்கு சைமன் வீட்டுக்கு செல்லவில்லை என்பது மட்டும் புரிந்தது. சைமனிடம் கேட்க அச்சமாக இருந்தது. டேனியல் பாதிரியாரை பார்க்கும் தருணம் தள்ளிப் போவதைக் கண்டு மனம் சோர்வுற்றது. சேற்றுப்பாதையின் இருபுறமும் அடர்ந்த நெடுவேங்கை மரங்கள் நீர்சொட்டி நின்றன. காட்டெருதுகள் குறுக்காக ஓடின. ஜீப் வனத்துக்குள் போய்க் கொண்டேயிருந்தது. அகிலும் வனத்தை ரசிக்கத் துவங்கிவிட்டான். சில இடங்களில் ஆழமான பள்ளத்தாக்குகள் எதிர்ப்பட்டன. ஓரிடத்தில் மலைப்பாம்புக்குட்டி சேற்றோடு நசுங்கிக் கிடந்தது. மலைப்பாம்புக்குட்டியின் மீது ஜீப்பின் சக்கரம் ஏறிய தடம் தெரிந்தது. சைமன் சிகரெட்டை பற்றவைத்துக் கொண்டார். புகைநாற்றம் ஜீப்புக்குள் பரவிற்று.

"மறுபடியும் சாரி அகில்... எங்க விருந்தாளிக்கு ஒரு ஆப்ரேசன்... முடிச்சுட்டு வீட்டுக்கு போயிறலாம்..."

"பராவாயில்லைங்க சார்... எனக்கும் இதுவொரு நல்ல அனுபவமாக இருக்கும்..."

"அப்படியில்லை அகில்... நீங்க நம்ம ஊரிலிருந்து எங்க அப்பாவை பார்க்க வந்திருக்கீங்க... நான் என்னோட பிஸியில உங்களோட நேரத்தை வீணடிக்கறேன்... அதுதான் வருத்தமாக இருக்கு..."

"அய்யய்யோ... அப்படியெல்லாம் நெனைக்காதீங்க சார்..."

உயரமான வேங்கைமர உச்சிகளுக்கும் ஆகாயத்துக்கும் இடையே தேன் பருந்துகள் வட்டமிட்டன. ஜீப் அடர்மூங்கில் வனத்துக்குள் சென்று நின்றது. அங்கு ஏற்கனவே இரு ஜீப்புகள் நின்றிருந்தன. அகில் சைமனோடு ஜீப்பிலிருந்து இறங்கி நடந்தான். ஜீப் ஓட்டி வந்த இளைஞன் இருவரையும் விலகி முன்னால் ஓடி வழிகாட்டினான். சேற்றுப்பாதை குறுகி ஒற்றைகால் தடமாயிற்று. இருபுறமும் ஆள் புகமுடியாதளவுக்கு மூங்கில்புதர்கள் செறிவுடன் நெருக்கமாக வளர்ந்திருந்தன. வனக்காவலர்கள் மூங்கில்புதர்க் கிளைகளை வெட்டி சிறுவழி ஏற்படுத்தியிருந்தனர். மூங்கில் கிளைகளின் நீள் இலைகளிலிருந்து மழைநீர் சொட்டின. குளிர்வாடை விசையுடன்

வீசும்போது மூங்கில் கிளைகள் உராய்ந்து இசைத்தன. மரஅணில்கள் கத்தின. ஒற்றைத்தடம் நெடுக உதிர்சருகிலைகள் மக்கிய துர்வாடை வீசிற்று.

ஓர் சமதளப்பாறை மீது மயக்க ஊசி செலுத்திய வேங்கை கிடத்தப்பட்டிருந்தது. விலங்கு மருத்துவர்களும் வனக்காவலர்களும் வேங்கையை சூழ்ந்து நின்று கண்காணித்து கொண்டிருந்தனர். வேங்கை நெஞ்சிறைத்தது. அடிவயிறு ஏறி ஏறி அமிழ்ந்து கொண்டிருந்தது. அகில் சற்றுதள்ளி நின்று கொண்டான். சைமன் வேங்கையை நெருங்கினார். வனக்காவலர்கள் வேங்கையின் பிடரிமயிரை ஒதுக்கி காயத்தைக் காட்டினர். தலைக்கு கீழே பின்கழுத்தில் கூர்பற்கள் பதிந்த ஆழமான ரணமிருந்தது. இரத்தம் முடிக்கற்றையில் உறைந்து கிடந்தது. சைமன் விலங்கு மருத்துவர்களோடு கன்னடத்தில் ஏதேதோ பேசினார். உடனே வேங்கையின் காயத்துக்கான அறுவைச் சிகிச்சை மேற்கொள்ளப்பட்டது. மழைத் தூறல் ஓய்ந்தது. வனம் அமைதியாயிற்று. அருகில் மீண்டும் புலிகள் உறுமின. சைமன் ஜீப் ஓட்டும் இளைஞனைப் பார்த்தார். அந்த இளைஞன் வேகமாக அகிலை அழைத்துக் கொண்டு வந்தவழியே ஒற்றைத்தடத்தில் நடந்தான். ஜீப்புக்கு வந்து ஏறி அமர வைத்தான். அகிலுக்கு எதுவும் புரியவில்லை.

"எதுக்கு என்னை மட்டும் அழைச்சிட்டு வர்றீங்க...?"

"புலி கிட்டத்தில் இருக்கு... உங்களுக்கு ஏதாச்சும் ஒன்னுனா யாரும் பதில் சொல்ல முடியாது..."

"அப்போ மத்தவங்களுக்கு ஏதும் ஆகாதா...?"

"ஆகும்... ஆனா நாங்க எல்லாரும் வனத்துறையில வேலை பார்க்கறவங்க..."

அந்த இளைஞன் மிடுக்கான தோரணையில் முகத்தை வைத்துக்கொண்டு அகிலை பயமுறுத்தும்படி வேங்கைகள் குறித்து ஏதேதோ பேசினான். பின் சற்றுத்தள்ளிப் போய் ஓர் ஈரப்பாறை மீது அமர்ந்து கொண்டான். மிகுந்த எச்சரிக்கையுணர்ச்சியுடன் வனத்தின் நாலாத்திசையையும் கூர்ந்து கவனித்துக்கொண்டே இருந்தான். கடமான்கள் சேற்றுபாதையில் நிற்கும் ஜீப்புகளின் அருகில் வந்து மிரட்சியில்லாமல் பார்த்துவிட்டு நகர்ந்தன. அகில் மலைமுகட்டில் மோதும் வெண்முகில் கூட்டங்களையே பார்த்தபடியிருந்தான். சிந்தனைகள் எங்கெல்லாமோ போயிற்று. ஏனோ தேவையில்லாமல் அலைவதாகத் தோன்றியது. இவ்வளவு சிரமப்பட்டு எதற்காக வீரானைக் கண்டுபிடிக்க வேண்டும் என்கிற கேள்வியும் எழுந்தது. வீரான் வந்தாலும் தாத்தாவின் உயிர் பிரியும் என்பதற்கு எவ்வித உத்தரவாதமுமில்லை. வீரானே உயிரோடு இல்லாமல்

போயிருந்தால் அத்தனை முயற்சியும் வீணாகிவிடும் என்கிற அச்சமும் ஏற்பட்டது.

அகிலுக்கு நினைவலை அறுந்தபோது நல்ல பசி எடுத்திருந்தது. மலைமுகட்டில் உரசும் வெண்முகில்களின் நிறம் கருமையடைந்திருந்தது. சீக்கிரத்தில் மழையிறங்கும் அறிகுறி தெரிந்தது. வடக்குத்திசைக் காற்று குளிரும் ஈரப்பதமும் கலந்து வீசிற்று. நேரத்தை அனுமானிக்க முடியாதபடி ஆகாயம் இருண்டு கிடந்தது. கீழே பள்ளத்தாக்குப் பக்கம் புலிகள் உறுமின. மீண்டும் மழை இறங்கியபோது சைமன் ஜீப்புக்கு வந்து சேர்ந்தார். ஜீப் சேற்றுப்பாதையில் நகர்ந்தபின் அகில் கேட்டான்.

"இந்தப் புலிக்கு எப்பிடி சார் காயமாச்சு...?"

"இது ரெண்டு வருசமான ஆண்புலிக்குட்டி... இது இப்பதான் தாய்ப்புலியை பிரிஞ்சு தன்னோட வாழ்விடத்தை கண்டுபிடிக்க அலையுது... அப்படி வாழ்விடத்து தேடலின்போது ஏற்கனவே வாழ்விடத்தோட வசிக்கற முத்தின புலிகிட்ட மாட்டிக்குது... நான் சொல்லறது புரியுதா அகில்...?"

"புரியுது சார்... இப்ப மீதியை நானே சொல்லறேன் பாருங்க... இந்த புலிக்குட்டிக்கும் முத்தின புலிக்கும் பயங்கர சண்டை... இது என்னோட ஏரியா நீ உள்ள வராதீன்னு கடுச்சு குதறியிருது..."

"அதேதான்... இப்ப நாங்க இதை எங்க கஸ்டடியில வைத்து வைத்தியம் பார்ப்போம்... குணமானதும் வனத்துல புலி புழங்காத ஒரு இடத்தக் கண்டுபிடிச்சு கொண்டுபோய் விடுவோம்... அப்புறம் இந்த புலி சர்வவைல் பண்ணிக்கும்... அதாவது புலியோட எண்ணிக்கையை அதிகப்படுத்த நாங்களே இதுக்கு வனத்துல ஒரு வாழ்விடத்தை ஏற்படுத்திக் கொடுக்கறோம்... இப்ப எங்களோட வேலை என்னன்னு புரியுதா அகில்...?"

"கொஞ்சம் புரியுது சார்..."

சேற்றுப்பாதையில் மழைநீர் தேங்கியிருந்தது. மழையின் அடர்வும் கூடிக்கொண்டேயிருந்தது. வெளி இருள் சூழ்ந்துவிட்டது. ஜீப் பசுமரங்கள் நிறைந்த மலையடிவாரத்து வனப்பாதைக்கு மாறி பயணித்தது. யானைகள் வனப்பாதையைக் கடந்து போயின. ஜீப் நின்று நகர்ந்தது காட்டுப்பன்றிகள் ஜீப்பின் விளக்கொளியில் தடுமாறி நின்று நகர்ந்தோடின. ஜீப் அரசுப் பயணியர் விடுதியின் சாயல் கொண்ட ஓர் வீட்டின் முன் நின்றது. மின்சாரம் எங்கும் இல்லை. காற்றும் விசையுடன் மரங்களை சுழன்றடித்தது. ஜீப்பிலிருந்து இறங்கிய அகிலை

சைமன் வீட்டிக்குள் அழைத்துப் போனார். வீடு மெழுகுவர்த்திகளின் ஒளி நிரம்பி நிசப்தமாக கிடந்தது.

"ஃபாத்திமா... ஃபாத்திமா..."

உள்ளறைக் கதவுக்குப் பின்னிருந்து கழுத்தில் சிலுவை டாலர் அசைய நடுத்தர வயது பெண்மணி வெளிப்பட்டாள். அகிலை கைகூப்பி வணங்கி வரவேற்றாள். அகிலும் வணங்கினான். சைமன் அகிலை இன்னொரு உள்ளறைக்கு அழைத்துப் போனார். கட்டிலில் படுத்திருந்த டேனியல் பாதிரியார் ஆழ்ந்த உறக்கத்தில் இருப்பது தெரிந்தது. கழுத்துவரை போர்த்திப் படுத்திருந்ததால் அவரின் சுருக்கங்களோடிய வயோதிக முகத்தை மட்டுமே பார்க்க முடிந்தது.

"அப்பா மாத்திரை போட்டுட்டு நல்லா தூங்கிட்டாரு... காலையில சந்திக்க வெக்கறேன்..."

இருவரும் அறையைவிட்டு வெளியே வந்தனர். இரவு உணவாக ஃபாத்திமா சப்பாத்திக்கு கோழிக்கறிக் குழம்பு பரிமாறினாள். காரம் தூக்கலாக இருந்தது. வீட்டில் குழந்தைகள் இருப்பதற்கான அரவமில்லை. மழை முற்றிலும் ஓய்ந்துவிட்டது. சைமன் அகிலை வீட்டின் பின்புற அறையொன்றில் படுக்க வைத்தார்.

"அகில் ராத்திரியில் தேவையில்லாம கதவ தெறந்து வீட்டுக்கு வெளியே போகாதீங்க... இங்க புலி, சிறுத்தை, யானை, கரடீன்னு நடமாடும்..."

அகில் சரியென்று தலையசைத்தான். சைமன் அறையிலிருந்து வெளியேறி போய்விட்டார். அகில் கட்டிலில் ஏறி படுத்தான். புரண்டு படுக்கும்போது கட்டில் ஓசையிட்டது. சுவரில் பல்லிகள் சகுனிக்கும் ஒலி கனீர் கனீரென்று கேட்டுக் கொண்டேயிருந்தது. காலையில் டேனியல் பாதிரியார் வீரானின் முகவரி கொடுத்துவிட்டால் வந்த காரியம் சுலபமாக முடிந்துவிடும் என எண்ணமிட்டான். நடுச்சாமத்திற்குப்பின் எப்படியோ உறங்கிப் போனான்.

மறுதினம் மயில்கள் அகவும் ஓசை கேட்டு விழித்தெழுந்தான். வலைசன்னலுக்கு வெளியே அடர்வனக்காட்டில் ஏறுவெயில் பரவியிருந்தது. சைமன் வந்து அகிலை டேனியல் பாதிரியார் அறைக்கு கூட்டிப் போனார்.

"நீங்க தாராபுரத்திலிருந்து வந்திருக்கிறதை பத்தி சொன்னபோது அப்பா சந்தோசப்பட்டாரு..."

டேனியல் பாதிரியார் கட்டிலில் இருந்து எழுந்து உட்கார்ந்திருந்தார். தொன்னூறு வயதுக்கு மேலிருக்கும் முதுமை தோற்றம். அகில் கிட்டத்தில் நெருங்கியதும் நடுங்கும் கைகளால் சிலுவையிட்டு ஆசீர்வாதம் செய்தார். அகில் பிரம்பு நாற்காலியில் டேனியல் பாதிரியாரின் எதிராக உட்கார்ந்தான். சைமன் நின்றுகொண்டே இருந்தார். அகில் தன் தாத்தாவின் நிலைமையையும் வீரானை தேடிவந்த விசயத்தையும் சுருக்கமாகச் சொல்லி முடித்தான். எல்லாம் கேட்டபின் டேனியல் பாதிரியாரிடம் எவ்வித உணர்வுப் பிரவாகமில்லை. மெல்லிய புன்னகை மட்டுமே விரிந்தது. மௌனமாகவே இருந்தார். மறுபடியும் நடுங்கும் கைகளால் சிலுவையிட்டு அகிலை ஆசீர்வாதம் செய்தார். அகிலுக்கு உற்சாகமெல்லாம் வடிந்து போனது. எழுந்து சைமனோடு முன்னறைக்கு வந்தான்.

"அப்பா... இப்போவெல்லாம் இப்பிடித்தான் ஆகிடறாரு... அது ஏன்னு தெரியல... ஒருசமயம் வயது முதிர்ச்சியால இருக்கலாம்..."

இளமதியத்தில் சைமன் கடிபட்ட வேங்கை விசயமாக அந்த இளைஞனோடு ஜீப்பில் ஏறி வனத்துக்கு புறப்பட்டு சென்றார். அகில் மீண்டும் இருமுறை உள்ளறைக்கு போய் டேனியல் பாதிரியாரிடம் பேசிப் பார்த்தான். அகிலின் பேச்சை டேனியல் பாதிரியார் துல்லியமாக உள்வாங்கிக் கொள்ளவில்லை. காலையில் செய்தது போலவே சிலுவையிட்டு ஆசீர்வாதம் செய்ய ஆரம்பித்தார். அகில் நம்பிக்கை இழக்கவில்லை. இந்த தினம் வெறுமனே கழிந்துபோன வருத்தம் மட்டுமிருந்தது. மறுதினமும் விடியக்காலையிலேயே சைமன் கடிபட்ட வேங்கை விசயமாக வனத்துக்குப் போய்விட்டார். அகில் மிகப்பொறுமையாக டேனியல் பாதிரியாரிடம் போய் ஆரம்பத்திலிருந்து ஒவ்வொன்றாக சொல்ல தொடங்கினான். டேனியல் பாதிரியார் முன்தினம் செய்த செயலையே திரும்பவும் செய்தார். அகில் எரிச்சல் அடைந்தான். நெடுந்தூரம் பயணம் செய்து வந்தது வீண் என்று தோன்றியது. சைமன் ஏன் டேனியல் பாதிரியாரின் உண்மையான நிலைமையை தன்னிடம் சொல்லாமல் மறைத்தார் என கோபம் கூட எழுந்தது.

அகில் முன்னறைக்கு வந்து சோபாவில் அமைதியாக அமர்ந்து கொண்டான். ஆங்கில நாளிதழ்களை வாசித்தபடி நேரத்தைக் கடத்த முயன்றான். வனத்தின் மேல் உச்சி வெயில் பரவியிருந்தது. மதியஉணவுக்கு பின் ஃபாத்திமா இன்னொரு உள்ளறை கதவை திறந்து உள்ளே கூட்டிப் போனார். அந்த அறை எங்கும் மரஅலமாரியில் புத்தகங்கள் நேர்த்தியாக அடுக்கி வைக்கப்பட்டிருந்தன. பெரும்பாலும்

ஆங்கிலப் புத்தகங்களும் கன்னடப் புத்தகங்களுமே தென்பட்டன. தமிழ் புத்தகங்கள் குறைவாகவே இருந்தன.

"இது அவரு படிக்கறதுக்கும் எழுதறதுக்கும் வெச்சிருக்கற ரூம்..."

"சார்... எழுதுவாரா...?"

"ஆமாம்... புலிகள பத்தி நெறைய புத்தகம் எழுதியிருக்கறாரு..."

ஃபாத்திமாவின் கண்களில் ஒருவித பெருமித உணர்வு இருந்தது. ஃபாத்திமா அலமாரியின் மேலடுக்கில் துலாவி சில ஆங்கில புத்தகங்களை உறுவி எடுத்து மேசைமீது வைத்தாள்.

"இது எல்லாம் அவரு எழுதின புத்தகம்..."

முதல் புத்தகத்தின் முன்அட்டையில் வேங்கை ஒன்று கம்பீரமாக வனத்தில் நடக்கும் புகைப்படத்தின் மீது *'Tigers - A Brief Look into the Future'* என்கிற தலைப்பு அச்சிடப்பட்டிருந்தது. அகில் அத்தலைப்பை வேங்கையின் எதிர்காலம் என அர்த்தப்படுத்தினான். பின்அட்டையில் இளமையான சைமனின் சிரித்த புகைப்படத்துடன் சைமன் குறித்த சுருக்கமான விவரம் அச்சிடப்பட்டிருந்தது. அகில் அடுத்த புத்தகத்தினை எடுத்தான். முன்அட்டையில் குழல்துப்பாக்கி இரத்தம் சொட்ட நீட்டிக்கொண்டிருக்க வேங்கை ஒன்று தரையில் சுட்டு வீழ்த்தப்பட்டுக் கிடந்த சித்திரம் தீட்டப்பட்டு அதன் மேல்விளிம்பில் புத்தகத் தலைப்பு *'Save The Tigers - Methods to save the Wild Beast from Illegal Poachers'* என அச்சிடப்பட்டிருந்தது. அகில் சில தாள்களை புரட்டினான். புலி வேட்டைக்காரர்களிடமிருந்து புலிகளை பாதுகாக்கும் வழிமுறைகளை சைமன் பல்வேறு தலைப்பில் கட்டுரையாக எழுதியிருந்தார். அகில் அதற்கடுத்த புத்தகத்தை எடுத்து பார்த்தான். இதன் முன்அட்டையில் தற்போதைய தோற்றத்தில் சைமன் வேங்கை ஒன்றோடு உரசியபடி நிற்கும் புகைப்படம். *'How to Preserve a habitat for the Jungle Cat?'* என்பது புத்தகத்தின் தலைப்பு. இப்புத்தகத்தில் சைமன் வேங்கைகளுக்கு வாழ்விட வனங்களை நல்குவது எப்படி? என்று உலகலாவிய கண்ணோட்டத்தில் எழுதியிருந்தார். கடைசியாக *'Tail of the Tiger'* - புலிவால் என்று பொருள்படும் மிகச்சிறிய புத்தகம். புலிகளின் வாழ்வை இந்திய பருவகாலங்களோடு ஒப்பிட்டு சுருக்கமாக சைமன் எழுதிய ஒன்பது கட்டுரைகள் இடம்பெற்றிருந்தன. எல்லாம் பிரபல ஆங்கில இதழ்களில் வெளிவந்தவை. சைமன் இவ்வளவு பெரிய ஆளுமையாக இருந்தும் தன்னிடம் எவ்வித மேதமையையும் வெளிக்காட்டிக் கொள்ளாமல் எதார்த்த சுபாவத்துடனேயே பழகியிருக்கிறார் என நினைத்து ஆச்சரியப்பட்டான்.

அகிலுக்கு வேங்கைகளைப் பற்றிய தகவல் கலைஞ்சியம் போன்ற இந்த புத்தகங்களை எல்லாம் வாசிக்கும் மனநிலை துளியும் இல்லை. சைமன் தன்னுடைய சொந்த அனுபவங்களின் வழி கண்டடைந்த விசயங்களை தொகுத்து சுவாராசியமாக எழுதியிருக்கிறார். ஃபாத்திமா கவனித்தபடி இருந்ததால் மிகுந்த ஆர்வத்துடன் புத்தகங்களை பார்ப்பதுபோல் காட்டிக் கொண்டான்.

“இப்ப ஒரு புத்தகம் எழுதி முடிச்சிருக்காரு... இவரோட கூட வேல பாக்கறவங்க எல்லாம் இந்த புத்தகத்தை வெளியிட வேண்டாமுன்னு சொல்லறாங்க... மீறி வெளியிட்டா... இவரோட வேலயே போயிருமுன்னு பயப்படறாங்க...”

ஃபாத்திமா ஆங்கிலத்தில் தட்டச்சு செய்த ஒரு கற்றை வெள்ளைத்தாளை காட்டினார். அவை சைமன் திருத்தம் செய்வதற்காக வைத்திருந்த தாள்கள். முதல் தாளில் *‘Loss of jungle and habitat - A Case study of Meghadhadhu Dam and its impact on animals’* என்று தலைப்பு இருந்தது.

“மேகதாது அணையினால் வாழ்விடங்களை இழக்கும் வன உயிரிகள் அப்படீங்கற பேர்ல இவரே இதை தமிழிலியும் எழுதி முடிச்சிருக்கறாரு... கூடிய சீக்கிரத்துல சென்னையில வெளியிட்டுருவாருன்னு நெனைக்கறேன்...”

அகில் ஆமோதிக்கும் தொனியில் தலையசைத்தான். சற்றுநேரத்துக்குப் பின் ஃபாத்திமா மரப்பீரோவைத் திறந்து வேறு சில பழைய நாற்குறிப்பேடுகளை எடுத்துக் கொடுத்தாள்.

“இது அத்தனையும் மாமா எழுதி வெச்சிருந்த டைரிக... எதுக்கும் படிச்சு பாருங்க... நீங்க தேடி வந்தவறப் பத்தி ஏதாச்சும் தகவல் கெடைக்கலாம்...”

ஃபாத்திமா வெளியேறிப் போன பின்னர் அகில் அந்த நாற்குறிப்பேடுகளை நோட்டமிட்டான். மொத்தம் ஆறு நாற்குறிப்பேடுகள் இருந்தன. எல்லாம் ஒரே பக்க அளவும் ஒரே சாயலும் கொண்டவை. தேதிகள் வரிசைக்கிரமாக குறிப்பிடப்படவில்லை. நிறைய கிருஸ்துவப் பெயர்களும் சுவிசேசப் பொன்மொழிகளுமாக எழுதி நிரப்பப்பட்டிருந்தன. தெளிவான கையெழுத்தும் கிடையாது. அகில் வேறுவழியில்லாமல் மேலோட்டமாக நாற்குறிப்பேடுகளை வாசிக்க முயன்றான்.

இந்த ஆறு நாற்குறிப்பேடுகளிலும் எதுவும் தேராது என தோன்றிவிட்டது. இங்கிருந்து நாட்களைக் கடத்துவது காலவிரயம்தான். நாளையே

ஊர் செல்லும் முடிவுக்கும் வந்துவிட்டான். ஏதோ பனைமரத்து முனீஸ்வரன் கோவில் பூசாரி பேச்சை கேட்டு தப்புக் கணக்குப் போட்டுவிட்டதாகவும் நினைத்தான். முத்துச்சாமி தாத்தாவின் நிராசை ஒன்றைக் கண்டுபிடித்து நிறைவேற்றினால் அந்திம காலத்தில் ஊசலாடும் உயிர் பிரியும் என்பதற்கும் எவ்வித உத்தரவாதமும் இல்லை. வாழ்வில் முட்டாள்தனமான முடிவெடுப்பது எல்லோருக்கும் இயல்பு. தானும் அப்படிப்பட்ட ஓர் அபத்த முடிவு எடுத்ததிற்காக வருந்தினான். இன்னொரு பக்கம் இனியாவின் பிரிவைத்தான் தாங்கிக்கொள்ள முடியவில்லை. இனியாவுக்காகத்தான் இத்தனையும் செய்து பார்த்தான். இனியாவை குறித்து நினைத்ததும் இந்த நாற்குறிப்பேடுகளை வாசிக்கும் மனநிலை போய்விட்டது. மேசையின் மீது முகத்தை கவிழ்த்து கண்களை மூடிக் கொண்டான்.

அலைபேசி ஒலித்தபோதுதான் அகில் உறங்கிவிட்டதை உணர்ந்தான். வலைசன்னலுக்கு வெளியே தேக்குமரங்களின் மீது அந்தி வெயில் படர்ந்திருந்தது.

"சொல்லு இனியா..."

"எங்கிருக்கீங்க...?"

"பெங்களூருல..."

"என்ன விசயம்...?"

அகில் ஒருகணம் யோசித்துவிட்டுப் பொய் சொன்னான்.

"ஆபீஸ் விசயமா போயிருக்கேன்..."

"அதுசரி... இங்க என்ன நடக்குதுன்னு தெரியுமா...?"

"சொன்னாத்தானே தெரியும்...?"

"அப்பா அந்த சாதகத்தையும் என்னோட சாதகத்தையும் குலதெய்வ கோயில்ல வெச்சு பூ கேட்டாரு... சாமி பூ குடுத்துருச்சு..."

இனியா அழத் துவங்கிவிட்டாள். அகிலுக்கு எப்படி ஆறுதல் படுத்துவது என்று தெரியவில்லை. தனக்கு கூட அழுகை வந்துவிடும் என்று தோன்றியது.

"தாத்தா இப்பிடி பழிவாங்குவாருன்னு ஆரு கண்டது இனியா..."

இனியா அழுகையை நிறுத்தி திடீரென கோபப்பட்டாள்.

“உங்களுக்கு எதுவொன்னுக்கும் தாத்தா மேல பழிய போட வேண்டியது... எங்க அப்பாகிட்ட வந்து நேராப்பேச தைரியமில்ல...”

“அப்படி நெனைக்கல இனியா... ஊர் வந்ததும் உங்க அப்பாகிட்ட பேசறேன்...”

“நீங்க வந்து பேசறதுக்குள்ள இங்க எல்லாக் காரியமும் முடிஞ்சிரும்... இனி நானும் உங்களுக்கு போன் பண்ணமாட்டேன்... என்னை மறந்திருங்க...”

அகிலுக்கு ஏனோ ஆத்திரம் மூண்டது.

“இங்க பாரு இனியா... நான் ஏதோ உன்னோட லவ்வர் மாதிரியும் இப்ப நானு உன்னைக் கைவிட்டது மாதிரியும் நெனைச்சுப் மெரட்டுறே... மொதல்ல ஒன்னு புரிஞ்சுக்க... நானு உன்னோட லவ்வர் கெடையாது... உன்னை பொண்ணுப் பாக்க வந்த மாப்பிள்ளை... அவ்வளவுதான்... பேசறதுக்கு ஒரு லிமிட் இருக்கு...”

உடனே எதிர்முனையில் அலைபேசி துண்டிக்கப்பட்டது. அகிலுக்கு இனியாவிடம் சுயப்பிரக்ஞையில்லாமல் ஆத்திரப் பட்டிருக்கக் கூடாது என்று தோன்றியது. இப்போது வருந்தி புரையோசனம் இல்லையென்றும் உரைத்தது. இனியாவை முற்றாக துறக்கும் நிலையை நினைத்துக் கூடப் பார்க்க முடியவில்லை. மனதின் அடியாழத்தில் இனியா தனக்கு நிச்சயக்கப்பட்ட பெண் என்கிற பிம்பமே நிறைந்திருந்தது. அதேநேரம் இனியாவை இழந்துவிடுவோம் என்கிற அச்சமும் பதற்றமும் அலைக்கழித்து வேதனைப்படுத்தியது. அகில் இருள் சூழும் வரை அதே இடத்தில் உட்கார்ந்து இனியாவின் ஞாபகத்தில் மூழ்கிக் கிடந்தான். மனதுக்குள் குழப்பங்கள் சேர்ந்தனவே தவிர எவ்விதத் தீர்வும் கிடைக்கவில்லை. அப்போதுதான் அகில் வலைசன்னலுக்கு வெளியே அடர்ந்த இருளில் மழை பெய்து கொண்டிருப்பதைக் கவனித்தான். சைமனோடு சேர்ந்து இரவு உணவு முடித்து முன்னறைக்கு வந்து அமர்ந்ததும் சொன்னான்.

“வெடியால நானு ஊருக்கு பொறப்படலாமுன்னு இருக்கேன் சார்...?”

“ஓ சாரி அகில்... நான் என்னோட வொர்க் பிஸியில... உங்க பிரச்சனையையே கேட்க மறந்துட்டேன்... நீங்க ஏதோ எங்க அப்பாவ பார்க்க வந்திருக்கீங்கன்னு மட்டும் நெனைச்சு கண்டுக்காமையும் விட்டுட்டேன்... இப்ப நீங்க ஊருக்கு போகிறேன்னு சொன்னதும்தான் எனக்கே உறைக்குது... உங்க பிரச்சனையை எங்க அப்பா தீர்த்து வெச்சுட்டாரா...?”

"இல்ல சார்...?"

"என்ன சொல்லறீங்க அகில்...?"

"ஆமாங்க சார்... அதுக்கு இங்க தீர்வு கெடைக்காது...?"

சைமன் அகிலை உற்றுப் பார்த்தார். பின் வாசற்புறத்தில் கனத்து பெய்யும் மழை மீது பார்வையை செலுத்தினார். அகில் பின்னறைக்கு போக எழுந்தான். சைமன் தணிந்த குரலில் பேசினார்.

"நான் இன்னொருமுறை உங்ககிட்ட சாரி கேட்டுக்கறேன் அகில்... நீங்க பிரியப்பட்டா உங்க பிரச்சனை என்னன்னு எனக்கு சொல்லலாம்...?"

அகில் மீண்டும் சைமனுக்கு எதிராக அமர்ந்தான். அகில் முத்துச்சாமி தாத்தாவின் தற்போதைய நிலைமை குறித்து முதலில் சொன்னான். பின் வீரானைத் தேடி வந்த விசயத்தையும் சொல்லி முடித்தான். சைமன் எவ்வித உணர்வும் காட்டவில்லை. தீவிரமாக எதையோ யோசிக்கத் தொடங்கினார். சிறுமௌனம் கடந்தோடியது.

"எனக்கு உங்க தாத்தா முத்துச்சாமி வாத்தியாரையும் தெரியும்... நீங்க தேடிக்கிட்டிருக்கிற வீரானையும் தெரியும் அகில்..."

அகிலுக்கு மற்றொரு கதவு திறந்ததாகப்பட்டது. கண்கள் பூரிக்க சைமனையே பார்த்தபடியிருந்தான். வெளியே வாசற்புறத்தில் மழையை காற்று சுழன்றடிக்கும் ஓசை கேட்கத் துவங்கியது.

○○○

# 9

மண்புழுதிச் சாலையின் குறுக்காக வெள்ளெலிகள் ஓடின. வழியோரமாக தங்கரளிப் புதர்களின் பழுப்பு இலைகள் உதிரும் ஓசை துல்லியமாகக் கேட்டது. வீரானின் காலடியில் மண்புழுதி பறந்தது. செங்காட்டூரின் தலைவாசல் போய் உள்நுழைய அச்சம் ஏற்பட்டது. நடையின் திசையை மாற்றிக் கொண்டார். ஊரின் மேற்குப்புறத்திற்கு போய் நின்றார். ஒருபோதும் சாமக்கோடாங்கி ஊரின் புறவழியில் நுழையமாட்டான் என்று பட்டக்காரக் கோடாங்கி சொன்னது ஞாபகம் வந்தது. இப்போது வேறுவழி புலப்படவில்லை. வீரான் நெடுவீதியை தேடினார். நடுநிசி இருளுக்குள் நெடுவீதிகள் பாழிடம் போன்று கிடந்தன. வீடுகளின் தினுசும் மாறியிருந்தன. வீட்டின் வெளிமுகப்புகள் பழைய சாயலற்று இருந்தன. வீரான் சிற்றுடுக்கையை இடதுகை விரல்களால் நாம்பிப் பிடித்தார். வலதுகை விரல்கள் இசைப்பதற்குத் தயாராகின. ஏனோ இசைப்பதற்குத் தயக்கமாக இருந்தது. பட்டக்காரக் கோடாங்கியின் சொல் தவறுவதுபோல் குற்றவுணர்வு ஏற்பட்டது. வீரான் வெகுநேரம் செயலற்று நின்றுகொண்டே இருந்தார். ஜக்கம்மா தேவி இதுவரை தீயசகுனம் எதுவும் காட்டவில்லை. இருப்பினும் கண்முன் விரிந்த நெடுவீதியில் நுழைய கால்கள் தயங்கின. மறுபடியும் மனம் அச்சம் கொண்டு பின்வாங்கியது. வீரான் ஜக்கம்மா தேவியிடம் வேண்டினார்.

> “ஜக்கம்மா தேவியே... இப்போதே... இங்கேயே... அனல் வளையங்கள காட்டு...”

வீரான் எட்டுத்திக்கும் உற்றுப் பார்த்துக் கொண்டேயிருந்தார். எங்கும் அனல் வளையங்கள் தோன்றிச் சுழலவில்லை. நேரம் கடந்தோடியது.

○○○

பட்டக்காரக் கோடாங்கி தான் குறிகூறச் செல்லும் எல்லா ஊர்களுக்குமே வீரானை கூட்டிக்கொண்டே திரிந்தார். வீரானும் சீடனாய் மாறிப் போனான். வாரத்தில் நான்கு தினங்களாவது சாமக்கோடாங்கியாக ரூபம் தறித்தான். பட்டக்காரக் கோடாங்கியோடு அருகில் ஊர்களுக்குப் போய் வந்து கொண்டிருந்தான். பகலில் பட்டக்காரக் கோடாங்கி செய்யும் பரிகாரத்தில் ஒத்தாசையாக இருந்தான். கைரேகை பார்ப்பதிலும், தோஷம் கழித்தலிலும் உடனிருந்தான். நாட்களும் விரைந்து கடந்தன.

அன்று வீரானும் பட்டக்காரக் கோடாங்கியும் கோவில்பாளையத்தில் குறிசொல்லிவிட்டு ஊருக்குத் திரும்பி வந்தனர். ஊர் விழித்தெழாத முன்வைகறை. வீதியெங்கும் உறைந்துபோன அலாதி அமைதி. வீரான் வீட்டுவாசலில் முத்துச்சாமி வாத்தியாரின் மிதிவண்டி நிற்பதைக் கண்டான். சில தப்படிகள் முன்னே எட்டிவைத்த பட்டக்காரக் கோடாங்கியும் நின்றார்.

"அடேய் அப்புனு... இந்த மனுசன் உன்னப் பள்ளிக்கோடம் கூட்டிட்டு போகத்தான் வந்திருக்காரு... நாம வாத்தியார எதுர்க்க முடியாது... நீ போயி காட்டுக்குள்ள ஓடி ஒளுஞ்சுக்க... நானு வாத்தியார சமாளிச்சு அனுப்புச்சுக்கிறேன்..."

வீரான் திரும்பி மண்சுவர்களிடையே புகுந்து ஓடினான். ஊரின் கிழக்குத் திசையில் குளத்துப் பனைச்சால் கடந்து வெளியேறினான். வடக்கே திரும்பி முனியப்பிச்சியின் ஆலமரத்திண்ணையும் தாண்டி இருளில் ஓடினான். மண் இட்டேரிக் கிளுவை வேலியோரங்களில் கதுவேலிகள் பதுங்கிப் பதுங்கி ஓடிப் பறந்தன. தோட்டவெளிகளுக்குள் நுழைந்தான். அருகம்புற்கள் காய்ந்த பொழியில் ஏறி நடந்தான். கீழ்ஆகாயத்தில் இருள் பிரிந்து கொண்டிருந்தது. பாங்கிணற்று மேட்டோரம் புழங்காத மாட்டுக் கட்டுத்தரை இருந்தது. பூவரசுமரப் புடைப்பு வேர்க்காலில் காய்ந்த மாட்டுச்சாணம் நிலத்தோடு அப்பிக் கிடந்தது. வீரான் தரையில் உட்கார்ந்து கொண்டான். அருகில் கதுவேலிகள் குரலிடத் தொடங்கின. விடிந்து வெயில் ஏறியபின் எழுந்து வீட்டுக்கு வந்தான். சாணம் தெளித்த வாசலில் முத்துச்சாமி வாத்தியார் திரும்பிப் போனதற்கான மிதிவண்டித் தாரை படிந்திருந்தது. அம்மாக்காரியைக் காணவில்லை. மண்ணடுப்பின் மேலே ஈயச்சட்டியில் கம்பஞ்சோறு கரைத்து வைக்கப்பட்டிருந்தது. வீரான் எடுத்து அன்னாக்குவிட்டு குடித்தான். பசியடங்கியதும் மண்சுத்திண்ணையில் கையை தலைக்கு அணைகொடுத்துப் படுத்துக் கொண்டான்.

அன்றிரவு மறுபடியும் வீரான் சாமக்கோடாங்கியாக ரூபம் தறித்தான். முதல்சாமத்தில் பட்டக்காரக் கோடாங்கியோடு மேற்குத்திசை ஊர்களுக்குப் பயணப்பட்டான். பட்டக்காரக் கோடாங்கி ஆள் எதிர்படாத வழியில் கூட்டிப் போனார். குள்ளநரிகள் மிக அருகில் ஊளையிட்டன. அரிதாக அலங்குகளும் முள்ளெலிகளும் இரைதேடித் திரிந்தன. குடைச்சீத்தை மரங்கள் கவிழ்ந்த கற்றாழைமேட்டில் ஏறி நடந்தனர். ஒரு மொடக்கில் முத்துச்சாமி வாத்தியார் மிதிவண்டியோடு எதிரில் நின்றார். ஒருகணம் வீரான் திகைத்துப் போனான். தப்பிக்கும் வழிப் பற்றி யோசித்தான். ஒற்றைக்கால் மண்தடத்தின் இருமருங்கும் கற்றாழை மடல்கள் முள்நுனியோடு ஆகாயம் நோக்கி நிமிர்ந்து

நின்றன. தாவிக் குதித்துத் தப்பிக்கச் சாத்தியமில்லை. முன்னால் நடந்த பட்டக்காரக் கோடாங்கி மெதுவாக அடியெடுத்து வைத்து மிதிவண்டியை நெருங்கினார். முத்துச்சாமி வாத்தியார் சினம் மிகுந்து கத்தினார்.

"பெரியவனே... நீதான் பள்ளிக்கோடம் வர்ற பய்யன கெடுக்கறே..."

"அப்பிடி அபாண்டமா அபகீர்த்தி சொல்லாதீங்க சாமீ..."

பட்டக்காரக் கோடாங்கி முத்துச்சாமி வாத்தியாரை நேராகப் பார்க்கும் திராணியின்றி தலை கவிழ்ந்தார். முத்துசாமி வாத்தியார் வீரானைப் பார்த்தார். வீரான் சுதாரித்துக் கொண்டான். திரும்பி வந்தவழியே ஓட ஆரம்பித்தான்.

"அடேய் ஓடாதே... ஓடாதே... நா உன்ன ஒன்னுஞ் செஞ்சற மாட்டேன்..."

முத்துச்சாமி வாத்தியார் சப்தமிடுவது கேட்டது. வீரான் பொருட் படுத்தவில்லை. ஒற்றைக்கால் மண்தடத்தில் திரும்பிப் பார்க்காமல் ஓடிக் கொண்டேயிருந்தான். கற்றாழைப் புதர்கள் தாழ்ந்த இடம் பார்த்து அல்லையில் தாண்டிக் குதித்தான். குடைச்சீத்தை மரங்களினூடே புகுந்து புகுந்து ஓடினான். குடைச்சீத்தை முள்வாதுக்குள் கூடுகட்டி அணைந்திருந்த தவிட்டுப்புறாக்களும் மணிப்புறாக்களும் மிரண்டு சிறகடித்துப் பறந்தன. வீரானுக்கு மூச்சிரைத்தது. இருளில் வெகுதூரம் வந்துவிட்டதாய்பட்டது. நின்று சுற்றும் முற்றும் பார்த்தான். கற்றாழைமேடு ஏகாந்தமாகக் கிடந்தது. பயமும் நடுக்கமும் தணிவதற்காக அதே இடத்தில் நின்று கொண்டேயிருந்தான். நெற்றி வேர்த்துக் கொட்டியது.

"வீரானே... அப்புனு வீரானே..."

ஒற்றைக்கால் மண்தடத்துப் பக்கமிருந்து பட்டக்காரக் கோடாங்கி கூப்பிடுவது கேட்டது. வீரான் பதிலளிக்கவேயில்லை. அதே இடத்தில் சலனமின்றி நின்று கொண்டேயிருந்தான். பட்டக்காரக் கோடாங்கி கூப்பிட்டுக் கொண்டேயிருந்தார். கொண்டைச்சின்னான் குருவிகள் அபயக்குரலிட்டு காட்டுக் குருவிகளை எச்சரித்தன. மயில்கள் இருப்புக் கொள்ளாமல் அகவின. குடைச்சீத்தைவெளியின் ஜீவராசிகள் மொத்தமும் விழித்துக் கொண்டன. நேரம் செல்லச்செல்ல பட்டக்காரக் கோடாங்கியின் கூப்பாடால் கற்றாழைமேடே கலங்கிற்று. வீரானுக்கு என்ன செய்வதென்று தெரியவில்லை. இருளுக்குள் கூப்பாடு வந்த திக்கையே உற்று நோக்கிக் கொண்டிருந்தான். கூப்பாடு நெருங்கி

நெருங்கி வந்தது. திடீரென கூப்பாடு ஓய்ந்து போனது. பட்டக்காரக் கோடாங்கி நிழலுருவாய் எதிரில் வந்து நின்றார்.

"நானு வாத்தியார சமாதானப்படுத்தி போக வெச்சுட்டேன்... வா அப்புனு நாம ஊருக்கு போலாம்..."

வீரான் நிம்மதி அடைந்தான். பட்டக்காரக் கோடாங்கியின் பின்னே நடந்தான். கற்றாழைப்புதர்கள் தாண்டி ஒற்றைக்கால் மண்தடம் வரும்வரை இருவரும் எதுவும் பேசிக் கொள்ளவில்லை. வந்தவழியே ஊரைப் பார்த்து நடந்தனர். குறிகூறப் போகாதது இருவருக்குமே வருத்தத்தைத் தந்தது. கற்றாழைமேடெங்கும் மூன்றாம் சாமத்தின் குளிர் பரவிவிட்டது. எங்கோ தூரமாக குடைச்சீத்தைக்குள் கழுகாந்தை குடுகி காட்டின் அமைதியைக் குலைத்தது. இருவரும் சமநிலத்திற்கு வந்தனர். ஊரை பார்த்து விரைசலாக நடந்தனர். ஒரு திருப்பத்தில் மறுபடியும் முத்துச்சாமி வாத்தியார் மிதிவண்டியுடன் எதிரே குறுக்காட்டி நின்றார்.

வீரானுக்கு உள்ளூர அச்சம் எடுத்தது. தனக்குப் பின்னால் பட்டக்காரக் கோடாங்கி. முன்னால் எட்டிப் பிடிக்கும் தூரத்தில் முத்துச்சாமி வாத்தியார். இட்டேரியின் இருமருங்கும் அடர்ந்த கிளுவை வேலி. இந்தமுறை தப்பிச் செல்லும் சாத்தியமேயில்லை. சட்டென வீரான் திரும்பி கற்றாழைமேட்டை நோக்கி ஓட எத்தனித்தான். பட்டக்காரக் கோடாங்கி வழிமறித்து நின்றார்.

"சாமி மளாருன்னு வந்து புடிச்சுக்குங்க... நழுவிட்டானா... அப்பொறம் என்னக் கொற சொல்லப்படாது..."

வீரான் சுதாரிக்குமுன் முத்துச்சாமி வாத்தியாரின் வழுவான கைகள் வளைத்துப் பிடித்தன. இழுத்துபோய் மிதிவண்டியின் முன்சட்டத்தில் ஏற்றி அமர வைத்தன. பட்டக்காரக் கோடாங்கி மிரட்டினார்.

"சைக்கிளு ஒலட்டாம இருக்கனுமின்னா... ஒலுங்கு மொறயா குதரப்பொச்சாம் போட்டுக் உக்காரு அப்புனு..."

பட்டக்காரக் கோடாங்கி முத்துச்சாமி வாத்தியாரை கையெடுத்துக் கும்பிட்டார். ஊரை பார்த்து இட்டேரியில் தனித்து நடந்தார். இருளில் கற்றாழைமேட்டை நோக்கி மிதிவண்டியை உருட்டிப் போன முத்துசாமி வாத்தியார் சட்டென ஏறி அழுத்தினார். வீரான் சப்தநாடியும் ஒடுங்கிப்போய் நடுக்கத்துடன் மிதிவண்டியில் அமர்ந்திருந்தான். இனி தப்பிக்க முடியாது என்று தெரிந்துவிட்டது. பொங்கிவந்த ஆத்திரத்தை கட்டுப்படுத்திக் கொண்டு முரண்டுப் பிடிக்காமல் இருந்தான். மிதிவண்டி கற்றாழைமேடிறங்கி குடைச்சீத்தைவெளிக்குள் இறங்கியது. எதிரே இருளில் தேவாங்கு மின்னும் கண்களுடன்

மண்தடத்தை மெதுவாகக் கடந்து மறைந்தது. முத்துசாமி வாத்தியார் மிதிவண்டியை விசையாக அழுத்தியபடியே ஆதங்கத்தோடு சொன்னார்.

"நீ படிச்சு முன்னேறலையின்னா ஊரப் பகைச்சுக்கிட்டு உங்கப்பன் ஓடிப் போனதற்கு எந்த புரயோசனமும் இல்லாம போயிரும்... புரிஞ்சுக்கடா..."

வீரான் பதிலேதும் பேசாமல் மௌனித்திருந்தான். இருளில் விரிந்து கிடந்த குடைச்சீத்தைவெளிக்குள் இட்டேரித்தடம் நெளிந்தோடியது. மறுதினம் ஏறுவெயில் படியும்போது மிதிவண்டி தாராபுரத்துக்குள் நுழைந்தது. இரவு பெய்த மழையின் ஈரம் தார்சாலை எங்கும் படிந்திருந்தது. வீரான் நிறைய வீடுகளும் கடைகளும் கொண்ட ஓர் ஊரை முதன்முறையாகப் பார்த்தான். எங்கும் சனங்களின் முகம். வாகன இரைச்சல்களும் சனங்களின் பேச்சரவங்களும் கேட்டபடியிருந்தன. அலோசியஸ் பெண்கள் மேல்நிலைப் பள்ளியின் முன் முத்துச்சாமி வாத்தியார் மிதிவண்டியை நிறுத்திப் பூட்டினார். கருங்கல் வாசற்படியேறிக் கம்பிக்கதவு கடந்து வீரானை உள்ளே கூட்டிப் போனார். விரிந்த பெரிய மைதானம். மைதானத்தைச் சுற்றிலும் வகுப்பறைக் கட்டிடங்கள். வகுப்பறைக்கு வெளியே தூண் முற்றம். தூண் முற்றத்தில் முத்துச்சாமி வாத்தியார் முன்னே நடந்தார். தண்டவாள மணியடித்தது. ஒரே சீருடையணிந்த நூற்றுக்கும் மேற்பட்ட மாணவிகள் மைதானத்தின் மத்தியில் குவிந்தனர். பிரார்த்தனைக் கூட்டம் தொடங்கியது. கன்னியாஸ்திரி ஆசிரியைகள் முதலில் பாடினர்.

முத்துச்சாமி வாத்தியார் தூணோரம் ஒதுங்கி நின்றார். வீரானுக்கு வேறொரு உலகத்தில் இருப்பதுபோல் இருந்தது. பிரார்த்தனை பாடல் முடிந்து மாணவிகள் கலைந்து வகுப்பறைக்குச் சென்றனர். மைதானம் வெறிச்சிட்டது. தூண் முற்றத்தில் முத்துச்சாமி வாத்தியார் மிண்டும் நடக்கத் தொடங்கினார். தலைமை கன்னியாஸ்திரி அறைக்கு முன்னே தயங்கி நின்றார். கொஞ்சநேரம் போனது. இளம் கன்னியாஸ்திரி வந்து உள்ளே அழைத்துப் போனார். சுவரில் சிலுவை சுமந்த யேசுநாதர் ஓவியம் தொங்கியது. தலைமைக் கன்னியாஸ்திரிக்கு எதிரே மரநாற்காலியில் முத்துச்சாமி வாத்தியார் அமர்ந்து கொண்டார். வீரான் கைகட்டி நின்று கொண்டான். இளம் கன்னியாஸ்திரி வெளியேறினார்.

"கோடாங்கிப் புள்ள... படிக்க பிரியப்படுது சிஸ்டர்..."

"அப்பா அம்மாவுக்கு சம்மதந்தானே...?"

"முழு சம்மதம் சிஸ்டர்..."

தலைமைக் கன்னியாஸ்திரி வீரானைப் பார்த்தார்.

"எங்க பள்ளிக்கூடத்துல படிக்க... உனக்கு பிரியந்தானே தம்பி...?"

வீரானுக்கு தலைமைக் கன்னியாஸ்திரி கேட்பது புரியவில்லை. முத்துச்சாமி வாத்தியாருக்குப் பயந்து சம்மதம் என்று தலையசைத்தான். தலைமைக் கன்னியாஸ்திரி கதவுக்கு வெளியே நோக்கினார். இளம் கன்னியாஸ்திரி உள்ளே ஓடி வந்தார்.

"இவங்களை தேவாலயத்துக்கு அழைச்சுகிட்டு போங்க..."

தூண் முற்றத்தில் மீண்டும் நடந்தனர். வகுப்பறையில் மாணவிகளுக்குப் பாடம் நடந்து கொண்டிருந்தது. தென்கிழக்கு மூலையில் கீழே இறங்கிய வாசற்படிக்கு அப்பால் சிறு மைதானத்தில் தேவாலயம் இருந்தது. தேவாலயத்தின் வாசலில் செம்பூக்கள் உதிர்ந்து கிடந்த மலையரளி மரம் நிழலுடன் நின்றது. தேவாலயத்தின் வெளிமரக்கதவுகள் திறந்து கிடந்தன. மேடையில் சிலுவை சுமந்த யேசுநாதர் தெரிந்தார்.

"கொஞ்ச நேரத்துல டேனியல் பாதர் வந்துருவாரு... அவருகிட்ட பேசிக்குங்க..."

இளம் கன்னியாஸ்திரி திரும்பிப் போய்விட்டார். முத்துச்சாமி வாத்தியாரும் வீரானும் தேவாலய வாசலிலேயே நின்றனர். மழை வெயில் அனலாக இறங்கியது. மலையரளி நிழலுக்கு நகர்ந்து முத்துசாமி வாத்தியார் மௌனமாக நின்று கொண்டார். வீரான் வெயிலிலேயே நின்று சிலுவை சுமந்த யேசுநாதரையே நிச்சலனமாக பார்த்தபடி இருந்தான். யேசு மேல் ஒருவித பரிதாப உணர்ச்சி ஏற்பட்டது. வெயில் ஏற ஏற மனதை சோர்வு சூழ்ந்தது. நெடுநேரம் காத்திருப்பதான உணர்வு ஏற்பட்டது. பள்ளிக்கூட தூண் முற்றத்தில் தண்டவாள மணி மூன்று முறை அடித்து ஓய்ந்தது. டேனியல் பாதிரியார் தேவாலயத்திற்கு பின்புறமிருந்த பிரிதொரு சந்து வழியில் மிதிவண்டியை உருட்டிக்கொண்டு வந்து சேர்ந்தார். மிதிவண்டியை தேவாலயத்தின் கிழக்குப்புறச் சுவரில் சாய்த்து நிறுத்தி பூட்டினார். வெள்ளையங்கி தரையில் உராய தேவாலயத்துக்குள் சென்றார். மேடையேறி சிலுவை சுமந்த யேசுநாதரின் கீழே மண்டியிட்டு பிரார்த்தனை செய்தார். எழுந்து நெஞ்சில் சிலுவை தறித்துக் கொண்டார். பின் வீரானையும் முத்துச்சாமி வாத்தியாரையும் விடுதிக் கட்டிடத்துக்கு வரும்படி சாடைக் காட்டிவிட்டு நடந்தார். விடுதிக் கட்டிடத்தின் படிக்கட்டில் மேலேறும்போதே முத்துச்சாமி வாத்தியாரை கேட்டார்.

"பையனை எந்த வகுப்புல போட... பெரிய இளந்தாரியா இருக்கானே..."

“இவன் சமூகத்துல பள்ளிக்கூடம் வர்ற முதல் தலைமுறைங்க பாதர்... நீங்கதான் மனசு வெக்கனும்...”

“முன்னப்பின்ன பள்ளிக்கூடம் போயிருக்கானா...?”

“தமிழ் நல்லாப் படிப்பானுங்க பாதர்... நான் சொல்லிக் குடுத்திருக்கேன்...”

முத்துச்சாமி வாத்தியார் கீழே திரும்பி வீரானைப் பார்த்தார்.

“வீரா... பாதருக்கு முக்கூடற்பள்ளுல இருந்து ஒரு செய்யுள் சொல்லு...”

“ஆற்று வெள்ளம் செய்யுள் சொல்லுட்டுங்களா சார்...”

“எதையோ ஒன்னச் சொல்லுடா...”

வீரான் உரத்த தொனியில் செய்யுளை ஒப்பிக்க ஆரம்பித்தான்.

*“ஆற்று வெள்ளம் நாளை வரத் தோற்றுதே குறி*
*மலையாள மின்னல் ஈழ மின்னல் சூழ மின்னுதே*
*நேற்றும் இன்றும் கொம்பு சுற்றிக் காற்றடிக்குதே*
*கேணி நீர்ப்படு சொறித்தவளை கூப்பிடுகுதே*
*சேற்று நண்டு சேற்றில் வளை ஏற்றடைக்குதே*
*மழைதேடி ஒருகோடி வானம்பாடி ஆடுதே*
*போற்று திருமாலழகர்க் கேற்ற...”*

டேனியல் பாதிரியார் போதும் என்று கைச்சாடைக் காட்டினார். வீரான் செய்யுள் சொல்வதை நிறுத்திக் கொண்டான். படிக்கட்டுகள் முதல்மாடியின் முற்றத்தில் முடிந்தது. டேனியல் பாதிரியார் கைப்பிடிச் சுவரில் சாய்ந்து நின்றார்.

“பையன் துடியாதான் இருக்கான்... அஞ்சாம் வகுப்புல போட்டுடறேன்... அப்பத்தான் இங்கிலீசு கொஞ்சம் பிடிபடும்...”

முத்துச்சாமி வாத்தியார் கையெடுத்துக் கும்பிட்டார். டேனியல் பாதிரியார் வீரானைக் கிட்டத்தில் அழைத்தார்.

“இங்க அஞ்சாம் வகுப்பு வெரைக்கும்தான் இருக்கு... ஆறிலிருந்து மேலெ படிக்க முனுசிப்பாலிட்டி பள்ளிக்கூடத்துல சேர்த்து விட்டுருவேன்... பத்தாம் வகுப்பு படிக்கற வரை இங்க விடுதியில தங்கிக்கலாம்... புரியுதா...?”

வீரான் மௌனித்தே இருந்தான். டேனியல் பாதிரியார் மேல்மாடியின் முற்றத்தில் கைவீசி நடந்தார். விடுதியின் மறுகோடிக்குப் போய் மறைந்துவிட்டார். பொழுது உச்சி ஏறியது. முத்துச்சாமி வாத்தியாரும் ஊருக்குப் புறப்பட படிக்கட்டில் கீழே இறங்கி மறைந்து போனார். வீரான் அங்கிருந்த மரநாற்காலியில் உட்கார்ந்து கொண்டான். கீழே தேவாலயம் தெரிந்தது. தேவாலத்தின் கூம்பு உச்சியில் புறாக்கள் பறப்பதும் அமர்வதுமாக இருந்தன. வீரானுக்கு நேரம் கடக்க மறுத்தது. ஜடம்போலவே உட்கார்ந்திருந்தான். டேனியல் பாதிரியார் தென்படவேயில்லை.

மேற்கு ஆகாயத்தில் முகில்களுக்கிடையே அந்தி மஞ்சள் வெயில் சிதறியது. விடுதியில் தங்கிப் படிக்கும் பையன்கள் படிக்கட்டில் மேலேறி ஓடி வந்தனர். எல்லா பையன்களையும்விட தான் பெரிய பையனாக இருப்பதைக் கண்டு வீரானுக்கு வெட்கமாக இருந்தது. அந்த பையன்களோடும் எழுந்து போகாமல் அதே இடத்தில் உட்கார்ந்திருந்தான். இருள் அடர்வதற்கு சற்றுமுன் டேனியல் பாதிரியார் முற்றத்தில் வந்து நின்று கூப்பிட்டார்.

"ஆபிரஹாம்... ஆபிரஹாம்..."

வீரான் மௌனமாகவே நிமிர்ந்து பார்த்தான்.

"என்ன தம்பி முழிக்கறே... இனிமேல் உன்பேரு ஆபிரஹாம்..."

வீரான் எழுந்து டேனியல் பாதிரியாரின் பின்னே நடந்தான். சற்று விஸ்தீரமான அறை ஒன்றில் எல்லாப் பையன்களும் தங்கியிருந்தனர். உறங்குவதற்கு தனிக்கோரைப்பாயும் தலையணையும் வைத்திருந்தனர். இரவு உணவாக கோதுமை உப்புமாவும் தொட்டுக்கொள்ள நாட்டுச் சர்க்கரையும் வழங்கினர். வீரான் அதுவரை கோதுமையுணவு எதுவும் சாப்பிட்டதில்லை. கடினப்பட்டு மென்று விழுங்கினான். வாந்தி வருவதுபோல் இருந்தது. அடக்கிக் கொண்டான். கை கழுவி வந்ததும் மற்ற பையன்கள் புத்தகத்தை விரித்துப் பாடம் படிக்க ஆரம்பித்தனர். வீரான் அறையின் ஓர் மூலையில் போய் சுவரில் சாய்ந்து உட்கார்ந்து கொண்டான். ஊர் ஞாபகம் எழுந்தது. அம்மாக்காரியின் முகம் திரும்ப திரும்ப வந்தது. அப்பக்காரரையும் பட்டக்காரக் கோடாங்கியையும் கூட நினைத்தான். உறங்கும் நேரம் நெருங்கியபோது டேனியல் பாதிரியார் ஓரம் கிழிந்த துப்பட்டி ஒன்றைக் கொண்டுவந்து கொடுத்தார். தலையணை தரவில்லை. வீரான் துப்பட்டியை விரித்து மல்லாக்கப் படுத்துக் கொண்டான். தரையின் குளுமை முதுகில் ஏறியது. உறக்கமே வரவில்லை. கூரை விட்டத்தை வெறித்தபடி

யோசனையில் ஆழ்ந்திருந்தான். சுவர்கோழியின் ஒலி இடைவிடாமல் கேட்டபடியிருந்தது.

மறுதினம் ஐந்தாம் வகுப்பறையில் வயோதிக பாதிரியார் ஒருவர் வந்து வகுப்பெடுத்தார். வீரானுக்கு எந்த பாடமும் மனசில் பதியவில்லை. மரப்பெஞ்சியில் உணர்ச்சியற்றவன் போலவே உட்கார்ந்து நேரத்தைக் கடத்தினான். பின்மதியம் தாண்டியபோது விடுதியிலிருந்து தப்பித்து ஓடிவிடும் எண்ணம் தோன்றியது. நினைக்கவே சந்தோஷமாக இருந்தது. எப்படி தப்பிப்பது என்பதுதான் தெரியவில்லை. இங்கு எல்லா திசைகளின் மீதும் டேனியல் பாதிரியாரின் பார்வை பதிந்தேயிருந்தது. விடுதியிலும் பள்ளிக்கூடத்திலும் ஒலிக்கும் சிறுசப்தமும் டேனியல் பாதிரியாருக்குக் கேட்டது. வீரான் ஒவ்வொரு கணத்தையும் தப்பிப்பது குறித்தே சிந்திக்கலானான். தப்பிப்பதற்கான சாத்தியமேயில்லை என்று சொல்லும் வகையிலேயே நாட்கள் நகர்ந்தன.

வீரானுக்கு விடுதியில் மற்ற பையன்கள் ஒவ்வொருவராக சினேகிதமாயினர். அதில் நான்காம் வகுப்பு படிக்கும் விக்டருக்கு இங்கிருந்து தப்பித்துப் போகும் எண்ணம் இருப்பது தெரிந்தது. இரவு உணவுக்குப்பின் மற்ற பையன்கள் வீட்டுப்பாடம் படித்தனர். அப்போது வீரானும் விக்டரும் தனியே போய் தப்பிக்கும் வழிப் பற்றி கலந்தாலோசித்தனர்.

"ஏய் ஆபரகாம்... நாம அக்காக்கள் படிக்கற பள்ளிக்கோடத்துக்குள்ள போயி தப்பிக்கலாமுன்னா... எந்நேரமும் கன்னியாஸ்திரி சிஸ்டரு முழிச்சுக்கிட்டே இருப்பாங்க... தேவாலயத்துக்கு வர்ற வழியில வேண்ணா ஆரும் இருக்க மாட்டாங்க... ஆனா அங்க இரும்புக் கதவு போட்டு பூட்டியிருக்குது... அதனோட சாவி நம்ம டேனியல் பாதருகிட்ட இருக்கு என்ன செய்யறது...?"

"ஏதாவது ஒரு எடத்துல மதிலேறி குதிச்சிருவோமாடா..."

"ம்கூம்... முடியவே முடியாது... மதிலு மேல கண்ணாடி பதிச்சிருக்கு... ஏறுனாவே நம்ம கைகாலு மொகரை எல்லாம் கிழிச்சுரும்..."

இருவருக்கும் ஒருவழியும் பிடிபடவில்லை. எல்லா இரவுகளுமே இப்படியே போயின. அன்று அந்திப் பொழுது இறங்கும் தருவாயிலேயே ஆகாயத்தில் கருமுகில் கூட்டம் எழுந்திருந்தது. முன்னிரவு கடப்பதற்குள் மாசிக் கார்மழை கனத்து இறங்கியது. மழை ஓய்ந்த பின்னும் மின்னலும் இடியும் ஓயவில்லை. ஒவ்வொரு இடியும் விடுதிக் கூரையைப் பிளப்பதுபோல் இறங்கிப் போரோசையிட்டது. வீரான் உறக்கம் வராமல் முற்றத்தில் போய் நின்று கீழே பார்த்தபடியே

இருந்தான். மின்னலின் ஒளியில் மழைநீரில் நனைந்த தேவாலயம் தெரிந்தது. பிரிதொரு மின்னல் ஒளியில் தேவாலயத்து சுவரில் சாய்த்து நிறுத்தியிருந்த டேனியல் பாதிரியாரின் மிதிவண்டியும் தெரிந்தது. வீரான் அவசரமாக அறைக்குள் போனான். பையன்கள் மழைக்குளிருக்குப் குறுக்கிப் படுத்து உறங்கிக் கிடந்தனர். வீரான் ஓசை எழாமல் விக்டர் படுத்துறங்கும் இடத்திற்கு போனான். விக்டரின் காலடியில் குனிந்து மெல்ல விக்டரை எழுப்பினான். விக்டரை முற்றத்திற்கு கூட்டி வந்தான். மின்னல் ஒளியில் டேனியல் பாதிரியாரின் மிதிவண்டியைக் காட்டினான். விக்டரும் புரிந்து கொண்டான்.

இருவரும் முற்றத்தில் மெதுவாகப் பதுங்கிப் பதுங்கி நடந்தனர். டேனியல் பாதிரியாரின் அறையை நெருங்கினர். டேனியல் பாதிரியார் மரபெஞ்சியின் மேல் மல்லாக்கப் படுத்து ஆழ்ந்த உறக்கத்தில் இருந்தார். குறட்டை ஒலி முற்றம் வரை கேட்டது. இருவரும் இடியோசை ஓயாத சூழலைப் பயன்படுத்திக் கொண்டனர். வீரான் விக்டருக்கு சாடைச் செய்தான். விக்டர் டேனியல் பாதிரியாரின் அறைக்குள் துணிச்சலாகக் காலடி எடுத்து வைத்தான். மெல்ல நடந்து மேசை மீது கிடந்த சாவிக் கொத்தை எடுத்தான். சப்தமெழுப்பாமல் முற்றத்திற்கு திரும்பி வந்தான். ஒருவர் பின் ஒருவராக படிக்கட்டில் கீழிறங்கினர். சுற்றும் முற்றும் நோட்டமிட்டனர். விடுதிக் காவலாளியைக் காணவில்லை. இடியும் மின்னலும் இன்னும் ஓயவில்லை. மழையும் சாரலாகத் தூறத் தொடங்கியிருந்தது. இருவரும் தேவாலயத்தின் இடப்புறமாக இருளில் ஓடினர். தேவாலயத்தின் பின்புறத்தில் மழைநீர் தேங்கிக் கிடந்தது. இரும்புக் கதவை நெருங்கினர். சாவி பூட்டினுள் உள்நுழைந்து திறக்க அதிகநேரம் எடுத்துக் கொண்டது. மழைநீரை பிளந்தபடி இரும்புக் கதவு திறந்தது.

இருவரும் மறுபுறம் போனார்கள். விக்டர் மறுபடியும் இரும்புக் கதவை இழுத்து சாத்தி பூட்டினான். சாவியை காலடி மழைநீருக்குள் வீசி எறிந்தான். அந்த நேரம் டேனியல் பாதிரியாரும் காவலாளியும் வேறு சில பையன்களும் சப்தமிட்டுக் கொண்டு தேவாலயம் தாண்டி மழைநீருக்குள் தாவி ஓடி வருவது தெரிந்தது. விக்டர் கத்தினான்.

"சிக்கினோமுன்னா... கொன்னு போடுவாங்கடா... ஓடு..."

வீரானை பயமும் கவலையும் கவ்வியது. விக்டர் சுதாரித்துக் கொண்டான். வீரானைக் கூட்டிக்கொண்டு குறுகிய சந்தின் வழியே ஓடினான். டேனியல் பாதிரியாரின் குரல் பின்னாலிருந்து ஒலித்தது.

"பாவங்களை கர்த்தர் மன்னிப்பார்... திரும்பி வந்திருங்கடா..."

விக்டர் மறுபடியும் கத்தினான்.

"பாதிரியாரு புளுகுகிறாரு... நின்னுறாதே ஆபரகாம்..."

வீரான் நிற்கவில்லை. காலோட்டத்தின் விசையைக் கூட்டினான். சந்தின் இருபுறமும் வாசற்படி வெளியே நீட்டியிருக்கும் நெருக்கமான வீடுகள் பின்னோக்கி நகர்ந்தன. மின்னல் வெட்டி மறைந்தது. இடி ஆர்ப்பரித்து அடங்கியது. மறுபடியும் மழை வலுத்து இறங்கியது. கனத்த மழைத்துளிகள் முகத்தில் அறைந்தன. ஆளின் முகம் ஆளுக்குத் தெரியவில்லை. வீரானும் விக்டரும் திரும்பிப் பார்க்காமல் ஓடிக் கொண்டேயிருந்தனர். மழைநீர் பெருகியோடிய சந்துகள் மாறிக் கொண்டேயிருந்தன. இருவர் காலடியிலும் மழைநீர்துளிகள் சிதறித் தெறித்தன. இருளில் வழிமறித்துக் குரைத்த நாய்களை பொருட்படுத்தாமல் ஓடினர்.

கடைசியாக வெளிப்பட்ட சந்து ராஜவாய்க்கால் கரையில் போய் முடிந்தது. ராஜவாய்க்கால் நீர் சாக்கடை கழிவின் நாற்றத்தோடு மெதுவாக நகர்ந்தது. விக்டர் ஒருகணம் நின்று யோசித்தான். நூறடிக்குப் பின்னால் நாய்கள் குரைத்தன. விக்டர் ராஜவாய்க்கால் இடக்கரை மண்தடத்தில் ஏறி வடக்கே ஓடினான். வீரான் விக்டரைப் பின்தொடர்ந்து ஓடினான். சோளக்கடை வீதி வந்தது. காரைப்பாலத்தின் வழியே ராஜவாய்க்காலைக் கடந்தனர். மழை ஒரே சீராகப் பெய்துக் கொண்டிருந்தது. இடியும் மின்னலும் தொடர்ந்து கொண்டிருந்தது. இருவருக்கும் மூச்சு வாங்கியது. யாரும் பின்தொடர்வதாகத் தெரியவில்லை. ஓட்டத்தை தளர்த்தி நடந்தனர். சந்தைப்பேட்டையில் பாரவண்டிகள் அவிழ்த்து விடப்பட்டிருந்தன. மழைக்காகிதப் படுதாக்கள் போர்த்திய உப்புமண்டிகளும் தானியமண்டிகளும் அரவமற்றுக் கிடந்தன. வீரானுக்கு மட்டும் ஏனோ டேனியல் பாதிரியாரிடம் பிடிபட்டுக் கொண்டதாய் பிரமை ஏற்பட்டது.

"டேய்... பாதரு சைக்கிள்ல வந்து புடிச்சுட்டா என்னடா பண்ணறது... நாம மறுக்காவும் ஓடலாமுடா விக்டரு..."

"போடா பயந்தாங்கொள்ளி... பாதரு அப்படியே வந்தாலும்... நானு கல்லெடுத்து ரெண்டு சாத்து சாத்திட்டு ஓடிப் போயிருவேன்..."

வீரானுக்கு பகீரென்றது. மேலும் பயம் சூழ்ந்தது. இருவரும் வடக்கே திரும்பிய தார்சாலையில் நடந்தனர். எங்கும் அடர் இருள். மழைக்காற்றின் ஈரம் பட்டு உடல் சிலிர்த்தது. ஈசானத்துக் காற்றில் கூதல் கூடியிருந்தது. அமராவதி ஆற்றுப்பாலம் வந்தது. இருவரும் கீழே பார்த்தனர். ஆற்றில் நீர்மட்டம் உயர்ந்திருந்தது. வெள்ளம் மழைநீரோடு கலங்கிக் கடந்தது. கரைமேட்டில் கற்கோவில் தெரிந்தது. விக்டர் ஆற்றுப்பாலத்தை ஒட்டி சரிவாக இறங்கிய சேற்றுமண்தடத்தில்

கீழிறங்கினான். வீரானும் பின்தொடர்ந்து கீழிறங்கினான். சேற்றில் காலடி வழுக்கியது. தாழைமடல்கள் முட்களுடன் குத்துவதுபோல் நீட்டி நீர்சொட்டிக் கொண்டிருந்தன. குனிந்து குனிந்து நடக்க வேண்டியிருந்தது.

சரநாணல் மண்டிய கோரைக்கரையில் இறங்கினர். காலரவம் கண்டு கத்தும் தவளைகள் நீருக்குள் குதித்து மறைந்தன. செம்மூக்கு ஆள்காட்டிகள் வீறிட்டன. கற்கோவிலின் வாசற்படிக்கற்கள் பெயர்ந்து கிடந்தன. இருவரும் கல்மண்டபத்தில் ஏறி நின்று இளைப்பாறினர். இருளுக்குள்ளிருந்து தோக்குருவிகளின் எச்சக்கவிச்சி வீசியது. நெடிய மின்னல் வெளிச்சம் படிந்தபோது கல்தூண்களுக்குப் பின்னே சிறிய கருவறையில் ஆஞ்சிநேயர் நின்ற கோலத்தில் இருப்பது தெரிந்தது.

விக்டர் சட்டையையும் டவுசரையும் கழற்றி பிழிந்து உடுத்திக் கொண்டான். வீரானும் அதேபோல் செய்தான். குளிர் குறைந்ததுபோல் இருந்தது. இருவரும் தூசி படிந்த கற்தரையில் உட்கார்ந்து கொண்டனர். ஆற்று நீரோட்டத்தின் சலசலப்பு அதிகமானது. திடீரென கார்மழையின் வேகம் தணிந்தது. இடியும் மின்னலும் கூட அடங்கியது. தவளைகளின் கத்தல்களும் சில்வண்டுகளின் ரீங்காரங்களும் இணைந்து கேட்டன. இருவருக்கும் அசதியில் கொட்டாவி வந்தது. கற்தரையில் குறுகிப் படுத்து உறங்கிவிட்டனர்.

வீரானுக்கு எவரோ காலால் எட்டி உதைத்து எழுப்புவதுபோல் இருந்தது. வீரான் கண்ணைக் கசக்கி எழுந்து உட்கார்வதற்குள் விடுதிக் காவாளியின் கால் தோள்பட்டையில் பலமாக இறங்கியது. தடுமாறிக் கற்தரையில் சரிந்து தலை மோதிற்று. விடுதிக் காவலாளியின் கைகள் கழுத்தைப் பிடித்து மேலே தூக்கிற்று. விடுதிக் காவலாளி விக்டரையும் அதேபோல் உதைத்தார். மறுகையால் மேலே தூக்கினார். கல்வாசற்படியில் டேனியல் பாதிரியார் நின்று கவனித்துக் கொண்டிருந்தார். இருவரையும் மடக்கிப் பிடித்த மகிழ்ச்சி டேனியல் பாதிரியாரின் முகத்தில் தெரிந்தது. விடுதிக் காவலாளி இருவரையும் ஆற்று நீரை நோக்கி இழுத்துப் போனார். இடுப்பளவு நீருக்குள் போய் நிறுத்தினார். இருவர் தலையையும் நீருக்குள் வைத்து அமுக்கினார். இருவருக்கும் மூச்சு திணறியது. கண்கள் சொருகின.

இரை தேடியலைந்துவிட்டு அணைய திரும்பிய தோக்குருவிகளின் ஓசை வீரானை விழிப்புறச் செய்திருந்தது. அருகில் விக்டர் ஆழ்ந்த உறக்கத்தில் கிடந்தான். கல்மண்டபத்தின் மேற்கூரை எங்கும் தோக்குருவிகள் தலைகீழாகத் தொங்கிக் கிரீச்சிட்டன. கற்தரையை நோக்கி எச்சங்கள் விழுந்தபடி இருந்தன. கற்கோவிலை குறிவைத்து இன்னும் நிறைய தோக்குருவிகள் கிரீச்சிட்டுக்கொண்டு பறந்து

வந்தபடியிருந்தன. வீரான் வெளியே பார்த்தான். எங்கும் வைகறையின் மங்கல் இருட்டு. கல்வாசற்படி மேல் டேனியல் பாதிரியார் நிற்கவில்லை. ஆற்றுநீர் விசையுடன் சலசலத்து ஓடிக்கொண்டிருந்தது. வீரான் ஆசுவாசமடைந்தான். மனதின் அச்சம் மெல்ல அகன்றது. அவசரமாக எழுந்து விக்டரை எழுப்பினான். இருவரும் ஆற்றுநீரில் இறங்கி கைகால் முகம் கழுவினர். ஆற்றுநீர் இன்னும் தெளியவில்லை. கரையோரத்து நீர்ச்செடிகள் மிதந்து போய் கொண்டிருந்தன. ஆகாயத்தில் ஆங்காங்கே விண்மீன்கள் தென்பட்டன. வீரான் கனவு கண்டதைப் பற்றிச் சொன்னான். விக்டர் சிரித்தான்.

"எனக்குந்தான் கனவு வந்துச்சுடா... நானு கல்லெடுத்து வீசி டேனியல் பாதரோட மண்டையெ பலமா ஒடைச்சிட்டேன்... ரத்தம் கொட்டுது..."

"அய்யோ அப்புறம்..."

"நீதான் எழுப்பி உட்டுட்டியே..."

இருவரும் சிரித்தனர். கிழக்கே கருக்கல் கலைந்து வெளிச்சம் பரவத் தொடங்கியது. ஆற்றங்கரை நாணல்களுக்குள் ஏதோ ஒரு விநோத சப்தம் எழுந்தது. நாணல் தோகைகள் மெல்ல அசைந்தன. விக்டர் நகர்ந்து ஓடினான். நாணல் தண்டுகளை விலக்கி உள்நுழைந்தான்.

"ஆபரகாம்... கழுதைக்குட்டீடா..."

வீரானும் ஓடிப் போய்ப் பார்த்தான். விக்டர் முன்னங்கால் முறிந்தாடிய கழுதைக்குட்டியை தூக்கி நிறுத்தியிருந்தான்.

"பாவம்டா இந்தக் கழுதக்குட்டி... துணி தொவைக்கற ஏகாலிங்க... கால்முறிஞ்சு போச்சுன்னு இங்கேயே உட்டுட்டுப் போயிட்டாங்கடா... இதுக்காண பண்டுதவம் எனக்கு தெரியும்டா... நாம இந்தக் குட்டிய காப்பாத்துவோம்... நீ இங்கேயே இருடா... நானு மருந்து கொண்டு வாரேன்..."

விக்டர் வடக்கே ஆற்றுப்பாலத்தை நோக்கி ஓடினான். வீரான் கழுதைக்குட்டியை மெதுவாக தூக்கிக்கொண்டு கல்மண்டபத்திற்கு வந்து கிடத்தினான். கழுதைக்குட்டிக்கு அசுரபசி இருக்க வேண்டும். முனகிக் குரலிட்டபடி இருந்தது. எழுந்து நிற்க முயன்று முயன்று தோற்றது. விடியும் வரை மழையில் நனைந்த நடுக்கமும் தணியவில்லை. வீரான் மறுபடியும் நாணலுக்குள் புகுந்து ஒட்டம்புற்களை கிள்ளி வந்து கொடுத்தான். கழுதைக்குட்டி ஆவலாக புற்களைக் கடித்துத் தின்றது. கழுதைக்குட்டிக்கு பின்னங்கால்களின் இடைவெளியில்

விறைக்கொட்டை இருப்பது தெரிந்தது. பொழுது கிளம்பிற்று. விக்டர் ஒரு தேங்காய்தொட்டி நிறைய எருக்கலைப்பால் சாயலில் எதையோ கொண்டு வந்தான். வெள்ளைத்துணியும் சிறுமூங்கில் தப்பையும் வைத்திருந்தான். கழுதைக்குட்டியின் முறிந்த காலை நிமிர்த்தி மூங்கில் தப்பையை நேராக வைத்து பிடித்தான். கழுதைக்குட்டி வலியில் துடித்து மறுகாலை உதறியது. விக்டர் வெள்ளைத்துணியை தேங்காய்த்தொட்டி வெண்ணிறப்பாலில் நனைத்து எடுத்தான்.

"விக்டர் இது என்னடா... எருக்கம்பாலா...?"

"இல்லடா... திரவகள்ளிப்பாலு..."

வீரான் கழுதைக்குட்டி ஆடாமல் இருக்கக் கெட்டியாகப் பிடித்துக் கொண்டான். விக்டர் திரவகள்ளிப்பால் வடியும் வெள்ளைத்துணியைக் கழுதைக்குட்டியின் முறிந்த காலில் மூங்கில் தப்பையோடு சேர்த்துச் சுற்றிக் கட்டினான்.

"திரவகள்ளிப்பாலு காய காய முறிஞ்ச காலெலும்பு கூடிக்குமுடா... உனி இந்தக்குட்டி பொழச்சுக்கும்... நாளைக்கு ஏகாலிங்க துணி தொவைக்க வரும்போது தாய்க்கழுதையெ பாத்து கத்தும்... குட்டிக்கு பண்டுதம் பார்த்துருக்கறத கண்டு ஏகாலிங்களும் சேத்திக்குவாங்க..."

விக்டர் மறுபடியும் ஆற்று நீரில் இறங்கி கைகால் முகம் கழுவினான். மறுபடியும் கல்மண்டபத்துக்கு வந்தான். வீரான் ஆஞ்சநேயரை விழுந்து வணங்கினான். விக்டர் வணங்கவில்லை. இருவரும் கல்வாசற்படி இறங்கிப் புறப்பட்டனர். கழுதைக்குட்டி ஒட்டம்புல் தின்றபடி பார்த்தது. ஆற்றின் அக்கரையில் கொழுஞ்சிவாடியின் வீடுகள் காலை ஏறுவெயிலில் துலக்கமாகத் தெரியத் துவங்கியது. இருவரும் கோரைப்புற்களை மிதித்து வடக்கே நடந்தனர். தாழம்மடல்களை ஒதுக்கி சேற்றுமண்தடத்தில் மேலேறி ஆற்றுப்பாலத்தை அடைந்தனர். விக்டர் ஆற்றின் இடக்கரை மீது வடக்கு நோக்கிச் சென்ற பாரவண்டித் தடத்தைக் காட்டி சொன்னான்.

"ஆபிரகாம்... நீ இந்த தடத்துல வடக்கே போனீனா... உன்னோட ஊரு வந்துரும்... நானு பாலத்து வழியா போயி என்னோட ஊரு போயிக்கறேன்..."

வீரான் யோசித்தான். விக்டர் அதற்குமேல் அங்கு நிற்கவில்லை. பாலத்தின் மீது நடக்கத் தொடங்கிவிட்டான். வீரான் சில தப்படிகள் முன்னே சென்று விக்டரை கூப்பிட்டான்.

"விக்டர்... கொஞ்சம் பொறு... நானும் உங்கூடவே வாரேன்..."

விக்டர் நிற்கவில்லை. திரும்பியும் பார்க்கவில்லை. ஆள் அரவமற்ற பாலத்தில் தனித்து நடந்தபடியே இருந்தான். வீரான் உணர்ச்சியற்றவன்போல் பார்த்துக் கொண்டேயிருந்தான். விக்டர் ஆற்றுப்பாலத்தின் மறுகோடியை நெருங்கும் தருணத்தில் நின்று திரும்பி சப்தமிட்டான்.

“இனி நானு விக்டர் கெடையாது... பசீர்...”

“நானும் ஆபிரகாம் கெடையாது... வீரான்...”

பசீர் சப்தமாகச் சிரித்தான். பின் திரும்பி ஆற்றுப்பாலத்தில் ஓட ஆரம்பித்தான். பசீருக்கு இணையாக ஆற்றின் நீரோட்டத்துக்கு மேலாக கொண்டை நீர்க்காகங்கள் கிழக்கு நோக்கிப் பறந்து போயின. வீரானுக்குப் பிரிவின் கனம் கூடி மனதை அழுத்தியது. மௌனமாக அதே இடத்தில் சிறிதுநேரம் நின்று கொண்டிருந்தான். பின் ஈரம் மண்டிய பாரவண்டி மண்தடத்தில் இறங்கி வடக்குப் பார்த்து நடந்தான். வலதுபுறத்தில் அமராவதி ஆறு நீர்சுழிப்புடன் ஓடிக்கொண்டிருந்தது. மழைநீர் கலந்த செங்கலங்கல் நீரோட்டம் இன்னும் தெளியவேயில்லை. இடதுபுறத்தில் நெல் நாற்றுநட்ட நீர்வயல்கள் ஏறுவெயில் படிய பரந்து கிடந்தன. நீர்வயல்களில் தடத்தோரத்து மரங்களின் பிம்பம் விழுந்திருந்தன. வீரானுக்கு ஊர் செல்ல இது சரியான வழிதானா என்கிற குழப்பம் ஏற்பட்டது. தேங்கி நிற்க மனம் ஒப்பவில்லை. தொடர்ந்து நடந்தபடியே இருந்தான்.

ஆற்று நீர்வெளிக்கு அப்பால் பொழுது விரைவாக உயர ஆரம்பித்திருந்தது. அக்கரையிலும் நெல்வயல்களே தென்பட்டன. பாரவண்டி மண்தடம் சனசஞ்சாரமற்றே கிடந்தது. வீரானுக்கு பேச்சுத் துணைக்கு ஆளில்லாமல் நடப்பது சிரமமாக இருந்தது. வழியின் போக்கும் பிடிபடமால் புதிராகவே இருந்தது. தனிமை பயமுறுத்தியது. திரும்பி தாராபுரமும் போய்விட முடியாது. டேனியல் பாதிரியார் இந்நேரம் ஆட்களுடன் தேடிக்கொண்டிருக்கக் கூடும். முத்துச்சாமி வாத்தியாருக்கும் தகவல் போய் அவரும் தேடுவதற்கு வந்திருக்கலாம். சிக்கினால் தண்டனை கடுமையானதாக இருக்கும் என்பதில் ஐயமில்லை. நீர்வயல் வரப்பிலிருந்து குதித்து வந்த கீரிக் கூட்டம் பாரவண்டி மண்தடத்தில் சாவகாசமாக நடந்தது. வீரான் நெருங்கி வருவதைக் கண்டதும் ஓடி ஆற்றின் சரிவில் இறங்கி மறைந்தது. பாரவண்டி மண்தடமும் இலுப்பைத்தோப்புக்குள் போய் முடிவுற்றது. இலுப்பைமரங்கள் இலையுதிர்ந்து துளிர்த்த பசுந்தழைகளால் ஆகாயம் மூடி நின்றன. கார்பூவெடுக்கும் பருவம். மொக்குகளை மொய்க்கும் அடுக்குத் தேனீக்களின் முறைச்சல். எங்கும் வெயில் காணாத நிழல் நிலம். வீரான் கனத்த இலுப்பை அடிமரங்களினூடே புகுந்து புகுந்து

நடந்தான். இலுப்பைதோப்பின் கிழக்கோரம் பராமரிபின்றி தில்லாபுரி அம்மன் கோவில் இருந்தது. கோவிலின் நாற்புற சிதிலமதில்களில் சீந்தில்கொடிகள் ஏறிப் படர்ந்து மூடியிருந்தன. செங்கரையான்கள் அரித்த மரநடைக்கதவு பெயர்ந்து மதில்மேல் சரிந்து கிடந்தது. சுற்றுப்பிரகார காரைத்தரையில் சாரைப்பாம்பு தலைதூக்கிப் பார்த்து மெல்ல வங்குக்குள் ஊர்ந்து போனது.

வீரான் தில்லாபுரி அம்மன் கோவிலை விட்டு நகர்ந்தான். மீண்டும் இலுப்பை அடிமரங்களினூடே புகுந்து நிழலில் நடந்தான். பேயோட்டியபின் தலைமுடியோடு ஆனியடித்த இலுப்பை மரங்கள் அச்சமூட்டின. ஈரநிலத்தில் குங்குமம் சிதறியிருந்தது. வீரான் வேகமாக இலுப்பைத் தோப்பைவிட்டு வெளியேறினான். அமராவதி ஆற்றின் இடக்கரை மேட்டின் மீதும் இலுப்பை மரங்களே இருந்தன. சரநாணல் தண்டுகளிடையே ஒற்றைக்கால் மணற்தடம் கீழே இறங்கியது. வடக்கு நோக்கி செல்லும் ஆற்றின் நீர்வெளி தேங்கி விரிந்த மடுவுபோல் காணப்பட்டது. நீரோட்டம் சலசலப்பின்றி நகர்ந்தது. ஆற்றின் வலக்கரை மேட்டில் நெடிய தென்னைகள் காற்றுக்கு அசைந்து கொண்டிருந்தன. தென்னந்தோப்புக்குள் ஒரு மச்சுவீடு கண்ணில் பட்டது. வீரான் அந்த மச்சுவீட்டையே உற்றுப் பார்த்தபடியிருந்தான். ஆட்கள் புழங்குவதற்கான சுவடே தெரியவில்லை. ஆற்றின் நீர்வெளி இளவெயிலை பிரதிபலித்துக் கொண்டிருந்தது. இரண்டு ஆள் உயரத்திற்கு வெள்ளப்பெருக்கு இருக்குமென்று தோன்றியது. பரிசல் இல்லாமல் வலக்கரை செல்ல வழியில்லை. சிப்பிலிக் கெண்டை மீன்குஞ்சுகள் கரையோர நீரில் நீந்தின. வீரான் உள்ளங்கையில் நீர் அள்ளி தாகத்தை மட்டும் தணித்துக் கொண்டான். திரும்பி ஒற்றைக்கால் மணற்தடத்தில் கரையேறினான். குருதிநிறவால் தட்டான்கள் பறந்தன. நிழலில் நடந்து இலுப்பைத்தோப்பின் நடுப்பகுதிக்கு வந்தான். வால்காக்கைகள் மாறி மாறிக் குரலிட்டுக் கொண்டேயிருந்தன. வீரான் ஈரநிலத்தில் சம்மணங்கால் போட்டு உட்கார்ந்தான். விடுதியிலிருந்து தப்பித்தது ஒரு கனவுபோல் இருந்தது. பசீரின் ஞாபகம் எழுந்தது. இந்நேரம் பசீர் வீட்டுக்கு போயிருப்பான் என்றும் நினைத்தான். இலுப்பைத்தோப்புக்கு அப்பால் நீர்வயலில் வெயில் நேராக இறங்கியிருப்பது தெரிந்தது. வீரானுக்குப் பசி அதிகமாயிற்று. இரவெல்லாம் ஓடிக் களைத்த கால்கள் வலித்தன. இலுப்பையின் கிளையுச்சி ஒன்றில் தட்டாரக்குருவி கத்துவது தனித்துக் கேட்டது. வீரானுக்கு கண்கள் சொருகின. கால் நீட்டி ஈரநிலத்தில் படுத்துக் கொண்டான். புறச்சப்தங்கள் கேட்கவில்லை. உறக்கம் கவ்வியது.

○○○

# 10

யானை மண்உருவாரச்சாமிகள் சமநிலையடைந்துவிட்டன. சப்பரங்களின் மேல் உறுதியுடன் நின்றன. சுமப்பவர்களின் ஆடல்வெறி அடங்கிவிட்டது. வீரானின் குரல் கேட்டுக் கொண்டேயிருந்தது. அகிலுக்கு வீரானின் உருவம் புலப்படவில்லை. வீரானைக் குதிரை மண்உருவாரச்சாமிகளின் சப்பரங்கள் மறைத்துவிட்டன. அடுத்து காளை மண் உருவாரச்சாமிகளின் சப்பரங்கள் அசைய ஆரம்பித்தன. வீரான் சிக்கிவிட்டார். மண்உருவாரச்சாமிகளின் சப்பரங்களினூடேதான் வீரான் இருப்பார் என்று தெரிந்தது. உடனே அகில் வெள்ளைத்தாடிக்காரரைப் பார்க்க தீர்மானித்தான். வெள்ளைத்தாடிக்காரர் வந்தால் வீரானைச் சுலபமாக அடையாளம் கண்டு கொள்ளலாம் என்றும் பட்டது. காளை மண்உருவாரச்சாமிகளின் சப்பரங்கள் சுமப்பவர்களுக்கு ஆடல்வெறி ஏறிவிட்டது. குதித்தாடத் தொடங்கினர். உருமி மேளங்களும் நாதஸ்வரங்களும் ஓங்கி ஒலித்தன. நாணல்மடைவலசுப் பூசாரி இன்னும் குரல் கொடுக்கவில்லை. அகில் திரும்பி சனத்திரளினூடே புகுந்தான். சுவாசங்கள் கிட்டத்தில் வீசின. அகில் சனங்களின் முகங்களை பார்க்காமலேயே உள்ளே உள்ளே புகுந்து முன்னேறினான். வேர்வை கசிந்தது. உருமி மேளங்களும் நாதஸ்வரங்களும் தூரமாக ஒலித்தன.

ஒருவழியாக அகில் சனத்திரளைவிட்டு வெளியே வந்துவிட்டான். சுவாசத்தை இழுத்து ஆசுவாசப்படுத்திக் கொண்டான். மண்புழுதி கிளம்ப விரைசலாக நடந்தான். இந்திரஜித் நாடகம் தொடங்கியிருந்தது. இந்திரஜித் இன்னும் மேடையில் தோற்றம் தரவில்லை. ராவணனின் அரண்மனையும் காட்டப்படவில்லை. அரக்கி வேடமிட்ட ஆண நடிகர்கள் ஆடிக்கொண்டிருந்தனர். அப்போது கட்டியங்காரன் தோற்றத்தில் ஒருவர் மேடையில் தோன்றினார். ஹார்மோனிய இசையுடன் பிசிறான குரலில் கம்பராமாயணத்துப் பாடலைப் பாடினார்.

*“சூழ்வினை மாயம் எல்லாம் உம்பியே துடைக்க*
*சுற்றி வேள்வியைச் சிதைய நூறி*
*வெகுளியால் எழுந்து வீங்கி...”*

சால்ராவும் முகவாத்திய ஓசையும் மிகுந்து பாடலை முழுவதும் கேட்க இயலாமல் செய்துவிட்டது. நாடகமேடை முன்பு மண்புழுதியில்

உட்கார்ந்திருந்தவர்கள் நிறையப்பேர் முதியவர்களாகவே இருந்தனர். அகில் நாடகமேடைப் பக்கம் அதிகநேரம் நிற்கவில்லை. மேற்கே நோக்கினான். பொட்டொலி ஓசை சற்று அடங்கியிருந்தது. மாவிளக்கு முளைப்பாரி ஊர்வலம் வாவிக்கரைப்புதூரின் தலைவாசல் தாண்டி வந்து கொண்டிருந்தது. சரவானவெடிகள் வெடித்துத் சிதறின. கொட்டுமுழக்குகளும் கொம்புகளும் உச்சத்தில் முழங்கின. அகில் மாவிளக்கு முளைப்பாரி ஊர்வலம் பொட்டொலி போடும் இடத்தை தாண்டுவதற்குள் தான் அங்கு போய்விட வேண்டும் என்கிற வேகத்துடன் நடந்தான்.

○○○

**அ**மராவதியில் துளியும் நீர் ஓடவிலை. அக்கரை வரை பாறைகள் பிதுங்கி நின்றன. மணல்கூட நறுவீசாக வழிக்கப்பட்டிருந்தது. நீர் ஓடாத ஆற்றின் தரையில் கூழாங்கற்கள் சிதறிக் கிடந்தன. அகிலும் சைமனும் அமராவதியின் பழைய ஆற்றுப்பாலத்தின் மீது நின்று தென்திசை நோக்கிப் பார்த்தபடி இருந்தனர். யாரும் சீண்டாத பழுதடைந்த வாகனம்போல் பழைய ஆற்றுப்பாலம் நின்றிருந்தது. தென்புறமாகப் புதிய ஆற்றுப்பாலத்தில் எல்லாவகையான வாகனங்களும் விரைந்து செல்வதைக் காணமுடிந்தது. அகிலுக்கு வாழ்வின் ஏதோ ஒரு பெரியப் படிப்பினையை இப்பாலங்கள் இரண்டும் உணர்த்துவதாகத் தோன்றியது.

சைமனின் கவனம் முழுதும் ஆற்றின் மீதே குவிந்திருந்தது. அருகில் செங்குருகுகள் கத்தியபடி தாழப் பறந்து போயின. இரு பாலத்துக்கும் இடையே ஆற்றின் கரைமீதிருந்த அகஸ்தீசுவரர் கோவிலில் பாதயாத்திரையாக பழநி செல்லும் காவடிக்காரர்கள் திரண்டிருந்தனர். அகில் காவடிக்காரர்கள் வடக்கே எடப்பாடிப் பக்கமிருந்து வரக்கூடியவர்கள் என்று கேள்விப் பட்டிருந்தான். எங்கும் மஞ்சள் உடை தறித்த முகங்கள். ஆற்றுக்கு இறங்கும் கல்படிக்கட்டுகள் ஓரமாக அரசமரத்தடியில் சமையல் காரியங்கள் நடந்து கொண்டிருந்தன. ஈயஉருளியில் சாதம் வெந்து கொண்டிருந்தது. அடுப்புப்புகை ஏறுவெயிலோடு பரவி உறைந்து கிடந்தது. வயோதிகர் ஒருவர் கல்படிக்கட்டோரமாக கூட்டமிட்டிருந்த வெள்ளாடுகளை வடக்கே நாணல்தடத்திற்கு விரட்டிக் கொண்டிருந்தார். சைமன் நகர்ந்து ஆற்றுப்பாலத்தின் மத்தியில் நிறுத்தியிருந்த காரை நோக்கி நடந்தார். வெடிப்புண்ட பாலத்து சிமெண்ட் தரையில் மிதியடி ஒலி எழுந்தது. ஆட்டுப்புழுக்கைகளும் மாட்டுச்சாணக் குத்தாரிகளும் சிதறிக் கிடந்தன. அகில் பின்தொடர்ந்து நடந்தபடியே கேட்டான்.

“சார்... இங்க நாம யார பாக்கப் போறோம்...?”

“பானுமதியை...”

“அவங்க யாரு சார்...?”

“வீரானோட அக்கா...”

“இங்கதான் பக்கத்துல இருக்காங்கலா சார்...?”

“இருக்கலாம் அகில்...”

அகில் மௌனமடைந்து காரில் ஏறினான். கார் புறப்பட்டது. ஆற்றுப்பாலம் அதிர்வுற்று அச்சப்படுத்தியது. ஆற்றின் மேற்குக்கரையோரமாக வடக்கே சென்ற பாரவண்டி மண்தடத்தில் கார் திரும்பிற்று. தில்லாபுரி அம்மன் கோவில் செல்லும் வழி என்கிற தகரக் கைகாட்டி பாதி சாய்ந்து நின்றது. பாரவண்டி மண்தடத்தின் இடதுபுற வயல்களில் வெள்ளரியும் தர்ப்பூசணியும் பயிரிட்டிருந்தனர். ஓரிடத்தில் வெள்ளரி வயலுக்குள் சிற்பிகள் பூரணமாகக் கட்டி முடிக்காத கற்கோவில் பாலக்கொடி ஏறிக் கிடந்தது. வலதுபுறம் வறண்ட அமராவதி ஆறு பாதாளத்துக்குள் கிடப்பதான தோற்றத்தில் தெரிந்தது. சைமன் கார் ஓட்டுவதிலேயே முழுக்கவனத்தையும் செலுத்திக் கொண்டிருந்தார். ஏறுவெயிலின் இளஞ்சூடு பரவிக் கிடந்த பாரவண்டி மண்தடம் இலுப்பைத்தோப்புக்குள் போய் முடிவுற்றது. வருசங்களை அனுமானிக்க முடியாத நெடுஇலுப்பைகள் ஆகாயம் பார்த்து விரிந்திருந்தன. சைமன் இலுப்பைக்கொட்டைகள் முளைவிட்ட நிழலில் காரை நிறுத்தி இறங்கி நடந்தார். அகிலும் காரிலிருந்து இறங்கி சைமனோடு நடந்தான். தில்லாபுரி அம்மன் கோவில் பூட்டிக் கிடந்தது. சைமன் தோகைகள் வதங்கிய சரநாணல்கள் மண்டிய கரைமேட்டின் மீதி ஏறி நின்றார். ஆற்றின் அக்கரைக்கு அப்பால் எதையோ தேடும் தொனியில் பார்க்க ஆரம்பித்தார். அகில் சைமனையே கவனித்தபடி இருந்தான். பொழுது மேலேறி உச்சி நோக்கி நகர்ந்தது. குளவித் தட்டான்கள் இலுப்பை மரத்தில் ஒட்டி ஒட்டிப் பறந்தன. மஞ்சள்சிறகு பட்டாம்பூச்சி ஆளைச்சுற்றி வட்டமிட்டு விலகிப் பறந்தது.

○○○

# 11

இரண்டாம் சாமம் கடந்து கொண்டிருந்தது. வடக்கத்திக் காற்று விசை கொண்டது. நெடுவீதியின் வீட்டு மதில்களில் பெருவெடைச்சேவல்கள் உட்கார்ந்து உறங்கிக் கொண்டிருந்தன. இனியும் தாமதிக்க முடியாது. வீரான் உருமாலையையும் வேட்டியையும் வரிந்து கட்டினார். சிற்றுடுக்கையை எடுத்து இடது கையில் ஏந்தி பிடித்தார். அச்சமும் ஐயமும் அகன்றது. சிற்றுடுக்கையின் தோல்பரப்பில் வலது கைவிரல்கள் கனமாக இறங்கின. அந்தரவெளி அதிர்ந்தது.

*"நல்ல காலம் பொறக்குது*
*நல்ல காலம் பொறக்குது...*
*ஆத்தா ஜக்கம்மா குறி சொல்ல வந்திருக்கா..."*

வீரான் அருள் வந்தவர் போலானார். ஆரவாரித்துக் கூச்சலிட்டார். ஜக்கம்மா தேவி துணை நின்றாள். நடுசாமத்தில் கண்விழித்து நடை திறந்து நோக்கும் சனங்களை எதிர்பார்த்து எட்டி வைத்து நடந்தார். நெடுவீதிகள் பழகிய பாதையாயின. கால்கள் இருளை உணரவில்லை. புழுதிமண் மேலெழும்பிற்று. ஆவேசமாக ஆடியவாறு சிற்றுடுக்கை அடித்தார். எதிர்சக்தியை பொருட்படுத்தாத மனத்தெம்பு வாய்த்துவிட்டது. குறிகூறும் குதூகலம் கூடிவிட்டது. எடுத்த எடுப்பிலேயே ஊர்சனங்களின் தொழில் நசிந்து பிச்சையேந்தி நிற்கும் நிலையைப் பாடினார்.

*"காலாலத்தையும் கண்டதுண்டு இந்தக்*
*காலக்கொடுமையைக் கண்டதில்லையடா...*
*ஓர்படி ரெண்டுபடி தவசத்துக்கு பிச்சையேந்தும்*
*நாணமத்த காலம் வந்து சனங்க*
*நாண்டுக்கிட்டு சாகுமடா..."*

வீரான் வீரானாகவே இல்லை. வயோதிகம் மறைந்து போனது. இளமை தாண்டவமாடியது. மிடுக்குக் குறையாமல் நடந்தார். சிற்றுடுக்கை ஒலி ஓங்கிற்று. மழைப் பொய்ப்பைப் பாடினார்.

*"ஆகாசத்தில மழையத்துப் போனகாலம் வருமடா...*
*ஆழக்கிணறுகளும் சலங்கள் வத்திப் போகுமடா*
*குளங்களும் ஏரிகளும் விளைச்சல் நிலங்களும்*

*இலச்சருகு நெறைஞ்சு அனல்தீ பற்றுமடா...”*

வீரானின் நடையில் எதிரியை அடக்கி ஆளப்போகும் ஆணவம். பார்வையில் திமிர் நிறைந்த தினவு. அகங்காரத்தோடு சிரித்தார். சிற்றுடுக்கையை உச்சநிலையில் இசைத்தார். ஊரை சூழும் மழை வெள்ளத்தைப் பாடினார்.

*“உச்சி ஆகாசத்திலே உருமங்கட்டி முகிலுக் கூடுமடா*
*ஊமக்கருக்கலுன்னு ஏமாத்தி கனமழ சணக்குமடா*
*ஊரச்சூழ்ந்த வெள்ளம் ஊட்டுக்குள்ளே புகுமடா*
*அட்டாழி மொடாத் தவசத்தையும்*
*வெட்டாரவெளிக்கு அடிச்சுப் போகுமடா*
*குத்தாரி விதைநெல்லையெல்லாம்*
*கத்தாழை வேலியோரம் மொளைச்சுக் காய வைக்குமடா...”*

வீரானுக்கு ஜக்கம்மா தேவி தன்னுள் புகுந்து தொடர்ந்து வழிநடத்துவதாக தோன்றியது. சிற்றுடுக்கை உச்சத்தில் ஒலித்தது. புயல்காற்றின் சேதத்தைப் பாடினார்.

*“கோணக்காத்து சாடிச்சாடி வீசுமடா*
*மாடமச்சு மேகூரையும் சரிஞ்சு பறக்குமடா*
*பொடக்காலி படலையும் பொளந்து எறியுமடா*
*தோட்டத்து தென்னபிள்ளை வின்னமாகுமடா*
*தெளுவுப்பனை முறிஞ்சு விழுமடா*
*மானாவாரி பருத்திமாரு கோலாகுமடா*
*வயக்காட்டுச் செந்நெல்லும் செவ்வாழையும் சேதாரமாகுமடா...”*

வீரானுக்கு குறிகூறும் நெடுங்காலத்து சொற்கள் நாக்கு நுனியில் திரண்டு திரண்டு வந்து கொண்டேயிருந்தன. சிற்றுடுக்கையின் விசை குறைந்தபாடில்லை. வீரான் ஊரை ஆட்டுவிக்கப் போகும் பெரும்பஞ்சத்தின் விளைவையும் விட்டு வைக்கவில்லை.

*“உண்ணும் கலங்களையும் பெண்டு பிள்ளைகளையும் விற்பானடா*
*உலக்கையையும் உரலையும் உழும் கலப்பையையும் விற்பானடா*
*தாலியையும் காலில் இட்ட கழலையும் கழற்றி விற்பானடா*
*தவிட்டை தெள்ளி விற்பானடா*
*தவசத்தை திருடி விற்பானடா...”*

வீரான் குறிகூறுவதிலிருந்து ஓய்ந்துவிடவில்லை. ஒரே ரூபம் கொண்ட சூன்ய நெடுவீதிகள் மாறி மாறி எதிர்ப்பட்டன. ஒவ்வொரு சூன்ய நெடுவீதியும் சிற்றுடுக்கையின் ஓசையில் அதிர்ந்து நிறைந்தது. வீரான் ஊரை சூழும் பட்டினிச் சாவைப் பாடினார். விஷப்பீதியையும்

வியாதியையும் பாடினார். சனங்களின் அகாலமரணத்தையும் அற்ப ஆயுளையும் பாடினார். பிறந்த சிசு மடியும் துர்செய்தியை கேட்கும் அவலத்தைப் பாடினார். வீரான் ஊரில் எவரையும் விட்டுவைக்க தயாராக இல்லை. சனங்களின் தனிப்பட்ட வாழ்க்கைப்பாடுகள் கூட இடையிடையே வெளிப்பட்டன. இருந்தபோதிலும் நெடுவீதிகள் ஒவ்வொன்றும் சூன்யமாகவே கிடந்தன. தொட்டிக்கட்டு வீடுகளின் வெளிநடைக் கதவுகள் இரட்டைத் தாழ்பாள் போடப்பட்டிருந்தன. உள்ஆசாரத்தில் பயந்து பதுங்கிக் கொள்ளும் சனங்களின் முனகல் அரவமில்லை. குறி கேட்க எவருமில்லை. காதுகளைப் பொத்திக் கயிற்றுக் கட்டிலில் முடங்கிக் கிடக்கும் இரவுறக்கம் வராத வயோதிகர்கள் எவரையும் வெளித்திண்ணையில் காணவில்லை. பயந்து மூத்திரம் போகும் குழந்தைகளின் அழுகையும் கேட்கவில்லை.

வீரான் நெடுவீதியில் எட்டு வைத்து கம்பீரமாக நடந்தபடியே இருந்தார். திசையறியா காற்றில் சலனமில்லை. சட்டென நெடுவீதி மறைந்து போனது. கடந்த காலத்தில் நடந்த மண்தடம் ஒன்றை விரித்துப் பரப்பிற்று. திடீரென செம்மி நாய் ஒன்று எதிர்பட்டுக் குரைத்தது. செம்மி நாயின் அடிவயிற்றில் முலைக்காம்புகள் இருந்தன. வீரான் நின்றார். செம்மிநாயையே பார்த்தபடி இருந்தார். செம்மிநாயும் நகராமல் வழிமறித்து நின்று குரைத்தபடியே இருந்தது.

○○○

**ஒ**ற்றை நாயின் குரைப்பொலி விடாமல் கேட்டது. வீரான் கண்விழித்து எழுந்து உட்கார்ந்தான். சில எட்டுத் தூரத்தில் செம்மிநிறப் பெட்டைநாய் வீரானை நோக்கி நின்று மூர்க்கமாகக் குரைத்துக் கொண்டிருந்தது. செம்மிநாய்க்கு உடம்பெல்லாம் நீர் சொட்டியது. ஆற்றைக் கடந்து நீந்தி வந்திருக்கக் கூடும் என்று தோன்றியது. செம்மிநாய் நிறைமாத கர்ப்பம். அடிவயிற்றில் பால்காம்புகள் தடித்துத் தொங்கின. செம்மிநாயின் குரைக்கும் தோரணை கடிக்கும் மூர்க்கத்துடன் இல்லை. அடையாளம் தெரியாத புது ஆளை விரட்டிவிடும் விதமாகவே இருந்தது. வீரான் எழுந்து ஓடப் பயந்து கொண்டான். துரத்திக் கடித்துவிட்டால் என்ன செய்வது என்று யோசித்தான். அமைதியாக செம்மிநாயையே கவனித்துக் கொண்டிருந்தான். செம்மிநாய் குரைப்பதை நிறுத்தியது. திரும்பி இலுப்பை அடிமரங்களினூடே புகுந்து கிழக்குப் பார்த்து ஓடியது. வீரான் எழுந்து செம்மிநாயைப் பின்தொடர்ந்தான்.

செம்மிநாய் தில்லாபுரி அம்மன் கோவிலைத் தாண்டி ஓடிற்று. ஆற்றின் இடக்கரை மேட்டில் நின்றது. நீர்வெளியை நோக்கிக் குரைத்தது. வீரான் இலுப்பைமரத்தின் மறைவில் நின்று நீர்வெளியை நோக்கினான். ஆற்றின் வலக்கரையிலிருந்து நீர்வெளி மீது பரிசல் ஒன்று மிதந்து

வந்து கொண்டிருந்தது. பரிசலில் துடுப்பு வலிக்கும் பரிசல்காரருக்குப் பின்னே இரு பெண்கள் உட்கார்ந்திருந்தனர். செம்மிநாய் வாலை ஆட்டி ஆட்டிக் குதூகலத் தொனியில் குரைத்தது. பரிசலில் வருபவர்கள் செம்மிநாயின் எசமானியம்மாவாகக் கூட இருக்கலாம் எனப்பட்டது. பரிசல் கரையை நெருங்கி வந்தது. செம்மிநாய் சரநாணல்களுக்குள் புகுந்து மணற்தடத்தில் கீழே இறங்கி ஓடி வாலைக் குனைத்தது. பரிசல் கரை ஒதுங்கி நின்றது. இரு பெண்களும் கரையேறினர். பரிசல்காரர் பரிசலை இழுத்து வாள்கோரை திட்டில் தலைகீழாக கவிழ்த்து வைத்தார். இரு பெண்களும் மணற்தடத்தில் மேலேறினர். செம்மிநாய் வழிகாட்டுவதுபோல் இரு பெண்களுக்குமிடையே நுழைந்து நடந்தது. செம்மிநாய்க்கு முன்னால் நடந்த பெண் வயோதிகமானவள். சிவந்த நிறம். நரை விழுந்த கேசம். எட்டுக்கெசம் நெகமம் புடவை உடுத்திக் கழுத்து நிறைய தங்க நகைகள் அணிந்திருந்தாள். மூக்கின் இருபுறமும் வெள்ளைக்கல் பதித்த தங்கமூக்குத்தி மின்னியது. செம்மிநாய்க்கு பின்னே நடந்துவந்த பெண்ணுக்கு இளவயது. மாநிறம். இடுப்பு வரை தொங்கி அசையும் கருங்கூந்தல். கண்கள் விரிந்து அழகாக இருந்தன. வெள்ளைநிற விழிகள் தனித்துத் தெரிந்தன. நல்லிமடத்து கைகோளர்களின் கைத்தறிநெசவுத் தாவணி உடுத்தியிருந்தாள். தங்கநகைகள் அணியாத கழுத்தில் நீலப்பாசிமணி இருந்தது.

இரு பெண்களும் ஆற்றின் இடக்கரைக் கடந்து இலுப்பைத் தோப்புக்குள் நடந்தனர். தில்லாபுரி அம்மன் கோவிலின் வெளிவாசற்படியில் சூடமேற்றி வழிபட்டனர். அந்தக்கணம் செம்மிநாய் வீரானை நோக்கித் ஓடிவந்து குரைத்தது. இரு பெண்களும் ஒரேநேரத்தில் இலுப்பையோரம் ஒளிந்து நின்ற வீரானைப் பார்த்தனர். வீரான் அதே இடத்தில் அமைதியாக நின்று கொண்டிருந்தான். வயோதிகப் பெண்மணி இளம்பெண்ணை பார்த்துச் சொன்னாள்.

“பானுமதி... அந்த பையனைப் போய் கூட்டிக்கிட்டு வா...”

பானுமதி வீரானைத் தேடி வந்தாள். செம்மிநாய் குரைப்பதை நிறுத்தி வாலை ஆட்டியது. வீரான் இலுப்பைமர மறைவிலிருந்து வெளிப்பட்டு நின்றான். பானுமதி சினேகிதமாகச் சிரித்தாள். கைகளைப் பிடித்துக்கொண்டு கூப்பிட்டாள்.

“வா கண்ணு... உம்பேரு என்ன...?”

“வீரான் அக்கா...”

பானுமதி புன்னகைத்தாள். வீரானின் கண்கள் பஞ்சடைந்து பசிக்கிறக்கத்தில் இருப்பதைப் பானுமதி புரிந்து கொண்டாள்.

“நாம ஊட்டுக்குப் போனதும் அக்கா உனக்கு சோறு தர்றேன்டா...”

பானுமதியின் கை ஸ்பரிசத்தில் கருணை இருந்தது. இலுப்பைத்தோப்புக்குள் கருநிழலினூடே முன்அந்தி வெயில் பரவியிருந்தது. செம்மிநாய் முன்னே ஓடியது. அதற்குள் வயோதிகப் பெண்மணியும் பரிசல்காரரும் நீர்வயல் வரப்பில் ஏறி நின்றிருந்தனர். ஏராளமான உண்ணிக்கொக்குகள் நீர்வயல்கள் எங்கும் கூட்டம் கூட்டமாக இரை தேடிப் பறந்து திரிந்தன. செம்மிநாயைக் கண்டு உயர எழும்பிப் பறந்தன. பானுமதி கை ஸ்பரிசத்தை விடுவித்தாள். வீரான் வயோதிகப் பெண்மணியை நெருங்கினான். வயோதிகப் பெண்மணி வீரானை ஏற இறங்கப் பார்த்தாள்.

“பானுமதி... இவ அப்பனாத்தா இல்லாதவனாத்தான் இருப்பான்... எருமை மேய்க்கறதுக்கு சரியான ஆளு... பருவகாரங்க கிட்ட சொல்லி... நம்ம கட்டுத்தரையில வேல குடுடி...”

பானுமதி ஆமோதித்து தலையசைத்தாள். வயோதிக பெண்மணியும் பரிசல்காரரும் நீர்வயல் வரப்பில் நடக்கத் தொடங்கினர். மீண்டும் பானுமதி வீரானின் கையை பிடித்துக் கொண்டாள். பின்தொடர்ந்து கூட்டிப் போனாள். மறுபடியும் ஏராளமான உண்ணிக்கொக்குகள் நீலஆகாயத்தின் கீழே நிலமிறங்க பறந்து வந்து கொண்டிருந்தன. உதிர்ந்த வெள்ளைச் சிறகுகள் வாடைக் காற்றில் மிதந்தலைந்தன. நெல்களத்து மேட்டில் நான்கைந்து சீமையோட்டு வீடுகள் இருந்தன. செம்மிநாய் முன்னால் போய் வாசலில் வாலை ஆட்டி வரவேற்றது. வயல் பருவகாரர்கள் ஓடிவந்து வயோதிகப் பெண்மணியைக் கும்பிட்டு நின்றனர். வயோதிகப் பெண்மணி அவர்களுக்கு ஏதோ கட்டளையிட ஆரம்பித்தாள்.

வீரான் சுற்றும் முற்றும் நோட்டமிட்டான். நெல்களத்து மேட்டை ஒட்டி பெரிய மாட்டுத் தொழுவம் இருந்தது. காங்கேயம் பூச்சிக்காளைகள் இரட்டைக் கயிறு கொண்டு முளைக்குச்சியில் கட்டப்பட்டிருந்தன. பூச்சிக்காளைகளின் முன்னங்கால்கள் மண்வாரி தூற்றி நின்றன. நுனிக்கொம்புகள் கூர்மையாகச் சீவி விடப்பட்டிருந்தன. வீரானை பானுமதி மாட்டுத் தொழுவம் தாண்டிக் கூட்டிப் போனாள். பசுஞ்சாணி வாசத்தோடும் கிடைமூத்திரக் கவிச்சியோடும் எருமைக் கட்டுத்தரை வந்தது. இருபதுக்கும் மேற்பட்ட எருமைகள் வைக்கோல் தின்று கொண்டிருந்தன. பானுமதி வீரானிடம் சாந்தமாகச் சொன்னாள்.

“இந்த எருமைகளத்தான்... நீ நாளையிலிருந்து ஆத்துக்காலுக்கு ஓட்டிப் போயி மேய்க்கனும்டா...”

வீரான் பதிலேதும் கூறவில்லை. நெல்களத்து மேட்டிலிருந்து வடக்கே மண்சாலை ஒன்று நீர்வயலினூடே வகுந்து செல்வதை பார்த்தபடியே இருந்தான். பின்அந்தி மஞ்சள் வெயிலை நீர்வயல்கள் பிரதிபலிக்க துவங்கியது. வயோதிகப் பெண்மணி பரிசல்காரரோடு நீர்வயல் வரப்பேறி நடந்தாள். வீரானும் பானுமதியோடு பின்தொடர்ந்தான். செம்மிநாயும் கூட வந்தது. உன்னிக்கொக்குகள் பறந்து தள்ளிப் போய் அமர்ந்தன. இலுப்பைத்தோப்புக்குள் அணில்கள் குரலிட்டு துரத்தி விளையாண்டன. தில்லாபுரி அம்மன் கோவில் சிதிலமதிலில் மஞ்சளும் செந்நிறமும் பூண்ட ஓணான் தலையாட்டி கொக்காணி காட்டியது. வீரானால் பொறுக்க முடியவில்லை. கீழே குனிந்து கல்லை எடுத்து ஓணானை குறி பார்த்து வீசினான். கல் ஓணானின் முதுகுச் செதில்கள் மேல் பட்டு மோதியது. ஓணான் தடுமாறி கோவில் பிரகாரத்தில் விழுந்தது. செம்மிநாய் மோப்பம் பிடித்து ஓணானை நோக்கி ஓடியது. வயோதிகப் பெண்மணி திரும்பி பார்த்து முறைத்தாள். பானுமதி வலிய சிரித்துச் சொன்னாள்.

“வெளையாட்டுப் பையன்...”

“வெளையாட்டுப் பையனா இருந்தா... இங்க சோறு கெடைக்காது... கிருமமா நடந்துக்கனும்... எருமைக ஒழுங்கா கட்டுத்தரை திரும்பனும்... பையனுக்கு என்னை பத்தி சொல்லீருடி பானுமதி...”

சரநாணல்களை ஒதுக்கி மணற்தடத்தில் கீழே இறங்கும்போது வீரானுக்கு திரும்பி ஓடிவிடலாமா என்கிற எண்ணம் எழுந்தது. இருள் சூழும் இந்த வேளையில் எங்கு போவது என்கிற அச்சத்தில் அமைதியடைந்தான். தண்ணீர்க்கோழிகள் குரல் கொடுத்தன. பரிசல்காரர் பரிசலை நிமிர்த்தி ஆற்று நீர்வெளியில் இறக்கினார். செம்மிநாய் நீருக்குள் குதித்து நீந்த ஆரம்பித்தது. வீரானுக்கு பரிசல்காரர் அருகில் உட்கார இடம் கிடைத்தது. இது முதல் பரிசல் பயணம். எங்கும் நீர் சுழித்தோடி பெரும்முறைச்சலிடும் ஓசை. பரிசல்காரர் துடுப்பை ஊன்றி ஊன்றி பரிசலைச் செலுத்தினார். பரிசல் சுழன்று சுழன்று நகர்ந்தது. வீரானுக்கு முதலில் ஒருவித சாகசப் பயணம் போலவே இருந்தது. பரிசல்காரரின் லாவகத்தை உன்னித்துக் கவனித்தபடியே வந்தான். ஒருகணத்தில் பரந்து தளும்பும் நீர்வெளி உள்ளிழுத்துக் கொண்டது. குழந்தைமனம் விழித்துக் குதூகலித்தது. நெடிய பரவசம் நீடித்தது. தீராப் பிரமிப்பை ஏற்படுத்தியது. ஆகாயம் மறைந்துவிட்டது. நிலம் மூழ்கிவிட்டது. நீர்முறைச்சல் மங்கிவிட்டது. கண்முன்னால் நீர்வெளி மட்டுமே நீண்டுக் கிடந்தது.

பரிசல் தத்தளித்து தத்தளித்து நகர்ந்து முன்னேறியது. வீரானுக்கு இதுவரை மனதுக்குள் படிந்து கிடக்கும் நீர் பற்றிய நுட்பச் சித்திரங்கள் மாறத்

தொடங்கின. செங்கால்நாரைகள் குரலிட்டு பறந்தன. அமராவதியின் வலக்கரை தென்பட்டது. வீரானுக்கு இன்னும் ஆறு அகலமாக விரியக்கூடாதா என்கிற ஏக்கம் ஏற்பட்டது. ஏற்கனவே கரையேறிய செம்மிநாய் நீர் சொட்டும் உடலை சிலுப்பி நின்றது. பரிசலை விட்டு ஒவ்வொருவராக இறங்கினர். ஆற்றுத்தட்டான்கள் பறந்தன. சரநாணல் புதரினூடே மணற்தடம் மேலேறியது. வயோதிகப் பெண்மணி முன்னே நடந்து கூட்டிப் போனாள். வாடைக் காற்றில் தாழம்பூமடல் விரிந்த வாசனை வீசியது. செம்மிநாயைக் கண்டு தாழைக்கோழிகள் கத்திக்கொண்டு ஓடின. தென்னந்தோப்பு கடந்ததும் ஆதிகாலத்து மச்சு வீடு. மச்சு வீட்டைச் சுற்றிலும் முற்றிய பலாமரங்கள். பழுப்பு பலாயிலைகள் உதிர்ந்து கிடந்த முன்வாசலில் குதிரைவண்டி நின்றது. செம்மிநாய் வீட்டை சுற்றி ஓடிப் பின்வாசலுக்குப் போய் மறைந்தது.

வீரானை தாழ்வாரத்து திண்ணைக்கு மேலே அனுமதிக்கவில்லை. வயோதிகப் பெண்மணியும் பானுமதியும் மட்டும் வீட்டுக்குள் போனார்கள். பரிசல்காரர் வாசற்படியில் வந்து உட்கார்ந்து கொண்டார். இருட்டியதும் பானுமதி சுவற்று மாடமெங்கும் அகல் தீபங்கள் ஏற்றினாள். மஞ்சள் வெளிச்சம் நிறைந்த மச்சுவீடு வசீகரகாக இருந்தது. சமையல்காரப் பண்டாரச்சி மடக்கு வாழைமட்டையிலை விரித்து பச்சரிசி நெல்சோற்றை பறிமாறினாள். தொட்டுக்கொள்ள அப்பக்கோவைத் துவையல். வீரான் சோற்றையும் துவையலையும் மொத்தமாக பிசைந்து அவுக் அவுக்கென உண்டான். அகோரப்பசி ருசியறியவில்லை. பரிசல்காரரும் கையில் பெரிய பெரிய கவளமாக நாம்பி அவசரமாகவே உண்டார். சீக்கிரத்தில் உண்டுவிட்டு மடக்கு வாழைமட்டையிலையை மடித்தெடுத்துக் கொண்டு பின்வாசலுக்குப் போனவர் திரும்பி வரவில்லை. வீரானுக்குக் கடைசி கவளம் உண்டபோது ஏனோ அம்மாக்காரியின் ஞாபகம் எழுந்தது. அம்மாக்காரி தன்மீது கடுங்கோபத்தில் இருப்பாள் என்று தோன்றியதும் கண்களில் நீர் நிறைந்தது. கண்ணீர்த்துளி இலையில் விழுந்து மறைந்தது. உண்டபின்னும் இலை மடக்கி எடுத்துக்கொண்டு எழத் தோன்றாமல் அப்படியே உட்கார்ந்திருந்தான். நடை மீது வந்து நின்ற பானுமதி கேட்டாள்.

“போதுமாடா... இல்ல இன்னும் சோறு போடவா...?”

“வயித்துல எடமில்லக்கா...?”

வீரானுக்கு ஏப்பம் வந்தது. எச்சில் இலையை மடக்கி எடுத்துக்கொண்டு பின்வாசலுக்கு போனான். கிணறும் வாழைத்தோப்பும் இருந்தது. கிணற்றின் சுற்றுச்சுவரின் மீதும் அகல் தீபம் காற்றுக்கு நடுங்கிக்கொண்டு எரிந்தது. வாழைத்தோப்புனூடே ஊர் செல்லும் மண்சாலை

தெரிந்தது. வீரான் எச்சில் இலையை வீசி எறிந்தான். நீர் நிரம்பிய சுண்ணாம்புக்காரை தொட்டியில் கைகழுவினான். முன்வாசலுக்கு வந்து தாழ்வாரத்து திண்ணையில் ஏறி உட்கார்ந்தான். பானுமதி கோணிச்சாக்கை கொண்டுவந்து வீசிப் போட்டபடியே சொன்னாள்.

"டேய் இங்கேயே படுத்துக்க... இருட்டுக்குள்ள அடிக்கடி எந்திரிச்சு கீழே எறங்காதே... பாம்பு ஊர்ந்துக்கிட்டு வரும்..."

பானுமதி வெளிநடைக் கதவை அடைத்து வீட்டுக்குள் போனாள். வீரான் கோணிச்சாக்கை விரித்து படுத்துக் கொண்டான். சுவற்று மாடத்து அகல் தீபங்கள் எண்ணெய் தீர்ந்து ஒவ்வொன்றாக அணைந்தன. இருள் அடர்த்தியானது. வீரான் விழித்துக் கொண்டேயிருந்தான். திடீரென புகையிலை வாசனை மூக்கில் ஏறிற்று. வீரான் எழுந்து வாசலுக்குச் சென்று நோட்டமிட்டான். மேல்மாடத்து மச்சு அறை முன்பு வயோதிகர் ஒருவர் நின்று சுருட்டுப் பிடித்துக் கொண்டிருந்தார். அவர் சுருட்டுப் பிடிப்பதில் மட்டுமே லயித்திருந்தார். கீழே வீரானைப் பார்த்தபோதும் கூட எதுவும் கேட்கவில்லை. விண்மீன்களுக்குக் கீழே வெண்புகை சுருளிட்டு பிரிந்தது. சுருட்டுப் பிடிக்கும் வயோதிகருக்கு முன்வழுக்கைத் தலை. மீசை நுனி மேல்நோக்கி முறுக்கி விடப்பட்டிருந்தது. வீரான் அவரையே வெகுநேரம் பார்த்துக்கொண்டு நின்றான். மீண்டும் தாழ்வாரத்துத் திண்ணையேறி படுத்துக் கொண்டான். எங்கிருந்தோ வந்த செம்மிநாய் தாழ்வாரத்து வாசற்படியில் சுருண்டு படுத்துக் கொண்டது.

விடிவதற்கு சற்று முன்பே பரிசல்காரர் வந்து வீரானை எழுப்பினார். ஆற்றை பரிசலில் கடந்து எருமைக் கட்டுத்தரைக்குக் கூட்டிப் போனார். செம்மிநாய் இவர்களுக்கு முன்னே எருமைக் கட்டுத்தரையில் இருந்தது. பருவகாரர்கள் இருபது எருமைகளையும் தும்பைத் தறித்துவிட்டு ஆற்றுப்பாதையில் முடுக்கிவிட்டனர். வீரான் பின்னே ஓடினான். பகலெல்லாம் எருமைகள் கோரைக்கொரையில் மேய்வதும் ஆற்று நீருக்குள் இறங்கி நீந்தி களிப்பதுமாக இருந்தன. அந்தி மஞ்சள் வெயில் மங்கும்போது எருமைகள் ஒவ்வொன்றாக கரையேறி கட்டுத்தரைப் பாதையில் புறப்பட்டன. வீரானுக்கு நிற்பதற்கு நேரமில்லை. எருமைகளுடனே பொழுதுகள் விடிந்தன. எருமைகளுடனே பொழுதுகள் முடிந்தன.

வீரானுக்கு பள்ளிக்கூடமே பரவாயில்லை என்று இருந்தது. பெரிய தவறு செய்துவிட்டதாய் உணரத் தொடங்கினான். இரவு உணவுக்குப் பின் தாழ்வாரத்துத் திண்ணையில் படுத்துக்கொண்டு யோசித்தான். மறுதினம் பகலில் எருமைகளை ஆற்றங்கரையில் விட்டுவிட்டு ஊருக்குத் தப்பித்துப் போவது என்று முடிவும் செய்தான். அப்போது

வெளிநடைக்கதவு பெருத்த ஓசையுடன் திறந்தது. வயோதிகப் பெண்மணி தாழ்வாரத்துத் திண்ணையிறங்கி வெளிவாசலுக்குப் போய் நின்றாள். மேல்மாடத்து மச்சு அறையைப் நிமிர்ந்து பார்த்து சப்தமிட்டாள்.

"கீழ எறங்கி வரப்போறீங்களா இல்லியா... இப்படியே இருந்து என்னை சாகடிக்கறதுன்னு முடிவு செஞ்சிட்டீங்களா... சொல்லுங்க...?"

மேலே இருந்து எந்தவிதப் பதிலுமில்லை. சுருட்டுப் புகையின் நாற்றம் மட்டும் அடித்தது. பானுமதியும் எழுந்து வந்து தாழ்வாரத்துத் திண்ணைத் தூணைப் பிடித்து நின்றாள். வீரான் விழித்துக் கொண்டிருப்பது போலவே காட்டிக் கொள்ளவில்லை. வயோதிகப் பெண்மணி மச்சு அறையைப் பார்த்தபடி மேலும் ஏதேதோ சப்தமிட்டாள். அப்போதும் மேலே இருந்து எவ்விதப் பதிலுமில்லை.

"நானு ஆத்துலயோ... கொளத்துலயோ உழுந்து செத்துப் போறேன்... வெடியால எம்பொணத்து மொகத்துலதா முழிக்கப் போறீங்க பாருங்க...?"

வயோதிகப் பெண்மணி தென்னந்தோப்புக்குள் நுழைந்து இருளில் நடக்கத் துவங்கினாள். பானுமதி வாசற்படி இறங்கி பின்னே ஓடினாள். செம்மிநாயும் எழுந்து கூடவே ஓடியது. வீரான் தலையைத் தூக்கிப் பார்த்துவிட்டு மறுபடியும் படுத்துக் கொண்டான். சற்று நேரம் கழிந்தது. பானுமதி வயோதிகப் பெண்மணியை தாழ்வாரத்துத் திண்ணைக்கு கூட்டி வந்து உட்கார வைத்தாள். சமாதானப்படுத்த முயன்றாள்.

"அம்மா... உடுங்கம்மா... எதா இருந்தாலும் வெடியால பேசிக்கலாம்..."

"எத வெடியால பேசறது... நாப்பது வருசமா நாம்படற வேதனையவா...?"

"நானு அப்படி சொல்ல வரலம்மா...?"

"பின்னே...?"

பானுமதி மௌனமானாள். வயோதிகப் பெண்மணி கேவி கேவி அழுதாள். பின் கண்ணீரை முந்தானையால் துடைத்துக்கொண்டு ஆற்றாமையோடு பேசினாள்.

"கலிகாலத்துல பாண்டுவ கட்டிக்கிட்டா... வரம் கெடைக்காத குந்தியாத்தான் வாழனும்... உனக்கெல்லாம் என்னோட வேதனை தெரியாதடி பானுமதி..."

பானுமதி அமைதியாகிவிட்டாள். வயோதிகப் பெண்மணி முகத்தை கைகளால் மூடி மீண்டும் அழத் தொடங்கினாள். பானுமதியும் மேற்கொண்டு எதுவும் சொல்லாமல் கூடவே உட்கார்ந்திருந்தாள். பலாமரத்துக் கிளைகளின் அசைவைத் தவிர எங்கும் பெருநிசப்தம். செம்மிநாய் பலாச்சருகுகளை மிதித்து வாசலில் நடந்துவரும் அரவம் கேட்டது. வீரான் கைகால்களைக்கூட ஆட்டாதப் பாவனையில் படுத்திருந்தான். எப்படி உறங்கினான் என்று தெரியவில்லை.

பொழுது விடிந்து மேலேறியிருந்தது. எருமைகள் ஆற்றங்கரையோர கோரைக் கெராயில் தீவிரமாக மேய்ந்து கொண்டிருந்தன. ஆற்றில் ஆள் இறங்குமளவுக்கு வெள்ளம் வடிந்திருந்தது. ஆற்றைக் கடக்க பரிசல் தேவைப்படவில்லை. பானுமதி காலையுணவைக் பித்தளைப் போசியில் எடுத்துக்கொண்டு ஆற்றைத் தாண்டி வந்தாள். வீரான் மணற்திட்டில் சம்மணங்கால் போட்டு உட்கார்ந்தான். பானுமதி பித்தளைப் போசி மூடியில் பனியாரமும் தேங்காய் துவையலையும் வைத்து நீட்டினாள். தலைக்கு மேலே நீர்க்காகங்கள் வட்டமிட்டன. வீரான் கேட்டான்.

“குந்தி ஆருக்கா...?”

“ஏண்டா நீ நேத்து ராத்திரி தூங்கலயா...?”

வீரான் சிரித்தான். பானுமதி மறுகை நீட்டி வீரானின் காதைப் பிடித்து திருகினாள்.

“பஞ்சபாண்டவர்கள பத்தி உனக்கு தெரியுமாடா... அவங்களோட அம்மாதான் குந்தி...”

பானுமதி பித்தளைப் போசி மூடியை மணலில் வைத்துவிட்டு எழுந்தாள். இடுப்பளவு நீருக்குள் இறங்கி குளிக்க ஆரம்பித்தாள். வீரான் பானுமதியையே பார்த்தபடி இருந்தான். நகர்ந்து உட்கார்ந்து பனியாரத்தையும் தேங்காய்த் துவையலையும் பிசைந்து உண்ணத் துவங்கினான். முகம் மட்டும் நீருக்கு மேலே தெரிய பானுமதி சப்தமிட்டாள்.

“இன்னிக்கு ராத்திரி நானு உனக்கு குந்தி கத சொல்லட்டுமாடா...?”

வீரானுக்கு குந்தி கதையை கேட்க ஆவலாக இருந்தது. அன்று நண்பகலில் ஊருக்கு தப்பித்துப் போகும் திட்டத்தை ஒத்தி வைத்தான். எருமைகளைப் பிரியமாக மேய்த்து கட்டுத்தரை ஓட்டிப் போனான். இரவு உணவுக்கு வெளிச்சமே வந்து தாழ்வாரத்துத் திண்ணையில் உட்கார்ந்தான். பானுமதி கதை சொல்லவில்லை. சுவற்று மாடத்து

அகல் தீபங்கள் அணைந்தன. மச்சு அறையிலிருந்து சுருட்டின் புகை நாற்றம் விடாமல் அடித்தது. பானுமதியிடம் கதை சொல்வதற்கான மூகாந்திரமேயில்லை. வீரான் ஏக்கமாகப் படுத்துறங்கினான். முதல் சாமம் தாண்டி பானுமதி வந்து எழுப்பினாள். குந்தியின் துயரக் கதை பிரவாகமாக போயிற்று. பானுமதியே குந்தியாக மாறியிருந்தாள்.

பானுமதி எழுந்து உள்ளே சென்று வெளிநடைக்கதவு சாற்றிய பின்பும் வீரானுக்கு உறக்கமே வரவில்லை. குந்தியின் காலத்தில் உலாவத் தொடங்கிவிட்டான். குந்தி வீரான் கூடவே உரையாடிக்கொண்டிருந்தாள். பாண்டுவையும் பஞ்சபாண்டவர்களையும் காட்டினாள். கர்ணனும் கௌரவர்களும் வந்து போனார்கள். ஒவ்வொரு தினத்தின் சாமமும் இதுபோலவே கழிந்தது. பானுமதியின் குரல் வழியே மகாபாரத மாந்தர்கள் மீண்டும் ஒருமுறை வாழ்ந்து கடந்தார்கள்.

அன்றைய பகலில் உச்சி வெயில் தீவிர உக்கிரம் கொண்டு தகித்தது. காலிடுக்கில் கெண்டைமீன் கவ்வ செம்பருந்துகள் நீர்வெளி மேலாக வட்டமிட்டுக் கொண்டிருந்தன. சூடு தாங்காத எருமைகள் நீருக்குள் இறங்கி முங்கிக் கிடந்தன. வீரான் கரை ஆலமரத்தடி நிழல் ஒன்றில் உட்கார்ந்து பாண்டுவைப் பற்றி யோசித்தபடியே இருந்தான். குந்தியிடமும் மாத்ரியிடமும் அவமானப்பட்ட பாண்டுவின் முகம் குறித்த கற்பனை எழுந்தது. அந்த சமயத்தில் பரிசல்காரரும் பானுமதியும் ஆற்றுக்கு வந்தார்கள். நீர்பிரவாகத்தில் எதிர் நீந்தி வரும் மீன்களைப் பிடிக்க பரிசல்காரர் தூண்டிலுடன் நட்டாற்றுப் பாறை மீதே உட்கார்ந்து கொண்டார். பானுமதி மட்டும் மணற்திட்டில் ஏறி கரை ஆலநிழலுக்கு வந்தாள். வீரானும் எழுந்து நின்றான். நீருக்குள் கிடக்கும் எருமைகளை நோட்டமிட்டபடியே கேட்டான்.

“ராத்திரி பாண்டு ஆம்பளை இல்லீன்னு சொன்னீங்களே... அப்படீன்னா என்னக்கா...?”

பானுமதி கலகலவென சிரித்தாள். பானுமதியின் சிரிப்பை ஆற்றின் ஈரப்பாறைகள் எதிரொலித்தன. பானுமதி ஈறும் வெள்ளைப் பற்களும் தெரிய மீண்டும் மீண்டும் சிரித்தாள். வீரான் புரியாமல் பானுமதியைப் பார்த்தான். நட்டாற்றுப் பாறை மீதிருந்த பரிசல்காரர் கூட திரும்பிப் பார்த்தார். பானுமதி சிரிப்பினூடே பேசினாள்.

“உனக்கு கல்யாணமானா புரிஞ்சுக்குவே...?”

“எனக்கு எப்பிடி கலியாணம் நடக்கும்...”

“ஏன் நானிருக்கேனே...?”

“போங்கக்கா...”

வீரானுக்கு வெட்கம் கவிழ்ந்தது. மணற்திட்டில் ஏறி ஓடத் தொடங்கினான். பின்னாலிருந்து பானுமதி கூப்பிட்டாள்.

“வீட்டுக்காரரே நில்லுங்க...?”

வீரான் நிற்கவில்லை. திரும்பிப் பார்க்காமல் ஓடிக்கொண்டேயிருந்தான். பானுமதி போய்விட்டாள். அந்தியில் பரிசல்காரர் தூண்டிலில் பிடித்த மயில்கெண்டை மீன்களைக் காய்ந்த நாணல் தண்டுகளில் தீமூட்டி சுட்டுத்தின்றார். வீரானுக்கும் கூப்பிட்டுக் கொடுத்தார். செதிள்முட்களைப் பிரித்த மீனின் சதை தீய்ந்த வாசனையுடன் ருசியாகவே இருந்தது. எருமைகள் கட்டுத்தரை போக வலக்கரை மேடேயேறி நடந்தன. வீரான் ஆற்றுநீரில் கைகழுவிப் புறப்பட்டான். பரிசல்காரர் சிரித்தபடியே கேட்டார்.

“ஏண்டா... நீ பனுமதிய கலியாணம் மூய்சுக்க போறியாமா...?”

வீரான் வெட்கத்தில் தலை கவிழ்ந்தான். மணற்திட்டில் ஓட்டம் பிடித்தான். அந்தக் கணத்திலிருந்து பானுமதியையே எப்படியாவது கல்யாணம் செய்துகொள்ள வேண்டும் என்று முடிவு செய்தான். கற்பனையில் வளர்ந்து பெரிய ஆளானான். முத்துச்சாமி வாத்தியார்போல் மிதிவண்டி வாங்கினான். பானுமதியை மிதிவண்டியில் உட்கார வைத்து தாராபுரம் கடைவீதிக்குள் ஓட்டிப் போனான். பானுமதி மனசுக்குப் பிடித்தமான பெண்சாதியாகவே மாறிப் போனாள். வீரானின் மனதுக்குள் பானுமதியோடு நெடிய வாழ்க்கை வாழ்ந்த நிறைவு நிரம்பி வழிந்தது. ஒவ்வொரு கணமும் புதுவித உணர்வு ஆட்கொண்டது. பானுமதியை அக்கா என்று கூப்பிடுவதைக் குறைத்துக் கொண்டான். வீட்டுக்காரன் என்கிற தோரணையுடன் பனுமதியிடம் பேசினான். பானுமதியும் வீரானின் மாற்றத்தைக் கண்டு நமுட்டுச் சிரிப்புச் சிரித்துக் கொண்டாள்.

ஒரு விடியக்காலை வேளையில் செம்மிநாய் வாழைத்தோப்புக்குள் நான்கு குட்டிகளை ஈன்றிருப்பதைப் பானுமதி கண்டுபிடித்தாள். வீரானை வந்து கூட்டிப் போனாள். கதலிவாழையின் பக்கக் கன்றுகளினூடே நாய் பாலூட்டும் குட்டிகளுடன் படுத்திருந்தது. நான்கு நாய்க்குட்டிகளும் இன்னும் கண்கள் முழிக்கவில்லை. நான்கு நாய்க்குட்டிகளுமே நாயைப் போல செம்மி நிறம். குட்டிகளை தொட நாய் விடவில்லை. மூர்க்கமாக உறுமியது. பானுமதி நகர்ந்து நின்றபடி சொன்னாள்.

“ஏன்டா... நாலு குட்டியுமே அழகா இருக்கில்ல... இதைய எப்படியாவது நாம வளர்த்தீரனுமுடா...”

வீரான் பதில் பேசவில்லை. பானுமதியையே உற்றுப் பார்த்தான்.

"என்னடா பெரிய்ய ரோசன...?"

"நாமும் நாளைக்கு நாலு கொழந்த பெத்துக்கலாமுன்னு பட்டுச்சு அதுதான்..."

பானுமதியின் முகம் சுண்டிப் போனது. மேற்கொண்டு அங்கு நிற்காமல் வீட்டின் பின்வாசலை நோக்கி வேகமாக நடக்க ஆரம்பித்தாள். வீரானுக்கு பானுமதியின் ஊதாசீனம் புரியவில்லை. ஒரு வாரம் போயிற்று. வைகறை கரிச்சான்கள் கத்தும் வேளையில் தாழ்வாரத்து திண்ணையில் படுத்துறங்கிக் கொண்டிருந்த வீரானை பானுமதி எழுப்பினாள். பின்வாசலுக்கு கூட்டிப் போனாள். வாசற்படி மீது வயோதிகப் பெண்மணி கோணிச்சாக்குடன் நின்றிருந்தாள். நீர்த்தொட்டி ஈரமண்ணில் படுத்துக் கிடந்த நான்கு நாய்க்குட்டிகளையும் சுட்டிக்காட்டிச் சொன்னாள்.

"அடேய் எருமக்காரப் பயலே... இந்தா சாக்கு... இதுல இந்த நாய்க்குட்டிகள அத்தனையும் புடிச்சுப் போட்டுட்டு... கெழக்க ஊரத்தாண்டி போ... ஒரு பாதாளப் பாங்கெணறு வரும்... அதுல போட்டுட்டு திரும்பிப் பாக்காம வந்துரு..."

வீரான் கோணிச்சாக்கை வாங்கிக் கொண்டான். பானுமதியை பார்த்தான். பானுமதி மௌனமாகத் தலை கவிழ்ந்து கொண்டாள். வீரான் நாய்க்குட்டிகளை நெருங்கி நின்று வாழைத்தோப்பை நோட்டமிட்டான்.

"என்னடா... நாயெ தேடறயா... நாய் தொண்டு சுத்திப் போட்டு... பொழுது கௌம்பத்தான் சோத்துக்கு வரும்... அதுக்குள்ள நீ குட்டிகள கொண்டு போயி பாங்கெணத்துல போட்டுரு..."

வயோதிகப் பெண்மணி வாசற்படி கடந்து வீட்டுக்குள் போய்விட்டாள். வீரான் ஒவ்வொரு நாய்க்குட்டியாகப் பிடித்து கோணிச்சாக்குள் போட்டான். நாய்க்குட்டிகள் மெதுமெதுவென்று இருந்தன. கோணிச்சாக்கைத் தூக்கி தோளில் கிடத்தி நடந்தான். நாய்க்குட்டிகள் துள்ளின. வீரான் வாழைத்தோப்பினூடே செல்லும் மண்சாலைக்குப் போய் திரும்பிப் பார்த்தான். பானுமதி நாய்க்குட்டிகளைச் சுமந்து செல்லும் வீரானையே பார்த்தபடி இருந்தாள். நேர்மேலே மச்சு அறையின் பின்புற கைப்பிடிச் சுவரோரம் நின்று அந்த வயோதிகரும் சுருட்டுப் புகைத்தபடி பார்த்துக் கொண்டிருந்தார்.

வாழைத்தோப்பு கடந்ததும் மண்சாலையின் இருபுறமும் தென்னந் தோப்புகள் வந்தன. ஆங்காங்கே குத்தகைக்காரர்கள் தங்கியிருந்த

சீமையோட்டு வீடுகள் இருந்தன. ஊரை அடையும் வரை வயோதிகப் பெண்மணியின் நிலமாகவே இருந்தது. வீரானுக்கு செம்மிநாய் எதிப்பட்டுவிட்டால் முரட்டுத்தனமாக பாய்ந்து கடித்துக் குதறிவிடும் என்கிற அச்சவுணர்வு ஏற்பட்டது. விரைவாக ஊரை நோக்கி நடந்தான். நாய்குட்டிகள் கோணிச்சாக்குக்குள் முனகின. வீரானுக்குப் பாவமாக இருந்தது. மனதுக்குள் இரக்கம் இருந்தும் எதுவும் செய்ய முடியாத நிலை. வயோதிகப் பெண்மணியை மீறி நாய்குட்டிகளைக் காப்பாற்றவும் பயம். நான்கு நாய்குட்டிகளையும் வளர்க்கப் பிரியப்பட்ட பானுமதியின் மனது படும் துயரத்தையும் நினைத்துப் பார்த்தான். மண்சாலை பயணம் அவஸ்தை கொண்டதாகவே மாறிவிட்டது.

கிழக்கே விடியல் ஒளி படர்ந்தது. மண்சாலை ஊருக்குள் செல்லாமல் தலைவாசலில் பிரிந்து தெற்கே சென்றது. ஆடுமாடுகள் மேயும் ஊசிப்புல் தரிசுவெளி வந்தது. புல்வெளித் தட்டான்கள் பறந்தன. கல்லெலிகளின் பொடிக்கற்கள் குவிந்த வங்குகளை தாண்டி நடந்தான். வழிநெடுக குடவேலா மரங்கள் பூத்திருந்தன. செம்போத்துகள் குரலிட்டன. மண்சாலையின் கிழக்குப்புறத்தில் சுமைதாங்கிக்கல்லும் ஆத்திமரமும் இருந்தன. அதற்கப்பால் பாதாள பாங்கிணறு தெரிந்தது. பஞ்சகாலம் ஒன்றில் வழிப்போக்கர்களின் தாகவேட்கை தணிக்க விராடராஜன் வெட்டிய கிணறு என பானுமதி முன்பு சொல்லியிருந்தாள். கிணறு கேட்பாரற்றுக் கிடந்தது. கிணற்றுமேட்டு கல்தொளைவாரி மீது சுக்கட்டான் படம் விரித்து காட்டிற்று. வீரான் பாம்பேறி மேட்டில் போய் நின்றான். நிழல் கட்டிய அடியாழத்தில் தெளிந்த நீர். நீருக்குள் நீலஆகாயத்தில் வெண்முகில்கள் நகர்ந்து போகும் பிரதிபிம்பம். கிணற்றுக்குள் இறங்கும் படிக்கட்டில் சோற்றுக்கற்றாழைகள் முளைத்திருந்தன. கற்சுவர் பொந்துகளில் குறுட்டாந்தைகள் உறக்கமற்று உட்கார்ந்திருந்தன. வீரான் கோணிச்சாக்கை பிரித்து நாய்குட்டிகளைப் பார்த்தான். நாய்குட்டிகள் இன்னும் சற்றுநேரத்தில் சாகப்போகிறோம் என்கிற தன்னுணர்வின்றி ஒன்றோடு ஒன்று அணைத்துப் படுத்துக்கிடந்தன.

○○○

# 12

இந்திரஜித் நாடகமேடையில் அசோகவனத்துச் சீதை இராமன் நினைவில் மூழ்கியிருந்தாள். சீதையின் கிட்டத்தில் வந்த ராவணன் கெஞ்ச தொடங்கினார்

"இந்த லோகம் மாத்திரமல்ல... பாதாள லோகத்து தேவலோலத்து ராஜாதிராஜாக்களும் எனக்கு அடிமை சேவை செய்து வருகிறார்கள்... அப்படிப்பட்ட நான் உனக்கு அடிமை... என்னை நீ ஏற்றுக்கொண்டு இரக்கம் காட்ட வேண்டும்..."

ராவணன் கோபமுகபாவத்துடன் நிற்கும் சீதையை சுற்றிச்சுற்றி வந்தார். ஹார்மோனியமும் முகவாத்தியமும் சால்ராவும் ஒருசேர இசைத்தது. ராவணன் கெஞ்சும் தொனியில் பாட ஆரம்பித்தார்.

*"குடிமை மூன்றுலமும் செயும் கொற்றத்து என்*
*அடிமை கோடி அருளுதியால் எனா*
*முடியின் மீது முகிழ்ந்துயர் கையினன்*
*படியின் மேல் விழுந்தான் பழி பார்க்கலான்..."*

அகிலும் வெள்ளைத்தாடிக்காரரும் நாடகமேடை கடந்து நடந்தனர். திருவிழாச் சாட்டு உச்சக்கணத்தை தொட்டிருந்தது. பூவோடு ஏந்தியவர்கள் ஓட்டம் போன்ற நடையில் கோவிலைச் சுற்றி வர ஆரம்பித்திருந்தனர். உள்ளங்கையில் வேப்பிலைப் பரப்பி அதன்மீது பூவோடு வைத்துப் பிடித்திருந்தனர். பூவோட்டின் தணல் செந்நிற பொட்டுக்களாய் நகர்ந்தன. தணல் புகைந்து சூடு ஆவியாக வெளிப்பட்டது. பெண்கள் குலவையொலியிட்டனர். கொட்டுமுழக்குகளும் கொம்புகளும் உச்சத்தில் ஓசையிட்டன. பண்டாரத்துப் பூசாரி விருத்தம் பாடிச் சனங்களை விலக்கி முன்னே நடந்தார். மஞ்சள் நீர் குடம்குடங்களாக மண்தரையில் ஊற்றப்பட்டன. பூவோடு ஏந்தியவர்களினூடே நுழையாமல் மண்உருவாரச்சாமிகளின் சப்பரங்களிடம் செல்ல வழியில்லை. வெள்ளைத்தாடிக்காரர் மௌனமாக நின்று கொண்டார். அகில் பதற்றமாக இருந்தான். வீரான் எங்கும் ஓடிவிடமாட்டார் என்கிற நம்பிக்கை இருந்தது. பூவோடு நகர்ந்து கொண்டேயிருந்தது. பூவோடு ஏந்திய முன்வரிசை பெண் ஒருத்திக்கு அருள் வந்துவிட்டது. பூவோடு ஏந்தியபடியே உடலை முறுக்கி ஆடத் துவங்கினாள். கூட்டம் அந்தப்

பெண் ஆட வழிவிட்டு சுற்றிலும் சூழ்ந்து நின்றது. உடனே பூவோடு ஊர்வலம் ஸ்தம்பித்துவிட்டது.

அகில் வெள்ளைத்தாடிக்காரரைப் பார்த்தான். வெள்ளைத்தாடிக்காரர் அகிலின் கையை பிடித்து இழுத்துக்கொண்டு பூவோடு ஏந்தி நிற்பவர்களின் குறுக்கே புகுந்தார். யார்யாரோ சப்தமிட்டார்கள். வெள்ளைத்தாடிக்காரர் பொருட்படுத்தவில்லை. அகிலுக்கு பூவோட்டின் தணல்சூடு முகத்தை காந்தியது. இருவரும் பூவோட்டில் உரசிவிடாமல் ஜாக்கரதையாக முன்னேறினர். அதற்குள் அருள் வந்து ஆடும் பெண்ணை பண்டாரத்துப் பூசாரி தீர்த்தம் தெளித்துச் சாந்தப்படுத்தி விட்டார். பூவோடு ஏந்தியவர்கள் நகர ஆரம்பித்துவிட்டனர். அகிலும் வெள்ளைத்தாடிக்காரரும் மறுபுறம் போக முடியவில்லை. பூவோடு ஏந்தியவர்களோடு சேர்ந்து நடக்க வேண்டியதாயிற்று. பூவோடு ஏந்தாமல் இருவர் இடையில் வருவதை சிலர் வித்தியாமாகப் பார்த்தனர். ஏதோ வேண்டுதல் இருக்கும் என எதுவும் கேட்கவில்லை. பூவோடு ஊர்வலம் ஓட்டமும் நடையுமாக முன்னேறிற்று. இருவரும் பூவோடு ஏந்தியவர்களின் நடுவரிசையில் மாட்டிக் கொண்டனர். எந்தப்பக்கமும் நகர்ந்து வெளியேற முடியவில்லை. பூவோடு ஊர்வலம் நிற்பதாகத் தெரியவில்லை. முன்வரிசையில் கொட்டுமுழக்கும் கொம்புகளும் உரக்க ஒலித்தன. அகில் வீரான் சிக்கிவிட்ட நிம்மதியில் பூவோடு ஊர்வலத்தோடு நடந்து கொண்டிருந்தான்.

ΟΟΟ

இலுப்பைத்தோப்புக்குள் இருந்து செம்மிநாய் வந்து வாலை ஆட்டியது. பின் சைமனின் கால்களை உரசி நின்றது. அகிலின் கவனம் செம்மிநாய் மீது சென்றது. சைமனும் செம்மிநாயை மௌனமாகப் பார்த்தபடியே இருந்தார். நேரம் நகர்ந்தது. சட்டென செம்மிநாய் சரநாணல் புதர்களினூடே அமராவதி ஆற்றுக்கு இட்டுச் செல்லும் சரிவு மணற்தடத்தில் கீழிறங்கி ஓடிற்று. சைமன் செம்மிநாயை பின்தொடர்ந்து வேகமாக நடக்க ஆரம்பித்தார். அகிலும் பின்தொடர்ந்து நடந்தான். செம்மிநாய் வறண்ட ஆற்று மணற்பரப்பில் அக்கரையை நோக்கி நடந்து போனது. சைமன் எதுவுமே பேசாமல் செம்மிநாயை பின்தொடர்ந்து கொண்டேயிருந்தார். காலடியில் பருமணற்பரப்பினூடே கூழாங்கற்கள் பிதுங்கிக் கிடந்தன. அமராவதி ஆறு சோபகிருது வருட வறட்சியின் கோரமுகத்தை பறைசாற்றிக் கொண்டிருந்தது. சமீப வருசங்களில் மழை சரியாக பெய்வதில்லை. பெய்தாலும் பருவகாலம் தவறிப் பெய்தது. இடம் தவறிப் பெய்தது. அளவு தவறிப் பெய்தது. முகில் சாய்ந்த மூலை பெய்தது. அமராவதி அணையிலும் சரியான அளவு நீர் நிரம்புவதில்லை. அணையின் நீர்த்திறப்பு அரிதாயிற்று.

செம்மிநாய் அக்கரையேறி தென்னந்தோப்புக்குள் நுழைந்தது. முற்றிய நெடுந்தென்னைகள் நீரின்றிக் காய்ந்து மட்டை தொங்கிக்கிடந்தன. ஒற்றைக்கால் தடத்தில் காய்ந்த தென்னந்தோகைகள் விழுந்து கறையான்கள் ஏறி இற்றுக் கொண்டிருந்தன. ஆட்கள் நடந்த அடிச்சுவடில்லை. மச்சுவீட்டு வாசல் பலாமரங்களில் பழுப்பிலைகள் உதிர்ந்து இறைந்திருந்தன. வாசலின் தென்மூலையில் சீமையோட்டுக் கூரைப் பந்தலடியில் குதிரைவண்டி பொலிவிழந்த நிலையில் நின்றது. தாழ்வாரத்துக் காரைத்திண்ணை எங்கும் தோக்குருவிகளின் எச்சப்படிவுகள் மண்டியிருந்தன. விட்டத்தில் தலைகீழாகத் தொங்கும் தோக்குருவிகள் கீச்சொலியிட்டன. செம்மிநாய் வாசற்படியேறி குரைக்கத் துவங்கியது. அகிலும் சைமனும் மௌனமாக நடையைப் பார்த்தபடியிருந்தனர். நடை திறந்திருந்த வீட்டுக்குள் வெகுநேரங்கழித்தே காலடியோசை கேட்டது. கோலூன்றி நடந்துவந்த முதியவர் தாழ்வாரத்துத் திண்ணையில் வந்து நின்றார். கோலை விசிறி குரைக்கும் செம்மிநாயை அதட்டினார். செம்மிநாய் குரைப்பதை நிறுத்தி வாலாட்டியபடி தள்ளிப் போனது. முதியவர் சற்றுநேரம் உற்றுப் பார்த்துவிட்டுக் கேட்டார்.

"குறி கேக்க வந்திருக்கிறீங்களா...?"

அகில் ஒன்றும் புரியாமல் சைமனைப் பார்த்தான். சைமன் நிதானமாகப் பதிலளித்தார்.

"ஆமாங்க..."

"ஆத்தா... கோயில்லதான் இருக்காங்க... உச்சிக்கால் பூசைக்கான ஆலம்பரம் நடக்குது... வெரசா போங்க..."

சைமன் கேட்டார்.

"வழி...?"

"இப்பிடியே ஆத்துக்கால்ல தெக்க நடங்க... ஆனைமடுவு வரும்... கிட்டக்கதான் கன்னியாத்தா கோயிலு..."

செம்மிநாய் எங்கோ மறைந்தோடிவிட்டது. வெயில் ஏறிய ஆற்றுவெளி சூன்யத்தில் முடங்கியிருந்தது. சைமனும் அகிலும் கரைமேட்டில் தெற்கே நடந்தனர். தரிசு வயல்களின் காய்ந்த வரப்புப்புற்களை செம்மறிகள் மேய்ந்து கொண்டிருந்தன. தூரத்துப் பூவரசுமர நிழலில் ஆடு மேய்ப்பவர்கள் உட்கார்ந்திருந்தனர். சைமன் மிடியடிக் காலில் புழுதி எழ முன்னால் நடந்தார். திரும்பிப் பார்க்காமலேயே அகிலிடம் பேசினார்.

"இவருதான் பரிசல்காரர்... அந்தக் காலத்துல வீரானுக்கு ரொம்ப ஒத்தாசையா இருந்தவர்..."

"அப்ப நாம இவருகிட்டயே வெசாருச்சு இருக்கலாமே சார்...?"

"நான் சொன்னது அந்தக் காலத்துல... இப்ப இல்ல..."

சைமன் வேகமாக நடந்தபடியே மச்சுவீட்டின் முன்காலத்திய தோற்றத்தையும் வசித்தவர்களின் ஆளுமைகளையும் விவரித்தார். அகில் பிரமிப்புடன் கேட்டபடியே சைமனின் காலடியைப் பின்தொடர்ந்தான். கரைமேட்டிலிருந்து கீழே இறங்கினர். நற்றாற்றில் குத்துப்பாறைகள் துருத்தி நிற்க யானை மடுவு வந்தது. சைமன் யானை மடுவில் நீரின் ஆழத்தை எட்டிப் பார்க்காமலேயே விலகி நடந்தார். வெயிலுக்கு கூழாங்கற்கள் காந்தின. எங்கிருந்தோ செம்மிநாய் வந்து கூடவே நடந்தது. அகில் செம்மிநாயை கவனித்தபடியே நடந்தான். சைமனோ செம்மிநாயின் மீது கவனத்தைக் குவிக்காமல் தொலைவில் தெரியும் கல்லாலமரத்தை குறிவைத்து நடந்தார். மணற்திட்டுக் கோரைகள் கருகிப் போயிருந்தன. நட்டாற்றில் மயில் கூட்டம் ஒன்று நின்றிருந்தது. எங்கும் காற்றடங்கிய உக்கிரம். செம்மிநாய் கல்லாலமரம் போய் நின்று வாலை ஆட்டியது.

சைமன் மிதியடிகளைக் கழற்றிவிட்டு பரந்து கிளை விரித்து நின்ற கல்லாலமர நிழலுக்குள் புகுந்து சென்றார். கல்லாலமரத்தின் வேர்க்காலில் கல்பீடமிட்டு ஏழு கன்னிமார்கள் வீற்றிருந்தனர். அறுபது வயது தோற்றம் கொண்ட பெண்மணி உச்சிக்காலப் பூஜைக் காரியங்களை செய்து கொண்டிருந்தாள். வெள்ளைத்தாடிக்காரர் ஒருவர் எடுபிடியாக ஒத்தாசை செய்து கொண்டிருந்தார். அசலூரிலிருந்து வந்து அருள்வாக்கு கேட்க நின்றிருந்தவர்கள் பயபக்தியுடன் ஏழு கன்னிம்மார்களிடம் வேண்டிக் கொண்டிருந்தனர். சைமன் அசலூர்க்காரர்களுடன் போய் நின்று கொண்டார். ஆழமான யோசனையுடன் பூஜையை கவனிக்க ஆரம்பித்தார். அகிலினால் அங்கு நடப்பனவற்றின் மீது தீவிரமான ஆர்வம் காட்ட முடியவில்லை. பெரும் மனச்சலிப்பைப் பொறுத்துக் கொண்டு நின்றான்.

உச்சிக்காலப் பூஜை நிறைவுற்றது. அறுபது வயதுப் பெண்மணி அருள்வாக்குச் சொல்ல மரநாற்காலியில் அட்டணாங்காலிட்டு அமர்ந்தாள். வெள்ளைத்தாடிக்காரர் கட்டுப்பிரம்பை எடுத்துக் கொடுத்தபடியே சப்தமிட்டார்.

"ஏழு கன்னிமாரில் ஒருத்தியே ரூபம் பூண்டு வந்ததாய் உன் சொரூபம் இருக்கு தாயே..."

அதனைத் தொடர்ந்து கூடியிருந்த அசலூர்க்காரர்கள் கரகோசமிட்டனர்.

"ஆத்தா... ஆத்தா... நீதான் நல்வாக்கு சொல்லி எங்க குறை தீர்த்துக் காப்பாத்தனும்..."

ஆத்தா கண்களை மூடினாள். வெள்ளைத்தாடிக்காரர் கையுயர்த்தினார். அசலூர்க்காரர்கள் அமைதியடைந்தனர். ஆத்தாவிடம் சலனமில்லை. கல்லாலம் பழுப்பிலைகள் உதிர்ந்து தரையிறங்கி விழுந்து கொண்டிருந்தன. சைமன் ஆத்தாவையே உற்று நோக்கியபடி இருந்தார். அகிலும் பொறுமையுடன் கத்திருந்தான். ஆத்தா திடீரென கண் திறந்தாள். அருள்வாக்குப் பாடலை விருத்தமாக பாடினாள். அந்த பாடல் யாரையோ சங்கேதமாய் குறிப்பிடுவதாக இருந்தது. பின்வரிசையில் நின்ற அசலூர்க்காரர் ஒருவர் தன் மனைவியுடன் ஆத்தா முன்பு போய் காலடியில் நெடுஞ்சாண்கிடையாக விழுந்து வணங்கினார். மீண்டும் ஆத்தா ஓர் அருள்வாக்குப் பாடலை விருத்தமாகப் பாடினாள். அந்த அசலூர்க்காரர் அவர் பிரச்சனைக்குத் தீர்வுக் கிடைத்ததுபோல ஆமோதிப்பாய் தலையசைத்தார். காணிக்கை செலுத்தி நகர்ந்தார். ஆத்தா அடுத்த அசலூர்க்காரரை அருள்வாக்குப் பாடலில் அழைத்தாள். நேரம் கடக்க கடக்க அகிலுக்கும் ஆத்தாவின் அருள்வாக்கோடு ஒருவித அரூபமான தொடர்பு ஏற்பட்டுவிட்டது. மனம் லயிக்க ஆரம்பித்துவிட்டது. நேரம் போனதே தெரியவில்லை. உச்சிப்பொழுது மேற்காக சரியும்போது அசலூர்க்காரர்கள் எல்லோரும் கலைந்து போயிருந்தனர். ஆத்தா மரநாற்காலியிலிருந்து எழுந்து தனது அதீததோற்ற நிலையைக் கலைத்து இயல்புக்கு மாறினாள். வெள்ளைத்தாடிக்காரர் காணிக்கைப் பணத்தை எடுத்து எண்ணிக் கொண்டிருந்தார். இப்போதும் சைமன் எவ்வித சலனமுமின்றியே நின்றிருந்தார். ஆத்தா இருவர் மட்டும் தனித்திருப்பதைக் கண்டு கிட்டத்தில் கூப்பிட்டாள்.

"உங்களுக்கு நான் அருள்வாக்கு சொல்லலையா...?"

சைமன் தணிந்த குரலில் சொன்னார்.

"நாங்க அருள்வாக்கு கேக்க வரவில்லை..."

"பின்னே... சாமி கும்பிட மட்டும் வந்தீங்களா...?"

"இல்லீங்க..."

"அப்போ...?"

"வீரானை தேடி வந்தோம்..."

ஆத்தா பெரும் அதிர்ச்சியடைந்து சைமனையும் அகிலையும் மாறி மாறிப் பார்த்தாள். வெள்ளைத்தாடிக்காரரும் அருகில் வந்து கேள்விக்குறியோடு பார்த்தார். நீண்ட மௌனத்திற்குப் பின் ஆத்தா சுற்றும் முற்றும் நோக்கிவிட்டு அருள்வாக்குத் தொனியில் பாடினாள்.

"திக்குத் தெரியாம...
தெக்குத் திசை போனவங்க...
தன்னூருக்கு திரும்பி வரமாட்டாங்க..."

அகில் கேட்டான்.

"நீங்க சொல்லறது எங்களுக்கு புரியல...?"

"ஏழு கன்னிமாரு சன்னதியில இதுக்கு மேலெ ஒன்னும் சொல்லப்படாது..."

ஆத்தா வெள்ளைத்தாடிக்காரருடன் கிளம்பி யானைமடுவை பார்த்து வெயிலில் நடந்தாள். அவர்கள் எட்டத்தில் போனபின்பு சைமன் சொன்னார்.

"இவங்கதான் பானுமதி..."

"எனக்கு அது தெரிஞ்சுபோச்சுங்க சார்... ஆனா அவங்க சொன்னதுதான் புரியல...?

"தெக்கு திசையின்னா எமன் திசை... இப்ப புரியுமுன்னு நெனைக்கறேன்..."

அகிலுக்கு பகீரென்றது.

"அப்போ நாம வீரானை தேடறது வீண்வேல தானா சார்...?"

சைமன் சிரித்துவிட்டுப் பேசினார்.

"ஒரு வேட்டைக்காரன் காத்திருப்பான்... வனத்துல நாள்கணக்கா... மூத்திரம் அடக்கி... சிறு தும்மல் போடாமல்... அப்போதான் வேட்டை விலங்கு சிக்கும்... யார் எதைச் சொன்னாலும் தீய அறிகுறி தென்பட்டாலும் அவன் அங்கிருந்து நகர மாட்டான்... அவனுக்கு உள்ளுணர்வு சொல்லும்... வேட்டை மிருகம் கிட்டத்திலதான் எங்கோ பதுங்கி இருக்குது வலிய வந்து மாட்டுமுன்னு... தன்னுடைய கவனத்தை இன்னும் கூர்மைப்படுத்துவான்... அதேபோல ஒரு வேங்கையும் வாரக்கணக்குல காத்திருக்கும்... ஒரு கடமானைப் பிடிக்க... கொஞ்சம் பொறுமையா இரு அகில்..."

அகில் மேற்கொண்டு பேசாமலிருந்தான். நட்டாற்றில் எழும்பிய சூறைக்காற்று ஏழு கன்னிம்மார்கள் கோயில் அருகே வந்து சுழன்றது. கல்லாலங்கிளைகள் அசைந்து பழுப்பிலைகளைக் கொட்டின. ஏழு கன்னிமார்கள் பீடத்தின் முன்பு ஊன்றியிருந்த சூலமணிகள் ஒரேநேரத்தில் ஒலியெழுப்பின. எங்கிருந்தோ செம்மிநாய் ஓடி வந்து அருகில் நின்றது. அகில் செம்மிநாயை பார்த்தபடி சொன்னான்.

"இது ஒரு வித்தியாசமான நாயா இருக்கு சார்..."

"அப்படியெல்லாம் எதுவுமில்ல அகில்... இது இவங்க வளர்க்கற நாய்தான்... நம்மகிட்ட மட்டுமில்ல இங்க வர்ற மக்கள் எல்லார்த்துகிட்டேயும் இப்படித்தான் நடந்துக்கும்... நீங்களாக இதை மிஸ்ட்ரியான நாயின்னு கற்பனை செஞ்சுக்காதீங்க..."

சைமன் வந்தவழியே ஆற்று மணற்பரப்பில் இறங்கி நடந்தார். அகில் செம்மிநாயும் கூடவே வரும் என நினைத்தபடி நகர்ந்தான். செம்மிநாய் மணல் சூட்டில் கூட வர விரும்பவில்லை. அதே இடத்தில் குத்தவைத்து உட்கார்ந்து கொண்டது.

o o o

# 13

**நெ**டுவீதி வெறிச்சிட்டு கிடந்தது. செம்மிநாயை காணவில்லை. பார்த்து கொண்டிருக்கும்போதே எப்படி செம்மிநாய் மாயமுட்டதுபோல் ஓடிப் போனது என்று தெரியவில்லை. மறுபடியும் வீரான் குறிசொல்லும் தோரணைக்கு மாறினார். சிற்றுடுக்கையை விசையுடன் அடித்தார். வீடுகளைக் கடந்து கடந்து நடந்தார். வீடுகள் தொடர்ந்து பெருநிசப்தத்தில் மூழ்கியே இருந்தன. வாக்கு வாயிலிருந்து வெளிவரும் நேரத்தில் ஏதோ அரவம் கேட்டு தடுமாறினார். எங்கிருந்தோ மீண்டும் செம்மிநாய் ஓடிவந்து குறுக்காட்டி குரைத்தது. மறுபடியும் வீரான் நின்றார். செம்மிநாயை விரட்ட எவ்வளவோ முயன்றார். ஏதேதோ செய்து பார்த்தார். செம்மிநாய் அசையாமல் அதே இடத்தில் நங்கூரமிட்டு நின்று குரைத்தது. வெறி மின்னும் விழிகளில் வெறித்தது. அச்சமுறுத்தும் கொடும்பற்கள் காட்டி உறுமிற்று. வீரான் திரும்பி போய்விட நினைத்து அசைந்தார். செம்மிநாய் முன்னே தாவி படுமூர்க்கமாகக் குரைத்தது. வீரானுக்கு நகர்ந்தால் செம்மிநாய் கடித்துவிடும் நிலை ஏற்பட்டது. செம்மிநாயிடம் இருந்து தப்பிக்கும் மார்க்கம் புலப்படவில்லை. வீரான் பயத்துடன் நின்றபடியே இருந்தார்.

நேரம் விரைந்தது. திடீரென நிறைய செம்மிநாய்கள் தென்பட்டன. செம்மிநாய்கள் எங்கிருந்து வருகின்றன என்று அறிய முடியவில்லை. செம்மிநாய்களின் இடைவிடாத குரைப்பொலிகள் ஒருசேரகாதில் மோதின. முன்புறத்திலும் பின்புறத்திலும் பக்கவாட்டிலும் செம்மிநாய்களாகவே நின்றிருந்தன. இந்த அகாலத்தில் இத்தனை செம்மிநாய்கள் எப்படி ஒன்றுசேர்ந்தன என்பது விளங்காத மாயவிநோதமாகவே இருந்தது. எல்லா நிற நாய்களும் செம்மிநாய்களாகவே தெரியும் மனப்பிரமை ஏற்பட்டுவிட்டதாகத் தோன்றியது. வீரான் நடந்தால் செம்மிநாய்களும் நடந்தன. வீரான் நின்றால் செம்மிநாய்களும் நின்றன. வீரானுக்கு செம்மிநாய்களை விரட்டும் தந்திரமும் தெரியவில்லை. பட்டக்காரக் கோடாங்கிபோல் மிருகவசிய மந்திரமும் அறியவில்லை. வீரானுக்கு ஆத்திரமாக வந்தது. கற்களை வீசி செம்மிநாய்களை விரட்டும் எண்ணம் எழுந்தது. கீழே குனிந்து கற்களைப் எடுக்கும் தருணத்தில் முன்பு பட்டக்காரக் கோடாங்கி சொன்னது ஏனோ ஞாபகம் வந்தது.

அப்போது வீரான் சின்ன பையனாக பட்டக்காரக் கோடாங்கியோடு அலைந்து திரிந்த காலம். அது காளயுக்தி வருஷத்தின் வைகாசி

என். ஸ்ரீராம் 137

உக்கிரகோடை. பகலில் அனல் வெயில் அடித்த மானாவாரி நிலத்து சிற்றூர்களை குறிவைத்து பட்டக்காரக் கோடாங்கியும் வீரானும் சாமக்கோடாங்கியாக பிரவேசித்து கொண்டிருந்தனர். நடுநிசி ஒன்றில் சூரியநல்லூரின் எல்லைக்குள் நுழைந்தனர். சீமையோட்டு வீடுகள் கொண்ட குறுவீதிகள் நிசப்தமாகக் கிடந்தன. பட்டக்காரக் கோடாங்கி சிற்றுடுக்கை ஓங்கி ஒலிக்க குறிகூறும் பாடலை பாடியபடி முன்னே போய்க் கொண்டிருந்தார். வீரான் சப்தமெழுப்பாமல் திறக்கும் சன்னல் கதவுகளை நோட்டமிட்டபடி பின்னே நடந்து போய்க் கொண்டிருந்தான். அந்த சமயத்தில் பின்வளவு வீதிகளிலிருந்து ஓடிவந்த செம்மிநாய் வழிமறித்து குரைத்தது. பட்டக்காரக் கோடாங்கி செம்மிநாயை பொருட்படுத்தவில்லை. வீரானுக்கு மட்டும் ஏனோ கோபம் வந்தது. கீழே குனிந்து சிறுகற்களை பொறுக்கினான். ஒவ்வொரு கல்லையும் விசையாக செம்மிநாயின் மீது விட்டெறிந்தான். அடிவாங்கிய செம்மிநாய் வீறிட்டு கத்தியபடி இருளில் ஓடி மறைந்தது. பட்டக்காரக் கோடாங்கி திருப்பி நின்று வீரான் கன்னத்தில் ஓங்கி அறைந்தார். வீரான் கிறுகிறுத்து போனான். வீரான் சுதாரித்ததும் பட்டக்காரக் கோடாங்கி பேசினார்.

"முன்னொரு காலத்துல நம்ம சேர நாட்டுல... செழிப்பான ஒரு நெலத்துல ஒரு சிற்றரசன் ஆண்டு வந்தானாம்... அந்த அரசனோட விசுவாசமான ராஜகுரு அரண்மனைக்கு கிட்டத்திலேயே ஆசிரமம் அமைச்சு வாழ்ந்துக்கிட்டு அரசனுக்கும் சம்யத்துக்கு தகுந்த ஆலோசனைகள சொல்லிக்கிட்டு வந்தாராம்... அந்த ராஜகுரு முக்காலமும் அறியற துறவியாவும் இருந்திருக்காரு... அதனால அரசனுக்கு அவரு சொல்லற ஆலோசனைக சரியா இருந்துருக்கு... ஒருநாளு அந்த ராஜகுரு அரசன தேடி வந்து கண்ணீரு வுட்டு அழுதுக்கிட்டு சொல்லியிருக்காரு... அரசே நானு ஒரு தப்பு செஞ்சுட்டே... இன்னிக்கு காலங்காத்தால நானு ஈசுவரங்கோயில் பக்கத்துல போயிட்டு இருக்கும்போது பூசாரி பிரசாதம் குடுத்துக்கிட்டு இருந்தாரு... நானும் வாங்கிச் தின்னுட்டே... தின்னப்புறம்தான் தெரிஞ்சுது அந்த பிரசாதம் என்னோட அப்பனோட இறுதிக்காரிய தெவச சாதமுன்னு... ஒரு துறவியா அது எனக்கு தீராத பாவம்... நானு அடுத்த பொறவியில நாயாகத்தான் பொறப்பேன்னு என்னோட ஞானதிருஷ்டியில தெரிஞ்சுக்கிட்டே... அப்புறம் நானு இன்னும் மூனு மாசத்துல என்னோட இந்த ஒடம்ப வுட்டு போயி... இங்கேயே செம்மிநாயா பொறப்பெடுப்பேன்னும் தெரிஞ்சுக்கிட்டே... அரசே எனக்கு நீங்க ஒரு ஒதவி செய்யனும்... நானு நாயா அலையும்போது மாமிசமும் எச்சில் சாதமும் உண்ணாம நீங்கதா என்னை கண்ணும் கருத்தா பாத்துக்கனும்... அப்பத்தான் எனக்கு மோட்சம் கெடைக்குமுன்னு சொல்லறாரு... அரசனும்

ராஜகுருவுக்கு செரீன்னு வாக்கு குடுக்கறாரு... அப்புறம் மூனு மாசம் போகுது... ராஜகுரு சொன்னது போலவே ஓடம்ப வுட்டு உசிரு பிரியுது... அங்கேயே செம்மிநாயா பொறக்கறாரு... அரசனும் அந்த செம்மிநாயி ராஜகுருதான்னு கண்டுக்கிட்டு... ரொம்ப வேய்க்கானமா கவனிச்சுக்கிட்டு வர்றாரு... ஒருநா அந்த செம்மிநாயி அரண்மனையிலிருந்து தப்பிச்சு ஓடுது... அன்னிக்குன்னு பாத்து ஆளுக்காரங்க எவரையும் காணாம்... அரசனே செம்மிநாயெ தொரத்துறாரு... செம்மிநாயும் ஆத்துல போயி தண்ணீ குடிக்குது... அப்புறம் அங்கிருந்த கழிவை திங்கறதுக்கு ஓடுது... ஒடனே அரசனுக்கு கோவம் பொத்துக்கிட்டு வருது... சட்டுன்னு இடுப்பு கச்சையில சொருகியிருந்த வாள உருவி செம்மிநாயோட கழுத்த வெட்டி சாச்சறாரு... அப்புறம்தான் ஒரைக்குது... அது வெறும் நாயில்ல... நம்ம ராஜகுருவுன்னு... குருவெ கொன்ன பாவத்துக்கு பரிகாரமே இல்லையேன்னு கண்கலங்குறாரு அரசன்..."

"அப்பொறம் என்னாச்சுங்க பாட்டன்...?"

"அவரு அரசனாச்சே... பெருமாளு கோயிலு கட்டி பரிகாரம் தேடறாரு... அவரு அரசனாச்சு அப்பிடி செய்ய முடிஞ்சுது... ஆனா நீயி... ஒரு சின்ன சாமகோடாங்கிப் பய்யன்... செம்மிநாயெ கல்லால அடிச்சு போட்டு உன்னால அப்பிடி செய்ய முடியுமா அப்புனு..."

வீரான் மௌனமாக இருந்தான். பட்டக்காரக் கோடாங்கியே பேசினார்.

"அப்புறம் உன்னொன்னு தெரிஞ்சுக்குடா... இதுக எல்லாம் வெறும் செம்மிநாயில்ல... போன பொறப்புல ஏதோ ஒரு பெரிய்ய மனுசனா இருந்திருக்கும்... அவங்க செஞ்ச ஒரு சின்ன தப்பால இப்போ நாயா பொறந்து வீதியில திரிவாங்க... நாம அவங்கள கும்புடாட்டியும் பரவாயில்ல... தொல்ல குடுக்க கூடாது... அப்புறம் உன்னொன்னு சொல்லறங் கேளு... சாமகோடாங்கியான நமக்கெல்லா... இந்த நாயிகதான் சினேகிதம்... மொதல்ல கொரைச்சு நம்ம வந்திருக்கறத ஊருக்குள்ளார சொல்லுது... அப்புறம் வீதியில கொரைச்சு நமக்கு கிட்டத்துல இருட்டுல ஓடிக்கிட்டே... நமக்கு முன்னும் பின்னும் ஊர்ந்து திரியற பாம்பு பல்லிய... துர்சக்திய வெரட்டி நமக்கு பக்க துணையாவும் இருக்குடா..."

"கடிக்கற நாயி வந்துட்டா...?"

"அந்த நாயக்கூட நாம அடிச்சு வெரட்டர மாதிரி கோலகுச்சியெ ஓங்கி பாவலா காட்டனுமே தவிர... நெசத்துல அடிச்சு போட்டுற கூடாது... அதனாலதா நாய் பாவம் பொல்லாததுன்னு சொல்லறாங்கடா..."

வீரான் செம்மிநாய் மீது ஏற்பட்ட ஆத்திரத்தை தணித்து கொண்டார். அசையாமல் நின்று கொண்டார். செம்மிநாய்களும் நின்றுவிட்டன. நேரம் நகர்ந்தது. வீரான் வேறுவழியில்லாமல் நிமிர்ந்து ஆகாயத்தை பார்த்தார். கருமுகில்கள் கலைந்திருந்தன. விண்மீன்களும் பார்வைக்கு தெரியவில்லை. எட்டாத தொலைவில் சாம்பல் ஆகாயம் மூடாக்கிட்டுக் கிடந்தது.

○○○

சில தினங்களாகவே வீரான் மீது பானுமதி கோபமாக இருந்தாள். வீரானோடு பேசுவதை முற்றிலும் நிறுத்திக் கொண்டாள். வீரானுக்கும் பேசாத பொஞ்சாதி மீது ஏற்படும் எரிச்சல் உண்டானது. இந்த ஊடல் மேலும் சில தினங்கள் தொடர்ந்தன. அன்று அந்தி மங்கும் முன்னே ஆகாயத்தில் கருமுகில்கள் கூடின. இடியும் மின்னலும் பலமடைந்து பயமுறுத்தின. இரவாகும்போது பெருங்காற்று வீசி கருமுகில்களை கலைக்கப் பார்த்தது. பலாமரக் கிளைகளை முறித்து போட்டது. பின் இடியும் மின்னலும் பலவீனமடைந்தன. கருமுகில்கள் சிதறுண்டன. இருப்பினும் ஊருக்கு கிழக்கே கிட்டத்தில் கார்மழை இறங்கிவிட்டது. மண்வாசம் நிறைந்த கொண்டல்காற்று வீசியது. சுவற்று மாடத்தில் அகல் தீபங்கள் ஏற்ற முடியாது என்று பானுமதி தீர்மானித்தாள். முன்னிரவிலேயே வீரானுக்கு மடக்கு வாழைமட்டையிலை விரித்து பனியாரம் பரிமாறினாள். தொட்டு உண்ண துவையல் எதுவும் வைக்கவில்லை. விரானுக்கு வீட்டுக்காரன் தோரணை வந்தது. பானுமதியை முறைத்தான். பானுமதியும் பதிலுக்கு முறைத்துவிட்டு சொன்னாள்.

"என்னடா புருசன் மாதிரி மொறைக்கறே... எங்கிட்ட வாலாட்டினீன்னு வெச்சுக்க... பிச்சு எடுத்து போடுவே...?"

முதன்முறையாக பானுமதியின் கண்கள் கோபத்தை காட்டின. வீரானால் தாங்கிக்கொள்ள முடியவில்லை. இருளில் கார்மழை ஆர்ப்பாட்டத்துடன் இறங்கியது. பானுமதி எழுந்து வீட்டுக்குள் போய் நடைக்கதவைச் சாத்திக்கொண்டாள். வீரான் பனியாரத்தை உண்ணவில்லை. இருள் அடர்ந்த மழையிரவை வெறித்தபடியே நேரத்தை கடத்தினான். கண்களில் கண்ணீர் துளிகள் ததும்பிநின்றன. மறுதினம் காலையில் கூட பானுமதி வீரானிடம் பேசவில்லை. சிரிக்கக்கூட இல்லை. அதன்பின்பு பானுமதியிடம் இயல்பில்லை. வீரான் மனவருத்தத்துடனேயே நாட்களை கடத்தினான்.

அமராவதி ஆற்றில் மழைநீர் வற்ற வற்ற மணல் மூடிக் கிடந்த சம்புக்கோரைகள் நிமிர்ந்தன. முற்பகலில் மேய்ந்து களைத்த

எருமைகளும் கரை ஆலமர நிழலில் படுத்து அசைவாங்கி இளைப்பாறிக் கொண்டிருந்தன. வீரான் மீன் பிடிக்க வரும் பரிசல்காரருக்காக இடக்கரை மேட்டையே பார்த்தபடி இருந்தான். உச்சிப்பொழுது மேற்கே சரிந்தபோது கூட பரிசல்காரரை காணவில்லை. பரிசல்காரருக்குப் பதிலாக பானுமதி அழுக்குத் துணிமோலியுடன் மணற்தடத்தில் கீழே இறங்கி வந்து கொண்டிருந்தாள். வீரான் பார்க்காததுபோல இருந்தான். பானுமதி நேராக கரை ஆலமர நிழலுக்கே வந்தாள். வீரான் முகத்தை திருப்பிக் கொண்டான். பானுமதி அழுக்குத் துணிமோலியை மணலில் தூக்கிப் போட்டாள். வீரானுக்கு எதிரே வந்தாள்,

"நாய் குட்டிகள என்னடா செஞ்சே...?"

"பாதாள பாங்கெணத்துல போட்டுட்டேன்..."

படீரென வீரானின் கன்னத்தில் அறை விழுந்தது. பானுமதி அடுத்த அடிக்கு கையை ஓங்கியபடியே பேசினாள்.

"கொடும்பாதகன்... நீயெல்லாம் வெளங்கமாட்டே..."

பானுமதியின் கண்களில் சினம் பொங்கியது. வீரான் சப்தமாகச் சிரித்தான். பானுமதி புரியாமல் பார்த்தாள்.

"எதுக்கடா பல்லிளிக்கறே...?"

சட்டென வீரான் பானுமதியின் கையைப் பிடித்தான். சுடுமணற்பரப்பில் பானுமதியை இழுத்துக்கொண்டு வடக்கே ஓடினான்.

"எங்கூட வாக்கா..."

வீரானையும் அறியாமல் வார்த்தைகள் வந்துவிட்டன. பானுமதி சினத்தை மறந்து வீரானோடு ஓடினாள். ஆறும் ஆற்றின் இருபுறக்கரைகளும் அலாதி தனிமையில் கிடந்தது. வீரான் நீரோடிய தடத்தை ஒட்டி மணற்பரப்பில் வடக்கே அரை மைல் போல சென்று நின்றான். பானுமதிக்கு அப்போதும் எதுவும் புரியவில்லை. வீரான் மறுபடியும் பானுமதியை இழுத்துக்கொண்டு சரநாணலினூடே வலக்கரை மேடேறினான். நிலத்தில் விழுதூன்றிப் பரவிய ஆலமரம் இருந்தது. அடிமரம் செல்ல முடியாதபடி சுற்றிலும் தாழம்புதர்கள் மண்டியிருந்தன. வீரான் இரு தாழம்புதர்களிடையே தெரிந்த இடைவெளியில் பார்க்கும்படி பானுமதிக்கு சைகை காட்டினான். பானுமதி குனிந்து தாழம்புதர் இடைவெளிக்குள் உற்று நோக்கினாள். நான்கு நாய்க்குட்டிகளும் செம்மிநாயின் முலைக்காம்புகளில் பால் ஊட்டிக் கொண்டிருந்தன. செம்மிநாய் தன் குட்டிகள் பாலூட்ட ஏதுவாக பின்னங்கால்களை அகற்றிப் படுத்திருந்தது.

பானுமதி நிமிர்ந்து வீரானைப் பெருமிதமாகப் பார்த்தாள். சந்தோஷம் தாளவில்லை. தன்வயமிழந்து குதித்துக் கத்தினாள். பின் சட்டென வீரானைக் கிட்டத்தில் இழுத்தாள். இறுக்கி அணைத்து கன்னத்தில் மாறி மாறி முத்தமிட்டாள். வீரானுக்கு அம்மாக்காரி முத்தமிடுவது போலவே இருந்தது. அடுத்து பானுமதி வீரானை அப்படியே அல்லாக்கத் தூக்கினாள். அந்தரத்தில் சுற்றி கீழே இறக்கிவிட்டாள். வீரானுக்கு அதுவும் அம்மாக்காரி செய்வது போலவே இருந்தது. பின் பானுமதி நிதானமடைந்து சிரித்தாள். வீரானுக்கு அதுவும் அம்மாக்காரி சிரிப்பது போலவே இருந்தது. வீரான் நிச்சலனமாகவே நின்று பானுமதியைப் பார்த்து கொண்டேயிருந்தான்.

"ஏன்டா என்னை அப்படிப் பாக்கறே... வா போலாம்..."

பானுமதி வீரானின் கையைப் பற்றினாள். மீண்டும் பானுமதியின் கை ஸ்பரிசத்தில் கருணை இருந்தது. உச்சி வெயிலின் தகிப்பில் மணற்பரப்பு மேலும் சூடேறிக் கிடந்தது. நீரோடிய தடம் பார்த்து நடந்தனர். திடீரென பானுமதி கேட்டாள்.

"ஏன்டா... நாய்க்குட்டிகள நாய் ஊட்டுக்கு கூட்டிக்கிட்டு வந்துட்டா என்னடா செய்யறது...?"

வீரான் பானுமதியின் கையை விடுவித்தான். நீருக்குள் முன்னால் ஓடிப் போய் நின்று சப்தமாக சிரித்தான்.

"நானு எசமானியம்மாகிட்ட மாட்டிக்குவேன்னு தானே பயப்படறே...?"

"ஆமாம்டா..."

"போக்கா... நானு அதுவரைக்கு இங்கிருக்க மாட்டேன்... தப்பிச்சு ஓடீருவேன்..."

பானுமதி அதிர்ச்சியடைந்து வீரானைப் பார்த்தாள். பின் வீரானோடு சேர்ந்து காலில் நீர் அலம்ப நடந்தபடியே கேட்டாள்.

"நெசமாவாடா..."

"ஆமாக்கா..."

"அது அவ்வளவு லேசுப்பட்ட காரியமில்லேடா..."

"என்னால சுலவமா முடியுமுக்கா..."

“வேண்டாமுடா... நீ தப்பிக்கறேன் பேர்வழின்னு பருவகாரங்ககிட்ட சிக்கிக்காதே... அப்புறம் நம்ம எசமானியம்மா தண்டன பலமா இருக்கும்...”

“நானு சிக்கமாட்டேன்...”

உச்சி வெயிலின் உக்கிரம் தாழாமல் எருமைகள் நீருக்குள் அணை கட்டியதுபோல வரிசையிட்டு படுத்துக்கிடந்தன. கரை ஆலமர நிழலுக்கு வந்து சேர்ந்தபோது பானுமதி எதைக் குறித்தோ தீவிரமாக யோசிப்பது தெரிந்தது. வீரான் கேட்டான்.

“என்னாச்சுக்கா உனக்கு...?”

“நீ தப்பிச்சு எங்கடா போவே... சோத்துக்கு என்னடா செய்வே...?”

“எங்க ஊருக்கு...”

“உங்க ஊரு எங்கடா இருக்கு...?”

வீரான் வடக்கே செல்லும் ஆற்றைக் கைக்காட்டினான்.

“வடக்கே... இந்த ஆத்தப் புடுச்சு போனாவே எங்கவூரு வந்துரும்...?”

“அங்க ஆருடா இருக்காங்க...?”

“எங்க அம்மாக்காரியும் அப்பக்காரரும் இருக்காங்க... அப்புறம் பட்டக்காரக் கோடாங்கி இருக்கறாரு...”

“என்னடா சொல்லறே...?”

“நெசந்தாங்க்கா...”

“அப்புறம் எதுக்கடா இங்க வந்து கசுட்டப்படறே...?”

வீரான் பதிலேதும் கூறவில்லை. எருமைகளை நோட்டமிட்டுவிட்டு கரை ஆலமர நிழல் குளிர்வித்த மணலில் உட்கார்ந்தான். பானுமதியும் எதிரே உட்கார்ந்தாள்.

“நாங்கேட்டதுக்கு பதிலு சொல்லுடா...?”

மறுபடியும் வீரான் பதிலேதும் கூறவில்லை. பேச்சை மாற்றினான்.

“நீ எந்தூருக்கா...?”

சட்டென்று பானுமதியின் முகம் மாறியது. பின் யோசித்து ஆற்றைக் கைக்காட்டினாள்.

"தெக்கே... ஆத்தப் புடிச்சுப் போனாவே எங்கவூரு வந்துரும்..."

"அங்க ஆரு இருக்காங்கக்க...?"

"எங்க அம்மா அப்பா... அப்புறம் என்னைக் கட்டிக்கப் போற மொறப்பையன்..."

"என்னக்கா சொல்லறே...?"

"நெசந்தாண்டா..."

"அப்புறம் ஏங்கக்கா... இங்க வந்து கசுட்டப்பட்டறே...?"

"படுவாப்பயலே... நாங்கேட்டதெ எங்கிட்டயே திருப்பிக் கேக்கறியா... உன்ன..."

பானுமதி மணலை உள்ளங்கையில் அள்ளி நாம்பி வீரான் மேலே வீசினாள். வீரான் சுதாரித்து எழுந்து சுடுமணற்பரப்பில் எட்ட ஓடிப்போய் நின்றான்.

"இப்ப நீ சொல்லப் போறியா இல்லியாடா...?"

வீரான் தன் குறுகியகால வாழ்வில் நிகழ்ந்த நிகழ்வுகளை ஒவ்வொன்றாக ஞாபக அடுக்கில் ஒழுங்கு செய்ய தொடங்கினான். பானுமதி வீரானையே கூர்ந்து நோக்கியபடி இருந்தாள். மணலில் வெயில் அனலென இறங்கிக் கொண்டிருந்தது.

○○○

# 14

பூவோடு ஊர்வலம் சாட்டுக்கம்பத்தை சென்று சேர இன்னும் சில அடித்தூரங்களே மீதி இருந்தன. அதற்குள் பண்டாரத்துப் பூசாரிக்கே அருள் வந்துவிட்டது. பிரம்பை கையில் வாங்கி விசிறியபடி குதித்தாட தொடங்கினார். எவருக்கும் அருள்வாக்கு சொல்லவில்லை. இரு கைகளாலும் பிரம்பை தலைக்கு மேலே உயர்த்திப் பிடித்தார். உடம்பை முறுக்கி நின்றார். பின் வட்டமிட்டு ஆடினார். கொட்டுமுழக்குக்காரர்கள் கிட்டத்தில் வந்து விரைசலாக அடித்தனர். பண்டாரத்துப் பூசாரியை உசுப்பேற்றினர். கொம்பூதிகளும் இழுத்து உச்சத்தில் ஊதினர். பண்டாரத்துப் பூசாரியை வெறிமூண்டு ஆடத் தூண்டினர். அதற்கெல்லாம் பண்டாரத்துப் பூசாரி நிதானம் இழக்கவில்லை. கால்கள் அடவுகட்டி ஆடுவதுபோல் ஒரே சீராக நகர்த்தி நகர்த்தி ஆடினார். சனங்களின் மொத்தக் கண்களும் பண்டாரத்துப் பூசாரி மீதே பதிந்திருந்தன. இன்னும் சொல்லப்போனால் பண்டாரத்துப் பூசாரியின் சாமியாட்டத்தில் லயித்துப் போயினர். நேரம் செல்லச் செல்ல பண்டாரத்துப் பூசாரிக்கும் சனங்களுக்கும் ஒருவித அந்தரங்க நெருக்கம் ஏற்பட்டுவிட்டது. மகுடிப்பாம்பு போல கட்டுண்டு போய் விட்டனர். பண்டாரத்துப் பூசாரியும் சாமியாட்டத்தை நிறுத்துவதாக இல்லை. இசைக்கு ஒத்திசைவு இல்லாமல் குதித்து குதித்து ஆட ஆரம்பித்தார். சனங்களும் பண்டாரத்துப் பூசரியை உன்னித்துக் கவனித்தபடியே இருந்தனர். திடீரென பண்டாரத்துப் பூசாரி சனங்களுக்குள் எவரையாவது அழைத்து அருள்வாக்கு சொல்வார் என்கிற பெரிய எதிர்பார்ப்போடு காத்துக்கொண்டும் இருந்தனர். பண்டாரத்துப் பூசாரி எவரையும் அழைத்து அருள்வாக்கு சொல்லவில்லை. பண்டாரத்துப் பூசாரியின் சாமியாட்டம் தொடர்ந்து கொண்டேயிருந்தது.

பூவோடு ஊர்வலம் இப்போதைக்கு நகராது என தெரிந்துவிட்டது. வெள்ளைத்தாடிக்காரர் பொறுமையாகவே நின்றார். வெள்ளைத் தாடிக்காரருக்கு இதெல்லாம் பழகிய விசயமாக இருந்திருக்க வேண்டும். அகிலால் அப்படி நிற்க முடியவில்லை. பெரும் அலுப்பாக இருந்தது. கால்களும் வலியெடுத்தன. பூவோடு ஊர்வலத்திலிருந்து எப்படி தப்பித்து வெளியேறுவது என யோசித்தபடி நின்றான். முன்பகுதியில் பண்டாரத்துப் பூசாரியின் சாமியாட்டத்திற்கு முடிவு இருப்பதாக தெரியவில்லை. பண்டாரத்துப் பூசாரி இன்னும் உச்சகட்டமான

சாமியாட்டதிற்கே வந்து சேரவில்லை. அகில் வெள்ளைத்தாடிக்காரரைப் பார்த்தான். வெள்ளைத்தாடிக்காரர் மெல்ல சிரித்தார்.

"அகில் தம்பி... பூசாரி ஊருக்கான பொது அருள்வாக்கு சொன்னப்புறந்தான்... பூவோடு ஊர்வலம் நகரும்... அதுவரைக்கும் நாம இப்பிடியேதான் நிக்கனும்... வேறவழியில்ல..."

"பொது அருள்வாக்கா...?"

"ஆமாங்க தம்பி... அடுத்த சாமிசாட்டு வெரைக்கும் இந்த ஊருக்கு மழமாரி பெய்யுமா... நல்லது கெட்டது என்ன நடக்குமுன்னு அருள்வாக்கு சொல்லுவாரு..."

"அது எப்ப சொல்லுவாருங்க...?"

"ஒடனேயும் சொல்லலாம்... இல்ல சில வருச மாதிரி வெடியற வரைக்கும்கூட சொல்லாம இழுத்தாலும் இழுக்கலாம்..."

"வெடியற வெரைக்கும் இழுப்பாரா...?"

"ஆமாங்க தம்பி... அவருக்கு அருள்வாக்கு வந்தாத்தானே சொல்ல முடியும்...?"

அகில் பதற்றம் அடைந்தான். வசமாக வந்து மாட்டிக்கொண்டதாய் உணர்ந்தான். கால்களை எம்பி கிழக்கே பார்த்தான். உருமி மேளங்கள் துடியாக முழங்கின. நாதஸ்வரங்கள் ஓங்கி ஒலித்தன. சப்பரத்து மண் உருவாரச்சாமிகளின் ஊர்வலம் சாட்டுக்கம்பத்தை நோக்கி வந்து கொண்டிருந்தது. சப்பரங்களின் மேலே மண் உருவாரச்சாமிகள் குலுங்கிக் குலுங்கி அசைந்தாடிக்கொண்டு வந்தன. வீரான் கண்ணுக்குத் தட்டுப்படவில்லை. நாணல்மடைவலசுப் பூசாரி மட்டும் ஏதோ கட்டளையிட்டபடி முன்னே நடந்து வந்தார்.

அகில் தலையை திருப்பி மேற்கே பார்த்தான். வாவிக்கரைப்புதூரிலிருந்து மாவிளக்கு முளைப்பாரி ஊர்வலமும் கோவில் வளாகத்தை நோக்கி வந்து கொண்டிருந்தது. ஆகாயத்தில் சரவானவெடிகள் வெடித்து சிதறின. ஊர்வலத்திற்கு முன்னே கரகாட்டக்காரர்கள் ஆடி வருவது இருபது அடி சுற்றளவுக்கு ஒரு வட்டம் நகர்ந்து வருவதான தோற்றம் காட்டியது. கரகாட்டக்காரர்களுக்கு இசைவாக நாயனமும் நய்யாண்டிமேளமும் ஒலித்தன. கொட்டுமுழக்கும் கொம்புகளும் இடையிடையே முழங்கின. முன்வரிசையில் சாமி எருது அலங்கரித்து வந்தது. சாமி எருதுக்கார இளைஞன் வழிநடத்தி வந்தான். அகிலுக்கு சாமி எருக்காரனை எங்கேயோ பார்த்தது போல இருந்தது. சட்டென

ஞாபகம் வர மறுத்தது. பொட்டொலிகளும் விடாது எழுந்தன. விசில் சப்தங்களும் கேட்டன.

அந்த சமயத்தில் யாரும் எதிர்பாராத கணத்தில் சாமி எருது மிரண்டுவிட்டது. எப்படி மிரண்டது என யூகிக்க முடியவில்லை. தறிக்கெட்டு கோவில் வளாகத்தை நோக்கி ஓடி வந்தது. சாமி எருதுக்கார இளைஞன் திக்கித்திக்கி குரலிட்டபடி பின்னே ஓடி வந்தான். அகிலுக்கு சாமி எருதுக்கார இளைஞன் யார் என ஞாபகம் வந்துவிட்டது. முன்னிரவில் இந்திரஜித் நாடகமேடை பக்கம் தன்னோடு திக்கித்திக்கிப் பேசியவன்தான். சாமி எருது மிரட்சியுடன் ஓடி வருவது சனங்களைக் குறிவைத்து ஓடி வருவது போலவே இருந்தது. சாமி எருதின் நோக்கமும் சனங்களுக்குள் புகுந்து வெளியே சென்று தப்பிவிடுவதாகவே இருந்தது.

கோவில் வளாகத்தில் கூடியிருந்த மொத்த சனங்களின் பார்வைகளும் சாமி எருது மீதே திரும்பின. சாமி எருது ஓடி வந்து கொண்டேயிருந்தது. சனங்கள் பயத்தில் என்ன செய்வது என்று தெரியாமல் ஸ்தம்பித்து நின்றனர். ஓடி வந்த சாமி எருது இந்திரஜித் நாடகமேடை அருகில் வந்தும் நின்றுவிட்டது. தலையை சுழற்றி நாலாப்புறமும் நோட்டமிட்டது. சாமி எருதுக்கார இளைஞன் கத்துவதை நிறுத்திவிட்டான். அவனுக்கு இனி சாமி எருதை அடக்கி வழிக்கு கொண்டு வர முடியாது என்று தெரிந்துவிட்டது. திரும்பி மாவிளக்கு முளைப்பாரி ஊர்வலத்தை நோக்கி ஓடத் துவங்கினான்.

பொட்டொலி போடுவது நிறுத்தப்பட்டது. சரவானவெடி வெடிக்கவில்லை. கொட்டுமுழக்கும் கொம்புகளும் அடங்கிவிட்டன. நய்யாண்டி மேளங்களும் நாயனங்களும் ஒலிப்பது நின்றுவிட்டன. பக்திப்பாடல் ஒலித்த கோவில் கோபுர ஒலிப்பெருக்கியும் அணைந்துவிட்டது. இந்திரஜித் நாடகம் மட்டும் நிறுத்தப்படவில்லை. நாடகமேடையில் கோவில் கோபுரம் தெரியும் திரை முன்பு பூக்குடலையுடன் சுலோசனா தனிமையில் அமர்ந்திருந்தாள். அப்போது அங்கு வரும் இந்திரஜித் சுலோசனாவின் அழகில் மனதை பறிகொடுத்து விட்ட முகபாவனை காட்டினான். சுலோசனாவை விசாரித்தறிய முடிவு செய்தான்.

"அழகியே நீ யார்...?"

"ஆதிசேஷன் மகள்... சுலோசனை..."

இந்திரஜித் யோசித்தபடி மேடையில் சுலோசனாவை சுற்றிச்சுற்றி வட்டமிட்டான். சுலோசனா வினவினாள்.

என். ஸ்ரீராம்

"இளவரன்போல் இருக்கும் நீங்கள் யார்...?"

"இளவரசனேதான்... பத்து சிரம்... இருவது கரம்... சாகா வரம் கொண்ட தென்னிலங்கை வேந்தன் இராவணேஸ்வரன் தவப்புதல்வன் நான்... தவிரவும் பிரம்மா, விஷ்ணு, சிவன் ஆகிய மூன்று கடவுளரையும் வழிபட்டு... அவர்களுடைய அருள் பார்வை பெற்ற பெருமை எம்குலத்துக்கு மட்டும் உண்டு அழகியே... நான் சிவபெருமானிடமிருந்து ஸமாதி என்னும் அஸ்திரம் பெற்றவன்... அதன் சக்தியால் இருந்த இடத்திலிருந்தே மறையும் ஆற்றல் பெற்றவன்... இந்திரனையே என் காலடியில் பணிய செய்தவன்... அதனால் மேகநாதனாகிய நான் இந்திரஜித் ஆனேன்..."

இந்திரஜித் வீரபராக்கிரம வசனத்தை உணர்ச்சிகரமாகப் பேசிக் கொண்டேயிருந்தான். நாடகமேடை முன்பு இருந்த சனங்கள் கத்தத் துவங்கிவிட்டனர். அப்போதும் இந்திரஜித் சாமி எருதை கவனிக்கவில்லை. வீரவசனம் பேசுவதிலேயே குறியாக இருந்தான். சுலோசனா எழுந்து இந்திரஜித்தின் முன்னே வந்து சாமி எருது நிற்பதைச் சுட்டிக் காட்டினாள். இந்திரஜித் சாமி எருது மூர்க்கத்துடன் நிற்பதைக் கண்டான். பயத்தில் வீரவசனத்தை தொடராமல் இயல்பு மனிதராகிவிட்டான். ஹார்மோனியத்தின் ஓசை ஓய்ந்து நிசப்தமானது. சால்ராகாரரும் முகவாத்தியக்காரரும் எழுந்து நாடகமேடையின் பின்புறம் இறங்கினர். நாடகமேடை முன்பு ஜமுக்காளத்தை விரித்து உட்கார்ந்திருந்த வயதானவர்கள் எல்லோரும்கூட எழுந்து நின்றுவிட்டனர். சாமி எருது இன்னும் நகரவில்லை. இந்திரஜித் அட்டைக் கேடயமும் வாளும் பளபளக்க நாடகமேடையின் விளிம்புக்கு வந்து நின்று சாமி எருதையே பார்த்தான். எவராலும் கணிக்க முடியாத நிலையில் சாமி எருது நின்று கொண்டிருந்தது. மிரண்ட சாமி எருது என்ன செய்யும் என்பதும் புதிராகவே இருந்தது. நல்லவேளையாக சாமி எருது நாடகமேடை அருகில் அதிகநேரம் நிற்கவில்லை. நாடகமேடை தாண்டி கிழக்கே ஓடியது. இந்திரஜித் நிம்மதியானான். சாமி எருது கோவில் வளாகத்தின் மையத்துக்கு வந்து நின்றது. எங்கும் நகராமல் அமைதி காத்தது. கோவில் சாட்டுக்குப் பாத்தியப்பட்ட எல்லா ஊர் பெரியவீட்டுக்காரர்களும் முக்கியஸ்தர்களும் என்ன செய்வதென்று தெரியாமல் குழம்பி நின்றனர். சாமி எருதை சாந்தப்படுத்தும் வழி எவருக்கும் தெரியவில்லை.

பூவோடு ஊர்வலத்தின் முன்வரிசையில் பண்டாரத்துப் பூசாரியும் சாமியாட்டத்தை நிறுத்திவிட்டார். இயல்புக்கு வந்ததும் பிரம்பை வீசியெறிந்தார். அவசரமாக கோவில் கருவறை நோக்கி ஓடினார். சற்று நேரத்தில் பண்டாரத்துப் பூசாரியின் குரல் சப்தமாக கேட்டது.

"தாயே... இது என்ன தடங்கல்... சாமி எருத வெச்சு வெளையாடறே...?"

சாமி எருது கொம்புகளை மண்ணில் ஊன்றி கிளறியது. கொம்புச் சலங்கை ஓசையிட்டது. மண்துகள்கள் பறந்தன. சட்டென நிமிர்ந்து நின்று முன்னங்கால் ஒன்றை மடக்கிற்று. சில நிமிடங்கள் அசையாது அமைதியாக நின்றது. பூவோடு ஏந்தியவர்களில் ஒருவர் தணிந்த குரலில் சொல்வது கேட்டது.

"சாமி எருதுக்கு மறுக்காவும் காயடிக்காத பூச்சிக்காளையோட மூர்க்கம் வந்திருச்சு... மனுசமேல பாஞ்சுதுன்னா அவ்வளவுதான்... கொடலு குந்தாமணியெல்லாம் பிதுங்கீரும்..."

சாமி எருது வடக்குத் திசைப் பார்த்து திரும்பி நடந்தது. கோவில் வளாகத்தின் வடக்குப்புறத்தில் திருவிழாக் கடைகள் நிறைந்திருந்தன. கடைக்காரர்கள் சிலர் தடித்த குச்சிகளை கையில் எடுத்து நின்றனர். இருப்பினும் சாமி எருது நெருங்கினால் குச்சியை வீசியெறிந்து விட்டு ஓடக்கூடியவர்களாகவும் இருந்தனர். சாமி எருது மெதுவாக வடக்குத் திசை நோக்கியே நடந்து கொண்டிருந்தது. கடைக்காரர்களுக்கும் அங்கு நின்றிருந்தவர்களுக்கும் எதுவும் புரியவில்லை. பீதியில் உறைந்து போன முகத்துடன் சாமி எருதிடமிருந்து தப்பிக்கும் வழி குறித்து யோசித்தபடி நின்றிருந்தனர். வாணலியில் காரசேவு பொரித்து கொண்டிருந்த கடைக்காரர் அவசரமாக நெருப்பை அணைத்தார். அவர் நெருப்பு வெளிச்சத்தைக் குறிவைத்து சாமி எருது வருவதாக நினைத்துப் பயந்தார். சட்டென சாமி எருது நின்றது. தலையை நிமிர்த்திப் பார்த்தது. எண்ணெய் மணத்தை நுகர்ந்து உறிஞ்சிற்று. பின் என்ன தோன்றியதோ தெரியவில்லை. கிழக்கே திரும்பி தலைதூக்கி நடந்தது. திடீரென கொம்புகளால் மண்ணை குத்தி தூற்றிற்று. தலையை சிலுப்பி கொம்பு மண்ணை உதிர்த்திற்று. கொம்புச் சலங்கையும் குலுங்கிற்று. பின்னங்கால் இரண்டையும் தூக்கி குதித்தது. வால் நட்டமாக நின்றது. எட்டு வைத்து மண் உருவாரச்சாமிகள் தாங்கிய சப்பரங்களின் ஊர்வலம் நிற்கும் இடத்தை நோக்கி வேகமாக நடந்தது. சப்பரங்கள் சுமப்பவர்கள் அச்சத்தில் வெலவெலத்து போயினர்.

அந்த ஊர்வலத்தில் தான் வீரான் கூட இருந்தார். ஏனோ அகிலின் பார்வையில் வீரான் தென்படவில்லை. முன்வரிசையில் குதிரை மண் உருவாரச்சாமிகளின் சப்பரங்கள்தான் வழிமறிப்பது போல நின்றன. சாமி எருது சப்பரங்களை பார்த்து ஒரே சீரான வேகத்தில் நடந்து கொண்டேயிருந்தது. யாருக்கும் எதுவும் புரியவில்லை. கோவில் வளாகம் திருவிழாவே இல்லாததுபோல் படுஅமைதியாக கிடந்தது. கூச்சலும் இரைச்சலும் துளியும் இல்லை. சனங்கள் பெருமூச்சுவிடும்

ஓசைகூட துல்லியமாகக் கேட்டது. சாமி எருதுக்கும் சப்பரங்கள் சுமப்பவர்களுக்குமான இடைவெளி குறைந்து கொண்டே வந்தது. இன்னும் பத்தடித் தூரம்தான் பாக்கியிருந்தது. அந்த சமயத்தில் வெள்ளைத்தாடிக்காரர் பூவோடு ஏந்தியவர்களைப் பார்த்துக் கத்தினார்.

"மளாருன்னு வழிவுடுங்க..."

பூவோடு ஏந்தியவர்கள் விலகி வழிவிட்டனர். வெள்ளைத்தாடிக்காரர் மண்புழுதித் தரைக்குச் சென்று நின்றார். அகிலும் பூவோடு ஏந்தியவர்களின் ஊர்வலத்தை விட்டு வெளியே வந்து நின்றான். வெள்ளைத்தாடிக்காரர் அதட்டிச் சப்தமிட்டபடியே சாமி எருதை நோக்கி ஓடத் துவங்கினார். சாமி எருது சப்பரங்களை நெருங்கும் வேளையில் நின்று திரும்பிப் பார்த்தது. பின் மூர்க்கத்துடன் வெள்ளைத்தாடிக்காரரை குறிவைத்து வேகமாக நடந்து வரத் தொடங்கியது. கோவில் வளாகத்தில் குழுமியிருந்த மொத்த சனங்களும் அச்சத்தில் பிதிர்கெட்டதுபோல பார்த்து கொண்டிருந்தனர். நாணல்மடைவலசுப் பெரியவீட்டுக்காரர் மட்டும் கத்தினார்.

"பொட்டிலிக்காரனே... சாமி எருதுக்கிட்ட போகாதே... அது பொல்லாத எருது... திரும்பி வந்துருப்பா..."

வெள்ளைத்தாடிக்காரர் கேட்கவில்லை. சாமி எருதை பார்த்து நடந்தபடியே இருந்தார். சாமி எருதும் வெள்ளைத்தாடிக்காரரை நோக்கி முன்னேறி வந்து கொண்டேயிருந்தது. வெள்ளைத்தாடிக்காரரை நெருங்கும் இடைவெளியும் குறைந்துவிட்டது. அகிலுக்கும் வெள்ளைத்தாடிக்காரர் பேராபத்தில் சிக்கிக் கொண்டதாகப்பட்டது. உள்ளூர் பெண்மணி ஒருத்தி மிகுந்த வேதனையுடன் புலம்ப ஆரம்பித்தாள்.

"இன்னிக்கு பெரிய்ய அபகீர்த்தி நேரப் போகுது... சாமி எருது பொட்டிலிக்காரன கொம்பால குத்தி கொடல உருவ போகுது... பாவம் புள்ளக்குட்டிக்காரனோ என்னவோ... வீம்புக்கு சாமி எருதுகிட்டப் போயி சாகப் போறான்..."

வெள்ளைத்தாடிக்காரருக்கும் சாமி எருதுக்கும் இன்னும் ஆறேழடி தூரம்தான் மீதமிருந்தது. திடீரென வெள்ளைத்தாடிக்காரர் நின்றார். சாமி எருதும் நின்றது. சாமி எருதிடம் இன்னும் மூர்க்கம் குறையவில்லை. சலங்கையொலி எழ கொம்புகளை அசைத்து மிரட்டியது. வெள்ளைத்தாடிக்காரரை ஓடிவிடு என சைகையில் சொல்வதுபோல் இருந்தது. வெள்ளைத்தாடிக்காரர் அசரவில்லை. தொடர்ந்து அசையாமல் கற்சிலைபோல் நின்று கொண்டேயிருந்தார். சாமி எருது வெள்ளைத்தாடிக்காரரை என்ன செய்வது என்று தெரியாமல் திகைத்து நின்றபடியே இருந்தது. ஒரே ஒரு பாய்ச்சல்

போதும். வெள்ளைத்தாடிக்காரரை கொம்பால் குத்தி தூக்கி தூர வீசிவிட முடியும். சாமி எருது ஏனோ அதை செய்யவில்லை. வெள்ளைத்தாடிக்காரர் அச்சமின்றியே நின்றார். அகிலின் மனசுக்குள் ஏதோ விபரீதமாக நேரப் போகிறது என்றே பட்டது. மிகுந்த பயத்துடன் வெள்ளைத்தாடிக்காரரையும் சாமி எருதையும் மாறிமாறிப் பார்த்து கொண்டிருந்தான். சனங்களும் உற்றுக் கவனித்தபடியே இருந்தனர். சாமி எருது வெள்ளைத்தாடிக்காரர் மீது பாய்ந்தவுடன் கலைந்து ஓடத் தயாராகவும் இருந்தனர். சாமி எருது வெள்ளைத்தாடிக்காரர் மீது பாயும் தருணம்தான் தள்ளிப் போனது.

சட்டையின் முன்பாக்கெட்டில் வைத்திருந்த அகிலின் அலைபேசி அதிரத் துவங்கியது. எடுத்துப் பார்த்தான். இனியாதான் அழைத்து கொண்டிருந்தாள். இந்நேரத்தில் இனியா அழைப்பதற்கான காரணம் புரியாமல் குழப்பம் ஏற்பட்டது. பேசும் சூழல் இல்லை. அலைபேசியை அணைத்து பழையபடி சட்டை முன்பாக்கெட்டிலேயே வைத்துக் கொண்டான். மறுபடியும் சாமி எருதையும் வெள்ளைத்தாடிக்காரரையும் பார்த்தான். சாமி எருது வெள்ளைத்தாடிக்காரரை என்ன செய்யப் போகிறது என எவராலும் ஊகிக்க முடியவில்லை. நேரம் நிசப்தமாகக் கடந்தபடி இருந்தது.

○○○

மச்சுவீட்டின் தாழ்வாரத்துத் திண்ணையில் அகிலும் சைமனும் உட்கார்ந்திருந்தனர். செம்மிநாய் பலாமர நிழலில் சுருண்டு படுத்திருந்தது. வெளிவாசல் முழுக்க பலாயிலை சருகுகளும் தூசிகளுமாக நிறைந்து கிடந்தன. சவ்வாரி வண்டியின் நுகத்தடி மீது புலிவரிப்பூனை படுத்துறங்கிக் கொண்டிருந்தது. புலிவரிப்பூனை ஆட்கள் இருப்பதைப் பொருட்படுத்தவேயில்லை. புலிவரிப்பூனையின் மீசைமுடி மட்டும் லேசாக அசைந்தது. சைமன் புலியைக் கண்காணிப்பது போல புலிவரிப்பூனையை பார்த்து கொண்டிருந்தார். அகில் பொறுமையிழந்து உட்கார்ந்திருந்தான். பொழுது உச்சி ஏறஏற தாழ்வாரத்துத் திண்ணை நிழல் சுருங்கிக்கொண்டு வந்தது. அகலத்திறந்த வெளிநடைக் கதவின் உள்ளேயிருந்து பரிசல்காரர் கூப்பிட்டார்.

“நெலவுல தல அடிச்சுக்காம குனிஞ்சு வாங்க...”

சைமனும் அகிலும் எழுந்து தலை தாழ்த்தி வீட்டுக்குள்ளே காலடி எடுத்துவைத்தனர். நுனுக்க வேலைப்பாடு அமைந்த மரத்தூண்கள் தாங்கிய ஆசாரத்துத் திண்ணை வந்தது. பரிசல்காரர் மரக்கட்டிலில் உட்கார்ந்திருந்தார். பரிசல்காரர் எழுந்து நடக்க பயன்படுத்தும் ஊன்றுக்கோல் மரக்கட்டில் மேலேயே சாத்தி வைக்கப்பட்டிருந்தது.

ஆசாரம் முழுக்க இருள் மூடியிருந்தது. பழையகால மரச்சாமான்களும் இரும்புப்பெட்டிகளும் தாறுமாறாக இறைந்து கிடந்தன. அகில் கிட்டத்தில் போய் ஒவ்வொன்றையும் கூர்ந்து கவனிக்க ஆரம்பித்தான். சைமன் சிரித்தார்.

"அகில்... நாம துப்பறிவாளன் கெடையாது... வீரானும் குற்றவாளி கெடையாது... இதுல ஏதோ எவிடென்ஸ் கெடைக்க..."

"அப்புறம் எதுக்கு சார்... இந்த வூட்டுக்குள்ளார வந்தோம்...?"

"கொஞ்ச நேரம் பொறுமையாக இருங்க... நீங்களே தெரிஞ்சுக்குவீங்க..."

அகில் மேற்கொண்டு பேசாமல் ஆசாரத்தையே நோட்டமிட்டான். சுவரில் மாட்டடப்பட்டிருந்த கருப்பு வெள்ளைப் புகைப்படங்கள் நூலாம்படை அண்டிக் கிடந்தன. புகைப்படங்களில் இருப்பவர்கள் ஐம்பது அறுபதுகளின் திரைப்பட நடிகர் நடிகையின் சாயலில் இருந்தனர். மச்சு வீட்டில் வசித்த முந்தைய தலைமுறையினர். அகிலால் எவரையும் அடையாளம் காண முடியவில்லை. சைமனும் அப்புகைபடங்களைக் கண்டுகொள்ளவில்லை.

ஆயிரம் செலவை நெல்லளந்த மச்சு வீட்டில் தற்போது தானிய வாசனையில்லை. நூறு பவுன் தங்கம் வைத்து பூட்டிய ஆத்திமர அலமாரி இப்போது குப்புறக் கவிழ்ந்து கிடந்தது. வேளைக்கு ஐம்பது பேருக்கு அன்னம் பொங்கிய சமையல் கூடத்து அடுப்புகள் தூறிட்டு சிதைந்து போயிருந்தன. சாம்பல் நெடி மங்கி பலகாலம் விரைந்துவிட்டது. அகிலுக்கு சைமன் சொல்லியிருந்த மச்சு வீடு இதுவாக இருக்க வாய்ப்பில்லை என்கிற சந்தேகம் எழுந்தது. மச்சு வீட்டை காலம் சிதைத்து பாழடைய வைத்திருந்தது. வீட்டின் உட்புற ரூபங்களை கலைத்து மாற்றியிருந்தது. அகிலுக்கு வரும் வருடங்களில் தன் வீடும் கூட இதுபோல மாறும் நிலைக்கு ஆட்படும் எனப்பட்டது. இனியா மாதிரியானவளே மனைவியாக வாய்த்தால் மட்டுமே தன் வீடு நிலைத்து நீடிக்கும் எனவும் நினைத்தான்.

சைமன் ஆசாரத்தின் தென்கிழக்கு மூலைக்கு நகர்ந்தார். அங்கு கூடைகள், முறங்கள், மக்கிரிகள், பிரம்பு நாற்காலிகள் என குவிந்து கிடந்தன. அக்குவியலினுள்ளே பூனைக்குட்டிகள் முனகலாய் சன்னக்குரல் எழுப்பின. சைமன் மாடியில் இருக்கும் மச்சு அறைக்கு செல்லும் படிக்கட்டில் ஏறினார். ஒளி குறைந்த படிக்கட்டுக்கள். அகில் பின்தொடர்ந்தான். காலடியில் தூசிகள் நறநறத்தன. சைமன் சுவரைப் பிடித்தபடி நிதானமாக மேலே ஏறினார்.

“அகில்... புலி இருக்குதே அது யாரையும் நம்பாத ஒரு மிருகம்... குறிப்பா மனுசன அது சுத்தமா நம்பாது... அப்ப நாம அதுகிட்ட நெருங்கனுமின்னா என்ன செய்யனும்...?”

“நாம பொறுமையா அதுகிட்ட பழகனும் சார்...”

“அப்படி பழகினாவெல்லாம் அது நம்மள கிட்ட அண்ட விடாது... அது மிருக குணத்தை காட்டீரும்...”

“அப்ப நீங்க எல்லாம் கிட்ட போயி பழகறீங்களே... எப்பிடீங்க சார்...?”

“அப்படி கேளு அகில்... புலி மட்டுமில்ல... எல்லா மிருகத்துக் கிட்டேயும் நாம நம்மளை அதுகளுக்கு தீங்கு செய்யற எதிரி இல்லையின்னு நம்ப வைக்கனும்... அதனோட கண்ணு முன்னால நாம அதுக்கு நல்லத செய்யற மாதிரி நடிக்கனும்... அதுக நம்மள உத்து கவனிக்கும்... இவனுக நல்லவங்கன்னு அதுக்கு புரியும்... அப்புறம்தான் நம்மளை நம்பும்...”

“புரியுது... சார்”

“இங்கிருக்கற ஒவ்வொருத்தரும் புலி மாதிரிதான்... பரிசல்காரராகட்டும் பானுமதியாகட்டும் வெள்ளைத்தாடிக்காரராகட்டும் எல்லோருமே... நம்ம போய் வீரான பத்தி விசாரிச்சா... எதையும் ஒழுங்கா சொல்ல மாட்டாங்க... நாம புலிகிட்ட பழகற மாதிரி பழகித்தான் இவங்கள நம்ப வெக்கனும்... அப்புறம்தான் வீரானப் பத்திய உண்மையை சொல்லுவாங்க...”

அகில் யோசித்தபடி மொட்டைமாடி ஏறி நின்றான். நாலாதிக்கும் விரிந்த நீல ஆகாயம் தெரிந்தது. ஆகாயத்தின் கீழே பறவைகளோ முகில்களோ இல்லாத பரந்த வெயில்வெளி. மொட்டைமாடியிலும் கூட பலாமரத்தின் உதிரிலை சருகுகள் இறைந்திருந்தன. காரைத்தளம் எங்கும் வெயிலில் கடும்சூடேறி இருந்தது. கைபிடிச் சுவரோரம் சேகரமான கொழிமண் குவியலுக்குள் பாதி புதைந்த பூனைவிட்டைகள் காய்ந்து நாற்றமடித்தன.

“அகில் அப்புறம் இவங்க எல்லோரும்... வீரானைப் பத்திய ஏதோ ஒரு பெரிய மர்மத்தை மறைக்கறாங்கன்னு தோனுது...”

“நெசமா சொல்றீங்களா சார்...?”

“ஆமாம் அகில்...”

சைமன் மச்சு அறைக்கதவை தள்ளித் திறந்தார். சன்னல்களின் வழியே ஊடுறுவும் வெளிச்சம் மச்சு அறையெங்கும் பரவியிருந்தது. மண்துகள் விரவிய காரைத்தரையில் பல்லிமுட்டைகளும் எச்சங்களும் விழுந்து சிதறிக் கிடந்தன. சாமி எருதுகளை அலங்கரிக்கும் விரிகளும் கொம்புச்சலங்கைகளும் குவித்து வைக்கப்பட்டிருந்தன. தூசிகளும் நூலாம்படைகளும் மண்டிய நாற்திசைச் சுவரிலும் நிறைய கருப்பு வெள்ளை புகைப்படங்கள் மாட்டப்பட்டிருந்தன. சுருட்டுப் பிடிக்கும் இளைஞர் ஒருவரே அனைத்து புகைப்படத்திலும் விதவிதமான தோற்றத்தில் இருந்தார். மரக்கட்டில் மீது நான்கைந்து டிரங்குப் பெட்டிகள் வைக்கப்பட்டிருந்தன. பூட்டாத பெரிய மரஅலமாரி மேற்குப்புறச் சுவரோரம் மேற்கூரையில் உரசுவதுபோல் நின்றது. மின்விசிறியில் கூடுகட்டிய எட்டுக்காலிகள் செத்துத் தொங்கின. தெற்குத்திசைக் காற்று சன்னலினூடே உள்நுழைந்து தூசி நெடியை எழும்பச் செய்தது. சைமனுக்கும் அகிலுக்கும் தூசிநெடி நாசியில் ஏறி இருமல் எடுத்தது. சைமன் திணறிப் போனார். இருமல் அடங்கியதும் அகில் கேட்டான்.

“சார்... மரஅலமாரியை திறக்கட்டுமா...?”

“உங்க இஷ்டம்...”

அகில் மரஅலமாரியை அகலத் திறந்தான். மரஅலமாரிக்குள்ளும் தூசிநெடி அடித்தது. ஒவ்வொரு அடுக்குகளிலும் பல்லிமுட்டைகள் கிடந்தன. புகைப்பட ஆல்பம் ஒன்று இருந்தது. சுருட்டுப் பிடிக்கும் இளைஞர் வனமிருகங்களை வேட்டையாடி வென்ற கருப்பு வெள்ளைப் புகைப்படங்கள். எல்லாப் புகைப்படங்களும் வடநாட்டுப் பின்புலத்தில் படம் பிடிக்கப்பட்டிருந்தன. வேங்கை ஒன்றை சுட்டு வீழ்த்திவிட்டு அருகில் அமர்ந்து எடுத்து கொண்ட புகைப்படத்தை மட்டும் சைமன் வெகுநேரம் பார்த்தபடி இருந்தார். பின் முகத்தை திருப்பிக் கொண்டு சொன்னார்.

“அகில்... இவங்க மாதிரி ஆளுகளாலதான்... இன்னிக்கு நாம வேங்கைய காப்பாத்த போராட வேண்டியிருக்கு...”

அதன்பின்பு அகிலும் அந்த ஆல்பத்தை பார்க்கவில்லை. மூடி வைத்துவிட்டான். மரஅலமாரியின் இன்னொரு அடுக்கில் வெற்றிக் கோப்பைகள் சில இருந்தன. கோப்பைகள் மீது இந்தியில் ஏதோ எழுதியிருந்தன. அகிலுக்கு அக்கோப்பைகள் எதற்காக வழங்கப்பட்டன என்று தெரியவில்லை. ஒரு கோப்பையை எடுத்து தூசிகளைத் துடைத்து சைமனிடம் காட்டினான். சைமன் இந்தி எழுத்துக்களை வாசித்து விட்டு சொன்னார்.

“அகில்... இது கார் பந்தயத்தில் செயித்த பரிசுக் கோப்பை...”

சைமன் மற்ற கோப்பைகளையும் ஆராய்ந்து பார்த்தார். எல்லாமே சுருட்டுப் பிடிக்கும் இளைஞர் கார் பந்தயத்தில் வெற்றிப் பெற்ற கோப்பைகள்தான். அகில் பழையபடி இருந்த இடத்திலேயே கோப்பைகளை வைத்தான். மரஅலமாரியின் இன்னொரு அடுக்கில் கடிதங்கள் சில இருந்தன. எல்லாமே நீலவண்ணத்தில் இன்லேண்டு கடிதங்கள். அகில் எல்லாக் கடிதங்களையும் எடுத்து கொண்டு நகர்ந்து வந்தான். கடிதங்களின் நீலவண்ணம் வெளிறியிருந்தது. எழுத்துக்கள் கூட மங்கிவிட்டன. அகில் முதல் கடிதத்தைப் படித்துப் பார்த்தான். சுருட்டுப் பிடிக்கும் இளைஞர் காதலி இந்திராணிக்கு எழுதியது. இந்திராணிதான் சைமன் சொல்லும் வயோதிகப் பெண்மணி என புரிந்துகொள்ள முடிந்தது. சுருட்டுப் பிடிக்கும் இளைஞர் கசாபுலிங்கை என்கிற திபெத்திய குக்கிராமத்தில் தங்கியிருந்த காலத்தில் எழுதிய கடிதம். ஆறேழு வீடுகளே கொண்ட இக்கிராமத்தில் பார்லி வயல்களில் நுழைந்து சேதப்படுத்தும் காட்டெருமை கூட்டமொன்றை வேட்டையாடிய மகிழ்ச்சியை விவரித்திருந்தார். கடிதத்தில் பெயரளவுக்குக் கூட காதல் ததும்பும் கவித்துவ வார்த்தைகள் எதுவும் இல்லை. மற்ற கடிதங்களும் இதுபோல்தான் வெறும் தற்பெருமைத் தகவலாக இருந்தன.

“அகில்... இதைப் படிச்சு நேரத்தை விரயமாக்க வேண்டாம்... வாங்க கீழே போகலாம்...”

“சார்... ஏதாவது ஒரு விவரம் வீரானைப் பத்திக் கெடைக்குமான்னு பாக்கறேன்...”

“நாந்தான் சொல்லறேனே... புரையோசனப்படாதுன்னு...”

“சார்... இந்த லெட்டரையெல்லாம் நான் எடுத்துட்டு வரட்டுமா...?”

“வேண்டாம் அகில்... இங்கேயே வெச்சுட்டு வந்துருங்க...”

சைமன் மொட்டைமாடியில் போய் நின்றார். அகில் மரஅலமாரிக் குள்ளேயே கடிதங்களை வைத்து கதவைச் சாத்தினான். மச்சு அறைக் கதவையும் சாத்தினான். நீல ஆகாயத்தின் கீழே வெயில்வெளியில் உன்னிக்கொக்குக் கூட்டம் பறந்து போயிற்று. தூரமாக தரிசு வயல்களில் மாடுகளும் செம்மறிகளும் மேய்ந்து கொண்டிருந்தன. சைமன் படிக்கட்டில் கீழே இறங்கி மறைந்தார். அகில் வெயிலில் நின்றபடியே யோசித்தான். இத்தனை தேடல்களும் இனியாவுக்காகத்தான். இல்லையென்றால் முத்துச்சாமி தாத்தாவின் உயிர் எப்போது பிரிந்தாலும் கவலையில்லை. இன்னும் ஆறுமாதத்திற்கு இழுத்துக் கொண்டு கிடந்தாலும் பொருட்படுத்த தேவையில்லை. அகில் சின்ன வயதாக

இருக்கும்போதே துளசிமேடு சோதிடர் கல்யாணத்திற்கு பெண் அமையாது என்று சொல்லியிருந்தார். ஜாதக கட்டங்கள் ராகு கேதுக்குள் அடங்கி காலசர்ப்ப தோஷத்தை ஏற்படுத்துகிறது என்றும் பொருத்தமான ஜாதகம் அமைவது கடினம் என்றும் விளக்கியிருந்தார். அவர் சொன்னது எந்தளவுக்கு நிஜம் எனத் தெரியவில்லை. நடைமுறையில் செயல்பட துவங்கிவிட்டதாக தோன்றியது. இருபத்திநான்கு வயதிலிருந்து கல்யாணத்திற்கு பெண் தேட ஆரம்பித்தார்கள். எந்த பெண் ஜாதகமும் பொருத்தம் கூடி வரவில்லை. ஆறு வருடங்கள் கழித்து இனியாவின் ஜாதகம் மட்டுந்தான் ஒன்பது பொருத்தம் கூடி இருந்தது. இனியாவையும் இழந்துவிட்டால் தனக்கு கல்யாணம் என்பது இந்த ஜென்மத்தில் நடக்க சாத்தியமில்லை. மீண்டும் காலசர்ப்ப தோஷம் வேலை செய்ய ஆரம்பித்துவிடும். கீழே ஆசாரத்திலிருந்து சைமன் சப்தமிட்டார்.

"அகில்... கீழே வாங்க... பரிசல்காரர் ஏதோ சொல்ல வர்றார்..."

அகில் விரைவாக படிக்கட்டில் இறங்கி ஆசாரத்தை அடைந்தான். சைமன் பரிசல்காரர் அமர்ந்திருந்த கட்டிலோரம் குனிந்தபடி நின்றிருந்தார். பரிசல்காரர் தடுமாற்றத்துடன் பேசினார்.

"எங்க எசமானியம்மா... அதுதான் இந்திராணியம்மா... அவங்க நல்ல செல்வாக்கா இருக்கறப்ப... வீரான்கிட்ட இருந்து ஒரு கடிதாசி வந்துச்சு... அந்த கடிதாசி எங்க எசமானருக்கு எழுதினது... வீரானோட துரதிஷ்ட்டம்... எங்க எசமானரு கைக்குக்கு அந்தக் கடிதாசி போய் சேரவேயில்ல... எங்க எசமானியம்மா வீரானோட கடிதாசியெ வாங்கி... படிக்காம எங்கிட்ட தூக்கி குடுத்து... குப்பையில போடச் சொன்னாங்க... நாந்தான் வீரான எப்பவாவது பாப்போம்... கடிதாசியெ அவங் கையிலியே குடுப்போமுன்னு பத்தரமா ஒளிச்சு வெச்சுக்கிட்டேன்..."

"இப்போ அந்த கடிதாசிய எங்க வெச்சிருக்கீங்க பரிசல்காரரே...?"

"ஆத்திமர அலமாரியிலதானுங்க..."

சைமன் அகிலை பார்த்தார். அகில் தரையில் கவிழ்ந்து கிடக்கும் ஆத்திமர அலமாரியை தூக்கி நிறுத்தினான். சிறிய அலமாரி. படுகனமாக இருந்தது. நாலுமூலைகளிலும் கெஜலட்சுமி சிற்பம் செதுக்கப்பட்டிருந்தது. சைமன் ஆத்திமர அலமாரியை திறந்தார். கைவிட்டு உள்ளே துழாவினார். நீலவண்ண இன்லேண்டு கடிதம் ஒன்று கிடைத்தது. இதுவரை பிரித்துப் படிக்காத கடிதம். சைமன் கடிதத்தில் அனுப்புநர் முகவரியைப் பார்த்தார். வீரான், C/O விசுவநாத அய்யர், திருவாவினன்குடி, பழநி என்று இருந்தது. சைமன் சூதானமாகக் கடிதத்தைப் பிரித்துச் சப்தமாகப் படித்தார். தேதி எழுதிய இடம்

அழிந்திருந்தது. நிறைய எழுத்துப் பிழைகளுடன் தமிழ் வாக்கியங்கள் தப்புத்தப்பாக இருந்தன. முத்துச்சாமி வாத்தியார் உதவிய விவரம் மட்டுமே திரும்ப திரும்ப எழுதப்பட்டிருந்தது. கடிதத்தில் மேற்கொண்டு வேறு விவரங்கள் எதுவும் எழுதப்படவில்லை. சைமன் கடிதத்தை பார்த்தபடி யோசிக்க ஆரம்பித்தார். அகில் கேட்டான்.

"சார்... நாம திருவாவினன்குடி போய் பார்க்கலாமா...?"

"வேற வழியில்லையே... போயித்தானே ஆகனும்..."

அந்தநேரம் புலிவரிப்பூனை ஆசாரத்து நடை மீது வந்து நின்று சைமனையும் அகிலையும் பார்த்து கத்தியது. அது நல்ல பசியில் இருப்பது தெரிந்தது.

○○○

# 15

வீரான் நெடுவீதியில் அசையாமல் நின்று கொண்டேயிருந்தார். வெறுமையான ஆகாயத்தை எல்லாத் திசைகளிலும் பார்த்தார். விண்மீன்கள் ஒவ்வொன்றாக சுடர்ந்தன. கிழக்கில் வெண்முகில் கூட்டம் எழுந்து நகரத் துவங்கியிருந்தது. திடீரென செம்மிநாய்களின் குரைப்பொலி கேட்கவில்லை. வீரான் தலைதாழ்த்தி நெடுவீதியைப் பார்த்தார். செம்மிநாய்கள் மொத்தமும் தானாகக் கலைந்து மறைந்து போயிருந்தன. அத்தனை செம்மிநாய்களும் தானாக எப்படி கலைந்து மறைந்து போயின என்று யோசித்தார். நெடுவீதியில் இறங்கி மெதுவாக நடக்க ஆரம்பித்தார். நேரத்தை அனுமானிக்க முடியவில்லை. ஊர் உறைந்து கிடந்தது. இருளுக்குள் நிலவும் பேரமைதி அச்சமூட்டியது. எந்த வீட்டிலும் சலனமில்லை. சனங்கள் யாருமில்லாத ஊராயிருந்தது. யாருமில்லாத ஊரில் தான் மட்டும் ஏன் சுற்ற வேண்டும் என்கிற கேள்வி எழுந்தது. வீரான் குழப்பத்துடன் நடக்கத் தொடங்கினார். மனதை தன்னிலை தப்பும் வெறுமை சூழ்ந்தது.

திடீரென ஊர் பஞ்ச காலத்து ஊராக மாறிவிட்டது. பஞ்ச காலத்து ஊரைப் பார்க்க பரிதாபமாக இருந்தது. சற்று முன்புதான் ஊரை பஞ்சம் சூழும் என்று குறி கூறியது பலித்துவிட்டது. தொட்டிக்கட்டு வீடுகள் வெறுமையடைந்துவிட்டன. தானியத் திண்ணைகளும் கயிற்றுக் கட்டில்களும் காலியாகக் கிடந்தன. திறந்திருந்த மரக்கதவு சன்னல்கள் இருளையே காட்டின. எங்கும் ஒரு சிறு விளக்கொளி இல்லை. சனசஞ்சார வாசனையில்லை. வேறு ஜீவராசிகளின் நடமாட்டத்தைத் தேட வேண்டியிருந்தது. வீரான் எல்லா நெடுவீதிகளையும் திரும்பத் திரும்ப சுற்றி வந்தார். ஒரேவொரு ஜீவராசியையாவது பார்க்க மாட்டோமா என்கிற ஏக்கமும் வேட்கையும் அதிகமாயின. தனிமை அச்சம் கொள்ளும் நிலைக்கு தள்ளியது. இருளும் மௌனமும் சூழ்ந்த நெடுவீதிகளில் நடந்து கொண்டேயிருந்தார். சிற்றுடுக்கை அடிப்பதையும் நிறுத்திவிட்டார். குறி கூறுவதையும் கைவிட்டுவிட்டார். ஒருநிலையில் வெறுமையான நெடுவீதிகளிலிருந்து வெளிவரத் தெரியாமல் அல்லாட ஆரம்பித்தார். சட்டென மண்தரையில் மண்டியிட்டு அமர்ந்தார். அண்ணாந்து ஆகாயத்தை நோக்கினார். ஜக்கம்மா தேவியிடம் மனமுருகி கெஞ்சினார்.

“ஜக்கம்மா தேவியே... ஊர் எதுக்கு இப்படியிருக்கு... நீ என்ன மாயம் செஞ்சே... சீக்கிரத்தில எனக்கு அனல் வளையங்கள காட்டு... இல்லையின்னா நான் இந்த ஊரைவிட்டுப் தப்பித்து போக வழியக்காட்டு...”

வீரான் திரும்பத் திரும்ப ஜக்கம்மா தேவியிடம் கெஞ்சிக் கொண்டேயிருந்தார். ஜக்கம்மா தேவியின் சமிக்ஞை எதுவும் கிடைக்கவில்லை.

ooo

**சீ**க்கிரத்தில் சித்தார்த்தி வருஷத்தின் சித்திரைகோடை துவங்கி விட்டது. அமராவதியில் ஓடும் நீர் மேலும் சுருங்கிப் போனது. மணற்திட்டுகள் வெக்கைப் பெரும்பரப்பாயின. கன்று ஈனும் தருணத்தை நெருங்கும் சினை எருமைகளை கேரள வியாபாரிகள் வந்து விலைபேசி ஓட்டிப் போயினர். அதற்குப் பதிலாக கட்டுத்தரைக்கு கொச்சி எர்னகுளத்திலிருந்து விரதல் எருமைகள் வந்திறங்கின. புது எருமைகளுக்கு ஒரு நல்ல பழக்கம் இருந்தது. கரையேறித் தப்பித்துச் செல்ல கற்றுக் கொள்ளவில்லை. ஆற்றின் இருகரைகளுக்கும் போய் பசுங்கோரைகளில் சாதுவாக மேய்ந்தன. வீரானுக்குப் புது எருமைகளை மேய்த்துக் கட்டுத்தரை ஓட்டிப் போவது லெகுவாக இருந்தது. பொழுது போக்க நட்டாற்றுப் பாறையில் உட்கார்ந்து தூண்டிலிட்டு மீன்கள் பிடிக்கக் கற்றுக் கொண்டிருந்தான். பரிசல்காரர்போல் நிறைய மீன்களைப் பிடிக்க முடியவில்லை. மயில்கெண்டை மீன் பிடிக்கும் லாவகம் கைகூடி வரவில்லை. தூண்டிலில் சிறுகெண்டையும் கெழுத்தியும் அதிகமாகச் சிக்கின. பரிசல்காரர் வந்தால் மீன் பிடிக்கும் லாவகம் பற்றிக் கேட்க நினைத்திருந்தான். பரிசல்காரரும் நெல்வயல்களில் தைப்போகத்து அறுவடையில் மும்முரமாக இருந்தார். வீரானின் கவனமெல்லாம் நீருக்குள் இறங்கிய தூண்டிலை மீன்களை நோக்கி நகர்த்துவதிலேயே குறியாக இருந்தது. அப்போது இருகரங்கள் வந்து கண்களைப் பொத்தின. வீரானுக்கு பானுமதியின் சீகற்காய் கூந்தல் வாசனை தெரியும்.

“விடுக்கா...”

“எப்பர்றா... அக்கான்னு கண்டுபுடிக்கறே...?”

வீரான் தூண்டிலை மேலே தூக்கி பாறை மீது வைத்தபடி எழுந்தான். தூண்டில் முள்ளில் எதேச்சையாக சிக்கிய சிப்பிலிக் கெண்டை துடிதுடித்தது. பானுமதி நீலத்தாவணி வெயிலில் அலைய பாறையில் நின்றிருந்தாள்.

“வீரா... நானு ஒன்னு சொன்னா கேப்பயாடா...?”

“சொல்லுங்கக்கா...”

“நீ இனிமே இப்பிடி எரும மேச்சுக்கிட்டு மீனப் புடிச்சுக்கிட்டு வெயில்ல வீணாப் போகக்கூடாது... பேசாம பள்ளிக்கோடம் போயி படடா...?”

“அதுக்கு முன்னால எனக்கொரு வேல இருக்குக்கா...?”

“என்னடா வேல...?”

“ஆத்துல தெக்க போவோனும்...”

“போயி...”

“பானுமதி அக்காவோட மொறபையன கூட்டிக்கிட்டு வரனும்...”

“கூட்டிக்கிட்டு வந்து...”

“கலியாணம் செஞ்சு வெக்கனும்...”

பானுமதி வாய்விட்டு சிரித்தாள். வீரானுக்கு பானுமதியின் சிரிப்பின் அர்த்தம் விளங்கவில்லை. பானுமதி சிரிப்படங்கிக் கேட்டாள்.

“நாஞ்சொன்னத நீ அப்படியே நம்பிட்டியாடா...?”

“ஏங்க்கா...?”

“போடா பொழப்பத்தவனே... நானு உங்கிட்ட பொய் சொன்னேன்டா... எனக்கு நெனவு தெரிய அமராவதி ஆத்துப் பாலத்துக்குங் கீழே அனுமன் கோயிலுப் பக்கம் அழுதுக்கிட்டு நின்னது மட்டுந்தான் ஞாபகம் இருக்கு... பரிசல்காரர் பாத்துட்டு என்னை தோள்ல தூக்கி வெச்சு இங்க எடுத்துக்கிட்டு வந்து இவங்ககிட்ட ஒப்படைச்சாரு... எனக்கு தாய் தகப்பன் ஆருன்னே தெரியாதுடா... அப்புறம் மொறப்பையனுக்கு எங்க போறது...”

பானுமதியின் முகத்தில் விரக்தியான சிரிப்பு இழையோடியது. கண்கள் மெல்ல கலங்கின. வீரான் ஆறுதல் கூறும் வழி தெரியாமல் நின்றிருந்தான். அதன்பின்பு பானுமதி அங்கு அதிகநேரம் நிற்கவில்லை. சுடுமணற்பரப்பில் இறங்கி மச்சுவீட்டுக்கு போய்விட்டாள். வீரான் மறுபடியும் பாறையில் உட்கார்ந்தான். பானுமதி குறித்த நினைவுகளே எழுந்தன. எருமைகள் மேய்வதற்காகக் கரையேறி மந்தமாகக் கலைந்தன. கீழே நீர்மடுவில் பாறையோரம் வரிக்கெளுத்தி மீன்கள் தென்பட்டன.

வீரான் அவசரமாகத் தூண்டில் முள்ளில் சிறுநத்தைப்பூச்சியைக் கோர்த்தான். தூண்டிலை நீருக்குள் இறக்கினான். வரிக்கெளுத்திகள் தூண்டில் முள்ளை நெருங்க எத்தனித்துக் கொண்டிருந்தன. வீரானின் பார்வை நீருக்குள்ளேயே லயித்து இருந்தது.

அந்தநேரம் மேற்கே சுடுமணற்பரப்பில் செம்மிநாய் குரைத்தது. குரைப்பொலி விசையாயிற்று. வேறுவழியில்லாமல் வீரான் பார்வையை மேற்கே திருப்பினான். மனம் அதிர்ந்து நடுக்குற்றது. சுடுமணற்பரப்பில் பரிசல்காரருடன் மிதிவண்டியை உருட்டியபடி டேனியல் பாதிரியார் வந்து கொண்டிருந்தார். வீரானுக்கும் டேனியல் பாதிரியாருக்கும் இடையே தூரம் நூறு தப்படிகள் கூட இல்லை. வீரான் தூண்டிலை கைவிட்டான். நீர்மடுவுக்குள் குதித்து எழுந்தான். சுடுமணற்பரப்பில் ஏறி ஓடினான். ஆற்றின் இடக்கரை சரநாணல் புதர்களுக்குள் புகுந்தான். நாணல் தண்டுகளுக்குள் ஒளிந்துகொண்டு திரும்பிப் பார்த்தான். டேனியல் பாதிரியார் சுடுமணலில் பதிந்த மிதிவண்டிச் சக்கரங்களை நகர்த்துவதிலெயே மும்முரமான முனைப்புடன் இருந்தார். வீரானின் மனம் டேனியல் பாதிரியார் நிச்சயமாகத் தன்னைப் பார்த்திருக்க மாட்டார் என்றே நம்பியது. சரநாணல் புதருக்குள் எட்டப் போய் உட்கார்ந்துக் கொண்டான். மிதிவண்டிச் சக்கரங்கள் நெருங்கிவந்தன. செம்மிநாயின் குரைபொலி பின்தொடர்ந்தது. சரநாணல்களினூடே பதுங்கித் திரியும் இலைத்தாழைக் கோழிகள் கொக்கரித்துக் காட்டிக் கொடுக்கப் பார்த்தன.

வீரானுக்கு ஈரக்குலையே நடுங்கிப் போனது. மூச்சு அடங்கி அடங்கி மீண்டது. நல்லவேளை டேனியல் பாதிரியாருக்குச் சுற்றுப்புறத்தில் கவனகுவிப்பு இல்லை. பரிசல்காரருடன் ஏதோ தீவிரமாக மென்குரலில் பேசிக்கொண்டே கரைமேடேறி மறைந்து போனார். வீரான் நிம்மதிப் பெருமூச்சுவிட்டான். மேலும் சிறிதுநேரம் அங்கேயே உட்கார்ந்திருந்தான். மூச்சு இயல்புக்கு வந்தது. செம்மிநாயின் குரைப்பொலி தென்னந்தோப்புக்குள் கேட்டது. வீரான் எழுந்து சரநானல்களை ஒதுக்கிச் சுடுமணற்பரப்பிற்கு வந்தான். ஆள் எவருமில்லாத ஆற்றுவெளியின் கரையில் எருமைகள் மட்டும் மௌனித்து மேய்ந்து கொண்டிருந்தன. வீரான் நிமிர்ந்து பொழுதை பார்த்தான். பொழுது உச்சி கடந்து மேற்கே சரியத் தொடங்கியிருந்தது. எருமைகள் கட்டுத்தரை புறப்பட வெகுநேரம் இருந்தது.

வீரானுக்கு பரிசல்காரரோடு வீட்டுக்குப் போன டேனியல் பாதிரியார் எந்தக் கணமும் திரும்பி வரக்கூடும் என்கிற அச்சத்தில் மனம் இருப்புக் கொள்ளாமல் தவித்தது. கண்கள் அடிக்கடி இடக்கரை மேட்டையே நோக்கின. ஒருவழியாக அந்தி நெருங்கியது. டேனியல் பாதிரியார்

திரும்பி வரவில்லை. பரிசல்காரர் மட்டும் மணற்தடத்தில் கீழிறங்கி வந்தார். வீரான் அருகில் ஓடிக் கேட்டான்.

"எதுக்கு பாதிரியாரு வந்தாருங்க...?"

"பாதிரியாரு நம்ம அய்யாவுக்கு தோஸ்த்துடா..."

"எப்பப் பாத்தாலும் மச்சு அறை முன்னால் நின்னு சுருட்டுப் புடிப்பாரே அந்த அய்யாவுக்கு தோஸ்தாங்க...?"

"ஆமான்டா... நீ ஏன்டா பாதிரியாரப் பத்திக் கேக்கறே... உனக்கு அவரு தெரிஞ்சவராடா...?"

வீரானுக்கு உடனே என்ன பதில் சொல்வது என்று தெரியவில்லை. சமாளிக்க முயன்றான்.

"அவர உடுப்பப் பாத்தா காவடிக் கோமாளி மாதிரி வித்தியாசமா இருந்துச்சு... சிரிப்பு வந்துச்சு... அதுதான் கேட்டேனுங்க..."

"பாதிரியாரு எவ்வளவு நல்லவரு தெரியுமாடா... நீ அவரையெல்லாம் கிண்டல் செய்யக் கூடாது... அவரு உன்னமாதிரி அனாத கொழந்தைகள... ஏழக் கொழந்தைகள எல்லாம் நயாப் பைசா வாங்காம படிக்க வெச்சு பெரிய ஆளாக்கறாரு ... அப்புறம் நம்ம ஊருல பெரிய்ய பஞ்சம் வந்தப்ப பாகுபாடு பாக்காம எல்லா சனங்களுக்கும் சிலுவக் கோயில்ல இருந்து கோதுமைய மூட்டை மூட்டையா குடுத்து காப்பாத்தினவருடா..."

பரிசல்காரர் மணற்பரப்பில் இறங்கி போய்விட்டார். அதன்பின்பு வீரானுக்கு வரிக்கெளுத்தி மீன் பிடிக்கக் காலம் கூடி வரவில்லை. நீர்மடுவு எங்கும் வரிக்கெளுத்தி மீன்கள் பெருகி நீந்தி கொண்டிருந்தன. வீரானுக்கு டேனியல் பாதிரியாரைக் கண்டதிலிருந்து ஆற்றுவெளி அச்சப்படும் இடமாக மாறிப் போனது. இரு கரைகளின் மணற்தடத்தை சதா கவனித்தபடியே இருக்க வேண்டியதாகப் போயிற்று. எந்த நிமிடமும் டேனியல் பாதிரியார் மிதிவண்டியை உருட்டிக்கொண்டு மணற்தடத்தில் வருவது போலவே பிரமை ஏற்பட்டுக் கொண்டேயிருந்தது. வலக்கரை கோரைத்திட்டில் மேயும் எருமைகளின் மீது கரிக்குருவிகள் உட்கார்ந்து கத்திக் கொண்டிருந்தன.

வீரான் கரை ஆலமரநிழலில் உட்கார்ந்து யோசித்தபடியிருந்தான். இங்கிருந்து தப்பிப்பதற்கு இப்போதுதான் சரியான சந்தர்ப்பம் எனப்பட்டது. ஆற்றுவெளியும் சனசஞ்சாரமற்றே கிடந்தது. பரிசல்காரர் அமர்ந்து மீன் பிடிக்கும் நட்டாற்றுப் பாறை மீது பெரியநீர்காகங்கள் அமர்ந்து சிறகுக் கோதிக் கொண்டிருந்தன. வீரான் எழுந்து

சரநாணல் மணற்தடத்தில் மேலேறினான். இலுப்பைத்தோப்புக்குள் நுழைந்து நடந்தான். தில்லாபுரி அம்மன் கோவிலை அடைந்தவன் திடுக்கிட்டான். கோவிலின் வாசலில் ஊர்க்காரர்களோடு வயோதிகப் பெண்மணி நடுநாயகமாக நின்றிருந்தாள். பானுமதியும் பரிசல்காரரும் பருவகாரர்களும் கூட கூட்டத்தில் இருந்தனர். இலுப்பை நிழலில் கட்டுத்தரைப் பூச்சிக்காளையைப் பிடித்தபடி ஒருவன் நின்றிருந்தான். பூச்சிக்காளையின் கொம்புகளுக்குப் பொட்டுக்கள் இட்டு அலங்கரிக்கப்பட்டிருந்தன. வெள்ளையில் கரம்பை படர்ந்த முதிர்ந்த பூச்சிக்காளை. எருதாகும் பருவத்தை அடைந்து கொண்டிருந்தது.

இலுப்பைமர உச்சியை கோடைக்காற்று விசிறிவிட்டு ஓசை எழுப்பியது. அரையிருள் பரவிய கருவறைக்குள் பூசாரி திடீரென பூஜையை துவங்கினார். ஆராத்தி மணிகள் ஒலித்தன. தீபாரத்னை ஒளியில் தில்லாபுரி அம்மனின் செவ்வரளிப்பூ ஆரமிட்ட அலங்காரம் தெரிந்தது. பூசாரி குனிந்து ஆராத்தித் தட்டுடன் பிரகாரவெளியில் வந்து நின்றார். வயோதிகப் பெண்மணி முன்னே சென்று தலைக்கு மேலே கைகூப்பி வணங்கினார்.

“திரௌபதித் தாயே... கோவிலை கட்டி கும்பாபிசேகம் செய்யற காரியம் எந்த தடங்களும் தாமசங்களும் இல்லாமல் நல்லபடியாக துலங்கணும்... நீ கூட இருந்து நல்ல வழிகாட்டணுமம்மா...”

பூசாரி பூரித்த சிரிப்புடன் பேசினார்.

“இன்னிக்கு நெறைஞ்ச அமாவாசை... நாளைக்கு பாட்டுமை... மக்யா நாளு மூன்றாம் மதி... அன்னிக்கு நாம படிக்காசு வெளையாட்ட தொடங்கலாமுங்க தாயீ...”

வயோதிகப் பெண்மணி பூச்சிக்காளையைப் பிடித்திருப்பவனைப் பார்த்துவிட்டு பேசினாள்.

“பூசாரி அவசரப்படாதீங்க... மொதல்ல சாமி எருதுக்காரத் தம்பி பூச்சிக்காளைய சாமி எருதாக மாத்தி சராங்கத்துக்கு கொண்டு வரட்டும்...அப்புறமா படிக்காசு வெளையாட்ட ஆரம்பிக்கலாம்... கோவிலுக்கு குடுக்கறவங்க எங்கியும் போயிர மாட்டாங்க... இன்னொன்னு நாம சாமி எருது இல்லாம கோவிலுக் கட்ட வரிவசூலுக்கும் போகக் கூடாது... காலம் காலமா கடை புடிச்சு வர்ற வழிமொறைய நாம மாத்தவும் கூடாது...”

பூசாரி அமைதியடைந்தார். எவரும் மறுபேச்சு பேசவில்லை. வயோதிகப் பெண்மணி வீரானை அருகில் அழைத்தாள். வீரான் தயக்கம் கலந்த

அச்சத்துடன் நெருங்கினான். பூச்சிக்காளையைப் பிடித்திருப்பவனையும் அழைத்தாள்.

"இங்க பாருப்பா சாமி எருதுக்காரனே... இவ எங்க எருமை மேய்க்கற பையன்... பூச்சிக்காளைய சாமி எருதாப் பழக்கறதுக்கு இவ ஒத்தாசையாக இருப்பான்... கூடவே வெச்சுக்கப்பா..."

சாமி எருதுக்காரன் ஆமோதிப்பாகத் தலையசைத்தான். வீரானுக்கு இனி இங்கிருந்து தப்பிப்பது சாத்தியமில்லை என்று தெரிந்துவிட்டது. கூட்டம் கலைந்தபோது சாமி எருக்காரனின் பின்னே போனான். இருளடரும் நேரம் வரை சாமி எருதுக்காரன் எந்த வேலையும் கொடுக்கவில்லை. இரவு உணவுக்காக மச்சுவீட்டு தாழ்வாரத் திண்ணையில் சாமி எருக்காரனோடு உட்கார்ந்து இருந்தபோது பானுமதி சொன்னாள்.

"அடேய் வீரா... சாமி எருதைப் பழக்கறதுக்கெல்லாம் புண்ணியம் செய்திருக்கனும்டா... நீ ஏதோ போன பொறவியில பாக்கியம் செய்திருக்கே... அதுதான் இந்தக் கொடுப்பினைடா..."

மறுதினமே எருமை மேய்ப்பதிலிருந்து வீரானுக்கு விடுதலை கிடைத்தது. சாமி எருதுக்காரனுக்கு எடுபிடி ஆளானான். பருவகாரர்கள் தென்னங்கீற்றில் பந்தல் வேய்ந்து சாமி எருதுக்கு தனியாக கட்டுத்தரை ஏற்பாடு செய்திருந்தனர். இலுப்பைத்தோப்புக்கும் நெல்களத்து மேட்டுக்கும் இடையே சாமி எருதுக் கட்டுத்தரை உருவாகியிருந்தது. இப்போது நீர்வயல்கள் இல்லை. நெல்வயல்கள் கார்ப்போகத்து அறுவடைக்குப்பின் தரிசாகி வெறுமையாக விரிந்திருந்தது. வெயிலை உறிஞ்சிய தரிசு வயல்களின் வண்டல்மண் வெடிப்புற்றுக் கிடந்தன. வீரானுக்கு வேலைகள் எதுவும் இல்லாததுபோல் இருந்தது. சாமி எருதுக்காரனோடு கட்டுத்தரையே கதியென்றுக் கிடந்தான்.

கட்டுத்தரையில் பூச்சிக்காளையும் அடங்க மறுத்தது. பழைய கட்டுத் தரையிலிருந்து பிரித்துக்கொண்டு வந்து தனிமைப்படுத்தியக் கோபத்தை அது வேறுவெறு வழிகளில் காட்டிக்கொண்டிருந்தது. சாமி எருதுக்காரனை மூர்க்கமாக முட்டுவதற்கு எந்நேரமும் தயாராகவேயிருந்தது. காய்ந்த வைக்கோலை ஒருவாய் அள்ளித் திங்கவில்லை. தோட்டத்திலிருந்து அறுத்துக்கொண்டு வந்த புடைச்சோளப் பயிரையும் கடிக்கவில்லை. முகர்ந்து கூடப் பார்க்கவில்லை. நடுச்சாமத்தில்கூட விசைக்கொண்டு கத்தி வயல்வெளியின் ஏகாந்தத்தைக் குலைத்தது. செம்மூக்கு ஆள்காட்டிகள் எழுந்து வீறிட்டுக் கத்தின. வீரானால் சரியாக உறங்கக்கூட முடியவில்லை. ஆத்திரம் உச்சந்தலைக்கு ஏறியது. கவைக்குச்சியைத் தூக்கிக்கொண்டு போய் தூரமாக நின்று அடி வெளுத்து வாங்கினான்.

சாமி எருதுக்காரன் கயிற்றுக் கட்டிலிலிருந்து எழுந்து வந்து வீரானைத் தடுத்தான்.

"எருத சாதுவாக்கக்கறதுக்குதான்டா நாம வந்துருக்கோம்... நீ இப்பிடிப் போட்டு அடிச்சீன்னா... அது நமக்கு எப்பிடி அடிபணியும் சொல்லு...?"

சாமி எருதுக்காரன் வீரானிடமிருந்து கவைக்குச்சியைப் பிடிங்கித் தூர வீசினான்.

"இது எருமையின்னு நெனைச்சியா... வந்தன்னைக்கே அடங்கறதுக்கு... இது பூச்சிக்காளையிடா... பய்யப் பய்யத்தான் நம்ம வசத்துக்கு வரும்..."

சாமி எருதுக்காரன் போய் கயிற்றுக் கட்டிலில் படுத்துக் கொண்டான். வீரானும் கயிற்றுக் கட்டிலின் கீழே தரையில் படுப்பதற்கு உதறிப் போட்டிருந்த வைக்கோல் மீது உட்கார்ந்து கொண்டான். இருள் வியாபித்த வயல்வெளியில் மின்மினிகள் பறந்தன. அந்த வாரமெல்லாம் கடந்தப் பின்னும் சாமி எருதுக்காரன் எருதைப் பழக்குவதற்கு எவ்வித முயற்சியும் மேற்கொள்ளவில்லை. எந்நேரமும் பீடியை புகைத்துக் கொண்டேயிருந்தான். பருவகாரர்களோடு சேர்ந்துக் கொண்டு பட்டைச் சாராயம் அருந்தி கோழிக்கறி வறுவலை கொரித்தான். வீரானுக்கு சந்தேகம் ஏற்பட்டது. சாமி எருதுக்காரன் ஏமாற்றுப் பேர்வழியாகக்கூட இருக்கலாம் என்றே பட்டது. திடீரென ஒருநாள் சாமத்தில் சொல்லிக்கொள்ளாமல் ஓடிவிடுவான் என்றும் நினைத்தான். விடிந்து பொழுது ஏறியதும் சாமி எருதுக்காரனுக்குத் தெரியாமல் கட்டுத்தரையிலிருந்து புறப்பட்டான். நேராக ஆற்றைக்கடந்து மச்சுவீட்டுக்குப் போய் பானுமதியைக் கூப்பிட்டான். பானுமதியை வெளிவாசல் பலாமரத்து நிழலில் நிறுத்திச் சொன்னான்.

"அக்கா... சாமி எருதுக்காரன் நம்மளையெல்லாம் ஏமாத்தறான்...?"

"என்னடா சொல்லறே...?"

"நெசந்தாக்கா..."

வீரான் நடந்ததை எல்லாம் ஒன்றுவிடாமல் சொன்னான். பானுமதி யோசிக்க ஆரம்பித்தாள். மேலே மச்சு அறையிலிருந்து சுருட்டுப் புகையின் நாற்றம் கீழே பரவி வந்தது. கைப்பிடிச் சுவரோரம் வயோதிகர் நின்று செருமினார். பானுமதி வீரானைப் போய்விடும்படி சொல்லிவிட்டாள்.

வீரானுக்கு ஆற்றைக் கடந்து வரும்போது மனப்பாரம் இறங்கியதுபோல் இருந்தது. கட்டுத்தரை வந்து சாமி எருதுக்காரனின் குட்டு வெளுக்கும் கணத்திற்காகக் காத்திருந்தான். பொழுது உச்சியேறி மேற்கேயும் சரிந்துவிட்டது. எதுவும் நடக்கவில்லை. சும்மாட்டுத் தலையில் தட்டக்கூடை வைத்து மதியச் சோறு எடுத்து வரும் பரிசல்காரரும் வரவில்லை. வீரானுக்குப் பசி அளவிட முடியாதளவுக்குப் போனது. பரிசல்காரர் வராத புதிரும் புரியவில்லை. மச்சு அறையில் பார்த்துக் கொண்டிருந்த வயோதிகர் ஏதோ செய்துவிட்டாரோ என்கிற ஐயம்கூட எழுந்தது. அதேநேரம் சாமி எருதுக்காரனோ துளியும் கவலையின்றிக் கட்டுத்தரையைச் சுற்றிச்சுற்றி வந்து கொண்டிருந்தான். வீரானுக்கு ஒன்றும் புரியவில்லை. அந்தி வெளிச்சம் மங்கும் கணத்தில் பரிசல்காரர் கைவீசிக்கொண்டு கட்டுத்தரைக்கு வந்தார். சாமி எருதுக்காரனைப் பார்த்துப் பேசினார்.

"ராத்திரிக்கு எசமானியம்மா... உனக்கு விருந்து வெக்கறாங்களாமா... ஊட்டுக்கு வரச் சொன்னாங்க..."

சாமி எருதுக்காரன் பதில் பேசவில்லை. வீரானுக்குப் பசியையும் மறந்து சிரிப்பு வந்தது. முன்னிரவில் பானுமதி மூவருக்கும் தாழ்வாரத்துத் திண்ணையில் மடக்கு வாழைமட்டையிலை போட்டு பனியாரம் பரிமாறினாள். தொட்டுக் கொள்ள தூதுவளைத் துவையல். சாமி எருதுக்காரன் மௌனமாகவே உண்டான். உண்டபின் மடக்கு வாழைமட்டையிலையை சுருட்டும்போது வயோதிகப் பெண்மணி நடைக் கதவோரம் வந்து நின்றாள்.

"சாமி எருதுக்காரனே கோயிலு வசூலுக்கு எப்ப போலாம்...?"

சாமி எருதுக்காரன் எதுவும் பேசாமல் இருந்தான்.

"எனக்கு உன்னோட வண்டவாளம் எல்லாம் வந்துருச்சு... எண்ணிக்கிட்டு எட்டு நாள் அவகாசம் தர்றேன்... சாமி எருது சராங்கத்துக்கு வந்தரணும்..."

வயோதிகப் பெண்மணி திரும்பி வீட்டுக்குள் போனாள். சாமி எருதுக்காரன் எழுந்து தென்னந்தோப்பு இருளில் நடந்தான். வீரானும் பின்னே சென்றான். இருளே சாமி எருதுக்காரனுக்கு வழி கட்டியது. இரவில் ஆற்றுப்படுகை வேறுவிதமாக தெரிந்தது. சூடான மணற்பரப்பில் நடக்கும்போது சாமி எருதுக்காரன் பேசினான்.

"எப்பவும் மிருகங்களைப் பழக்கறதுக்கு மகாபுத்திசாலியா இருக்க வேண்டியதில்லைடா... மகா பொறுமைசாலியா இருந்தாப் போதும்..."

வீரான் பதில் பேசவில்லை. சாமி எருதுக்காரனைப் பின்தொடர்ந்து நடந்தபடியே இருந்தான். பாதங்கள் சூட்டுமணலில் புதைந்து மீள்வது சுகமாகவே இருந்தது. சாமி எருதுக்காரன் நட்டாற்றுக்கு வந்ததும் மீன் பிடிக்கும் பாறை மீது ஏறி உட்கார்ந்தான்.

"அடேய்... உனக்கு நகுலனை தெரியுமடா...?"

"பஞ்சபாண்டவரு நகுலன் தானே... பானுமதியக்கா சொல்லியிருக்காங்க..."

"ம்கூம்... இந்த நகுலன் இருக்கானே... அவன் குதிரையோட பரிபாசையெ பாடம் கத்தவன்டா..."

"பரிபாசையின்னாங்க...?"

"அதுதான் குதிரைப்பாசை..."

வீரானும் சாமி எருதுக்காரனுக்கு எதிராக பாறை மீது உட்கார்ந்தான்.

"பஞ்சபாண்டவருக எல்லாம் துரியோதனன் கிட்ட சூதாட்டத்துல நாடு நகரம் மொத்தத்தையும் எழந்துட்டு... வனவாசமாக அலையறாங்க... பன்னெண்டு வருசம் துரியோதனனோட கண்ணுல படாம எப்படியோ காலந்தள்ளிட்டாங்க... கடேசியா அஞ்ஞாத வாசம் ஒரு வருசம் தல மறைவா இருக்கனும்... அப்போ அஞ்ஞாத வாசத்த கழிக்க... இந்த விராட தேசத்துக்கு வந்து சேர்றாங்கடா... நம்ம தாராபுரந்தா முன்னால விராட தேசமா இருந்துச்சு..."

நீர்மடுவுக்குள் வரிக்கெளுத்தி மீன்கள் நீந்தி சலசலத்தன. வீரானின் கவனம் நீர்மடுவுக்குள் சென்றது. சாமி எருதுக்காரன் வீரானின் கவனம் குவியும் வரை காத்திருந்து பேசினான்.

"பஞ்சபாண்டவருங்க அஞ்சு பேரும் திரவுபதியும் மாறுவேசத்துல விராட ராசங்கிட்ட வேலக்காரங்க மாதிரி எடுபுடியா இருந்தாங்க... அதுல நகுலன் விராட ராசனுக்கு தேர் ஓட்டறவனா இருக்கான்... ஒருநா விராட ராசன் காட்டுக்கு வேட்டைக்கு போறான்... நம்ம நகுலன்தான் தேரு ஓட்டிக்கிட்டுப் போறான்... நல்ல மத்தியான நேரம்... ஆகாசம் வெயிலக் கொளுத்துது... காட்டுல எட்டப் போயிட்டாங்க... அப்பொ ஓரிடத்துல குதிர தேர இழுக்காம முரண்டு புடிக்குது... விராட ராசனுக்கு ஒன்னும் புரியல... நகுலனப் பாக்கறாரு... நகுலனோ அரசே இங்க காட்டு வெள்ளம் வரப்போது... நாம ஒடனே பெரிய்ய மரத்தோட உச்சானிக்கு ஏறி தப்பிக்கனுமுன்னு சொல்லறான்... விராட ராசனுக்கு கோவம் வருது... மழயே பெய்யலையே காட்டு வெள்ளம் எப்பிடி

வரும்... தெக்க மலங்காட்டுல மழ பெய்யறதுக்கான அறிகுறியும் இல்லையே நீ பொய் சொல்லறேன்னு திட்டறாரு... நகுலனோ பிடிவாதமா தேரிலிருந்து குதிரய அவுத்து உட்டுப்போட்டு... விராட ராசன அவசரமா அங்கிருந்த இலுப்பமரத்து உச்சிக்கு ஏற வெக்கறான்... சித்த நேரங் கழிச்சா... நகுலன் சொன்னது போலவே காட்டுவெள்ளம் சடசடன்னு எல்லாத்தையும் அடிச்சுக்கிட்டு நாலாளு ஒசரத்துக்கு வருது... மர உச்சானியில இருந்ததால விராட ராசனும் நம்ம நகுலனும் பொழச்சுக்கிட்டாங்க... உடனே விராட ராசன் நகுலங்கிட்ட கேக்கறாரு... காட்டு வெள்ளம் வருமுன்னு உனக்கு எப்பிடி தெரிஞ்சுதுன்னு... அதுக்கு நகுலன் நம்ம குதிரதான் அறிகுறியா சொல்லிச்சுன்னு சொல்லறான்..."

சாமி எருதுக்காரன் பாறையிலிருந்து எழுந்து நின்றான். விரானும் எழுந்து நின்றான். நீர்மடுவுக்குள் நீந்திய வரிக்கெளுத்தி மீன்கள் சட்டென நீராழத்துக்கு போயின.

"எப்பிடி நகுலனுக்கு குதிரையோட பரிபாசை தெரியுமோ அதுபோல எனக்கு எருதுகளோட இடபப்பாசை நல்லா தெரியுமடா... இப்பத்தான் எருது கோவத்தை கொஞ்சம் கொஞ்சமா குறைச்சுக்கிட்டு வருது... அதுக்குள்ள அம்மா எதுக்கு இப்பிடி அவசரப்படராங்கன்னு தெரியலடா..."

சாமி எருதுக்காரன் சூட்டுமணலில் இறங்கி நடந்தான். வீரான் இருண்ட ஆற்றுவெளியைப் பார்த்தபடியே பின்தொடர்ந்தான்.

"இன்னொன்னு தெரியுமாடா உனக்கு... இன்னிக்கு அம்மா இப்பிடி சொன்னது கூட சுயபுத்தியில சொல்லல... யாரோ என்னைப் பத்தி தப்பா சொல்லி இப்பிடி கேக்க வெச்சுருக்காங்கடா..."

வீரான் அதிர்ந்து நின்றான். சாமி எருதுக்காரன் தன்னைக் கண்டுபிடித்துவிட்டதாக நினைத்தான். உள்ளுக்குள் பயம் எழுந்தது. சாமி எருதுக்காரன் திரும்பி நின்று சொன்னான்.

"நானு உன்னைச் சொல்லல... கோல்மூட்டிய கொசலக்காரனச் சொன்னேன்..."

மறுதினம் வைகறை இருட்டில் சாமி எருதுக்காரன் கையில் கம்பேந்தி கட்டுத்தரையிலிருந்து பூச்சிக்காளையை அவிழ்த்தான். பூச்சிக்காளையை மிரட்டி ஆற்றுக்கு இழுத்துப் போனான். வீரானும் எழுந்து பின்னால் ஓடினான். சாமி எருதுக்காரன் பூச்சிக்காளையை நீர்மடுவுக்குள் இறக்கிக் குளிப்பாட்டினான். பின் இழுத்துக்கொண்டு போய் கரை ஆலமரத்து நிழலில் கட்டினான். கிழக்கே பார்த்தபடி யாருக்காகவோ

காத்திருந்தான். விடிந்து வெளிச்சம் பரவியபோது பலகைக்காரர்கள் மணற்பரப்பில் நடந்து வருவது தெரிந்தது. கூடவே செம்மிநாயும் நான்கு குட்டிகளும் வந்தன. நான்கு குட்டிகளும் வளர்ந்து பெரிய நாய் போன்ற தோரணையில் நடந்து வந்தன. நான்குமே கடுவனாக இருந்தன.

வீரானும் எதுவும் புரியாமல் கிழக்கே பார்த்தபடி இருந்தான். பலகைக்காரர்கள் கரை ஆலமரத்தை நெருங்கியதும் கொட்டுமுழக்கு அடிக்க ஆரம்பித்தனர். பூச்சிக்காளை ஆலம்வேர்க்காலில் கட்டியிருந்த இரட்டைக் கயிற்றையும் அறுத்துக்கொண்டு போக முயன்றது. மிரண்டு கட்டுக்கடங்காமல் குதித்தது. கொம்புகளை முன்னே நீட்டி பலகைக்காரர்களைப் பாய எத்தனித்தது. பலகைக்காரர்கள் பூச்சிக்காளையை நெருங்கி வட்டமிட்டு நின்றனர். அசைந்து அசைந்து ஆடியபடியே கொட்டுமுழக்கு அடித்தனர். சாமி எருதுக்காரன் சலனமில்லாமல் காளையைக் கவனித்தபடி நின்றிருந்தான்.

பொழுது கிளம்பி மேலேறி வந்திருந்தது. பூச்சிக்காளை மூர்க்கம் குறைந்து சங்கிப் போனது. பலகைக்காரர்கள் கொட்டுமுழக்கு அடிப்பதை நிறுத்தினர். மணற்பரப்பில் கிழக்கே நடந்து இடக்கரையேறி மறைந்தனர். செம்மிநாயும் நான்கு குட்டிகளும் கூடவே போய் நாணலுக்குள் மறைந்தன. சாமி எருதுக்காரன் கையில் கம்பேந்தி பூச்சிக்காளையை அவிழ்த்தான். கட்டுத்தரைக்கு இழுத்துவந்து கட்டினான். மறுதினமும் பூச்சிக்காளைக்கு இதேபோல் சடங்கு நடந்தேறியது. நான்கைந்து தினங்கள் இப்படியே தொடர்ந்தன. பூச்சிக்காளை கொட்டுமுழக்குச் சப்தத்தை ஏற்றுப் பழகிக் கொண்டது. பலகைக்காரர்களை ஒரு பொருட்டாகவே எடுத்துக் கொள்ளவில்லை. பூச்சிக்காளை இயல்புக்கு மாறி அசைவாங்கியது.

உடனே சாமி எருதுக்காரன் பூச்சிக்காளை மீது அடுத்த சடங்கை பிரயோகிக்கத் தொடங்கினான். அந்த வாரம் செவ்வாய்கிழமை விடிய கருக்கலில் பூச்சிக்காளையை கட்டுத்தரையிலிருந்து அவிழ்த்துப் பிடித்தான். வீரான் எங்கு போகிறோம் எனத் தெரியாமலேயே கூட நடந்தான். தெற்கே நடக்க நடக்க வீரானுக்கு பதற்றம் உருவானது. தாராபுரம் கோட்டைமேடு போய் சந்தைப்பேட்டைக்குள் நுழைந்தபோது வீரானுக்கு கொஞ்சம் ஆறுதலாக இருந்தது. இருப்பினும் டேனியல் பாதிரியாரின் பார்வையில் பட்டுச் சிக்கிக் கொள்வோமோ என்கிற பயம் போகவேயில்லை. நிம்மதியின்றியே பூச்சிக்காளையின் பின்னே அலைந்து திரிந்தான். ஒவ்வொரு கணமும் கண்கள் டேனியல் பாதிரியாரை எதிர்பார்த்து துழாவின. நல்லவேளை டேனியல் பாதிரியார் தென்படவேயில்லை.

அக்கினி நட்சத்திர வெயில் கடுமையாகத் தகித்தது. சந்தைப்பேட்டைக்கு மேலே உச்சிப்பொழுது ஆகாயத்தில் நெடுநேரம் இருப்பதாகப்பட்டது. வீரானுக்கு வியர்வையில் மேல்அங்கராக்கு எல்லாம் நனைந்து ஈரமானது. பூச்சிக்காளையும் நீர்த்தாகம் எடுத்து சோர்ந்து போனது. சந்தையும் கலைந்து கூட்டம் குறைந்தது. சாமி எருதுக்காரன் பூச்சிக்காளையின் தலைக்கயிற்றையும் கம்பையும் வீரானிடம் கொடுத்துவிட்டு கீற்றுப்பந்தல் கடைகளுக்குள் போனான். பூச்சிக்காளை நெடுமூச்செரிந்தது. வீரானுக்கு காளையின் கிட்டத்தில் நிற்க இன்னும் அச்சமாக இருந்தது. சாமி எருதுக்காரன் சீக்கிரமாகவே ஓரம் கிழிந்த கோணிச்சாக்கில் ஏதேதோ வாங்கி நிரப்பிக்கொண்டு வந்தான்.

> "டேய் நீயே காளைய புடிச்சுட்டு வாடா... மெரளுதான்னு பாக்கலாம்..."

சாமி எருதுக்காரன் கோணிச்சாக்கை முதுகில் தாங்கி முன்னே நடந்தான். வீரான் பூச்சிக்காளையைப் பிடித்து இழுத்தான். பூச்சிக்காளை எதிர்ப்புக் காட்டாமல் வீரான் பின்னால் நடந்து வந்தது. கோட்டைமேடு தாண்டி அமராவதி ஆற்றுப்பாலம் வரும்வரை பூச்சிக்காளை எதைக்கண்டும் மிரளவில்லை. வீரானுக்கு பூச்சிக்காளையை வழிநடத்தி வந்தது பெருமிதமாக இருந்தது. அமராவதி ஆற்றுக்கு இறங்கும் ஒற்றைத்தடத்தில் தாழம்புதர் மட்டைகள் காய்ந்து உதிர்ந்து கொண்டிருந்தன. நீர் வற்றிய அமராவதி அழகிழந்து கிடந்தது. சுடுமணற்பரப்பில் வெயில் காந்தியது. சாமி எருதுக்காரன் வடக்கு நோக்கி நடந்தபடியே இருந்தான். வீரான் பூச்சிக்காளையுடன் வேகம் கொண்டு பின்தொடர்ந்தான்.

சாமி எருதுக்காரன் நட்டாற்று குற்றுப்பாறைகளின் இடையே நின்றான். நீர் வெம்பிய மடுவு இருந்தது. ஆள் அரவம் கண்டதும் நீர்மட்டத்தின் மேல்பரப்பில் நீந்திய ஆரைமீன்கள் ஆழம் நோக்கிப் போயின. பூச்சிக்காளை பழக்கப்பட்டதுபோல குற்றுப்பாறைகளினூடே புகுந்து நடந்தது. மடுவில் வாய் வைத்து நீர் அருந்தியது. தாகம் தணிந்ததும் தலையை நிமிர்த்தி ஆகாயத்தைப் பார்த்து நின்றது. சாமி எருதுக்காரன் குற்றுப்பாறை மீது மெதுவாக நடந்து மடுவை நெருங்கி நின்றான்.

> "டேய்... நீ மடுவுக்கிட்ட போகாதே... இது ஆனைமடுவு... இதுக்குள்ள உழுந்தவங்க ஆரும் பொழச்சதில்லையாமாடா பரிசல்காரர் சொல்லியிருக்காரு... ஒருக்கா ஆனையே உழுந்து மேலேற முடியாம மூழ்குச்சுன்னா பாத்துக்க... நீ ஜாக்கரதையா தள்ளி நின்னுக்கடா..."

வீரான் சில அடித்தூரம் பின்நகர்ந்து யானைமடுவை எட்டிப் பார்த்தபடி நின்றான். சாமி எருதுக்காரன் கோணிச்சாக்குச் சுமையை சுடுமணலில்

வீசி எறிந்தான். யானைமடுவுக்குள் குதித்து நீந்தினான். நீந்தியபடியே கைகளை மாற்றி மாற்றி நீரை அள்ளி பூச்சிக்காளை மீது விசிறினான். வீரானிடம் சொன்னான்.

"டேய்... காளையோட வெதக்கொட்டைய புடிச்சு நீவுடா..."

வீரான் தயங்கினான். பூச்சிக்காளையை நெருங்க பயமாக இருந்தது.

"பேடிப் பயலே... ஒன்னும் செய்யாது புடீடா..."

வீரான் பூச்சிக்காளையின் பின்னங்கால்களின் கிட்டத்தில் போய் நின்றான். மிகுந்த பீதியுடன் வலக்கையை நீட்டி பூச்சிக்காளையின் விறைகொட்டையைப் பிடித்தான். மெல்ல நீவினான். பூச்சிக்காளை துள்ளி பின்னங்காலால் உதைக்கும் என எதிர்ப்பார்த்தான். பூச்சிக்காளை படுசாந்தமாகவே நின்றது. சாமி எருதுக்காரன் மடுவுநீரை இன்னும் வேகமாக பூச்சிக்காளை மீது விசிறிக்கொண்டே சப்தமிட்டான்.

"அப்படியே கொஞ்சமா நசுக்கடா..."

வீரான் பூச்சிக்காளையின் விறைக்கொட்டையை மெதுவாக நசுக்கினான். இப்போதும் பூச்சிக்காளை படுசாந்தமாகவே நின்றது. சாமி எருதுக்காரன் யானைமடுவிலிருந்து தாவி மேலேறினான். குற்றுப்பாறை மீது பழையபடி நடந்து சுடுமணற்பரப்புக்கு வந்தான்.

"போதும்... காளைய அப்படியே உட்டுட்டு வாடா..."

சாமி எருதுக்காரன் கோணிச்சாக்கை தூக்கியபடி சுடுமணலில் ஆற்றின் வலக்கரை நோக்கி நடந்தான். வீரான் பூச்சிக்காளையின் விறைகொட்டையிலிருந்து விரல்களை மெல்ல விலக்கி நகர்ந்து நின்றான். தயக்கத்துடனே தலைக்கயிற்றை பூச்சிக்காளையின் முதுகில் வீசிப் போட்டான். பூச்சிக்காளை எதுவும் செய்யாமல் அப்படியே நின்றது. வீரானும் அமைதியாகவே வெயிலில் நின்றான். ஆற்றுவெளி ஆள் அரவமின்றி வெறிச்சிட்டுக் கிடந்தது. அதற்குள் சாமி எருதுக்காரன் வலக்கரை போயிருந்தான். இங்கும் வலக்கரை மேட்டில் தோக்குருவிகள் தலைகீழாகத் தொங்கும் கல்மண்டபத்தோடு கூடிய ஆஞ்சநேயர் கோவில் இருந்தது. சாமி எருதுக்காரன் கோரையில் கிழக்கே படிந்து பரவியிருந்த கல்மண்டப நிழலில் உட்கார்ந்தபடியே சப்தமிட்டான்.

"காளை நம்ம வசப்பட்டுருச்சு... உனி எங்கியும் போகாது வாடா..."

வீரான் யானைமடுவில் கைகழுவிக் கொண்டான். கல்மண்டப நிழலை நோக்கி ஓட தொடங்கினான். வலக்கரையேறும் கணத்தில் பின்னால் திரும்பிப் பார்த்தான். சுடுமணற்பரப்பில் பூச்சிக்காளை

நாலுகால் பாய்ச்சலில் ஓடி வந்து கொண்டிருப்பது தெரிந்தது. விரான் கல்மண்டப நிழலில் போய் உட்காருவதற்குள் பூச்சிக்காளையும் வலக்கரையேறி வந்துவிட்டது. நிழலுக்கு வந்து நெடுமூச்சு விட்டு நின்றது. சாமி எருதுக்காரன் பூச்சிக்காளையை கண்டுக் கொள்ளவில்லை. கோணிச்சாக்கை அவிழ்த்துக் கொட்டினான். கோரையின் மீது மாம்பழங்களும் பலாச்சுளைகளும் கதலி வாழைச் சீப்புகளும் சிதறி விழுந்தன. பூச்சிக்காளை முந்திக்கொண்டு கதலி வாழைச்சீப்புகளைக் கவ்வ எத்தனித்தது. சாமி எருதுக்காரன் இரண்டு கதலி வாழைச்சீப்புகளை பூச்சிக்காளையின் முன்பு வைத்தான். பூச்சிக்காளைக்கும் பசி மிகுந்திருந்தது. கதலி வாழைகளை ஆர்வத்தோடு கவ்வி கடைவாயில் அதக்கி மென்றது. சாமி எருதுக்காரன் மாம்பழங்களையும் பலாச்சுளைகளையும் வீரான் முன்பு நகர்த்தி வைத்தான்.

"எடுத்து தின்னடா... காளையப் பத்திக் கண்டுக்காதே... அது சாதுவாயிருச்சு..."

சாமி எருதுக்காரன் மாம்பழங்களை அதிகமாக தின்றான். பின் கோரையில் மல்லாந்துப் படுத்துக் கொண்டான். வீரானுக்கு பலாச்சுளை படுருசியாக இருந்தது. எல்லாப் பலாச்சுளைகளையுமே தின்று முடித்தான். எழுந்து மறுபடியும் யானைமடுவுக்குப் போய் நீர் அருந்திவிட்டு வந்தான். வயிறு நிரம்பி ஏப்பம் வந்தது. சாமி எருதுக்காரன் கோரை நிழலில் குறட்டையிட்டு உறங்கிக் கொண்டிருந்தான். வீரானும் கிட்டத்தில் படுத்துக் கொண்டான். கண்ணயர்ந்து வந்தது. நிழலில் பூச்சிக்காளை அசைப் போட்டபடி நின்றது.

வீரான் சாமி எருதுக்காரனாக மாறிப் போனான். சுற்றுவெளி ஊர்களில் மிகுந்த செல்வாக்குக்காரனாக இருந்தான். பரிசப்புடவையுடன் பானுமதியைப் பார்க்கப் போனான். வயோதிகப் பெண்மணியிடம் பானுமதியைப் பெண் கேட்டான். வயோதிகப் பெண்மணி பரிசல்காரரை விட்டு அடித்துவிரட்டச் சொன்னாள். பரிசல்காரர் வேல்கம்புடன் வந்து நின்றார். வீரான் பானுமதியின் கையைப் பற்றி இழுத்துக் கொண்டு ஓடினான். பரிசல்காரர் வேல்கம்புடன் துரத்தி வந்தார். அலங்கரிக்கப்பட்ட பூச்சிக்காளை எங்கிருந்தோ தாரிக் கொண்டு வந்தது. பரிசல்காரரை ஆக்ரோஷமாகத் துரத்தத் தொடங்கியது. பரிசல்காரர் வயோதிகப் பெண்மணியிடம் ஓடி ஒளியப் பார்த்தார். பூச்சிக்காளை விடவில்லை. பரிசல்காரரை கொம்பால் குத்தி குடலை வகுந்து வீசிற்று. அடுத்து வயோதிகப் பெண்மணியையும் அதேபோல் செய்தது. வீரானும் பானுமதியும் பார்த்துகொண்டே நின்றனர். ஆத்திரம் தணியாத பூச்சிக்காளை கொம்பில் இரத்தம் சொட்ட சொட்ட திரும்பி வந்தது.

வீரான் உறக்கம் கலைந்து எழுந்தமர்ந்தபோது கால்மாட்டில் சாமி எருதுக்காரன் நின்றிருந்தான். சுடுமணற்பரப்பில் இறங்கி வடக்கு நோக்கி நடக்கத் தொடங்கினான். கோரையில் மேய்ந்து கொண்டிருந்த பூச்சிக்காளையும் தானாக சாமி எருதுக்காரனைப் பின்தொடர்ந்து நடந்து வந்தது. வெயில் தாழ்ந்துவிட்டது. வீரான் அவசரமாக எழுந்து பூச்சிக்காளையின் பின்னே ஓடினான்.

○ ○ ○

# 16

வெள்ளைத்தாடிக்காரர் சிறு பதற்றமின்றி அசையாமல் நின்றபடி இருந்தார். பார்வை சாமி எருதை விட்டு விலகவில்லை. சாமி எருதின் கவனமும் வெள்ளைத்தாடிக்காரரின் மீதே பதிந்திருந்தது. ஒரு அடி எடுத்து முன்னே வைத்தது. சலங்கை ஒலிக்கக் கொம்பை ஆட்டியது. அப்போதும் வெள்ளைத்தாடிக்காரரிடம் சிறு சலனம் கூட இல்லை. சாமி எருது வெள்ளைத்தாடிக்காரர் மீது முட்டப் போகிறது என்பது உறுதியானது. அகில் ஓடிப் போய் வெள்ளைத்தாடிக்காரரை இழுத்து வரலாமாவென்று ஒருகணம் யோசித்தான். அது அவ்வளவு சாத்தியமான காரியமில்லை எனத் தெரிந்ததும் அமைதியடைந்தான். அகிலை போலவே கோவில் வளாகத்தில் கூடியிருந்த அனைத்து சனங்களும் செய்வதறியாது பார்த்துக் கொண்டிருந்தனர்.

அப்போது கோவிலுக்குள் மாரியம்மன் சன்னதி முன்பு விருத்தம் பாடி ஏதோ வேண்டிக் கொண்டிருந்த பண்டாரத்துப் பூசாரி வெளியே ஓடிவந்தார். பெரியவீட்டுக்காரரைப் பார்த்து சொன்னார்.

"எவராலையும் சாமி எருத சாந்தப்படுத்த முடியாதுங்க... ஆத்தா கோவமா இருக்கா... காவு வாங்க துடிக்கறா...?"

"பரிகாரம் சொல்லற பண்டாரத்துப் பூசாரியே... இப்பிடி சொன்னா... நாங்க எங்க போயி முட்டிக்கறது...?"

"அந்த பொட்டிலிக்காரன எப்பிடியாவது அங்கிருந்து தப்பிச்சு வரச் சொல்லுங்க... உசிருப்பலியாவது மிஞ்சட்டும்..."

பண்டாரத்துப் பூசாரி சொல்லிவிட்டு நிற்கவில்லை. மறுபடியும் கோவிலுக்குள் மாரியம்மன் சன்னதியை நோக்கி ஓடினார். மீண்டும் எல்லோரின் பார்வையும் சாமி எருதின் மீதும் வெள்ளைத்தாடிக்காரரின் மீதும் திரும்பின. நெடிய நிசப்தமும் கோவில் வளாகத்தின் மீது கவிழ்ந்தது. இறுக்கமான சூழலில் நேரம் கடந்தது. பெரியவீட்டுக்காரர் வெள்ளைத்தாடிக்காரருக்கு கேட்கும்படி கத்தினார்.

"பொட்டிலிக்காரா... மிருகத்தோட மோதாதே... அதுக்கென்ன ரோசன பண்ணற புத்தியா இருக்கு... உனக்கு ஒன்னுன்னா சாமிசாட்டுல

அபகீர்த்தி வந்துரும்... இந்த மட்டுக்காவது உட்டுப்போட்டு ஓடி வந்துருப்பா...?”

வெள்ளைத்தாடிக்காரரிடம் எவ்வித மாற்றமும் இல்லை. சாமி எருது தலையை மேலும் கீழும் அசைத்தபடி ஓரடி முன்னே நகர்ந்து நின்றது. அப்போதும் வெள்ளைத்தாடிக்காரரிடம் சிறு அசைவு கூட இல்லை. சாமி எருது சீறிப் பாயும் தருணத்திற்கு தயாராகிக் கொண்டிருந்தது. வெள்ளைத்தாடிக்காரரின் கண்கள் சாமி எருதை விட்டு அகலவில்லை. கூட்டம் பயத்துடன் பொறுமையின்றி காத்திருந்தது. அந்த சமயத்தில் யாரும் எதிர்பாராத ஒன்றை வெள்ளைத்தாடிக்காரர் செய்தார். தைரியமாக சாமி எருதை நோக்கிப் பாய்ந்தார். சாமி எருது சுதாரிப்பதற்கு அவகாசம் கொடுக்கவில்லை. சாமி எருதின் மூக்கனாங்கயிற்றை வலதுகையில் பற்றி மேலே தூக்கினார். சாமி எருதின் தலை மேலே உயர்ந்தது. தலையை உலுக்க முயன்றது. கொம்புகளைக் கூட அசைக்க முடியவில்லை. பின்னங்கால்களை அகற்றி உடலைக் குலுக்கிற்று. துள்ளிக் குதிக்கப் பார்த்தது. வெள்ளைத்தாடிக்காரரின் மூக்கனாங்கயிற்றுப் பிடி வலுவடைந்திருந்தது. கூட்டம் கொஞ்சம் நிம்மதியடைந்தது. இன்னும் சாமி எருது தப்பித்து பெருஞ்சேதம் ஏற்படுத்திவிடும் என்கிற பீதியும் இருந்தது. சற்றுநேரம் கோவில் வளாகம் நிசப்தமுடனே கடந்தது.

வெள்ளைத்தாடிக்காரருக்கு எதிராக சாமி எருதின் எல்லா முயற்சிகளும் தோல்வியில் முடிந்தன. மூர்க்கமும் குறைந்து கொண்டு வந்தது. வெள்ளைத்தாடிக்காரர் சாமி எருதின் நெற்றியை தடவிக் கொடுத்தார். அடுத்து சாமி எருதின் திமிலை வருடினார். சாமி எருதின் முதுகில் கலைந்து கிடந்த அலங்கார விரியை சரிப்படுத்தினார். பின் மெல்ல இடதுகையை சாமி எருதின் அடிவயிற்றை ஒட்டி நகர்த்தினார். விறைகொட்டையை நாம்பிப் பிடித்து நீவிக் கொடுத்தார். சாமி எருது நீர்வார்த்தது. வாலை தூக்கி சாணமிட்டது. வெள்ளைத்தாடிக்காரர் முன்னே அடியெடுத்து வைத்து சாமி எருதின் எதிரே போய் நின்றார். தலைக்கயிற்றை மட்டும் பிடித்துக் கொண்டு மூக்கனாங்கயிற்றை விடுவித்தார். சாமி எருது சாந்தமடைந்து நின்றது. சாமி எருது இளைஞன் தரையில் விழுந்து கிடந்த சேகண்டியை தூக்கிக்கொண்டு ஓடி வந்தான். மிரள்வதற்கு முன்பு சாமி எருதின் முதுகில் கட்டியிருந்த சேகண்டி அது. சனக்கூட்டம் இயல்புக்குத் திரும்பிற்று. அகில் வெள்ளைத்தாடிக்காரரை நோக்கி நடக்க ஆரம்பித்தான்.

○○○

**சை**மன் திருவாவினன்குடி குழந்தை வேலாயுத சுவாமி கோவிலின் எதிர்சந்தில் காரை மெதுவாக ஓட்டினார். அகில் காரின் பின்னிருக்கையில்

அமர்ந்து இருபக்கமும் உற்றுக் கவனித்தபடி வந்தான். இருபுற தட்டோட்டு வீடுகளும் வாழைப்பழங்கள் சேமிக்கும் கிடங்குகளாக மாறியிருந்தன. முன்திண்ணைகள் எங்கும் வாழைத்தார்கள் நட்டமாக நிறுத்தி வைக்கப்பட்டிருந்தன. பச்சையும் மஞ்சளும் கலந்த பாதி பழுத்த மலைவாழைப் பழங்கள் பார்ப்பதற்கே அழகாக இருந்தன. எங்கும் அழுகிய மலைவாழைப் பழவாசனை அடித்தது. தரையில் வாழைப்பழத் தோல்களும் வாழைத்தார்க் காம்புகளும் சிதறி மிதிபட்டுக் கிடந்தன. விஸ்வநாத அய்யரின் வீட்டை கண்டுபிடிப்பது சிரமாக இருக்கவில்லை. சந்தின் ஓரமாக காரை நிறுத்தி சைமனும் அகிலும் இறங்கினர். விஸ்வநாத அய்யரின் வீடு பழைய பாணியில் கட்டப்பட்ட நெட்டுக்கட்டு வீடு. முன்வாசற்படியின் இருபுறமும் மேற்கூரையை மரத்தூண்கள் தாங்கிய தாழ்வாரத் திண்ணைகள் இருந்தன. பொலிவு மங்கிய ஒற்றை மரக்கதவு திறந்திருந்தது. வீட்டுக்குள் இருளும் நிசப்தமும் கவிழ்ந்து கிடந்தது. அகில்தான் சப்தமிட்டான்.

“விசுவநாதன் சார்... விசுவநாதன் சார்...”

உள்வீட்டிலிருந்து நாற்பது வயது நபர் ஒருவர் ஒற்றை மரக்கதவு பக்கம் வந்து எட்டிப் பார்த்தார். அகிலே பேசினான்.

“நாங்க விசுவநாத அய்யரை பார்க்க வந்திருக்கோம்...?”

“என்னோட பேரு ஜெய்சங்கர்... நான் விசுவநாத அய்யரோட பையன்தான்... உள்ளே வாங்க...”

ஜெய்சங்கர் திரும்பி வீட்டுக்குள்ளே நடந்தார். அகிலும் சைமனும் பின்னே நடந்தனர். இருவரின் கண்களும் இருளை பழக நேரம் எடுத்து கொண்டது. ஜெய்சங்கர் ஐந்தாறு நடைகதவுகளைக் கடந்து உள்ளே கூட்டிப் போனார். முற்றத்தோடு ஒரு பின்கட்டு வீடு வந்தது. முற்றத்து வாசலில் புழங்காத கருங்கல் உரலும் உயரமான ஆட்டுக்கல்லும் பூனிட்ட உலக்கையும் கிடந்தன. மண்தொட்டியிலிருந்து கம்பியில் படர்ந்த சந்தனமுல்லைக்கொடி பந்தலேறியிருந்தது. காரைத்தரையில் கலவைத்தானியம் பொருக்கிக் கொண்டிருந்த புறாக்கள் படபடவென சிறகசைத்துப் பறந்து கூரையோடுகள் மீது உட்கார்ந்தன. ஜெய்சங்கர் இருவரையும் கூடத்து பிரம்பு நாற்காலியில் உட்காரவைத்தார். எதிரே ஜெய்சங்கர் உட்கார்ந்து கொண்டார். சற்று மௌனம் கடந்தது. ஜெய்சங்கர் கேட்டார்.

“இப்ப சொல்லுங்க...? அப்பாவ... என்ன விசயமாக பார்க்கனும்...?”

அகில் வீரான் எழுதிய கடிதத்தை நீட்டினான். ஜெய்சங்கர் வாங்கிப் படித்துப் பார்த்தார். பின் யோசிக்க ஆரம்பித்தார். மங்கிய எழுத்தில்

இருந்த விலாசத்தை திரும்ப திரும்ப நோட்டமிட்டார். உள்ளறையிலிருந்து காவி வேட்டி உடுத்திய பெரியவர் ஒருவர் நீர்மோரும் பானகமும் பித்தளை டம்ளரில் கொண்டு வந்து வைத்துவிட்டுப் போனார். மறுபடியும் காரைத்தரைக்கு புறாக்கள் பறந்து இறங்கி வந்தன. சிறகடிப்பு ஓசை எழுந்தது. ஜெய்சங்கர் கடிதத்தை அகிலிடம் திருப்பித் தந்தபடியே பேசினார்.

"முன்னே பழநியில நெறைய மடம் இருந்திச்சுங்க... பட்டக்காரர் மடம்... வையாபுரி மடம்... அப்புறம் ஒவ்வொரு சாதிப் பேர்ல ஒரு மடம்... தீர்த்தக்காவடி அறக்கட்டளைகளோட பேர்ல மடமுன்னு... இப்பிடி நூத்துக் கணக்குல... இன்னிக்கும் அத்தனை மடங்களும் அப்படியேதான் இருக்கு... ஆனா முன்ன மாதிரி செயல்பாடு இல்ல... வருசத்துக்கு ஒருமுறை அந்த மடத்தை ஸ்தாபித்தவரோட குருபூசை நடக்கும்... அப்புறம் டூரிஸ்டுகளுக்கும் காவடிக்காரங்களுக்கும் வாடகைக்கு விடுவாங்க... அப்படித்தான் எங்க அப்பாவும் அம்மாவும் அம்பது வருசத்துக்கு முன்னால... இந்த வீட்ட அன்னச்சத்திர மடமா நடத்தீருக்காங்க... ஏன்னா அவங்களுக்கு கலியாணமாகி ரொம்ப வருசம் கொழந்தை பாக்கியமில்ல... மலைக்கோயில்ல யாரோ ஒரு சாமியாரு அன்னதானமிட்டா கொழந்தை பாக்கியம் கெடைக்குமுன்னு எங்களுக்கு தெரிஞ்ச கிளீனருன்னு ஒருத்தர் கிட்ட சொன்னதால...அப்போ படிக்கற பசங்களுக்கு இலவசமாவே சாப்பாடு போட்டிருக்காங்க...அந்த புண்ணியந்தான் நான் பொறந்ததா சொல்லுவாங்க... இயல்பிலேயே எங்க அப்பாவும் அம்மாவும் ஓட்டல் நடத்திய அனுபவமும் இருந்திச்சு..."

சட்டென ஜெய்சங்கர் பேசுவதை நிறுத்தினார். குனிந்து பானக டம்ளரை கையில் எடுத்தார்.

"யாரோ காவடிக்காரங்க பானக்கம் குடுத்துட்டு போயிருக்காங்க... மொதல்ல பானக்கத்த குடீங்க..."

அகிலும் சைமனும் பானக டம்ளரை எடுத்துப் பருக ஆரம்பித்தனர். நாட்டுச் சர்க்கரையுடன் புளியும் எலுமிச்சையும் பிழிந்த பானகம் திகட்டும் இனிப்புடன் இருந்தது. கலவைத்தானியம் கொத்தித் தின்னும் புறாக்களுக்கு மிரட்சி போய்விட்டன. ஜெய்சங்கரின் காலடி வரைக்கும் கூட நடந்து திரிந்தன. ஜெய்சங்கர் மிகநிதானமாகவே பானகத்தை ரசித்து குடித்தார். பின் பேச்சை விட்ட இடத்திலிருந்து தொடங்கினார்.

"நீங்க விசாரிக்கற வீரானும் அந்தக் காலத்துல எங்க அன்னச் சத்திரத்துல தங்கி படிச்சுட்டுப் போன நூத்துக்கணக்கான பசங்கள்ல

ஒருத்தனா இருப்பான்னு நெனைக்கறேனுங்க... அப்புறம் முத்துச்சாமி வாத்தியாரை பத்தி எழுதியிருக்கு... அவர பத்தி எங்க அப்பா அம்மா எங்கிட்ட நெறைய சொல்லியிருக்காங்க... அந்த காலத்துல படிக்க வசதி வாய்ப்பு இல்லாத நெறைய கொழந்தைக படிக்கறதுக்கு உதவி செஞ்சவருன்னும் புண்ணியம் செஞ்சவருன்னும் சொல்லியிருக்காங்க... அதுக்கு மேல எனக்கு அவர பத்தி ஒன்னும் தெரியல... எதுக்கும் நீங்க மொதல்ல முத்துச்சாமி வாத்தியார கண்டுபுடிச்சீங்கன்னா... வீரான பத்திய வெவரம் தெரியலாம்..."

"நாந்தான் முத்துசாமி வாத்தியாரோட பேரனே... அவரு இப்ப பேசற நெலைமையில இல்லீங்க... அதுதான் பிரச்சனையே... நாங்களும் எங்கெல்லாமோ அலைஞ்சுட்டு இப்ப உங்கள தேடி வந்தோம்..."

ஜெய்சங்கர் அகிலையே பார்த்தபடி அமைதியாக இருந்தார். காவி வேட்டி உடுத்திய பெரியவர் வந்து காலி பானக டம்ளர்களை எடுத்துப் போனார். காரைத்தரையில் புறாக்களின் எண்ணிக்கை கூடியிருந்தன. புறாக்கள் முனகல் குரலிட்டபடி பறப்பதும் உட்கார்வதுமாக இருந்தன. உதிர் சிறுபொங்குகள் பறந்தன.

"நீங்க எதுக்கு இவ்வளவு நாளைக்கு பொறகு வீரனை தேடறீங்க... ஏதாவது சொத்து சிக்கலா...?"

சைமன் குறுக்கிட்டார்.

"அகில் உன் கதைய ஜெய்சங்கருக்கு சுருக்கமா சொல்லு... அப்பத்தான் புரியும்..."

அகில் முத்துச்சாமி தாத்தா இறுதி மூச்சு இழுத்துக்கொண்டு இருப்பதிலிருந்து இனியாவை கல்யாணம் செய்ய முடியாமல் திணறுவது வரை சொல்லி முடித்தான்.

"உங்க கதை காமெடியா இருந்தாக்கூட ஒரு சீரியஸ்நெஸும் இருக்கு... நான் ஒன்னு செய்யறேன்... உங்க தாத்தாவோடவும் எங்க அப்பாவோடவும் பழகன ஒருத்தரு இருக்கறாரு... அவரு வீரானுக்கும் நல்ல தோஸ்தாக் கூட இருக்கலாமுன்னு படுது... அவரை கிளீனருன்னு சொல்லுவாங்க... அவரை நான் கண்டுபுடிச்சிட்டு சொல்லறேன்... நீங்க போயி பாருங்க..."

"இப்ப அவரு எங்க இருக்கறாருங்க...?"

"அதுதான் பிரச்சனையே... அவரு எங்க அப்பா அம்மாவோட அன்னச் சத்திரத்துல ரொம்ப விசுவாசமா வேலை செஞ்சுக்கிட்டு

இருந்தாரு... அப்பா அம்மா மேல அப்படியொரு பாசம்... கிட்டதட்ட அப்பாவ குருவாவும் அம்மாவை தாயாகவும் மதிச்சு வணங்குவாரு... அப்படியான அவரு எங்க அப்பா மறைஞ்ச அடுத்தநாள்ல இருந்து காணாம போயிட்டாரு... எங்க போனாருன்னு எவருக்கும் தெரியல... ஏன் அப்படி செஞ்சாருன்னும் தெரியல... அவரு எங்க சுத்தினாலும் வருசா வருசம் எங்க அப்பாவோட திவச திதியன்னிக்கு இங்க வந்து வீட்டை பாத்து கும்பிட்டு போவாரு... எங்ககூட ஏனோ பேசறதில்ல..."

ஜெய்சங்கர் காலடியில் வந்த வெண்புறா ஒன்றை கையில் எடுத்து சிறகை நீவினார். பின் வெண்புறாவை பறக்கவிட்டுவிட்டு நீர்மோர் டம்ளரை எடுத்து அன்னார்ந்து குடித்தார். ஜெய்சங்கரைப் போலவே அகிலும் சைமனும் நீர்மோரைக் குடித்தனர். எலுமிச்சையிலைகள் மிதந்த நீர்மோர் பச்சைமிளகாய் காரத்துடன் இருந்தது. காலி டம்ளரை கீழே வைத்தபடி சைமன் கேட்டார்.

"விஸ்வநாதன் சாரோட திவசதிதி எப்ப வரும் ஜெய்சங்கர்...?"

"அதுக்கு இன்னும் ரெண்டு மாசமிருக்குங்க..."

"அப்ப நாங்க கிளீனர எப்படி பார்க்கறது ஜெய்சங்கர்...?"

"அவரு இங்க பழநி பக்கத்துலதான் எங்காச்சும் சுத்திக்கிட்டு திரிவாரு...நான் கண்டுபுடிச்சுட்டு உங்கள கூப்பிடறேன்..."

"அகில் நெலைமை உங்களுக்குப் புரியும்... நீங்க உடனே காரியத்துல இறங்கனும் ஜெய்சங்கர்..."

"நான் ஒருவாரம் ஊரில் இல்லை... பெங்களூருல என்னோட பொண்ணு பேஷன் டெக்னாலஜி படிச்சுக்கிட்டு இருக்கா... அவளுக்கு தொணையா என்னோட ஊட்டுக்காரியும் இருக்கா... போய் பாத்துட்டு... அங்கிருந்து சித்ரதுர்கா போறேன்... அங்க அந்தக்காலத்துல எங்க அப்பா வாங்கின வீடு ஒன்னு பெரிய பிரச்சனையில கெடக்கு... அதை விக்கற விசயமா சிலரை கலந்தாலோசிச்சிட்டு வரவேண்டியிருக்கு... பழநி வந்ததும் முதல் வேலையா உங்களுக்காக கிளீனரை கண்டுபுடிக்கறேன்..."

ஜெய்சங்கர் எழுந்து கும்பிட்டார். அகிலும் சைமனும் எழுந்தனர். காலடியில் திரிந்த புறாக்கள் தள்ளி ஓடின. அகில் அலைபேசி எண்ணை எழுதி ஜெய்சங்கரிடம் கொடுத்தான். சைமனோடு நடைக் கதவுகளைக் கடந்து வெளியே வந்தான். சில புறாக்களும் நடை வழியே பறந்து வெளிவந்தன. வீடுகளுக்கு மேலே உயரப் பறந்து

போயின. தாழ்வாரத்துத் திண்ணையில் யாரோ ஒரு வழிப்போக்குச் சந்நியாசி உட்கார்ந்திருந்தார். சந்தில் கறவைமாடு பழத்தோல்களை முகர்ந்தபடி சாவகாசமாக நடந்து போய்க் கொண்டிருந்தது. அகிலும் சைமனும் காரை நோக்கி நடந்தனர். தென்புறத்தில் படிக்கட்டுகளோடு பழநிமலை கோவில் தெரிந்தது.

ooo

# 17

செங்காட்டுருக்குள் எங்கும் அமைதியின்மை வியாபித்திருந்தது. வீதி விளக்குகள் வெளிச்சத்தைப் பரப்பி இருளை விரட்டியிருந்தது. நெடுவீதிகளில் சனங்கள் நடந்தபடி இருந்தார்கள். திடீரென இத்தனை பேர் எங்கிருந்து வந்தார்கள் என்று தெரியவில்லை. எவரும் அந்நியர்களாக இல்லை. இந்த ஊருக்கு பரிச்சயமானவர்களாகவே இருந்தார்கள். எல்லா இடங்களிலும் இயல்பாக புழங்கிக் கொண்டிருந்தார்கள். எவரும் வீரானை ஒரு பொருட்டாகவே கருதவில்லை. சாமக்கோடாங்கி என்கிற ஸ்தானத்துக்கும் மதிப்புத் தரவில்லை. சிற்றுடுக்கை பிடித்த கையையும் உருமால் கட்டிய தலையையும் வித்தியாசமாகப் பார்க்கவில்லை. துளியும் திகில்படவில்லை. வீரானையே கூட்டத்தில் ஒருவனாக அங்கீகரித்து நடந்தார்கள். எவரும் எந்தக் கேள்வியும் எழுப்பவில்லை. வீரான் கிழக்குத்திசையில் நடந்த சனங்களின் காலடியைப் பின்பற்றி நடந்தார். ஊரைவிட்டு வெளியேறும் வழி சீக்கிரத்தில் புலப்படும் என்கிற நம்பிக்கை வந்தது.

இருபுற வீடுகளின் தாழ்வாரத்துத் திண்ணைகளில் சனங்களின் முகங்களாக தென்பட்டன. எல்லா முகங்களுமே குதூகலமாகக் காணப்பட்டன. மழை இறங்காத ஊரில் எப்படி இவ்வளவு மகிழ்ச்சி சூழ்ந்தது என்பது விளங்கவேயில்லை. பஞ்சகாலத்தின் பாதிப்பு சுவடுகள் எங்குமேயில்லை. வீசும் நாற்திசைக் காற்றிலும் குளிர் மிகுந்திருந்தது. தரைகளும் திண்ணைகளும் ஈரம் படிந்து கிடந்தன. வீரான் ஊரின் எல்லா இடங்களையும் உற்றுக் கவனித்தார். இப்போது ஊர் பஞ்சகாலம் முடிந்து செழிப்புக் காலத்திற்கு நகரும் மும்முரத்தில் இருந்தது. ஊர் ஏன் இவ்வளவு சீக்கிரத்தில் வேறு ரூபத்தை மாற்றிக் கொண்டது என்பதும் விநோதப் புதிராகவே இருந்தது. ஊர் தலைவாசல் வந்தது. தலைவாசல் மைதானத்தின் மையத்தில் சித்திரத்தேர் அலங்கரித்து நிறுத்தப்பட்டிருந்தது. சித்திரத்தேரின் நடுமரப் பீடத்தில் உற்சவமூர்த்தி பூவலங்காரத்துடன் வீற்றிருந்தது. சித்திரத்தேர் நீள்சதுர வடிவம் உடையது. ஆறு மரச்சக்கரங்கள் கொண்டது. சித்திரத்தேரை சுற்றிலும் புராணக் கதைகளை குறிப்பிடும் மரச்சிற்பங்கள் தத்ரூபமாக செதுக்கப்பட்டிருந்தன. சித்திரத்தேரின் முன்புறத்தில் இளவாழைமரங்கள் கட்டப்பட்டிருந்தன. நீண்ட தேர்வடத்தை பிடித்து நின்ற சனங்கள் இழுப்பதற்கு தயாராகினர்.

தலைவாசல் கொள்ளாத சனக்கூட்டம் நெருக்கியடித்தது. சிவ கோஷங்கள் எழுந்தன. சித்திரத்தேர் நிலையிலிருந்து அசைந்து அசைந்து கிளம்பியது. சித்திரைத்தேரின் உச்சியில் தொங்கிய திரைச்சீலைகளும் குஞ்சங்களும் படபடத்தன. வாத்தியங்கள் முழங்கின. நய்யாண்டி மேளங்கள் கொட்டின. சித்திரைத்தேரின் முன்னே சன்னதம் வந்த சாமியாடிகள் சிற்றுடுக்கை அடித்து குறிகூறியபடி நடந்தனர்.

சித்திரத்தேர் பத்தடித் தூரம் முன்னே நகர்ந்திருந்தது. உடனே வீரானுக்கு என்ன செய்வது என்று தெரியவில்லை. ஊரைவிட்டு வெளியேறும் முடிவை மாற்றிக் கொண்டார். சட்டென சாமக்கோடாங்கிக்கான உணர்வுகள் பீறிட்டன. சிற்றுடுக்கை பிடித்து அடிக்கத் தொடங்கினார். சித்திரத்தேரின் முன்னே சென்று குறிகூற வேகமாக நடந்தார். கூட்டம் வழிவிட்டு ஒதுங்கியது. சித்திரத்தேரை சமீபிக்கும் தருணத்தில் தன்னை யாரோ தடுப்பது கண்டு நின்றார். எதிரே சன்னதம் வந்த சாமியாடிகளில் ஒருவர் நின்றிருந்தார். வீரானின் சிற்றுடுக்கை ஓய்ந்து நின்றது. கண்களில் ஊடுறுவியிருந்த உக்கிரம் படிப்படியாக தணிந்தது. சித்திரத்தேர் நெடுவீதியை நோக்கி நகர்ந்து போய்க் கொண்டிருந்தது. சிவகோஷத்துடன் கூட்டம் பின்னே சென்று கொண்டிருந்தது. சன்னதம் வந்த சாமியாடி பொறுமையாகப் பேசினார்.

“நீ சத்தியத்தை மீறரே... எங்க ஊருக்குள்ள சாமக்கோடாங்கி நொழையக்கூடாதுன்னு சாபமிருக்கு...”

“அந்த சாபத்துக்கு காரணமானவனே நாந்தான்...”

“நீ பொய் சொல்லறே...?”

“நெசம்...”

“நாங்க எப்படி நம்பறது...?”

“அப்ப நீங்க என்னை ஊருக்குள்ள போக உடுங்க... நா நிருபிச்சுக் காட்டறேன்...”

சன்னதம் வந்த சாமியாடி கடகடவென்று சிரித்தார்.

“நீ என்னை ஏமாத்த பாக்கறே...?”

“இல்லீங்க... அந்த சாபம் நெசமுன்னா... என்னை தடுக்க அனல் வளையங்கள் வரும்...”

“அப்படி அனல் வளையங்கள் வரலையின்னா...?”

“அனல் வளையங்கள் வந்துட்டா...?”

சன்னதம் வந்த சாமியாடி யோசித்தார். கண்கள் வீரானை நோக்கியே நிலைகொண்டு நின்றன. பின் திரும்பிச் சித்திரத்தேரைப் பார்த்து வேகமாக நடக்கத் தொடங்கினார். வீரானும் பின்தொடர்ந்து நடந்தான். சித்திரத்தேர் நெடுவீதியில் நுழைந்து ஆடியாடி போயிற்று. சிவகோஷங்கள் உரக்க எழுந்து கொண்டேயிருந்தன. நய்யாண்டி மேளங்களும் வாத்தியங்களும் இசைந்து ஒன்றாகி ஒலித்தன.

○○○

தில்லாபுரி அம்மன் கோவில் பூசாரி வைகாசி வளர்பிறை சஷ்டியில் நல்லநாள் குறித்துக் கொடுத்தார். சுற்றுவெளி ஊர்களுக்கு திடுமுட்டி அடிக்கப்பட்டு தகவல் சொல்லப்பட்டது. முன்னிரவில் சாமி எருது மச்சுவீட்டு வாசலில் நிறுத்தி அலங்கரிக்கப்பட்டது. கொம்புகளுக்கும் நெற்றிக்கும் சந்தனப்பொட்டு வைக்கப்பட்டன. நெடுநாட்கள் கழித்து மச்சு அறை திறக்கப்பட்டது. ஊர்ப் பெரியதனக்காரர்களும் பூசாரியும் போய் சாமி எருதின் விரியையும் சமயத்தையும் சுமந்து வந்தனர். மச்சு அறை கைப்பிடிச் சுவரில் சாய்ந்து நின்று அந்த வயோதிகர் தனக்கு இதில் சம்பந்தமில்லை என்பதுபோல் சுருட்டுப் பிடித்தபடி பார்த்துக் கொண்டிருந்தார்.

செந்நிற கம்பளத் துணியில் முடிச்சு வேலைப்பாடுகள் செய்யப்பட்ட விரி எடுப்பாக இருந்தது. சமயமும் அடி குறுகி மேல்பாகம் அகன்று மத்தளச்சேர்வை சாயலில் இருந்தது. சாமி எருதுக்காரன் விரியை சாமி எருதின் முதுகில் விரித்தான். விரியின் இடமுனையில் சமயத்தை வைத்துக் கட்டினான். வலமுனையில் சமயத்தின் எடைக்கு தகுந்தாற்போல் மணல்மூட்டையை ஏற்றிக் கட்டினான். சமயத்தை அடிக்கும் தோல்வார்களை விரல்களில் கோர்த்துக் கொண்டான். அதுவரை தாழ்வாரத்துத் திண்ணையில் நின்று பார்வையிட்டுக் கொண்டிருந்த வயோதிகப் பெண்மணி சப்தமாக சொன்னாள்.

"படிகாசு வெளையாட்டு அமோகமா நடக்கனுமுன்னு தில்லாபுரி அம்மன வேண்டிக்கிட்டு... சமயத்தை தட்டுங்கப்பா..."

சாமி எருதுக்காரன் விசை கொண்டு சமயத்தை அடிக்க துவங்கினான். சமயத்தின் பேரோசை அடர் இருளைக் கடந்து தூரமாக காற்றில் படர்ந்தது. கூடியிருந்த எல்லோரும் அரகரா கோஷமிட்டனர். சாமி எருது வடக்குவெளி ஊர்களை நோக்கி படிக்காசு விளையாட்டுக்குப் புறப்பட்டது. கொட்டுமுழக்குகள் முழங்கின. கொம்புகள் ஊதின. ஊர்சனங்கள் பின்னே நடக்க சாமி எருது கம்பீரமாக எட்டு வைத்தது. வீரான்தான் தலைக்கயிற்றைப் பிடித்து சாமி எருதின் முன்னே நடந்தான். அதற்கும் முன்னே தீப்பந்தம் பிடித்தபடி ஏகாலிகள் நடந்தனர். பாதி

வழியில் பகடி ஆட்டம் போடும் காவடிக் கோமாளிகள் எங்கிருந்தோ வந்து சேர்ந்தனர். ஆடியும் பாடியும் சாமி எருதை மிரளச் செய்யப் பார்த்தனர். சாமி எருது அசராமல் நடந்தது.

பருவகாரர் ஓட்டும் சவ்வாரி வண்டியில் வயோதிகப் பெண்மணி அமர்ந்து வந்தாள். கூட துணைக்கு பானுமதி இருந்தாள். ஒவ்வொரு ஊரும் ஒருநாள் கோவில் வரிவசூல் எனத் திட்டம். மதுக்கம்பாளையத்து ஆலமரத் தலைவாசலில் சாமி எருது கொட்டுமுழக்கு கொம்பூத நுழைந்தது. அந்த ஊர் பெரியதனக்காரர்கள் ஆட்களைத் திரட்டி எதிர்கொண்டு வரவேற்றனர். தலைவாசலை மூடி பச்சைத்தடுக்கு பந்தல் வேய்ந்திருந்தனர். வேப்பிலைத் தோரணங்கள் கட்டி திருவிழாத் தோரணையில் சோடித்திருந்தனர். சாமி எருதுக்கு ஆரத்தி காட்டி வணங்கினர். வயோதிகப் பெண்மணிக்கு மரியாதை செய்தனர். இருந்திருந்தாற்போல் தில்லாபுரி அம்மன் கோவில் பூசாரிக்கு உடலில் நடுக்கம் தொற்றியது. பிரம்பெடுத்து முறுக்கிக் கொண்டு சாமியாடினார். நாவில் அருள்வாக்கு அசரீரித் தொனியில் வந்து விழுந்தது.

*"ஒத்தையில வந்த மாடு ஒன்னு...*
*மந்தையில பரிதவிச்சு நிக்குது...*
*சந்தையில வெல போகு*
*நாதியின்றி கெடக்குது..."*

பரிசல்காரர் கட்டியங்காரராக மாறிப் போனார்.

"சாமீ கேக்குதுல்ல... அது ஆருன்னு வந்து முன்னால நில்லுங்க..."

அந்த ஊர்ப் பெரியதனக்காரர் ஒருவர் தோள்துண்டை இடுப்பில் கட்டியபடி அருகில் வந்தார். பூசாரி முன்பு கும்பிட்டு பணிவாக நின்றார். பூசாரி பிரம்பைச் சுழற்றிக் குதித்தாடினார். கால்களை அகற்றி வைத்து அடவுக் காட்டினார்.

*"படிக்காசு அளந்து போடு...*
*பாவமெல்லாம் பஞ்சா பறந்து ஓடும் பாரு..."*

"அப்படியே அளந்து போடறஞ்சாமீ..."

"இனி குத்தங்கொற வராம... அந்த ஆத்தா பாத்துக்குவா போ..."

மீண்டும் பூசாரி குதித்தாடினார். திடீரென ஆட்டத்தை நிறுத்தி ஓங்கிக் கத்தினார்.

*"தெக்குவடக்கு வீதியில...*
*கெழக்குப் பாத்த மனையில...*

*வாழமரத்து வாசல் நடையில...*
*தாழ மொளச்சு பூப்பூத்திருச்சு...*
*பத்துதல நாகம் படபெடுத்து நின்னிருச்சு...*
*படமெடுத்து நின்னிருச்சு...”*

“ஆமாஞ்சாமீ... ஆமாஞ்சாமீ...”

கூட்டத்துக்குள் இருந்து வேறொரு பெரியதனக்காரர் ஓடி வந்தார். பூசாரியின் காலில் நெடுஞ்சாண் கிடையாக விழுந்தார். பூசாரி கூடியிருந்தவர்களை வெறித்தார். கூடியிருந்தவர்களிடையே பவ்வியம் பரவியது. கொட்டுமுழக்குகளும் கொம்புகளும் விசைக்கொண்டு பூசாரியை சூழ்ந்து உசுப்பேற்றின. மறுபடியும் பூசாரி பிரம்பைச் சுழற்றினார். கால்களில் அடவுக் காட்டி வட்டமிட்டு மருண்டு விழித்தார். கூட்டம் கரகோஷம் எழுப்பியது. சாமியாட்டம் உச்சத்துக்குப் போனது. பூசாரி தில்லாபுரி அம்மனின் உக்கிர ரூபம் கொண்டார். நாக்குத் துருத்தி ரத்தம் குடிக்க துடித்தார். கோழிக்குஞ்சு கொடுக்கப்பட்டது. கழுத்து முறித்து ரத்தம் உறிஞ்சிய கோழிக்குஞ்சு வீரான் முன்பு வந்து விழுந்தது. வீரானுக்குப் பயம் தொற்றியது, உடல் நடுங்கியது. சாமி எருதுக்காரன் பார்த்துவிட்டு கிட்டத்தில் வந்தான். வீரானிடம் குசுகுசுவெனச் சொன்னான்.

“டேய் நீ இதுக்கெல்லாம் பயந்துறாதே... இது காசு வசூல் செய்யறதுக்கான ஒரு வித்தைடா... சாமி எருதப் பாரு அசராம நிக்குதா... அதுபோல நீயும் தெகிரீயமா நில்லுடா... கூடவே நா இருக்கேன்டா”

சாமி எருதுக்காரன் வீரானை ஒட்டி வந்து நின்றுக் கொண்டான். சமயத்தை ஓங்கி அடித்தபடியே இருந்தான். வீரானுக்கு கொஞ்சம் தெம்பு வந்தது. உடல் நடுக்கம் அடங்கியது. நடுச்சாமம் வரை பூசாரி அருள்வாக்குச் சொல்லியபடியே இருந்தார். அந்த ஊரில் யார் யாரோ வந்து பூசாரியின் காலில் விழுந்தனர். வயோதிகப் பெண்மணியின் மஞ்சள் தடவிய கையேட்டில் வரிப்பணம் பதிவாகிக் கொண்டேயிருந்தது. மூன்றாம் சாமத்தில் அன்றைய படிக்காசு விளையாட்டு முடிவுற்றது. சாமி எருது திரும்பிற்று. மச்சுவீடு வந்து ஆட்கள் கலையும்போது முதல் சேவல் கூவிவிட்டது.

வீரானுக்கு ஒவ்வொரு முன்னிரவும் இதுபோலவே கழிந்தது. வடக்குவெளியின் எல்லா ஊர்களிலும் படிக்காசு விளையாட்டு நடத்தி முடித்தாயிற்று. கூடவே கார்மழை பெய்யாத உக்கிர காலமும் முடிந்தது. கோடைப் பெருங்காற்று வீசத் தொடங்கியது. அமராவதியில் நீர் முற்றிலும் வற்றிவிட்டது. சுடுமணலில் தோண்டிய ஊற்றுக்குழிகளிலும்

நீர் சுரக்கவில்லை. குற்றுப்பாறை மடுவுகளில் கூட நீர் தாழ்ந்து வந்தது. ஆராமீன்கள் மடுவின் அடியாழத்திற்குப் போய்விட்டன. விலாங்கு மீன்களை பருவகாரர்கள் பிடித்துக்கொண்டு போனார்கள். மேட்டாங்காடுகளிலிருந்து மஞ்சமூக்கு ஆள்காட்டிகள் நீர் அருந்த வரத் துவங்கின. எருமைகள் மேய்வதற்கு கோரைகளில் பசுமை இல்லை. நெல்வயல்களும் தரிசாகவே கிடந்தன.

ஆகாயத்தில் அந்தி மஞ்சள் வெயிலை மறைத்த கருங்கோடை முகில்கள் வரிசையிட்டு நகர்ந்தன. ஆளிக்கழுகுகள் கருமுகில்களுக்கு மேலே உயரத்துக்குப் போய் வட்டமிட்டன. வீரானும் சாமி எருதுக்காரனும் யானைமடுவில் குளிப்பதற்காக மணற்பரப்பில் நடந்து கொண்டிருந்தனர். குற்றுப்பாறையை சமீபிக்கும்போது பெண்குரல் ஒலித்தது.

*"மச்சான பாத்தீங்களா?*
*மலவாழ தோப்புக்குள்ளே..."*

வீரானுக்கு குரல் பரிச்சயமான தொனியில் கேட்டது. சாமி எருதுக்காரன் மௌனமாகி பாடலில் லயித்து நின்று விட்டான்.

*"குயிலக்கா கொஞ்சம் நீ பாத்துச் சொல்லு*
*வந்தாரா காணலியே அவர் வந்தாரா காணலியே..."*

வீரான் மட்டும் குற்றுப்பாறையை நெருங்கினான்.

*"வெள்ளிச்சரம் புன்னகையில் அள்ளி வச்சேன் காணலியே*
*நான் அள்ளி வச்சேன் காணலியே..."*

வீரான் குற்றுப்பாறை இடைவெளி வழியே புகுந்து போனான்.

*"ஊர்கோல மேகங்களே நீங்க ஒருநாழி நில்லுங்களே*
*மயிலாடும் காட்டில் தனியாக அவர பாத்தாக்கா சொல்லுங்களே..."*

தாழ்ந்த குற்றுப்பாறை ஒன்றின் மேல் உட்கார்ந்து பானுமதி பாடிக் கொண்டிருந்தாள். பாட்டுப் பாடுவதிலேயே பானுமதியின் கவனம் முழுவதும் இருந்தது. குற்றுப்பாறைக்கு அப்பால் மணற்பரப்பில் துவைத்த துணிகள் காய்ந்து கொண்டிருந்தன. கோடைக்காற்றுக்கு துணிகள் அடித்துப் போகாமல் கூழாங்கற்களை மேலே வைத்திருந்தாள்.

*"பச்சப்புள்ளை போல் அவர் பாத்து நிக்க*
*இச்சைக் கொடியாட்டம் நான் பாத்து சொக்க..."*

வீரானுக்குப் பின்னே சாமி எருதுக்காரனும் வந்து சேர்ந்திருந்தான்.

"அச்சாரம் தந்து முத்தாரம் சூட்ட கொத்தோடு
என்ன நெஞ்சோடு அள்ள... நெஞ்சோடு அள்ள..."

பானுமதி பாடப்பாட திரும்பி விட்டாள். பாடல் தடைப்பட்டது. எழுந்து நின்று வெட்கப்பட்டாள். சாமி எருதுக்காரன் பானுமதியைப் பார்த்து கொண்டே யானைமடுவுக்குள் குதித்து நீந்தத் துவங்கினான். பானுமதியும் குற்றுப்பாறையிலிருந்து இறங்கி மணற்பரப்பில் காய்ந்த துணிகளிடம் போய்விட்டாள். வீரானும் மணற்பரப்பிற்கு போனான். பானுமதி குனிந்து காய்ந்த துணிகளைத் சுருட்டி எடுத்தபடியே கேட்டாள்.

"என்னடா... நானு ஒலருனத தொடக்கத்துல்ல இருந்தே கேட்டுட்டீங்களாடா...?"

"ஆமாக்கா..."

பானுமதி மறுபடியும் வெட்கப்பட்டாள்.

"டேய் நீ சினிமா பாத்திருக்கியாடா...?"

"இல்லக்கா... ஏங்கேக்கறீங்க...?"

"நானும் பாத்ததில்லடா...?"

"நாம போலாமாக்கா...?"

"எப்படிடா...?"

"எப்படியாச்சும்..."

"போடா போக்கத்தவனே... பருவகாரங்களோட கண்ணு எல்லா திக்கிலுமே பதிஞ்சிருக்கு... சத்தமா தும்முனாவே பெரியாத்தாவுக்கு போய் சேந்திரும்..."

"அந்த பருவகாரங்களையும் ஏமாத்த என்னால முடியும்..."

குற்றுப்பாறைக்குள் இருந்து குரல் வந்தது. சாமி எருதுக்காரன் துண்டால் தலை துவட்டியபடி கிட்டத்தில் வந்து நின்று சிரித்தான்.

"என்னடா முழிக்கறே... இன்னிக்கு நாம ரெண்டாம் ஆட்டம் அன்னக்கிளி பாக்கப் போறோம்..."

பானுமதியால் நம்ப முடியவில்லை. சாமி எருதுக்காரனையே பார்த்து கொண்டிருந்தாள். வீரானுக்கு இப்போதே மனதுக்குள் பயம் எழுந்தது.

அதேசமயம் இனம்புரியாத மகிழ்வும் ஏற்பட்டது. பகல்பொழுது வேகமாக கடந்து மறைந்தது.

இருட்டு ஆற்றுவெளியை மூடியிருந்தது. கோடைக்காற்றின் வீரியம் கூடியிருந்தது. இருகரைத் தென்னைகளும் பனைகளும் நிழலுருவாய் உச்சியசைத்தன. செருப்புப் பாதங்கள் மணலில் பதிந்து மீளும் சிற்றோசை எழுந்தபடியிருந்தது. ஏற்கனவே சாமி எருதுக்காரன் யாரும் யாருடனும் பேசக் கூடாது என்று சொல்லியிருந்தான். மூவரும் நடந்துக் கொண்டேயிருந்தனர். அமராவதி ஆற்றுப்பாலத்தினடி வந்தது. சாமி எருதுக்காரன் கக்கத்தில் சுருட்டி வைத்திருந்த காவி வேட்டியையும் சட்டையையும் உருமாலையும் பானுமதியிடம் கொடுத்தான். தணிந்த குரலில் சொன்னான்.

“மளாருன்னு உடுத்திக்கிட்டு வாம்மிணி...”

பானுமதி இடுப்பில் கத்தரிப்பூத் தாவணி தெரியாமல் காவி வேட்டியைக் கட்டினாள். பச்சைநிற ரவிக்கை மறையச் சட்டையை அணிந்தாள். தலைச் சடைப்பின்னலை கொண்டையிட்டு உருமாலைக் கட்டினாள். வீரானுக்கு பானுமதியைப் பார்க்க அச்சு அசலாக ஆம்பிளை போலவே தெரிந்தது. சாமி எருதுக்காரன் தாழம்புதர் ஒற்றைத்தடத்தில் மேலேறிக் கொண்டே பானுமதியிடம் சொன்னான்.

“நீ எதுக்குமே பேசக்கூடாது அம்மிணி... ஊமச்சியா நடிச்சிக்கனும்...”

பானுமதி தலையசைத்தாள். மூவரும் கோட்டைமேடு கடந்து சோளக்கடை வீதியில் நடந்தனர். வீடுகளில் விளக்குகள் அணைந்திருந்தன. ஊர் அடங்கியிருந்தது. பூக்கடை முச்சந்தியில் மட்டும் முதல் ஆட்டம் படம் விட்டு வந்தவர்கள் சிலர் நின்றிருந்தனர். தேநீர் கடைகள் மூடத் தொடங்கின. வசந்தா கொட்டகையில் சீட்டுக் கிழித்து இருளில் உள்நுழையும்போது படம் துவங்கிவிட்டது. கொட்டகை ஓரளவுக்கு நிரம்பியிருந்தது. இருட்டுக்குள் தட்டுத்தடுமாறி மூவரும் இருக்கைப் பிடித்து அருகருகே அமர்ந்தனர். வீரானுக்கு பிரமிப்பாக இருந்தது. பானுமதி அன்னக்கிளியாக மாறிப் போனாள். பாடல் ஒலிக்கும்போது எல்லாம் முனக ஆரம்பித்தாள். சாமி எருதுக்காரன் நிச்சலனமாக படம் பார்த்து கொண்டிருந்தான்.

இடைவேளையில் விளக்குப் போட்டதும் வீரானுக்கு டேனியல் பாதிரியார் ஞாபகம் வந்துவிட்டது. சுற்றும் முற்றும் நோட்டமிட்டு கொட்டகை இருக்கையில் உள்ளவர்களிடையே டேனியல் பாதிரியாரைத் தேடினான். டேனியல் பாதிரியார் தென்படாதபோதும் கொட்டகைக்குள் எங்கோ ஒளிந்திருப்பதுப் போலவே இருந்தது. சாமி எருதுக்காரன் வெளியே எழுந்து சென்று காகிதத்தில் மடித்த சூடான வாழைக்காய்

பஜ்ஜி வாங்கி வந்து தந்தான். மறுபடியும் அன்னக்கிளி துவங்கிவிட்டது. வீரான் படத்தில் லயித்துப் போனான். அவ்வப்போது இருட்டுக்குள் இருந்து டேனியல் பாதிரியார் எழுந்து வந்து தன்னை இழுத்துப் போவதுபோல ஒருவிதப் பிரமை ஏற்பட்டுக் கொண்டேயிருந்தது. சற்று நிம்மதி குறைந்து குறைந்து மீண்டது. பானுமதியின் கண்கள் திரையை உற்று நோக்கி நின்றன. இறுதிக்கட்டத்தில் அன்னக்கிளியின் முடிவைக் கண்டு பானுமதி கேவிக்கேவி அழ ஆரம்பித்துவிட்டாள். பெண்குரல் வெளிப்பட்டதனால் முன்னிருக்கைக்காரர்கள் திரும்பிப் பார்க்க தொடங்கினர். சாமி எருதுக்காரன் அதட்டி பானுமதியை அழாமல் அடக்கினான்.

"அறிவிருக்கா அம்மினி... அழுது நீயே காட்டிக் குடுத்துருவே போலிருக்கு..."

பானுமதிக்கு அழுகையை நிறுத்துவது சிரமமாக இருந்தது. வீரானுக்கும் படம் முடிந்து அமராவதி ஆற்றுப்பாலத்தினடியில் வந்து சேர்ந்தபோதுதான் மனதை அழுத்திய கனம் ஒன்று நீங்கியதாக உணர்ந்தான். மணற்பரப்பில் வடக்கு நோக்கி நடந்தபோது டேனியல் பாதிரியாரின் முகமும் மெல்ல மெல்ல மறைந்தது. மடுவுநீர் மாறும் பெருங்கெண்டை மீன்கள் மணலில் துள்ளிக் குத்தித்துப் போயின. சாமி எருதுக்காரன் ஓடிப் போய் ஒவ்வொரு பெருங்கெண்டையையும் அள்ளி துண்டில் போட்டு முடிந்தான். யானைமடுவை நெருங்கிய வேளை பானுமதியை கேட்டான்.

"இப்ப மச்சான பாத்தீங்களா மலவாழ தோப்புக்குள்ள பாடு அம்மிணி..."

"பருவகாரங்க வந்தா கத கெட்டுருமுங்க..."

"அவனுக எல்லாம் பட்ட சாரயத்த குடுச்சுட்டு மட்ட சாஞ்சு கெடப்பானுக... இப்ப நீ பாடியே ஆகனும் அம்மிணி..."

"ம்கூம் முடியாதுங்க..."

"நீ பாடலீனா... சத்தமா ஏழூருக்கு கேக்கற மாதிரி நானே பாடுவேன்... பருவகாரனுக வந்து எல்லோரும் மாட்டுவோம்..."

பானுமதி காவி வேட்டியையும் சட்டையையும் உருமாலையும் கழற்றி சாமி எருதுக்காரனின் முகத்தைக் குறிப் பார்த்து வீசினாள். இருள் மணற்பரப்பில் மேலும் வடக்கே ஓடியபடியே சப்தமிட்டாள்.

"நீங்களே பாடிக்கோங்க சாமி எருதுக்காரரே... ஏழூருக்கும் கேக்கட்டும்... பருவகாரங்களோட சேந்து ஏழூரு கழுதைகளும் வந்து சேரட்டும்..."

சாமி எருதுக்காரனுக்கு சிரிப்பு வந்துவிட்டது. வீரான் பானுமதியின் பின்னே துணைக்காக ஓடினான். வறக்கோரைகள் மடிந்த கொழிமணல் பொதுமிக் கிடந்தது.

"இந்தாம்மிணி... கெண்டைமீனையாவது வாங்கிட்டு போயி கொழம்பு வெய்யீ..."

சாமி எருதுக்காரனின் குரல் தூரத்திலிருந்து கேட்டது. பானுமதி திரும்பிப் பார்க்காமல் இருளில் ஓடியபடி இருந்தாள். வீரானால் பிடிக்கவே முடியவில்லை. வீரானுக்கு மேலும் சில தினங்கள் வெறுமனே நகர்ந்தன. அடுத்த வளர்பிறை முன்னிரவிலிருந்து சாமி எருது கிழக்குவெளி ஊர்களை நோக்கி படிக்காசு விளையாட்டுக்குப் புறப்பட்டது. இந்தமுறையும் அந்த வயோதிகர் மச்சு அறையின் கைப்பிடிச் சுவரில் சாய்ந்து நின்று சுருட்டுப் பிடித்தபடி பார்த்து கொண்டிருந்தார். மொந்தை வாழைத்தோப்பு தாண்டியதும் நிலவின் ஒளி நிலத்தில் படிந்திருந்தது. மண்பாதை தெளிவாகிக் கிடந்தது. கிழக்குவெளி ஊர்களில் வேடைகாலத்திலும் வரிப்பணம் வசூல் குவிய ஆரம்பித்தது. வயோதிகப் பெண்மணியின் மஞ்சள் பூசிய கையேடுகள் நிரம்பிக் கொண்டேயிருந்தன. தில்லாபுரி அம்மன் கோவில் பூசாரியின் உக்கிர சாமியாட்டம் தொடர்ந்தபடியே இருந்தது. அன்று ராமபட்டிணத்தில் சாமி எருதின் முன்பு பூசாரி அருள்வாக்கு சொல்லிக் கொண்டிருந்தார்.

*"தெக்கு வளவு சேவலு...*
*தெச தெரியாம... தெச தெரியாம...*
*இடிஞ்சு உழுந்த கல்லு மதிலு மேல நின்னு...*
*கூவிக்கிட்டு கெடக்கு... கூவிக்கிட்டு கெடக்கு..."*

பரிசல்காரர் கட்டியங் கூறினார்.

"நெசமா இல்லியான்னு சொல்லுங்க...?"

கூடியிருந்தவர்களிடையே நிசப்தம். கொட்டுமுழக்குகளும் கொம்புகளும் பூசாரியை மேலும் உசுப்பேற்றின. பூசாரி உக்கிர வெறிகொண்டு சாமியாட்டத்தை மறுபடியும் துவங்கினார். அப்போது யாரோ வீரானின் காதோரம் வந்து குசுகுசுவென கூப்பிட்டது. வீரான் சாமி எருதின் தலைக்கயிற்றைப் பிடித்தபடியே திரும்பிப் பார்த்தான். கண்கள் ஆச்சரியத்தில் அகல விரிந்தது. முதுகுக்குப் பின்னே பசீர் நின்றிருந்தான்.

"என்ன வீரான் அப்பிடிப் பாக்கறே... நானு பசீர்..."

பசீர் சிரித்தான். வீரானும் சிரித்தான்.

"நீ எப்பிடி இங்கே வந்தே...?"

"இதுதான்டா என்னூரு..."

பசீர் வீரானோடு பூசாரியின் சாமியாட்டத்தை பார்த்தபடியே சிறிதுநேரம் நின்றிருந்தான்.

"நானு இங்க அதிகநேரம் நின்னா எங்க வாப்பா சத்தம் போடுவாரு... நா போறேன்டா... நீ எங்க ஊட்டுக்கு ஒருநா வாடா... மாட்டுவண்டி பாய் ஏவாரின்னு கேட்டா எங்க ஊட்ட எல்லாரும் கைகாட்டுவாங்கடா..."

வீரான் தலையசைத்தான். பசீர் கூட்டத்துக்குள் நுழைந்து மறைந்து போனான். பூசாரி சாமியாடியபடி குறிகூறிக் கொண்டேயிருந்தார். அன்று முதல் சேவல் கூவ மச்சுவீடு திரும்பும் வரை வீரான் பசீரைப் பற்றியே நினைத்து கொண்டிருந்தான். அதற்கு பின்னான சில தினங்களும் பசீர் குறித்த நினைவுகள் எழுந்து கொண்டேயிருந்தன. கோவில் வரிப்பணம் வசூல் செய்யும் கிழக்குவெளி ஊர்கள் ஒவ்வொன்றாக குறைந்து வந்தன. அமராவதி தொடர்ந்து நீரற்றுக் கிடந்தது. இரவிலும் கட்டுத்தரையைச் சுற்றி தரிசு வயலின் சூடு அனலாக வெளிப்பட்டது. பாளம்பாளமாக வெடிப்புண்ட நெல்வயல்களில் சிறுபூச்சி பிடிக்க காட்டுப்பக்கிகள் கூட்டமாக வந்திறங்கி விடியும் வரை ஓயாது குரலிட்டன. அன்று கிழக்குவெளி கடைக்கோடி ஊரான பொன்னிவாடியில் படிக்காசு விளையாட்டு முடித்துவிட்டு சாமி எருது மச்சுவீடு திரும்ப வைகறை நெருங்கிவிட்டது. கட்டுத்தரை வந்து சாமி எருதை முளைக்குச்சியில் கட்டியதும் வீரான் அசந்து உறங்கிவிட்டான். விழித்தெழுந்தபோது காலை ஏறுவெயில் வீரான் படுத்திருந்த வைக்கோல் வரை ஏறியிருந்தது. பொழுது உதித்து வெகுநேரமாகியிருந்தது. சாமி எருது கத்திக் கொண்டேயிருந்தது. தீனிக்காடியில் பொட்டு வைக்கோல் இல்லை. சாமி எருதுக்காரனையும் காணவில்லை. வீரான் போர்ப்பட்டறை போய் வைக்கோலை உறுவி எடுத்து வந்து தீனிக்காடியில் வீசினான். பசியால் சோர்ந்துப் போயிருந்த சாமி எருது ஆவலோடு வைக்கோலை அள்ளிக் கவ்வியது.

அந்நேரத்தில் கிழக்கே இலுப்பைத்தோப்புக்குள் ஏதோ சப்தமாகக் கிடந்தது. எருமைக் கட்டுத்தரையில் பருவகாரர்களையும் காணவில்லை. சாமி எருதுக்காரனும் தென்படவில்லை. வீரான் காய்ந்த வரப்பில் ஏறி கிழக்கே ஓடினான். காட்டுப்பக்கிகள் மருண்டு மேலெழும்பிப்

பறந்தன. இலுப்பைத்தோப்புக்குள் சென்ற வீரான் அதிர்ந்து போய் நின்றான். பருவகாரர்கள் கையில் குத்தீட்டியுடன் சாமி எருதுக்காரனைச் சுற்றி வளைத்து நின்றிருந்தனர். சாமி எருதுக்காரனுக்கு முகமெல்லாம் காயம்பட்டு ரத்தம் வடிந்துக் கொண்டிருந்தது. பானுமதி சமையல் பண்டாரச்சி தோளில் சாய்ந்து கதறி அழுதுக் கொண்டிருந்தாள். பூசாரியின் கையில் தீபாராதனைத் தட்டு இருந்தது. வயோதிகப் பெண்மணி அதிகாரத் தொனியில் பேசினாள்.

"நீ காரணமில்லீன்னா... சூடத்த அவிச்சு சத்தியம் செய்யுடா பாக்கலாம்..."

சாமி எருதுக்காரன் தலை கவிழ்ந்தே நின்றான். வயோதிகப் பெண்மணி பருவகாரர்களைப் பார்த்துப் பேசினாள்.

"இவனெ அடிச்சு கைகால முறிச்சு... ஆத்துப்பாலத்துக்கு தெக்க கொண்டுப் போயி போட்டுட்டு வாங்கடா..."

வயோதிகப் பெண்மணி திரும்பி ஆற்றுக் கரைமேட்டை நோக்கி நடக்கத் தொடங்கினாள். பருவகாரர்கள் சாமி எருதுக்காரனை எட்டி உதைத்தபடியே மண்பாதையில் தெற்கே இழுத்துப் போனார்கள். பானுமதி விம்மி விம்மி அழுது கொண்டே வயோதிகப் பெண்மணியை தேடி ஓடினாள். வயோதிகப் பெண்மணியின் கால்களைக் கட்டிக்கொண்டு அழுதாள். கையெடுத்துக் கும்பிட்டாள். வீரானுக்கு ஒன்றும் புரியவில்லை. கட்டுத்தரை வந்து வைக்கோல் மீது உட்கார்ந்தான். ஏனோ கண்ணீர் பெருகி வழிந்தது. இளமதியம் வாக்கில் செம்மிநாய் நாக்கு தொங்க காலடியில் வந்து நின்றது. வெயிலுக்கு செம்மிநாயின் வயிறு இளப்பெடுத்தது. வயிறு இறங்கியும் இருந்தது. முலைக்காம்புகள் தடித்துமிருந்தன. செம்மிநாய் மீண்டும் சினைப் பிடித்துவிட்டது. செம்மிநாய்க்கு தர வீரானிடம் எதுவுமில்லை. வீரானுக்குக் கூட சோறு வரவில்லை. பின்மதியம் வரை அப்படியே உட்கார்ந்திருந்தான். செம்மிநாய் வெயிலில் போய் நின்று குரைத்துவிட்டுப் போய்விட்டது. வீரானுக்கும் பசி அதிகமானது. மாட்டுத்தாழி நீரை அள்ளிக் குடித்துவிட்டு காய்ந்த வயல் வரப்பில் இறங்கி நடந்தான். இரை பொருக்கிக் கொண்டிருந்த காட்டுப்பக்கிகள் கலைந்து பறந்தன. ஆற்றைக் கடந்து மச்சுவீட்டுத் தாழ்வாரத் திண்ணை வாசற்படியோரம் போய் நின்று குரலிட்டான்.

"பானுமதியக்கா... பானுமதியக்கா..."

வயோதிகப் பெண்மணி நடைக்கு வெளியே வந்து நின்று கேட்டாள்.

"என்னடா வேனும் உனக்கு..."

“அக்காவப் பாக்கனுமுங்க ஆத்தா...”

“அக்காவ கூட்டிக் குடுத்த களவானி நீ... எதுக்கடா பாக்கனும்...”

வீரானுக்கு மேற்கொண்டு பேச தைரியம் வரவில்லை. தாழ்வாரத்துத் திண்ணைத் தூணைப் பற்றிக்கொண்டு அப்படியே நின்றான். வயோதிகப் பெண்மணி மிரட்டும் தொனியில் கேட்டாள்.

“உன் அருமையக்காவ பாத்து என்னத்த ரசியம் பேசப் போறே... அத எங்கிட்டயும் சொல்லுடா...”

வீரான் திரும்பி ஆற்றை நோக்கி ஓட ஆரம்பித்தான். ஏனோ அழுகை நிற்காமல் வந்தது. ஆதரவற்றவனாய் உணர்ந்தான். கட்டுத்தரை சென்று வைக்கோல் பரப்பின் மீது அமைதியாக உட்கார்ந்து கொண்டான். சாமி எருதும் சாமி எருதுக்காரனை தேடியபடியே இருந்தது. ஒழுங்காக வைக்கோல் கடிக்கவில்லை. வைக்கோலை தீனிக்காடி தாண்டி கூளமாக இறைத்திருந்தது. வீரானுக்கு இரவிலும் உறக்கம் வரவில்லை. பானுமதியையும் சாமி எருதுக்காரனையும் நினைத்தபடியே படுத்திருந்தான். விடிந்ததும் எழுந்து மறுபடியும் மச்சுவீட்டுக்கு ஓடினான். தாழ்வாரத்துத் திண்ணைத்தூணைப் பிடித்துக்கொண்டு நடைக்குள்ளே எட்டிப் பார்த்து குரலிட்டான்.

“பானுமதியக்கா... பானுமதியக்கா...”

பானுமதி வீட்டுக்குள் இருப்பதற்கான சுவடே இல்லை. வீடு இருளும் நிசப்தமுமாக கிடந்தது. வயோதிகப் பெண்மணி வருவதற்குள் திரும்பி வந்துவிட்டான். சாமி எருதும் கட்டுத்தரையுமே கதியென்று கிடந்தான். பரிசல்காரர் மட்டும் சோறு கொண்டுவந்து கொடுத்துப் போனார். பரிசல்காரரும் எதுவும் பேசுவதில்லை. வீரானுக்கும் பானுமதி குறித்து விசாரிக்கப் பயமாக இருந்தது. சாமி எருதுக்காரன் பற்றியும் பருவகாரர்களிடம் கேட்கவும் துணிவு எழவில்லை வீரானுக்கு இந்த இக்கட்டான தருணத்தில் என்ன செய்வது என்றும் தெரியவில்லை. ஓடிவிடவும் மனம் ஒப்பவில்லை. ஒவ்வொரு நாட்களையும் கடத்துவது பெரும் சலிப்பாகவே இருந்தது. தனிமையும் அச்சமும் எதன்மீதும் அதீத வெறுப்பைத் தோற்றுவித்தது.

○○○

# 18

சப்பரத்து உருவாரச்சாமிகளின் ஊர்வலம் சாட்டுக்கம்பத்தைக் கடந்துவிட்டது. முன்புறத்தில் குதிரை உருவாரச்சாமிகளும் யானை உருவாரச்சாமிகளும் காளை உருவாரச்சாமிகளும் குலுங்கிக் குலுங்கி முன்னேறின. உருமிமேளங்களும் நாதஸ்வரங்களும் ஊர்வலம் நகர்ந்து வருவதை கோவில் வளாகம் எங்கும் பறைசாற்றின. அதற்கும் முன்புறத்தில் நாணல்மடைவலசுப் பூசாரி விருத்தம் பாடி ஊர்வலத்தைக் கூட்டி வந்தார். அலைமோதிய கூட்டம் விலகி ஊர்வலத்திற்கு வழிவிட்டது. அகிலும் வெள்ளைத்தாடிக்காரரும் நாணல்மடைவலசுப் பூசாரியின் எதிரே போனார்கள். கூட்டத்தோடு கூட்டமாகச் சேர்ந்து கொண்டனர். கூட்டம் மெல்ல பின்னோக்கி அடியெடுத்து வைத்து கொண்டேயிருந்தது. அகிலும் வெள்ளைத்தாடிக்காரரும் சப்பரத்து உருவாரச்சாமிகளை நோட்டமிட்டனர். சப்பரத்து உருவாரச்சாமிகளினூடே வீரானைக் காணவில்லை. அகில் அதிர்ச்சியடைந்தான். வெள்ளைத்தாடிக்காரர் கையால் சாடை செய்தபடி கேட்டார்.

"இதுல ஆரு தம்பி வீரான்...?

அகில் பதில் கூறவில்லை. வீரானை தேடிக் கொண்டிருந்தான். சப்பரத்து உருவாரச்சாமிகள் நெருங்கி வந்து கொண்டிருந்தன. ஒரே சீரான கதியில் அசைந்து அசைந்து வந்தன. எல்லா சப்பரத்து உருவாரச்சாமிகளும் சமநிலையடைந்துவிட்டன. எல்லா சப்பரங்களைச் சுமப்பவர்களும் ஆடல்வெறி அடங்கி இயல்பு நிலைக்கு வந்துவிட்டனர். இனி ஒழுங்கு செய்ய வீரான் தேவையில்லை. வீரானின் குரல் கூட கேட்கவேயில்லை. அகிலின் கண்கள் சப்பரத்து உருவாரச்சாமிகளுக்குள் உற்று நோக்கின. வீரான் தென்படுவதற்கான அறிகுறியே இல்லை. வெள்ளைத்தாடிக்காரர் அகிலிடம் கேட்கத் தொடங்கிவிட்டார்.

"வீரானை அடையாளம் காட்டு தம்பி...?"

"அந்த ஆளு இங்கதான் இருந்தாருங்க... இப்ப காணோம்..."

"நீங்க வேற யாரையோ பாத்திருக்கீங்க தம்பி... வாங்க போலாம்...?"

“இல்லீங்க நானு நெசமா வீரானை பாத்தேன்... நாணல்மடைவலசு பூசாரிக்கு தெரிஞ்சவரா இருந்தாரு... ஒரு வார்த்தை நாணல்மடைவலசு பூசாரியெ கேட்டு பாப்போம்...”

“தம்பி... உருவாரச்சாமிக கோயிலுக்கு எதிரே வந்துருச்சு... இப்பவெல்லாம் நாம நாணல்மடைவலசு பூசாரிகிட்ட போகவே முடியாது... தெரிஞ்சுக்குங்க...”

வெள்ளைத்தாடிக்காரர் அகிலின் கையைப் பிடித்து இழுத்துக்கொண்டு சப்பரத்து உருவாரச்சாமிகளின் ஊர்வலத்தைவிட்டு வெளியே கூட்டி வந்தார். இந்திரஜித் நாடகமேடையை நோக்கி நடந்தபடியே பேசினார்.

“தம்பி சொல்லறேன்னு தப்பா நெனைச்சுக்காதீங்க... நீங்க சொப்பனம் கண்டிருக்கீங்க...?

“புரியலையிங்க...?”

“வெவரமா சொல்லறேன் கேளு தம்பி... மொதல்ல உங்க மணிப்பர்ஸ்ல காசு எல்லாஞ் செரியா இருக்கான்னு பாருங்க...”

அகில் நடந்தபடியே பேண்ட் பாக்கெட்டில் கையை நுழைத்தான். மணிபர்ஸை எடுத்து விரித்துப் பார்த்தான். வைத்திருந்த பணம் அப்படியே இருந்தது.

“அப்படியே நகைநட்டு எல்லாம் செரியா இருக்கான்னு பாருங்க தம்பி...”

“மோதிரம் மட்டுந்தான்...”

வலது கைவிரல்களை நீட்டினான். மோதிர விரலில் தங்கமோதிரம் இருந்தது. வெள்ளைத்தாடிக்காரர் நின்று பேசினார்.

“இங்க பாருங்க தம்பி... இந்த சாமிசாட்டுல நெறைய சொப்பனவித்தைக்காரங்க உள்ள நொழஞ்சிருக்காங்க... அவங்க எல்லாரும் சேப்டி வித்தை தெரிஞ்சவங்க... அவங்க சொடக்கா இருக்கற ஒரு ஆளக் குறி வெச்சிட்டா... அந்த ஆள மயக்கி சொப்பனங்காண வெச்சு கையில கெடைக்கறத சுருட்டிக்கிட்டு ஓடீருவாங்க... உங்களையும் ஏதோ ஒரு சொப்பன வித்தைக்காரன் குறி வெச்சுட்டான்... நீங்க எங்கிட்ட வாராம இருந்திருந்தா... இந்நேரம் உங்க மோதிரமும் மணிப்பர்சும் அம்பேல் ஆயிருக்கும்...”

அகிலுக்கு வெள்ளைத்தாடிக்காரர் சொன்னது எதுவும் புரியவில்லை. வெள்ளைத்தாடிக்காரர் பொட்டொலி போடும் இடத்தை பார்த்து நடக்க

ஆரம்பித்து விட்டார். மறுபடியும் அகில் வெள்ளைத்தாடிக்காரர் சொன்னதை யோசித்துப் பார்த்தான். அப்படியொரு சொப்பனவித்தைக்காரர்கள் இருக்க சாத்தியமில்லை என்றே மனசு சொல்லியது.

நாடகமேடையில் இந்திரஜித் சீதையை கடத்தி வந்த ராவணனை கண்டித்து கொண்டிருந்தான். சத்தியத்தின் பக்கம் நின்று பேசியபடி இருந்தான். மண்டோதரி அழுது கொண்டிருந்தாள். அரசவையே கலங்கிக் கிடந்தது. காமம் கண்களுக்கேறிய ராவணன் தன் பிரியமான மகன் இந்திரஜித்தையும் மதிக்காமல் துச்சமென எழுந்து போனான். திரை மூடியது. அடுத்த காட்சி விரிந்தது. அசோகவனத்தில் சீதை அழுதபடியே ராமபிரானை கற்பனை செய்து மன்னிப்புக் கேட்டாள்.

"நாதா... நீங்கள் கிழித்த கோட்டை நான் மதிக்காமல் தாண்டி விட்டேனே... தங்கள் சொல் கேட்காதது எவ்வளவு தவறு என நான் உணர்ந்தேனே..."

சீதை மேற்கொண்டு பேச முடியாமல் நாடகமேடை சமுக்காள விரிப்பில் உட்கார்ந்து கதறிக்கதறி அழுதாள். ஹார்மோனியம் சோகமான இசையை கசியவிட்டது. சீதை மேலே பார்த்து கைகூப்பிப் பாடினாள்.

*"பின்னவன் உரையினை மறுத்துப் பேதையேன்*
*அன்னவன் தனைக்கடிந்து அகற்றினேன் - பொரு*
*மன்னவன் சிறையுற வந்துள்ளேன் - விதி*
*இன்னமும் எவ்வினை இயற்றுமோ...?"*

சீதையின் நடிப்பும் ஹார்மோனிய இசைப்பாடலும் பழையகாலத்துப் பாணியில் இருந்தது. அகிலினால் அதற்கு மேல் அங்கு நிற்க முடியவில்லை. சப்பரத்து உருவாரச்சாமிகளின் ஊர்வலத்திடமே போனான். வீரான் எங்கும் ஓடிவிட மாட்டார் என்கிற உறுதியுடன் கூட்டத்துக்குள் புகுந்தான். உருமிமேளங்களும் நாதஸ்வரங்களும் காதைப் பிளப்பதுபோல் ஒலித்தன. சப்பரத்து உருவாரச்சாமிகளின் ஊர்வலம் கோவிலை சுற்றிவரப் புறப்பட்டுவிட்டது. திடீரென குதிரைச்சாமிகள் சமநிலை கலைந்து ஆடின. நாணல்மடைவலசுப் பூசாரி சப்தமாகக் குரலிட்டார்.

"குதிரைச்சாமிகள கவனிக்காம... வீரானே எங்க போனீங்க...?"

"நானு இங்கதானே இருக்கேன்... இதோ வந்துட்டேனுங்க பூசாரியாரே..."

யானை உருவாரச்சாமிகளுக்கும் காளை உருவாரச்சாமிகளுக்கும் இடையே இருந்து வீரான் முன்னே வந்தார். அகில் அதிர்ச்சியடைந்தான்.

இந்நேரம் வரை வீரான் எப்படி தன் கண்களுக்கு படாமல் மறைந்தார் என்பது விசித்திரமான விளையாட்டாகவே இருந்தது. அகில் வீரான் மீது பதிந்த பார்வையை விலக்காமல் பார்த்து கொண்டேயிருந்தான்.

○○○

**கா**ர் பழநியிலிருந்து வடக்கே வந்து கொண்டிருந்தது. சைமன் காரை ஓட்டியபடி கன்னடத்தில் யாருடனோ அலைபேசியில் பேசிக்கொண்டே வந்தார். காரின் பின்இருக்கையில் அகில் சோர்ந்து போய் உட்கார்ந்திருந்தான். கொட்டாவி வந்தது. தூக்கம் கண்களைச் சொருகப் பார்த்தது. கண்ணாடியை இறக்கி வெளிப்புறத்தில் பார்வையைப் பதிய வைத்தான். மேற்கு ஆகாயம் சிவந்து போயிருந்தது. முன் அந்தியில் மௌனம் உறைந்து போன தார்சாலையில் மயில்கள் அகவிக்கொண்டு கடந்து போயின. சண்முகநதி காய்ந்து கிடந்தது. அமராவதியோடு சேரும் சங்கமத்துறையும் காய்ந்து கிடந்தது. நெல்நாற்று நடாத தரிசு வயல்களில் தூரம்தூரமாக பனைமரங்கள் மட்டும் நின்றன. வாத்துக்காரர்களின் கிடைபட்டிகள் தென்பட்டன. அலங்கியம் தாண்டியதும் சைமன் பேசினார்.

"அகில்... நான் அவசரமாக பன்னார்கட்டா கெளம்பனும்... எனக்கு புது விருந்தாளி ரெண்டு பேர் வந்திருக்காங்க..."

"என்னாச்சு சார்...?"

"ஒரு பொட்டை வேங்கைக்கு ரெண்டு கடுவன் வேங்கைக யுத்தம் செஞ்சிருக்காங்க... இப்ப பலத்த காயத்தோட எங்க கஸ்டடிக்கு வந்திருக்காங்க... ட்ரீட்மெண்ட் போயிட்டிருக்கு... நான் போய் பார்த்தவுடனே ரெண்டு நாள்ல திரும்பி வந்திருவேன்..."

அகில் சரியென்று தலையசைத்தான். வாழைமரம் கட்டியிருந்த வீட்டின் முன்பு பொண்ணு மாப்பிள்ளைக்கு ஆரத்தி எடுத்து கொண்டிருந்தனர்.

"அகில்... நான் ஒரு யோசனை சொல்வேன் கேட்பீங்களா...?"

"சொல்லுங்க சார்...?"

"நீங்க இனியாவை போய் பார்க்கனும்..."

"சார்... அதெப்படி...?"

"இங்க பாருங்க அகில்... நீங்க வீரானை தேடறது கூட இனியா கெடைக்கனும் அப்படீங்கறதுக்காகத் தானே...?"

"புரியுது சார்... ஆனா...?"

“அகில்... நீங்க வீரானை தேடிக் கண்டுபுடிச்சு... உங்க தாத்தா முன்னால கொண்டு போயி நிறுத்தினாக்கூட அவரு உயிர் பிரியுமுங்கறதுக்கு எந்த உத்தரவாதமும் இல்ல... இது ஒரு அபத்த விளையாட்டு... வெளியில சொன்னா சிரிப்பாங்க... இருந்தாலும் நீங்க விளையாண்டு பார்க்கறீங்க... அதுல வீரான் கெடைக்கலாம்... கெடைக்காம போகலாம்... முடிவு எதுவாக வேணுமின்னாலும் இருக்கலாம்... ஆனா இன்னொரு பக்கம் நீங்க இனியாவை சந்திக்காம இருக்கக் கூடாது... இனியாவையும் அப்பப்ப சந்திச்சு பேசுங்க... அதுலதான் அற்புதம் நடக்கும்...”

சைமன் பேச்சில் அனுபவம் தெரிந்தது. அகில் யோசிக்க ஆரம்பித்தான். அன்றிரவே சைமன் காரில் பன்னார்கட்டா கிளம்பிப் போய்விட்டார். அகில் நடுச்சாமத்திற்கு பின் வீடு வந்து சேர்ந்தான். வெளியே தாழ்வாரத்துத் திண்ணையில் பாய் விரித்து படுத்துக் கொண்டான். உறக்கம் வர மறுத்தது. ஏதேதோ எண்ணங்கள் சுழன்றன. முத்துச்சாமி தாத்தாவின் உயிர் ஊசலாட்டத்தையும் இனியாவின் விசயத்தையும் அதன்போக்கில் விட்டிருக்க வேண்டும். நீச்சல் கற்கப் போய் சுழலில் சிக்கிக் கொண்டவன் கதையாகிவிட்டது. நிசப்தமான வீதியைப் பார்த்தவாறே படுத்திருந்தான். ஆசாரத்து கட்டிலில் படுத்துறங்கிக் கொண்டிருந்த அப்பாவின் குறட்டையொலி வெளித்திண்ணை வரைக்கும் கேட்டது. அம்மா அடிக்கடி எழுந்து பின்கட்டு நடையை திறக்கும் ஓசை எழுந்து கொண்டேயிருந்தது. பின்கட்டுத் திண்ணை பட்டுக்கூடுகளில் ஊர்ந்து திரியும் பட்டுப்புழுக்களுக்கு மல்பரி தழைகளை தீனியிட்டு திரும்பி வரும் காலடியோசையும் கேட்டது. இரவில் நான்கைந்து முறையாவது இப்படி எழுந்து பட்டுப்புழுக்களுக்கு தீனியிடும் வேலை அம்மாவுக்கு தினமும் உண்டு. பகலிலும் அம்மா களைப்பை உணராதவளாகவே பட்டுப்பூச்சிக் காரியங்களை பார்த்தாள். வெளிநடைக்கதவு தாழ்ப்பாள் விலக்கும் ஓசை கேட்டது. அம்மா வாசற்படியில் வந்து அமர்ந்தாள்.

“ஏங்கண்ணு... தூக்கம் வரலயா...?”

அகில் பதிலேதும் பேசாமல் எழுந்து அமர்ந்தான். எக்காலத்திலும் துயரத்தை வெளிப்படுத்தாத அம்மாவின் முகம் புன்னகை ததும்பி இருந்தது. அம்மா ஏதோ சொல்ல வந்தாள். அகில் மௌனமாக அம்மாவையே பார்த்தபடி இருந்தான். அம்மா வீதியை ஒருமுறை நோட்டமிட்டுவிட்டு குரலை தாழ்த்திப் பேசினாள்.

“இங்க பாருகண்ணு... கெடகெடக்கற கெழவன் பேச்சக் கேட்டு... நீ அந்த கூறுகெட்ட வீரானை தேடறத வுட்டுப்போட்டு பொழப்ப பாக்கற வழிய பாரு... வயசுப் பையன் இப்பிடி தூக்கத்த

கெடுத்துக்கிட்டு கெடக்கறத கண்டா... பெத்தமனசு என்னபாடு படும் சொல்லு...”

அகில் பதில் பேசாமல் மௌனமாகவே இருந்தான். அம்மா எழுந்து தாழ்வாரத்து விட்டத்தைப் பிடித்து நின்றபடி சொன்னாள்.

“அப்புறம் இன்னொன்னும் சொல்லறே கேளுகண்ணு... வெடியால நேரமே துங்காவி பொறப்பட்டு போ... அந்த இனியா அப்பக்காரங்கிட்ட வெட்டு ஒன்னு துண்டு ரெண்டுன்னு பேசு... பொண்ணை குடுக்க முடியுமா முடியாதான்னு கேளு... மறுக்காவும் இல்லீன்னு சொன்னான்னு வெச்சுக்க... அங்கேயே இனியாவை தலமுழுகிட்டு வந்துரு... அப்பத்தான் நீ நிம்மதியா இருக்க முடியும்...”

அம்மா ஆசாரத்துக்குள் போய் வெளிநடைக்கதவை உள்தாழிட்டாள். அகிலுக்கு மறுபடியும் பாயில் படுக்க விருப்பமில்லை. உறக்கம் வராது என்று உறுதியாக தெரிந்தது. விடிவதற்கும் வெகுநேரம் இருந்தது. கருக்கிருட்டு கலையும் வரை காத்திருந்தான். பின் எழுந்து போய் குளித்தான். காரில் புறப்பட்டான். கிழக்கு ஆகாயத்தில் செவ்வெளிச்சம் பரவியது. கார் காற்றாடிகளினூடே செல்லும் குறுகிய தார்சாலையில் நிற்காமல் பயணித்தபடியிருந்தது. வழிநெடுக கோடைக்காற்றுக்கு சுழலும் காற்றாடிகளின் வீறிட்ட இறக்கை ஓசை கேட்டது. கண்ணுக்கு முன்னால் ராட்சச இறக்கைகள் ஆகாயத்துக்கும் பூமிக்கும் போய்வந்து கொண்டிருந்தன. காற்றாடிகளின் இடையே நின்ற மின்சாரக் கோபுரத்தில் கூடுகட்டியிருந்த கள்ளப்பருந்து கத்தியபடி வட்டமிட்டது.

துங்காவிக்குள் காலை இயக்கங்கள் மந்தகதியில் துவங்கியிருந்தன. அகில் இனியாவின் தோட்டத்து வீட்டு வாசலில் போய் காரை நிறுத்தி இறங்கினான். கருநாய் கிட்டத்தில் வந்து குரைத்தது. இனியாவும் அவளின் அம்மாவும் வெளிநடையில் வந்து நின்று பார்த்தனர். இருவரும் எவ்வித முகபாவமும் காட்டவில்லை. அகில் காரை ஒட்டியே நின்று கொண்டிருந்தான். தோட்டமெங்கும் சூர்யகாந்தி அறுவடைக்குப் பின் மக்காச்சோளம் வெள்ளாமை செய்திருந்தனர். கட்டுத்தரையில் சீமைப்பசுக்களுக்கு பச்சை மக்காச்சோளத் தோகைகளை தீனியிட்டுக் கொண்டிருந்த இனியாவின் அப்பா நிமிர்ந்து பார்த்தார். பின் அகிலை கும்பிட்டுவிட்டு வேலையில் மும்முரமானார். வரவேற்க வேண்டும் என்பதற்காகவே கும்பிட்டது போல இருந்தது. இனியாவின் குரல் மட்டுமே கேட்டது.

“உள்ள வாங்க...”

அகில் மெல்ல நடந்து வெளித்திண்ணை அருகில் போனான். ஏனோ வாசற்படியேற தயக்கம் ஏற்பட்டது. இனியாவின் அம்மா எதுவும் பேசாமல் வீட்டுக்குள்ளே போய்விட்டாள். இனியா மட்டும் வெளிநடை மீது நின்று அகிலை பார்த்தபடியே இருந்தாள். அகிலுக்கு வீட்டுக்குள் போக மனம் உடன்படவில்லை. வெளித்திண்ணையின் விளிம்பில் உட்கார்ந்து கொண்டான். இனியாவின் அம்மா வீட்டுக்குள்ளிருந்து வெளிப்பட்டு சொம்பு நீரை நீட்டினாள். அகில் சாங்கியத்துக்காக இரண்டு வாய் குடித்து சொம்பைத் திருப்பி நீட்டினான். இனியாவின் அம்மா மறுபடியும் எதுவும் பேசாமல் வீட்டுக்குள் போய்விட்டாள். இனியாவும் பின்னே போய்விட்டாள்.

அகில் அமைதியாக வெளித்திண்ணையில் உட்கார்ந்தபடியே இருந்தான். வீட்டுக்குள்ளிருந்து காபித்தூள் கொதிக்கும் மணம் வந்தது. வெளித்திண்ணையின் வடக்கு மூலையோரம் கயிற்றுக் கட்டில் துப்பட்டி தலையணையுடன் கிடந்தது. அதன் கீழே மூங்கில் கூடையில் அடைக்கோழி படுத்திருந்தது. கட்டுத்தரையிலிருந்து ஈரக்கையை துண்டில் துடைத்தபடி இனியாவின் அப்பா வெளித்திண்ணைக்கு வந்தார். ஏதோ சிந்தனையோடு நிதானமாக மரத்தூணில் சாய்ந்து அமர்ந்தார். வீட்டுக்குள்ளிருந்து இனியா இரண்டு சில்வர் டம்ளரில் காபியை கொண்டு வந்து இருவருக்கும் கொடுத்தாள். இருவர் கையிலும் பசும்பால் காபி டம்ளர். ஆவி பறந்தது. இனியாவின் அப்பா திடீரென்று பேச ஆரம்பித்தார்.

"காலங்காத்தால திடீர்ன்னு வந்திருக்கிறீங்க... அப்படி தலைபோற சோலி என்னன்னு தெரிஞ்சுக்கலாங்முங்களா...?"

"நானு முடிவு செஞ்சுதான் இன்னிக்கு இங்க வந்திருக்கேனுங்க..."

"அப்படி என்ன முடிவுங்க...?"

"இனியாவை கலியாணம் செய்யறதுன்னு முடிவு செஞ்சுட்டேனுங்க..."

"நீங்க என்ன முடிவு செய்யறது... எம்பொண்ணு கலியாணத்த நாந்தானே முடிவு செய்யனும்...?"

அகில் மௌனமாக இனியாவின் அப்பாவை பார்த்தான். இனியாவின் அப்பா கண்களில் சினம் தெரிந்தது. இனியாவின் அம்மாவும் இனியாவும் நடை மீது பதற்றத்துடன் நின்றிருந்தனர். இனியாவின் அப்பா சற்று சப்தமான தொனியில் பேசினார்.

"இங்க பாருங்க தம்பி... எங்க இனியாவுக்கு கார்த்திகை மாசம் வரைக்குதான் குருபலன் இருக்கு... அதவுட்டா... கலியாணம்

ஆகறதே சந்தேகமுன்னு சோசியர் சொல்லிப்புட்டாரு... நானும் நாலஞ்சு எடத்துல சோசியம் பாத்தேன்... எல்லாரும் ஒரே மாதிரிதான் சொல்லறாங்க... அது உங்களுக்கும் தெரியுமுன்னு நெனைக்கறேன்... அப்புறம் மொதல்லியே உங்க ஊரை எனக்கு புடிக்கல... வறக்காட்டு சீமைக்கு கொண்டுபோயி பொண்ணை குடுக்கறானேன்னு பங்கும்பங்காளிகளும் சொல்ல ஆரம்பிச்சுட்டாங்க... சாதகம் பொருந்துச்சேன்னுதான் வேறவழியில்லாம நானும் சம்மதிச்சேன்... இப்ப எம்பொண்ணோட நல்ல நேரம் உங்க தாத்தா ரூபத்துல கலியாணம் நின்னுருச்சு... இனியாவுக்கும் வேற மாப்புள்ளை பாத்தாச்சு...”

இனியாவின் அப்பா காபியை குடிக்காமலேயே திண்ணையிலிருந்து எழுந்து வாசலில் போய் நின்றார். அகில் பெரும் அவமானமாக உணர்ந்தான். மேற்கொண்டு எது பேசினாலும் வாக்குவாதம் முற்றி கைக்கலப்பு வரைகூட போகும் என யூகித்தான். அகில் ஆறிக் கொண்டிருந்த காபி டம்ளரை மரத்தூணோரம் வைத்தான். வெளித்திண்ணையிலிருந்து எழுந்து காரை நோக்கி நடந்தான். இனியாவின் அப்பா உரத்த குரலில் பேசினார்.

“இங்க பாருங்க... இது வயசு புள்ள இருக்கற ஊடு... உங்க மாதிரி எளவயசு பசங்க அடிக்கடி வந்தா... ஊரு தப்பா பேசும்... இனிமேலு நீங்க இங்க்யெல்லாம் வாராதீங்க...”

இனியாவின் அப்பா அதற்குமேல் அங்கு நிற்கவில்லை. கட்டுத்தரை பக்கம் போய்விட்டார். அகில் திரும்பி இனியாவை பார்த்தான். இனியாவும் அகிலையே பார்த்தபடி இருந்தாள். இனியாவின் கண்களில் கண்ணீர் வழிந்து கொண்டிருந்தது. அகில் மனதைக் கனமாக்கிக் கொண்டான். காரில் ஏறிப் புறப்பட்டான். இளங்காலை ஆகாயத்தில் கோடைமுகில்களின் கீழே பச்சைக்கிளிக் கூட்டங்கள் மேற்கு நோக்கி பறந்து போயின. காற்றாடிகள் அசுரத்தனமாக சுழலும் வெட்டாரவெளியில் ஊசிப்புற்களும் எருக்குகளும் அசைந்தாடின. காற்றாடிகளைக் கண்காணிப்பவர்களின் ஜீப்புகள் பெரும்முறைச்சலிட்டபடி எதிரே வந்தன. அகிலுக்கு இனி இனியாவை மறந்துவிட்டு வேலையை பார்க்கலாம் என்கிற எண்ணமும் தோன்றியது. அதேநேரம் இனியாவை யாருக்கும் விட்டுக்கொடுக்கக் கூடாது என்கிற வெறியும் மூண்டது.

அகில் ஊசலாட்டமான மனநிலையில் உதயப்பொழுதை பார்த்துக் கொண்டு காரை ஓட்டினான். தாராபுரம் கடந்து கார் வடக்கே திரும்பி உப்பாற்றுப்பாலம் ஏறியது. அகிலின் மொத்தக் கோபமும் முத்துச்சாமி தாத்தாவின் மீது திரும்பியது. கடும் சொற்களை திரட்டி தாத்தாவை கெட்ட

வார்த்தைகளில் திட்டினான். காரி உமிழ்ந்து கார்கண்ணாடிக்கு வெளியே துப்பினான். தாத்தா மீதான கோபம் தணியாமலேயே செங்காட்டூர் வந்து சேர்ந்தான். கார் பனைமரத்து முனீஸ்வரன் கோவிலை கடக்கும்போது மனம் மாறிவிட்டது. ஊருக்குள் காரை செலுத்தாமல் தோட்டத்தை நோக்கி ஓட்டிப் போனான். தோட்டத்து கடவடியிலேயே காரை நிறுத்தி இறங்கினான். பட்டுப்பூச்சிச் செடிகள் பயிடப்பட்டிருந்த தோட்டத்து வரப்பில் ஏறி நடந்தான். வரப்பின் இருபுறமும் பட்டுப்பூச்சிச் செடிகள் காற்றுக்கு அசைந்தாடியபடி இருந்தன. ஆளின் அரவம் கண்டதும் பட்டுப்பூச்சி இலையில் ஒட்டியிருந்த கறுப்பூசித்தட்டான்கள் பறந்து இடம் மாறின. பட்டுப்பூச்சிப் பாத்திகள் ஈரமாக இருந்தன. அப்பா விடியக்கருக்கலிலேயே தண்ணீர் கட்டிவிட்டு வெளியே ஏதோ சோலியாக போய் விட்டார் என தெரிந்தது.

அகில் கையகலப் பட்டுப்பூச்சி இலைகளைக் கிள்ளி எறிந்தபடி வரப்பில் நடந்து போய்க் கொண்டேயிருந்தான். ஏறுவெயில் பட்டுப்பூச்சி இலைகள் மீது படியத் துவங்கியிருந்தது. அகில் தோட்டத்தின் நடுமையத்துக்கு வந்து சேர்ந்தான். பட்டுப்பூச்சி செடிகளுக்குள் எங்கோ கதிர்க்குருவிகள் கத்தி ஓய்ந்தன. எவருமே இல்லாத ஏகாந்தம். சட்டென அகில் அருகு வரப்பின் மீது உட்கார்ந்தான். எதுவும் செய்ய முடியாத இயாலமையில் அழுகை முட்டிக்கொண்டு வந்தது. கண்களில் கண்ணீர் திரண்டு ஈரப்பாத்தியில் விழுவதைக் கண்டான். ஏறுவெயில் அருகு வரப்பில் வீரியமாக விழ ஆரம்பித்திருந்தது. நாளையே லூதியானா புறப்படும் தீர்மானத்துடன் எழுந்து நின்றான். அருகு வரப்பின் மறுகோடியில் அப்பா பட்டுப்பூச்சிக் கிளைவெட்டும் கம்பரக்கத்தியுடன் நடந்து வந்து கொண்டிருப்பது கண்ணில் பட்டது. பட்டுப்பூச்சி இலைகளுக்குள்ளிருந்து கதிர்க்குருவிகள் மேலெழும்பி வெயிலில் பறந்து போயின. அகில் அருகு வரப்பில் அப்பாவை நோக்கி நடந்தபடியே கலியமர்த்தன கிருஷ்ண நம்பூதியிடம் பேசுவதற்காக அலைபேசியை கையில் எடுத்தான்.

○○○

# 19

நெடுவீதியில் சித்திரத்தேர் அசைந்து அசைந்து போய்க் கொண்டிருந்தது. வடம் பிடித்து இழுப்பவர்களின் சிவகோஷங்கள் உரக்க எழுந்தன. சித்திரத்தேரின் முன்னேயும் பின்னேயும் சனங்கள் நெருக்கியடித்து நடந்தனர். சித்திரத்தேரோடு நடக்கும் சனங்கள் எல்லோருக்குமே வடம் பிடித்து இழுக்கும் ஆசையிருந்தன. ஏற்கனவே வடம் பிடித்து இழுப்பவர்கள் எவரும் ஒருகணம் கூட வடத்தை விடுவதாக இல்லை. சித்திரத்தேர் ஊரைச் சுற்றிவிட்டு நிலைக்கு வந்து நிற்கும் வரை தாங்களே வடம் பிடித்து இழுக்க வேண்டும் என்கிற பேராசையுடன் செயல்படுவதாகப்பட்டது. வடம் பிடித்து இழுப்பவர்களின் முதுகுக்கு பின்னே நான்கைந்து பேராவது தயாராக காத்திருந்தனர். அப்படி காத்திருப்பவர்களுக்கு வடம் பிடிக்க சிறு சந்தர்ப்பம் கூடக் கிடைக்கவில்லை. அவர்கள் பெரிய எதிர்பார்ப்புடன் வடம் பிடிப்பவர்களோடு ஒட்டி நடந்துக் கொண்டே வந்தனர். அங்கிருந்த மொத்த சனங்களின் இலக்கும் சித்திரத்தேரின் வடம் பிடிப்பதுதான் என்பது போல் இருந்தது. வீரான் பெரிய போராட்டத்திற்கு பின் சித்திரத்தேரை விலகி நடந்தார். வடம் பிடிக்க காத்திருந்த ஒருவர் கேட்டார்.

“என்ன வடம் புடிக்கனுமா…?”

வீரான் பதில் பேசாமல் அந்த ஆளையும் கடக்க முயன்றார். அந்த ஆள் விடுவதாக இல்லை.

“இங்க பாரு… நீயேல்லாம் வடம் புடிக்க கூடாது… முன்னால வாத்தியக்காரங்க கிட்ட போயிரு…”

வீரானுக்கு அந்த ஆள் ஏன் அப்படிச் சொல்கிறார் என்பது புரியவில்லை. ஒருசமயம் தன்னை சாமக்கோடாங்கி என்று அடையாளம் கண்டுக் கொண்டதால் அந்த ஆள் அப்படிச் சொல்லி இருக்கலாம் என்றும் நினைத்து கொண்டார். அந்த ஆளின் பேச்சைக் கேட்டு எல்லாம் வீரான் தேங்கி விடவில்லை. முகத்தில் உறுதி பிரதிபலிக்க வேகமாக நடந்தார். வடம் பிடித்து இழுப்பவர்களுக்குள் தள்ளுமுள்ளுகள் நிகழ்ந்தபடி இருந்தன. வடம் பிடிக்கக் காத்திருப்பவர்கள் அந்த தள்ளுமுள்ளுகளைப் பதற்றத்தோடு கவனித்தபடி இருந்தனர். வீரான் வடம் பிடித்து இழுப்பவர்களையும் வடம் பிடிக்கக் காத்திருப்பவர்களையும் தாண்டி

முன்னேறினார். அருள்வாக்கு கூறிக்கொண்டு நடக்கும் சன்னதம் வந்த சாமியாடிகளுக்கு முன்னே சென்று நடந்தார். அதற்கு முன்னே வாத்தியக்காரர்களும் மேளக்காரர்களும் மென்மைத் தொனியில் இசைத்தபடி நடந்து போய்க் கொண்டிருந்தனர்.

திடீரென வீரானுக்கு அனல் வளையங்கள் குறித்த நினைவுகள் எழுந்தன. இளம்பிராயத்தில் இதுபோல ஜக்கம்மா தேவி உத்தரவு கொடுக்காத ஒருநாளில்தான் பட்டக்காரக் கோடாங்கியைக் கூட்டிக்கொண்டு இந்த ஊருக்குள் வந்திருந்தார். அன்று எவரும் தென்படாத நெடுவீதியில் இருந்திருந்தாற்போல் அனல் வளையங்கள் தோன்றின. இன்று இத்தனை சனங்களுக்கு மத்தியில் அனல் வளையங்கள் எவ்வாறு தோன்றும் என்கிற கேள்வியும் எழுந்தது. அதேசமயம் அன்று போலவே இந்த சாமத்திலும் ஏதாவது ஒரு கணத்தில் நிச்சயமாக அனல் வளையங்கள் தோன்றும் என்கிற நம்பிக்கையும் இருந்தது.

வீரான் ஊர்க்கார்களை முந்தி முந்தி நடந்தபடியே இருந்தார். ஒரு நிலையில் சித்திரத்தேரை விட்டு விலகி வெகுதூரம் வந்துவிட்டதாக உணர்ந்தார். வீரான் நின்று திரும்பிப் பார்த்தார். வீதி விளக்குகளின் வெளிச்சத்தில் சித்திரத்தேரின் உச்சி தெரிந்தது. அதற்கு மேலே ஆகாயம் தெரிந்தது. வீரான் ஆகாயத்தைப் பார்த்துக்கொண்டே இருந்தார். ஆகாயத்தில் ஏதோ ஒரு சிறு மாற்றம் தெரிந்தது. வீரான் நன்றாக அன்னார்ந்து ஆகாயத்தை நோட்டமிட்டார். கிழக்கு அடிஆகாயத்தில் வியாழன் உதித்து மேலேறிக் கொண்டிருந்தது. முகிலாதிபதி வியாழன் வடகிழக்கில் உதயமாகிவிட்டது. வாயுமுகிலை புயல்காற்றாய் கொண்டு வரும். ஊர்வெளியில் சுபிட்சமழை பொழியும். வியாழனின் பிரகாசத்தன்மை என்றும் இல்லாத வித்தியாசத்தைக் காட்டியது. சுடர்ந்தணைவதுபோல் சிமிட்டியது. வியாழனுக்கு வலப்புறத்தில் சப்தரிசி விண்மீன்களும் வேறுசில புதிய விண்மீன்களும் உதித்திருந்தன. வீரானுக்கு இளம்பிராயத்தில் பட்டக்காரக் கோடாங்கி சொன்னது ஞாபகம் வந்தது.

“உதிக்கற விண்மீனுக உதிக்காத காலத்துல உதிச்சுதுன்னா... ஊரு செழிக்கும்... நூறு யோசனை தூரம் சேமம் பெறும்...”

வீரானுக்கு கிழக்கு ஆகாயமே ஒளி பெற்றுவிட்டதாய்பட்டது. மழை பொழியாத போதும் ஆகாயம் நிர்மல தோற்றத்தையே தந்தது. ஆகாயத்தை விட்டுக் கண்களை அகற்றாமல் பார்த்துக்கொண்டே இருந்தார். மழை வரப்போகும் அறிகுறியை அடிஆகாயம் காட்டிவிட்டது. பட்டக்காரக் கோடாங்கியின் குரல் ஒலித்தது.

“...நாம எல்லாம் பொறப்புலியே சாமக்கோடாகி... குறியே தோனாத மாதிரி இருக்கும்... துணிஞ்சு காரியத்துல எறங்குனா போதும்... நம்ம ஜக்கம்மா தேவி நம்மல குறி சொல்ல வெச்சுருவா... அப்படியே நாம என்ன சொல்லறமோ அதையும் பலிக்க வெச்சிருவா...”

வீரானுக்குள் ஒருவித திடீர் வலிமை ஏறியது. சிற்றுடுக்கை அடித்தபடி சன்னதம் வந்த சாமியாடிகளிடம் போனார். சன்னதம் வந்த சாமியாடிகள் அருள்வாக்கை நிறுத்திவிட்டு வீரானைப் பார்த்தனர். வடம் பிடித்திருந்தவர்களும் வடம் பிடிக்கக் காத்திருந்தவர்களும் திரும்பிப் பார்த்தனர். வீரான் குறிகூறும் தோரணைக்கு மாறினார். முன்பு வீரானை கேள்வி கேட்டு மிரட்டிய சன்னதம் வந்த சாமியாடியே கத்தினார்.

“ஒத்தை கோடாங்கியே... நீ இன்னும் ஊரவுட்டு போகலீயாடா...?”

“போறதுக்கு முன்னால... இந்த ஊருக்கு ஒரு குறி சொல்லனும் சாமி...?”

வேறொரு சன்னதம் வந்த சாமியாடி சப்தமிட்டார்.

“தேரு வேற கிட்டத்துல நெருங்கிட்டு வருது... தேவையில்லாம ஒத்தை கோடாங்கி ஒலரறான்... அவன புடிச்சு வெரட்டி வுடுங்கடா...”

வடம் பிடிக்க காத்திருந்தவர்கள் கலைந்தோடி வந்தனர். வீரானை சுற்றி வளையமிட்டுச் சூழ்ந்தனர். சித்திரதேர் ஐம்பதடித் தூரத்துக்குப் பக்கமாக நெருங்கிவிட்டது. வீரான் அசரவில்லை. சிற்றுடுக்கையின் ஓசையை உரக்க ஒலிக்கச் செய்தார். கம்பீரத் தொனியில் பேசினார்.

“சித்த நேரத்துல கனமழ புடிச்சு சனக்க போகுது... அப்பிடி மழ பெஞ்சா... இந்த சாமக்கோடாங்கிய நம்புங்க... நாஞ்சொல்லறதையும் கேளுங்க... இல்லீனா என்னை இந்த ஊரவுட்டே அடிச்சு தொறத்துங்க...”

எல்லோரும் அண்ணார்ந்து உச்சி ஆகாயத்தை பார்த்தனர். உச்சி ஆகாயம் வின்மீன்கள் சுடர முகிலின்றிக் கிடந்தது. வடம் பிடிக்கக் காத்திருந்தவர்கள் இடையே கேலியான சிரிப்போசை எழுந்தது.

“இவன் பயித்தியகாரக் கோடாங்கியா இருப்பாம் போலிருக்கு... மொட்ட ஆகாசத்த பாத்து மழ பெய்யுமுன்னு சொல்லறான்...”

வடம் பிடிக்கக் காத்திருந்தவர்கள் ஒரே நேரத்தில் வீரானை இறுக்கிப் பிடித்தனர். நெடுவீதியின் ஓரத்திற்கு இழுத்துப் போயினர். வீரான் எதிர்ப்புக் காட்டவில்லை. இடக்கை சிற்றுடுக்கையை மட்டும்

கெட்டியாகப் பற்றிக் கொண்டார். பின் நெருக்கமான வீடுகளுக்கு இடையேயான சிறிய சந்தில் எங்கோ இழுத்துப் போவதை உணர்ந்தார். இருளுக்குள் அந்த சிறிய சந்து எங்கு போய் முடியும் எனக் கணிக்க முடியவில்லை. எதற்காக இப்படி இழுத்து போகிறார்கள் என்பதும் தெரியவில்லை.

○○○

இன்னும் கோவில் வரிப்பணம் வசூல செய்ய தெற்குவெளி ஊர்கள் மட்டுமே பாக்கியிருந்தன. வயோதிகப் பெண்மணியும் தில்லாபுரி அம்மன் கோவில் பூசாரியும் வளர்பிறை வருவதற்காகக் காத்திருந்தனர். சாமி எருதுக்காரன் இல்லாமலேயே வீரானை வைத்து சாமி எருதை படிக்காசு விளையாட்டுக்கு பிடித்துப் போவது என்ற ரகசிய திட்டம் ஒன்றையும் வயோதிகப் பெண்மணி தீட்டியிருந்தாள்.

அன்று மதிய உக்கிரத்தில் காய்ந்த வயலில் தீனி பொருக்கிய காட்டுப்பக்கிக் கூட்டங்களை சினைச் செம்மிநாய் விரட்டிக் கொண்டிருந்தது. பரிசல்காரருக்கு பதிலாக சமையல் பண்டாரச்சி சோறு எடுத்துக்கொண்டு வந்தாள். வயோதிகப் பெண்மணி மச்சுவீட்டில் இல்லை என்ற தகவலை தெரிந்து கொண்டான். சோறு தின்று முடித்ததும் மச்சுவீட்டுத் தாழ்வாரத்துத் திண்ணையோரம் போய் நின்று பானுமதியைக் கூப்பிட்டான். பானுமதி வெளியே வரவில்லை. வெகுநேரம் அங்கேயே அசையாமல் நின்றிருந்தான். சோற்றுப்போசியை ஆட்டியபடி வாசலுக்கு வந்த சமையல் பண்டாரச்சி சப்தமிட்டாள்.

"நீ இங்கெல்லாம் வரக்கூடாதுன்னு ஆத்தா உத்தரவு போட்டிருக்காங்கடா... ஓடீரு..."

வீரானுக்கு ஏமாற்றமாக இருந்தது. பானுமதிக்கு என்ன நடந்திருக்கும் என்பதும் புதிராகவே இருந்தது. திரும்பி நட்டாற்றுப்பாறை வந்து ஏறி உட்கார்ந்து கொண்டான். ஏதேதோ யோசனை எழுந்து மனச்சலனத்தை அதிகப்படுத்தியது. பின்மதிய பொழுது சாயும் வேளை வந்தது. திடீரென மணற்பரப்பில் சினைச் செம்மிநாய் தோன்றி தெற்கு பார்த்துக் குரைத்தது. வீரானுக்கு உள்ளுணர்வில் சினைச் செம்மிநாய் ஏதோ பூடகச்சேதி சொல்வதாய்பட்டது. சட்டென நட்டாற்றுப் பாறையிலிருந்து எழுந்து மணற்பரப்பில் குதித்தான். தெற்கே யானைமடுவை குறிவைத்து ஓடினான். பானுமதிக்கு கெட்டது எதுவும் நேர்ந்திருக்கக் கூடாது என்று மனம் அடித்துக் கொண்டது. சினைச் செம்மிநாயும் கூடவே ஓடி வந்தது. குத்துப்பாறையை சமீபிக்கும்போதே பானுமதியின் துயரம் தோய்ந்த குரலில் அன்னக்கிளி பாட்டு கேட்டது.

*“கஸ்தூரி கலைமான்களே அவர கண்டாக்கா சொல்லுங்களே...*
*ரோஜாக்கள் ஆடும் தோட்டத்தில் அவர பாத்தாக்கா சொல்லுங்களே...*
*என் ஏக்கத்த சொல்லுங்களே...*
*மச்சான பாத்தீங்களா... மலவாழ தோப்புக்குள்ள...”*

யானைமடுவின் தாழ்ந்த குத்துப்பாறையில் பானுமதி உட்கார்ந்திருந்தாள். தெற்கே மணற்பரப்பை வெறித்து தன்னை மறந்து மனம் கலங்கும் குரலில் பாடிக் கொண்டிருந்தாள். வீரான் பானுமதியின் தோளை தொட்டான். பானுமதி பாடுவதை நிறுத்தித் திரும்பினாள். விரக்தியாகச் சிரித்தாள். மனத்துயரத்தோடு பேசினாள்.

“உங்கிட்ட குந்தி கத சொன்னேன் இல்லடா... இப்ப நானே குந்தியாட்ட இங்கே குந்தியிருக்கறேன்டா...”

பானுமதி இருந்திருந்தாற்போல் அழ ஆரம்பித்துவிட்டாள். வீரானை கிட்டத்தில் இழுத்து கட்டி அணைத்துக் கொண்டாள்.

“குந்திக்கு முனிவரு வரம் குடுதிருந்தாரு... எனக்கு ஆரும் வரம் குடுக்கல... அதனாலதான்டா என்னோட நெலம இப்பிடியாயிருச்சு...”

பானுமதியின் கண்களில் கண்ணீர் தளும்பியது. வீரான் என்ன பேசுவது என்று தெரியாமல் பானுமதியின் முகத்தையே உற்றுப் பார்த்து கொண்டிருந்தான். சினைச் செம்மிநாய் கிட்டத்தில் வந்து மணலில் குத்தவைத்து உட்கார்ந்தது. நீர்த்துறை நோக்கி வந்த மஞ்சமூக்கு ஆள்காட்டிகள் ஆளின் அரவம் கண்டு வட்டமிட்டுக் கத்தின. மணற்பரப்பில் வடக்கே இருந்து சமையல் பண்டாரச்சி பானுமதியை அழைத்து போக வந்தாள். வீரான் பானுமதியின் பிடியிலிருந்து விடுவித்துக்கொண்டு நகர்ந்து நின்றான். பானுமதி துயரம் தோய்ந்த குரலில் வீரானிடம் பேசினாள்.

“எனக்கு ஆனைமடுவுல எறங்கற காலம் சீக்கிரத்துல இருக்குடா... நீ அக்காவ மறந்துட்டு... டேனியல் பாதிரியார்கிட்ட போயி படிக்கற வழியப் பாருடா... இதுதான்டா இந்த அக்காவோட கடேசி ஆச...”

வீரான் திரும்பி மணற்பரப்பில் தெற்கே நடந்தான். சினைச் செம்மிநாயும் கூடவே புறப்பட்டது. சமையல் பண்டாரச்சி பானுமதியிடம் கெஞ்சுவது கேட்டது.

“ராசாத்தி... இப்ப எதுக்கு ஒத்தையில உக்காந்து அழுவறே... நாம் போயி ஆத்தா பேச்சக் கேட்டு வயித்துப் புள்ளைய கலச்சிருவனா... சொல்லு... ஊட்டுக்கு எந்திரிச்சு வந்துரு தாயீ...”

வீரான் திரும்பிப் பார்க்காமல் நடந்து போய்க் கொண்டேயிருந்தான். அனாதரவான நிலையில் நடப்பதுபோல இருந்தது. தனக்கு இனி எவருமில்லை என்கிற வெறுமையும் சூழ்ந்தது. கண்முன்னால் நீளும் சுடுமணற்பரப்பில் ஆள்நடமாட்டமே இல்லை. சினைச் செம்மிநாய் மட்டும் வேட்டைக்குப் போகும் துடிப்புடன் கூடவந்து கொண்டேயிருந்தது. வீரானுக்கு நினைவு தெரிந்து எதிர்கொண்ட எல்லோர் முகமும் ஞாபக அடுக்கிலிருந்து தோன்றித்தோன்றி மறைந்தது. ஏனோ இவர்கள் எல்லோரிடமும் தவறு செய்துவிட்டு பிரிந்து வந்துவிட்டதுபோல இருந்தது. இனி இவர்களின் முகத்தில் எப்படி விழிப்பது என்கிற தயக்கமும் எழுந்தது. இக்கணத்தில் பிராயசித்தம் வேண்டி நெடுந்தொலைவு யாத்திரை செல்வதான ஒருவித பிரமையும் ஏற்பட்டது.

சினைச் செம்மிநாய் மணலில் நீர்உடும்புகள் ஊர்ந்து சென்ற தாரையை மோப்பம் பிடித்துக்கொண்டு கரைமேட்டு நாணல்புதர்களை நோக்கிப் போக ஆரம்பித்தது. பொசுக்கும் வெயிலும் தணிந்து வந்தது. வீரான் அமராவதி ஆற்றுப்பாலத்தினடியில் நுழைந்து நடந்தான். அகஸ்தீசுவரர் கோவில் கல்படிக்கட்டில் வெள்ளாடுகளோடு நின்ற ஆசாமி வீரானையே பார்த்தபடி இருந்தார். ஆஞ்சநேயர் கோவில் கல்மண்டபம் வந்து கரையேறினான். கருவறை ஆஞ்சநேயரின் கழுத்து துளசிமாலை காய்ந்து போய்க் கிடந்தது. வீரான் கல்மண்டப வாசற்படியிலேயே உட்கார்ந்து கொண்டான். கல்மண்டப விதானத்தில் தலைகீழாகத் தொங்கும் தோக்குருவிகள் கிரீச்சிட்டன. வீரானுக்கு எங்கு போவது என்கிற குழப்பம் சூழ்ந்தது. பானுமதியக்கா ஆசைப்பட்டது போல டேனியல் பாதிரியாரைப் பார்த்து பள்ளிக்கூடத்தில் சேரலாம் என்கிற முடிவும் சரியாகப் படவில்லை. டேனியல் பாதிரியாரின் மீதிருந்த அச்சமும் இன்னும் குறையவில்லை. படிப்பு மீதும் பிடிப்பு வரவில்லை. வேறுவழியை யோசிக்கத் தொடங்கினான். ஒரு யோசனையும் தோன்றவில்லை. மனம் விட்டேந்தியாகக் கிடந்தது. கண்கள் மட்டும் வெயிலில் காய்ந்த கானல் ஆற்றுவெளியை கவனித்தபடியே இருந்தன. வெகுநேரத்துக்குப் பின்பு அம்மாக்காரியும் அப்பக்காரரும் தன்னை தேடிக் கொண்டிருக்கும் சித்திரம் ஒன்று மனக்கண் முன் ஒருகணம் எழுந்து மறைந்தது. குழப்பம் தீர்ந்துவிட்டது. ஊருக்கே இனி போவது என்கிற தீர்மானத்திற்கு வந்தான். மனம் லேசானதுபோல இருந்தது.

மேற்கே செம்மஞ்சள் அந்திப்பொழுது விரைந்து இறங்கிக் கொண்டிருந்தது. கல்மண்டப விதானத்து தோக்குருவிகள் கிரீச்சிட்ட குரலுடன் இரை தேடக் கிளம்பின. வீரான் கல்மண்டப வாசற்படியிலேயே தொடர்ந்து உட்கார்ந்து இருந்தான். இருள் கவிழ்ந்து வந்தது. வீரான்

எழுந்து கல்மண்டபத்திற்குள் ஏறினான். தோக்குருவிகளின் எச்சத்தைக் கூட்டிவிட்டு படுத்துக் கொண்டான்.

கருக்கிருட்டு நேரத்தில் பரிசல்காரர் யானைமடுவில் நின்று சப்தமிட்டார். பரிசல்காரரின் தீனக்குரல் கேட்டுக் கொண்டேயிருந்தது. வீரான் கல்மண்டபத்திலிருந்து எழுந்தான். வடக்கே மணற்பரப்பில் ஓடினான். கரைமேட்டு நாணலுக்குள் நீர்உடும்பு வங்குகளைப் தோண்டிக் கொண்டிருந்த சினைச் செம்மிநாயும் கூட சேர்ந்துகொண்டு ஓடி வந்தது. யானைமடுவைச் சுற்றிலும் பருவகாரர்கள் வாடிய முகத்துடன் நின்றிருந்தனர். சமையல் பண்டாரச்சி முகத்திலறைந்து அழுது கொண்டிருந்தாள். யானைமடுவின் தெளிந்த அடியாழ நீரில் கத்தரிப்பூ தாவணி மிதந்து கொண்டிருந்தது. பானுமதியின் செருப்பு தாழ்ந்த குற்றுப்பாறை ஒன்றின் மீது அடையாளத்திற்கு வைக்கப்பட்டிருந்தது. சினைச் செம்மிநாய் ஆகாயத்தைப் பார்த்து ஊளையிடத் துவங்கியது.

வீரான் திடுக்கிட்டு விழித்தெழுந்தான். ஆற்றுவெளி எங்கும் வெளிச்சம் பரவியிருந்தது. சினைச் செம்மிநாய் மணற்பரப்பில் வடக்குப் பார்த்து நின்று ஊளையிட்டுக் கொண்டிருந்தது. ஏனோ வீரானுக்கு உள்மனசு அடித்துக் கொண்டது. மனதுக்குள் நிறைய கேள்விகள் எழுந்து நிம்மதியிழக்கச் செய்தன. கல்மண்டபத்திலிருந்து குதித்திறங்கி மணற்பரப்பில் வடக்கே ஓடத் துவங்கினான். சினைச் செம்மிநாயும் ஊளையிடுவதை நிறுத்திவிட்டுப் பின்னே ஓடி வந்தது. உயிர்ப்பிராணிகளின் நடமாட்டமில்லாத ஆற்று மணற்பரப்பு முன்னே விரிந்து கூப்பிட்டது. காலடியில் மணற்துகள்கள் பறந்தன.

யானைமடுவு அமைதியாகக் கிடந்தது. ஆட்கள் எவருமில்லை. ஆராமீன்கள் தெளிந்த நீரின் மேல்மட்டத்தில் நீந்தின. ஆளின் சலனம் கண்டதும் அடியாழத்திற்கு மூழ்கின. நான்கைந்து குளத்து ஆமைகள் எங்கிருந்தோ வந்து நீந்திக் கொண்டிருந்தன. வீரான் நிம்மதிப் பெருமூச்சு விட்டான். பானுமதியின் கடின நிலைமை கொஞ்சம் கொஞ்சமாக புரிய ஆரம்பித்தது. மீண்டும் வீரான் மணற்பரப்பில் இறங்கினான். தெற்கே பெருநடைப் போட்டு நிமிர்ந்து நடந்தான். சினைச் செம்மிநாய் பின்தொடரவில்லை. மச்சுவீட்டை நோக்கிப் போயிற்று. பொழுது கிளம்பிவிட்டது. வீரானின் காலடியில் மணற்பரப்பு பின்னோக்கி நகர்ந்தபடியிருந்தது.

அன்று கட்டுத்தரை இருளில் மூழ்கிக் கிடந்தது. சாமி எருது தீனிக்காடி வைக்கோலை தின்றுவிட்டு அசைவாங்கிக்கொண்டு நின்றது. தரிசு வயலில் பதுங்கிய காட்டுப்பக்கிகளின் ஒளிரும் கண்கள் கிட்டத்தில் தெரிந்தன. வீரான் இறைந்துகிடந்த வைக்கோல்களின் மீது நிச்சலனமாக உட்கார்ந்து கொண்டிருந்தான். சாமி எருதுக்காரன்

நிறை போதையில் தட்டுத்தடுமாறி கட்டுத்தரைக்குள் நுழைந்தான். கீற்றுப்பந்தல் ஓதைகாலில் தூக்கியிருந்த லாந்தரை பற்ற வைத்தான். எடுத்துக்கொண்டு சாமி எருதிடம் போனான். லாந்தரை தரையில் வைத்துவிட்டு கழிகூளங்களைக் குவித்துத் தீமூட்டினான். குழறிய குரலில் வீரானை கூப்பிட்டான்.

"டேய்... இங்க வாடா..."

வீரான் பதில் பேசாமல் எழுந்து தீனிக்காடியிடம் போய் நின்றான்.

"எருதுல பாரு... தெனாசும் உனியும் ஒட்டிக் கெடக்கு... புடுச்சு தீயில போடுடா..."

வீரான் சாமி எருதின் அடிவயிற்றில் ஒட்டியிருந்த தெனாசையும் உன்னியையும் பிடித்து கழிகூளத்து தீயில் போட்டான். சாமி எருதுக்காரனுக்கு கை சரியாக வணங்கவில்லை. தெனாசைப் பிடிக்க தடுமாறியது. நிதானமிழந்து சாமி எருதை சுற்றிக்கொண்டு போதையில் வேறு ஏதேதோ உலறினான். வீரான் அமைதியாக தெனாசும் உன்னியும் பிடிப்பதிலேயே கவனம் செலுத்தினான். திடீரென சாமி எருதுக்காரன் கேட்டான்.

"டேய்... நானு உனக்கு ஆருடா...?"

"அண்ணன்..."

"அப்ப நீ ஏன்டா... என்னை அண்ணான்னு கூப்பிடறதில்ல..."

"இனி கூப்பிடறேன்..."

"எங்கே கூப்பிடு பாக்கலாம்..."

"அண்ணா..."

"ம்கூம்... இப்பிடியில்ல..."

"சாமி எருதுக்கார அண்ணா..."

"ம்கூம்... தப்பு..."

"அப்புறம் எப்பிடி உங்கள கூப்பிடறதுங்க...?"

"கலியுகநாத அண்ணான்னு கூப்பிடு..."

"கலியுகநாதண்ணா..."

"இனி நீ என்னை இப்பிடிதான் கூப்பிடனும்..."

"சரியுங்கண்ணா..."

"என்னது..."

"சரியுங்க... கலியுகநாதண்ணா..."

"சபாசு..."

சாமி எருதுக்காரன் தரையில் சாய்ந்து மல்லாக்கப் படுத்து கொண்டான். மீண்டும் ஏதேதோ உளறினான். இருந்திருந்தாற்போல் எழுந்து உட்கார்ந்தான்.

"டேய்... நீ எல்லாம் கோவிலு வரி வசூலு முடிஞ்சா... இந்த கலியுகநாதண்ணனை மறந்திருவீல்லடா...?"

"ஏங் கலியுகநாதண்ணா அப்பிடி சொல்லறீங்க...?"

"அதுதான்டா நெசம்..."

"நானு அப்பிடியில்ல... உங்கள பாக்க கட்டாயம் வருவேன் கலியுகநாதண்ணா..."

"அப்பபடியா... எங்கடா வந்து பார்ப்பே...?"

வீரான் முழித்தான். சாமி எருதுக்காரன் கையூன்றி எழுந்து நின்றான்.

"இந்த ஆத்தப் புடிச்சு தெக்கே நடந்தீன்னு வெச்சுக்க... ஒரு அஞ்சாரு மைல் போனீனா... இன்னொரு ஆறான சண்முகநதியாறு வந்து கலக்கும்... அங்க வலப்பக்கமா கரையேறினீன்னு வெச்சுக்க... எங்க ஊரு அலங்கியம் வரும்..."

சாமி எருதுக்காரன் மேற்கொண்டு பேசாமல் நகர்ந்து நடந்தான். வைக்கோல் பரப்பின் மீது கால்நீட்டிப் படுத்து கொண்டான். வீரான் சாமி எருதிடம் ஒட்டியிருந்த தெனாசுகளையும் உன்னிகளையும் பிடிக்க ஆரம்பித்தான். சாமி எருது பின்னங்கால் அகட்டிக் கொடுத்து ஏதுவாக நின்றது. கலிகூளத்து தீ எரிந்தடங்கி சாம்பலானது. வயல்வெளி காட்டுப்பக்கிகளின் குரலை தவிர பெருநிசப்தம் பூண்டுக் கிடந்தது.

இப்போது இளவெயில் கொஞ்சம் கொஞ்சமாக ஏறிக் கொண்டிருந்தது. மணல்பரப்பின் அனற்சூடு காந்தியது. வீரான் கரையோரமாக மாடும் செம்மறியாடும் மேய்ப்பவர்களை பொருட்படுத்தாமல் மணலில் விரைசலாக எட்டிவைத்து அலங்கியத்தின் திசை நோக்கி நடந்து

கொண்டேயிருந்தான். ஊற்றுக்குழியில் நீர் பருகி பசி மறந்தான். மனதுக்குள் சாகசப் பரவசம் தொற்றியது. தென்மேற்கிலிருந்து வரும் அமராவதியோடு தெற்கிலிருந்து வரும் சண்முகநதி கலந்தது. சண்முகநதியிலும் வறண்ட மணற்பரப்பு நீண்டுக் கிடந்தது. வீரான் தோகை இலைகள் காய்ந்த மூங்கிலினூடே சென்ற கொழிமணல் தடத்தில் வலக்கரையேறி நடந்தான். புதர்வானம்பாடி குரலிட்டபடி அந்தரத்தில் மேலே பறந்து கீழே இறங்கிக் கொண்டிருந்தது. அலங்கியத்தின் வீதிகள் எதிர்பட்டன. நிறைய சீமையோட்டு வீடுகள் இருந்தன. கலியுகநாதண்ணனை எப்படிக் கண்டுபிடிக்கப் போகிறோமென்று குழப்பமாக இருந்தது. ஊர் மைய சதுக்கத்தில் மளிகைக்கடை இருந்தது. வீரான் மளிகைக்கடைக்காரரிடம் விசாரித்தான். சரியான பதிலில்லை. அகன்ற வீதி ஒன்றில் இறங்கி தெற்கே நடந்தான். இருபக்கமும் மாட்டுக் கொட்டிலோடு சேர்ந்த வீடுகள் இருந்தன. மாட்டுகன்றுகள் கத்தின. நாய்கள் குரைத்தன. சாணிவாசலில் உளுந்து தட்டி முறத்தில் தூற்றிக் கொண்டிருந்த பெண்ணிடம் கேட்டான்.

"சாமி எருது பழக்கறவருங்க... கலியுகநாதண்ணன் வூட்டுக்கு போகனுமுங்க..."

அந்த பெண் முறத்தை உயரப் பிடித்தபடியே நிமிர்ந்துப் பார்த்தாள். பின் கோடைக்காற்றால் உளுந்து பிரிந்து மக்கிரியில் விழுவதிலேயே கவனம் செலுத்தியபடி பதில் கூறினாள்.

"இந்த வீதியிலேயே தெக்க போ... ஈசுவரன் கோயிலு வரும்... அங்க போயி பொட்டிலிக்காரனூடுன்னு கேளு ராசா... சொல்லுவாங்க..."

வீரான் உளுந்து பொட்டுகள் பரவிய சாணிவாசலை தாண்டி நடந்தான். கலியுகநாதர் கோவில் வந்தது. முன்கோபுரமில்லாத ஈஸ்வரன் கோவில். வெளிநடை மரக்கதவு பூட்டிக் கிடந்தது. கோவில் வாசலில் எள்ளு காய்ந்து கொண்டிருந்தது. காவலுக்கு கிட்டத்தில் எவருமில்லை. வீரான் நாலாப்புறமும் நோட்டமிட்டான். கோவில் மதிலோரம் புரசுமர நிழலில் கயிற்றுக் கட்டிலில் கிழவி ஒருத்தி உட்கார்ந்திருந்தாள். வீரான் கிட்டத்தில் சென்று கேட்டான்.

"பொட்டிலிக்காரனூட்டு கலியுகநாதண்ணனை பாக்கனுமுங்க ஆத்தாமாரு..."

அந்தக் கிழவி நெற்றிக்கு கையை கொண்டுப்போய் சல்லடைக் கண்ணாடி வைத்துப் பார்த்தாள்.

"பூக்கட்டற அம்மிணி புள்ளயா...?"

வீரானுக்கு என்ன பதில் கூறுவதென்று தெரியவில்லை. உத்தேசமாகச் சொல்லி வைத்தான்.

“ஆமாங்க ஆத்தாமாரு…”

“கோயிலுக்கு பொறத்தாண்ட போயி… கல்லுகட்டு ஊட்டுல கேளுப்பா…”

வீரான் நகர்ந்து மதிலை ஒட்டி நடந்தான். சிறிய கோவில். சீக்கிரத்தில் பின்வீதி வந்தது. தட்டோட்டு வீடுகள் ஒட்டாமல் தள்ளித் தள்ளி இருந்தன. கல்கட்டு வீடு பூட்டியிருந்தது. வெளித்திண்ணை மூலையில் மண்மொடாக்கள் கவிழ்த்து வைக்கப்பட்டிருந்தன. பாப்புராணி பயமின்றி ஊர்ந்து போயிற்று. காந்திமுள் படர்ந்த வாசலில் பயன்படுத்தாத கல்செக்கும் கல்லுரலும் கிடந்தன. வீட்டில் ஆள்புழங்கி பல தினங்கள் இருக்கும் எனப்பட்டது. வீரான் சுற்றும் முற்றும் பார்த்தான். அருகில் வீடுகளிலும் ஆட்கள் இல்லை. எறப்புத்திண்ணை வெடிப்புகளில் கல்லிச்சி முளைத்து வளர்ந்திருந்தன. எவரிடம் விசாரிப்பது என யோசித்தான். மறுபடியும் புரசுமர நிழலுக்கே வந்தான். அந்தக் கிழவி குச்சியின் ஆதரவோடு கயிற்று கட்டிலிலிருந்து எழுந்து நின்றிருந்தாள். கூடவே புரசுநிழலில் வேறு ஒரு பெண் தலையில் பூல்லுக்கட்டுடன் நின்றிருந்தாள். வீரான் சாமி எருதுக்காரனின் வீடு பூட்டிக் கிடப்பதைச் சொன்னான். தலையில் புல்லுக்கட்டு சுமந்த பெண் பேசினாள்.

“பூக்காரி கெழவி ஆறேழு மாசத்துக்கு முன்னால செத்துப் போயிட்டா… அப்பொறம் இவ வடக்க எங்கியோ சாமி எருது பழக்கறேன்னு போனாங்கண்ணு… போன வாரத்துல ஒருநாளு மூஞ்சியெல்லாம் காயத்தோட வந்தான்… கேட்டதுக்கு எந்தப் பதிலும் சொல்லல… அப்பொறம் காத்து வாக்குல ஊருக்கு சேதி வந்துச்சு… வடக்க மணியக்காரர் ஊட்டுல போயி வேலக்காரப் புள்ளகிட்ட சிநேகம் வெச்சுக்கிட்டான்னு… அவங்க ஆளவுட்டு அடிச்சு தொறத்திட்டதா சொன்னாங்க… இப்ப இவ அவமானம் தாங்காம எங்கியோ ஓடிட்டான்னு பேசிக்கறாங்க கண்ணு… ஆமா… அவன பத்தி இவ்வளவு தூரம் வெசாரிக்கறியே நீ ஆரு கண்ணு…”

“மணியக்கார ஊட்டு வேலக்கார பொண்ணோட தம்பீங்க ஆத்தா…”

“அவன எல்லாம் நம்பாதீங்க கண்ணு… ஊரூரா போற தேசாந்திரகாரன்… பேசாம உங்கக்காவுக்கு நல்ல எடத்துல மாப்புள பாத்து கலியாண மூய்ச்சு வெய்யுங்க கண்ணு… சரிசரி வேகாத வெய்யில் நேரத்துக்கு வந்துருக்கே… ஏதாச்சும் குடிச்சுட்டுப் போ கண்ணு…”

வீரான் நிற்கவில்லை. காய்ந்து கொண்டிருந்த எள்ளை மிதிக்காமல் கடந்து வீதியில் வடக்கே நடந்தான். பொழுது உச்சியேறியிருந்தது. வெயில் கூடியிருந்தது. வீரானுக்கு அடுத்து எங்கு போவது என்று தெரியவில்லை. சாமி எருதுக்கரானை எப்படி தேடுவது என்கிற வழிமுறையும் புதிராகாவே வேடிக்கை காட்டியது. மனதுக்குள் இருந்த சாகசப் பரவசம் அடங்கிப் போயிற்று. அலங்கியத்தை விட்டு நீங்கினான். மறுபடியும் அமராவதியின் சூடேறிய மணற்பரப்பில் இறங்கி வடக்கே நடந்தான். மனம் குழம்பியபடி கிடந்தது. திடீரென பானுமதியின் கேலியான குரல் அசரீரிபோல் கேட்டது.

"பாத்தியா வீரா... நாஞ் சொன்ன மாதிரியே சீக்கிரத்தில ஆனைமடுவுல எறங்கிட்டேன் பாருடா..."

வீரானின் கண்கள் நாலாத்திக்கிலும் தேடின. அருகில் பானுமதியின் ஆவிரூப தோற்றம் எதுவும் தென்படவில்லை. மனப்பிரமை ஏற்படுவதன் தாத்பரியத்தையும் புரிந்து கொள்ள முடியவில்லை. சுடுமணற்பரப்பில் நடக்க நடக்க பானுமதியின் துயரம் தோய்ந்த குரல் கேட்டபடியே இருந்தது. வாடிய முகமும் கண்முன் எழுந்து கொண்டேயிருந்தது. மறுபடியும் ஆஞ்சநேயர் கோவில் கல்மண்டப வாசற்படியில் வந்து உட்கார்ந்தான். மேல்விதானத்தில் தொங்கும் தோக்குருவிகளின் சப்தம் இடைவிடாமல் எழுந்தது. தோக்குருவிகளின் எச்ச வீச்சம் மூக்கில் ஏறிற்று. வீரான் சாமி எருதுக்காரனைக் கண்டுபிடிக்கும் திட்டத்தை கைவிடும் நிலைக்கு வந்தான். பின்மதியம் முடிவுறும் வரை வீரான் மனத்தெளிவில்லாமல் அப்படியே உட்கார்ந்திருந்தான். மனதுக்குள் தொடர்ந்து ஏதேதோ குழப்பமான நினைவுகள் ஓடின. டேனியல் பாதிரியாரிடமிருந்து தப்பித்து இந்தக் கல்மண்டபத்தில் விக்டருடன் தஞ்சம் புகுந்த மழையிருட்டு இரவு ஞாபகம் வந்தது. சட்டென எழுந்து கரையோரமாகச் சென்றான். அமராவதி ஆற்றுப்பாலம் ஏறினான். பயணத்திசையை மாற்றிக் கொண்டான். ராமபட்டினத்தை குறிவைத்து கிழக்கே நடந்தான். குளத்துப்பாளையம் நூற்பாலை சங்கு ஒலித்து வழிகாட்டிற்று.

○○○

# 20

தீபந்த ஒளிவட்டத்தில் வீரானின் முகம் துலக்கமாகத் தெரிந்தது. வீரான் உணர்ச்சி மேலிட குதிரை உருவாரச்சாமிகளின் சப்பரங்களைச் சுமப்பவர்களிடம் சென்று ஏதோ சொல்லிக் கொண்டிருந்தார். குதிரை உருவாரச்சாமிகளின் சப்பரங்களைச் சுமப்பவர்களைச் சாந்தநிலைக்குக் கொண்டு வந்தார். குதிரை உருவாரச்சாமிகள் நிலைத்தன்மையுடன் முன்னேறின. அடுத்து வீரான் யானை உருவாரச்சாமிகளின் சப்பரங்களைச் சுமப்பவர்களிடம் போனார். தீப்பந்த ஒளிவட்டம் இப்போதும் வீரானின் முகத்தைத் துல்லியமாகக் காட்டிற்று. நாணல்மடைவலசுப் பூசாரி வீரானுக்கு ஏதேதோ கட்டளையிட்டபடியே இருந்தார். இப்போது சப்பரத்து உருவாரச்சாமிகள் கோவிலை சுற்ற ஆரம்பித்துவிட்டன. உருமிமேளங்களும் நாதஸ்வரங்களும் ஒரே கதியில் ஒலித்தபடி சற்று முன்னே போய்விட்டன. வீரான் எங்கும் மறைந்து போய்விடமாட்டார். அகில் இந்தமுறை வெள்ளைத்தாடிக்காரர் இல்லாமல் தான் மட்டுமே வீரானை நெருங்க வேண்டும் என்று முடிவு செய்தான். வீரானைச் சந்தித்தப் பின்பு கேட்கும் கேள்விகளைக்கூட மனதுக்குள் ஓட்டிப் பார்த்தான்.

அந்தநேரம் அகிலுக்கு தன் தோள்பட்டையை யாரோ தொடுவதாய்பட்டது. அகில் திரும்பிப் பார்த்தான். வெள்ளைத்தாடிக்காரர் நின்றிருந்தார். வெள்ளைத்தாடிக்காரர் எப்படி இங்கு வந்தார் என்பதும் தெரியவில்லை.

"தம்பி வாங்க போலாம்... இங்க கெடந்து ஒரு புரையோசனமுமில்ல... வேறவொரு வேலயிருக்கு...?"

"நம்ம வீரான் எதிர்க்கதான் இருக்காருங்க...?"

"என்ன சொல்லறீங்க தம்பி... வீரான் எதுக்க இருக்காரா...?"

"ஆமாங்க... அங்க பாருங்க..."

அகில் கைநீட்டி வீரானைக் காண்பித்தான். அப்போது வீரான் காளை உருவாரச்சாமிகளின் சப்பரங்களைச் சுமப்பவர்களிடம் ஏதோ சொல்லிக் கொண்டிருந்தார். வெள்ளைத்தாடிக்காரர் உற்றுக் கவனித்தப்போதும் வீரானை அடையாளம் காண முடியவில்லை.

"எங்க தம்பி காணோமே...?"

அகில் மறுபடியும் மறுபடியும் வீரானைச் சுட்டிக் காட்டினான். வெள்ளைத்தாடிக்காரர் உருவாரச்சாமிகளின் சப்பரங்களுக்கிடையே வீரானைத் தேடியபடியே கேள்வி மேல் கேள்வி கேட்டுக் கொண்டேயிருந்தார். அகில் தீபந்த ஒளிவட்டம் வீரான் முகத்தின் மீது படிவதற்காகக் காத்திருந்தான். தீபந்தம் பிடிப்பவர்கள் ஊர்வலத்தைவிட்டு சற்று விலகி நடந்து வந்து கொண்டிருந்தனர். வீரானின் முகம் கொஞ்சம் இருளுக்குள்ளேயே இருந்தது. திடீரென வெள்ளைத்தாடிக்காரர் அகிலின் தோளைப் பிடித்து உலுக்கினார்.

"உங்களுக்கு சித்தபிரம்மதான் புடிச்சிருக்கு தம்பி... அங்க எங்கெ வீரான்...?"

சட்டென அகில் வெள்ளைத்தாடிக்காரரின் வலக்கையைப் பற்றி இழுத்துப் போக ஆரம்பித்தான். உருமிமேளக்காரர்களையும் நாதஸ்வரக்காரர்களையும் விலக்கி உள்நுழைந்தான். நாணல்மடைவலசுப் பூசாரி ஏதோ சொல்லித் தடுக்கப் பார்த்தார். அகில் நிற்கவேயில்லை. வெள்ளைத்தாடிக்காரரைக் கூட்டிக்கொண்டு போய் வீரான் முன்பு நிறுத்தினான். வீரான் வெள்ளைத்தாடிக்காரரைக் கூர்ந்து பார்த்துவிட்டு கேட்டார்.

"பொட்டிலிக்காரரே ஏதாச்சும் சோலியா...?"

"ஒன்னுமில்லீங்க கொத்துக்காரரே..."

வெள்ளைத்தாடிக்காரர் அகிலை முறைத்தார். பின் விலகிச் சப்பரத்து உருவாரச்சாமிங்களின் ஊர்வலத்தைவிட்டு வெளியே வந்தார். அகில் நிராசையுடன் பின்னால் ஓடி வந்து கேட்டான்

"இவர ஏற்கனவே உங்களுக்கு தெரியுமா...?"

"பின்னே நாணல்மடைவலசுக் கொத்துக்காரரை இந்த சுத்துவெளி ஊர்ல ஆருக்குத்தான் தெரியாது தம்பி...?"

"கொத்துக்காரருன்னாங்க...?"

"வயற்காட்டுல நெல்நாத்து நட... களையெடுக்க... அறுவடை செய்யன்னு இந்த சுத்துவெளியில எல்லாவூர்க்கும் இவர் ஆள் அனுப்பர மேகோலி... அதுக்குப் பேர்தான் கொத்து... வேல முடிஞ்சப்புறம் வயற்காடுக்காரங்க இவருக்கு கொத்துக்கூலியாக நெல்லு அளந்து குடுப்பாங்க... காலங்காலமா இவங்க குடும்பத்துலதான் ஆராவது ஒருத்தங்க கொத்துக்காரரா இருப்பாங்க... இதெல்லாம் நம்ம ஊருப்பக்கம் இருக்கற மொறைமை தம்பி..."

வெள்ளைத்தாடிக்காரர் நகர்ந்து மேற்குப் பார்த்து நடக்கத் தொடங்கினார். அகில் சற்றுநேரம் மௌனமாக நின்றான். பின் ஓடிப் போய் வெள்ளைத்தாடிக்காரரோடு சேர்ந்து நடந்தபடி கேட்டான்.

"அப்ப இவர் வீரான் கெடையாதாங்க...?"

"வீரான்தான்... ஆனா நாம தேடி வந்த வீரான் கெடையாதுங்க தம்பி..."

இந்திரஜித் நாடகமேடையில் போர்முரசு முழங்கிற்று. கட்டியங்காரன் தோற்றத்தில் இருந்தவரே போர்முரசு அறிவிப்பாளராகவும் இருந்தார். சோகமாக நின்றிருந்த இந்திரஜித்திடம் வந்து பவ்வியமாகக் கூறினார்.

"நாளைய போருக்கு மகாராசாவே தலைமை தாங்கிப் செல்லப் போகிறார் இளவரசே..."

இந்திரஜித் மேடையோரமாக நகர்ந்து வாளும் கேடயமும் ஏந்திப் போர்க்கோல உடையணிந்தான். திரை மூடித் திறந்தது. இந்திரஜித் பெரும் பதற்றத்துடன் அரசவைக்குள் நுழைந்தான். தந்தை ராவணன் எதிரே போய் நின்றான்.

"இளவல் நான் இருக்க... நீங்கள் எதற்காக போர்ப்படைக்கு தலைமை தாங்க வேண்டும்..."

"கொடியவன் இலக்குமணன் அதிகாயனை கொன்றுவிட்டான் மகனே..."

"வலிய சேனையை உடையவர்களாகிய அம்மனிதர்களின் வல்லமையை அறிந்திருந்தும் அவர்களோடு போர்புரிய மாவீரனான என்னை போருக்கு ஏன் அனுப்பவில்லை...? சிறுவர்களை நீங்கள் போர்புரியும்படி கூறியதால் அவர்கள் சிலநாழிகையில் மாண்டு போனார்கள்..."

இந்திரஜித் போருக்குச் செல்ல ராவணன் சம்மதம் கொடுக்கவில்லை. தடுத்துவிட்டான். இந்திரஜித் செய்வதறியாது நின்றான். தாய் மண்டோதரியும் மனைவி சுலோசனாவும் ஓடிவந்து ராவணன் காலில் விழுந்து வணங்கினர். பின் ராவணனிடம் இந்திரஜித்தே படைத்தலைமை ஏற்கட்டும் என்று வாதிட்டனர். இறுதியில் ராவணன் அரைமனதாக சம்மதித்தான். இந்திரஜித் போர்க்களத்திற்கு புறப்படும் கணம் தாய் மண்டோதிரியிடமும் மனைவி சுலோசனாவிடமும் சொன்னான்.

"அந்தி வெளிச்சம் மயங்குவதற்குள் அண்ணன் தம்பிகளின் தலையை கொய்து விட்டு... வெற்றி வாகை சூடி அரண்மனை வருகிறேன்... ஆரத்தி எடுக்கத் தயாராக இருங்கள்..."

இந்திரஜித் இலச்சுமணனை கொல்லும் வெறியில் நாடகமேடையில் நடந்தபடியே பாட ஆரம்பித்தான். ஹார்மோனியம் கூடச்சேர்ந்து இசைத்தது.

*"மருந்தே நிகர் எம்பிதன் ஆருயிர் வவ்வினானை*
*விருந்தே என அந்தகற்கு ஈகிலன் வில்லும் ஏந்திப்*
*பொருந்தேவர் குழாம் நகை செய்திடப் போந்து பாரின்*
*இருந்தேன் எனின் நான் அவ் இராவணி அல்லன் என்றான்..."*

ராவணன் தன் வலக்கரத்தில் குங்குமம் அள்ளி இந்திரஜித்துக்கு வெற்றித் திலகமிட்டான். மண்டோதரியும் சுலோசனாவும் நாடக மேடையிலேயே மண்டியிட்டனர். ஆகாயத்தைப் பார்த்து கைகூப்பி இறைவனிடம் இந்திரஜித்தின் வெற்றிக்காக பிரார்த்தித்தனர். இந்திரஜித் நாடகமேடையில் நடந்தபடி வேறொரு பாடலை பாடத் துவங்கினான். வெள்ளைத்தாடிக்காரருக்கு நாடகமேடைப் பக்கம் எவ்விதக் கவனமும் இல்லை. வேகமாக நடந்து பொட்டொலி போடும் இடத்திற்குப் போய்விட்டார். அகிலுக்கு காட்சி முடிந்து ஒப்பனைக் குடுசுக்கு வரும் சுலோசனாவிடம் போய் விசாரிப்போம் என்கிற எண்ணம் உதித்தது. இந்த சுலோசனாவுக்கு பழநி சுலோசனாவைப் பற்றிய தகவல் தெரியக்கூடும். காட்சி முடிவதற்காக அதே இடத்தில் நின்று கொண்டான். இந்திரஜித்தின் பாடல் முடிவுறும் சாத்தியமற்று நீண்டு போய்க் கொண்டேயிருந்தது.

*"பாம்பின் தருவெம்படை பாசுபதத்தினோடும்*
*தேம்பல் பிறை சென்னி வைத்தான்தரு தெய்வ ஏதி..."*

அந்தச் சமயத்தில் அகில் தன்னை யாரோ அழைப்பதாய் உணர்ந்தான். சுற்றும் முற்றும் பார்த்தபோது வடக்குப்புறத்தின் மங்கிய வெளிச்சத்தில் இரு நபர்கள் தன்னை நோக்கியபடி நின்று கொண்டிருப்பது தெரிந்தது. அந்த இரு நபர்களும் அகிலை தன்னிடம் வரும்படி கைச்சாடை காட்டினர். அகில் திரும்பி அந்த இரு நபர்களை நோக்கி நடந்தான். அந்த இரு நபர்களும் அகில் நெருங்கும் முன்பு திரும்பி வடக்கு நோக்கி இருளுக்குள் நடந்தனர். அகில் அந்த இரு நபர்களையும் பின்தொடர்ந்தான். குறுகிய இருட்டு வழியில் மௌனம் இறுகிக் கிடந்தது. அந்த இரு நபர்கள் நிழலுருவாய் முன்னே போய் மறைந்துவிட்டனர். அகில் கன்றீனிய பசுக்களின் நஞ்சுக்கொடி மூட்டைகள் இற்றுத் தொங்கிய கிளுவை மரங்களைக் கடந்து நடந்தான். நிமிர்ந்த கிளுவை

முள்வாதுகளின் கீழே மண்தடம் ரூபமற்று அழிந்து கிடந்தது. நடக்கத் தோதில்லாத மண்தடம். முள்மரவாதுகள் தடுதலிட்டன. அகில் நிற்கவில்லை. பெருங்கிளை விரிந்த ஆலமரத்தினடியில் வந்து நின்றான். ஆளைக் கண்டு உச்சிவாதுக்குள் எங்கோ அணைந்திருந்த கருங்கழுகுகள் வினோத முனகலிட்டன. பொடிச்செம்பழங்கள் உதிர்ந்து கிடந்த மண்தரையில் தடித்த விழுதுகள் ஊன்றி வேரேறியிருந்தன. அகில் தொங்கும் சன்னவிழுதுகளை ஒதுக்கி உள்நுழைந்தான். தடித்த விழுதுகளினூடே எட்டுக்காலிகள் வெண்வலைக்கூடுகள் பின்னி இரைக்காகக் காத்திருந்தன. அடி ஆலமரத்தைச் சுற்றிக் கட்டிய கல்திண்ணையில் வெங்கிக்கல் கருப்பணசாமி பரிவார சாமிகளுடன் பூசையின்றிக் கட்டெறும்பு குழிமண்ணில் சாய்ந்து நின்றிருந்தது.

ஆலமரத்து கல்திண்ணையின் மறுபுறம் பேச்சரவம் எழுந்தது. அகில் நகர்ந்து எட்டி நோக்கினான். லாந்தர் வெளிச்சத்தில் தன்னை அழைத்து வந்த அந்த இரு நபர்களும் மூனுசீட்டு விளையாண்டபடி இருப்பதைக் கண்டான். சதுரவடிவ லங்கா கட்டைகள் தகர டப்பாவுக்குள் குலுங்கின. சித்திரம் வரைந்த காகித விரிப்பில் லங்கா கட்டைகள் உருண்டு விழுந்தன.

ஒவ்வொரு உருட்டலிலும் பணம் புழங்கிற்று. அந்த இரு நபர்களும் ஜெயித்து கொண்டேயிருந்தனர். அகிலுக்கும் மூனுசீட்டு விளையாடும் ஆர்வம் தொற்றியது. மூனுசீட்டுக்காரனின் எதிரே போய் குத்தவைத்து உட்கார்ந்தான். அந்த இரு நபர்களும் ஒதுங்கி வழிவிட்டனர். அகில் மணிபர்சிலிருந்து நூறு ரூபாய் தாளை எடுத்து நீட்டினான். லங்கா கட்டைகள் தகர டப்பாவுக்குள் மீண்டும் குலுங்கின. துவக்கத்தில் லங்கா கட்டை மீது வைத்த பணம் எல்லாம் இரட்டிப்பாகக் கிடைத்தது. பின் வருவதும் போவதுமாக மாறிமாறி நிகழ்ந்தன. அந்த இரு நபர்களும் ஆலமரத்தடியைவிட்டு போயினர். நேரம் கடக்க கடக்க அகிலுக்கு வைத்த பணம் எல்லாம் கைநழுவிப் போனது. அகிலுக்கு எழுந்து வர மனமில்லை. விட்ட பணத்தை பிடித்துவிட தொடர்ந்து மூனுசீட்டிலேயே மும்முரமானான். ஒருநிலையில் வைத்து விளையாட அகிலிடம் எதுவுமில்லை. மூனுசீட்டு ஆள் எழுந்து போகச் சொன்னான். அகிலுக்குள் ஆத்திரம் மூண்டது. அந்த நேரம் கல்திண்ணையின் இன்னொருபுறத்தில் அமர்ந்திருந்த ஆசாமி அகிலை கூப்பிட்டார். அகில் எழுந்து அந்த ஆசாமியிடம் சென்றான். அந்த ஆசாமிக்கு அடர்ந்த கருந்தாடி. பிடரி வரை படர்ந்த தலைமுடி. அழுக்கு வேட்டி மட்டும் உடுத்தியிருந்தார்.

"இங்க எனக்கு தொணையில்லையின்னு நெனைச்சேன்... நீங்க வந்து சேர்ந்துட்டீங்க..."

“நீங்களும் என்னை மாதிரி மூனுசீட்டுல தோத்தவரா...?”

“இல்லீங்க... வீரானோட அப்பக்காரர்...”

“நானும் வீரானை தேடித்தான் வந்திருக்கேன்...”

“நல்லது அப்ப கல்திண்ணையில உக்காருங்க... வீரான் வரட்டும் நம்மள கூட்டிட்டு போக...”

“வீரான் எப்ப வருவாருங்க...”

“அது பட்டக்காரக் கோடாங்கிக்குதான் தெரியும்...”

“பட்டக்காரக் கோடாங்கி எங்கிருக்கறாருங்க...?”

“பட்டக்காரக் கோடாங்கிய பாக்கனுமுன்னா... ஜக்கம்மா தேவி உத்தரவு குடுக்கனும்...”

அகில் அதற்கு மேல் எதுவும் கேட்கவில்லை. வீரானின் அப்பக்காரரை ஒட்டி கல்திண்ணையில் அமர்ந்து கொண்டான். வீரானின் அப்பக்காரர் ஆலமர லாந்தர் வெளிச்சம் கடந்து விண்மீன்கள் சுடரும் விரிந்த ஆகாயத்தை வெறித்தபடி மௌனமாகவே இருந்தார். அகிலும் ஆகாயத்தைப் பார்த்தபடி அவரைப் போலவே ஜக்கம்மா தேவியின் உத்தரவுக்காகக் காத்திருக்கத் துவங்கினான். ஜக்கம்மா தேவியின் உத்தரவு கிடைத்து வீரான் வந்துவிடுவார் என்கிற நம்பிக்கை ஏற்பட்டது. மூனுசீட்டு விளையாட வேறு ஆட்கள் எவரும் வரவில்லை. மூனுசீட்டுக்காரனும் கல்திண்ணையில் ஏறியமர்ந்து பீடியை பற்றவைத்து புகையை ஊதினான். லாந்தர் வெளிச்சம் அணைந்து அடர்ந்த இருள்கருமை வியாபிக்கத் தொடங்கியது.

திடீரென அகிலின் அலைபேசி ஒலித்தது. வெள்ளைத்தாடிக்காரர் பொட்டொலி போடும் இடத்திற்கு வரச் சொன்னார். அகில் வீரானின் அப்பக்காரரை ஒருமுறை பார்த்து கொண்டான். அவர் இன்னும் ஆகாயத்தையே வெறித்தபடியிருந்தார். அகில் எழுந்து வந்தவழியே நடந்தான். கண்களுக்குள் இன்னும் மூனுசீட்டின் லங்காக் கட்டைகள் உருண்டு விழுந்து கொண்டேயிருந்தன. பணம் மொத்தமும் போய்விட்டது பெரும்வருத்தத்தை தந்தது. அகிலினால் ஏமாந்ததை தாங்கிக் கொள்ள முடியவில்லை. அருகில் பொட்டொலி ஓசைகள் எழுந்தன. சரவானங்கள் வெடித்துச் சிதறும் காட்சிகள் தென்பட்டன. சனத்திரளினூடே நுழைந்து பொட்டொலி போடும் இடத்தை அடைந்தான். தற்சமயம் கந்தக வாசனை எல்லாம் அடங்கிப் போயிருந்தது. வெள்ளைத்தாடிக்காரர் அருகே அந்த இரு நபர்களும் நின்றிருந்தனர். வெள்ளைத்தாடிக்காரர் அகிலிடம் சொன்னார்.

“இவங்க ரெண்டு பேரும் ஒரு காலத்துல சொப்பனவித்தைக்காரங்க... இப்ப மூனுச்சீட்டுக்கு ஆளு புடிக்கறவங்க... கொஞ்சம் ஏமாந்தா ஆள வசியம்பண்ணி மூனுசீட்டுல வெளையாட உக்கார வெச்சு எல்லாம் புடிங்கிக்கிட்டு உட்டுருவானுக... தம்பி... சித்த நேரத்துக்கு முன்னால உங்கள குறிவெச்சுட்டானுகன்னு தெரிஞ்சுக்கிட்டேன்... அதுதான் கூட்டி வந்திருக்கேன்...”

அகில் ஒன்றும் புரியாமல் அந்த இரு நபர்களையும் பார்த்தான். அந்த இரு நபர்களும் அகிலை கையெடுத்து கும்பிட்டுவிட்டு வெள்ளைத்தாடிக்காரரைப் பார்த்தனர். வெள்ளைத்தாடிக்காரர் மிரட்டும் தொனியில் பேசினார்.

“சொல்லுங்கடா... இவர நீங்க என்னங்கடா செஞ்சீங்க...?”

அந்த இரு நபரில் கொஞ்சம் உயரமாக இருந்தவன் பேசினான்.

“உருவாரச்சாமிகளோட ஊர்வலத்துல இந்த மனுசன பாத்தோம் பொட்டிலி எசமானே... வெரல்ல மாட்டீருந்த மோதிரம் கண்ணுல பட்டுச்சு... அப்புறம்...”

“அப்புறம் என்னடா... சொப்பனவித்தைய ஏவீட்டீங்க...?”

இப்போது அந்த இரு நபரில் கொஞ்சம் குள்ளமாக இருந்தவன் பேசினான்.

“பொட்டொலி எசமானே... நாந்தான் சொப்பனவித்தைய ஏவினேன்... ஆனா...”

அவன் அகிலை பார்த்தான். அகிலுக்கு அந்த இரு நபர்களும் பேசுவது துளியும் விளங்கவில்லை. வெள்ளைத்தாடிக்காரர் அதட்டினார்.

“மேல சொல்லுங்கடா...?”

“ஆனா... இந்த மனுசன் அதுக்கு முன்னாலயே சொப்பனவித்தை ஏவப்பட்டவரா இருந்தாருங்க...”

“அப்ப வேற எவனாச்சும் உங்களுக்கு முன்னால சொப்பனவித்தையை ஏவியிருபாங்களாடா...?”

“அப்படியில்ல... பொட்டிலி எசமானே... இன்னிக்கு நாங்க ரெண்டுபேரும் மட்டுந்தான் இங்க சுத்தறோமுங்க...”

“பொய்யாடா சொல்லறீங்க... அடிச்சனா செரீ... செவுனி பிஞ்சுபோயிரு... இந்த தம்பிக்கிட்ட அடிச்சதெல்லாம் மருவாதியா திருப்பிக் குடுங்கடா...”

வெள்ளைத்தாடிக்காரர் சொப்பனவித்தைக்கார இரு நபர்களையும் நோக்கினார். அகில் அமைதியாகவே நின்று கொண்டிருந்தான். சொப்பனவித்தைக்கார இரு நபர்களும் அகிலின் மோதிரத்தையும் மூனுசீட்டில் இழந்த பணத்தையும் திருப்பிக் கொடுத்தனர். பின் கும்பிட்டு நகர்ந்தனர். கோவில் வளாகத்தை சமீபித்திருந்த மாவிளக்கு முளைப்பாரி ஊர்வலத்தைக் குறிவைத்து ஓடினர். கொட்டுமுழக்குகளின் ஓசையும் கொம்புகளின் ஊதலும் தூக்கலாகக் கேட்கத் தொடங்கின. சட்டென அகிலின் முகம் கோபத்துக்கு மாறியது.

“இத்தன கருமாந்தரமும் உங்களாலதான்... இந்த அர்த்தராத்திரிக்குள்ள வீரான நாம கண்டுபுடிக்கறோமா... இல்லீங்களா...?”

“என்ன தம்பி கோபப்படறீங்க... வீரான் இங்கதான் எங்கியோ சுத்திக்கிட்டு இருக்காரு... இப்ப கண்டுபுடுச்சு உங்க முன்னால நிறுத்தறம் பாருங்க...”

தூரமாக இந்திரஜித் நாடகமேடையில் சீதை அசோகவனத்துக்குள் உலவியபடியே பிரிவுத்துயர் பாடலை பேசுவதுபோல் கீச்சுக்குரலில் பாடிக் கொண்டிருந்தாள்.

*“துயில் எனக் கண்கள் இமைத்தலும் முகிழ்த்தலும் துறந்தாள்*
*வெயிலிடைத் தந்த விளக்கு என ஒளி இலா மெய்யாள்...”*

○○○

**பொ**ழுது உதித்து ஏறுவெயில் பரவிக் கொண்டிருந்தது. நாணல்மடைவலசின் கிழக்குப்புறத்தை அடைந்தபின் அகில் காரின் வேகத்தைக் குறைத்தான். பக்கத்தில் அமர்ந்திருந்த வெள்ளைத்தாடிக்காரர் விரல் நீட்டி சாடை காட்டினார்.

“கெழக்க திருப்பி... இந்த மண்ணுத்தடத்துல ஓட்டுங்க தம்பி...”

குறுகலான மண்தடம் சரிந்து இறங்கிற்று. இருபுறமும் தரிசு வயல்கள். மழைத்தட்டான்கள் இறக்கையை விரித்தபடி பறந்து கொண்டிருந்தன. அகில் எதுவும் பேசாமல் காரை ஓட்டினான். வெள்ளைத்தாடிக்காரர் அகிலின் தோளைத் தட்டிச் சொன்னார்.

“தம்பி... பஞ்சாப்புக்கு பொறப்பட்டவர இங்க கூட்டிக்கிட்டு வந்துட்டனேன்னு வருத்தப்படாதீங்க... உங்க கவலை இன்னிக்கோட

தீரப்போகுது... வீரான் கெடைச்ச மாதிரியின்னு நெனைச்சுக்கங்க... கருக்கல்ல கௌம்பும்போது பானுமதிகூட சொன்னா... போகற காரியம் ஜெயமுன்னு..."

அகில் பதில் பேசவில்லை. இருநூறு தப்படி கடந்த பின்பு பெரிய ஆலந்தோப்பு வந்தது. நான்கைந்து ஆலமரங்கள் ஒன்றோடொன்று பிணைந்து கிடந்தன. விழுதுகள் மண்தரை வரை இறங்கித் தூண்களாக நின்றன. ஆலமரங்களுக்கிடையே சீமையோட்டுத் தாழ்வாரம் கொண்ட மாகாளியம்மன் சன்னதி இருந்தது. காவிச்சாந்து பூசிய சுற்றுக் காரைச்சுவரில் மாகாளியின் படங்கள் வரையப் பட்டிருந்தன. கோவில் வாசலில் காரை நிறுத்தி அகிலும் வெள்ளைத்தாடிகாரரும் இறங்கினர். ஆலநிழலுக்குள் நடந்தனர். நூற்றுக்கணக்கான உருவாரச்சாமிகள் நின்றிருந்தன. ஆட்கள் உருவாரச்சாமிகளுக்கு வண்ணங்கள் பூசிக் கொண்டிருந்தனர். ஒருவர் சேணம்பூட்டிக் கடிவாளமிட்ட குதிரைச்சாமி ஒன்றின் காதுகளுக்குப் பொருந்தாத நீலவண்ணம் அடித்துக் கொண்டிருந்தார். இன்னொரு ஆள் அம்பாரி சுமக்கும் யானைச்சாமி ஒன்றின் முதுகில் ஏறியமர்ந்து குனிந்து தந்தத்துக்குச் சரியாக வெள்ளைவண்ணம் அடித்துக் கொண்டிருந்தார். விரியும் சேர்வையும் வைத்துக் கட்டி அலங்கரித்த காளைச்சாமியின் அடிவயிற்றுக்குள் உட்கார்ந்து ஒருவர் சிறுவாளியில் சிகப்பு வண்ணத்தைக் கலக்கிக் கொண்டிருந்தார். அகிலும் வெள்ளைத்தாடிக்காரரும் பார்த்தவாறே கடந்து நடந்தனர். மற்ற சிறு உருவாரச்சாமிகளும் வரிசை கலைந்து நின்றன. சற்றுத்தள்ளி மரத்தச்சர்கள் உருவாரச்சாமிகளைச் சுமக்கும் சப்பரங்களைச் செப்பனிட்டுக் கொண்டிருந்தனர். மரஉளிகளின் ஓசைகள் கேட்டபடியேயிருந்தன.

அகிலும் வெள்ளைத்தாடிக்காரரும் ஆலநிழல் தாண்டி ஆற்றங்கரை மேட்டிற்கு வந்தனர். காய்ந்த நாணல்களுக்கிடையே கீழிறங்கி ஆற்றுக்குப் போயினர். சிறுகூழாங்கற்களையும் பெருமணற்துகள்களையும் மிதித்து ஆற்றைக் கடந்தனர். நீர் வற்றிய மடுவுகளில் ஆமையோடுகளும் கெண்டைமீன்களின் செதிள்களும் கிடந்தன. மணல் தடம் மேலேறி அக்கரை மேட்டில் போய் முடிந்தது. அதற்கப்பால் வறண்ட வயல்வெளி பனைமரங்களுடன் தெரிந்தது. சீமையோட்டுக் கூரைகள் கொண்ட ஊர் ஒன்றுகூட தெரிந்தது. ஆகாயத்தில் கல்கௌதாரி கூட்டம் ஒன்று ஓசையெழுப்பியபடி தாழப் பறந்து போனது.

வெள்ளைத்தாடிக்காரர் அக்கரை மேட்டில் வடக்குப் பார்த்து முன்னே நடந்தார். ஆட்கள் அதிகம் புழங்காத வழி. தடம் இன்னும் சரியாக உருவாகவேயில்லை. அகில் வறண்ட அமராவதியைப் பார்த்தவாறே வெள்ளைத்தாடிக்காரரைப் பின்தொடர்ந்து நடந்தான். வெயில் விழுந்த

குத்துப்பாறை மீது ஒற்றை நீர்க்காகம் சலனமின்றி உட்கார்ந்திருந்தது. காலைநேரத்தில் கரையோர ஜீவராசிகள் மௌனமாகவே இருந்தன. மேற்கேயிருந்து உப்பாறு வந்து அமராவதியில் கலந்தது. உப்பாறும் நீரற்றே கிடந்தது. வெள்ளைத்தாடிக்காரர் அகிலை கூட்டாற்று முனைக்கு கூட்டிப் போனார். நெடுங்காலத்துத் தென்னந்தோப்பு இருந்தது. நெடிய தென்னைகளின் உச்சிகள் முறிந்து விழுந்துவிடுவதுபோல் கோடைக்காற்றுக்கு ஆடிக் கொண்டிருந்தன. பட்டுப்போன தென்னைத் துண்டங்களில் பச்சைக்கிளிகளும் பனங்காடைகளும் பொந்திட்டுக் குஞ்சுப் பொரித்திருந்தன. தென்னைகளின் வறண்ட இளங்குறும்பைகளும் கூவைக்காய்களும் தரையில் உதிர்ந்து கிடந்தன. காய்ந்த தென்னைமட்டைகளுக்கிடையே பார்த்தீனியமும் ஊமத்தைகளும் அமுக்கராச் செடிகளும் முளைத்து மண்டியிருந்தன. தென்னைத்தோப்பும் ஆட்கள் புழங்காமலே கிடந்தது. அருகம்புற்களுக்கிடையே சாரை நெளிந்தோடி மறைந்தது. நெடுந்தென்னை ஒன்றில் மரங்கொத்தி கத்திற்று.

வெள்ளைத்தாடிக்காரர் அகிலை தென்னத்தோப்பின் மறுமுனைக்குக் கூட்டிப் போனார். ஆறேழு கீற்றுக்கொட்டகைகள் இருந்தன. டீசல் இயந்திரம் ஓடும் சப்தம் எழுந்தது. கீற்றுக்கொட்டகை ஒன்றின் முன்பு ஒருவன் கல்லடுப்பில் ஆட்டுக்கறி சமைத்து கொண்டிருந்தான். கீற்றுக்கூரைகள் மீதமர்ந்த காகங்கள் கரைந்தபடி ஆட்டுக்கறியை நோட்டமிட்டுக் கொண்டிருந்தன. ஆட்டுக்கறி சமைத்து கொண்டிருந்தவனை வெள்ளைத்தாடிக்காரர் கேட்டார்.

"சமீர் பாய் இருக்காரா தம்பி...?"

"குழிக்கெணத்துல வேலையா இருக்காருங்க... போங்க..."

வெள்ளைத்தாடிக்காரரும் அகிலும் கீற்றுக்கொட்டகைகளைக் கடந்து நடந்தனர். தென்னைத்தோப்பு எங்கும் ஆற்று மணலடித்து கிடந்தது. தென்னைமட்டைகள் மணலுக்குள் புதைந்து மக்கி நாற்றமெடுத்திருந்தன. நடக்க நடக்கச் செருப்புக்கால்கள் மணலுக்குள் பதிந்தன. அகில் கேட்டான்.

"தோப்பு ஏனுங்க இந்த நெலைமையில்ல கெடக்கு...?"

"அகிலுத்தம்பி... இந்த அமராவதி மணலு இருக்கே... அப்படியொரு ராசியான மணலு... கட்டட வேலைக்கு புரையோசனமா இருக்கும்... ஆனா இந்த உப்பாத்து மணலு இருக்கே... இதுக்கு நேரெதிரு... கட்டட வேலைக்கெல்லாம் புரையோசனப்படாது... மணலு எல்லாம் அள்ளுவாரு இல்லாமாததான் கெடக்கும்... ஆத்துல வெள்ளம் வந்த காலத்துல உப்பாறு மேக்க இருந்து மணல

சலுச்சு கொண்டு வந்து கூட்டாத்து முனை தென்னந்தோப்புல போட்டுட்டு போயிரும்... இந்த தோப்புக்கு சொந்தக்காரரு ஒரு முப்பது வருசத்துக்கு மொதல்ல எல்லாம் மணல வழிச்சு சுத்தம் பண்னி தோப்ப தோப்பா வெச்சிருந்தாரு... இப்ப இவரோட வாரிசு எல்லாம் வேலை கெடைச்சு வெளிநாடு போயிட்டாங்க... ஒருத்தரும் கண்டுக்கறதில்ல... மணலு மேல மணலு உழுந்து... தோப்பு இப்ப இந்த நெலைமயில்ல கெடக்கு... இப்ப இந்த மணலையெல்லாம் அப்புறப்படுத்தினாவே கோடிக்கணக்கான ரூவா செலவு புடிக்கும்... அதுதான் சும்மா போட்டிருக்காங்க..."

டீசல் இயந்திரத்தின் சப்தம் அதிகமாக கேட்டது. மணல்மேட்டின் மீது சமீர் ஐம்பது வயது தோற்றத்தில் உயரமாக நின்று கொண்டிருந்தார். தலைமுடியும் தாடியும் மீசையும் பாதி நரைத்து கிடந்தன. வெள்ளைத்தாடிகாரர் கிட்டத்தில் போய் வணங்கினார். சமீர் அகிலை ஏறிட்டார்.

"ஒரு சின்ன வேலை... முடிச்சுட்டு வந்தர்றேன்... பசீரண்ணன்கிட்ட பேசுவோம்..."

சமீர் மணல்மேட்டுக்கு அப்பால் நகர்ந்தார். அகிலும் வெள்ளைத் தாடிக்காரரும் சமீர் பின்னால் போனார்கள். பத்துக்குப் பத்தடி நீளஅகலத்தில் ஆழக்கிணறு இருந்தது. மணல்மேட்டில் வலுவான மரக்கம்பங்கள் நடப்பட்டிருந்தன. மரக்கம்பங்களில் கட்டப்பட்டிருந்த கயிற்று ஏணி கிணற்றுக்குள் போயிற்று. காற்றில் டீசல்புகை நாற்றம் அடித்தது. சமீர் மரக்கம்பங்களைப் பிடித்துச் சராங்கமாக நின்றபடிக் கிணற்றுக்குள் எட்டிப் பார்த்துக் குரலிட்டார்.

"கொழிமணலு மட்டுந்தான் சிந்தனும்... பொத்தல் கொறைஞ்ச சல்லடைய பொருத்துங்க...?"

கிணற்றுக்குள் உருக்குச்சல்லடை ஒன்று மணலை சலித்து கொண்டிருந்தது. சல்லடையை ஒட்டி சவுக்கம்பூட்டுப்பரண் கட்டப்பட்டிருந்தது. உடம்பில் வெறும் லங்கோடு மட்டும் அணிந்திருந்த மூன்று பேர் சவுக்கம்பூட்டுப்பரணில் உட்கார்ந்து சலிக்கப்படும் மணலையே பார்த்து கொண்டிருந்தனர். கீழிருந்து தகரக்கூடையில் ஈரமணல் மேலே உயர்ந்து சல்லடையில் விழுந்து கொண்டேயிருந்தது. கிணற்றுச் சுவற்றை ஒட்டி அடியாழத்திலும் இருவர் நின்று தகரக்கூடையில் ஈரமணலை நிரப்பி மேலே அனுப்பிக் கொண்டிருந்தனர். சமீர் வெள்ளைத்தாடிக்காரரைப் பார்த்துப் பேசினார்.

"இந்தமொறை இலங்கை ஸ்ரீரத்தினபுரத்திலிருந்து ஆட்கள கூட்டி வந்து எறக்கியிருக்கேன்... நவமணிக கெடைக்காம போயிறாதுங்க..."

வெள்ளைத்தாடிக்காரர் வெறுமனே சிரித்தார். சமீர் மணல்மேட்டிலிருந்து கீழே இறங்கி கீற்றுக்கொட்டகைப் பக்கம் பார்த்துச் சப்தமிட்டார்.

"என்னடா... கறி வெந்துருச்சா...?"

"இப்பவே சாப்பிடாலாம் பாய்..."

வெள்ளைத்தாடிக்காரரும் அகிலும் மணல்மேட்டிலிருந்து கீழே இறங்கினர். சல்லடையிலிருந்து சலித்தெடுத்த கோலாம்பூச்சி ஓடுகளும், கிளிஞ்சல்களும், சிறுகூழாங்கற்களும் குமிகுமியாகக் கொட்டப்படிருந்தன. சமீர் கல்லடுப்புப் பக்கம் வந்து நின்றார். ஆட்டுக்கறி சமைத்தவன் கீற்றுக்கொட்டகைக்குள் இருந்து மூன்று இரும்புச் சேர்களைக் கொண்டு வந்து விரித்துப் போட்டான். மூவரும் இரும்புச் சேரில் அமர்ந்தனர். ஆட்டுக்கறி சமைத்தவன் மூன்று சில்வர் வட்டிலில் ஆட்டுக்கறியைப் போட்டு நீட்டினான். வெள்ளைத்தாடிக்காரருக்கும் அகிலுக்கும் நல்ல பசியிருந்தது. மறுப்புச் சொல்லாமல் வாங்கிச் சாப்பிடத் தொடங்கினர். சமீர் பேசிக்கொண்டே ஆட்டுக்கறியை நிதானமாக மென்றுச் சாப்பிட்டார்.

"இங்க காலம்காலமாக மானாவாரி நெலத்துல... ஆத்துப் படுகையில்ல... தரிசு வயற்காட்டுவெளியில்லன்னு எங்கு பாத்தாலும் நவமணிக மண்ணுல பொதஞ்சு கெடக்குது... நல்ல கனமழ பேஞ்சா போதும்... மண்மூடிக் கெடக்கற நவமணிக அப்படியே நெலத்து மேலே வெளிப்படும்... மத்தியானத்துல தகிக்கற வெயிலு பட்டு மின்னும்... பளபளக்கும்... இந்த நவமணிக எல்லாரு கண்ணுக்கும் தட்டுப்படறதில்ல... திடீருன்னு பணக்காரனாகிற யோகம் இருக்கறவனுக்கு மட்டுந்தா தட்டுப்படும்... அப்படி இங்க பணக்காரனானவங்க நெறையப்பேரு இருக்காங்க... அவனுகள பச்சக்கல்லு கெடச்சு பணக்காரனானான்னு இன்னிக்கும் சொல்லறத நீங்க கேள்விப்பட்டிருப்பீங்க..."

"சமீர் பாயும் அப்படி பணக்காரனானவர் தானே...?"

சமீர் சிரித்தார். மேலும் வட்டிலில் ஆட்டுக்கறி வறுவலை வாங்கிக் கொண்டு பேசினார்.

"நான் இன்னும் பணக்காரனாகலே பொட்டிலிக்காரரே... அதனாலதான் பசீர் அண்ணாவெல்லம் என்னை பாக்க வர்றதில்ல... நீ இந்த அதிர்ஷ்டத்தை எல்லாம் நம்பறதை உட்டுப்போட்டு... எப்ப நேர்மையா ஒரு தொழிலு செய்யறையோ... அப்பத்தான் உன் வூட்டுக்கு எல்லாம் காலடி எடுத்து வெப்பேன்னு போனவர்தான்... இப்பவாட்ட இருக்கு பசீரு அண்ணா சொல்லிட்டு போனது...

அதுக்குள்ள இருவது வருசம் ஓடிப்போச்சு... நாங்க போன்ல பேசிக்குவோம்... நேர்ல சந்திச்சுக்கறதில்ல... அவரு வசிக்கற எடத்துக்கு என்னை கூப்பிடறதுமில்ல..."

ஆட்டுக்கறி சமைத்தவன் மேலும் ஆட்டுக்கறி வறுவலை வாக்கனத்தில் மூட்டிக்கொண்டு வந்தான். வெள்ளைத்தாடிக்காரர் வட்டிலில் வாங்கிக் கொண்டார். அகில் போதும் என மறுத்துவிட்டான். அகிலுக்கு முதல் தடவை போட்டதே இன்னும் வட்டலில் மிச்சமிருந்தது. பசி கூட அடங்கிவிட்டது. சமீர் அலைபேசியில் பசீரோடு பேசும் கணத்தை எதிர்பார்த்து காத்திருந்தான். சமீர் வட்டிலில் குவிந்த எலும்புகளைக் கரையும் காகங்களுக்கு வீசிப் போட்டார். பின் சதைக்கறியாக எடுத்து மென்றபடியே பேசினார்.

"எங்க இசுலாமுல எட்டு சொர்க்கங்கள் இருக்கறதா சொல்லுது... அதுல ஒவ்வொரு சொர்க்கமும் மணிகலால படைக்கப்பட்டதுன்னும் சொல்லுது... ஜலால் என்ற சொர்க்கம் வயிரத்தாலும்... சலாம் என்ற சொர்க்கம் மாணிக்கத்தாலும்... கரார் என்ற சொர்க்கம் பவளத்தாலும்... அதன் என்ற சொர்க்கம் பச்சையாலும்... மஉவா என்ற சொர்க்கம் பொன்னாலும்... குல்து என்ற சொர்க்கம் வெள்ளியாலும்... பிர்தவ்ஸ் என்ற சொர்க்கம் முத்தாலும்... நயீம் என்ற சொர்க்கம் வயிடூரியத்தாலும்... அழகு செய்யப்பட்டதுன்னு சொல்லுது... இந்த சொர்க்கத்துல எனக்கு நிச்சயமா... ஏதாவது ரெண்டு சொர்க்கமாவது கெடைக்குமுன்னு நெனைச்சுதான்... இந்த காரியத்துல எறங்கியிருக்கேன் பொட்டிலிக்காரரே... ஊரு என்ன பேசுதுன்னு எனக்கு கவலையில்ல... என்னை அல்லா கைவிட மாட்டாருன்னு அசைக்க முடியாத நம்பிக்கையிருக்கு..."

அந்த சமயத்தில் மணல் சலிக்கும் குழிக்கிணற்றிலிருந்து குரல் கேட்டது. ஆட்டுக்கறி சமைத்தவன் எழுந்து ஓடினான். மணல்மேட்டில் ஏறியவன் திரும்பி கீற்றுக்கொட்டகையை நோக்கிக் குரலிட்டான்.

"பாய்... பச்சக்கல்லு கெடைச்சிருக்கு..."

சமீர் வட்டிலை தரையில் வீசிவிட்டு எழுந்து ஓடினார். வெள்ளைத் தாடிக்காரரும் அகிலும் வட்டிலை தரையிலேயே வைத்துவிட்டு சமீர் பின்னே எழுந்து ஓடினர். இருவருக்கும் ஆர்வம் தொற்றிக் கொண்டது. மணல்மேட்டில் மரக்கம்பங்களைப் பிடித்து நின்றபடி சமீர் மணல் சலிக்கும் சல்லடையையே உற்றுப் பார்த்துக் கொண்டிருந்தார். வெள்ளைத்தாடிக்காரரும் அகிலும் குழிக்கிணற்றை எட்டிப் பார்த்தனர். லங்கோடு மட்டும் உடுத்தியிருந்தவனில் ஒருவன் சல்லடை மேல் மிதந்த மூன்று கற்களைக் கையில் ஏந்தினான். பின் கயிற்று ஏணியில்

தாவித்தாவி மேலேறி வந்தான். சமீர் ஆகாயத்தைப் பார்த்துக் கும்பிட்டார். பின் மூன்று கற்களையும் உள்ளங்கையில் வாங்கினார். மூன்று கற்களும் எலுமிச்சைப் பழத்தின் அளவிருந்தன. நீர்ப்பச்சைப்பாசம் படிந்த வெங்கிக்கற்களின் சாயல் கொண்டிருந்தன. சமீர் ஒவ்வொரு பச்சைக்கல்லாகக் கண்களின் அருகில் பிடித்து நோட்டமிட்டார்.

"கல்லு நல்ல கனமிருக்கு... நீரோட்டமிருக்கு... இது கண்டிப்பா பச்சக்கல்லுதான்..."

சமீர் முகத்தில் சிரிப்பு விரிந்தது. வெள்ளைத்தாடிக்காரரைப் பார்த்து சொன்னார்.

"பொட்டிலிக்காரரே... நீங்க நாளைக்கு வாங்க... நாம பசிரண்ணாகூட பேசலாம்... இப்ப நானு இந்த பச்சக்கல்ல பரிசோதிக்க திருப்பூரு கௌம்பறேன்..."

வெள்ளைத்தாடிக்காரர் பதில் பேசவில்லை. மணல்மேட்டிலிருந்து இறங்கி தென்னைத்தோப்பினூடே தெற்கே நடந்தார். அகில் வீரானைக் குறித்த எவ்வித தகவலும் கிடைக்காத துரதிஷ்டத்தை நினைத்தபடி பின்தொடர்ந்தான். இனி இந்த அபத்த தேடலை கைவிட்டுவிட்டு விலகுவது என்கிற முடிவுக்குக்கூட வந்திருந்தான். அருகில் உடும்பு தலைதூக்கிப் பார்த்துவிட்டு ஊர்ந்தோடி மறைந்தது.

○○○

# 21

வீரானை ஊருக்கு தென்புறமாக இழுத்துப் போனார்கள். அந்த வளவில் அநேக வீடுகள் குட்டிச்சுவராகவே கிடந்தன. வீதிகளிலும் நடைத்தடம் அழிந்து போயிருந்தது. சனங்கள் வசிப்பதில்லை என்பது உறுதியாகத் தெரிந்தது. வீரானைக் கிழக்கு நோக்கிய வீட்டின் காரை பெயர்ந்த சுற்றுத்திண்ணையில் உட்கார வைத்தனர். இரண்டு பேர் மட்டும் தடித்தக் கம்புடன் காவலுக்கு நின்று கொண்டனர். இழுத்து வந்த மற்றவர்கள் சித்திரத்தேர் நகரும் வீதியை நோக்கிப் புறப்பட்டுப் போய்விட்டனர். நய்யாண்டி மேளங்களின் முழக்கமும் வாத்தியங்களின் ஓசையும் தூரமாகக் கேட்டது. வீரான் சுற்றுத்திண்ணையில் மிகப்பொறுமையாக உட்கார்ந்துகொண்டே இருந்தார். வலது கையில் நாம்பியிருந்த சிற்றுடுக்கையை வெறித்தார். நேரம் நகர்ந்தது. பின் கம்புடன் காவலுக்கு நின்றவர்களை நிமிர்ந்து நோக்கினார்.

"எங்கூட எதுக்கு வீணா நிக்கறீங்க... பொறப்படுங்க... இப்ப மழ எறங்க போவுது..."

கம்புடன் காவலுக்கு நின்றவர்கள் அன்னார்ந்து ஆகாயத்தைப் பார்த்தனர். பின் கேலியாகச் சிரித்தபடி வீரானிடம் சொன்னார்கள்.

"ஆகாசத்துல மழமுகிலே இல்லியே... நீ ஏதாச்சும் சொப்பனங் காங்கிறியா...?"

"மழமுகிலு உருவாகிட்டு இருக்குங்க சாமீ..."

"நீ கிறுக்கு சாமக்கோடாங்கீங்கறது செரியாத்தான் இருக்கு... இப்பிடி வீம்புக்கு ஒலறிக்கிட்டே இரு... கூடியசீக்கிரம் எங்க கையால அடிபட்டு சாக போறே..."

கம்புடன் காவலுக்கு நின்றவர்கள் மேலும் பலமாகச் சிரித்தனர். வீரானும் சப்தமாகச் சிரித்தான். கம்புடன் காவலுக்கு நின்றவர்கள் கேட்டனர்.

"நீ இப்ப எதுக்கு சிரிக்கறே...?"

"நீங்க ரொம்ப அப்புராணியா இருக்கீங்க..."

“அப்புராணி ஆருங்கறது... இன்னுங் கொஞ்சநேரத்துல தெரிஞ்சு போயிரும்...”

வீரான் எதுவும் பேசவில்லை. எத்திசைக் காற்றும் வீசவில்லை. கம்புடன் காவலுக்கு நின்றவர்களும் சுற்றுத்திண்ணையில் ஓரமாக உட்கார்ந்துக் கொண்டனர். வீரான் அவர்களைப் பொருட்படுத்தவில்லை. சுற்றுத்திண்ணையிலிருந்து எழுந்தார். ஆகாயத்தைக் கவனிக்கத் தொடங்கினார். கிழக்கு ஆகாயத்தில் மழைமுகில்கள் இன்னும் தோன்றவில்லை. வியாழன் மேலே நகர்ந்திருந்தது. வியாழனுக்கு நேர்கீழே புதன் உதித்திருந்தது. புதனின் பச்சைநிறத்தில் அடர்த்தி தெரிந்தது. புதனுக்கு நேர்கீழே சுக்கிரன் உதிக்க வேண்டும். சுக்கிரன் உதித்துப் புதனை நெருங்கியவுடன் மழைமுகில்கள் உற்பத்தியாகிவிடும். புதன் சுக்கிரன் சமீபம் நீரைப் பொழியும் தன்மை கொண்டது. தானாகவே கனமழை இறங்கும். சுக்கிரன் நீர் சக்தி ஆகும். புதன் காற்று சக்தி ஆகும். நீர் சுமந்த காற்று மழைமுகில் சக்தி ஆகும்.

வீரான் ஜக்கம்மா தேவியிடம் வேண்டிக் கொண்டார். கிரகங்களின் சஞ்சார நியதி குலையாமல் காலக்கிரமப்படி எல்லாம் உரிய தருணத்தில் நிகழ வேண்டும். ஆகாயத்தைக் கணிக்கும் சக்தி ஜக்கம்மா தேவிக்கு மட்டுந்தான் உண்டு. ஜக்கம்மா தேவியின் அருள் பரிபூரணமாக வீரானுக்கும் உண்டு. வீரான் ஆகாயத்தைக் கணிக்க ஆரம்பித்துவிட்டார். இன்னும் கிழக்கு அடிஆகாயத்தில் சுக்கிரன் உதித்தபாடில்லை. வீரான் சுக்கிரனை எதிர்பார்த்து காத்திருந்தார். கம்புடன் காவலுக்கு நின்றவர்களும் மழையே பெய்யாது என்கிற திமிரான மனநிலையில் வீரானுக்கு தண்டனை கொடுக்கக் காத்திருந்தனர். கிழக்கு அடிஆகாயம் யாவற்றையும் கவனித்துக்கொண்டு விரைவில் பதில் சொல்லக் காத்திருந்தது.

○○○

குளத்துப்பாளையம் நூற்பாலைக்கு முன்பே ராமபட்டிணம் செல்லும் மண்பாதை தெற்கேப் பிரிந்தது. வீரான் மண்பாதையில் இறங்கி நடந்தபடியே இருந்தான். புளியமரங்கள் குமுக்காக இருந்தன. புளியங்கிளைக்குள் பச்சைக்கிளிகளும் நாகணவாய்களும் கத்தின. புளியநிழலில் மாடுகளும் வெள்ளாடுகளும் படுத்திருந்தன. அந்தி மங்கும் தருவாயில் இருந்தது. வீரான் சாமி எருதுடன் சென்று கோவில் வரிப்பணம் வசூல் செய்த ராமபட்டிணத்தின் தலைவாசல் வந்தது. சாய்புகளின் வளவு ராமபட்டிணத்தின் தென்கோடியில் இருப்பதாகச் சொன்னார்கள். விஸ்தீரமாண வீதிகளில் புகுந்து மேலும் தெற்கே நடந்தான். புதிதாக உருவாகியிருந்த நூற்பாலை பணியாளர்களின் வீடுகள் இருபுறமும் இருந்தன. சாய்புகளின் வளவில் பசீர் வீடு நடுமத்தியில்

இருந்தது. வாசலில் ஒற்றை மாட்டுவண்டி அவிழ்த்துவிடப்பட்டு நின்றது. தாழ்வாரத்துச் சீமையோட்டு காரைத்திண்ணையில் வெள்ளைத்தாடி வைத்த ஒருவர் சிறுவர்களுக்கு ஏதோ புரியாத பாஷையில் சொல்லிக் கொடுத்து கொண்டிருந்தார். அந்த சிறுவர்களோடு பசீரும் உட்கார்ந்து பாடம் படித்து கொண்டிருந்தான். வீரான் வாசலில் வந்து நிற்பதைப் பசீர் கண்டுக் கொண்டான். மெதுவாக ஓசையெழுப்பாமல் எழுந்து வாசலுக்கு வந்தான். வீரானின் கையைப் பற்றி வீட்டை ஒட்டியிருந்த மாட்டுக்கொட்டிலுக்கு கூட்டிப் போனான். காரிக்காளை சோளத்தட்டுத் தின்று கொண்டிருந்தது.

"வாப்பாவோட திருக்குரான் வகுப்பு முடிஞ்சதும் நா வாரேன்... அதுவரைக்கு எங்கியும் போயிறாதேடா..."

பசீர் தாழ்வாரத்துச் சீமையோட்டு காரைத் திண்ணையை நோக்கி ஓடினான். புரியாத பாஷையில் வாப்பாவின் குரல் ஓங்கிக் கேட்டபடியேயிருந்தது. காரிக்காளை தோற்றத்தில் குள்ளமாக இளங்கன்றுக்குட்டிக்கும் கொஞ்சம் மூத்த பருவத்தில் இருந்தது. கவட்டையாய் விரிந்த கூர்கொம்புகள். வெண்ணிற விழிகள். வீரான் காரிக்காளையிடம் நெருங்கி முதுகைத் தடவிக் கொடுத்தான். காரிக்காளை தலையைத் திருப்பிப் பார்த்துவிட்டுச் சாதுவாகவே நின்றது. மாட்டுக்கொட்டிலுக்குப் பின்புறம் பனையோலை கொட்டகையில் கோரைப்பாய் நெசவு நெய்யும் மூன்று தறிகள் இருந்தன. ஒவ்வொரு தறியிலும் கருப்புத்துணியுடுத்தித் தலைக்கு முக்காடிட்டப் பெண்கள் கோரைப்பாய் நெசவு நெய்து கொண்டிருந்தனர். வீரான் மாட்டுக்கொட்டிலிலேயே நின்று கொண்டிருந்தான்.

கோடை முகில்கள் விலகிய ஆகாயத்தில் விண்மீன்கள் ஒவ்வொன்றாகக் கண்சிமிட்டின. தறிகள் ஓய்ந்தன. மாட்டுக்கொட்டிலை கடந்த பசீரின் அம்மாவும் இரு அக்கா.க்களும் நின்று வீரானிடம் விசாரித்தனர். வீரான் பசீரைப் பார்க்க வந்ததைச் விளக்கினான். அப்போது தாழ்வாரத்துச் சீமையோட்டு காரைத்திண்ணையில் வாப்பாவின் புரியாத பாஷைக் குரலும் ஓய்ந்தது. திருக்குரான் வகுப்பு முடிவுற்றுச் சிறுவர்கள் கலைந்து வீதியில் போயினர். பசீர் மாட்டுக்கொட்டிலுக்கு ஓடி வந்தான். வாப்பாவும் பின்னாலேயே வந்தார். பசீர் வீரானைப் பற்றி எடுத்துச் சொன்னான். பசீர் குடும்பத்தினருக்கு வீரானைப் பிடித்துவிட்டது. முன்னிரவிலேயே சிம்னி வெளிச்சத்தில் தாழ்வாரத்துச் சீமையோட்டு காரைத்திண்ணையில் எல்லோரும் வட்டமாக உட்கார்ந்து இரவுணவு உண்டனர். வீரானின் பசிக்குக் காரமான ஆட்டுக்கறிக் குழம்பும் நெல்லரிசிச் சோறும் ருசியாகவே இருந்தன. பசீரோடவே தாழ்வாரத்துச் சீமையோட்டு காரைத்திண்ணையில் படுத்துக் கொண்டான்.

புதுக்கோரைப்பாயின் மணம் வீசிற்று. பயமின்றி உறங்கிய தினமாக இருந்தது.

ஊரைத் துயிலெழுப்பும் கரிக்குருவிகள் கத்தின. வாப்பா காரிக்காளையைக் மாட்டுக்கொட்டிலில் இருந்து அவிழ்த்து வந்து வண்டியில் பூட்டினார். பசீரோடு வீரானும் ஏறிக் கொண்டான்.

“வெயிலுக்கு முன்னால போனாத்தான் ஏவாரம் ஆகும்…”

வாப்பா காரிக்காளையைத் தார்க்குச்சியால் தூண்டினார். புதுக்கோரைப் பாய்கள் ஏற்றிய ஒற்றை மாட்டுவண்டி வேகம் பிடித்தது. வண்டி ராமபட்டிணம் கடந்து வடகிழக்காகச் சென்றது. எதிர்பட்டச் சிற்றூர்களின் வீதிகளுக்குள் மாட்டுவண்டிப் புகுந்தது. வாப்பா சப்தமாகக் குரலிட்டார்.

“கோரப்பாயி வாங்கலியோ கோரப்பாயி… சொந்தமா நெசவு நெஞ்ச கோரப்பாயிங்கோ…”

பசீர் ஒருமுறை இதேபோல் குரலிட்டான். வீரான் குரலிட வெட்கப்பட்டான். வீரானுக்குக் குரலும் அழுத்தமாக ஒலிக்கவில்லை. பேரங்கள் படிந்து கோரைப்பாய்கள் விற்று கொண்டேயிருந்தன. சில சிற்றூர்களில் வியாபாரம் எதுவும் நடக்கவில்லை. பொழுது பனை உயரத்திற்கு ஏறிவிட்டது. புதுப்பை தலைவாசல் ஆயமர நிழலில் வாப்பா மாட்டுவண்டியை அவிழ்த்துவிட்டார். காரிக்காளையை நுகத்தடியில் கட்டிச் சோளத்தட்டை அள்ளிப் போட்டார். பித்தளைத் தூக்குப்போசியைக் கையில் எடுத்து மூடியை நீக்கினார். பசீரின் அம்மா பழைய அரிசிச்சோறும் நாரத்தங்காய் ஊறுகாயும் கொடுத்து விட்டிருந்தார். கரைசோறாய் பிசைந்து மூவரும் அன்னாக்கு விட்டுக் குடித்தனர். தனித்த ருசி இருந்தது. மீண்டும் ஒற்றை மாட்டுவண்டிப் பூட்டப்பட்டது. மறுபடியும் மாட்டுவண்டி வடகிழக்காகவே சென்றது. சிற்றூர்கள் எதிர்ப்பட்டதும் வாப்பாவும் பசீரும் குரலிட்டனர். வண்டியில் கொண்டுப் போயிருந்த கோரைப்பாய்கள் முக்கால்வாசி விற்றுத் தீர்ந்தன. கம்பிளியம்பட்டி வீதிகளில் இருந்து மாட்டுவண்டி வெளியேறும்போது பொழுது மேற்கே சாயத் துவங்கியது. வாப்பா மாட்டுவண்டியைத் தென்மேற்காகத் திருப்பி ஓட்டினார். வேறு சிற்றூர்களுக்குள் செல்லவேயில்லை. வாப்பா காரிக்காளையின் தலைக்கயிற்றைப் பசீரிடம் கொடுத்தார். மூக்காணிக்கட்டையிலிருந்து நகர்ந்து வண்டிக்குள் வந்து உட்கார்ந்தார். பசீர் வண்டியோட்டினான். பனைகளின் நெடுநிழல் படிந்த மண்பாதையில் மாட்டுவண்டி தெற்குமுகமாகச் சென்று கொண்டிருந்தது. வாப்பா வீரானைக் குறித்து

விசாரித்தார். வீரான் சாமி எருதுக்காரனைத் தேடி வந்ததைப் பற்றிச் சொன்னான். வாப்பா தன் வெண்தாடியை நீவியபடியே யோசித்தார்.

மறுதினம் விடியற்பொழுதில் கோரைப்பாய் வியாபாரத்துக்குப் புறப்படும்முன் வாப்பா தாழ்வாரத்துச் சீமையோட்டு காரைத் திண்ணையில் மேற்குப் பார்த்து மண்டியிட்டு தொழுதார். பசீர் வீட்டுக்குள் போய் பழைமையான திருக்குரான் கைப்பிரதியை எடுத்துக்கொண்டு வந்து கொடுத்தான். வாப்பா அதில் இருக்கிற வசனங்கள் சிலவற்றை மனதுக்குள் வாசித்தார். வீரானுக்கு இந்தச் செயல் எதுவும் விளங்கவில்லை. பசீர் காதோரம் குசுகுசுவென சொன்னான்.

"ஒரு நல்ல செயலுக்கு பொறப்படறதுக்கு முன்னால வாப்பா இந்த குரான்ல இருக்கற வசனத்தை ஓதிட்டுத்தான் பொறப்படுவாரு... இன்னிக்கி உங்காரியமா போறோமில்லையா அதுதான்... அப்பொறம் இந்த குரான் எங்க குடும்பத்துக்கு ரொம்ப விசேசம்டா... இங்க காளிபாளையத்துல இருக்கற குண்டுலெப்பை சாயுபு தர்க்காவுல தங்கியிருந்த மௌல்வி ஒருத்தரு வாப்பா குட்டிக்கொழந்தையா இருக்கும்போது கையாலேயே எழுதி குடுத்தது..."

வாப்பா திருக்குரான் ஓதி முடித்து எழுந்தார். பசீர் பழைமையான திருக்குரான் கைப்பிரதியை வாங்கி வீட்டுக்குள் கொண்டுபோய் வைத்துவிட்டு வந்தான். மாட்டுவண்டி புறப்பட்டது. அமராவதி ஆற்றங்கரையை ஒட்டிச் சென்றது. இருபுறத்து வயல்களிலும் கோடைக்காற்றுக்கு அசையும் சணப்புப் பயிர்கள் சொடுங்கி நின்றன. நெல்நாற்றுக்கள் நட அமராவதி அணையிலிருந்து வாய்க்காலில் இன்னும் நீர் திறந்துவிடவில்லை. தொலைவில் நீரற்ற அமராவதி பாதாளத்தில் இருப்பதுபோல் காட்சியளித்தது. வெண்மணல் திட்டில் வாடிய கோரைகள் அசைந்தன. வாப்பா ஆத்துக்கால்புதூர் தலைவாசல் போய் மாட்டுவண்டியை நிறுத்தினார். பசீர் வண்டியிலிருந்து குதித்திறங்கித் தட்டோட்டு வீடுகள் இருமருங்கமைந்த வீதியில் ஓடினான். சித்தநேரத்தில் வயதான பெரியவர் ஒருவரைக் கூட்டிக்கொண்டு வந்தான். வாப்பா பெரியவரை கைத்தாங்கலாகப் பிடித்து மாட்டுவண்டியில் ஏற்றி உட்கார வைத்தார். பசீரும் பழையபடி மாட்டுவண்டியில் ஏறி உட்கார்ந்து கொண்டான். மறுபடியும் மாட்டுவண்டி அமராவதி ஆற்றங்கரையை ஒட்டிய மண்பாதையில் கிழக்கு நோக்கிப் போனது. வீரானுக்கு எங்கு போகிறோம் என்பதுகூடத் தெரியவில்லை. வண்டி தென்னந்தோப்புக்குள் நுழைந்து பெரிய மாட்டுக்கட்டுத்தரை ஒன்றின் முன்புப் போய் நின்றது. மாட்டுக்கட்டுத்தரையைப் பராமரிப்பவர் சாணிக்கூடையுடன் கிட்டத்தில் வந்தார். பின் சாணிக்கூடையை

வைத்துவிட்டு உருமாலையை அவிழ்த்து நின்று பெரியவரைக் கும்பிட்டார். பெரியவர் கட்டளையிடும் தொனியில் சொன்னார்.

"ஓடிப்போயி உங்க சின்ன எசமாங்கள கையோட கூட்டிக்கிட்டு வாடா..."

மாட்டுக்கட்டுத்தரை பராமரிப்பவர் தென்னந்தோப்புக்குள் புகுந்து கிழக்கே ஓடினார். தென்னந்தோப்புக்கு அப்பால் உயரமான சீமையோட்டு வீடு தெரிந்தது. அந்த மாட்டுக்கட்டுத்தரையில் நிறைய உழவு எருதுகள் கட்டப்பட்டிருந்தன. கறவை மாடுகளும் கன்றுடன் இருந்தன. பெரியவர் வாப்பாவின் ஆதரவில் மாட்டுவண்டியிலிருந்து கீழே இறங்கினார். பின் வாப்பாவை கட்டுத்தரையின் மறுகோடிக்கு அழைத்துப் போனார். அங்கு தனியாக நான்கு சாமி எருதுகள் கட்டப்பட்டிருந்தன. தீனிக்காடியில் யானைபுற்களின் பச்சைத்தோகைகள் போடப்பட்டிருந்தன. சாமி எருதுகள் பூச்சிக்கரம்பையுடன் கொழுத்து கிடந்தன. இருப்பினும் மிரட்சியின்றி சாதுவாகவே அசைபோட்டபடி நின்றன. பெரியவர் கூடுகொம்புச் சாமி எருதொன்றைத் தொடைபுறத்தில் தட்டி நீவிக் கொடுத்தார். வாப்பா இன்னொரு விரிகொம்பு சாமி எருதின் திமிலை நீவிக் கொடுத்தார். பசீரும் வீரானும் மாட்டுவண்டியிலிருந்து குதித்திறங்கி சாமி எருதுகளிடம் ஓடினர். ஏறுவெயில் தென்னைகளின் அடிமர நிழலுடன் நிலத்தில் படிந்து நீண்டிருந்தது. மாட்டுக்கட்டுத்தரை பராமரிப்பவர் சின்ன எசமானுடன் வந்தார். சின்ன எசமானுக்கு நடுத்தர வயதுத் தோற்றம். மேலே முறுக்கிய அடர்ந்துத் தடித்த கனமீசை. வெள்ளைவேட்டி வெள்ளைச்சட்டை உடுத்தித் தோளில் வெள்ளைத்துண்டு போட்டிருந்தார். பெரியவரையும் வாப்பாவையும் கும்பிட்டபடியே பேச ஆரம்பித்தார்.

"இந்த நாலு சாமி எருதும் ஆத்துக்கால்புதூரு பங்குனி உத்திரத்து தீர்த்தக் காவடி எருதுங்க... நாங்க கொளத்துப்பாளைய பெரியகட்சை காவடிக் கோஷ்டிய சேந்தவங்க... இந்த சுத்துவெளியில்ல இருக்கற இருவதுக்கு மேல்பட்ட ஊருக எல்லா ஒன்னு சேந்துதா காவடி பொறப்படுவமுங்க... வருசத்துல ஒருமுற பங்குனி மாசத்துல ஊருல இருந்து காவடி கலசம் சாமி எருதுகன்னு நடைபயணமா பொறப்பட்டு கொடுமுடி போயி... காவேரியாத்துல தீர்த்தம் முத்திரிச்சு... மறுக்காவும் ஊருவந்து அப்பொறம் பழனி போயி மலையேறி தீர்த்தமுட்டு அபிசேகம் செஞ்சு சாமி கும்பிடுவோமுங்க... எங்க காவடிக்கு இதுபோல முப்பதஞ்சு சாமி எருது இருக்குங்க... அப்பொறம்..."

சின்ன எசமான் பேச்சை முடிக்கும்முன் வாப்பா இடைமறித்துக் கேட்டார்.

"இந்த சாமி எருதுகள எல்லாம் ஆருங்க பழக்குனது…?"

"தெக்க அலங்கியத்துல இருந்து ஒரு கெழவனும் எளந்தாரியுமா வருவாங்க… அவுங்க ரெண்டுபேரும் சேந்துட்டா… எவ்வளோ திமிர் பிடிச்ச அடங்காத பூச்சிக்காளைகளையும் அடக்கி சாதுவுக்கு கொண்டு வந்து சாமி எருதாக்கிருவாங்க… எளமத்தியானமா பூச்சிக்காளைய ஆத்துக்காலுக்கு புடிச்சுட்டுப் போயி… சுடுமணல்ல நிக்க வெச்சு முதுகுல மணல் மூட்டைய வெச்சுக் கட்டி… பொழுதின்னிக்கும் குறுக்கும் நெடுக்குமா இழுத்து பூச்சிக்காளைய சங்கவெச்சு… நல்ல சராங்கத்துக்கு கொண்டு வந்துருவாங்க…"

"இப்ப அவுங்க ரெண்டுபேரும் வர்றாங்களாங்க…?"

"வருவாங்க… நாங்க கூப்பிடல…"

"ஏனுங்க…?"

"ஏன்னா… நாலு வருசமா… இங்க சுத்துவெளியில்ல சாமி எருதே நேர்ந்துக்கல…"

வாப்பா சின்ன எசமானைப் புரியாமல் பார்த்தார். வீரானுக்கும் பசீருக்கும்கூட எதுவும் புரியவில்லை. பெரியவர் முன்னே வந்து பேசினார்.

"பாய்… நீங்க நெனைக்கற மாதிரி நெனைச்சவுடனே சாமி எருதுக்கு நேர்ந்துக்க முடியாது… அந்த பழனிமல முருகனே கனவுல வந்து உத்தரவு குடுக்கனும்… அதுக்கப்புறம்தான் சாமி எருது வளத்தி… காவடிக்கு புடிக்கறேன்னு நேர்ந்துக்குவாங்க… இப்ப நாலு வருசமா ஆருக்கும் முருகன் உத்தரவு கொடுக்கல… அதனால புதுசா எந்த சாமி எருதும் காவடிக்கு வர்றது இல்ல…"

வீரானால் ஆர்வத்தை அடக்க முடியவில்லை.

"இப்போ நாம சாமி எருதுக்கார அண்ணாவ… எங்க போயி கண்டுபுடிக்கறதுங்க…?"

சின்ன எசமான் சிரித்தபடி பதில் சொன்னார்.

"சமீபமா… கரையூரு நீலாம்பூரு காளியம்மன் கோவிலுக்கு ஒரு சாமி எருது பழக்கினாங்க… நீங்க வேண்ணா அங்க போயி வெசாரிச்சுப் பாருங்க… இவனோட சாமி எருதுக்காரன பத்திய தகவலு கெடைக்கலாமுங்க…"

என். ஸ்ரீராம் 237

மறுபடியும் மாட்டுவண்டிப் பயணம் கிழக்குத் திசையிலேயே தொடர்ந்தது. வீரான் சாமி எருதுக்காரன் பற்றிய நினைவோடு வேதனையும் தவிப்புமாக உட்கார்ந்திருந்தான். பெரியவர் வாப்பாவிடம் மழையிறங்காத வறட்சி நிலைமையைக் குறித்துப் பேசிக்கொண்டே வந்தார். மண்பாதையின் இருபுறமும் வெடிப்புண்ட வயல்களில் காய்ந்த அருகுகளை மாடுகள் மேய்ந்து கொண்டிருந்தன. இளமதிய வெயில் உக்கிரமாக இறங்கியிருந்தது. கோடைக்காற்று புழுதியில் இலைச்சருகுகளும் சேர்ந்து மிதந்து கடந்தன. பருவமழை புரட்டாசி பிறந்தும் பின்தங்கிப் போய்க் கொண்டேயிருந்தது. மேற்கே மலைக்காட்டிலும் பருவமழை சரியாகப் பெய்யவில்லை. அமராவதி அணையிலும் நீர்மட்டம் குறைந்துவிட்டதாகத் தகவல் பரவியிருந்தது. மீன்களுக்கே நீரில்லை என்று பேசிக் கொண்டார்கள். மாட்டுவண்டி கரையூருக்குள் நுழைந்து மண்வீதியில் வேகம் பிடித்தது. ஊரின் தென்புறமாக மூலனூர் செல்லும் தார்சாலையை ஒட்டி நீலாம்பூர் காளியம்மன் கோவில் இருந்தது. காலப்பழமையான கோவில். உடைந்த வெளிமரக்கதவு நடை சாற்றியிருந்தது. கோவிலுக்கு வெளியே உஷ்ணப்புழுதி மண்டிய மண்வாசலில் வாப்பா மாட்டுவண்டியை நிறுத்தினார். கோவில்வெளி எவருமின்றி வெறிச்சோடியிருந்தது. சுருங்கிய மதில்நிழலில் நாய்கள் எழுந்து குரைக்காமல் படுத்திருந்தன. சற்றுத்தள்ளி அரசமரத்து விநாயகர் கோவில் கல்திண்டில் அழுக்கு வேட்டியுடன் ஒருவர் உட்கார்ந்திருப்பது பார்வையில் பட்டது. வாப்பா மாட்டுவண்டியிலிருந்து இறங்கி அரசமரத்தடிக்குப் போனார். கூடவே வீரானும் பசீரும் இறங்கிப் போயினர். அழுக்கு வேட்டிக்காரர் கல்நாகர்களை ஒட்டிச் சம்மணங்கால் போட்டு உட்கார்ந்து பதினைந்தாங்கரம் விளையாடிக் கொண்டிருந்தார். அந்த ஆசாமியே நரிக்கான கல்லையும் ஆட்டுக்கான கல்லையும் நகர்த்தினார். வீரானுக்கு இதுமாதிரி விளையாடுவது விநோதமாகத் தோன்றியது. வாப்பா சாமி எருதுக்காரன் குறித்து விசாரித்தார். அந்த ஆசாமி எழுந்து நின்று இடுப்பு வேட்டியை இறுக்கிக் கட்டினார். கல்படியில் கீழே இறங்கியபடியே பேசினார்.

"நீங்க வெசாரிக்கறவன் என்னோட சிஷ்யந்தான்... மூக்கு ஊலை ஒழுகும்போது எங்கிட்ட வந்தான்... நாந்தான் அவன சாமி எருது பழக்கற மனுசனா மாத்துனேன்... இந்த சுத்துவெளியில நாங்க பழக்காத சாமி எருதில்ல... குடியானவங்க அடங்காத பூச்சிக்காளைய எங்ககிட்ட கயித்த அவுத்து குடுப்பாங்க... நாங்க சூலுவுல அடக்கி சாமி எருதாக்கிருவோம்..."

"அதிருக்கட்டும் பெரியவரே... இப்ப அவன் எங்கிருக்கானுங்க...?"

“அதுதான் சொல்ல வர்றேன்... நீங்க முழுசா கேக்கலியே...”

“செரி சொல்லுங்க...”

“போன தை மாசம்... இந்த காளியம்மனுக்கு ஒரு குடியானவரு சாமி எருதுக்கு நேர்ந்துக்கிட்டாரு... எங்க ரெண்டு பேருத்தையும் கூப்பிட்டு பழக்கனுமுன்னு கட்டுத்தரையிலிருந்து பூச்சிக்காளைய புடுச்சுக் குடுத்தாரு... அதுக்கு விரிகொம்பு... பாய்ச்ச காளை வேற... நாங்க எவ்வளவோ செஞ்சு பாத்தோம்... காளைய சராங்கத்துக்கு கொண்டு வரமுடியல... பொறவியிலேயே அது மெரளிக் கொணமுன்னு தெரிஞ்சு போச்சு... ஆனா நாங்க விடறதா இல்ல... காளையும் எங்களுக்கு அடங்கறதாயில்ல... அப்போ ஒருநா காளை முதுகுல மணல் மூட்டையெ கட்டி ஆத்துமணல்ல பழக்கிட்டு இருந்தோம்... உங்க சாமி எருதுக்காரந்தான் பூச்சிக்காளை கயித்தப் புடிச்சிருந்தான்... நானு பூச்சிக்காளையோட அல்லையில நின்னு வால முறுக்கி வெரட்டிக்கிட்டு இருந்தேன்... அப்போ திடீருன்னு பூச்சிக்காளை குதிச்சுச்சு... உங்க சாமி எருதுக்கரங்கிட்ட இருந்து கயிறு நழுவீருச்சு... பூச்சிக்காளை சட்டுன்னு திரும்பி என்னை குத்த பாஞ்சுது... நானு கண்ணுமூடி கண்ணு தெறக்கல... பூச்சிக்காளையோட விரிகொம்பு ரெண்டும் என்னோட வயித்துல குத்தி கிழிக்குது... கொடலு குந்தாமணியெல்லாம் வெளியில தொங்குது...”

சாமி எருதுக்காரனின் குருநாதர் பேச்சை நிறுத்தினார். வேட்டிக்கட்டுக்கு மேலாகத் தெரியும் வயிற்றைத் தடவிக் காட்டினார். தொப்புளுக்குக் கீழாகக் கொடுவாளால் கீறியதுபோல் வளைந்த இரு தழும்புகள் இருந்தன.

“நீங்க உசிரு பொழச்சது அதிசயமுன்னுதான் சொல்லனுமுங்க...”

“ஆமாங்க... என்னை உங்க சாமி எருதுக்காரந்தான் தாராபுரம் பெரியாசுப்பத்திரி தூக்கிட்டுப் போயி சேர்த்தினான்... அப்பொறம் இந்த நீலாம்பூரு காளியாத்தா புண்ணியத்துல உசிரு பொழச்சு வந்துட்டேன்...”

“அது செரிங்க... சாமி எருதுக்காரன் என்ன ஆனானுங்க...?”

“அதுதான் சொல்ல வர்றேன்... நீங்க முழுசும் கேக்கலியே...?”

“செரி சொல்லுங்க...”

“ஒருவழியா இந்த காளியாத்தா புண்ணியத்துல பொழச்ச நானு... உங்க சாமி எருதுக்காரனோட மறுக்காவும் இந்த ஊருக்கு வந்தேனுங்க...

வந்ததும் காளியாத்தா சன்னதியில போயி... நம்மல குத்தி கொடல வகுந்த பூச்சிக்காளைய நாம அடக்கி பழக்கியே தீரனுமுங்கற வைராக்கியத்தோட சபதம் போட்டனுங்க... சபதம் போட்ட கையோட நேரா கட்டுத்தரைக்குப் போயி அந்தப் பூச்சிக்காளைய அவுத்தோமுங்க... அப்போ பாத்து பூச்சிக்காளைக்கு சொந்தக்கார குடியானவரு எங்ககிட்ட வந்து அந்த பூச்சிக்காளைய மறுக்காவும் பழக்க வேண்டாமுன்னு தடுதல் செஞ்சுட்டாருங்க... நாம காளியாத்தா சன்னதியில பூக் கேப்போம்... பூ குடுத்தா பழக்கலாம்... இல்லீன்னா தாராபுரம் சந்தைக்கு இழுத்துட்டுப் போயி வெள்ளனே வித்துப் போடாலாமுன்னு சொல்லிட்டாருங்க... அப்பொறம் ஒரு நல்லநாளு பாத்து... சாமி சன்னதியில பூ கேட்டாருங்க... சாமி அந்தக் பூச்சிக்காளைய பழையபடி சாமி எருதா பழக்குங்கன்னு பூ குடுத்திருச்சுங்க... நானும் உங்க சாமி எருதுக்காரனும் பூரிச்சுப் போயி... அந்த பூச்சிக்காளையோட தலகயித்த வாங்கி புடிச்சமுங்க... அந்த சமயத்துல காளியாத்தா கோயிலு பூசாரிக்கு திடீருன்னு அருள் வந்து சாமியாட ஆரம்பிச்சுட்டாருங்க... வர்ற கார்த்திகை வெரைக்கும் ஆரும் அந்த பூச்சிக்காளைகிட்ட போகவேண்டாம்... அந்த பூச்சிக்காளைக்கு இன்னும் மூர்க்கம் அடங்கல... கார்த்திகைக்கு பொறகு பூச்சிக்காளைய பழக்க காளியாத்தா உத்தரவு குடுத்துருக்கான்னு அருள்வாக்கு சொல்லிட்டாருங்க... அப்பொறம் உங்க சாமி எருதுக்காரன் அந்த பூச்சிக்காளைய மறுக்காவும் கட்டுத்தரைக்கு கொண்டு போயி கட்டீட்டு எங்கியோ போயிட்டானுங்க... ஆனா நானு அப்பிடி போக முடியுமுங்களா... இந்த எழுவது எம்பது வருசத்துல நானு எத்தனையோ சாமி எருத பழக்கியிக்கேன்... அடங்காத எத்தனையோ பூச்சிக்காளைய அடக்கி சாதுவாக்கீருக்கேன்... என்னோட கடேசி காலத்துல அந்த பொக்கிட்டிக் பூச்சிக்காளைகிட்ட போயி தோத்துட்டு செத்தா... இத்தன நாளும் நாம் பொழச்ச பொழப்புக்கு ஒன்னுமில்லையின்னு அர்த்தமாயிரும் இல்லீங்களா... அதுதான் வர்ற கார்த்திகை மாசத்துக்காக காத்திருக்கேனுங்க... நானா இல்ல அந்த பொக்கிட்டிக் பூச்சிக்காளையான்னு ஒரு கையி பாத்துருவோமுன்னு..."

"அப்போ... கார்த்திகை மாசந்தா சாமி எருதுக்காரன் இங்க வருவானுன்னு சொல்லறீங்களா பெரியவரே...?"

"ஆமாங்க... அவன் ஏழுகடலு ஏழுமல தாண்டி இருந்தாலும்... கார்த்திகை பொறந்தா எனக்கு ஒத்தாசையா இருக்கறதுக்கு... இந்த காளியாத்தா அவன இங்க கூட்டி வந்து சேத்துருவா..."

சாமி எருதுக்காரனின் குருநாதர் கல்படியை நோக்கி நகர்ந்தார். வாப்பா வீரானையும் பசீரையும் கூட்டிக்கொண்டு உச்சிக்கால வெயிலுக்கு ஒடுங்கியிருந்த அரசமர நிழலைவிட்டு வெளியேறினார். வீரானுக்கு சாமி எருதுக்காரன் வருவதற்கு கார்த்திகை மாதம் ஆகுமென்று நினைத்தபோது கவலை தொற்றியது. அடுத்தடுத்த தினங்களில் வாப்பா ஒற்றை மாட்டுவண்டியில் கோரைப்பாய் வியாபாரத்திற்கு செல்லும் எல்லாச் சிற்றூர்களிலும் சாமி எருதுக்காரனைக் குறித்து விசாரித்தார். ஏனோ சாமி எருதுக்காரன் குறித்த சரியான தகவல் எதுவும் கிடைக்கவில்லை. ஒருநிலையில் விசாரித்து விசாரித்து வாப்பாவே சோர்ந்து போய்விட்டார். இருப்பினும் நம்பிக்கையின்மையை வீரானிடம் காட்டிக் கொள்ளவில்லை. வீரானுக்கோ மனம் சமநிலை கொள்ளாமல் பரிதவித்தது. சாமி எருதுக்காரன் சீக்கிரத்தில் கிடைத்துவிட வேண்டும் என்று ஜக்கம்மா தேவியிடம் சதா வேண்டிக் கொண்டேயிருந்தான். சாமி எருதுக்காரன் தொடர்ந்து எங்கேயோ ஒளிந்து புதிர் விளையாட்டுக் காட்டிக் கொண்டிருப்பதாகத் தோன்றியது. அதேநேரம் ஜக்கம்மா தேவி சாமி எருதுக்காரனைப் புதிர் விளையாட்டிலிருந்து விரைவில் வெளிப்பட வைத்து தன் பார்வையில் தட்டுப்பட வைப்பாள் என்கிற நம்பிக்கையும் இருந்தது.

வீரானுக்காக வாப்பா சாமி எருதுக்காரனை பேரார்வத்துடன் தேடிக் கொண்டேயிருந்தார். தேடல் வீணானபடியே ஒவ்வொரு தினமும் கடந்துக் கொண்டேயிருந்தது. வீரான் இங்கு வந்தும் பதினான்கு தினங்கள் ஆகிவிட்டன. இனியும் சாமி எருதுக்காரனைத் தேடுவது வீண்முயற்சி எனப்பட்டது. பானுமதி அக்காவின் தற்போதைய நிலை என்னவென்றும் அறிய முடியவில்லை. தாழ்வாரத்துச் சீமையோட்டு காரைத்திண்ணையில் படுத்திருந்த வீரானுக்கு உறக்கமே வரவில்லை. அருகில் படுத்திருந்த பசீரும் வாப்பாவும் ஆழ்ந்த உறக்கத்தில் இருந்தனர். விடிந்ததும் வீரான் இவர்களிடம் சொல்லிக்கொண்டு புறப்பட்டுப் போய்விடுவதென்று ஒரு தீர்மானமான முடிவுக்கு வந்தான். மனம் சற்று ஆசுவாசமடைந்தது. அதன்பின்பு உறங்கிப் போனான்.

வடகிழக்கில் நூற்பாலை சங்கு ஊதி அடங்கியது. வைகறை வெளிச்சம் மெல்ல பரவியது. வாப்பா எழுந்து மாட்டுவண்டியைப் பூட்டுவதற்கான மூகாந்திரம் செய்து கொண்டிருந்தார். பசீர் காரிக்காளையைக் மாட்டுக்கொட்டிலில் இருந்து அவிழ்த்து வந்து நுகத்தடியோரம் பிடித்து நின்றான். பசீரின் அம்மா பித்தளைத் தூக்குப்போசியை எடுத்து வந்தார். பசீரின் இரு அக்காக்களும் பனையோலை கொட்டகையிலிருந்து சமீபமாக நெய்த கோரைப்பாய்களைச் சுமந்து வந்து மாட்டுவண்டியில் ஏற்றினர். வீரான் தயக்கத்துடன் வாப்பாவிடம் சொன்னான்.

"நானு இன்னிக்கு எங்க ஊருக்கு போலாமுன்னு இருக்கேனுங்க..."

"ஏப்பா அவசரப்படறே... எங்க அல்லா உனக்கு நிச்சயமா உதவுவாரு... எப்படியாவது சாமி எருதுக்காரனை கண்டுபிடிச்சுடலாம்... இன்னுங் கொஞ்சநாளு இங்கிருந்து பாருப்பா..."

வீரான் பதில் பேசவில்லை. பசிரின் அம்மா வீரான் எதிரே வந்து நின்று சொன்னார்.

"வாப்பாவும் பசீரும் போற எடமெல்லாம் எல்லாருத்துகிட்டயும் சாமி எருதுக்கரனைப் பத்தி எடுத்துச் சொல்லி கண்டுபிடிக்கத்தானே சொல்லியிருக்காங்க... உன்னோட சாமி எருதுக்காரன் சீக்கிரத்தில கெடைப்பான்... நீ அவசரப்பட்டு போகாதப்பா..."

வீரான் தான் எடுத்த முடிவில் உறுதியாக இருந்தான். வாப்பா மௌனமாக நகர்ந்து சென்றார். தாழ்வரத்து சீமையோட்டு காரைத்திண்ணை ஏறினார். துண்டை விரித்துப் போட்டு மேற்குத்திசைப் பார்த்து மண்டியிட்டு அமர்ந்தார். உள்ளங்கை விரித்துக் கண்களை மூடித் தொழுகை செய்தார். வீரான் வாப்பா தொழுகை செய்வதையே பார்த்தபடியிருந்தான். வீதியில் எங்கோ சேவல் கூவிற்று. இளங்காலை வெளிச்சம் துலங்கி வந்தது. வாப்பா தொழுகை முடித்து கையில் துண்டுடன் எழுந்து வந்தார். அரபியில் ஏதோ சொன்னார். வீரானுக்கு எதுவும் புரியவில்லை. வாப்பா தமிழிலும் சொன்னார்.

"அல்லா மறைவானவற்றையும் பகிரங்கமானவற்றையும் அறிபவன்... யாவரையும் விட மிகைத்தவன். ஞானம் மிக்கவன்... உனக்கு எப்போதும் வெற்றி கிடைக்கும்... அல்லா வழிகாட்டுவார்... நீ போய் வாப்பா..."

வீரான் கைகூப்பினான். கண்களில் கண்ணீர் திரையிட்டது. புறப்படும் போது என்ன சொல்வதென்று தெரியவில்லை.

"இத்தன நாளும் உங்க ஊட்டு ஆட்டுகறிக் கொழம்பு ருசியாக இருந்துச்சுங்க..."

வீரான் புறப்பட்டுவிட்டான். பசீர் சப்தமாகச் சிரித்தான். பசீரின் அம்மாவும் அக்காக்களும் கூட சிரித்தனர். வீரானுக்கு ஒன்றும் புரியவில்லை. நின்று திரும்பிப் பார்த்தான். பசீர் சிரிப்பை அடக்க முடியாமலேயே சொன்னான்.

"டேய் அது ஆட்டுக்கறி கொழம்பு இல்லடா... மாட்டுக்கறிக் கொழம்பு..."

மறுபடியும் பசீர் சிரித்தான். வீரான் தலைகவிழ்ந்தபடி புறப்பட்டான். வீரானுக்கு மாட்டுக்கறி தின்று ஜக்கம்மா தேவியின் பழிபாவத்திற்கு ஆளாகிவிட்டதாய்பட்டது. அச்சம் எழுந்து உடல் சிலிர்த்தது. நேராக ஊர் போய் பட்டக்காரக் கோடாங்கியிடம் யோசனை கேட்க வேண்டும். பரிகாரம் உண்டாவென தெரியவில்லை. நூற்பாலையை நெருங்கினான். பின்னாலிருந்து பசீரின் குரல் ஓங்கிக் கேட்டது.

“வீரான் நில்லுடா... போகாதே...”

வீரான் நின்று திரும்பிப் பார்த்தான். தெற்கேயிருந்து கோரைப்பாய் ஏற்றிய ஒற்றை மாட்டுவண்டி படுவேகமாக வந்து கொண்டிருந்தது. மாட்டுவண்டிக்குள் பசீர் வாப்பாவோடு இன்னொரு கிழவரும் உட்கார்ந்திருந்தார். மாட்டுவண்டி நெருங்க நெருங்க அந்தக் கிழவர் தலைச்சுமையாக துணி வியாபாரம் செய்யும் காதர் சாய்பு எனத் தெரிந்தது. மாட்டுவண்டி வீரான் கிட்டத்தில் வந்து நின்றது. வாப்பா அழைத்தார்.

“வண்டியில ஏறு... அல்லா வழிகாட்டிட்டாருப்பா...”

வீரான் மாட்டுவண்டியின் பின்னால் போய் தொற்றி மேலேறினான். மாட்டுவண்டி நேர்கிழக்காகத் தார்சாலையில் சென்றது. ஆகாயத்தில் முதல்முறையாக பருவமழைக்கால முகில்கள் எடுத்திருந்தன. வீரான் ஆகாயத்தையே பார்த்துக்கொண்டு வண்டியில் உட்கார்ந்திருந்தான். சாமி எருதுக்காரன் குறித்த எண்ணங்களே ஓடியது. சாமி எருதுக்காரன் எதைகண்டும் பயப்படாதவன் திமிர் பிடித்தவன் என்றெல்லாம் நினைத்திருந்தான். தற்போது பருவகாரர்களிடம் அடிவாங்கிப் பேடிப் பயலாகிவிட்டான். ஊரைவிட்டு ஓடி தலைமறைவாக எங்கோ ஒளிந்து கொண்டான். பானுமதியின் நிலையறியாமல் இரக்க உணர்வற்றவனாக உருமாறிவிட்டான். இன்று சாமி எருதுக்காரன் கிடைத்தவுடன் ஆத்திரம் தீர திட்டித் தீர்க்க வேண்டும் என்று மனம் துடித்தது.

○○○

# 22

மாரியம்மன் சன்னதி முன்பு உருவாரச்சாமிகளின் சப்பரங்கள் இறக்கி வைப்பட்டிருந்தன. பூஜை அழைப்புக்காகக் காத்திருந்தன. உருவாரச்சாமிகளின் சப்பரங்கள் சுமந்தவர்கள் வியர்வையைத் துண்டால் துடைத்தபடி நீர்மோரும் பானகமும் அருந்தி கொண்டிருந்தனர். உருமிமேளக்காரர்களும் நாதஸ்வரக்காரர்களும் ஓய்ந்து போய் உட்கார்ந்திருந்தனர். மாவிளக்கு முளைப்பாரி ஊர்வலமும் கோவிலை சுற்றி முடிக்கும் தருவாயிலிருந்தது. கொட்டுமுழக்கும் கொம்புகளும் மட்டுமே ஒலித்தன. அகில் சனங்களினூடே புகுந்து பித்து பிடித்தவன்போல் அலைந்து திரிந்து கொண்டிருந்தான். வீரானைத் தேடித்தேடிச் சலித்துப் போய்விட்டான். பார்க்கும் ஒவ்வொரு முகமும் வீரானாகவே தெரிந்தது. இந்த சனத்திரளுக்குள் எங்கோ பதுங்கி இருக்கும் வீரானை தான் சந்திப்பது மட்டும் தாமதமாகிறது என நினைத்தான்.

இப்போது முத்துச்சாமி தாத்தாவுக்கு நற்கதி அடைய வீரான் வேண்டும். உடனே முத்துச்சாமி தாத்தா நற்கதி அடைந்துவிட்டால் இன்னொருமுறை இனியாவிடம் கூடப் பேசிப் பார்க்காலாம். இன்னும் இனியாவுக்கு வேறு மாப்பிள்ளையோடு நிச்சயதார்த்தம் எதுவும் நடக்கவில்லை. இந்த இரவு நகர்வதற்குள் எல்லாம் சுபமாகவே முடிய வேண்டும். அகிலுக்கு வைகறையில் வீரானோடு ஊர் போகும் தெளிவான சித்திரம் ஒன்று கண்முன்னால் தோன்றித்தோன்றி மறைந்தது. ஏனோ குதியங்கால்கள் குடைச்சலெடுக்கத் தொடங்கிவிட்டன. மிகுஅசதியில் இந்திரஜித் நாடகமேடை எதிரே வந்து உட்கார்ந்தான். நாடகமேடை இடபுறத்தில் இந்திரஜித் அம்பு பிடித்து ஆறேழு அரக்கப்படையுடன் யுத்தம் செய்ய தயாராக நின்றான். வலப்புறத்தில் இலச்சுமணனும் அனுமனும் நான்கைந்து வானரப்படையுடன் வில்லேந்தி நின்றனர். நாடகமேடை ஜமுக்காளத்தில் விழுந்து கிடந்த சில அரக்கப் படையினரும் வானரப் படையினரும் இரத்தம் பீறிட துடிதுடித்து கொண்டிருந்தனர். ஹார்மோனிய இசைப்பாடகர் இந்திரஜித் அம்பு விடும் சாதுர்யத்தைத் தன் கரகரத்தக் கணீர் குரலில் பாடத் தொடங்கினார்.

*"மொய் எடுத்த கனை மாரியால் இடை*
*முடிந்தது ஒன்றும் முறை கண்டிலார்*

*எய்விடத்து எரியும் நாணின் ஓசையலது*
*யாதும் ஒன்று செவி உற்றிலார்...”*

அந்தநேரம் சொப்பனவித்தைக்கார இரு நபர்களும் வந்து அகிலை அழைத்தனர். அகில் சொப்பனவித்தைக்கார இரு நபர்களிடமும் சிக்கிவிடக் கூடாது என முடிவு செய்தான். எழுந்து கூட்டத்துக்குள் புகுந்து மறைந்தான். சொப்பனவித்தைக்கார இரு நபர்களும் அகிலை விடுவதாக இல்லை. அகிலை துரத்தி வர ஆரம்பித்தனர். அகில் சனங்களை விலக்கி விலக்கி ஓடத் தொடங்கினான். எட்டிப் பிடிக்கும் தூரத்தில் சொப்பனவித்தைக்கார இரு நபர்களும் நெருங்கி வருவதை அறிய முடிந்தது. சொப்பனவித்தைக்கார இரு நபர்களும் எதற்காகத் தன்னைக் குறிவைத்து வருகிறார்கள் என்பதைப் புரிந்துகொள்ள முடியவில்லை. சட்டென அகில் வீரானை மறந்து போனான். சொப்பனவித்தைக்கார இரு நபர்களிடமிருந்து தப்பிக்கும் முயற்சியில் மட்டும் தீவிரமானான். பொட்டொலி போடும் இடத்தை குறிவைத்து முன்னேறினான். முதுகுக்குப் பின்னால் சொப்பனவித்தைக்கார இரு நபர்களின் குரலும் ஒருசேர யாசிப்பதுபோல் ஒலித்தது.

“நில்லுங்க சாமி... உங்களுக்கு நாங்க ஒரு சேதி சொல்லனும்...”

அகில் தன்னையறியாமல் நின்று திரும்பி சொப்பனவித்தைக்கார இரு நபர்களையும் பார்த்தான். சொப்பனவித்தைக்கார இரு நபர்களும் நெருங்கி வந்து பேசினர்.

“எங்ககூட வாங்க... நீங்க தேடிக்கிட்டு இருக்கற ஆள கண்டு புடிக்கலாம்...”

“நீங்க ரெண்டுபேரும் ஏமாத்துக்காரங்க... சொப்பனவித்தை ஏவி எங்கிட்டிருக்கற எல்லாத்தையும் மறுக்காவும் புடிங்கிக்க கூப்பிடறீங்க...? இப்பவே நானு உங்க பொட்டொலி எசமானுக்கு போன் பண்ணறேன் பாருங்க...”

சொப்பனவித்தைக்கார இரு நபர்களும் தோளில் தொங்கவிட்டிருந்த துணி மூட்டைகளை இறக்கி மண்தரையில் வைத்தனர். உட்கார்ந்து துணிமூட்டைகளை அவிழ்த்து பிரித்தனர். நிறைய பணத்தாள்களும் மணிபர்சுகளும் கடிகாரங்களும் அலைபேசிகளும் சில தங்க ஆபரணங்களும் இருந்தன. உயரமாக இருந்தவன் நிமிர்ந்து பார்த்து பேசினான்.

“இம்முட்டும் நாங்க இங்க சொப்பனவித்தை ஏவி அடிச்சதுதான்... நாங்க நகைய எடுக்கற ஆருமே... நகை காணாம போனத உணர மாட்டாங்க... ஊட்டுல பத்திரமா இருக்கறதா நெனைச்சுக்குவாங்க...

இப்பக்கூட பாருங்க நாங்க இவ்வளவு நகைளையும் பணத்தையும் எடுத்திருக்கோம்... ஆருமே எங்கள கண்டுபுடிக்கல... போலீசுக்கிட்டயும் போயி பிராது குடுக்கல... உங்ககிட்ட மட்டும் அடிக்கறது என்ன கசுட்டமா சொல்லுங்க...? இந்தமொற நாங்க உங்கள ஏமாத்த வரல... உதவ வந்திருக்கோம்... நம்புங்க சாமீ..."

அகில் மறுபேச்சுப் பேசவில்லை. சொப்பனவித்தைக்கார இரு நபர்களின் பின்னே வசியம் செய்யப்பட்டவனாய் நடந்தான். சனத்திரளைத் தாண்டி கோவில் வளாகத்தின் கிழக்குத் திசையில் நடந்தனர். வேப்பஞ்சரல்களினூடே சென்ற மண்தடத்தின் வழியாகக் கூட்டிப் போயினர். வறண்ட நீலி ஓடை வந்தது. நீலி ஓடைக்கரையெங்கும் சேவேறி பொந்து விழுந்த வேம்புகள் செறிந்து நின்றன. இருளுக்குள் இரை தேடும் கூகைகள் நிசப்தமாகப் பறந்தன. முற்றிய வேம்படி மண்புற்றோரமாக யாரோ உட்கார்ந்திருப்பது தெரிந்தது. அந்த ஆளின் முன்புறம் போய் நின்றனர். அந்த ஆள் நிமிர்ந்து பார்க்கவில்லை. சொப்பனவித்தைக்கார இரு நபர்களும் தரையில் குவிந்து கிடந்த காய்ந்த வேப்பஞ்சருகிலைகளில் தீ மூட்டினர். சுவாலை கொளுந்துவிட்டுப் பரவியபோது வெளிச்சத்தில் அந்த ஆளின் முகம் நன்றாகத் தெரிந்தது. அகிலுக்கு ஏற்கனவே பார்த்த ஞாபகம் எழுந்தது. சொப்பனவித்தைக்கார இரு நபர்களும் ஒரே நேரத்தில் பேசினர்.

"இவருதான் சாமீ... நீங்க தேடிக்கிட்டு இருக்கற வீரானோட அப்பக்காரர்..."

"தெரியும்... இவர நானு கொஞ்சநேரத்துக்கு முன்னால பார்த்திருக்கேன்..."

"அது எப்படீங்க முடியும்... இவரு கெழக்குவெளி ஊரிலிருந்து இப்பத்தான் இங்கேயே வர்றாரு... இன்னும் ஊருக்குள்ளேயே போகலே..."

"அப்ப நானு பார்த்தது பொய்யா...?"

"பொய்தானுங்க... சாமீ..."

"இல்ல நெசம்..."

சொப்பனவித்தைக்கார இரு நபர்களும் கடகடவென சிரித்தனர். அகில் புரியாமல் பார்த்தான்.

"இதுக்கு முனனால நீங்க சொப்பனங்கண்டிருப்பீங்க... அதுதான் பாத்த மாதிரி தெரியுது..."

"என்ன ஓலர்றீங்க...?"

சொப்பனவித்தைக்கார இரு நபர்களில் குள்ளமாக இருந்தவன் தோளில் தொங்கிய சிறு துணிமூட்டைகளை அவிழ்த்து பிரித்தான். அகிலின் மைனர் சங்கிலியையும் மோதிரத்தையும் வெளியே எடுத்தான். அகிலுக்கு அளவிடமுடியாத ஆத்திரம் மூண்டது.

"இதை நானு போட்டுக்கிட்டே வரலையே... இதுக எப்பிடி உங்ககிட்ட வந்துச்சு...?"

"நீங்க போட்டுக்கிட்டுதான் வந்தீங்க... ரெண்டு தடவ நாங்க உங்கள சொப்பனங் காண வெச்சு நகைகள எடுத்துட்டோம்..."

அகில் மேற்கொண்டு பேசவில்லை. சொப்பனவித்தைக்கார இரு நபர்களும் இந்த நகைகளையெல்லாம் திருடி வந்துவிட்டு பொய் சொல்வதாகப்பட்டது. தன்னை ஏமாற்ற ஏதோ செப்பிடிவித்தை செய்ய முயல்வதாகவும் நினைத்தான். உடனே சொப்பனவித்தைக்கார இரு நபர்களும் அகிலிடம் மைனர் சங்கிலியும் மோதிரத்தையும் கொடுத்து அணியச் சொன்னார்கள். அகில் நீண்ட யோசனைக்குப்பின் வாங்கி அணிந்து கொண்டான். சொப்பனவித்தைக்கார இரு நபர்களில் உயரமாக இருந்தவன் வீரானின் அப்பக்காரரைக் காட்டி பேசினான்.

"இப்ப இந்தாளுகிட்ட வீரான பத்தி வெசாரியுங்க சாமீ...?"

அகில் வீரானின் அப்பக்காரர் எதிரில் போய் அமர்ந்தான். வீரானின் அப்பக்காரர் சலனமில்லாமல் அகிலை வெறித்தார். அகிலுக்கு வார்த்தைகள் வெளிவரவில்லை. ஏற்கனவே எல்லாம் பேசிவிட்டதுபோல் இருந்தது.

○○○

பகவான் கோவில்வெளி சனக்கூட்டம் நிறைந்து காணப்பட்டது. வெயிலில் நின்றிருந்த சனங்களின் வரிசை நீண்டு கிடந்தது. பானுமதிக்கு பின்னால் அகில் நின்றிருந்தான். பானுமதி பழக்கப்பட்டவள்போல் வரிசையில் சலிப்பைக் காட்டாமல் நின்றிருந்தாள். அகிலுக்கு வரிசை மிகப்பொறுமையாக நகர்வது எரிச்சலை ஏற்படுத்தியது. முன்னால் நூறுபேருக்கு மேல் நின்றிருந்தனர். பின்னாலும் நூறுபேருக்கு மேல் நின்றிருந்தனர். அகில் மத்தியில் மாட்டிக்கொண்டதாய் நினைத்தான். பானுமதியின் பேச்சைக் கேட்டு இதுபோல் ஓர் அபத்தத்தில் சிக்கிக்கொண்டதாய் உணர்ந்தான். வீரான் கிடைக்கும் காலத்தை பகவான் கோவில் சாமி மிகச்சரியாகக் கணித்துக் கூறிவிடும் என்று பானுமதி பெருநம்பிக்கையோடு இங்கு அழைத்து வந்துவிட்டாள்.

அகிலும் வேறு வழியில்லாமல் வந்துவிட்டான். இவ்வளவு சனங்களை எதிர்ப்பார்க்கவில்லை.

இளமதியம் கடந்துவிட்டது. வரிசை கோவிலுக்குள் போயிருந்தது. முன்னால் நகர்ந்த வரிசை குறைந்துகொண்டு வந்தது. வேப்பமரத்தடியில் பகவான் கோவில் சாமி கயிற்றுக் கட்டில் மீது அமர்ந்து அருள்வாக்கு சொல்வது பார்வைக்கு தெரிந்தது. முதிய தோற்றத்து சாமி. மெதுவான குரலில் பேசும் சுபாவம். பானுமதி முன்னால் சென்று சாமி காலில் விழுந்து வணங்கினாள். அகிலும் அதேபோல் செய்தான். சாமி திருநீற்றை அள்ளி இருவர் தலையிலும் ஆசியாக வீசினார்.

"எந்திரியுங்க... தாயிக்கும் புள்ளைக்கும் என்ன தகுதாயம்...?"

பானுமதியும் அகிலும் அவசரமாக எழுந்து நின்றனர். பானுமதி பதற்றத்துடன் சொன்னாள்.

"நாங்க அம்பது வருசத்துக்கு முன்னால காணாம போன ஒருத்தர தேடி சாமிகிட்ட வந்திருக்கோம்..."

"நீங்க தேடற ஆசாமி... பொடியனா இருக்கும்போது இங்க வந்திருக்கான்... உன்னோட உறவுக்காரன தேடிக்கிட்டு..."

பானுமதி அமைதியானாள். சாமியையே பார்த்தாள். அகிலும் சாமியையே பார்த்தபடி இருந்தான். சட்டென சாமி விருத்தம் பாடும் தொனியில் பாடினார்.

"அம்மன் கோயில் சாட்டுல...
கொட்டுமுழக்கு ஓசையில...
உருவாரச்சாமி ஊர்வலத்துல...
சித்திரத்தேரு முன்னால...
நீங்க தேடற ஆசாமி...
தானாக தெம்படுவான்..."

பானுமதியும் அகிலும் வேப்பமர நிழலை விட்டு நகர்ந்தனர். வரிசையை ஒதுக்கி பகவான் கோவில் முன்வாசலை கடந்து வெளியே வந்தனர். பனையோலை கூரை வேய்ந்த கடை நிழலில் எதிர்பார்த்து நின்ற வெள்ளைத்தாடிக்காரர் பானுமதியை கேட்டார்.

"சாமி என்ன சொல்லிச்சு...?"

பானுமதி பதிலேதும் சொல்லவில்லை. வடக்குத்திசையில் திரும்பி கொசவலசு வீதியில் நடக்கத் தொடங்கினாள். வெள்ளைத்தாடிக்காரர் அகிலை அழைத்து கொண்டு பின்தொடர்ந்தார். தேநீர்கடை முன்பு

என். ஸ்ரீராம்

பசுங்கிடாரிக்கன்று வடை மடித்த வீசிய எச்சில் இலைகளை தின்று கொண்டிருந்தது. காரில் ஏறி ஊர் வரும்போது அகில் பானுமதியை கேட்டான்.

"சாமீ ஒன்னும் பெரிசா சொல்லீறலேயே... அதுக்கு நீங்களே அருள்வாக்கு சொல்லீருக்கலாம்... வெயில்ல அலைச்சல் மிச்சமாயிருக்கும்..."

"குறி கேக்க வந்தவங்க தன்னோட கஷ்டத்த சொல்லறது எல்லாம் எனக்கு என்னோட கஷ்டமாப் படும்... என்னோட கஷ்டத்துக்கு என்ன நல்லது கெடைக்கனுமுன்னு நெனைக்கறேனோ... அதைய அவங்களுக்கு தீர்வா சொல்லுவேன்... அதுல எனக்கு ஒரு சொகம்... வந்தவங்களுக்கும் தீர்வு... ஆனா பகவான்கோயிலு சாமி அப்பிடியில்ல... அது இந்த மண்ணுல சமாதியான முன்னோரோட சத்தியவாக்குல நின்னு சொல்லுது... அதுதான் வீரானை கண்டுபிடிக்க உதவும்..."

அகில் மௌனமானான். வெண்பூளையும் பொன்னாவரையும் பூத்துக் கிடந்த மண்தடத்தில் கார் மெதுவாகப் பயணித்தது. இருபுறமும் வெள்ளாமையில்லாமல் வெறுமை பூண்ட குளத்துப்பாசன தோட்ட வெளிகளில் செம்மறிகள் மேய்ந்து கொண்டிருந்தன.

000

# 23

நாற்புறங்களிலும் அச்சப்படும்படியான கடும் இருட்டு கவிழ்ந்திருந்தது. புழக்கமற்ற வீதியில் அமைதி அதிகமாகிக்கொண்டு வந்தது. எங்கும் குட்டிச்சுவர்கள் உறைந்து போய் நின்றன. வீரான் ஆகாயத்தை எல்லாத் திசைகளிலும் பார்த்தார். ஆகாயத்தின் ஏதாவது ஒரு திசையில் கருமுகில்கள் திடீரெனக் கிளர்த்தெழும் என்ற நம்பிக்கை இன்னும் இருந்தது. மழை இறங்கிப் பெய்யும் கணம் சமீபித்து வருவதையும் உள்ளுணர்வு சொல்லிக் கொண்டேயிருந்தது. வீரான் ஆகாயத்தின் மீது தனித்த கவனத்தைச் செலுத்திக் கொண்டேயிருந்தார். கிழக்கு அடிஆகாயத்தில் சுக்கிரன் உதித்துவிட்டது. சுக்கிரனின் வெண்மைநிற ஒளியில் மாறுதல் எதுவும் இல்லை. உதித்த சுக்கிரன் படுவேகமாக மேலேறிக் கொண்டிருந்தது. ஏற்கனவே புதன் மிகமெதுவாக மேலேறிக் கொண்டிருந்தது. புதனை சுக்கிரன் நெருங்கி நேர்கோட்டில் வரும்கணம் வரை ஆகாயம் கருமுகில்களை எங்கோ மறைத்து வைத்து விளையாடுவதாகப்பட்டது. வீரான் தன் அருள்வாக்கை ஒருபோதும் ஜக்கம்மா தேவி பொய்க்க வைக்கமாட்டாள் என்கிற மனோதைரியத்துடன் இருந்தார்.

சித்திரத்தேர் கூட நான்கைந்து வீதிகள் தள்ளிப் போய்விட்டது. நய்யாண்டி மேளங்களும் வாத்தியங்களும் தொலைவில் ஒலித்தன. கம்புடன் காவலுக்கு நின்றிருந்தவர்கள் சுத்திண்ணையிலிருந்து எழுந்து பீடி புகைக்க ஆரம்பித்தனர். அவர்கள் இனி மழை வராது என திடமாக நம்பினர். ஆகாயத்தைப் பார்ப்பதையும் தவிர்த்தனர். அவர்களுக்கு இனி வீரானை என்ன செய்வது என்பதுதான் பெரிய பிரச்சனையாக இருந்தது. பழையபடி வீரானை மிரட்டிச் சித்திரத்தேரிடம் இழுத்து போவதற்கு தயாராகினர்.

வீரான் ஆகாயத்தை மட்டுமே நம்பினார். ஆகாயம் நிச்சயமாக கைவிடாது. வீரான் ஆகாயத்தின் மீது பதிந்திருந்த பார்வையை விலக்கவில்லை. சுக்கிரன் புதனின் கீழே நேர்கோட்டில் வந்து விட்டது. சுக்கிரன் புதனை தொட்டு முந்த யத்தனித்தது. கிழக்கு அடிஆகாயம் கண்ணுக்குத் தெரியாமல் மழைக்கான மூகாந்திரத்தை உருவாக்கத் துவங்கிவிட்டது. வீரான் பார்த்துக்கொண்டிருக்கும்போதே கருமுகில்கள் மெல்லப் பரவி மேலேறின. கருமுகில்கள் உச்சியேறும் விரைசல் அசுரத்தனமாக இருந்தது. ஆகாயம் தன் வலிமையைக் காட்டும்

நேரமும் நெருங்கிவிட்டது. கம்புடன் காவலுக்கு நின்றிருந்தவர்கள் வீரானைப் பிடித்து வீதியில் இழுத்துக்கொண்டு நடந்தனர். வீரான் ஆகாயத்தைப் பார்த்தபடி சப்தமான குரலில் பாடத் தொடங்கினார்.

*"ஆகாசத்துல அக்கினி முகிலு மின்னப் போகுது...*
*வாயு முகிலு இடியிடிக்க போகுது...*
*ரெண்டு முகிலும் சேர்ந்துகிட்டு...*
*கல்லுமாரியா கொட்டப் போகுது...*
*ஊரும் சுத்துவெளியும் வெள்ளத்துல சூழப் போகுது...*
*சித்திரத்தேரும் ஓடாம நடுவீதியில மூழ்கப் போகுது..."*

பாடல் குட்டிச்சுவர்களில் மோதி எதிரொலித்தது. கம்புடன் காவலுக்கு நின்றிருந்தவர்கள் நிமிர்ந்து முதன்முறையாக ஆகாயத்தைப் பார்த்தனர். அவர்களுக்கு எதுவும் வித்தியாசமாக தெரியவில்லை. கார்மழைக்கால ஆகாயம் இயல்பாக இருப்பதாகவே பட்டது. தலைதாழ்த்திக் கேலியாக வீரானைப் பார்த்தனர். வீரான் பலமாகச் சிரித்தார். மறுபடியும் அதே பாடலை முன்பு பாடிய தொனியில் பாடத் தொடங்கினார்.

*"ஆகாசத்துல அக்கினி முகிலு மின்னப் போகுது..."*

கம்புடன் காவலுக்கு நின்றிருந்தவர்களுக்கு கோபம் வந்தது. வீரானை வேகமாக விரட்டியபடியே அதட்டினர்.

"பைத்தியகார சாமக்கோடாங்கியே... வாய மூடிக்கிட்டு வாடா... பாட்டு பாடுனே தோல உரிச்சு உப்புக்கண்டம் போட்டுறவனாமா சொல்லிப்புட்டே..."

வீரான் பாடுவதை நிறுத்தவில்லை. இருள் வீதிகள் மாறிக் கொண்டேயிருந்தன. ஆகாயமும் துரிதமாக வேறு ரூபத்திற்கு மாறிக் கொண்டிருந்தது.

○○○

**மா**ட்டுவண்டி குளத்துப்பாளையம் தாண்டிச் சென்று கொண்டிருந்தது. கரையூர் கடந்து தெற்கே திரும்பிப் போயிற்று. மாட்டுவண்டி முளைக்குச்சியின் மேல் சாய்ந்து உட்கார்ந்து வந்த காதர் சாய்பும் எதுவும் பேசாமல் வந்தார். விரானும் சாமி எருதுக்காரன் குறித்து எதுவும் கேட்கவில்லை. வண்டிசக்கரப் பட்டாக்கள் மண்பாதை மணலை நொறுக்கும் ஓசை மட்டுமே எழுந்தது. மழையற்ற வறட்சி வழிநெடுக நிலவியது. நல்லதங்காள் ஓடையை ஒட்டிச் செல்லும்போது கரைப் பனைகளின் காய்ந்த மட்டைகள் காற்றுக்கு உராய்ந்தன. நீரற்ற நல்லதங்காள் ஓடையின் வறண்ட கூழாங்கற்களின் மீது

கருங்கெண்டைமீன்களின் முள்செதிள்கள் விரவிக் கிடந்தன. நீர்பாம்புகள் செத்த நாற்றம் அடித்தது. ஆகாயத்தில் கல்கௌதாரிக் கூட்டம் கத்திக் கொண்டு நீர்வேட்கையில் பறந்தன. மாட்டுவண்டி கொசவலசுக்குள் நுழைந்து முன்னேறியது. பகவான் கோவில்வெளி வந்தது. காவிசாந்து அடித்த காரைத்தூண்கள் கொண்ட முன்மண்டபம் எதிரே வாப்பா மாட்டுவண்டியை நிறுத்தினார்.

"வீரான்... நீயும் இவரோட எறங்கிக்கப்பா... இவரு சாமி எருதுக்காரங்கிட்ட உன்னைக் கூட்டிக்கிட்டு போவாரு... நானும் பசீரும் ஏவாரம் முடிச்சு திரும்பி வரும்போது உன்னை வந்து பாக்கறோம்..."

வீரான் காதர் சாய்புடன் மாட்டுவண்டியிலிருந்து இறங்கிக் கொண்டான். மாட்டுவண்டி புறப்பட்டது. காரிக்காளையின் குளம்படி ஓசையுடன் தெற்குவெளி மண்பாதையில் வேகம்பிடித்து மறைந்தது. காதர் சாய்பு கோவில் முன்மண்டப வாசலுக்குப் போய் நெடுஞ்சாண்கிடையாக நிலத்தில் விழுந்து வணங்கி எழுந்தார். வீரானைக் கூட்டிக்கொண்டு கொசவலசின் நிழல் கட்டிய வீதியில் நடந்தார். எறவாணத்துத் திண்ணைச்சுவரிலும் மரத்தூண்களிலும் காவிசாந்து பூசிய வீட்டின் முன்பு நின்றார். தட்டோடுகள் வேய்ந்தக் கூரையில் காலைப்பொழுதின் ஏறுவெயில் விழுந்து படிந்திருந்தது. வீட்டின் தொட்டிக்கட்டு ஆசாரத்தில் காவி வேட்டி உடுத்திய பண்டாரங்கள் சிலர் நடமாடிக் கொண்டிருந்தனர். காதர் சாய்பு குரலிட்டார்.

"சண்முகோ... சண்முகோ..."

நெற்றி நிறைய விபூதி தீட்டித் தொந்தி வயிற்றுடன் ஒருவர் எட்டிப் பார்த்தார். எதுவும் பேசாமல் மறுபடியும் தொட்டிக்கட்டு ஆசாரத்துக்குள் போய்விட்டார். கொஞ்சநேரத்தில் பெரிய துணிமூட்டையுடன் வெளிப்பட்டார். காதர் சாய்பு துணி மூட்டையை வாங்கி தோளில் இருத்திக் கொண்டார்.

"பொடியனுக்கு உங்க சாமிகிட்ட ஒரு வேண்டுதல்... குளிக்க வெச்சு உச்சிக்கால பூசைக்கு சாமிகிட்ட கூட்டிக்கிட்டு போங்க சண்முகோ..."

சண்முகம் ஆமோதிப்பாய் தலையசைத்தார். வீரானை உள்ளே கூப்பிட்டார். காதர் சாய்பு வீரானை பார்த்தபடியே வீதியில் இறங்கி நடந்தார்.

"சீல... ரவிக்க... வாயில் வேட்டீ..."

காதர் சாய்புவின் குரல் மெல்ல தேய்ந்து மறைந்தது. சண்முகம் வீரானை தொட்டிக்கட்டு ஆசாரத்துக்கு கூட்டிப் போய் காவித்துண்டு ஒன்று கொடுத்தார். வீரான் காவித்துண்டை இடுப்பில் கட்டிக்கொண்டு பின்கட்டுக் கிணற்றில் தண்ணீர் சேந்திக் குளித்தான். சட்டையையும் டவுசரையும் துவைத்துக் காயவைத்து உடுத்திக் கொண்டான். இளமதியமானபோது சண்முகம் வீரானை பகவான் கோவிலுக்கு அழைத்துப் போனார். கோவிலுக்கு வெளியே வெயிலில் நெடுவரிசையில் சனங்கள் நின்றிருந்தனர். வீரானை வரிசையில் வரச் சொல்லிவிட்டு சண்முகம் கோவிலுக்குள் போய்விட்டார். வீரானுக்கு முன்னால் வரிசையில் நூற்றுக்கு மேற்பட்ட சனங்கள். மெல்ல நகர்ந்து கோவிலுக்குள் போய்க் கொண்டிருந்தனர். வெயிலில் வீரானுக்கு வேர்த்து வடிந்தது.

வீரானுக்கும் சாமி எருதுக்காரனைத் தேடித்தேடி மனம் சலிப்புற்றுவிட்டது. இன்றே சாமி எருதுக்காரன் கிடைத்துவிட்டால் நல்லது எனப்பட்டது. பகவான் கோவில் சாமி எப்படியும் சாமி எருதுக்காரனை காட்டிக் கொடுப்பார் என்கிற நம்பிக்கை எழுந்தது. கோவிலுக்குள் போனபின்பும் வரிசை குறையவில்லை. வீரானுக்கு மனம் மீண்டும் மீண்டும் அலைகழிந்தது. மனதை தன்வயமாக்க மிகுந்தப் பிரயாசைப்பட்டான். வரிசை நகர்ந்து சாமியை நெருங்கிக் கொண்டிருந்தது. சாமி கயிற்றுக் கட்டிலில் அமர்ந்து சனங்களுக்கு ஆசி வழங்கிக் கொண்டிருந்தார். சாமிக்கு வயதைக் கணிக்க முடியாத முதுமையின் தோற்றம். உடம்பு பழுத்த பழமாகிக் கிடந்தது. கழுத்தில் சரம்சரமான ருத்திராட்ச மாலைகள். நெற்றி தோள் கை என திருநீற்றுப் பூச்சு. சாமி யாரிடமும் அதிகம் பேசவில்லை. வீரான் சாமியை நெருங்கும்போது சண்முகம் பக்கவாட்டில் வந்து நின்று கொண்டார். வீரான் சாமி முன்னே போய் நின்று தலையைக் குனிந்தான். சாமி தன் நடுக்கமுறும் கைகளால் ஆசி வழங்கினார். மண்பானையிலிருந்து சர்க்கரைப் பிரசாதத்தை அள்ளி வீரான் உள்ளங்கையில் வைத்தார். சண்முகம் தணிந்தக் குரலில் சாமியிடம் சொன்னார்.

"பையனோட வேண்டுதலுக்கு சாமி வெட்டு ஒன்னு துண்டு ரெண்டுன்னு சட்டுனு பதில் சொல்லனுமுங்க..."

சாமி தீர்க்கமாக வீரானைப் பார்த்தார். வீரானுக்கு வந்த விசயத்தை சொல்ல பெரும் தயக்கம் ஏற்பட்டது. அசையாமல் நின்று கொண்டேயிருந்தான். சாமி சண்முகத்தைப் பார்த்தார். சண்முகம் வீரானிடம் குசுகுசுவென சொன்னார்.

"சாமிகிட்ட உன்னோட வேண்டுதலச் சொல்லு அப்புனு..."

வீரான் மௌனியாகவே நின்றான். சாமி சிரித்தார்.

"சண்முகம்... இந்த பையனோட காரியம் நம்ம பெரியாத்துல ஆளுந்தண்ணி வரும்போது செயமாகும்..."

"அது போதுங்க சாமி..."

சண்முகம் வீரானைப் பிடித்து இழுத்துக்கொண்டு கோவிலுக்கு வெளியே வந்தார். வீரான் உடம்பில் வெயில் பட்டதும்தான் சுயபிரக்ஞை வந்தவனாய் சண்முகத்தைப் பார்த்தான்.

"பெரியாத்துல ஆளுந்தண்ணி எப்போ வருமுங்க...?"

"மழப்பேரும் மக்கப்பேரும் இந்த மகானுக்கு மட்டுந்தான் தெரியும்..."

வீரான் அமைதியடைந்து நின்றான். சண்முகம் கோவிலுக்குள் போய் மண்கலயத்தில் கம்புப் புளுதண்ணீர் கொண்டு வந்து கொடுத்தார். வீரான் பசிக்களைப்புத் தீரக் குடித்தான். சண்முகம் மண்கலயத்தை வாங்கிக்கொண்டு கோவிலுக்குள் போனதும் வீரான் வேகமாக நடந்தான். வெயில் பாவிய கொசவலசு வீதியைக் கடந்து வடக்கே நடந்தான். பசுங்கன்றுகள் உலவின. நல்லதங்காள் ஓடைகரை மீது புழுதிமண் சூடேறிய மண்பாதை நீண்டு போனது. பனைக்குருத்து தவிர எங்கும் பசுமையில்லை. மொட்டைப் பனையுச்சியில் பனங்காடை கத்தியது. புளியமரத்து நிழல் படிந்த தார்சாலை வந்ததும் ஏறி நடந்தான். தோற்றுப் போனதுபோல் இருந்தது. பானுமதி முகத்தில் எப்படி முழிப்பது என்கிற கேள்வி எழுந்தது. சாமி எருதுக்காரன் இனி கிடைப்பான் என்கிற நம்பிக்கையும் போய்விட்டது. ஜக்கம்மா தேவி கைவிட்டுவிட்டதாகவே நினைத்தான். எங்கும் நிற்காமல் நடந்தபடியே இருந்தான். தார்சாலை கானலடித்து கிடந்தது.

○○○

என். ஸ்ரீராம்

# 24

**வே**ப்பஞ்சருகிலைகளில் நெருப்பு நின்றெரிந்து வெளிச்சத்தைக் கொடுத்தது. தலைக்கு மேலான வேப்பங்கிளையில் கூகைகள் வந்தமர்ந்து குடுகி அணத்தின. அடர் இருளில் கூகைகளின் கண்கள் தனித்து ஒளிர்ந்தன. வீரானின் அப்பக்காரர் எழுந்து நின்றார். அகிலும் எழுந்தான். சொப்பனவித்தைக்கார இரு நபர்களும் விலகி வழிவிட்டனர். வீரானின் அப்பக்காரர் வேப்பஞ்சருகிலைகளை மிதித்து நடந்தார். அகிலும் சொப்பனவித்தைக்கார இரு நபர்களும் பின்தொடர்ந்து நடந்தனர். கூகைகளும் குடுகிப் பறந்து வந்தன. வீரானின் அப்பக்காரர் கோவில் வளாகத்தை அடையாமல் நேராக வாவிக்கரைப்புதூருக்குள் புகுந்தார். நெடுவீதி ஒன்றில் நுழைந்து மேற்கே சென்றார். வீடுகளின் வெளித்திண்ணைகள் வெறிச்சிட்டுக் கிடந்தன. சனங்கள் மாவிளக்கு முளைப்பாரி ஊர்வலத்தோடு போய்விட்டதால் ஊருக்குள்ளேயே அரவமில்லை. கூகைகளும் தூரமாகப் போய் குடுகின. அகில் சொப்பனவித்தைக்கார இரு நபர்களிடம் கேட்டான்.

"எனக்கு இது முன்னமே நடந்த மாதிரி இருக்கு..."

"அது நீங்க சொப்பனங்கண்டது... இப்பதான் நெசத்துல நடக்குது..."

வீரானின் அப்பக்காரர் நடந்து ஊரின் மேற்குப்புறத்துக்கு வந்து சேர்ந்தார். வெளியேறி மயானம் செல்லும் பாதையில் சென்று நின்றார். தாடகிப்புதர்களுக்கிடையே குறுவிரியன் ஊர்ந்துப் போய் மறைந்தது. வீரானின் அப்பக்காரர் சொன்னார்.

"நாம்போயி குதிரவண்டி பூட்டி வாரே... நாம வடக்கே ஊதியூரு மலை... சித்தங்கொகைக்கு போவோம்... அங்க பட்டக்காரக் கோடாங்கிய பாப்போம்... அவருக்குதான் வீரானை பத்தி தெரியும்..."

வீரானின் அப்பக்காரர் மயானப்பாதையில் இறங்கி நடக்கத் தொடங்கினார். அகில் சொப்பனவித்தைக்கார இரு நபர்களையும் பார்த்தான்.

"சாமீ... நாம காத்திருப்போமுங்க..."

அகில் வேறுவழியில்லாமல் சொப்பனவித்தைக்கார இரு நபர்களோடும் இருளில் அமைதியாக நின்று கொண்டான். நேரம்

போய் கொண்டிருந்தது. ஆகாயத்தில் விண்மீன்களின் சுடரொளி மங்கின. கிழக்கு அடிஆகாயத்தில் கருமை படர்ந்து வந்தது. வீரானின் அப்பக்காரரை இன்னும் காணவில்லை. அகிலின் அலைபேசி அழைத்தது. வெள்ளைத்தாடிக்காரர் பேசினார்.

"அகிலு தம்பி... எங்கிருக்கீங்க...?"

"இங்க... ஊருக்கு மேக்கே... வீரானோட அப்பக்காரர பாக்க..."

"அந்த வீணாப்போனவ ஒரு பைத்தியம் புடிச்சவ... அவம்பின்னால எதுக்கு போனீங்க...?"

"அவரு... வீரான..."

"அவ வீரான காட்டறேன்னு சொல்லி... குதரவண்டி பூட்டி வர்றேன்னு சுடுகாட்டுக்குள்ள போனான்னா...?"

"ஆமாங்க..."

"சித்த நேரங்கழிச்சு வந்து குதரவண்டியில ஏறுங்கன்னு சொல்லுவான்... எங்க குதரவண்டியின்னு கேட்டா... அது உங்க கண்ணுக்கெல்லாம் தெரியாதுன்னு கதையளப்பான்... அப்புறம் நம்மல நடக்கடுச்சு... வடக்க கூட்டிப் போயி ஊதியூரு மலக்கரட்டுல அம்போன்னு உட்டுருவான்... அது இப்ப சிறுத்தைப்புலி நடமாடற எடம் தம்பி... எங்காச்சும் அவம்பின்னால போயிறாதீங்க...?"

"இல்லீங்க... கூட சொப்பனவித்தைக்கார இரு நபர்களும் இருக்காங்க..."

"அவனுகள நம்பாதீங்க... திருட்டுப் பசங்க... போனை அவனுங்க கிட்ட குடுங்க தம்பி..."

அகில் அலைபேசியை சொப்பனவித்தைக்கார இரு நபர்களில் உயரமாக இருந்தவனிடம் கொடுத்தான். வெள்ளைத்தாடிக்காரர் அந்த ஆளை திட்டுவது தெரிந்தது.

"பொட்டிலி எசமானே... நானு அப்பிடி செய்வேனா... இப்ப அவர உங்ககிட்ட கூட்டிக்கிட்டு வந்தர்றேன் எசமானே..."

அலைபேசி அணைந்தது. அகில் அலைபேசியை வாங்கிக் கொண்டான். சொப்பனவித்தைக்காரர்கள் இருவரும் அகிலை கூட்டிக்கொண்டு அவசரமாக ஊருக்குள் புகுந்து நெடுவீதியில் நடந்தனர். சீமையோட்டு வீடுகளுக்கு மேலாக கருங்குருகுக் கூட்டம் ஒன்று குரலிட்டபடியே மேற்குப் பார்த்து பறந்து போயின. தலைவாசல் விநாயகர் கோவில்

வந்தபோது சொப்பனவித்தைக்கார இரு நபர்களும் நின்று கொண்டனர். அகில் மட்டும் பொட்டொலி போடும் இடத்திற்குப் போனான்.

“அகிலு தம்பி... உருவாரச்சாமிகளோட பூசை முடியும்போது எப்பவும் கனமழ புடிச்சுக்கும்... அப்புறம் சனங்க கலஞ்சு போயிருவாங்க... நாம அதுக்குள்ள வீரானை கண்டுபுடிச்சாகனும்... நானு சுலுவா கண்டுபுடிக்கறதுக்கு ஒரு ரோசன வெச்சிருக்கேன்... வாங்க போலாம்...”

வெள்ளைத்தாடிக்காரர் கோயில் வளாகத்தை நோக்கி நடக்க ஆரம்பித்தார். அகிலும் பின்னே நடந்தான். மார்பு முடிக்குள் வியர்வை ஊறி நனைந்தது. உப்பிசம் அதிகமாக இருந்தது. நாடகமேடையில் இந்திரஜித்தும் அனுமன் தோள்மீது ஏறிய இலக்குமணனும் நேருக்கு நேர் நின்று யுத்தம் செய்து கொண்டிருந்தனர். வில்லம்புகள் மோதி கீழே விழுந்தன. ஹார்மோனிய இசைப் பாடல் உச்சமாக ஒலித்தது.

*“இடித்தன சிலையின் நாண்கள்*
*இரித்தன திசைகள் இற்று*
*வெடித்தன மலைகள் விண்டு...”*

சால்ராவும் முகவாத்தியமும் தபேலாவும் கலந்த இசை பாடல்வரிகளை சுலபத்தில் புரிந்துகொள்ள முடியாமல் செய்தது. நாடகமேடையின் முன்பு சனங்களும் குறைவாகவே இருந்தனர். இப்போது அகில் ஆகாயத்தில் கொண்டை நீர்க்காகக் கூட்டம் ஒன்று மேற்கு நோக்கி பறந்து போவதைக் கண்டான். வெள்ளைத்தாடிக்காரரும் அன்னார்ந்து பார்த்து விட்டு பேசினார்.

“அகிலு தம்பி... இந்த குருவிக ராவுல இப்பிடி கூட்டங் கூட்டமா பறந்து போச்சுன்னா... கூடிய சீக்கிரத்துல கெழக்கிருந்து பெருமழ எறங்குமுன்னு சொல்லுவாங்க... வாங்க மளாருன்னு...”

வெள்ளைத்தாடிக்காரர் நாடகமேடையை கடந்து வேகமாக நடந்தார். அகில் வெள்ளைத்தாடிக்காரர் எங்கு கூட்டிப்போகிறார் என்று தெரியாமலேயே பின்தொடர்ந்து நடந்தான்.

○○○

**அ**ஸ்தமன பொழுது ஆகாயத்தில் செவ்வண்ணத்தைப் பரப்பியிருப்பது ஆசாரத்தின் மேற்கு சன்னல் வழியே தெரிந்தது. வானாங்சிட்டுக்கள் குரலிட்டபடி கூரை விட்டங்களில் கூடு கட்ட இடம் தேடிக்கொண்டிருந்தன. அகில் ஆசாரத்தின் தெற்குமூலை காரைத்திண்ணைத் தூணைப் பிடித்து நின்றபடி முத்துச்சாமி தாத்தாவையே பார்த்தவாறு இருந்தான்.

மதியத்திலிருந்து முத்துச்சாமி தாத்தா ஒருவித சிறு அணத்தலை வெளிப்படுத்திக் கொண்டிருந்தார். நாசியில் சுவாசக்காற்று உள்நுழைந்து வெளியேறும்போது ஓசையிட்டது. மரணம் தழுவாத உடம்பு. கடைசி இரத்தமும் சுண்ட இழுத்துக்கொண்டே கிடந்தது. இனியாவை பிரிந்தது வீரானை தேடுவது எல்லாம் கூட இந்த முத்துச்சாமி தாத்தாவினால்தான் என்று நினைக்கும்போது தன்மீதே கழிவிரக்கம் ஏற்பட்டது. தீர்வேயில்லாத ஒருவித விநோத விளையாட்டில் தன்னை ஐக்கியப்படுத்திக் கொண்டு தவிப்பது போலவும் இருந்தது.

அந்தநேரம் அப்பா பட்டுப்பூச்சிக் கிளைகளை சுமந்தபடி தாழ்வாரத்து வாசற்படியேறி ஆசாரத்துக்குள் நுழைந்தார். கூடவே சைமனையும் கூட்டி வந்திருந்தார். சைமன் பெங்களூருவிலிருந்து நேராக வீட்டுக்கே வந்துவிட்டதாகத் தோன்றியது. அப்பா பட்டுக்கூடுகள் இருக்கும் பின்கட்டுக்குப் போய்விட்டார். அங்கு ஏற்கனவே அம்மா பட்டுப்புழு வளர்ப்புக் கூடத்தில் பட்டுப்பூச்சிகள் நூல் நூற்ற பட்டுக்கூடுகளை சூதானமாகப் பிரித்தெடுத்துக் கொண்டிருந்தாள். சைமனும் ஆசாரத்தின் தெற்குமூலை காரைத்திண்ணைக்கு வந்து முத்துச்சாமி தாத்தாவின் கட்டிலோரம் நின்றார். தாத்தாவையே சற்றுநேரம் பார்த்தார். பின் அகிலிடம் திரும்பிப் பேசினார்.

"அகில்... உங்கப்பா சொன்னாரு... உங்க தாத்தாவோட ஏதோவொரு பெட்டி இருக்கா... அதுல உங்க தாத்தாவோட எல்லா சாமானங்களும் இருக்குன்னு... நாம ஒருமுறை அதை பார்ப்பமா...?"

அகில் மௌனமாக தலையசைத்தான். அப்போது அப்பா பின்கட்டிலிருந்து மூங்கில் ஏணியுடன் ஆசாரத்துக்கு வந்தார். ஆசாரத்தின் கிழக்குக் காரைத் திண்ணைக்குச் சென்று அட்டாலி மீது மூங்கில் ஏணியைச் சாற்றினார். மூங்கில் ஏணியில் மேலேறினார். அட்டாலியில் கைவிட்டு துலாவி தகரப்பெட்டி ஒன்றை வெளியே இழுத்தார். தகரப்பெட்டி தூசிகளுடன் கீழே நழுவி விழுவதுபோல் அட்டாலியின் விளிம்புக்கு வந்து நின்றது. அப்பா மூங்கில் ஏணியில் கொஞ்சம் கீழே இறங்கித் தகரப்பெட்டியை வெளியே எடுத்தார். அகில் ஓடிப்போய் தகரப்பெட்டியை வாங்கிக் கொண்டான். படுகனம் கனத்தது. தகரப்பெட்டியை காரைத்தளத்தில் இறக்கிவைத்தான். தூசிகள் சிதறின. அப்பா கீழிறங்கி மூங்கில் ஏணியை சுவற்றில் சாய்த்து நிறுத்தினார்.

"பொட்டிக்கு சாவியெல்லா இல்லடா... ரெண்டு தட்டு தட்டி பூட்டை ஒடச்சிரு அகிலு..."

அகில் கீழே குனிந்து தகரப்பெட்டியின் துருவேறிய பூட்டை இழுத்துப் பார்த்தான். பூட்டு வலுவாக இருந்தது. அம்மா பின்கட்டிலிருந்து கொடுவாளுடன் வந்து நீட்டினாள்.

"இந்தா கண்ணு... இதுல தட்டு... இந்த கெழம் இதுக்குள்ள என்னென்ன வில்லங்கத்தை வெச்சிருக்கோ...?"

அகில் அம்மாவிடமிருந்து கொடுவாளை வாங்கினான். தகரப்பெட்டியின் பூட்டை தட்டி உடைத்துத் திறந்தான். தகரப்பெட்டிக்குள்ளே மக்கிய காகித வாசனை அடித்தது. பழுப்பேறிய காகிதக் கட்டுகளாக நிறைய இருந்தன. சைமன் தகரப்பெட்டியின் அருகில் அமர்ந்தார். ஒவ்வொரு காகிதக் கட்டாக வெளியே எடுத்து அவிழ்த்து பிரித்து பார்த்தார். எல்லாம் பழைய நிலப்பத்திரங்கள், சிட்டடங்கல்களின் வரைபடங்கள், கிரய பத்திரங்கள் என இருந்தன. கடன் கொடுத்த பாண்டுக் காகிதங்கள் கூட சில இருந்தன. முதல்முறையாகத் தோட்டத்து மின்சார இணைப்புக்குப் பணம் கட்டிய அடையாள ரசீது, ஹெர்குலிஸ் மிதிவண்டி வாங்கிய ரசீது போன்றவற்றைக்கூடப் பாதுகாத்து வைத்திருந்தார். சைமன் கடைசியாக இருந்த காகிதக் கட்டைப் பிரித்தார். அந்தக் காகிதக் கட்டில் உயில் பத்திரங்கள் சில இருந்தன. சைமன் ஒவ்வொரு உயில் பத்திரங்களையும் பொறுமையாகப் படித்து பார்த்தார். ஓர் உயில் பத்திரம் மட்டும் வீரானுக்கு எழுதப்பட்டிருந்தது. அமராவதி ஆற்றங்கரையில் தில்லாபுரி அம்மன் கோவில் இலுப்பைத்தோப்புக்கு மேற்கே நான்கு ஏக்கர் நன்செய் நிலம் வீரானுக்கு பாத்தியம் கொண்டதாக அந்த உயில் பத்திரம் பறைசாற்றியது. மச்சுவீட்டு இந்திராணி அம்மாவிடமிருந்து முத்துச்சாமி வாத்தியார் விலைக்கு வாங்கி வீரானுக்கு கிரயம் செய்து வைத்திருந்தார். சாட்சிக் கையெழுத்தாக டேனியல் பாதிரியாரும் லாரி கிளீனர் ராமசாமியும் கையொப்பமிட்டிருந்தனர். அதற்குள் அம்மா புலம்ப ஆரம்பித்துவிட்டாள்.

"அன்னைக்கே நாஞ்சொல்லலே கண்ணு... இந்த கெழவ இப்பிடித்தான் எதாச்சும் கீர்த்தி வெளங்கிருப்பானுன்னு... கரைவெளியில நாலு ஏக்கரு வயல எவனுக்கோ தாரைவார்த்துக் குடுத்திருக்காரு பாரு... ஊருக்கு நல்லது செய்யறதுன்னு உருப்படாம போன கெழவெ..."

அப்பா அம்மாவை அதட்டி அடக்கினார்.

"நீ சித்த வாய மூடறியா... அகிலு இந்த உயிலு பத்திரத்த பத்தி எனக்கு முன்னமே தெரியும்டா... உங்க தாத்த இப்பிடி ஒரு உயிலு பத்திரம் ரகசியமா வெச்சிருக்கறதும் எனக்கு தெரியும்... நானும் இருவது வருசத்துக்கு முன்னாலையே சாடைமாடையா வெசாரிச்சேன்... வீரான் ஆருன்னே தெரியல... எங்கிருக்கறாருன்னும் தெரியல...

அதேபோலதா சாட்சி கையெழுத்து போட்ட டேனியல் பாதிரியாரும் லாரி கிளீனரு ராமசாமியும்... அப்புறம் அந்த இந்திராணியம்மாவும் படுசெல்வாக்கா இருந்தாங்க... நாமலே எதுக்கு தேவையில்லாம வில்லங்கத்த வெலகுடுத்து வாங்கனுமுன்னு... நானும் இதப்பத்தி கண்டுக்காம உட்டுட்டேன்டா..."

அகில் அப்பாவையே பார்த்தபடி யோசிக்கத் துவங்கினான். சைமன் உயில் பத்திரத்துடன் எழுந்து தொட்டிக்கட்டு வாசலுக்கு இறங்கிப் போனார். அலைபேசியில் யாரிடமோ பேச ஆரம்பித்தார். பின் மறுபடியும் ஆசாரத்துக் கிழக்குத் திண்ணையேறி வந்தார்.

"அகில்... நான் அப்பாகிட்ட பேசினேன்... அவருக்கு இதைப் பத்தின எந்த விவரமும் ஞாபகம் இல்ல... மச்சுவீட்டு இந்திராணியம்மாவுக்குதான் மத்த விசயமெல்லாம் தெரியுமுன்னு நெனைக்கிறேன்..."

"மச்சுவீட்டு இந்திராணியம்மாதான் இப்ப உசிரோட இல்லையேங்க...?"

சைமனும் யோசிக்க ஆரம்பித்தார். அம்மாவும் அப்பாவும் தங்களுக்குள் பேசிக்கொண்டு பட்டுக்கூடுகள் இருக்கும் பின்கட்டுக்குப் போய்விட்டனர். அகிலுக்கு இந்த உயில் பத்திரத்தை எடுத்தது தேவையில்லாத விசயமாகத் தோன்றியது. இந்த உயில் பத்திரத்தை வைத்துக்கொண்டு வீரானைக் கண்டுபிடிப்பதும் சாத்தியம் இல்லாத ஒன்றாகவேபட்டது. வீடும் நிசப்தமடைந்துவிட்டது. முத்துச்சாமி தாத்தாவின் அணத்தல் ஒலி மட்டும் தனித்துக் கேட்டபடியே இருந்தது. இன்னும் வானாஞ்சிட்டுக்கள் ஆசாரத்து விட்டங்களில் கூடுக் கட்ட இடம் பார்த்துக் கொண்டுதான் இருந்தன. மேற்கு சன்னல் வழியே மஞ்சள் வெயில் மங்கிவிட்டது தெரிந்தது.

○○○

# 25

சித்திரத்தேரின் வடம் பிடித்து இழுப்பவர்களின் சிவகோஷம் கிட்டத்தில் கேட்டது. கம்புடன் காவலுக்கு நின்றிருந்தவர்கள் வீரானை விரைசலாக இழுத்துக்கொண்டு நடந்தனர். சித்திரத்தேரை நெருங்க இன்னும் இரண்டு வீதியே குறுக்கே இருந்தது. இருள் சிறிதுசிறிதாக அடர்ந்து வந்தது. வீரான் ஆகாயத்திலிருந்து பார்வையை விலக்கவில்லை. திடீரென விண்மீன்கள் மறைந்துவிட்டன. கருமுகில்கள் நிறைந்து பரவின. அக்னி முகில்கள் மின்னல்களை படரவிட்டன. வாயு முகில்கள் இடியோசைகளை எழுப்பின. ஆகாயம் நடுங்கியது. பூமி நடுங்கியது. ஊர் நடுங்கியது. வீதிகள் நடுங்கின. வீடுகள் நடுங்கின. எட்டுத்திக்கும் திரும்பிய பக்கமெல்லாம் நடுக்கத்தை உணர முடிந்தது. வீரான் ஜக்கம்மா தேவிக்கு நன்றி சொல்லி வேண்டிக் கொண்டார். கம்புடன் காவலுக்கு நின்றிருந்தவர்கள் பயந்து போயினர். கைப்பிடி தளர்ந்தது. வீரானை விடுவித்தனர். தள்ளிப் போய் நின்று வீரானையும் ஆகாயத்தையும் மாறிமாறிப் பார்த்தனர். வீரான் சப்தமாகச் சிரித்தார். மறுபடியும் விருத்தத் தொனியில் பாட ஆரம்பித்தார்.

*"ஆகாசத்துல அக்கினி முகிலு மின்னுது...*
*வாயு முகிலு இடியிடிக்குது...*
*இப்ப ரெண்டு முகிலும் சேர்ந்தாச்சு...*
*கல்லுமாரி கொட்டப் போகுது...*
*சாமக்கோடாங்கி வாக்கு பலிக்க போகுது..."*

சட்டென வீரான் கால்களை அகற்றி வைத்தார். அடவு கட்டி நிமிர்ந்து நின்றார். ஆகாயத்தையும் பூமியையும் மாறிமாறி நோக்கினார். விழிகள் மேலேறி வெறித்தன. சிற்றுடுக்கையை ஓங்கி ஓங்கி அடித்தார். குதூகலமாகக் குதித்தாடினார். இருந்திருந்தாற்போல் நெருப்பு இடிகள் இறங்கின. ஊருக்கு வடக்கே நெடும்பனைகளின் உச்சிகள் பொசுங்கிக் கருகின. நீர் இடிகள் இறங்கின. ஊருக்கு அருகில் எங்கோ பாறைக்கட்டு நிலங்களில் துளையிட்டுப் பாதாளம் சென்றன. கம்புடன் காவலுக்கு நின்றிருந்தவர்கள் கம்புகளை வீசி எறிந்தனர். இருள்வீதியில் இறங்கி ஓடத் தொடங்கினர். வீரான் குதித்தாடியபடி சப்தமிட்டு சிரித்தார்.

○○○

**அ**மராவதி ஆற்றுப்பாலம் வந்தது. வீரான் கீழே இறங்கி மணல்பரப்பில் நடந்தான். மேற்கு ஆகாயத்தில் பொழுது மறைந்துவிட்டது. செந்நிற முகில்திட்டுக்கள் பரவியிருந்தன. கருந்தலைச்சில்லைகள் கூட்டமாகப் பறந்தன. வீரான் மச்சுவீட்டு வெளிவாசலில் போய் பலாமரத்தினடியில் நின்றான். கண்கள் நடைக்குள்ளே உற்று பானுமதியை தேடின. நேரம் கடந்தது. எங்கும் இருள் அரவங்கள் எழுந்திருந்தன. மேலே மச்சு அறையிலிருந்து சுருட்டுப் புகையின் நாற்றம் வீசியது. சமையல் பண்டாரச்சி எட்டிப் பார்த்துவிட்டு வீரானைக் கண்டு துணுக்குற்றாள். பின் சுற்றும் முற்றும் பார்த்துவிட்டு மெதுவாகப் பாலாமரத்தினடிக்கு வந்தாள். குசுகுசுவென சொன்னாள்.

"நீ இங்க நிக்காதே... ஆத்தா பாத்தாங்கன்னா அவ்ளோதான்... உன்னே கொன்னே போட்டுருவாங்க..."

"கொல்லட்டுமுன்னுதான் வந்திருக்கேன்"

"நாஞ்சொல்லறது உனக்கு வெளையாட்டா தெரியுதா... அப்பொறம் உன்னிஷ்டம்..."

சமையல் பண்டாரச்சி தாழ்வாரத்துத் திண்ணையேறி வீட்டுக்குள்ளே போய்விட்டாள். வீரான் அதே இடத்தில் நின்று கொண்டேயிருந்தான். இருள் அடர்ந்து கவிழ்ந்தது. கோடைக்காற்றுக்கு பலா இலைகள் உராயும் ஓசை தவிர எங்கும் பெருநிசப்தம் சூழ்ந்திருந்தது. முன்னிரவு கடந்தபோது வயோதிகப் பெண்மணி தாழ்வாரத்துத் திண்ணைக்கு வந்து வீரானைப் பார்த்தாள்.

"தேசாந்தரம் போய்வந்ததுல புத்தி தெளிஞ்சுருச்சா... இனிமே கிருமமா கட்டுத்தரைக்கு போய் சாமி எருதக் கவனி..."

வீரான் ஆமோதிப்பாய் தலையாட்டினான். வயோதிகப் பெண்மணி திரும்பி நடைக்குள் எட்டு வைத்தபடியே சொன்னாள்.

"போயிறாதே இரு... பானுமதிய சோறு போடச் சொல்லறே..."

வீரான் பதில் பேசவில்லை. மச்சு அறையிலிருந்து மறுபடியும் சுருட்டுப் புகை நாற்றம் அடித்தது. தென்னந்தோப்புக்குள் காராடும் பூனைகள் கத்திக்கொண்டு ஓடின. பானுமதி வாழைமட்டை மடக்கு இலையைக் கொண்டுவந்து தாழ்வாரத்துத் திண்ணையில் விரித்தாள். பித்தளை சம்படத்தை திறந்து பருப்புஞ்சோற்றை அள்ளி இலையில் வைத்தாள். வீரான் எதுவும் பேசாமல் போய் இலைமுன் அமர்ந்து பருப்புஞ்சோற்றை உண்டான். பானுமதிக்கு வயிறு மேடிட்டிருந்தது. பானுமதி இருந்திருந்தாற்போல பேசினாள்.

என். ஸ்ரீராம்

"குந்தி கர்ணன பெத்தெடுத்து ஆத்துல உட்ட மாதிரி... நானும் சீக்கிரத்தில எங்கர்ணன பெத்தெடுத்து இந்த ஆத்துல உட போறேன்டா..."

வீரான் பருப்புஞ்சோற்றை அதக்கி மென்றபடியே பானுமதியை நிமிர்ந்து பார்த்தான். பானுமதியின் விழிகளில் நீர் கோர்த்து நின்றது. வீரானுக்கு பானுமதியை நேருக்கு நேராகப் பார்க்கக் கஷ்டமாக இருந்தது. எதுவுமே பேசாமலேயே பருப்புஞ்சோற்றை கவளம் கவளமாக அள்ளி தின்று முடித்தான். வயிறு நிறைந்து திகட்டுமளவுக்கு தின்றதுபோல் இருந்தது. பானுமதியைப் பார்த்தான். பானுமதியும் மௌனமாக வீரானைப் பார்த்தாள். வீரானுக்கு இனியும் உட்கார்ந்து கொண்டிருந்தால் அழுது விடுவோம் எனப்பட்டது. சட்டென வாழைமட்டை இலையை மடக்கி எடுத்துக்கொண்டு எழுந்தான். தாழ்வாரத்து விட்டத்தில் பல்லிகள் மாறிமாறி சகுனித்தன. வீரான் வாசலில் இறங்கி நடந்தான். காலடித்தடம் கூட சரியாகத் தெரியாத இருள். வீரானுக்கு ஏனோ சாமி எருதுக்காரன் இல்லாமல் இங்கு திரும்பி வந்திருக்கவே கூடாது என்று தோன்றியது. தென்னந்தோப்புத் தாண்டி எச்சில் இலையை இருளுக்குள் தூக்கி எறிந்தான். கைகழுவ அமராவதியில் நீர் இல்லை. மணற்பரப்பின் மத்தியில் வந்து உட்கார்ந்துக் கொண்டான். வேடைகாலத்தில் அமராவதி வேறுவிதமாக ரூபம் கொண்டிருந்தது. பாறையிடுக்கில் தவளைகள் சப்தமிடவில்லை. வறண்ட கோரையில் ஒட்டிக்கிடக்கும் துள்ளுக்கிடாய்கள் கத்தவில்லை. ஆற்றுப்படுகை எங்கும் சூழ்ந்திருந்த நிசப்தம் அச்சமூட்டுவதாக இருந்தது.

முதல் சாமம் கடந்தது. வீரான் எழுந்து நடந்து வலக்கரையேறினான். இலுப்பைத்தோப்பின் இருளுக்குள் தில்லாபுரி அம்மன் கோவில் ஏகாந்தமாகக் கிடந்தது. தரிசான நெல்வயல்களில் காட்டுப்பக்கிகள் கூட இடம்பெயர்ந்து போயிருந்தன. கட்டுத்தரையில் சாமி எருது கூளம் கடிக்காமல் நின்று கொண்டிருந்தது. விரான் சாமி எருதிடம் போக எட்டு வைத்தான். பரிசல்காரரின் குரல் கயிற்றுக் கட்டில் பக்கமிருந்து கேட்டது.

"அடேய்... நீயெல்லாம் போனபின்னால சாமி எருது பாய்ச்சல் எருதா மாறிருச்சுடா... கிட்ட போகாதே... ஆளக்குத்தி கொடல வகுந்துருமடா...?"

வீரான் திகைத்து போய் நின்றான். பரிசல்காரர் கயிற்றுக் கட்டிலிலிருந்து எழுந்து வந்தார்.

"நாங்களெல்லாம் இப்போ சாமி எருத அவிழ்கறதேயில்லடா... தூரமா நின்னு தீனிய வீசறதோட செரி... கிட்டத்துல போய் சாணி அள்ளறதெல்லாம் ரொம்ப சிரமம்டா..."

வீரான் சாமி எருதையே உற்றுப் பார்த்தபடி இருந்தான். சாமி எருதிடம் நிறைய மாற்றமிருந்தது. முதுகெல்லாம் சாட்டையில் அடி வாங்கிய தடிப்பு இருந்தது. மேற்தோள் சட்டையிட்டுக் கிடந்தது. சாமி எருது நிறைய துன்பப்பட்டு இருக்கிறது எனத் தெரிந்தது. பரிசல்காரர் பழையபடி கயிற்றுக் கட்டிலுக்குப் போய் படுத்துக் கொண்டார். வீரானும் முன்புபோல் தரையில் வைக்கப்புல்லை பரப்பிப் படுத்துக் கொண்டான்.

விடிந்தபோது கோடைக்காற்று பெருவிசையுடன் வீசியது. தரிசு நெல்வயல் வரப்புப் பனைகளில் அமர்ந்திருந்த குறுட்டாந்தைகள் இன்னும் பொந்தணையாமல் குடுகின. கிழக்கே பொழுதுக்கால் வரை எங்கும் கடும் வறட்சி தெரிந்தது. இலுப்பைமரங்கள் தவிர எங்கும் பசுமையில்லை. கயிற்றுக் கட்டிலில் பரிசல்காரரைக் காணவில்லை. வீரான் எழுந்து கவைக்குச்சியை எடுத்துக் கொண்டான். எச்சரிக்கையுணர்வுடன் சாமி எருதிடம் போனான். சாமி எருதிடம் இரவு இருந்த மூர்க்கமில்லை. சாதுவாகவே நின்றது. வீரானை அடையாளம் கண்டு கொண்டது. கழுத்தை மடித்து கிட்டத்தில் கூப்பிட்டது. வீரானுக்கு பழைய சாமி எருது போலவே தோன்றியது. மெல்ல அடியெடுத்து வைத்து சாமி எருதின் அருகில் போனான். திமிலை பிடித்து நீவினான். பின்புறம் நகர்ந்து விறைக்கொட்டையை விரலில் நாம்பி மெதுவாக அழுத்தினான். சாமி எருது அமைதியடைந்து அசை போட்டது. வீரான் குனிந்து முளைக்குச்சியிலிருந்து தலைக்கயிற்றை அவிழ்த்தான். தரிசு நெல்வயல் வரப்பில் ஏறி நடந்தான். சாமி எருது சாதுவாகப் பின்னே நடந்து வந்தது. துளியும் பதட்டமில்லை. பாய்ச்சல் குணமில்லை.

வீரான் சாமி எருதுடன் ஆற்று மணற்பரப்பில் தெற்கே நடந்தான். யானைமடுவு குத்துப்பாறை மீது நின்று பரிசல்காரர் ஈயக்குடத்தில் தண்ணீர் சேந்திக் கொண்டிருந்தார். வீரானுடன் சாதுவான சாமி எருதைக் கண்டு ஆச்சரியப்பட்டார். குத்துப்பாறையை ஒட்டி வரிசையாக வைக்கப்பட்டிருந்த மண்தாழிகள் எல்லாம் நீர் நிரம்பிக் கிடந்தது. சாமி எருது மண்தாழியில் வாய்வைத்து தாகம் தீர நீர் அருந்தி நிமிர்ந்தது. வீரான் யானைமடுவை எட்டிப் பார்த்தான். அடியாழத்தில் பச்சைப்பாசி படிந்த நீர் தெளிவில்லாமல் தெரிந்தது. கெண்டை மீன்களும் ஆமைகளும் தென்படவில்லை. பரிசல்காரர் தண்ணீர் சேந்துவதை நிறுத்திவிட்டுப் பேசினார்.

"இந்த வருசம் ஆனைமடுவிலியே தண்ணீ வத்தீருமுன்னு பேசிக்கறாங்கடா... நம்ம ஊர பஞ்ச காலம் சூழ்ந்திருச்சுடா... எனக்கு தெரிய நம்ம பெரியாறு பொரட்டாசியில இப்பிடி போனதேயில்லடா..."

"பெரியாறுன்னு இந்த ஆத்ததா சொல்லுவாங்களாங்க...?"

"ஆமான்டா... ஏன்டா இப்பிடி கேக்கறே...?"

"பெரியாத்துல ஆளுந்தண்ணீ வந்தா... சாமி எருதுக்காரன் வந்துருவான்னு பகவான் கோயிலு சாமி சொல்லுச்சுங்க..."

"நெசமாவாடா...?"

"ஆமாங்க..."

"அப்போ கூடிய சீக்கிரம் பெரியாத்துல ஆளுந்தண்ணீ வந்துரும்..."

"சாமி எருதுக்காரன்...?"

"அவனும் வந்துருவான்டா..."

பரிசல்காரர் தண்ணீர் சேந்தும் கயிற்றைச் சுருட்டி எடுத்து கொண்டார். நீர் நிறைந்த ஈயக்குடத்தைத் தூக்கி தோளில் வைத்து கொண்டார். உற்சாமாக பாடியபடியே மணற்பரப்பில் வடக்கே நடந்தார்.

*"பெரியாத்துல ஆளுந்தண்ணீ... அய்லசா...*
*நா பரிசல் போடுறே... அய்லசா...*
*அத்தமக நீ வந்தா... அய்லசா...*
*நா பரிசம் போடுறே... அய்லசா..."*

வீரானுக்கும் நம்பிக்கை வலுத்தது. வெயில் ஏறஏற சாமி எருது தானகாவே புறப்பட்டுவிட்டது. இலுப்பைத்தோப்பை குறிவைத்து நடந்தது. வீரானும் பின்னே நடந்தான். மணற்பரப்புக்கு மேலாக கருடன்கள் ஒலியெழுப்பியபடி தாழப் பறந்து போயின. வீரானுக்கு இதுவும் நல்ல சகுனமாகப்பட்டது. தில்லாபுரி அம்மன் கோவில் கல்வாசற்படியின் மீது சமையல் பண்டாரச்சி காலையுணவுடன் உட்கார்ந்திருந்தாள். எழுந்து வந்து பித்தளைப்போசியை வீரானிடம் கொடுத்து சொன்னாள்.

"கொழந்த இல்லாதவங்களுக்கு கொழந்தைய புடிக்கனும்... நம்ம ஆத்தாவுக்கு கொழந்தைகள கண்டாவே ஆகாது... தெனமும் பானுமதி வயித்துல வளர்ற பச்சசிசுவ கலச்சுற சொல்லி என்ன பாடாப் படுத்தறாங்கடா... எனக்கு பண்டுதம் தெரியும்...

ரெண்டே நிமிசத்துல வயித்து பூச்சிய கலச்சிருவேன்... ஆனா பானுமதி அப்பொறம் உசிரோடவே இருக்கமாட்டா... அதுதான் பாக்கறேன்.... நீ சீக்கிரத்துல எப்பிடியாவது சாமி எருதுக்காரன பாத்து கண்டுபுடிச்சுக் கூட்டிட்டு வந்திருடா..."

சமையல் பண்டாரச்சி காய்ந்த தாழைமடல்களை மிதித்து வலக்கரையில் இறங்கி மறைந்தாள். வீரான் சாமி எருதுக்காரனைப் பற்றி யோசித்தபடியே நின்று கொண்டிருந்தான். கோடைக்காற்றுக்கு இலுப்பைவாதுகள் விலகிய இடைவெளியில் வெயில் நுழைந்து நிலத்தில் வெளிச்சச் சித்திரங்களை தீட்டிக் கொண்டிருந்தது. இந்தக் கணத்திலிருந்தே வீரான் மழையை எதிர்பார்க்கத் தொடங்கினான். மழை ஒன்றுதான் தீர்வு. பெரியாற்றில் வெள்ளம் ஆளுந்தண்ணீர் வரவேண்டும். பகவான் கோவில் சாமி சொன்ன வாக்குப் பலிக்க வேண்டும். அடுத்த தினத்திலிருந்து காலையிலேயே வீரான் சாமி எருதுடன் ஆற்றுக்கு வருவதை வாடிக்கையாக்கிக் கொண்டான். கரை ஆலநிழலில் உட்கார்ந்து ஆற்றின் வெறுமையைப் பார்த்தபடியிருந்தான். எங்கும் மணற்பரப்பு விரிந்து கிடந்தது. மணல்திட்டு சம்புக்கோரைகள் எல்லாம் காய்ந்து சருகாகிவிட்டன. நீர் தேடி வந்த மஞ்சமூக்கு ஆள்காட்டிகள் சதா கத்திக் கொண்டேயிருந்தன. செம்மூக்கு ஆள்காட்டிகள் எல்லாம் நீருள்ள சீமைக்கு இடம்பெயர்ந்து போய்விட்டன. ஆறு யானைமடுவு தவிர்த்து எங்கும் நீர் சுரக்கவில்லை. பருவகாரர்கள் மணலில் தோண்டிய ஊற்றுக்குழிகள் எல்லாம் கொழிமணல் மேவி வந்தன. சில தினங்களில் துணைக்கு பரிசல்காரர் வந்து கரை ஆலநிழலில் உட்கார்ந்து கொள்வதும் நடந்தது. பரிசல்காரர் எப்போதும் ஆற்றின் கனவெள்ளத்தில் பரிசல் செலுத்திய சாகசக் கதைகளையே ஒவ்வொரு முறையும் கூறிக் கொண்டேயிருந்தார். அக்கதைகள் வீரானுக்கு கானல் அலையும் ஆற்று மணல்வெளியில் நீர் பெருகி புது உயிர்ப்பை தோற்றுவிப்பது போலவே இருந்தது. அந்தி மஞ்சள் வெயில் படியும் தருணத்தில் பரிசல்காரர் கேட்டார்.

"வடக்கே மதுக்கம்பாளையத்துல இன்னிக்கு கொடும்பாவி இழுத்து மழச்சோறு எடுக்கறாங்க... வர்றீயாடா போலாம்...?"

வீரானுக்கும் ஆர்வம் தொற்றியது. அவசரமாக சாமி எருதை இழுத்து போய் கட்டுத்தரையில் கட்டிவிட்டு பரிசல்காரருடன் புறப்பட்டான். இருவரும் ஆற்றின் மணற்பரப்பின் வழியே வடக்கே நடந்தனர். தசரதப்பட்டாம்பூச்சிகள் சிறகு வெளுத்துப்போய் உயிர்ப்பின்றி பறந்தன. மதுக்கம்பாளையத்தை அடைந்தபோது இருள் சூழ்ந்துக் கொண்டிருந்தது. ஆலமரத்து தலைவாசலில் ஊர்பிரமுகர்கள் காத்திருந்தனர். மூங்கில் தப்பைகள், வைக்கப்புல் கட்டுகள், வெள்ளைத்துணிகள், சாய

டப்பாக்கள் என தயாராக இருந்தன. லாந்தர் வெளிச்சத்தில் பரிசல்காரர் துரிதமாக கொடும்பாவி கட்டும் வேலையைத் தொடங்கினார். வீரான் கிட்டத்தில் உட்கார்ந்து பரிசல்காரருக்கு எடுபிடியாகச் செயல்பட்டான். பரிசல்காரர் ஏவலை செயல்படுத்த வேறு சில உள்ளூர்க்காரர்களும் இருந்தனர். பரிசல்காரர் முதலில் மூங்கில் தப்பைகளை பனை அவினியால் சிலுவைக்குறி போல வைத்துக் கட்டினார். தலைப்புறத்தில் பத்து வல்லம் தவசம் பிடிக்கும் மண்மொடாவைப் பொருத்தினார். வெள்ளைத்துணிக்குள் வைக்கப்புல்லை திணித்து தைத்தார். வீரான் பார்த்துக் கொண்டிருக்கும்போதே மாயமுட்டதுபோல் கொடும்பாவி வடிவம் கொண்டது.

கொடும்பாவி இருபதடி நீளத்தில் பிரமாண்டமாக நிலத்தில் படுத்திருந்தது. கடைசியாகப் பரிசல்காரர் சாய டப்பாக்களை திறந்து தலைப்புறத்து மண்மொடாவை முகரூபமாக்கினார். கனத்த மீசை, இறங்கிய கிருதா, அச்சமூட்டும் முழிகள், அடர்ந்த தலைமயிர் கற்றைகள் என வரைய வரைய கொடும்பாவி உயிர் பெற்றது போலானது. அதுவரை கிட்டத்தில் வேடிக்கை பார்த்து கொண்டிருந்த குழந்தைகள் எல்லாம் தள்ளிப் போய் நின்று பயத்துடன் நோக்கினர். வீரானுக்குக்கூட இருந்திருந்தாற்போல கொடும்பாவி எழுந்து நின்று கூடியிருப்பவர்கள் எல்லோரையும் துரத்தக் கூடும் என்கிற பயம் உருவாயிற்று.

கொட்டுக்காரர்கள் வந்து கொடும்பாவியை வட்டமிட்டு கொட்டுமுழக்கு அடித்தனர். கொம்பூதிகள் கொம்புகளை ஊதினர். சுற்றுவெளி ஊர்களில் இருந்தெல்லாம் ஆண்களும் பெண்களும் குழந்தைகளும் தலைவாசலில் வந்து கூடிவிட்டனர். வயோதிகப் பெண்மணி சமையல் பண்டாரச்சியுடன் வந்து சேர்ந்தாள். உடனே இளவட்டங்கள் கொடும்பாவியின் கால்களில் வடக்கயிறுகளை கட்டினர். வீதியில் பிடித்து இழுக்க ஆரம்பித்தனர். பெண்கள் எல்லோரும் மாரடித்து ஒப்பாரி வைத்து பாடினர். வயோதிகப் பெண்மணி மழைச்சோற்றுப் பாடலை அடியெடுத்து கொடுத்தார்.

*"சோறு சோறுன்னு சொல்லியே*
*சோருதே சனங்களெல்லாம்*
*கஞ்சி கஞ்சின்னு சொல்லியே*
*கதருதே சனங்களெல்லாம்*
*மலகிரி ராசாவே*
*மழ பெய்ய வேணும்*
*சோழகிரி ராசாவே*
*சோத்து பஞ்சம் தீரோனும்*
*நாடு செழிக்கோனுமுங்க*

*நல்ல மழ பெய்யோனுமுங்க*
*காடு செழிக்கோனுமுங்க*
*கல்லுமழ பெய்யோனுமுங்க*
*கீரை மொளைக்கோனுமுங்க*
*கிழவி பஞ்சம் தீரோனுமுங்க*
*ஆடுமாடு பொழைக்கோனுமுங்க*
*அடமழ பெய்யோனுமுங்க...*
*கொடும்பாவி சாகோனுமுங்க*
*கொள்ளமழ பெய்யோனுமுங்க...”*

ஆண்களும் குழந்தைகளும் பசி பொறுக்க முடியாதவர்கள்போல் கதறி அழுதனர். பெண்கள் மண்பானைகளிலிருந்த கரைசோற்றை கொண்டு வந்து ஊற்றினர். ஆண்களும் குழந்தைளும் குனிந்து கைகளை ஒட்டி வாங்கி மழைச்சோறு அருந்தினர். சூழலில் பஞ்சம் படிந்ததற்கான ஒருவித பாவனை வியாபித்து உருக்கம் ஏற்பட்டது. கொடும்பாவி ஒவ்வொரு வீதியாக உள்நுழைந்து வெளியே வந்து கொண்டிருந்தது. எல்லோரும் அண்ணார்ந்து ஆகாயத்தையே நோக்கிக் கொண்டிருந்தனர். ஆகாயத்தில் துளியும் மாற்றமில்லை. விண்மீன்கள் நிறைந்து கிடந்தது. பெயரளவுக்குக்கூட சிறுமுகில் துணுக்குகள் இல்லை. மூன்றாம் சாமம் முடியுறுவும்போது கொடும்பாவி தலைவாசல் வந்து சேர்ந்து நிலை கொண்டது. சோகம் படர்ந்த முகத்துடன் எல்லோரும் கலைந்துப் போயினர். பரிசல்காரரும் வீரானும் ஆற்றில் இறங்கி தெற்கே நடந்தனர். மணற்பரப்பில் பகல்சூடு இன்னும் தணியாமல் இருந்தது. வீரான் கொடும்பாவி இழுக்கறதுக்கும் மழை பெய்யறதுக்கும் என்ன சம்பந்தம் என்று யோசித்தபடியே நடந்தான். அதனைப் புரிந்துக் கொண்டவராகப் பரிசல்காரர் கேட்டார்.

“மழ பெய்யுமாடா...?”

“பெய்யுமுங்க...”

“எப்படீடா சொல்லறே...?”

“அதுதான் கொடும்பாவி இழுக்கறோமுங்களே...”

“நெசந்தாண்டா... கொடும்பாவி இழுத்தப்பவெல்லாம் நம்ம சீமைக்கு மழ வராம போனதில்லடா... இன்னொன்னு தெரியுமாடா... இந்த கொடும்பாவி இருக்கே அது ஒரு மகா அசுரன்... மழைக்கு எதிரி... எந்த சீமையில வந்து எறங்குதோ அந்த சீமைக்கு மழ பெய்யாதாம்... ஆகாசத்த பாத்து வருண பகவான மெரட்டி மழ பெய்யாம செஞ்சுருமாம்... நாமெல்லாம் ஒன்னா சேர்ந்து... நம்பிக்கையோட வருண பகவான வேண்டி கொடும்பாவிய

இழுத்து கொள்ளி வெச்சமுன்னா... மழ கொட்டோ கொட்டுன்னு கொட்டும்... பாப்போம்... இந்த தடவ என்ன நடக்குதுன்னு...”

வீரானுக்கு கட்டுத்தரை வந்து வைக்கோல் பரப்பின் மீது படுத்தப் பின்பும் கொடும்பாவி அரக்கனே மனக்கண் முன் நின்று உறங்கவிடாமல் செய்தான். மதுக்கம்பாளையம் தலைவாசலில் படுத்துக்கொண்டு ஆகாயத்தை வெறித்து விழிகள் உருட்டி வருண பகவானை மிரட்டும் பிம்பம் எழுந்தது. ஆகாய உச்சியில் வருண பகவான் கொடும்பாவியைக் கண்டு பயந்து ஒடுங்கி மழைமுகில்களை எல்லாம் தடுத்து நிறுத்தியிருப்பது போலவும் தோன்றியது.

மதுக்கம்பாளையத்தில் மறுதின முன்னிரவில் கொடும்பாவி இழுத்து மழைச்சோறு எடுக்கும் நிகழ்வு தொடங்கியது. இன்றைக்கு தாராபுரத்துக்கு தெற்கேயிருந்தும் கூட சனங்கள் மாட்டுவண்டி கட்டிக்கொண்டு வந்து கொடும்பாவி இழுப்பதில் கலந்து கொண்டனர். ஒப்பாரியின் ஓல ஒலி விசைகொண்டு காற்றில் பரவி எட்டுத்திக்கும் போயிற்று. மழைச்சோறு பற்றாக்குறையானது. கொடும்பாவி தலைவாசல் வந்து நிலைக்கொள்ள தலைச்சேவல் கூவிவிட்டது. ஆகாயம் நேற்றிரவு போலவே வெறுமையாகக் கிடந்தது. மழைமுகில்கள் கிளர்த்தெழுவதற்கான சாத்தியங்கள் கூட இல்லை. எல்லோரும் இறுகிய முகத்துடன் கலைந்து போயினர். அமராவதி ஆற்று மணற்பரப்பில் திரும்பி வரும்போது பரிசல்காரரிடம் வீரான் கேட்டான்.

“போற போக்கப் பாத்தா... மழ எறங்கற மாதிரி தெரியலையேங்க...?”

பரிசல்காரர் பதிலேதும் கூறவில்லை. வீரானும் மேற்கொண்டு பேசாமல் முகில்களற்ற ஆகாயத்தைப் பார்த்துகொண்டே நடந்தான். மூன்றாம் தினம் கொடும்பாவி இழுக்கும் சடங்கு மதுக்கம்பாளையத்தில் துவங்கியது. இன்று கொடும்பாவி இழுத்து கொள்ளிப் போடும் தினம். சுற்றுவெளியின் அனைத்து ஊர்களில் இருந்தும் கொட்டுக்காரர்களும் கொம்பூதிகளும் வந்திருந்தனர். கொடும்பாவிக்கு இறுதிச் சடங்கு செய்யும் தேர்ப்பாடைக் கட்டுபவர்களும் சங்கு ஊதுபவர்களும் கூட வந்திருந்தனர். கொடும்பாவிக்கு கொள்ளிப் போடுபவர் யார் என்கிற எதிர்பார்ப்பு அங்கு கூடியிருந்த எல்லோருக்குமே ஏற்பட்டிருந்தது. வீரான் பரிசல்காரரைப் பார்த்தான்.

“கொடும்பாவிக்கு எல்லோரும் கொள்ளிப் போட்டற முடியாதுடா... பொஞ்சாதி புள்ளக்குட்டி இல்லாத அனாதைதான் கொள்ளி போட முடியும்... ஏன்னா கொடும்பாவிக்கு கொள்ளி போட்டவங்க வம்சம் வெலங்காதாம்...”

அந்த சமயத்தில் தலைவாசலை நோக்கி மாட்டுவண்டி வந்து நின்றது. மாட்டுவண்டியிலிருந்து சாமி எருதுக்காரனின் குருநாதர் இறங்கினார். வீரான் ஆச்சரியமடைந்தான். பரிசல்காரர் சொன்னார்.

“கரையூர் நீலாம்பூர் கோயில்ல தங்கியிருந்தவரு... நம்ம சாமி எருதுக்காரனோட சேர்ந்து சாமி எருதெல்லாம் பழக்குவாரு... கொடும்பாவிக்கு கொள்ளிப் போட இவர புடிச்சு கூட்டிட்டு வந்திருக்காங்கடா...”

வீரான் சாமி எருதுக்காரனின் குருநாதரை முன்பே தெரியுமென்று காட்டிக் கொள்ளவில்லை. ஊர்காரர்கள் சாமி எருதுக்காரனின் குருநாதரை அழைத்து சென்று விநாயகர் கோவிலில் உட்கார வைத்தனர். கொடும்பாவிக்கு கொள்ளிப் போடுபவர்கள் கொள்ளிப் போட்ட பின்பு உடுத்தும் புதுவேட்டி புதுத்துண்டு எல்லாம் கூட பித்தளைத்தட்டில் எடுத்து வைத்தனர். கொட்டுமுழக்குப் பலகைகள் விசைகொண்டு அடிக்கப்பட்டன. கொம்புகள் உச்சத்தில் ஊதின. இன்றும் அதிகமான சனத்திரள். ஓங்கிக் கேட்கும் ஒப்பாரியின் ஓலம். மழைச்சோற்றை மண்பானையில் கரைத்து எடுத்துவந்து ஊற்றிக்கொண்டே இருந்தனர். பற்றாக்குறையாகிக் கொண்டேயிருந்தது. கொடும்பாவி ஊரின் எல்லா வீதிகளிலும் சுற்றிச்சுற்றி வந்தது. ஊர் பெரியகாரியத்தின் தொனியைப் பிரதிபலித்தது.

கொடும்பாவி தலைவாசல் வந்து நிலை கொண்டபோது நான்காம் சாமம் கடந்துவிட்டது. துரிதமாக கொடும்பாவியை தேர்ப்பாடையில் ஏற்றினர். சங்கு ஊதி சேகண்டி அடிக்கப்பட்டது. பெண்கள் ஒப்பாரி பாடி கொடும்பாவிக்கு விடை கொடுத்தனர். ஆண்கள் மட்டும் தேர்ப்பாடையை மயானக்கரை நோக்கி இழுத்தனர். தீப்பந்த ஒளியில் ஒருவித அமானுஷ்ய தன்மையுடன் தேர்ப்பாடை மெல்ல நகர்ந்தது. வருண பகவானை மிரட்டும் கொடும்பாவி ஆகாயத்தைப் பார்த்தபடி தேர்ப்பாடையில் கால்நீட்டிப் படுத்துக் கிடந்தது. மயானக்கரை போகும் மண்தடம் ஊரின் கிழக்கே அமராவதி ஆற்றையொட்டி சென்றது.

தேர்ப்பாடையோடு நடக்கும் ஆண்கள் எல்லோரும் அடிக்கடி அன்னார்ந்து ஆகாயத்தையே பார்த்தனர். விண்மீன்கள் சுடர்ந்த ஆகாயம் மழைமுகிலற்று வெறித்து கிடந்தது. சன்னமான மின்னல்கீற்றுக்கூட இல்லை. மழையின் அறிகுறி சிறிதளவும் தென்படவில்லை. வீரானுக்கு வருண பகவான் எட்டத்தில் போய் ஒளிந்து கொண்டார் என்று தோன்றியது. மழைமுகில்களை எல்லாம் வேறு சீமைக்கு விரட்டிவிட்டார் என்று கூடப் பட்டது. மயானக்கரையில் கொடும்பாவிக்கு இறுதிச் சடங்கு செய்து கொள்ளி போடும் இடம் ஏற்கனவே நறுவிசாக

சுத்தப்படுத்தப்பட்டு தயாரவே இருந்தது. தேர்ப்பாடையிலிருந்து கொடும்பாவியை இறக்கி நிலத்தில் கிடத்திய பின்பும் எல்லோரும் ஆகாயத்தையே பார்த்தனர். ஆகாயத்தில் எவ்வித மாற்றமும் இல்லை. மழைக்கான சிறு முகாந்திரம் இல்லை. கொட்டுக்காரர்கள் கொட்டுமுழக்கு அடிப்பதை நிறுத்தினர். கொம்பூதிகள் கொம்பூதுவதை நிறுத்தினர். சங்கு ஊதுபவரும் சேகண்டி அடிப்பவரும் தள்ளிப் போய் நின்றனர். சட்டென மயானக்கரை படுநிசப்தமானது.

கொடும்பாவிக்கு கொள்ளி போடும் சீர் தொடங்கியது. சாங்கியத்துக்கு சில மரக்கட்டைகளையும் சாணிவரட்டிகளையும் கொடும்பாவி மீது அடுக்கினர். மற்றபடி கொடும்பாவி விரைந்து எரிவதற்கு சீமையெண்ணெய்யை ஊற்றினர். நீர்க்குடம் தூக்கி கொள்ளி போடும் ஆளை தேடும்போதுதான் எல்லோருக்கும் அதிர்ச்சி காத்திருந்தது. கொடும்பாவிக்கு கொள்ளி போட வந்திருந்த சாமி எருதுக்காரனின் குருநாதரை காணவில்லை. மனம் மாறி இருளில் எப்படியோ நழுவிவிட்டார். ஏன் இப்படி ஊரை ஏமாற்றினார் என்பது புரியாத புதிராக இருந்தது. கூடியிருந்த ஊர்சனங்களுக்கு இக்கட்டான நிலை ஏற்பட்டுவிட்டது. வயோதிகப் பெண்மணிக்கு ஆள் ஒருவன் தகவல் சொல்ல தலைவாசலை நோக்கி ஓடினான். ஆளாளுக்கு பேச ஆரம்பித்துவிட்டனர்.

"அந்தம்மா மட்டுமென்ன ஆகாசத்துல இருந்து கொள்ளி போட ஆள அனுப்பி வைக்கப் போறாங்களா... இனி கொடும்பாவி சுடுகாட்டுலேயே கெடக்கப் போவுது... நம்ம ஊருகள புடிச்சு சாபம் தீரப்போறதில்ல... இன்னும் பஞ்சம் எச்சா வாட்டப் போகுது..."

"இன்னிக்கு கொடும்பாவிக்கு கொள்ளி போட்ட மாதிரிதான்... குடும்பம் பொண்டாட்டி புள்ளகுட்டியின்னு இல்லாதவன இந்த அர்த்த ராத்திரியில எங்க போய் தேடறது..."

"எவ யோக்கியனா இருக்கறான்... கலிகாலம் இப்பிடித்தான் நடக்கும்..."

"கொடும்பாவிக்கு கொள்ளி போடறவ ஓடிப் போகும்போதே தெரிஞ்சிருச்சு நம்மவூரு பூலவாக்கு... அப்புறம் எப்பிடி மழ பெய்யும்... நாளைக்கே நாம எல்லாரும் பஞ்சம் பொழைக்கப் பொறப்பட வேண்டியதுதான்..."

மயானக்கரை ஒரே சப்தம் மயமானது. சிலர் அசதியில் கொடும்பாவியை ஒட்டி தரையில் அமைதியாக அமர்ந்து கொண்டனர். பரிசல்காரர் வீரானை கூட்டிக்கொண்டு இருளில் சற்று தள்ளி வந்தார். இருவரும் ஆற்றுக்கு இறங்கும் சரிவில் மணற்பரப்பை பார்த்தபடி அமர்ந்து

கொண்டனர். சரிவு தடத்தில் கட்டெறும்புகள் சாரையாக இடம்பெயர்ந்து போய் கொண்டிருந்தன.

"மானம் பாத்து பகச்சுக்கிட்டா... மனுசங்கனால என்னடா செய்ய முடியும்... இப்ப வெரைக்கும் மச்சுவீடு இருக்கங்காட்டி நமக்கெல்லாம் ஒருவாய் கஞ்சி கெடைக்குது... இல்லீனா நாமெல்லாம் எப்பவோ சட்டி தூக்கியிருப்போம்டா..."

வீரான் ஊர்ந்து மறையும் கட்டெறும்புச் சாரையை பார்த்தபடி ஆமோதிப்பாய் தலையசைத்தான். நேரம் கடந்தது. மயானக்கரையில் சலசலப்பு பேச்சுக்கூட அடங்கிவிட்டது. திடீரென மயானக்கரைக்குள் குதிரைவண்டி நுழைந்து நின்றது. மச்சு அறையில் சுருட்டுப் பிடிக்கும் வயோதிகர் குதிரைவண்டியிலிருந்து இறங்கினார். பரிசல்காரர் எழுந்து வீரானை இழுத்துக்கொண்டு ஓடினார். கூட்டத்தை விலக்கி குதிரைவண்டியிடம் போனார். அதற்குள் சுருட்டுப் பிடிக்கும் வயோதிகர் கொடும்பாவியை நெருங்கியிருந்தார். வலது விரல்களிடையே சுருட்டு. தோளில் குழல் துப்பாக்கி. எண்ணெய் தடவி வாரிய நரைகேசம். நுனியை மேலே முறுக்கிவிட்ட தடித்த மீசை. அசாதாரணமான ஆள் என்பது பார்க்கும்போதே தெரிந்தது. வீரானுக்கு உள்ளுக்குள் அச்சத்தை ஏற்படுத்தியது. சுருட்டுப் பிடிக்கும் வயோதிகர் சப்தமான தொனியில் பேசினார்.

"ஏப்பா... இத்தன பேரு இருக்கறீங்க... கொடும்பாவிக்கு கொள்ளி போடற தெகிரீயம் ஒருத்தனுக்குமா இல்லாம போச்சு... அப்பொறம் ஆப்பிளையின்னு சொல்லிக்கறதுக்கு என்ன அர்த்தமிருக்கு... கொண்டாங்கடா கொள்ளிய நானே போடறேன்..."

கொடும்பாவி கொள்ளிச் சடங்கை கவனிக்கும் பெரிய நாவிதர் தயங்கினார். சுருட்டுப் பிடிக்கும் வயோதிகர் கொடும்பாவியின் கால்மாட்டில் நகர்ந்து நின்று கட்டளையிடும் தொனியில் மீண்டும் சப்தமிட்டார்.

"கொள்ளிய தரப்போறீங்களா இல்லியா...?"

பெரிய நாவிதர் பயத்துடன் கொள்ளியை எடுத்துக்கொண்டு சுருட்டுப் பிடிக்கும் வயோதிகரின் கிட்டத்தில் போனார். கொள்ளி கைமாறும் தருணம். பரிசல்காரர் முன்னால் ஓடி பெரிய நாவிதரிடமிருந்து கொள்ளியைப் பிடிங்கிக் கொண்டார்.

"உங்க வம்சம் நெடுநாள் நல்லா வாழனுமுங்க எசமான்... உங்க உப்பத் தின்னு சீவிக்கறவன் அடியேன்... எனக்கு குடும்பம் புள்ளகுட்டின்னு எதுவுமில்லீங்களே... நானே கொள்ளி போடறேனுங்க..."

பரிசல்காரர் துரிதகதியில் காரியத்தில் இறங்கினார். கொள்ளியைப் பிடித்தபடியே நீர்க்குடத்தை தூக்கிக்கொண்டு பெரிய நாவிதரைப் பார்த்தார். பெரிய நாவிதர் கொடும்பாவிக்கு இறுதிக் காரியம் செய்யும் சடங்கை ஒவ்வொன்றாகச் செயல்படுத்த ஆரம்பித்தார். கூடியிருந்த எல்லோரும் ஆகாயத்தையே பார்த்துக் கொண்டிருந்தனர். ஆகாயம் எப்பொழுதும் போலவே இருந்தது. விண்மீன்கள் மேலும் நிறைய உதித்துச் சுடர்ந்தன. பரிசல்காரர் கொடும்பாவிக்குக் கொள்ளி வைத்தார். நெருப்புச் சுவாலை சடசடத்து எரிந்தது. சீக்கிரத்தில் கொடும்பாவியின் உருவம் சாம்பல் குவியலானது. காலம் காலத்து ஐதீகத்தை பொய்யாக்கி ஆகாயம் மாற்றமில்லாமல் இருந்தது. சுருட்டுப் பிடிக்கும் வயோதிகர் குதிரைவண்டியில் ஏறிப் புறப்பட்டுவிட்டார். கூடியிருந்த ஆண்களும் இறுகிய முகத்துடன் மயானக்கரையிலிருந்து கலைந்தனர். இனி மழை இறங்கும் என்கிற நம்பிக்கை எவர் மனதிலும் இல்லை.

எங்கும் இரவின் பேரமைதி சூழ்ந்தது. புதுவேட்டி புதுத்துண்டு அணிந்து மீசை சரைத்த பரிசல்காரர் வித்தியாசமாகத் தெரிந்தார். சாங்கியத்துக்காக ஊர் தலைவாசல் போனார். பெண்களும் குழந்தைகளும் கூட கலைந்து போகாமல் மழையை எதிர்பார்த்து காத்திருந்தனர். மழை இறங்கக் கூடும் என்கிற எல்லோருடைய பிரார்த்தனையும் வீணாகிப் போனது. கிழவி ஒருத்தி மழை இறங்காத ஆகாயத்தைப் பார்த்து வசவு வார்த்தையில் படுகேவலமாக சபிக்க ஆரம்பித்தாள். பரிசல்காரர் மேற்கொண்டு அங்கு நிற்கவில்லை. வீரானை கூட்டிக்கொண்டு ஆற்றின் மணற்பரப்பில் இறங்கினார். தெற்கே நடந்து ஒரு மணல்திட்டில் உட்கார்ந்தார். வீரான் எதிராக உட்கார்ந்து பரிசல்காரரையே பார்த்தபடியிருந்தான். பரிசல்காரரின் மனம் வேறெங்கோ லயித்திருந்தது. மகிழ்ச்சியாக சிரித்தார்.

“அனாதப் பயலான எனக்கு இந்த பொறப்புல கொள்ளி போடற பாக்கியம் இல்லீனு நெனைச்சிருந்தேன்... இந்த தில்லாபுரி ஆத்தா எனக்கு இப்ப அந்த வரத்தக் குடுத்திட்டாடா... இனி நானு இப்பிடியே கண்ண மூடிட்டாக்கூட எனக்கு நிம்மதிதான்டா... அதையும் எனக்கு இந்த தில்லாபுரி ஆத்தா இப்பவே குடுத்துட்டான்னா... இந்த வறண்ட ஆத்தையும்... மழ பெய்யாத பஞ்ச காலத்துல சனங்களும் பண்டம்பாடிகளும் கசுட்டப் படறதையும் பாக்காம போய் சேந்துருவேன்டா... அப்பிடி ஒன்னு நடந்துச்சுன்னா... எனக்கு நீதான்டா கொள்ளி போடனும்...”

பரிசல்காரர் அப்படியே மணலில் சாய்ந்து படுத்து கொண்டார். பரிசல்காரரின் கண்கள் வெறுமையான ஆகாயத்தையே வெறித்தன. வீரான் பரிசல்காரரை தனிமையில் விட்டுவிட்டு சற்றுத்தள்ளிப் போய்

இன்னொரு மணல்திட்டில் படுத்து கொண்டான். வெதுவெதுப்பான மணல் முதுகுக்கு இதமாக இருந்தது. கண்ணை மூடுவதற்கு முன்பாக கடைசியாக ஒருமுறை ஆகாயத்தைப் பார்த்தான். விண்மீன்கள் மட்டுமே ஒளிர்ந்தன. அடிஆகாயத்து விளிம்பு வரை மழைமுகில்கள் இல்லை. ஆகாயம் கருணையற்றதாக மாறிவிட்டது. இனியும் மழை இறங்காது. மழைமுகில்களைக் கொண்டு வரும் வருண பகவானும் வேறுலோகம் போய் மாயமாகிவிட்டார். வீரான் கண்களை மூடினான். சீக்கிரத்தில் உறங்கிப் போனான்.

ooo

# 26

**கோ**ண்டை நீர்க்காகங்கள் கோவில் திருவிழாவை ஆகாயத்திலிருந்து பார்த்தபடியே பறந்து போய்க் கொண்டிருந்தன. அவைகள் மேற்குத்திசையை நோக்கி மட்டுமே பறந்து போயின. தூரத்து நாடக மேடையில் இந்திரஜித்தும் இலச்சுமணனும் நிற்காமல் போர்புரிந்து கொண்டேயிருந்தனர். அரக்கர்களும் வானரர்களும் அம்பு எய்தி உயிர் துறக்கும் துயர ஓலம் கேட்டபடியிருந்தது. ஹார்மோனிய இசைப்பாடல் இந்திரஜித்தின் வீரத்தையும் அம்பு விடும் லாவகத்தையும் புகழ்ந்து பாடியபடி இருந்தது.

*"கோட்டியின் தலைய கோடி*
*கோடி அம்பு அரக்கன் கோத்தான்..."*

பார்வையாளர்கள் பெரும் சலிப்படைந்து எழுந்து கலைந்து கொண்டிருந்தனர். வெள்ளைத்தாடிக்காரர் அகிலிடம் தென்கிழக்கு திசையை காட்டி சொன்னார்.

*"அங்க பாருங்க தம்பி... மழ எறங்கீருச்சு... நமக்கும் சனக்க போவுது... மழ சப்பரத்து உருவாரச்சாமி பூசைக்குதான் காத்திருக்கு... நாம அதுக்குள்ள காரியத்த முடிக்கனும்..."*

வெள்ளைத்தாடிக்காரர் அவசரமாக நடந்தார். சனங்களை விலக்கி கோவிலுக்குள் புகுந்தார். கருவறை முன்பு மாவிளக்கு முளைப்பாரி பூஜைக்கான ஆலம்பரம் நடந்து கொண்டிருந்தது. பெரியவீட்டுக்காரர் இடுப்பில் துண்டைக் கட்டி ஊர் முக்கியஸ்தர்களோடு முன்பகுதியில் நின்றிருந்தார். வெள்ளைத்தாடிக்காரர் நேராக பெரியவீட்டுக்காரர் காதோரம் போய் ஏதோ சொல்லிவிட்டு வந்தார். பின் அகிலை கூட்டிக்கொண்டு கோவிலின் பின்புறம் இருந்த மடத்துத் திண்ணைக்குப் போனார். மைக்செட்காரர்களை கூப்பிட்டு குசுகுசுவென ஏதோ சொன்னார். மைக்செட்காரர்கள் தலையசைத்தனர். வெள்ளைத்தாடிக்காரர் திரும்பிவந்தார். மறுபடியும் அகிலை கூட்டிக்கொண்டு கருவறை முன்பு வந்தார். சிறிதுநேரம் மௌனமாக காத்திருந்தார். திடீரென மைக்செட் அலறியது.

"அம்பது வருசங்கழிச்சு ஊருக்கு வந்திருக்கும் வீரான்... எங்கிருந்தாலும்... கோவில் கருவறைக்கு வந்து... ஊர் பெரியவூட்டுக்காரரை சந்திக்கவும்..."

வெள்ளைத்தாடிக்காரர் அகிலை பார்த்தார். அகில் ஆமோதிப்பாய் புன்னகைத்தான். வெள்ளைத்தாடிக்காரரின் இந்த சமயோகித யோசனை நல்ல பலனை தரும் என்கிற நம்பிக்கையை தந்தது. வெள்ளைத்தாடிக்காரர் சொன்னார்.

"நாம மைக்கில அறிவிப்பு கொடுத்தது ஒடனே வேல செய்யும் பாருங்க தம்பி..."

வெள்ளைத்தாடிக்காரர் நகர்ந்து பெரியவீட்டுக்காரர் தன் பார்வையில் படும்படி நின்றார். அகிலும் பெரியவீட்டுக்காரரையே கவனிக்க ஆரம்பித்தான். சனக்கூட்டத்துக்குள் எங்கோ மறைந்திருக்கும் வீரான் வெளிப்பட்டு பெரியவீட்டுக்காரரை தேடி வரும் காட்சி கற்பனையில் எழுந்தது. மைக்செட் திரும்ப திரும்ப அறிவிப்பு செய்தபடி இருந்தது. வெள்ளைத்தாடிக்காரர் அகிலிடம் கேட்டார்.

"பகவான் கோயிலு மகான் என்ன சொன்னாருன்னு நாபகம் இருக்காங்க தம்பி...?"

"அம்மன் கோயில் சாட்டுல...
கொட்டுமுழக்கு ஓசையில...
உருவாரச்சாமி ஊர்வலத்துல...
சித்திரத்தேரு முன்னால...
நீங்க தேடுற ஆசாமி...
தானாக தெம்படுவான்..."

"புரியுதுங்களா தம்பி... இப்ப வீரான் இங்க வராம போக முடியாது..."

"ஆனா சித்திரத்தேரு எங்கவூர்ல தானே இன்னிக்கு..."

"உருவாரச்சாமி ஊர்வலம் இங்க மட்டுந்தானே தம்பி... கொழப்பாதீங்க..."

நேரம் மெதுவாக நகர்ந்தது. வீரான் ஏனோ வந்தபாடில்லை. கருவறைக்குள் மணியோசை எழுந்தது. கோவில் பூசாரி மாவிளக்கு முளைப்பாரிக்கானப் பூஜையை தொடங்கிவிட்டார். எல்லோருடைய கவனமும் மாரியம்மன் மீது பதிந்திருந்தன. வெள்ளைத்தாடிக்காரரும் அகிலும் மட்டும் வீரானுக்காகக் காத்திருந்தனர். பெரியவீட்டுக்காரரையே

பார்த்தபடி இருந்தனர். இருவருக்கும் வீரான் வரும் நேரம் நெருங்கிவிட்டதாகத் தோன்றியது.

ООО

இன்னும் வெயில் தகித்து இறங்காத இளமதியம். இலுப்பைத்தோப்பை நாகணவாய்களின் குரல்கள் இடைவிடாது நிரப்பிக் கொண்டிருந்தன. கோடைக்காற்று இலுப்பைவாதுகளை அசைய வைத்து ஒளிச்சிதறல்களை நிலத்தில் படியவைத்து கொண்டிருந்தன. அகிலும் சைமனும் தில்லாபுரி அம்மன் கோவில் முன்பு காரை நிறுத்திக் காத்திருந்தனர். கோவில் நடை சாற்றிவிட்டு பூசாரி மொபட்டில் கிளம்பிப் போனார். நீர் வற்றிய அமராவதி ஆற்றின் அக்கரை வரை ஆள்நடமாட்டமில்லை. நேரம் செல்ல செல்ல இருவருக்கும் வெள்ளைத்தாடிக்காரர் ஏமாற்றி விட்டதாகப்பட்டது. இலுப்பைமரங்களினூடே கோவிலுக்கு வரும் ஆற்றுத் தடத்தையே பார்த்தபடி இருந்தனர். செம்மிநாய் மட்டும் பெருமணலும் சிறுகூழாங்கல்லும் விரவிய தடத்தில் ஓடி வருவது தெரிந்தது. செம்மிநாய் எங்கும் நிற்காமல் நேராக நாணல்வழியேறி இலுப்பைத்தோப்புக்கே வந்தது. அகிலுக்கும் சைமனுக்கும் இடையில் வந்துநின்று வாலை ஆட்டிக் குனைத்தது.

அந்த சமயத்தில் கோவிலின் தென்புற வழியிலிருந்து ஆட்டோ வந்துநின்றது. ஆட்டோ ஓட்டுநரோடு முன்புறம் உட்கார்ந்து வந்த வெள்ளைத்தாடிக்காரர் முதலில் இறங்கி பரிசல்காரரை அழைத்து வந்தார். அதனையடுத்து பானுமதி சமையல் பண்டாரச்சியை கைதாங்களாக பிடித்து அழைத்து வந்தாள். பரிசல்காரரையும் சமையல் பண்டாரச்சியையும் முதுமைப் பிராயம் கூன் விழச் செய்து ஒடுக்கியிருந்தன. இருவரையும் வெள்ளைத்தாடிக்காரரும் பானுமதியும் தில்லாபுரி அம்மன் கோவில் வெளிவாசற்படிக்கு கூட்டிச் சென்று உட்கார வைத்தனர். பானுமதி சமையல் பண்டாரச்சியை ஒட்டி நின்று கொண்டாள். வெள்ளைத்தாடிக்காரர் அகிலும் சைமனும் நின்ற இடத்திற்கு வந்தார்.

“சமையல் பண்டாரச்சிக்கு கொஞ்சம் காது கேட்காது... சத்தமா பேசுங்க...”

சைமன் மட்டும் வெளிவாசற்படியை நெருங்கினார். பரிசல்காரரும் சமையல் பண்டாரச்சியும் நிமிர்ந்து சைமனை நோக்கினர். சைமன் சப்தமாகவே கேட்டார்.

“உங்க மச்சு வீட்டம்மா... வீரானுக்கு வயக்காடு நாலு ஏக்கரு குடுத்தாங்களா...?”

சமையல் பண்டாரச்சி பானுமதியை கைகாட்டிச் சொன்னாள்.

"அதப்பத்தி சொல்லத்தான் இவ என்னை இங்க கூட்டி வந்திருக்கா..."

"அப்ப அதைப்பத்தி சொல்லுங்க...?"

"அதுக்கு முன்னால... நானு உங்கள சாட்சியா வெச்சு... இந்த அம்மன்கிட்ட ஒரு நெடுநாளு கணக்கை நேர் செய்யனும்..."

சைமன் மட்டுமில்லை எல்லோருமே புரியாமல் குழம்பிப் போயினர். சட்டென பானுமதிக்கு கோபம் வந்தது. குனிந்து சப்தமாகச் சமையல் பண்டாரச்சியிடம் கேட்டாள்.

"அப்பிடியென்ன நேர் செய்யற நெடுநாளு கணக்கு உனக்கு இருக்கு... சாரு கேக்கறதுக்கு மொதல்ல ஒழுங்கா பதிலு சொல்லு... அப்புறம் உங்கணக்கை பாக்கலாம்...?"

சமையல் பண்டாரச்சி பானுமதியை முறைத்தாள். பின் முந்தானை நுனி முடிச்சை அவிழ்த்து சூடவில்லைகளை எடுத்து வாசற்படி மீது குத்தாக வைத்தாள்.

"நெருப்புட்டி இருந்தா குடுங்க..."

வெள்ளைத்தாடிக்காரர் தீப்பெட்டியை எடுத்து கொடுத்தார். நடுங்கும் கைகளால் தீப்பெட்டியை பிடித்தபடியே ஏதோ பேச முயன்றாள். உணர்ச்சிப் பெருக்கில் சொற்கள் வெளிவரவில்லை. கண்களில் கண்ணீர் பெருகி வழிந்தது. பின் சுதாரித்து தடுமாற்றத்துடன் பேசினாள்.

"நானு வளுசலா இருக்கும்போதே... எங்கண்ணு முன்னால... இந்த பெரியாத்து வெள்ளம் எங்கம்மாவ அடிச்சுக்கிட்டு போறத எங்கண்ணால பாத்தேன்... அப்புறம் எங்கப்பன் என்னை கொண்டு வந்து இங்க மச்சுவூட்டுல பெரியாத்தாகிட்ட ஒப்படைச்சுட்டு வேற எவளையோ இழுத்துக்கிட்டு கண்காணாத சீமைக்கு ஓடிப் போயிட்டான்... அன்னையிலிருந்து இன்னைக்கு வெரைக்கும் இந்த மச்சுவூட்டுல சமையக்கட்டே இங்கெயே கதீன்னு கெடக்கேன்... கலியாணமில்ல... கன்னி கழீல... ஆனா என்னை கூடப்பொறந்தவளா பாத்துக்கிட்ட இந்த பரிசல்காரரோட சேத்து வெச்சு இந்த மச்சுவூட்டுல பெரியாத்தா மொதக்கொண்டு எல்லாரும் பேச ஆரம்பிச்சுட்டாங்க... இந்த பானுமதி பேசீருக்கா... இந்த பானுமதி ஊட்டுக்காரன் பேசீருக்கான்... சுத்துப்பட்டு ஊரும் பேசீருக்கு..."

பானுமதி இடைமறித்தாள்.

“அதுக்கு இப்ப என்ன...? நெசத்த தானே எல்லாரும் பேசியிருக்காங்க...?”

“நெசமுன்னு உனக்கு தெரியுமா... ஒருக்காவது நாங்க ரெண்டு பேரும் ஒன்னா இருந்தத நேர்ல பாத்தியாடி...?”

பானுமதி பதில் பேசவில்லை. சமையல் பண்டாரச்சி சைமனை நிமிர்ந்து பார்த்துவிட்டு பேசத் துவங்கினாள்.

“அப்பிடி ஒருநாள் வீரான் வந்து எங்கிட்ட கேட்டான்... இன்னும் நீங்க ஏ பரிசல்காரர கலியாணம் செஞ்சுக்காம இருக்கீங்கன்னு... சின்ன பையன் அப்பிடி கேட்டத என்னால தாங்கிக்க முடியல... அந்த பொடிப்பையங் கிட்ட எப்பிடி என்னோட நெலைமைய புரிய வெக்கறது... அப்ப எதுவும் பேசல... ஆனா மனசுக்குள்ள அந்த வீரான்கிட்ட நானு பத்தினீன்னு எப்பிடியாவது நிரூபிக்கனுமுன்னு நெனைச்சேன்... அதுக்குள்ள அவன் எங்கியோ ஓடிப் போயிட்டான்... அவன் நிச்சயமா ஒருநாளு மச்சுவூட்ட தேடி வருவான்... அன்னைக்கு அவன இதே தில்லாபுரியம்மன் கோயிலுக்கு இழுத்துட்டு வந்து அவன் முன்னால் சூடவில்லைய அணைச்சு சத்தியம் செஞ்சு... நானு பத்தினீதான்டான்னு காட்டனுமுன்னு காத்திருந்தேன்... ஆனா அந்த வீரான் வரவேயில்ல... இத்தனை நாளைக்கு பொறகு இனியும் வருவானான்னு தெரியல... அவன் மேல வெச்சிருந்த நம்பிக்கையும் போயிருச்சு... அதுதான் இன்னிக்கு உங்கள சாட்சியா வெச்சு... இந்த தில்லாபுரியம்மன் சன்னதியில சூடவில்லைய அணைச்சு சத்தியம் செய்யப் போறேன்...”

சமையல் பண்டாரச்சி முந்தானை நுனியால் கண்ணீரை துடைத்து கொண்டாள். நடுங்கும் விரல்களைக் குவித்து எல்லோரையும் வணங்கினாள். பின் திரும்பி தில்லாபுரி அம்மனையும் வணங்கினாள். தீக்குச்சியை உரசி சூடவில்லைகளில் பற்ற வைத்தாள். வீசும் கோடைக்காற்றில் கற்பூர வாசனை பரவிற்று. சமையல் பண்டாரச்சி கத்துவதுபோல் பேசினாள்.

“நானு இப்ப பாங்கெழவி... ஆனா இத்தன வருசமும் கன்னி கழியாத கன்னிப் பொண்ணுதான் நானு... இது இந்த தில்லாபுரி ஆத்தா மேல சத்தியம்...”

சமையல் பண்டாரச்சி வலதுகையை உயர்த்தினாள். புகையுடன் எரியும் சூடவில்லைகளை அடித்து அணைத்தாள். பின் கையை திருப்பி நெருப்பு கன்ற செய்த உள்ளங்கையை வெறித்து பார்த்தாள். ஏதோ சாதித்த நிம்மதியில் மெல்ல சிரிப்பு விரிந்தது. பரிசல்காரரும் கண்கலங்கி சமையல் பண்டாரச்சியையே பார்த்து கொண்டிருந்தார்.

இத்தனை நாளும் பரிதவித்து கொண்டிருந்த அவப்பெயரிலிருந்து விடுபட்டப் பூரிப்பு கண்களில் தெரிந்தது. எல்லோரும் நிசப்தமடைந்து விட்டனர். செம்மிநாய் தள்ளிப் போய் குத்தவைத்து உட்கார்ந்து கொண்டது. சமையல் பண்டாரச்சி மௌனமாகவே இருந்தாள். பரிசல்காரர்தான் பேசினார்.

“அது ஒரு ஆவணி கடேசி... நம்ம பெரியாத்துல நல்ல வெள்ளம்... தலைமுழுகறளவுக்கு தண்ணீ போகுது... ரெண்டு பக்க வயல்களிலும் நெல்லுநாத்து நடவுக் காலம்... நானு ராவுபகல் பாக்காம பரிசல் போடறேன்... சனங்க போகவும் வரவும் இருக்காங்க... ஒருநாளு பொழுது சாஞ்சு இருட்டு கட்டீருச்சு... இனி ஆரும் வரமாட்டாங்கன்னு பரிசல அக்கரைக்கு கெளப்பறேன்... அப்போ தில்லாபுரி அம்மன் கோயிலுக்கிட்ட இருந்து ஒரு எளந்தாரி பயல் சத்தம் போட்டுக்கிட்டு ஓடி வர்றான்... நானும் பரிசல நிறுத்தறேன்... கிட்ட வந்தப்புறம்தான் தெரிஞ்சுச்சு... ஓடி வந்த எளந்தாரி வீரான்னு... ஒரு இருவது வயசிருக்கும்... மீசையெல்லாம் நல்லா அடர்த்தியா வளந்திருக்கு... நல்லா சினிமா நடிகனாட்ட இருக்கான்... எங்க இருக்கான்... என்ன செய்யறான்னு கேட்டதுக்கு எங்கிட்ட எதுவும் சொல்ல மாட்டீன்னுட்டான்... நானும் வற்புறுத்தல... நானு வீரானை பரிசல்ல ஏத்தி... அக்கரை கூட்டுப்போயி எறக்கி உடறேன்... வீரான் நேரா மச்சுவூட்டுக்கு போனான்.... தாழ்வார திண்ணையேறி பெரியாத்தாவ கூப்பிடறான்... பெரியாத்தாவும் இவளும் நடைக்கு வெளியே வர்றாங்க...”

பரிசல்காரர் பேச்சை நிறுத்தினார். கோடைக்காற்று இலுப்பைவாதுகளை அசைத்து உச்சியேறும் பொழுதைக் காட்டியது. சமையல் பண்டாரச்சி பேச்சை தொடர்ந்தாள்.

“இனி நடந்தத நாஞ்சொல்லறேனுங்க... வீரானை மொதல்ல எங்களுக்கு அடையாளம் தெரியல... அவன் ஒரு நெலத்தோட பத்திரத்தை பெரியாத்தாகிட்ட காட்டி... இது என்னோட நெலம்... எங்கிட்ட ஒப்படையுங்கன்னு கேக்கறான்... அவன் கொரலு நல்ல ஆம்பள தொனி... பெரியாத்தா வீரானை சட்டுன்னு அடையாளம் கண்டுபுடிச்சுட்டாங்க... சாமக்கோடாங்கி பயலுக்கு என்னடா எகத்தாள பேச்சுன்னு கேக்கும்போதுதா எனக்கு வீரானை அடை பாளம் தெரியுது... பையன் எப்பிடி பெரியாளா வளந்துட்டான்னு நானு வெச்சகண்ணு வாங்காம பாத்துக்கிட்டு இருக்கேன்... பெரியாத்தாவோ விசுக்குன்னு ஊட்டுக்குள்ள போறாங்க... ஆத்திமர அலமாரிய நீக்கி... இன்னொரு நெலத்தோட பத்திரத்த எடுக்கிட்டு வர்றாங்க... அத வீரான் எதிரே நீட்டி சொல்லறாங்க... இதுவும் உனக்கு சொந்தமான

பத்திரந்தான்டா... இந்தா புடி... வீரானுக்கு ஒன்னும் புரியல... பிதிர்கெட்டமாதிரி பாக்கறான்... இது முத்துசாமி வாத்தியாரோட நாலு ஏக்கர் நெலம்... நான் பணம் குடுத்து வாங்கி உம்பேர்ல உயிலு பத்திரம் எழுதி வெச்சிருக்கேன்... இது முத்துசாமி வாத்தியாரும் நானும் போட்டுக்கிட்ட ஒப்பந்தம்... நாளைக்கு நானும் பேச்சு மாறக்கூடாது... அவரும் பேச்சு மாறக்கூடாதுங்கறதுக்கு... இந்த நெலத்துல நீ என்ன செய்யனுமுன்னு முத்துசாமி வாத்தியாரு ஒரு கனவுக்கோட்டையே கட்டி வெச்சிருக்கறாரு... அவருகிட்ட போயி பேசிட்டு... அவர கூட்டிக்கிட்டு வாடா... இப்பவே ரெண்டு நெலத்தையும் உங்கிட்டேயே தந்தர்றேன்னு சொன்னாங்க... வீரான் என்ன நெனைச்சான்னே தெரியல... கையில வெச்சிருந்த பத்திரத்தையும் பெரியாத்தா மொகத்து மேல விட்டெறிஞ்சான்... எங்க பெரியாத்தாளுக்கு சட்டுன்னு ஆத்தரம் பொங்கீருச்சு... கீழே குனிஞ்சு ரெண்டு பத்திரத்தையும் எடுத்து வீரான் கையிலேயே திணிச்சுட்டு சொன்னாங்க... இனி இதுக்கும் எனக்கும் எந்த சம்பந்தமும் இல்லே... நீ என்ன செஞ்சுக்குவியோ செஞ்சுக்கன்னு... அப்புறம் வீரான் பத்திரத்தோட பொறப்பட்டுட்டான்... திரும்பி பாக்காம தென்னந்தோப்புக்குள்ள எறங்கி போயிட்டான்..."

சமையல் பண்டாரச்சி பேசுவதை நிறுத்தினாள். முத்துச்சாமி தாத்தாவும் நான்கு ஏக்கர் நிலம் வீரானுக்கு எழுதி வைத்திருப்பதை கண்டு அகிலுக்கு அதிர்ச்சி ஏற்பட்டது. வெளிக்காட்டிக் கொள்ளாமல் நின்று கொண்டிருந்தான். நாகணவாய்கள் இன்னும் குரலிட்டபடியே இருந்தன. பரிசல்காரர் பேச்சை தொடர்ந்தார்.

"இதுக்கப்பறம் நாஞ்சொல்லறேன்... வீரான் கோவமா எங்கிட்ட வந்து பரிசல் போடுன்னான்... எனக்கு அவனோட கோபம் புரிஞ்சுது... பரிசல தண்ணீல எறக்கினேன்... அவனும் பரிசல்ல ஏறி குந்திக்கிட்டான்... படுஇருட்டு... கலங்கல் வெள்ளத்துல ஒரு நெகாரும் சிக்கல... ஒருவழியா சமாளிச்சு பரிசல அக்கரையேத்தறேன்... அவனும் எறங்கி நிக்கறான்... நானு கேக்கறேன்... எங்கடா இருக்கே வீரா... என்ன செஞ்சுக்கிட்டு இருக்கேன்னு... இருட்டுல அவன் என்னை மொறச்சு பாக்கறது தெரியுது... முத்துசாமி வாத்தியாரு ஒரு துரோகி... இந்த அம்மா ஒரு துரோகின்னு காரி துப்பறான்... எனக்கு விசுக்குன்னு ஆத்திரம் தலைக்கேறிருச்சு... கிட்ட ஓடி அவன் கன்னத்துல பளாருன்னு அறைஞ்சேன்... ஏன்டா அவங்க எச்சி சோத்தை தின்னு வளந்துட்டு... விசுவாசமில்லாம அவங்களுக்கே துரோகி பட்டம் குடுக்கறியான்னு கேக்கறேன்... அதுக்கு அவன் கேக்கறான்... எது விசுவாசம்... சமையல் பண்டாரச்சியோட தொடுப்பு வெச்சுக்கிட்டு அதுக்காக இங்கேயே சுத்தறதுதா விசுவாசமான்னு...

நானு மறுக்காவும் கைய ஓங்கிக்கிட்டு அடிக்க போனேன்... அவன் டக்குன்னு என்னை புடிச்சு தள்ளிவுட்டுப்போட்டு நாணலுக்குள்ள மேலேறிப் போயிட்டான்... கோரையில் உழுந்து எழுந்திருச்ச எனக்கு மனசு கேக்கல... நாணலுக்குள்ளார புகுந்து மேலேறி வீரான சமாதானப்படுத்த ஓடறேன்... பாத்தா இலுப்பைத்தோப்புக்குள்ள புல்லட்டுல சாஞ்சு போலீசு இன்ஸ்பெக்டர் நிக்கறாரு... வீரான் நேரா போலீசு இன்ஸ்பெக்டர்கிட்ட போயி... ரெண்டு நிலப்பத்திரத்தையும் குடுத்துக்கிட்டு இருக்கறான்... நானு கம்முன்னு இலுப்பை மரத்து மறைவுல நின்னு பாத்துக்கிட்டே இருந்தேன்... அந்த போலீசு இன்ஸ்பெக்டர் பத்திரங்கள வாங்கிட்டு புல்லட்ட எடுத்துக்கிட்டு போயிட்டாரு... அந்த மனுசன் கண்மறைஞ்சதும் வீரான் அங்கேயே நெலத்துல குத்து வெச்சு உக்காந்து கூகூன்னு அழ ஆரம்பிச்சுட்டான்... நானு கிட்டத்துல போயி கூப்பிட்டேன்... வீரான்... வீரான்னு... அவன் என்னை கண்டதும் அப்படியே எழுந்து ஓடி வந்து என்னை கட்டிப் புடிச்சுக்கிட்டு கண்ணீரு சிந்தி தேம்பி தேம்பி அழறான்... நானு அவன தில்லாபுரியம்மன் கோயிலு பக்கம் கூட்டிக்கிட்டு வந்து சமாதானப் படுத்தினேன்... அவன் சொன்னான்... நானு இந்த இன்ஸ்பெக்டருகிட்ட சிக்குவாருல சிக்கிட்டேன்... அந்த ஆளு சூழ்ச்சியில ஏமாந்து உயில் பத்திரத்த கைமாத்தி எழுதிக் குடுக்கறதா வாக்கு குடுத்துட்டேன்... அதுக்காக நானு நம்ம பெரியாத்தாகிட்ட உங்ககிட்ட எல்லாம் சண்டை போடற மாதிரி நடந்துக்கிட்டேன்... அப்பிடி நடந்துக்கிட்டா... பெரியாத்தாளுக்கு கோவம் வந்து உன்னோட சொத்த நீ என்னமோ செஞ்சுக்கன்னு சொல்லும்... அதுக்குதான் அப்பிடி நடிச்சேன்னு சொல்லி... தொடர்ந்து அழ ஆரம்பிச்சுட்டான்... அப்புறம் அவன் பழநி போறேன்னு போயிட்டான்... நானும் பரிசலுக்கு திரும்பி வந்துட்டேன்... இதைய இந்நாளு வெரைக்கும் நானு ஆருகிட்டேயும் சொல்லலே..."

சைமன் கேட்டார்.

"அந்த போலீசு இன்ஸ்பெக்டர் யாருங்க...?"

"ரவீந்தர்ன்னு ஒருத்தர்... அப்போ தாராபுரம் இன்ஸ்பெக்டரா இருந்தாருங்க..."

"அவரு இப்ப எங்க இருக்காருன்னு தெரியுமாங்க...?"

"அவரு காலமாயிருக்கோனும்... இல்ல வேற ஊருக்கு மாத்தல் வாங்கிக்கிட்டு... எங்காச்சும் தூரந்தொலவு போயிருக்கோனும்... அதுக்கும் பொறவு நானும் அவர பாக்கவேயில்லீங்க..."

இன்னும் பரிசல்காரருக்கு வீரான் குறித்த நினைவுகள் குமறி எழ காத்திருந்தன. எச்சில் விழுங்கி தன்னை கட்டுப்படுத்திக் கொண்டார். ஏனோ வார்த்தைகள் வெளிவரத் தடுமாறின. மறுபடியும் நிசப்தம் நிலவியது. அகில் அருகே இருந்த இலுப்பைமரத்தில் ஊர்ந்த கட்டெறும்புகள் வேறொரு இலுப்பைமரம் தேடி இடம்பெயர்ந்து சாரையிட்டன. பரிசல்காரர் பேசினார்.

"நானு ஒரு அனாதை... எனக்கும் கலியாணஞ் காட்சியின்னு எதுவும் நடக்கல... இதுநாவெரைக்கும் தப்பான தொடுப்பும் வெச்சிக்கல... ரகசியமா புள்ள குட்டீன்னு எதுவும் இல்ல... அதனால நானு செத்து போனா வீரானைத்தான் கொள்ளி போடனுமுன்னு சொல்லி வெச்சிருந்தேன்... என்னோட வாரிசாவே அவன நெனைச்சிருந்தேன்... இத்தனை நாளும் இந்தக் கெழட்டுக் கட்டை உசிரோட இழுத்துக்கிட்டு இருக்கறதுக்கு... வீரான் வந்து கொள்ளி போடனமுன்னு விதி விதிச்சிருக்கோ என்னமோ ஆரு கண்டா..."

பரிசல்காரர் கேவிக்கேவி அழ ஆரம்பித்துவிட்டார். சைமன் கிட்டத்தில் போய் ஆறுதல் படுத்தினார்.

"நாங்க சீக்கிரத்துல வீரானை கண்டுபுடிச்சு உங்க முன்னால கொண்டுவந்து நிறுத்துவோம்... வீரான் நிச்சயமா உங்களுக்கு கொள்ளி போடுவாரு... கவலைப்படாதீங்க..."

அப்போதும் பரிசல்காரரின் அழுகை அடங்கவில்லை. எல்லோரும் எதுவும் பேசாமல் இருந்தனர். கலைந்து செல்லும் மனநிலைக்கு வந்துவிட்டனர். இலுப்பை இலைகளின் மறைவில் குயில் கீச்சான் கத்தியது. அந்த சமயத்தில் சமையல் பண்டாரச்சி பேசத் தொடங்கினாள்.

"வீரான் கோவிச்சுக்கிட்டு போனப்புறம்... ஒரு ரெண்டு மூனு மாசம் போயிருக்கும்... பெரியாத்தா என்னை கூப்பிட்டு ரெண்டு நிலப்பத்திரங்களோட நகலை குடுத்து... ஆத்திரமா சொன்னாங்க... சாமத்துல எந்திரிச்சு உடுக்க அடிக்க போற உருப்படாத பயல் அந்த வீரான்... அவனோட உயில் பத்திரம் இங்க எதுக்கு... ரெண்டு பத்திரத்தையும் எடுத்துக்கிட்டு போயி கொளுத்தீருன்னு எங்கிட்ட சொல்லிட்டு ஊட்டுக்குள்ள போயிட்டாங்க... நானு பின்கட்டுக்கு ரெண்டு பத்திரத்தையும் எடுத்துக்கிட்டு போனேன்... எனக்கு வீரான் மேல நாம்பெத்த புள்ள மாதிரி ஒரு பாசம் இருந்துச்சு... பெரியாத்தா நம்பறதுக்காக காஞ்ச வாழமட்டைய கொளுத்தீட்டு... பத்திரம் ரெண்டையும் பத்திரமா எடுத்து ஒளிச்சு வெச்சுக்கிட்டேன்... வீரான் ஒருநாளு இல்லீனாலும் ஒருநாளு

எங்களயெல்லாம் தேடீட்டு மச்சுவூட்டுக்கு வருவான்... அன்னைக்கு இந்த ரெண்டு பத்திரத்தையும் அவங்கிட்ட குடுக்கோனுமுன்னு இருந்தேன்... ஆனா அதுக்கப்புறம் வீரான் இன்னைக்கு வெரைக்கும் இங்க வரல..."

சமையல் பண்டாரச்சி இடுப்பில் சொருகியிருந்த சுருக்குப்பையை உருவி எடுத்து கச்சையை இளக்கினாள். வெற்றிலைகளோடு மழைக் காகிதத்தில் மடித்து வைக்கப்பட்டிருந்த உயில் பத்திரங்களின் நகல்களை வெளியே எடுத்தாள். சைமனை பார்த்து சொன்னாள்.

"நீங்க வீரானை கண்டுபுடிச்சீங்கன்னா... அவங்கிட்ட மறக்காம இத குடுத்துருங்க..."

சமையல் பண்டாரச்சி உயில் பத்திரங்களின் நகல்களை நீட்டினாள். சைமன் வாங்கிக்கொண்டு அகிலிடம் கொடுத்தார். அகில் அவசரமாக இந்திராணியம்மாவின் உயில் பத்திரத்தின் நகலை மட்டும் பிரித்து படித்துப் பார்த்தான். செங்காட்டூருக்கு கிழக்கே வெள்ளகோவில் செல்லும் பிரதான வழித்தடத்தை ஒட்டிய மானாவாரி மேய்ச்சல் காட்டில் நான்கு ஏக்கர் புஞ்சைநிலம் வீரானுக்கு பாத்தியமாகியிருந்தது. இதற்கும் சாட்சியாக டேனியல் பாதிரியாரும் லாரி கிளீனர் ராமசாமியும்தான் கையொப்பமிட்டிருந்தனர். அகிலுக்கு முத்துச்சாமி தாத்தாவும் இந்திராணியம்மாவும் எதற்காக வீரானுக்கு நிலம் கொடுத்திருக்கிறார்கள் என்பதுதான் விளங்காதப் புதிராக இருந்தது. செம்மிநாய் எழுந்தோடியது. நாணல்வழி கீழே இறங்கியது. ஆற்றைக் கடக்க ஆரம்பித்தது. அகிலின் பார்வை செம்மிநாயை நோக்கியது. செம்மிநாய் அக்கரையை குறிவைத்து ஓடிக் கொண்டேயிருந்தது. இலுப்பைத்தோப்பிலிருந்து எல்லோரும் கிளம்ப ஆரம்பித்தனர். ஆகாயத்தில் ஒற்றை புஞ்சைப்பருந்து வட்டமிட்டுக் கொண்டிருந்தது.

○○○

# 27

வீரான் குதித்தாடியபடி சித்திரத்தேரை நெருங்கினார். சித்திரத்தேர் ஊரை சுற்றிவர இன்னும் சொற்ப நெடுவீதிகள் மட்டுமே எஞ்சியிருந்தன. எல்லோரும் ஆகாயம் வெறும் குமறலிடுவதாக நினைத்தனர். இந்த மின்னலும் இடியும் ஆகாயம் செய்யும் பம்மாத்து என்று பேசிக் கொண்டனர். சித்திரத்தேரோட்டத்தை மழை தடங்கலிடாது என்று நம்பினர். கிழக்கு அடிஆகாயத்தை பார்க்கவும் தவறினர். வடம் பிடித்து இழுப்பவர்கள் சித்திரத்தேரை ஒரே சீரான வேகத்தோடு இழுத்துக் கொண்டிருந்தனர். சன்னதம் வந்த சாமியாடிகள் சனங்களுக்கு அருள்வாக்கு சொல்வதிலேயே குறியாக இருந்தனர். அவர்களும் கனமழை இறங்கும் என்பதையே பொருட்படுத்தவில்லை. வீரான் அருகில் வந்ததையும் கண்டு கொள்ளவில்லை. சித்திரத்தேர் முன்னேறி நகர்ந்து வந்து கொண்டேயிருந்தது. சிவகோஷங்கள் உரக்க எழுந்தன. வீரான் நிமிர்ந்து ஆகாயத்தை பார்த்தார். அக்னி முகில் உச்சி ஆகாயத்தில் ஒரு நீண்ட மின்னலை தோற்றுவித்தது. வாயு முகில் அண்டசராசரம் அதிரும்படி ஒரு கனத்த இடியை இடித்தது. மழை இறங்கிவிட்டது. சடசடவென்று கல்மாரி பொழிந்தது. ஆகாயத்துக்கும் பூமிக்கும் இடைவெளி இல்லை. முதன்முறையாக சனங்கள் ஆகாயத்தை பார்த்து அச்சமடைந்தனர். கல்மாரியை கண்டு நடுநடுங்கினர். வடம் பிடித்து இழுப்பவர்கள் வடத்தை வீதியில் வைத்துவிட்டு சிதறிக் கலைந்தனர். சன்னதம் வந்த சாமியாடிகள் அருள்வாக்கை நிறுத்திவிட்டு ஓடி ஒளிந்தனர். சித்திரத்தேர் நின்றுவிட்டது.

வீரான் கல்மாரியைக் கண்டு அச்சமடையவில்லை. சித்திரத்தேர் முன்பு போய் நின்றார். கல்மாரி தலையிலும் முகத்திலும் பட்டுச் சிதறியது. வீரான் சிற்றுடுக்கையின் விறைத்த தோலில் வலது கைவிரல்களை கனமாக இறக்கினார். கல்மாரியின் சப்தத்தோடு சிற்றுடுக்கையின் ஓசை கலந்து அமிழ்ந்தது. வீரான் கால்களில் அடவு கட்டி ஆகாயத்தை அன்னார்ந்து பார்க்க முயன்றார். ஆகாயம் கல்மாரியை நிற்காமல் கடுமையாகக் கொட்டிக் கொண்டிருந்தது. கண்களை திறக்க முடியவில்லை. குளிர்காற்று சுழன்றடித்தது. சித்திரத்தேரின் உச்சியில் தொங்கிய திரைச்சீலைகளையும் குஞ்சங்களையும் பிய்த்து வீசப் பார்த்தது. வீரானுக்கு ஆகாயம் செங்காட்டூரையே அழிக்க தீர்மானித்து விட்டதாகத் தோன்றியது.

வீரானுக்கு செங்காட்டூரே கண்ணன் வளர்ந்த ஆயர்பாடியாகத் தெரிந்தது. ஆயர்பாடிச் சனங்கள் இந்திரவிழா கொண்டாடினர். மந்திர விதிப்படி பூசனைகள் செய்யாமல் தற்குறித்தனமாக செயல்பட்டனர். இந்திரன் ஆத்திரமுற்றான். ஆயர்பாடியை சபித்தான். ஆயர்பாடியே அழியுமாறு கல்மாரியை பொழியச் செய்தான். சனங்களுக்கு தப்பிக்கும் வழி தெரியவில்லை. அச்சத்தில் அலறினர். ஓடி ஒதுங்கிக் கொள்ள அவகாசம் இல்லை. இடமும் இல்லை. கல்மாரி விடாது பொழிந்தது. ஆயர்பாடியை காக்க கண்ணன் வரவேண்டும். கொற்றக் குடையாகக் கோவர்த்தன மலையையே உயர்த்திப் பிடிக்க வேண்டும். போக்கிடமில்லாமல் தவித்தபடி அஞ்சி சிதறியோடிய சனங்கள் நிம்மதியடைய வேண்டும்.

செங்காட்டூர் ஆயர்பாடியில்லை. கண்ணன் வரப் போவதில்லை. கோவர்த்தன மலையை கொற்றக் குடையாக உயர்த்திப் பிடித்து சனங்களை காக்கப் போவதில்லை. ஆகாயம் கல்மாரி பொழிவதையும் நிறுத்தப் போவதில்லை. வீரானுக்கு மனதுக்குள் ஆனந்தம் வியாபித்தது. குதித்தாட வேண்டும்போல் தோன்றியது. வீரான் சாமக்கோடாங்கியாக மாற முடிவு செய்தார். ஜக்கம்மா தேவியிடம் மனமொன்றி வேண்டிக்கொண்டார்.

ஆகாயம் கருணை காட்டியது. கல்மாரி நின்று பெருமழைத்துளியாக மாறிற்று. வீரான் உக்கிரம் கொண்டு குத்தித்தாடினார். ஆகாயம் மழை நடனமிட்டது. பெரும்மழைத்துளிகளை இரக்கமின்றி கொட்டியது. வீரானுக்கும் ஆகாயத்துக்கும் துவந்த போட்டி ஆரம்பித்தது. வீரானின் கால் அடவுகள் அதிவிநோதம் காட்டின. ஆகாயம் மழைத் தாண்டவமாடியது. நடனப் போட்டி உச்சத்துக்கு போயிற்று. ஒருநிலையில் வீரானையும் மழையையும் பிரித்தறிய முடியவில்லை. வீரானே மழையாக மாறினார். மழையும் வீரானாயிற்று. வீரான் மழையின் அம்சமானார். மழை வீரான் அம்சமாயிற்று.

அந்தக்கணம் சித்திரதேரின் முன்பு தலைக்கு முந்தானையால் முக்காடிட்ட ஓர் பெண் உருவம் தன்னையே பார்ப்பதை வீரான் கண்டார். அந்த பெண் உருவம் யாரென அறிந்ததும் சட்டென திகைத்துப் போனார். உடம்பு நடுங்கியது. மூச்சு முட்டியது. வீரான் கத்தினார்.

"சுலோசனா..."

அந்த பெண் உருவம் தன்னையறியாமல் திரும்பிப் பார்த்தது. பின் அவசரமாக மழைநீருக்குள் இறங்கி நெடுவீதியில் மறைந்து போனது. வீரான் பார்வைக்கு சித்திரத்தேர் மட்டுமே வெறுமனே தெரிந்தது.

○○○

அருகில் ஏதோ காதுகளை பிளப்பது மாதிரியான சப்தம் எழுந்தது. வீரான் கண்விழித்தான். நிலம் அதிரும் இடியோசை. கண்களைக் குருடாக்கும் மின்னல். ஆகாயம் கொள்ளாத கருமுகில் கூட்டம். கொம்பு சுழன்று வீசும் காற்றில் மிகுகுளிர்ச்சி. அண்மையில் ஈரமண்வாசனை. வீரானுக்கு கனவுக்குள் சஞ்சரிப்பதுபோல் இருந்தது. சுதாரித்து எழுவதற்குள் கல்மாரி கொட்டியது. தலையில் சுத்தியலால் அடிப்பதுபோல் கல்மாரி விழுந்து சிதறியது. பரிசல்காரரும் எழுந்து ஓடி வந்தார். முகத்தில் ஆனந்த தாண்டவம். கால்களில் நடனமாடாத குறை. ஓங்கிக் கத்தினார்.

"கொடும்பாவிக்கு கொள்ளி வெச்சது வீண் போகல... வருண பகவான் மொகமுழிச்சுட்டாருடா..."

இருவரும் மணற்பரப்பில் தெற்கே ஓடினர். அண்டசராசரமே ஒடுங்கிவிட்டது. காற்றும் அடங்கிவிட்டது. எத்திக்கிலும் மழை பெய்யும் பேரோசை. திடீரென கல்மாரி பொழிவது நின்றது. கனத்த பெருமழைத்துளிகள் இறங்கின. ஆளின் முகம் ஆளுக்கு தெரியாத அடர்வுடன் மழை நின்று பெய்தது. ஒருநிலையில் பரிசல்காரர் முன்னால் ஓடுவதுகூட மறைந்துவிட்டது.

வீரானுக்கு ஓட ஓட பெருமூச்சு வாங்கிற்று. கால்கள் சலிப்புற்றன. ஈரமணலில் புதைந்து உள்ளிழுத்தன. பெருமழைத்துளிகள் முகத்தில் அறைந்தன. ஓடிக்கொண்டே இருக்க வேண்டிய நிலை. மனவலுவுடன் ஓடினான். கரை ஆலமரம் தாண்டி வலக்கரை மேடேறினான். இலுப்பைத்தோப்புக்குள் நுழைந்தபோது பரிசல்காரர் முன்னால் ஓடுவது தெரிந்தது. பரிசல்காரர் சிதிலமான தில்லாபுரி அம்மன் கோவில் முன்மண்டபத்துக்குள் ஏறி நின்றார். வீரானும் போய் பரிசல்காரர் கிட்டத்தில் நின்றான். இருவருக்கும் உடம்பிலிருந்து நீர்த்துளிகள் சொட்டி ஒழுகின. நெடுமூச்சு ஓய வெகுநேரம் பிடித்தது. எங்கும் வேனல் தணிந்து குளிர் வியாபித்தது. இருவரும் கல்தரையில் உட்கார்ந்து கொண்டனர். மழை பெய்வதையே பார்த்தபடியிருந்தனர். மழை மேலும் அடர்வு கொண்டு இறங்கியது.

வைகறை விடியும் தருவாயில் ஆற்றில் நீர் பெருகி ஓடும் ஓசை கேட்டது. சித்த நேரத்தில் நீரோசை நெருக்கத்தில் கேட்டது. இருவரும் எழுந்து இலுப்பைத்தோப்புக்குள் இறங்கி நடந்தனர். இலுப்பையின் அடிமரம் மூடி நீர் தேங்கியிருந்தது. சூதானமாக நடந்து வலக்கரை மேடேறினர். ஆற்றில் செங்கலங்கலான பெருவெள்ளம். தென்னை மட்டைகளும் பனை பழங்களும் காய்ந்த வைக்கப்புல்லும் மிதந்துப் போய்க் கொண்டிருந்தன.

“வீரா... தெக்கே மலங்காட்டுல கனமழ பெஞ்சிருக்குடா... இது குதிரயாத்திலியும் சம்முகநதியிலும் வந்த வெள்ளம்... இல்லீனா இவ்வளோ கலங்கலா இருக்காதுடா... எப்படியோ நம்ம பெரியாத்துல ஆளுந்தண்ணிக்கு மேலே போகுதுடா அதுபோதும்... பளப்பளன்னு வெடிஞ்சா நானு பரிசல் போட ஆரம்பிச்சிருவேன்...”

வீரானுக்கு பகவான் கோவில் சாமி சொன்னது ஞாபகம் வந்தது. பெரியாற்றில் ஆளுந்தண்ணீர் வந்துவிட்டது. இனி சாமி எருதுக்காரனைத் தேட வேண்டும். எப்படியும் கிடைத்துவிடுவான் என்கிற நம்பிக்கையும் எழுந்தது. பரிசல்காரர் திரும்பி நீருக்குள் மெதுவாக கால் நகர்த்தி நடந்தார். வீரான் பின்தொடர்ந்தான். இலுப்பை இலை நுனிகள் இன்னும் மழையை பொழிந்தன.

“வீரா... ஆத்து வெள்ளம் இப்பத்திக்கு வடியாது... நானு ஆத்துப்பாலத்து வழியா சுத்தி மச்சுவூடு போயி... பரிசல் எறக்கற காரியத்த பாக்கறேன்டா... நீ கட்டுத்தர போயி சாமி எருத கவனி...”

பரிசல்காரர் இலுப்பைத்தோப்பின் தென்புறமாக நடந்து மண்பாதையில் இறங்கினார். வீரான் மேற்குத் திசையில் நடந்தான். வயல்கள் நீரில் மூழ்கிக் கிடந்தன. வயல் எது வரப்பு எது என்று தெரியவில்லை. கால்கள் சேற்றில் புதைந்தன. தட்டுத்தடுமாறி எட்டு வைத்து நடந்தான். ஆகாயம் இன்னும் வெளிவாங்கவில்லை. மழையும் ஓயவில்லை. இடி மின்னல் இல்லாத கனமழை. நிதானமாகப் பெய்து கொண்டேயிருந்தது. கட்டுத்தரையெல்லாம் ஈரமாகிக் கிடந்தது. சாமி எருது எழுந்து நின்று வாலால் ஈயை விரட்டிக் கொண்டிருந்தது. கயிற்றுக் கட்டிலில் சாமி எருதுக்காரனின் குருநாதர் கால்நீட்டிப் படுத்திருந்தார். கீழே வைக்கபுல்லு பரப்பின் மீது சாமி எருதுக்காரன் மல்லாந்து படுத்திருந்தான். இருவருமே ஆழ்ந்த உறக்கத்தில் கிடந்தனர். வீரானுக்கு இருவரையும் எழுப்ப மனசு வரவில்லை. பெரியாற்றில் ஆளுந்தண்ணீர் வந்துவிட்டது. சாமி எருதுக்காரன் வந்து சேர்ந்துவிட்டான். இது எப்படி நிகழ்ந்தது என்பது விந்தையாகவே இருந்தது. வீரானால் இதையெல்லாம் நம்ப முடியவில்லை. பகவான் கோவில் சாமி பெரிய சக்தி எனப்பட்டது.

அந்த சமயத்தில் செம்மிநாய் நீர்வயலுக்குள் இருந்து கட்டுத்தரையேறி வந்தது. நீர் சொட்டும் உடம்புடன் வீரான் மேல் தாவியது. செம்மிநாய் இத்தனை நாளாக எங்கே போயிருந்தது எனத் தெரியவில்லை. செம்மிநாய்க்கு அடிவயிறு இறங்கி மீண்டும் சினைப்பருவத்தில் இருபதாகத் தோன்றியது. சட்டென நாய் நகர்ந்து சாமி எருதுக்காரனிடம் சென்றது. சாமி எருதுக்காரனின் கால்களை முகர்ந்தது. சாமி எருதுக்காரன் கண்விழித்துப் பார்த்தான். வீரான் கிட்டத்தில் போய் கோபமான தொனியில் கேட்டான்.

"இங்கே இப்பிடியொரு நெலமையில பானுமதியக்காவ வுட்டுப் போட்டு... நீங்க பாட்டுக்கு கவலையில்லாம ஓடிட்டீங்க...?"

"நானும் சும்மாயில்லடா... தாராபுரத்துல டேனியல்ன்னு ஒரு பாதிரியாரப் போயி பாத்து சொல்லி வெச்சிருக்கேன்... அவரு என்னை மச்சவூட்டுக்கு கூட்டிட்டுப் போயி பானுமதியோட சேர்த்து வெக்கறேன்னு சொல்லியிருக்காரு..."

வீரானுக்கு டேனியல் பாதிரியார் பெயரை கேட்டதும் அடிமனம் பகீரென்றது. மேற்கொண்டு எதுவும் பேசவில்லை. மறுபடியும் சாமி எருதுக்காரன் கண்களை மூடி ஆழ்ந்த உறக்கத்தில் மூழ்கினான். செம்மிநாய் நீர்வயலுக்குள் தாவி குதித்தது. இலுப்பைத்தோப்பை நோக்கி நீந்திப் போனது. வீரான் தீனிக்காடி கல்லின் மீது போய் உட்கார்ந்து கொண்டான். கிழக்கே ஏறுபொழுது தெரியவில்லை. ஆகாயம் தொடர்ந்து இருண்டு இருண்டு வந்தது. மழையும் ஒரே சீராகப் பெய்தது. அடர்ந்த பெருமழைத்துளிகள் வயல் நீரில் விழுந்து குமிழியிட்டன. அப்போது திடீரென நீர் வயலுக்குள் பருவகாரர்கள் தோன்றினர். கட்டுத்தரையை குறிவைத்து நீர் அலம்ப விரைந்து நடந்து வந்தனர். வீரான் எழுந்து நின்றான். சாமி எருது கூட தலை திருப்பிப் பருவகாரர்களை மிரட்சியாகப் பார்த்தது. பருவகாரர்கள் கட்டுத்தரைக்குள் நுழைந்ததும் நேராக கயிற்றுக் கட்டிலிடம் போயினர். சாமி எருதுக்காரனின் குருநாதரையும் சாமி எருதுக்காரனையும் மூர்க்காவேசமாக உதைத்தனர். பின் இருவரின் கைகளைக் கட்டி கொட்டும் மழையினூடே நீர்வயலுக்குள் இழுத்து போயினர். வீரானால் எதுவும் செய்ய முடியவில்லை. நிச்சலனமாகப் பார்த்துக் கொண்டேயிருந்தான். மனம் பயத்தில் படபடத்தது. கண்களில் நீர் பிதுங்கியது. நீர்வயலுக்குள் இறங்கி ஓடினான். பருவகாரர்களின் தலைகள் இலுப்பைத்தோப்புக்குள் சென்று மறைந்தன. வீரான் வேகம் கொண்டு ஓடினான். காலடியில் சேற்றுநீர் தெறித்தது.

தில்லாபுரி அம்மன் கோவில் முன்பு வயோதிகப் பெண்மணி தாழையோலைக்குடை பிடித்து நின்றிருந்தாள். அதற்கு பின்னால் பரிசல்காரர் பரிசல் துடுப்புடன் கொங்காடையில் நின்றிருந்தார். பருவகாரர்கள் சாமி எருதுக்காரனையும் சாமி எருதுக்காரனின் குருநாதரையும் இழுத்து போய் வயோதிகப் பெண்மணியின் முன்பு நிறுத்தினர். வீரான் கிட்டத்தில் நெருங்கவில்லை. இலுப்பைமரத்து மறைவில் ஒளிந்துகொண்டு பார்த்தான். இலுப்பை இலைகளின் நுனிகளிலிருந்து மழைநீர் சொட்டும் ஒலி கேட்டது. வயோதிகப் பெண்மணி ஆத்திரம் தொனிக்கும் குரலில் சாமி எருதுக்காரனையும் சாமி எருதுக்காரனின் குருநாதரையும் பார்த்து பேசினாள்.

“நீங்க ரெண்டு பேருமே என்னை இக்கட்டான நிலையில சிக்க வெச்சுட்டு ஓடிப் போன திருட்டுப் பயலுக... இப்ப நீங்களா வந்து வசமா மாட்டிக்கிட்டீங்க... உங்களுக்கு என்ன தண்டனை குடுக்கலாம் நீங்களே சொல்லுங்கடா...”

சாமி எருதுக்காரனும் சாமி எருதுக்காரனின் குருநாதரும் தலை கவிழ்ந்தே நின்றனர். நெடிய மௌனம் கடந்தது. வயோதிகப் பெண்மணி கேலியான முகபாவத்தில் சிரித்தாள்.

“இப்போ வெசப்பாம்பு மொதந்து போற மழவெள்ளம்... உங்க ரெண்டு பேருத்தையும் இப்படியே தூக்கிப் போயி ஆத்துல போட்டுறலாமாடா...?”

இருவரும் தலை நிமிரவேயில்லை. பயத்தில் மேலும் ஒடுங்கி நின்றனர்.

“இவனுக கல்லுளி மங்கனுக... நீந்திக் கரையேறிருவானுக... நாம இடுப்புல கல்லக்கட்டி ஆனைமடுவுல போடுவோம்...”

அந்தநேரத்தில் இலுப்பைத் தோப்பின் தென்புறம் துப்பாக்கி வெடிக்கும் ஓசை கேட்டது. எல்லோரும் திகைத்து போய் திரும்பினர். மண்பாதையில் நின்ற குதிரைவண்டியிலிருந்து சுருட்டுப் பிடிக்கும் வயோதிகரும் டேனியல் பாதிரியாரும் இறங்கினர். இருவரின் பின்னே பானுமதியும் இறங்கினாள். சுருட்டுப் பிடிக்கும் வயோதிகர் வாயில் சுருட்டு புகைந்தது. வலதுகையில் குழல் துப்பாக்கியை நீட்டிப் பிடித்திருந்தார். தில்லாபுரி அம்மன் கோவிலை நோக்கி முன்னேறி நடந்து வந்தார். பருவகாரர்களைப் பார்த்து சப்தமிட்டார்.

“ஏன்டா அவளுக்குதான் புத்தியில்லையின்னா... உங்களுக்கு எங்கடா போச்சு புத்தி... அவனுகளோட கைக்கட்ட அவுத்து உடுங்கடா...”

பருவகாரர்கள் எதிர்பேச்சு பேசவில்லை. பரிசல்காரர் பரிசல் துடுப்பை வீசி எறிந்தார். முந்திக்கொண்டு அருகில் ஓடி இருவரின் கைக்கட்டையும் சூரிக்கத்தியால் அறுத்தெறிந்தார். வயோதிகப் பெண்மணி கோபத்தின் உச்சத்தில் காறி மழைநீருக்குள் துப்பினாள். பின் திரும்பி வலக்கரை மேடேறி சரிவில் இறங்கி மறைந்தாள். வீரானுக்கு நிம்மதி ஏற்பட்டது. இலுப்பைமர இடைவெளியில் பானுமதியை ஒருமுறை பார்த்தான். பானுமதியின் முகத்தில் மெல்லிய மகிழ்ச்சி தெரிந்தது. வீரான் டேனியல் பாதிரியார் பார்வையில் படாமல் இலுப்பைமர மறைவில் ஒளிந்து ஒளிந்து நடந்தான். அடர்ந்து பெய்யும் பெருமழையில் மண்பாதையேறி வடக்கு நோக்கி ஓடத் தொடங்கினான்.

○○○

# 28

சனங்கள் அசையாமல் கருவறை மாரியம்மனையே பார்த்து கொண்டிருந்தனர். அகிலும் வெள்ளைத்தாடிக்காரரும் பெரிய வீட்டுக்காரரையே பார்த்து கொண்டிருந்தனர். கோவில் பூசாரி மாரியம்மன் மீது விருத்தம் பாடிக் கொண்டிருந்தார். வீரான் இன்னும் ஏனோ வரவில்லை. அகிலுக்கும் வெள்ளித்தாடிக்காரருக்கும் பெருத்த ஏமாற்றமாக இருந்தது. கோவில் பூசாரி மணித்தட்டுடன் கருவறையை விட்டு வெளியே வந்தார். திக்கித்திக்கி பேசிய இளைஞன் சாமி எருதை இழுத்துக்கொண்டு வந்தான். கருவறை ஊஞ்சல் முன்பு நிறுத்தினான். எருதின் முகம் மாரியம்மனை பார்க்கும்படி நிமிர்த்திப் பிடித்தான். சாமி எருதின் முதுகில் விரி விரித்து சேகண்டி வைத்து கட்டி அலங்கரிக்கப்பட்டிருந்தது. கொம்புகளுக்கு குங்குமப் பொட்டிட்டு இருந்தது, சாமி எருது சாதுவடைந்திருந்தது. கொட்டுமுழக்குக்காரர்களும் கொம்பூதிகளும் சாமி எருதின் பக்கவாட்டில் வந்து நின்றனர். கோவில் பூசாரி நடந்து சாமி எருதை நெருங்கினார். தீர்த்தச் சொம்பில் மஞ்சள்நீர் அள்ளி சாமி எருதின் நெற்றியில் அடித்தார்.

"பசு பெருகி...
பால் பெருகி...
பட்டி பெருகி...
மழ பெருகி..."

கோவில் பூசாரி சாமி எருதுக்கு தீபாரதனை காட்டினார். கொட்டுமுழக்கு விசைகொண்டு அடிக்கப்பட்டன. கொம்புகள் ஓங்கி ஊதப்பட்டன. சாமி எருதின் கண்களில் மருட்சியில்லை. நாலுகாலிலும் அசைவில்லை. இப்போது சனங்களின் பார்வை சாமி எருதை நோக்கியிருந்தன. வெள்ளைத்தாடிக்காரர் அகிலின் காதோரமாக வந்து பேசினார்.

"இப்ப சாமி எருது எப்பிடி மெரளாம நிக்குது பாத்தீங்களா தம்பி...?"

"நீங்கதான் வசியப்படுத்திட்டீங்களே..."

"இதென்ன பெரிய விசயம் தம்பி... நானு நல்ல எளந்தாரியா இருக்கும்போது... கெழக்கு பக்க ஊருல ஒரு சாமி எருதை என்ற குருநாதரு பழக்குனாரு... அந்த எருது ஒரு அடங்காப்பிடாரி...

292 இரவோடி

மூர்க்கமுன்னா அப்பிடியொரு மூர்க்கம்... ஆளக்கண்டாவே பாயறதுக்கு திரிஞ்சுச்சு... ரொம்ப சாக்கிரதையாதான் என்ற குருநாதரு அந்த எருதை பழக்கினாரு... ஆனா அந்த எருது என்ற குருநாதரை குத்தி கொடல வகுந்திருச்சு... ஆஸ்பத்திரியெல்லாம் போயி பொழச்சு வந்த என்ற குருநாதரு சபதம் போட்டாரு... அந்த சாமி எருதை பழக்கீட்டுதான் சாவேன்னு... அப்புறம் என்ற குருநாதருக்கு பக்கத்துணையா நாம்போயி அந்த சாமி எருதை அடக்கி சாதுவாக்கினேன்... கோயிலு சாட்டுலையும் இந்த மாதிரி பூசைக்கு முன்னால நிக்கற சாமி எருதா மாத்தினேன்... என்ற குருநாதரு தாம்போட்ட சபதம் நெறைவேறிய சந்தோசத்துல எங்கிட்ட நீங்க சொன்ன மாதிரிதான் சொன்னாரு... நீ எந்த பூச்சிக்காளையையும் வசியப்படுத்த பிறந்தவன்னு... அந்த தெகிரீயம்தான் இந்த எருதும் மெரண்ட அப்ப இந்த வயசுலையும் என்னால அது முன்னால போயி நிக்க முடிஞ்சுச்சு..."

திக்கித்திக்கி பேசிய சாமி எருது இளைஞன் பூசாரி காலில் விழுந்து வணங்கினான். கோவில் பூசாரி அந்த இளைஞன் முகத்திலும் தலையிலும் மஞ்சள்நீர் தெளித்து ஆசி வழங்கினார். கோவில் பூசாரி திரும்பி கருவறைக்கு நடந்தார். அடுத்து மாவிளக்கு முளைப்பாரிக்கான பூஜை துவங்க இருந்தது. சனங்கள் திரும்பி கருவறையை பார்க்க ஆரம்பித்தனர். அகிலும் வெள்ளைத்தாடிக்காரரும் பெரியவீட்டுக்காரரை பார்க்க தொடங்கினர். இப்போது பெரியவீட்டுக்காரர் அருகில் தடியூன்றிய கிழவர் ஒருவர் நின்று பேசிக் கொண்டிருந்தார். முதுகு கூன் விழுந்து கிடந்தது. பெரியவீட்டுக்காரர் வெள்ளைத்தாடிக்காரர் பக்கம் திரும்பினார்.

"பொட்டிலிக்காரனே... உன்னை பாக்கத்தான் இந்த பெரியவன் வந்திருக்கான்... கூட்டிக்கிட்டு போயி என்னன்னு கேளு..."

வெள்ளைத்தாடிக்காரர் அகிலை பார்த்து நமட்டுச்சிரிப்பு சிரித்தார். இருவரும் பெரியவீட்டுக்காரரை நெருங்கினர். கூன் விழுந்த கிழவர் இருவரையும் உற்றுப் பார்த்தார்.

"அக்கட்ட போயி பேசலாம் வாங்க அப்புனுகளா..."

மூவரும் கோயில் மதிற்சுவருக்கு வெளியே வந்தனர். அடுத்த பூஜைக்கு உருவாரச்சாமிகள் சப்பரங்களின் மேல் காத்துக் கிடந்தன. கூன் விழுந்த கிழவர் எதுவும் பேசாமல் நின்றார். வெள்ளைத்தாடிக்காரர் கேட்டார்.

"நீங்க ஆருங்க... எதுக்கு எங்கள பாக்க வந்திருக்கீங்க...?"

“நானும் உங்களாட்டம் வீரானை தேடிக்கிட்டு இருக்கேன்... அதனாலதான் அப்புனு...”

“நீங்க எதுக்கு தேடறீங்க...?”

“நீங்க எதுக்கு தேடறீங்களோ அதுக்குதான்...”

வெள்ளைத்தாடிக்காரருக்கு மேற்கொண்டு என்ன பேசுவது என்று தெரியவில்லை. மௌனமாகிவிட்டார். கோவில் கருவறை முன்பு மாவிளக்கு முளைப்பாரிக்கான பூஜை துவங்கிவிட்டது. மணியோசை கேட்டது. கூன் விழுந்த கிழவர் பேசினார்.

“உங்ககிட்ட சொல்லறதுக்கு என்ன... இனி வீரான் வரமாட்டான்... அவன தேடறது வெட்டி வேல... அதை சொல்லீட்டு போகத்தான் இங்க வந்தேன் அப்புனு...”

கூன் விழுந்த கிழவர் கோவில் வளாகத்துக்குள் திரண்டு அலையும் சனங்களினூடே புகுந்து நடக்க ஆரம்பித்தார். அகில் வெள்ளைத் தாடிக்காரரிடம் சொன்னான்.

“இவரே நான் முன்னமே பார்த்திருக்கேன்... இவருதான் பட்டக்காரக் கோடாங்கி...”

“என்ன ஒலறறீங்க தம்பி... இவர நானே இப்பத்தான் பாக்கறேன்... நீங்க எப்பிடி முன்னமே பாக்க முடியும்...?”

“இல்ல... நாஞ்சொல்லறது நெசம்...”

“பட்டக்காரக் கோடாங்கி எல்லாம் இந்நேரம் செத்து பரலோகம் போயிருப்பாரு... இவரு ஆரோ வேற பாங்கெழவன்...”

அகில் சனங்களுக்குள் புகுந்து ஓடினான். கூன் விழுந்த கிழவரின் முன்னே போய் நின்று வழிமறித்தான். வெள்ளைத்தாடிக்காரரும் பின்னே ஓடி வந்து நின்றார். கூன் விழுந்த கிழவர் சிரித்தார்.

“வீரானை பத்தி இப்பிடி சொல்லறானே... இவன் ஆருன்னுதானே கேக்க வந்தீங்க...?”

“ஆமாங்க பெரியவரே...”

“நாந்தான் உங்க வீரானோட பட்டக்காரக் கோடாங்கி...”

பட்டக்காரக் கோடாங்கி நிற்கவில்லை. மறுபடியும் சனங்களினூடே புகுந்து நடந்தார். வெள்ளைத்தாடிக்காரரும் அகிலும் பின்னே ஓடி

கூன் விழுந்த கிழவரை விலகிச் சென்று மீண்டும் வழிமறித்தனர். பட்டக்காரக் கோடாங்கி சிரித்தார்.

"இப்ப இன்னும் நீங்க எதுக்கு வீரானை தேடிக்கிட்டு இருக்கீங்கன்னு தானே கேக்க வந்திருக்கீங்க...?"

"ஆமாங்க...?"

"வீரான் அம்பது வருசமா தேடிக்கிட்டு இருக்கற ஒரு ரகசியத்துக்கான விடை எனக்கு மட்டுமே தெரியும்... அதை நானு வீராங்கிட்ட சொல்லீட்டு கண்ணை மூடனுமுன்னுதான் இத்தனை நாளும் காத்திருந்தேன்... இனி அது முடியாதுன்னு தெரிஞ்சு போச்சு... ஜக்கம்மா தேவி எனக்கு குடுத்த காலக் கணக்கும் முடிஞ்சு போச்சு..."

பட்டக்காரக் கோடாங்கி மறுபடியும் விலகி நடந்தார். வெள்ளைத் தாடிக்காரரும் அகிலும் பட்டக்காரக் கோடாங்கி சனங்களுக்குள்ளே புகுந்து மறைந்து போவதையே பார்த்தபடி நின்றனர். நாடகமேடையிலிருந்து இந்திரஜித்தின் அரக்கர் படை தோல்வியுரும் நிலையை ஹார்மோனிய இசைப்பாடல் ஒலித்தது.

*"கைஅற்றார், கால்கள் அற்றார்*
*கழுத்தற்றார், கவசம் அற்றார்*
*மெய்அற்றார், குடர்கள் அற்றார்*
*விசையற்றார், விளிவும் அற்றார்..."*

○○○

**ப**ழநிக்கு மேற்கே சண்முகநதி பாலத்தை கார் கடந்தது. அகில் காரை ஓட்டினான். முன்னிருக்கையில் ஜெய்சங்கர் உட்கார்ந்திருந்தார். பின்னிருக்கையில் சைமனும் வெள்ளைத்தாடிக்காரரும் உட்கார்ந்திருந்தனர். சண்முகநதியும் வறண்டே கிடந்தது. பாறைக் குழிகளில் தேங்கிக் கிடக்கும் நீரில் காவடிக்காரர்கள் குளித்து உடைகளை துவைத்துக் கொண்டிருந்தனர். காருக்குள் யாரும் யாருடனும் பேசிக் கொள்ளவில்லை. தார்சாலையில் கொன்றைமரத்து குருதிநிறப்பூக்கள் உதிர்ந்து கிடந்தன. முன்மதியத்தில் வெயில் ஏறிக் கொண்டிருந்தது. கார் நெய்க்காரபட்டி கடந்தது. கரடிகூடம் என்கிற சிறிய ஊர் வந்தது. ஜெய்சங்கர் அகிலிடம் சொன்னார்.

"தெக்க பிரியற மண்தடத்துல போங்க அகில்..."

காவலப்பட்டி செல்லும் ஒடுங்கிய மண்தடத்தில் கார் இறங்கி முன்னேறியது. மண்தடத்தின் இருமருங்கும் மாந்தோப்புகள். முற்றிய

மாமரங்கள் நெருக்கமாக இருந்தன. மாம்பூக்கள் பூத்திருந்த பருவம். தெற்கே தூரமாக கொடைக்கானல் கருமலைத்தொடர் விரிந்து கிடந்தது. அதன் முன்னான மலைக்கரட்டின் கீழ்விளிம்பில் குதிரையாறு அணை தெரிந்தது. அரைமைல் தூரம் போனபோது மாந்தோப்புக்குள் வெல்லமண்டி கிடங்குகள் தென்பட்டன. நெடிய கீற்றுக்கொட்டகையில் பெரிய பெரிய வெல்லமண்டி கிடங்குகள். காவலப்பட்டி ஊர் வருவதற்கு முன்பே ஜெய்சங்கர் அகிலிடம் சொன்னார்.

"மேபுறத்துல இருக்கற மாந்தோப்புக்குள்ள போங்க அகில்..."

அகில் காரை வலப்புறம் திருப்பினான். மாமரங்களுக்கிடையே வாகனத்தாரைகள் பதிந்த செம்புழுதிப்பாதை போனது. செம்புழுதிப் பாதையின் குறுக்கே மலைத்தேனீக்கள் பறந்தன. மாம்பூ வாசனை அடித்தது. நெடிய கீற்றுக்கொட்டகைகள் வரிசையாக இருந்தன. அகில் காரை நிறுத்தினான். எல்லோரும் இறங்கி நடந்தனர். மாம்பூவின் வாசனை மறைந்து வெல்லபாகு வாசனை அடித்தது. கீற்றுக்கொட்டகையின் மறுகோடியிலிருந்து செம்மிநாய் குரைத்தபடி ஓடி வந்தது. எதிரே வந்து நின்று மூர்க்கமின்றிக் குரைத்தது. கடிக்க முயலவில்லை. பின் வாலாட்டியது. அகில் சைமனிடம் சொன்னான்.

"நாம போறபக்கமெல்லாம் செம்மிநாயே தட்டுப்படுது சார்..."

"நாயிகள்ல இந்த செம்மி நிறம்தான் அதிகம் அகில்..."

வெல்லமண்டி கிடங்குக்குள் பெரிய பெரிய கோணிச்சாக்கில் வெல்லக்கட்டிகளை நிரப்பி தைத்து அடுக்கியிருந்தனர். ஆள் எவரும் தென்படவில்லை. வெள்ளைத்தாடிக்காரர் ஜெய்சங்கரை கேட்டார்.

"இந்த கொடோன்னுதானுங்களா...?"

ஜெய்சங்கர் பதிலேதும் கூறாமல் இன்னும் எட்டமாகக் கூட்டிப் போனார். கீற்றுக்கொட்டகைக் கிடங்குகள் முடிவுற்றன. மாந்தோப்புக்குள் சீமையோட்டு வீடு இருந்தது. வாசல்புறத்து அகலத் திண்ணையில் கிளீனர் கால்களை தொங்கப்போட்டு கிழத்துறவியின் சாயலில் உட்கார்ந்திருந்தார். அழுக்கு வேட்டி அழுக்கு துண்டு. வலக்கை விரலில் பீடித்துணுக்கு. ஜெய்சங்கர் எல்லோரையும் கிளீனருக்கு எதிரே கூட்டிப் போய் நிறுத்தினார். கிளீனர் எதிரே நிற்பவர்களை ஏறெடுத்தும் பார்க்கவில்லை. செம்மிநாய் வேறு பக்கமிருந்து கிளீனரின் காலடியில் வந்து வாலை குனைத்தது. கிளீனர் செம்மிநாயை எட்டி உதைத்தார். செம்மிநாய் தரையில் விழுந்தெழுந்து தூரமாக ஓடிற்று. கிளீனர் சப்தமாகச் சிரித்தபடி பேசினார்.

"நானு உங்களை கூட்டிக்கிட்டு வர்றதுக்குதான் இவனை அனுப்பிச்சேன்... இவன் எங்கியோ தொண்டு சுத்தீட்டு இப்ப வர்றான்... உட்டம்பாரு ஒரு ஒதை... உனி சூத்தை மூடிக்கிட்டு சொன்னபடி கேப்பான்... நீங்க வாங்க இப்பிடி திண்ணையில உக்காருங்க..."

ஜெய்சங்கர் எல்லோரையும் கிளீனரை பார்க்கும் கோணத்தில் அகலத் திண்ணையில் உட்கார வைத்தார். கிளீனர் மழைக் காகிதத்தில் சுருட்டி வைக்கபட்டிருந்தக் காகிதப் பொட்டலத்தைப் பிரித்தார். மொத்த இலைத்துகள்களையும் உள்ளங்கையில் கொட்டி பீடியில் நிரப்பினார். பீடியை பற்ற வைத்து உறிஞ்சினார். புகை மூக்கின் வழியே பிசிறாக கசிந்தது. கிளீனர் கண்களை மூடி லயித்தார். பின் சப்தமாகச் சிரித்துக் கொண்டேயிருந்தார். திடீரெனச் சிரிப்பை அடக்கி நிசப்தத்தில் மூழ்கினார். உறங்குவதுபோல் ஒருவித பாவனையில் மீண்டும் லயித்தார்.

நேரம் அமைதியில் கடந்தது. மாமரங்களுக்குள் சுடலைக்குயில்கள் கூவின. அகிலுக்கு கிளீனரும் வேலைக்காகாத ஓர் ஆளாகத் தெரிந்தார். குணபிறழ்வு கொண்டவர் என்பதை ஊகிக்க முடிந்தது. வீரானைக் குறித்த சரியான தகவலை சொல்லமட்டார் என்றே தோன்றியது. அகில் வேறுவழியில்லாமல் பொறுமை காத்தான். சட்டென கிளீனர் கண்களை திறந்து எல்லோரையும் பார்த்தார். ஜெய்சங்கர் மெதுவாகப் பேசினார்.

"நான் சொன்னவங்க... இவங்கதான்..."

கிளீனர் தலையசைத்து ஆமோதித்துக் கொண்டார். பின் நிமிர்ந்து அமர்ந்து பாடத் தொடங்கினார்.

*"மண்கலம் கவிழ்ந்தபோது வைத்து வைத்து அடுக்குவார்*
*வெண்கலம் கழிந்தபோது வேணுமென்று பேணுவார்*
*நண்கலம் கழிந்தபோது நாறுமென்று போடுவார்*
*எண்கலந்து நின்றமாயம் என்னமாயம் ஈசனே..."*

கிளீனர் பாடுவதை நிறுத்தினார். பின் கடகடவெனச் சிரித்தார். எல்லோரும் கிளீனரையே பார்த்துக் கொண்டிருந்தனர். அகிலுக்கு எரிச்சல் ஏற்பட்டது. கிளீனர் சிரிப்பை நிறுத்தினார். முகத்தை இறுக்கமான பாவனைக்கு மாற்றினார்.

"என்ன பாக்கறீங்க... இது எங்கப்பன் சிவவாக்கிய சித்தன் சொன்னது... இப்ப இவந்தான் எனக்கு தொணை... இவன் எங்க ஊதியூருக்காரன்... இன்னும் சொல்லப்போனா எனக்கு சொந்தக்காரன்... எங்க பொன்னூதி மலமேலதான் கொங்கண சித்தன்

தவம் பண்ணினான்... அந்த கொங்கண சித்தனுக்கு இவன் சிஷ்யன்... அப்ப இந்த ரெண்டு பேருமே எனக்கு சொந்தக்காரந்தானே... நான் ஒன்னும் தப்பாச் சொல்லலையே..."

கிளினர் மீண்டும் ஓங்கிச் சிரித்தார். அடுக்குத்தேனீக்கள் கூடு கலைந்து இடம்மாறிப் போயின. கிளீனர் திரும்பி அடுக்குத்தேனீக்களை பார்த்துச் சொன்னார்.

"போங்க போங்க... நான் இத்தனை மாம்பூ குடுத்திருக்கே... அப்புறமும் நீங்க என்னை விட்டு போறீங்கன்னா என்ன அர்த்தம்... நீங்க எங்க போனாலும் நல்லா இருக்க முடியாது... மறுக்காவும் எங்கிட்டதான் திரும்பி வரனும்..."

உடனே கிளீனர் திரும்பினார். எல்லோரையும் உற்றுப் பார்த்தார்.

"என்ன நானு அவங்களுக்கு சாபம் இடரமாதிரி பேசீட்டேன்னு நெனைக்கறீங்களா... இது சாபமில்ல பாசத்தால சொல்லறது... அப்புறம் உன்னொன்னு தெரியுமா உங்களுக்கெல்லாம்... நானு எம்பையன் செத்துபோனதும் பாசத்தை உட்டுட்டேன்... பொண்டாட்டி செத்ததும் உறவையும் உட்டுட்டேன்... அப்புறம்..."

ஜெய்சங்கர் குறுக்கே புகுந்து பேசினார்.

"இவங்க வீரானை பத்தி வெசாரிக்கறதுக்காகதான் உக்காந்திருக்காங்க..."

"தெரியும்டா..."

"அப்ப வீரானை பத்தி சொல்லுங்க..."

"நானு லாரி கிளீனராவே இமயமல வெரைக்கும் போயிட்டு வந்தவன்... அப்புறம் எல்லாம் வெறுத்து தேசாந்தரமும் போயிருக்கேன்... அதனால எல்லோருக்கும் நானு குருநாதன் மாதிரி... எங்கிட்ட எதைக் கேக்கறதா இருந்தாலும் தட்சணை தந்துட்டுதான் கேக்கனும்..."

அகிலுக்கு எதுவும் புரியவில்லை. ஜெய்சங்கரைப் பார்த்தான்.

"நீங்க மட்டும் எங்கூட வாங்க அகில்... தட்சணையை வாங்கிட்டு வருவோம்... கெழவன் படுத்தறான்..."

சைமனும் வெள்ளைத்தாடிக்காரரும் அகலத் திண்ணையிலேயே உட்கார்ந்திருந்தனர். அகில் ஜெய்சங்கருடன் நடந்தான். செம்மிநாய் எங்கிருந்தோ ஓடிவந்து முன்னால் சென்றது. கிளீனரின் குரல் கேட்டது.

"வழியனுப்பும்போது மட்டும் நீ செரியா செய்யறே... படுவா ராசுக்கோலு... திரும்பி வா உன்னை வெச்சுக்கறேன்..."

மறுபடியும் மாம்பூ வாசனை அடித்தது. மாமரங்களுக்கிடையே சுடலைக்குயில்கள் ஒன்றின்பின் ஒன்றாகப் பறந்து போயின. அகிலும் ஜெய்சங்கரும் காரில் ஏறிப் புறப்பட்டனர்.

○ ○ ○

# 29

வீரான் மழையிலிருந்து பிரிந்து தனி அம்சமானார். மழை வீரானிலிருந்து பிரிந்து தனி அம்சமானது. ஆகாயம் பெருமழைத்துளிகளை அடர்வு கொண்டு பொழிந்தது. மழையின் ஓசை ஊரையே நிறைத்தது. வீதியில் பெருகியோடிய மழை வெள்ளத்தில் சித்திரத்தேர் ஆறு சக்கரங்களும் முழுக அசையாமல் நின்று கிடந்தது. வீரான் மருள் ஏறிய மனதோடு நடனமாடிக் கொண்டேயிருந்தார். ஆகாயம் பெருமழைத்துளியாக இறங்கி நடனமாடிக் கொண்டேயிருந்தது. ஆகாயம் ஓயவில்லை. வீரானும் ஓயவில்லை. ஒருநிலையில் ஆகாயத்துக்கும் வீரானுக்கும் போட்டி உச்சத்தை தொட்டது. ஒத்திசைவு கலைந்துவிட்டது. வீரானின் மருள் ஏறிய மனம் ஆகாயத்தின் மிரட்டலுக்கு அடிபணியவில்லை. வீரான் வெறிமூண்டு நடனமாடினார். ஆகாயத்தின் பெரும்மழைத்துளியால் வீரானை எதுவும் செய்ய முடியவில்லை. ஆகாயம் வீரானிடம் தோற்கும் தருணத்திற்கு தள்ளப்பட்டது. வீரான் மனவலுவுடன் தொடர்ந்து எதிர்த்து நின்றார்.

ஆகாயம் விழித்துக் கொண்டது. முதலில் அக்னி முகிலை ஏவிற்று. அக்னி முகில் மின்னலை கண்ணைப் பறிப்பதுபோல் படரவிட்டது. உச்சி ஆகாயம் மொத்தமும் ஒருகணம் சுடர்ந்தொளிர்ந்தது. ஊருக்கு கிழக்கே நெடும்பனை நெருப்பு இடியை வாங்கிக் கொண்டது. சடுதியில் நெடுபனையின் உச்சியில் நெருப்புப் பற்றி எரிந்தது. கருகி முறிந்து நிலம் சரிந்து விழுந்தது. இன்னொரு நெடும்பனைக்கு இதே கதி நேர்ந்தது. ஆகாயம் இழிவாக வீரானை பார்த்தது. வீரான் தோற்றுவிட்டதாக நினைத்தது.

வீரானும் அசரவில்லை. கால்களின் அடவுகளில் வேகம் கூடியிருந்தன. ஆகாயத்தை அன்னார்ந்து பார்த்து சப்தமாகச் சிரித்தார். சேவக்கட்டில் சண்டைக்கு செல்லும் சேவலாய் மாறினார். உடலின் தொனியையும் செயலின் பாவனையையும் கட்டுச்சேவல் போலவே மாற்றினார். கட்டுச்சேவல் சில அடித்தூரம் முன்னே சென்று நின்றது. தலை தூக்கி எதிரியான ஆகாயத்தை வெறித்தது. பின் தலையை இடமும் வலமும் சாய்த்துப் பார்த்தது. நிதானித்து எதிரியைக் கணித்தது. குதித்து குதித்து முன்னேறியது. அந்தரத்தில் உயர்ந்து கால்களை முன்னே உதறி கீழே ஊன்றிற்று. எதிரி வீழ்ந்த பாவனையில் இறக்கைகளை விசிறியது. வெற்றிக்களிப்பில் சப்தமாகக் கொக்கரித்து கூவியது. சேவலின் கூவல்

ஒலி தேய்ந்த கணம் சித்திரத்தேர் முன்பு மீண்டும் அந்தப் பெண் உருவம் தோன்றிற்று. கட்டுச்சேவல் மறைந்து போனது. வீரானாக நிலைபெற்று நின்றார். அந்தப் பெண் உருவம் சுலோசனாவேதான். துளியும் ஐயமில்லை. அனல் வளையத்தைக் காணக் காத்திருக்கும் தன்னைக் கலைக்க ஜக்கம்மா தேவி காட்டும் மாய விளையாட்டு. சுலோசனா இந்தக்கணம் இந்த ஊருக்கு வரச் சாத்தியமேயில்லை. மறுபடியும் வீரான் தன் கவனம் முழுவதையும் அனல் வளையத்தின் மீதே செலுத்தினார். சிற்றுடுக்கை அடித்து ஜக்கம்மா தேவி மீது மனம் குவித்து வேண்டினார். கணப்பொழுதில் மனக்கவனம் சிதறியது. அனல் வளையம் இரண்டாம் பட்சமானது. பெருங்குரலெடுத்துக் கத்தினார்.

"சுலோசனா... சுலோசனா..."

வீரானின் பெருங்குரலை வீடுகளின் ஈரச்சுவர்கள் எதிரொலித்தன. அந்தப் பெண் உருவம் பக்கவாட்டில் நகர்ந்தது. சனங்களுக்குள் நுழைந்து மறைந்து நின்று பார்த்தது. முன்னொரு காலத்தில் பார்த்த அதே சுலோசனாவின் கண்கள். வீரானுக்கு சுலோசனாவே பிரதானமானாள். சடுதியில் வீரான் இளம் இந்திரஜித்தாக ரூபம் பூண்டார். ஆகாயம் இலச்சுமணனாக ரூபம் பூண்டு கனமழை கணைகளை தொடுத்தது. வீரானுக்கும் ஆகாயத்துக்கும் யுத்தம் மூண்டுவிட்டது. இந்திரஜித் கைவிசையுடன் கோடிக்கோடி கங்கபத்ரப் பாணங்களைத் தொடுத்தான். இலக்குமணன் அதே கங்கபத்ர பாணங்களை ஏவி அழித்தான். அடுத்து இலக்குமணன் கோடிக்கோடி அர்த்தசந்திரப் பாணங்களைத் தொடுத்தான். இந்திரஜித்தும் கோடிக்கோடி அர்த்தசந்திரப் பாணங்களை ஏவி அழித்தான்.

அந்தப் பெண் உருவம் இந்திரஜித்தின் போர்வியூகத்தை ரசித்தபடி யிருந்தது. இந்திரஜித் கோடிக்கோடி கோரைநுனிக் கொடிய அம்புகளைப் பிரயோகித்தான். இலக்குமணன் அதே கோரைநுனிக் கொடிய அம்புகளை பதிலுக்கு ஏவி தன்னைக் காத்துக் கொண்டான். அடுத்து பாரைமீன் தலைக்கணைகளைத் தொடுத்தான். இந்திரஜித்தும் அதே பாரைமீன் தலைக்கணைகளை ஏவி தன்னைக் காத்துக் கொண்டான்.

வெளித்தாழ்வாரத் திண்ணைகளில் மழைக்கு ஒதுங்கி நின்ற ஊர்ச்சனங்களுக்குக் வீரானின் செயல்பாடுகள் கோமாளித்தனமாக தெரிந்தன. கனமழைத்துளிகளினூடே ஏதோ கேணத்தனமாக கைகால்களை ஆட்டுவது சிரிப்பை மூட்டியது. சித்திரத்தேர் நகராத பதற்றத்தையும் மறந்து சிரித்து மகிழ்ந்தனர். இந்திரஜித் சுற்றுப்புறத்தை உணரவில்லை. தாமரைப்பதுமப் பாணங்களை செலுத்தினான். இலக்குமணன் அதே தாமரைப்பதுமப் பாணங்களை பதிலுக்குச் செலுத்தித் தடுத்தான். அடுத்து மூச்சிர பகழி எனும் திரிசிரஸ்

கணைகளை ஏவினான். இந்திரஜித்தும் அதே திரிசிரஸ் கணைகளை ஏவித் தடுத்தான். யுத்தம் முடிவில்லாமல் நீண்டது. ஒருகணத்தில் இந்திரஜித்தின் பார்வை சித்திரத்தேர் பக்கம் திரும்பிற்று. அந்த பெண் உருவம் மறைந்து போயிருந்தது. இந்திரஜித் வீரானாக மாறிப் போனார். பெருமழைத்துளியில் நனைந்தபடி கணைகள் தொடுப்பதை நிறுத்திக் கத்தினார்.

"சுலோசனா... சுலோசனா..."

இலக்குமண ஆகாயம் பார்த்துக் கொண்டேயிருந்தது. வீரானை தோற்கடிக்கும் அடுத்த வியூகத்தை செயல்படுத்த தீவிரம் கொண்டது.

○○○

**வீ**ரானுக்கு நாட்கள் வெகுநிதானமாக நகர்ந்தன. வாவிக்கரைப்புதூர் வந்தும் ஒருவாரம் ஓடிவிட்டது. வீட்டின் முன்பு மண்திண்ணையிலேயே நாளெல்லாம் உட்கார்ந்து வீதியை பார்த்தபடியிருப்பது பெரும்சலிப்பாக இருந்தது. மனதுக்குள் எந்த நேரமும் முத்துச்சாமி வாத்தியார் வந்து கூட்டிக் கொண்டு போய் டேனியல் பாதிரியாரிடம் விட்டுவிடுவார் என்கிற அச்சம் ஓடிக் கொண்டேயிருந்தது. முத்துச்சாமி வாத்தியாரிடமிருந்து இனி தப்பிக்க முடியாதென்றே தோன்றியது. நல்லவேளையாக இதுவரை முத்துச்சாமி வாத்தியார் வீட்டுக்கு வரவில்லை என்பதே ஆறுதலாகவும் இருந்தது. இந்தமுறை ஊர் திரும்பிய நாளிலிருந்து அம்மாக்காரியும் அப்பக்காரரும் முகம் கொடுத்துப் பேசுவதில்லை. வீட்டை சதா ஆழ்ந்த மௌனம் சூழ்ந்து கிடந்தது.

அன்று பின்மதியத்தில் வளவின் கிழக்கே தோட்டத்துக் கட்டுத்தரையில் பூச்சிக்காளை சேர்க்கைக்காக இளங்கிடாரி கத்தியபடி இருந்தது. அந்த தீனமான சப்தமே வீதியெங்கும் தொற்றிப் படர்ந்துக் கொண்டிருந்தது. அப்பக்காரர் துணிக்கடைக் கட்டைப்பையில் உடைகளை திணித்துக் கொண்டு வீதியில் இறங்கி நடந்தார். அம்மாக்காரி வாசலில் நின்று தடம்வழி பார்த்துக்கொண்டு நின்றாள். அப்பக்காரர் மறுபடியும் ரிக்வண்டி வேலைக்கு புறப்பட்டுப் போகிறார் என்று வீரானுக்கு புரிந்துவிட்டது. அம்மாக்காரியை பார்த்தான். அம்மாக்காரி எதுவும் பேசாமல் வீட்டுக்குள் போய்விட்டாள். வீரான் அவசரமாக மண்திண்ணையிலிருந்து எழுந்து வீதியில் ஓடினான். வீதிமுனையில் அப்பக்காரரை மடக்கி கேட்டான்.

"நானும் உங்ககூட வர்றேன்..."

அப்பக்காரர் எவ்விதப் பதிலும் கூறவில்லை. தார்சாலையை நோக்கி நடப்பதில் மும்முரமானார். வீரான் பின்தொடர்ந்து சென்று

கொண்டேயிருந்தான். இருபுறமும் புளியமரங்கள் செறிந்த தார்சாலையில் செல்லும்போது கூட அப்பக்காரர் மௌனமாகவே நடந்தார். ரிக்வண்டி அலுவலகம் காங்கேயம் பழையகோட்டை சாலையில் வடக்குப் பார்த்து இருந்தது. அலுவலகத்தின் முன்பே தேன்பொழியம்மன் போர்வெல்ஸ் என்கிற பெயர் தாங்கிய ரிக்வண்டியும் நின்றிருந்தது. இருள் அடர்ந்த சமயத்தில்தான் முதலாளி ராஜ்தூத் பைக்கில் வந்திறங்கினார். அப்பக்காரர் வீரானை கிட்டத்தில் கூட்டிப் போய் கும்பிட்டுப் பேசினார்.

“இந்தமொற பையனையும் கூட்டிப் போறனுங்க சாமி...”

முதலாளி வீரானை ஏறிட்டுப் பார்த்தார்.

“பையன் சமையல்ல ஒத்தாசையா இருப்பானுங்க சாமீ...”

“கூட்டிக்கிட்டு போ... ஆனா நாளைக்கு கைய முறிச்சுக்கிட்டான்... கால முறிச்சுக்கிட்டான்னு பிராது கொண்டு வந்தறக் கூடாது புரியுதாடா...”

“அப்பிடியெல்லாம் எதுவும் வராதுங்க சாமீ...”

முதலாளி அலுவலகத்துக்குள் போய்விட்டார். வீரானுக்கு நிம்மதியானது. ராஜ்தூத் பைக்கையே ரசித்துப் பார்த்துக்கொண்டே நேரத்தைக் கடத்தினான். பெரிய ஆளாக வளர்ந்தப் பின்பு இதுமாதிரி ராஜ்தூத் பைக் வாங்கி ஓட்ட வேண்டும் என்கிற ஆசை கூட எழுந்தது. முதல்சாமம் கடந்த பின்புதான் ரிக்வண்டி காங்கேயத்திலிருந்து புறப்பட்டது. இருளில் வடக்கு நோக்கிய தார்சாலை பயணம். ஓட்டுநர் கிளீனர் தவிர ரிக்வண்டிக்குள் அப்பக்காரர் மாதிரி மேலும் ஆறுபேர் இருந்தனர். லாரியின் பின்புறம் ரிக்வண்டி இயந்திரத்தை ஒட்டி குழிராடுகளின் மேல் எல்லோரும் உட்கார்ந்துக் கொண்டனர். வீரானுக்கு சற்று நேரத்தில் பிட்டம் வலியெடுத்தது. சொன்னால் அப்பக்காரர் திட்டுவார் என்று தாங்கிக்கொண்டே உட்கார்ந்து பயணித்தான்.

விடிந்து பொழுதேறிய பின்புதான் ஹிரியூர் கடந்து ரிக்வண்டி தார்சாலையோரமாக நின்றது. கொஞ்சம் தள்ளி கரும்பு வயல்களிடையே சிறிய வாய்க்கால் ஓடியது. வாய்க்கால் கரை மீது கல்லடுப்பில் விறகு மூட்டி ஈயச்சட்டி வைத்து சமைத்து உண்டனர். லாரி கிளீனர்தான் சமையல் காரியத்தைப் பார்த்துக் கொண்டார். லாரியின் முன்புறம் உட்கார்ந்து வந்த கிளீனரை வீரான் அதுவரை நன்றாக பார்க்கவில்லை. பழக்கமும் இல்லை. கிளீனருக்கு நாற்பது வயதுக்கு மேலிருக்கக் கூடும். தலைமுடியும் தாவாக்கொட்டை தாடியும் பாதிக்குப்பாதி நரைத்திருந்தது. குள்ளமாக அப்பாவி போன்ற தோற்றத்தில் இருந்தார்.

வாய்க்கால் கரையில் நடந்தவர்கள் கன்னடத்தில் பேசினர். வீரானுக்கு எதுவும் புரியவில்லை. கிளீனர் அவர்களோடு சராங்கமாகப் பேசினார்.

மீண்டும் ரிக்வண்டி புறப்பட்டு பகலெல்லாம் பயணித்தது. அந்தி இருள் கவிழும்போது ரிக்வண்டி பெல்காம் கடைவீதிக்குள் நுழைந்து நின்றது. ஒரு சிறிய ஓட்டலில் களியும் ஆட்டுக்கறிக் குழம்பும் வாங்கி எல்லோரும் தின்றனர். அங்கேயே படுத்துக் கொண்டனர். மழையற்ற காலம். ஈக்கள் மட்டும் மொய்த்தன. வீரானுக்கு மட்டும் உறக்கம் வரமறுத்தது. அப்பக்காரருக்கு பயந்து எப்படியோ தூங்கிப் போனான்.

மறுதினம் கருக்கிருட்டில் ரிக்வண்டி புறப்பட்டது. பொழுது உதிக்க நிபானி போய் நின்றது. தார்சாலையோரத்துக் கடையொன்றில் சோளரொட்டி வாங்கித் தின்றனர். அங்கேயே ரிக்வண்டியை நிறுத்திவிட்டு பூவரசு மரநிழலில் படுத்துக் கொண்டனர். இளமதிய வெயில் அனலாக இறங்கித் தகித்தது. வெள்ளைத் தலைப்பாகை கட்டிய புரோக்கர் மிதிவண்டியில் வந்து அழைத்தார். மறுபடியும் ரிக்வண்டி புறப்பட்டது. எங்கும் வெயில் நிறைந்த வெளி. கண்ணுக்கெட்டும் தொலைவு வரை களிமண் வயல்கள். களிமண் வயல்கள் எங்கும் காய்ந்தப் பருத்தி விளார்கள் சிதறிக் கிடந்தன. மண்சாலையின் இருபுறமும் பழுப்படைந்த கடம்பப் புற்களில் கறையான்கள் ஏறியிருந்தன. தூரமாக மலைக்கரடு தெரிந்தது. ஆடுமாடுகள் தென்படவில்லை. தென்னைகளும் பனைகளும் தென்படவில்லை. ஈச்சமரம் மட்டும் ஆங்காங்கே அனாதைபோல ஒற்றையாக நின்றது. ஊர்களே எதிர்படவில்லை. காய்ந்த நிலம் விரிந்து போனது. தவிட்டுப் புறாக்கள் பறந்தன. மலைக்கரட்டை ஒட்டியப் படுகை நிலம் வந்தது. களிமண் வயல்களில் கரணைக் கரும்புகளின் தோகைகள் காய்ந்துக் கிடந்தன. ரிக்வண்டி குலுங்கிக் குலுங்கிப் பயணித்துக் கொண்டேயிருந்தது. புரோக்கர் சென்ற மிதிவண்டியின் வேகத்துக்குக்கூட ஈடுகொடுக்க முடியவில்லை.

பொழுது உச்சியேறி மேற்கே சரிந்துக் கொண்டிருந்தது. மலைக்கரட்டின் அடிவாரத்தில் இருந்த கரும்பு வயலுக்குள் புரோக்கர் மிதிவண்டியுடன் நின்றிருந்தார். ரிக்வண்டியும் மண்ணில் இறங்கி புரோக்கர் அருகில் சென்று நின்றது. அதுவரை தூரத்து ஈச்சமர நிழலில் உட்கார்ந்திருந்த வெள்ளைத் தலைப்பாகை கட்டிய பத்துக்கு மேற்பட்ட ஆசாமிகள் எழுந்து வந்தனர். வெயிலில் அந்த ஆசாமிகளின் முகமெல்லாம் கன்றிச் சிவந்துப் போயிருந்தது. அந்த ஆசாமிகளில் வயற்காட்டுக்காரர் மட்டும் வயோதிகராக இருந்தார். புரோக்கரோடும் ரிக்வண்டி மேஸ்திரியோடும் மராத்தியில் ஏதேதோ பேசினார். வெகுநேரம் சம்பாஷனை நீண்டுக் கொண்டிருந்தது. வீரான் பொறுமையில்லாமல்

பார்த்துக் கொண்டிருந்தான். கானல் அலையும் வெயிலும் கூடிக் கொண்டேயிருந்தது.

ஆகாயத்தின் உயரத்தில் பறந்து கொண்டிருந்த கருங்கழுகு தலைக்கு மேலே இறங்கி வட்டமிட்டது. வயற்காட்டுக்காரர் சமாதானமடைந்து ரிக்வண்டி அருகிலேயே ஓரிடத்தைக் காட்டினார். அதன்பின்பு ஆழ்துளைக் கிணற்றிற்கான ஏற்பாடுகள் துரிதகதியில் நடந்தேறின. குழிராடுகள் லாரியிலிருந்து இறக்கப்பட்டன. மொத்தம் நாற்பது குழிராடுகள் இருந்தன. எல்லாம் ஐந்தடி நீளம் கொண்டவை. இருநூறடி ஆழம் வரை பூமியில் செலுத்த முடியும். அந்தி மஞ்சள் வெயில் பரவியபோது லாரியிலிருந்து பேரிரைச்சல் ஒலித்தது. முதல் குழிராடு களிமண் நிலத்தைக் குடைந்து உள்சென்றது. வறண்ட களிமண் துகள்கள் காற்றில் பறந்தன. லாரி கிளீனர் பாத்திர மூட்டையுடன் வந்து வீரானைக் கூப்பிட்டார்.

“நீ எனக்கு எடுபுடி தானே... அப்பொறம் ஏன்டா பராக்கு பாத்துட்டு நிக்கறே... வாடா சமைக்கற வேலய பாக்கலாம்...”

கிளீனர் காற்று வீசும் திசையை நோக்கி நடந்தார். காய்ந்தக் களிமண் வயலின் வரப்பு ஓரமாக கல்லடுப்புக் கூட்டினார். வீரான் விறகுகளை சேகரித்துக்கொண்டு வந்து கொடுத்தான். கிளீனர் லாரியில் ஏற்கனவே நீர் நிரப்பிக்கொண்டு வந்திருந்த ஈயப்பானையைத் தூக்கி வந்தார். கல்லடுப்பில் விறகை திணித்துத் தீமூட்டினார். முதலில் தேநீர் வடித்து எல்லோருக்கும் வழங்கினார். அதன்பின்பு இரவு சமையல் வேலையைத் துவங்கினார். அரிசிச்சோறும் கத்திரிக்காய் புளிக்குழம்பும் வைத்திருந்தார். வீரானுக்குப் பசி அதிகம் எடுத்திருந்தது. அரிசிச்சோற்றை பார்க்க பார்க்க நாவில் ஜலவாய் ஊறியது. கிளீனர் கவனித்துவிட்டார்.

“டேய் பொடியா... நீ கோடாங்கிப்பய்யன்... கடேசியிலதான்டா உனக்கு சோறு... எங்காச்சும் சோத்துச்சட்டியில கைவெச்சறாதேடா... மேஸ்திரிக்கு தெரிஞ்சா அவ்வளவுதான்... அந்தாளு ரொம்ப சுத்தபத்தக்காரன்... போக்கிரி வேற...”

வீரான் எழுந்து இருளில் நடந்தான். கொஞ்சம் தள்ளிப் போய் பருத்திக்காட்டு வரப்பில் உட்கார்ந்துக் கொண்டான். பெரும் அயர்ச்சி கவ்வியது. மீண்டும் கிளீனரின் குரல் கேட்டது.

“இந்தா தின்னுடா...”

கிளீனர் வாழைமட்டை இலைப் பொட்டலத்தை நீட்டினார். வீரான் ஆவலோடு இலைப் பொட்டலத்தை வாங்கிப் பிரித்தான். கத்திரிக்காய் புளிக்குழம்பு பிசைந்த அரிசிச்சோறு மணந்தது. வீரான் பசி மிகுதியில்

சோற்றை கவளம் கவளமாக உருட்டி தின்ன ஆரம்பித்தான். கிளீனர் தணிந்த குரலில் மீண்டும் பேசினார்.

"டேய்... உம்பேரு என்னடா...?"

"வீரானுங்க..."

"ம்ம்ம்... எனக்கும் என்னோட பய்யன் உசிரோட இருந்தா... இந்நேரம் உன்னைச்சோடுதான் இருப்பான்..."

வீரான் சோறு தின்பதை நிறுத்திவிட்டு கிளீனரை நோக்கினான். கிளீனர் சட்டென முகத்தைத் திருப்பி இருளை வெறித்தபடியே பேசினார்.

"அப்போ எனக்கு ஜெயசங்கர் படமுன்னா உசிரு... எங்க ஊதியூருல நாந்தான் அவருக்கு மொதமொதலா ரசிகர் மன்றம் வெச்சேன்னா பாரேன்... அப்பொறம் என்னோட கலியாணத்துக்கு அவரெ எப்பிடியாச்சும் புடிச்சு கூட்டிக்கிட்டு வந்து தலம தாங்க வெக்கனுமுன்னு ஆசப்பட்டேன்... ஆனா அப்ப என்னால மெட்ராசு எல்லாம் போயி அவர புடிச்சு கூட்டிக்கிட்டு வர்ற தெறமெயில்ல... கலியாணம் மூச்ச பத்தாவது மாசத்துல எனக்கு பய்யன் பொறந்தான்... நானு பய்யனுக்கு கொலதெய்வ பேரெல்லாம் வெக்கல... எங்க தலைவரு ஜெயசங்கரு பேரையே வெச்சுட்டேன்... பய்யன் நல்லா கொழுகொழுன்னு வளர்ந்தான்... நானும் அவன எந்நேரமும் ஜெய்சங்கரு ஜெய்சங்கருன்னு கூப்பிட்டுக்கிட்டே இருப்பேன்... யாரு கண்ணு பட்டுதோ தெரியல... கெணத்துல நீச்சல் பழக போனவன் சொரப்புரடை தூறிட்டு தண்ணி எறங்கி போய் சேர்ந்துட்டான்... நாம்பாரு பசியில சோறு திங்கற பய்யங்கிட்ட என்னோட துக்கத்த சொல்லிட்டு இருக்கறேன்... நீ சோத்த தின்னு முடிச்சுட்டு எலைய எட்டமா கொண்டு போயி தூக்கி எறிஞ்சிருடா... மேஸ்திரி பாத்துட்டா வம்பாயிரும்..."

கிளீனர் எழுந்து நின்றார். வேட்டி நுனியால் ஈரமான விழிகளை துடைத்துக் கொண்டார். கல்லடுப்பை நோக்கி வரப்பில் நடந்து மறைந்தார். வீரான் சோற்றை மெதுவாக தின்று முடிந்தான். ரிக்வண்டியும் விடியும் வரை நிற்காமல் ஓடியது. ஐம்பது அடி ஆழத்துக்கு குழிராடுகள் இறங்கியிருந்தன. காற்றில் கரும்புகையாக போயிற்று. நீர் கசிவதற்கான சுவடுகள் இல்லை. கரும்பாறையும் மாறவில்லை. வயற்காட்டுக்காரரும் உடன் இருப்பவர்களும் உற்சாகமின்றிக் காணப்பட்டனர்.

காலை உணவிற்குப் பின் சிறிதுநேரம் ரிக்வண்டி நிறுத்தப்பட்டது. திடீரென அந்த வயற்காட்டுவெளியே பெருநிசப்தம் பூண்டது. லாரி டீசல் நிரப்பி வருவதற்காக ஷிவாப்பூர் போய் வந்தது. மேஸ்திரியும்

புரோக்கரும் ஓட்டுநருடன் லாரியில் கூடப் போய் வந்தனர். மறுபடியும் ரிக்வண்டியின் பேரிரைச்சல் துவங்கிற்று. மேஸ்திரி அப்பக்காரரை தனியே கூட்டிக்கொண்டு கல்லடுப்பு பக்கம் வந்தார்.

"இந்தமொற முதலாளி கேட்டா என்னடா சொல்லுவே...?"

உடல் முழுதும் கரும்புகை அப்பிய கோலத்தில் அப்பக்காரர் மௌனமாக நின்றார். மேஸ்திரி தணிந்த குரலில் மேலும் பேசினார்.

"நாலு ராடு முறிஞ்சு போச்சு... மூனு ராடு குழியில மாட்டி எடுக்க முடியலன்னு சொல்லனும் புரிஞ்சுதாடா...?"

"பொய் சொன்னா எங்க ஜக்கம்மா தேவி தண்டிச்சிருவா சாமீ...?"

"நீ திருந்தமாட்டேடா... செரி இத நாம்பாத்துக்கறேன்... நீ போயி வேலய கவனி..."

அப்பக்காரர் மேஸ்திரியை கையெடுத்துக் கும்பிட்டார். பின் மீண்டும் ரிக்வண்டியிடம் குழிராடு சுமப்பதற்காகப் போனார். இவற்றையெல்லாம் வீரான் கிளீனருடன் அமைதியாகப் பார்த்துக் கொண்டிருந்தான். இளமதியத்தில் வெயில் நெருப்பாகச் சுட்டெரித்தது. மதிய உணவு சமைக்க தண்ணீர் சுமந்து வர கிளீனர் வீரானைக் கூட்டிக்கொண்டு ஈயக்குடங்களுடன் புறப்பட்டார். வெள்ளை உருமால் கட்டிய ஆள் ஒருவர் துணைக்கு வந்தார். மூவரும் காய்ந்த கடம்பப்புற்களை மிதித்து வரப்பில் ஒருவர் பின் ஒருவராக நடந்தனர். ஆகாயத்தில் கருங்கொண்டை நாகனவாய்கள் கூட்டமாகக் கத்திக்கொண்டு மலைக்கரட்டை நோக்கிப் போயின. மூவரும் அரைமைல் தூரம் நடந்து மலைக்கரட்டின் அடிவாரத்தை அடைந்தனர். அங்கு ஒரு குறுகிய தார்சாலை மலைக்கரட்டைச் சுற்றிக்கொண்டு வடக்கு நோக்கிப் போயிற்று. ஷிவாப்பூர் செல்லும் தார்சாலை என துணைக்கு வந்த அந்த ஆள் மராத்தியில் சொன்னதிலிருந்து வீரானும் கிளீனரும் புரிந்துக் கொண்டனர். தார்சாலைக்கு மறுபுறம் நாற்பது ஐம்பது வீடுகள் இருந்தன. எல்லா வீடுகளும் மண்சுவர்கள் கொண்டவை. கடம்பப்புற்களால் வேயப்பட்டவை. கொம்புகள் இல்லாத பசுமாடுகள் கட்டியிருந்த கட்டுத்தரைகள் இருந்தன. தலைக்கு சேலைத் தலைப்பால் முக்காடிட்ட பெண்கள் வீட்டு வாசலில் பருத்தியைக் காயப்போட்டு காவலிருந்தனர். ஊர் மத்தியில் சுற்றிலும் கல்கட்டுக் கட்டிய குடிநீர்க் கிணறு இருந்தது. ஆழம் குறைவான கிணறு. அடியாழத்தில் கொஞ்சமாக நீர் கிடந்தது. துணைக்கு வந்த அந்த ஆள் மர உருளியில் கயிறு பொருத்தி நீர் சேந்திக் கொடுத்தார். மூன்று ஈயப்பானைகளும் நிரம்பின. மூவரும் ஆளுக்கு ஒன்றைத் தூக்கிக்கொண்டு வந்தவழியே புறப்பட்டனர். தார்சாலையைக் கடக்கும்போது மாட்டுவண்டியில் கழக்கூத்தாடிக்

கூட்டம் ஒன்று ஷிவாப்பூரை நோக்கி போய்க் கொண்டிருப்பதைக் கண்டனர். கிளீனர் நின்று வீரானிடம் சொன்னார்.

"டேய் வீரா... உங்கப்பக்காரன எதுக்கும் மேஸ்திரிகிட்ட கொஞ்சம் எச்சரிக்கையா இருக்கச் சொல்லுடா... அவெ எமகாதப் பயல்... கோழிமுட்டைக்கே சுருக்கு வெக்கறவன்..."

வீரான் புரியாமல் கிளீனரைப் பார்த்தான்.

"ஒவ்வொரு தவக்காவும் ரிக்வண்டி இங்க வந்து ஊர் போகும்போது இந்த மேஸ்திரி என்ன செய்வான்னா... பத்துக் குழிராடாவது வீணாப் போச்சுன்னு பொய் சொல்லி மொதலாளியெ நம்பவெப்பான்... பழைய குழிராடுகளையே புதுசா வாங்கியதா சித்தரதுர்க்காவுக்கோ... ஹிரியூருக்கோ போய் பித்தலாட்ட பில் ஒன்னு வாங்கி மொதலாளிகிட்ட குடுத்துடுவான்... நாங்கஎல்லாம் இத கண்டுக்கறதில்ல... உங்க அப்பக்காரனையும் கண்டுக்க வேண்டாமுன்னு சொல்லுடா... மேஸ்திரிய பகைச்சுக்கிட்டா அவ்வளவுதான்... நம்ம பொழப்புல மண்ணை அள்ளிப் போட்டுருவான்..."

மூவரும் ஈயக்குடத்து நீர் தளும்பாமல் வயற்காட்டு வரப்பில் ஏறி நடந்தனர். வரகுக்கோழிகள் குடுகுடுவென ஓடிக் காய்ந்த கடம்பப் புற்களுக்குள் மறைந்தன. ரிக்வண்டி அடுத்த வயற்காட்டுக்கு ஆழ்துளைக் கிணறு போட போனபோதுதான் வீரானால் அப்பக்காரரிடம் இது குறித்து பேச முடிந்தது. அப்பக்காரர் அமைதியாக கேட்டுவிட்டு சொன்னார்.

"நீ சின்னப்பையன்... இதிலேயெல்லாம் தலயிடாதே..."

அதன்பின்பு வீரானும் அமைதியாகிவிட்டான். கார்த்திகை மாதம் முடியும் வரைக்கும் பகலில் வெயில் கடுமையாக தகித்தபடியே இருந்தது. இரவில் பனியும் அதிகப்படியாகப் பொழிந்தது. ரிக்வண்டியும் இடைவிடாமல் ஓடிக் கொண்டேயிருந்தது. பனிரெண்டு ஆழ்துளைக் கிணறுகள் போடப்பட்டன. அதில் பத்தில் நல்ல தண்ணீர் பொற்று ஊற்றெடுத்தது.

அன்று லத்தூர் பக்கத்தில் செம்மண் நிலத்தில் ரிக்வண்டி ஓடிக் கொண்டிருந்தது. சுற்றிலும் பருத்திச் செடிகள் பாதி விளைச்சலில் காய்ந்துக் கொண்டிருந்த வயற்காடுகள். வரப்பு ஈச்சமரங்களில் கூடுகட்டியிருந்த கள்ளப்பருந்துகள் கத்திக் கொண்டிருக்கும் முன்மதியம். பருத்தி செடிகளை மிதித்து செம்புழுதியை எழுப்பியபடி போலீஸ் ஜீப் வந்து நின்றது. மூன்று போலீஸ்காரர்கள் இறங்கி

ரிக்வண்டியிடம் வந்தனர். எல்லோருக்கும் எதுவும் புரியவில்லை. மேஸ்திரி போலீஸ்காரர்களுக்கு வணக்கம் தெரிவித்து அப்பக்காரரைக் கைகாட்டினார். போலீஸ்காரர்கள் அப்பக்காரரை இழுத்துக்கொண்டு போய் ஜீப்பில் ஏற்றினர். வீரானுக்கு எதுவும் புரியவில்லை. ஜீப் தொலைவில் மறையும் வரை பயத்தில் நடுங்கிப் போய் பார்த்துக் கொண்டிருந்தான். கல்லடுப்பில் விறகைத் திணித்துக் கொண்டிருந்த கிளீனர் சொன்னார்.

"டேய்... நாந்தான் சொன்னேனேடா... நம்ம மேஸ்திரி பொல்லாதவன்னு... இப்ப எல்லா குழிராடுகளையும் திருடி வித்தது உங்கப்பாகாரந்தான்னு, பிராது குடுத்திருப்பான்..."

"இப்ப என்ன செய்யறதுங்க...?"

கிளீனர் யோசிக்க ஆரம்பித்தார். வீரானுக்கு அழுகை வந்தது. எல்லோரும் மதிய உணவு உண்ட பின் கிளீனர் ஈயக்குடங்களைத் தூக்கிக்கொண்டு வீரானைக் கூப்பிட்டார். வீரான் பருத்திச் செடிகளினூடே கிளீனரைப் பின்தொடர்ந்து நடந்தான். பின்மதிய உக்கிர ஆகாயத்தில் கள்ளப்பருந்துகள் கத்தியபடி வட்டமிட்டுக் கொண்டிருந்தன. செம்மண் பருத்தி வயற்காடுகள் முடிவுற்றது. மஞ்சம்புற்கள் தரிசு விரிந்தது. தரிசின் நடுவில் ஈச்சமரங்கள் அடர்ந்த இடத்தில் மண்சுவர் சூழ்ந்த காளி கோவில் இருந்தது. காளி கோவில் வாசலில் கல்கட்டு வைத்த குடிநீர் கிணறும் இருந்தது. தரிசின் கிழக்கே மலைக்கரட்டை ஒட்டிய ஊரிலிருந்து பெண்கள் வந்து தண்ணீர் சேந்திப் போயினர். கிணற்று மர உருளியில் சதா சேந்து கயிறு தொங்கிக் கொண்டேயிருந்தது. சேந்து கயிற்றில் ஈயக்குடத்தை கட்டி கிணற்றில் இறக்கியபடி கிளீனர் பேசினார்.

"டேய்... உங்கப்பாகாரன காப்பாத்த நாம ஒரு நாடகம் ஆடனும்... நாஞ்சொல்லறபடி நீ செய்யனும்டா..."

"என்னன்னு சொல்லுங்க...?"

"நீ மொதல்ல ஈச்சமரத்துக்குள்ள போயி ஒளிஞ்சுக்கடா... நானு ரிக்வண்டி வெரைக்கும் போயிட்டு வந்து சொல்லறேன்..."

கிளீனர் வேகமாக தண்ணீர் சேந்தி ஈயக்குடத்தை தூக்கிக் கொண்டு புறப்பட்டார். மஞ்சம் புற்களினூடே கிளீனர் மறைந்ததும் வீரான் காளி கோவில் மண்சுவரை தாண்டி ஈச்சமரங்களுக்குள் எட்டப் போய் நிழலில் நின்று கொண்டான். உயரமான ஈச்சமர உச்சியில் கள்ளப்பருந்தின் குஞ்சுகள் முனகல் குரலிட்டன. கிளீனர் மஞ்சம்

புற்கள் தரிசுக்குள்ளிருந்து வெளிப்பட்டார். காளி கோவில் மண்சுவர் பக்கம் வந்து நின்று வீரானைக் கூப்பிட்டார்.

"டேய்... சீக்கிரம் வாடா... லத்தூரு போயி வெசாரிக்கலாம்..."

கிளீனர் கிழக்கே மலைக்கரட்டு அடிவாரத்து ஊரை நோக்கி மஞ்சம் புற்களினூடே செல்லும் தடத்தில் வேகமாக நடக்கத் தொடங்கினார். வீரான் ஓடிப் போய் கிளீனரோடு சேர்ந்துக்கொண்டு நடந்தான். பழுப்புநிற மஞ்சம்புற்கள் வெயில் சூட்டினால் முறிந்து தடத்தில் விழுந்துக் கொண்டிருந்தன.

"டேய்... நானு மேஸ்திரிகிட்ட தண்ணிக்கு போனபக்கம் நீ அப்பக்காரனத் தேடி ஓடிட்டதா புளுகினேன்... மேஸ்திரி நெசமுன்னு நம்பிட்டான்... அய்யோ அவனெங்காச்சும் போய் தொலஞ்சுட்டா அவகீர்த்தி வந்திருமே நீ போயி தேடிக் கண்டுபுடிச்சு இழுத்துக்கிட்டு வாடான்னு என்ன அனுப்பினான்... எப்பிடி என்னோட நாடகம்... இப்ப நாம ரெண்டு பேரும் மேஸ்திரிக்கு சந்தேகம் வர்றதுக்குள்ள போலீஸ் ஸ்டேசன் போயி உங்கப்பக்காரன பத்தி வெசாரிச்சுட்டு வந்துருலாம்..."

மஞ்சம் புற்கள் தரிசின் சரிவில் தார்சாலை வந்தது. ஹசோரி என்ற சிறிய ஊரும் வந்தது. தேநீர் கடையில் போய் கிளீனர் ஏதேதோ விசாரித்தார். பின் தார்சாலைக்கு வந்து வெயிலில் வீரானோடு நின்று கொண்டார். அரைமணி நேரத்துக்குப் பின்னிட்டே லாரி ஒன்று வந்தது. கிளீனர் கைகளை ஆட்டி லாரியை நிறுத்தினார். பஞ்சாபியை சேர்ந்த லாரி. தலைப்பாகை கட்டிய சிங் ஓட்டுநர். கிளீனர் அரைகுறை இந்தியில் கேட்டார். சிங் ஓட்டுநர் யோசித்துவிட்டு லாரியில் ஏறிக்கொள்ளும்படி சைகை காட்டினார். கிளீனரும் வீரானும் அவசரமாக லாரியில் ஏறினர். மரப்பலகையில் படுத்துறங்கிக் கொண்டிருக்கும் இன்னொரு சிங் ஓட்டுநரை ஒட்டி இருவரும் உட்கார்ந்துக் கொண்டனர். மைசூரிலிருந்து லூதியானாவுக்கு துவரம்பருப்பு ஏற்றிச் செல்லும் லாரி எனத் தெரிந்தது. மிதமான வேகத்திலேயே சென்றது. தார்சாலையின் இருபுறமும் காய்ந்தப் பருத்தி வயற்காட்டுவெளி பின்னோக்கி நகர்ந்தது. லத்தூர் போலீஸ் ஸ்டேசனுக்கு முன்பே சிங் ஓட்டுநர் லாரியை நிறுத்தி இறக்கிவிட்டார். லாக்கப்பில் அப்பக்காரர் இருப்பது உறுதியானது. கிளீனர் தமிழில் சொன்னதை சப் இன்ஸ்பெக்டர் பாக்கு மென்றபடி பொறுமையாக கேட்டார். பின் இருவரையும் கல்திண்ணையில் உட்காரும்படி சொன்னார். போலீஸ்காரர் ஒருவரிடம் ஏதோ சொல்லி வெளியே அனுப்பினார்.

கல்திண்ணை குளிர்ந்து கிடந்தது. வெளியே சென்ற போலீஸ்காரர் சீக்கிரத்தில் மலையாளி ஒருவரை அழைத்து வந்தார். சப் இன்ஸ்பெக்டர் கிளீனரை கிட்டத்தில் கூப்பிட்டுப் பேசும்படி சொன்னார். கிளீனர் ரிக்வண்டி மேஸ்திரியின் திருட்டுத்தனத்தை ஒவ்வொன்றாகச் சொல்லி அப்பக்காரர் நல்லவர் என்று சொன்னார். மலையாளி கிளீனர் சொல்லியதை ஒன்றுவிடாமல் மராத்தியில் சப் இன்ஸ்பெக்டருக்கு எடுத்துக் கூறி விளக்கினார். சப் இன்ஸ்பெக்டர் கேட்டுவிட்டு யோசிக்க ஆரம்பித்தார். போலீஸ்காரரைப் பார்த்தார். போலீஸ்காரர் புரிந்துக்கொண்டு லாக்கப்பைத் திறந்து அப்பக்காரரைக் கூட்டி வந்தார். அப்பக்காரருக்குக் கிளீனரையும் வீரானையும் கண்டதும் கண்களில் நீர் பெருகிவிட்டது.

சப் இன்ஸ்பெக்டர் எல்லோரையும் ஜீப்பில் ஏறும்படிச் சைகை காட்டினார். எல்லோரும் அவசரமாக ஜீப்பில் ஏறிக் கொண்டதும் ஜீப் புறப்பட்டது. ஜீப்பின் பின்புறத்தில் அப்பக்காரர் கிளீனர் வீரான் மலையாளி நால்வரும் உட்கார்ந்திருந்தனர். ஜீப் லத்தூரைக் கடந்தது. பருத்தி வயற்காட்டுக்கு இடையே சென்ற தார்சாலையில் பயணித்தது. வழிநெடுக ஆங்காங்கே பூநாரைகள் நிறைய பறந்து போயின. கிளீனர் மலையாளியிடம் கேட்டார்.

"நீங்க எப்பிடி இங்க...?"

"அதொரு பெரிய்ய கதை... என்னோட பூர்வீகம் புதுக்காடு... திருச்சூரிலிருந்து எர்ணாகுளம் போற வழியில இருக்கு... ஒழுங்கா படிக்கலை... சின்ன வயசுல வீட்டவுட்டு ஓடி வந்துட்டேன்... எங்கெல்லாமோ சுத்தி கடைசியில உங்க பழநி முருகங்கிட்ட வந்து சேர்ந்தேன்... அங்கேயே மலையடிவாரத்துல ஒரு ஓட்டலில வேல செஞ்சேன்... பத்து வருஷத்துக்கு மேலே கழிஞ்சிருச்சு... அப்புறம் அங்கிருந்து பூனே வந்து ஒரு உடுப்பி ஓட்டல்ல வேல செஞ்சேன்... இப்ப லத்தூர்ல சொந்தமா ஒரு ஓட்டல் வெச்சிருக்கேன்... இட்லி தோசை இடியாப்பம் மட்டுந்தான் என்னோட ஓட்டல்ல எப்பவும்... இந்த பிரச்சனை முடிஞ்சிட்டா இன்னிக்கு ராத்திரி நீங்க எல்லாரும் என்னோட ஓட்டலுக்கு சாப்பிட வரனும்..."

"குடும்பம் கொழந்தைக...?"

"சொந்த ஊருக்கே திரும்பிப் போகல... தேசாந்திரம் சுத்தற எனக்கு எப்படி பொண்ணு கெடைக்கும்... இதுவெரைக்கும் கட்டப் பிரம்மச்சாரியாவே காலம் தள்ளிட்டேன்..."

"சேட்டான் இத்தனை ஊருக்கு எடம் மாறியிருக்கீங்க... கட்டப் பிரம்மச்சாரியா இருக்க முடியுமா என்ன...?"

மலையாளி சிரித்தார். ஜீப் ஹசோரியும் மஞ்சம் புற்கள் தரிசும் போகாமலேயே வேறொரு வழியில் ரிக்வண்டியிடம் சென்று சேர்ந்தது. வறண்ட புகையை கக்கியபடி ரிக்வண்டி ஓடிக் கொண்டுதான் இருந்தது. ஜீப்பிலிருந்து சப் இன்ஸ்பெக்டரோடு வீரானும் அப்பக்காரரும் கிளீனரும் இறங்குவதைக் கண்டு மேஸ்திரி திகைப்புடன் பார்த்தார். ரிக்வண்டி ஆட்கள் எல்லோரும் பிரச்சனை பெரியதாகிவிட்டதை உணர்ந்துக் கொண்டனர். லாரி ஓட்டுநர் ஓடி போய் ரிக்வண்டியை நிறுத்தினார். பேரிரைச்சல் ஓய்ந்தது. சப் இன்ஸ்பெக்டர் பாக்கு எச்சிலை காறித் துப்பிவீட்டு மலையாளியைப் பார்த்து மராத்தியில் பேசினார். குரல் கோபமான தொனியில் ஒலித்தது. அதனை மலையாளி பொறுமையாக உள்வாங்கிக் கொண்டார். பின் மேஸ்திரியைப் பார்த்து அதே கோபமான தொனியிலேயே தமிழில் சொன்னார்.

“திருட்டுப் பயலே... உன்னோட எல்லா ஊழலும் எனக்கு தெரிஞ்சு போச்சு... இப்ப நான் நெனைச்சன்னா உன்னை தூக்கி ஜெயில்ல போட முடியும்... நீ போலீஸ் ஸ்டேசனுக்கு வந்து பொய் கேஸ் கொடுத்திருக்கே... இது ஒண்னே எனக்கு போதும்... உன்னை உள்ள போட... ஆனா நான் இந்தமுறை அப்படி செய்ய விரும்பல... உன் சொந்த ஊரு போலீஸ் ஸ்டேசனுக்கு தகவல் கொடுத்து... உன்னோட மொதலாளிக்கு உண்மைய சொல்லப் போறேன்... அப்புறம் நீ இன்னொரு முறை இதுமாதிரி அப்பாவி யார் மீதாவது வீணா பழி சுமத்தி சிக்க வெச்சின்னா... நான் உன்னை உயிரோடவே விடமாட்டேன்... புரியுதா திருட்டுப் பயலே...”

மேஸ்திரி மௌனமாக தலை கவிழ்ந்து நின்று கொண்டார். வீரானுக்கு உள்ளுக்குள் சந்தோஷமாக இருந்தது. சப் இன்ஸ்பெக்டர் ஜீப்பில் ஏறினார். மலையாளி வீரானையும் கிளீனரையும் பருத்தி வயற்காட்டுக்குள் சற்று தள்ளிக் கூட்டிப் போய் சொன்னார்.

“அடிபட்ட பாம்பும் அவமானப்பட்ட மனுசனும் ஒன்னு... இந்த மேஸ்திரிகிட்ட நீங்க மூனு பேரும் சர்வஜாக்கிரதையாக இருக்கனும்...”

வீரானும் கிளீனரும் ஆமோதிப்பாய் தலையசைத்தனர். மலையாளி ஓடிப்போய் ஜீப்பில் ஏறினார். ஜீப் புறப்பட்டு வந்த வழியே சென்று மறைந்தது. மேஸ்திரி எவரிடமும் எதுவும் பேசாமல் லாரியின் முன்புறம் ஏறி படுத்துக் கொண்டார். ரிக்வண்டி பழையபடி ஓடத் துவங்கியது. அப்பக்காரர் குழிராடுகளை சுமக்க தொடங்கினார். சித்தநேரத்தில் அங்கு எதுவுமே நடவாததுபோல் எல்லா காரியங்களுமே இயல்பாயின.

○○○

# 30

தென்கிழக்குத் திசையில் மழை இறங்கிப் பெய்துக் கொண்டிருந்தது. ஆகாயமும் இருண்டு தெரிந்தது. கொண்டல் காற்று குளிருடன் அடித்தது. அகில் பார்த்துக் கொண்டே நின்றான். வெள்ளைத்தாடிக்காரர் அகிலின் அருகே வந்து தோளைத் தட்டினார். அகில் திரும்பிப் பார்த்தும் விரக்தியோடு பேசினான்.

"மழையும் எறங்க போவுதுங்க... இனியும் நாம வீரானை தேடறது வீண் வேலையா படுதுங்க... கண்டுபுடிப்போமான்னும் தெரியல... பேசாம நானு ஊருக்கு போலாமுன்னு முடிவு செஞ்சுட்டேனுங்க..."

"அகிலு தம்பி... இன்னும் சித்தநேரத்துல சாமிசாட்டே முடிய போவுது... இருந்து பாத்துருவோம்... அப்புறம் பகவான் கோயிலு மகான் சொன்னா இதுவெரைக்கும் பலிக்காம போனதில்ல... எனக்கென்னமோ வீரான் கெடைப்பாருன்னு இன்னும் நம்பிக்கை இருக்கு..."

கோவில் பூசாரி உருவாரச்சாமிகளின் சப்பரங்கள் முன்பு வந்து விட்டார். சனங்கள் ஒரேநேரத்தில் ஓடிவந்து குவிய ஆரம்பித்தனர். வெள்ளைத்தாடிக்காரரும் அகிலும் உருவாரசாமிகளின் சப்பரங்களுக்கு முன்பு மாட்டிக்கொண்டனர். முதலில் குதிரை உருவாரச்சாமிகளுக்கு பூஜை துவங்கியது. நாணல்மடைவலசுக் கொத்துக்கார வீரான் பெரியவீட்டுக்காரரை ஒட்டி நின்றிருந்தார். அகிலை பார்த்துக் கைச்சாடை செய்தார். அகில் நாணல்மடை கொத்துக்கார வீரான் கிட்டத்தில் போனான். நாணல்மடை கொத்துக்கார வீரான் அகிலின் காதருகில் முகத்தை கொண்டு வந்தார்.

"அசலூருக்காரரே... நாஞ்சொல்லறத கேளுங்க... பார்த்தா ரொம்ப படிச்சவங்களாட்ட இருக்கீங்க... இந்த பொட்டிலிக்காரன் பேச்சை கேட்டு இல்லாத ஒருத்தன தேடறேன்னு இங்க திரியாதீங்க... எங்க பூசை முடிஞ்சா மழ எறங்கீரும்... அப்புறம் சாட்டுமழ வெடிய வெரைக்கும் விடாது... இப்பவே ஊருக்கு போற வழிய பாருங்க..."

அகில் நாணல்மடைவலசுக் கொத்துக்கார வீரானுக்கு பதிலேதும் சொல்லவில்லை. மறுபடியும் வெள்ளைத்தாடிக்காரரிடமே வந்து நின்று கொண்டான். கோவில் பூசாரி குதிரை உருவாரச்சாமிகளுக்கு

தீபாராதனை காட்டி முடித்துவிட்டார். அடுத்து யானை உருவாரச்சாமிகள் முன்பு போய் நின்றார். அந்தசமயத்தில் அகில் தன் தோள்பட்டையை யாரோ பிறாண்டுவதாய் உணர்ந்தான். திரும்பிப் பார்த்தான். சொப்பனவித்தைக்கார இரு நபர்களும் நின்றிருந்தனர். குசுகுசுவென பேசினர்.

"நீங்க மட்டும் வாங்க... நீங்க தேடற ஆளு கெடச்சிருக்காரு..."

அகிலுக்கு சொப்பனவித்தைக்கார இரு நபர்களையும் நம்பிப் பின்னே போக தயக்கம் எற்பட்டது. வெள்ளைத்தாடிக்காரரையும் சேர்த்து அழைத்துப் போக முடிவு செய்தான். யானை உருவாரச்சாமிகளுக்கு நடக்கும் தீபாரதனை மீதே கவனம் குவித்திருந்த வெள்ளைத்தாடிக்காரரைக் கூப்பிட்டான்.

"இவங்க வீரான பாத்ததா சொல்லறாங்க...?"

வெள்ளைத்தாடிக்காரர் திரும்பினார். சொப்பனவித்தக்கார இரு நபர்களும் கூட்டத்துக்குள் பின்நகர்ந்து நழுவப் பார்த்தனர்.

"படுவா... இருங்கடா நானும் வாரேன்..."

நால்வரும் சனங்களினூடே நுழைந்து வெளியே வந்து நடந்தனர். இந்திரஜித் நாடகமேடையில் சுலோசனா போர்க்கவசம் தறித்து பதற்றமாக நடந்தாள். பின் கேடயம் பிடித்து வாள் ஏந்தி நின்றாள்.

"போர்க்களத்தில் என் கணவர் இந்திரஜித்தை கோடிக்கோடியாய் அம்பெய்தி சிறைபிடித்த அந்த மூட சகோதர்களுக்கு நான் யார் என்று தெரியவில்லை... நான் இலங்கேசுவரனின் மருமகள்... தேவலோகத்து இந்திரனையே புறமுதுகிட்டு ஓடச் செய்த மேகநாதனின் மனைவி... இப்போதே நான் அந்த ராம லட்சுமணனை வெற்றி கொண்டு... என் கணவர் இந்திரஜித்தை மீட்டு வருவேன்... இது சபதம்..."

நாடகமேடையில் கட்டியங்காரன் சிகப்பு குதிரையாக வந்து நின்றான். சிகப்புக் குதிரை மீது சுலோசனா தாவி ஏறினாள். சிகப்புக் குதிரை நாடகமேடையின் மறுவிளிம்பு வரை நகர்ந்தது. வெளித்திரை மூடித் திறந்தது. சுலோசனா சிகப்புக் குதிரையில் இராமன் தங்கியிருக்கும் பாசறை வாசலில் போய் நின்றாள். பாசறை வாசலில் காவலுக்கு நின்ற ஆஞ்சநேயர் சுலோசனவைத் தடுத்தார். சுலோசனாவுக்கு ஆத்திரம் மிகுந்து வந்தது.

"நீ யார் என்னை தடுக்க... கூப்பிடு உன் ராமனை... நான் அவரோடு போரிட வேண்டும்... போரில் வெற்றி பெற்று... உங்களிடம் சிறைப்பட்டிருக்கும் என் கணவர் இந்திரஜித்தை மீட்க வேண்டும்..."

ஆஞ்சநேயர் சுலோசனவோடு வாக்குவாதம் செய்தார். அகிலின் கவனம் முன்னால் நடக்கும் சொப்பனவித்தைக்கார இரு நபர்களின் மீது பதிந்தது. சொப்பனவித்தைக்கார இரு நபர்களும் நாடகமேடையை விட்டு தெற்கே திரும்பி நடந்தனர். கோவில் வளாகத்தை விட்டும் தெற்கே கூட்டிப் போயினர். கோவில் தீர்த்தக்கிணறு தாண்டி நடந்தனர். மண்சாலை சரிவாய் சென்றது. கோவில் விளக்கு வெளிச்சம் மங்கி இருட்டு கட்டியது. இப்போது ராக்கொக்குகள் கத்தியபடி மேற்கு பார்த்துப் பறந்து போய்க் கொண்டிருந்தன. முந்நூறடித் தூரம் போனபின்பு வறண்ட நீர்க்குட்டையில் மண்சாலை முடிந்தது. கருவேலமரங்கள் சூழ்ந்த அடர்ந்த இருளுக்குள் நடந்தனர். நான்கைந்து பீடிக்கங்குகள் வட்டமாகத் தென்பட்டன. நால்வரும் நெருங்கினர். அகில் அலைபேசியில் ஒளி அடித்தான். ஆறேழுபேர் வட்டமாக உட்கார்ந்து சில்வர் போசியிலிருந்த பட்டைச்சாராயத்தை டம்ளரில் ஊற்றிக் குடித்துக்கொண்டிருந்தனர். தரையில் ஊறுகாய் பொட்டலங்களும் மஞ்சள் வாழைப்பழங்களும் கிடந்தன. வெள்ளைத்தாடிக்காரர் கேட்டார்.

"இதுல வீரான் ஆருங்க...?"

அறுபது வயது மதிக்கதக்க ஒருவர் கையில் பிடித்திருந்த சாராய டம்ளரை தரையில் வைத்துவிட்டு எழுந்தார். வாயில் புகைந்த பீடியை துப்பிவிட்டு பேசினார்.

"நாந்தான்... நீங்களுக்கும் பட்டசாராயம் போட வந்திருக்கீங்களா...?"

"உங்ககிட்ட கொஞ்சம் தனியா பேசனும்... அக்கட்ட போலாமா...?"

"எதா இருந்தாலும் இங்கேயே பேசலாம்..."

வெள்ளைத்தாடிக்காரர் சற்று முன்னே சென்று அதட்டினார்.

"மருவாதியா கூட வரமுடியுமா... முடியாதாடா...?"

வட்டமாக உட்கார்ந்திருந்தவர்களில் ஒருவன் கத்தினான்.

"அடேய் இவங்க மப்டி போலீசு... எந்திரிச்சு ஓடுங்கடா..."

வட்டமாக உட்கார்ந்திருந்த எல்லோரும் ஒரே நேரத்தில் எழுந்து இருளுக்குள் எட்ட ஓடத் தொடங்கினர். வீரானும் கூட ஓட எத்தனித்தார். வெள்ளைத்தாடிக்காரர் தாவி ஓடி வீரானை மட்டும் பிடித்துக் கொண்டார். வீரானை இழுத்தபடியே திரும்பி நீர்க்குட்டை கருவேலாமரங்களுக்குள் புகுந்தார். அகிலும் சொப்பனவித்தைக்கார இரு நபர்களும் பின்னே நடந்தனர். மண்சாலை மேட்டேறும்போது மழை வேண்டி வறத்தவளைகள் கத்தின. வெள்ளைத்தாடிக்காரர் வீரானை

இந்திரஜித் நாடகமேடையின் ஒளி படும் இடத்திற்கு இழுத்து வந்து நிறுத்தினார். நாடகமேடையில் இவ்வளவு நேரமும் ஆஞ்சநேயரும் சுலோசனாவும் வாக்குவாதம் செய்துகொண்டே இருந்திருப்பது தெரிந்தது. வீரான் போதையேறிய கண்களுடன் மிரட்சியாக விழித்தார். வெள்ளைத்தாடிக்காரர் கேட்டார்.

"நீ எந்தூருடா...?"

"நீயென்ன போலீசா...?"

"கேக்கற கேள்விக்கு ஒழுங்கு மருகாதியா பதிலு சொல்லலையின்னா... போலீசுகிட்ட போக வேண்டியதிருக்கும்..."

"நானு இந்தவூருதானுங்க... சாமக்கோடாங்கிதானுங்க... ஆனா முப்பது வருசத்துக்கு முன்னாலையே நானு பஞ்சம் பொழைக்க திருச்செங்கோட்டு பக்கம் போயிட்டேனுங்க... அங்க லாரி ஓட்டிக்கிட்டு இருக்கேனுங்க... வடநாடு எல்லாம் லாரி ஓட்டிக்கிட்டு போகும்போது பட்டச்சாராயம் போடற பழக்கம் கொஞ்சம் ஒட்டிக்கிச்சுங்க... மத்தபடி நா எந்த தப்பும் செய்யலையுங்க... என்னை உட்டுருங்க..."

பட்டைசாராய வீரான் இரு கைகளையும் கூப்பிக் கெஞ்சினார். வெள்ளைத்தாடிக்காரர் யோசித்தார்.

"நாங்க உன்ற வயசுல... இந்த ஊர சேர்ந்த ஒரு வீரானை தேடறோம்..."

"நீங்க தேடற வீரானை எனக்கு நல்லா தெரியுமுங்க..."

வெள்ளைத்தாடிக்காரர் பட்டைச்சாராய வீரானை பிடித்திருந்த கைப்பிடியை தளர்த்தி நகர்ந்து நின்றார். அகில் பட்டைச்சாராய வீரான் என்ன சொல்ல போகிறார் என்பதற்காகக் காத்துக் கொண்டிருந்தான். இந்திரஜித் நாடகமேடையில் இராமன் தங்கியிருக்கும் பாசறை வாசலில் நின்ற ஆஞ்சிநேயர் சுலோசனாவை இன்னும் தடுத்துக் கொண்டேயிருந்தார். சுலோசனாவுக்கு ஆத்திரம் மிகுந்து வந்தது.

"நீ யார் என்னை தடுக்க... கூப்பிடு உன் ராமனை... நான் அவரோடு போரிட வேண்டும்... உங்களிடம் சிறைப்பட்டிருக்கும் என் கணவரை மீட்க வேண்டும்..."

"நீ எங்கள் ராமர் லட்சுமணரை பற்றி அறியாமல் பேசுகிறாய்... ஆத்திரத்தை மட்டுப்படுத்தி திரும்பி போய்விடு பெண்ணே... உன்னைப் பார்த்தால் பாவமாக இருக்கிறது..."

"உன் ராமன் உண்மையான வீரன் எனில் என் சவாலை ஏற்றுக்கொண்டு என்னோடு போரிட முன்வரட்டும்... இல்லையேல் வாளையும் கேடயத்தையும் வீசி எறிந்துவிட்டு இந்த இலங்கையைவிட்டே ஓடிப் போகட்டும்..."

ஆஞ்சநேயர் பதில் கூறமுடியாமல் நின்றார். சுலோசனா சிறிதும் அச்சப்படவில்லை.

"போ... போய் உன் ராமனை என்னோடு போரிட அழைத்து வா..."

ஆஞ்சநேயருக்கு வேறு மார்க்கம் தெரியவில்லை. பாசறைக்குள் நுழைய நடந்தார். வெளிப்புற திரை மூடியது. அகிலுக்கு இந்திரஜித் நாடகத்தையும் தொடர்ந்து பார்க்க முடியவில்லை. எவ்வித சுவாராசியமும் இல்லாமல் நகரும் காட்சிகள் பெரும்சலிப்பையே தோற்றுவித்தன. பட்டைச்சாராய வீரானும் யோசித்தபடியே இருந்தார். வீரானைப் பற்றி இன்னும் எதுவும் சொல்லவில்லை.

○○○

**கா**ர் கரடிகூடத்திலிருந்து மேற்கே கொழுமம் தார்சாலையில் சென்றது. இருபுறமும் அதிகமாக மாந்தோப்புகளே இருந்தன. தென்னைத்தோப்புகளில் தென்னைகள் குலை நிறைய தேங்காயுடன் நின்றன. வெடித்த தென்னைப்பாளைகளை நாடும் கோதும்பிகள் பறந்துக் கொண்டிருந்தன. ஜெய்சங்கர் பாப்பம்பட்டி பிரிவு போனதும் காரை தெற்கே திருப்பி ஓட்டச் சொன்னார். குறுகலான தார்சாலை மேடும் குழியுமாக நீண்டது. தூரத்து மலைக்கரட்டு விளிம்பில் குதிரையாறு அணையின் வெண்மையடித்த மதகு தெரிந்தது. அதற்கப்பால் கொடைக்கானல் கருமலை பிரமாண்ட ரூபத்தில் பரந்து விரிந்துக் கிடந்தது. கார் மிதமான வேகத்தில்தான் போக முடிந்தது. அகிலுக்கு இந்த பயணத்தின் சூட்சுமம் புரியவில்லை.

"அவரு கேக்கற தட்சணை என்னங்க...?"

"வர்றீங்கல்ல... நீங்களே தெரிஞ்சுக்குவீங்க..."

அகில் மேற்கொண்டு மௌனமாக இருந்து கொண்டான். தோட்டங்கள் செழித்துக் கிடந்தன. புள்ளிச்சில்லை கூட்டம் கத்திக் கொண்டு பறந்து போயிற்று. பாப்பம்பட்டி தாண்டி கார் குப்பம்பாளையத்தை அடைந்தது. ஜெய்சங்கர் காரை ஊருக்குள் ஓட்டச் சொன்னார். வீதிவீதியாக கார் தடுமாறிக் கடந்தது. எல்லா வீதிகளிலும் மாட்டுக்கட்டுத்தரையோடு கூடிய ஓட்டுவீடுகள் நெருக்கமாக இருந்தன. குப்பம்பாளையத்தின் தென்புறத்தில் கார் வெளியேறியது. ஊர்ச்சாவடி காரைத்திண்ணையில்

முதியவர்கள் உட்கார்ந்து பேசிக் கொண்டிருந்தனர். ஜெய்சங்கர் காரை நிறுத்தச்சொல்லிக் கேட்டார்.

"நரிப்பறை மாயவர் கோயிலு தெறந்திருக்குமாங்க...?"

"குருக்களு இருப்பாரு போங்க..."

ஜெய்சங்கர் காரை தென்மேற்குத் திசையில் சென்ற மண்சாலையில் ஓட்டிப் போகச் சொன்னார். மண்சாலை நரிப்பாறை மாயவர் கோவிலை கடந்து போனது. அகிலுக்கு சந்தேகம் வந்தது.

"அப்ப நாம கோயிலுக்கு போகலையாங்க...?"

ஜெய்சங்கர் பதில் பேசாமல் சிரித்துக் கொண்டார். மண்சாலை குறுகிற்று. ஜெய்சங்கர் வறண்ட வயல்களினூடே சென்ற வாய்க்கால் மேட்டு மண்பாதையில் காரை செலுத்தச் சொன்னார். வயல்களின் வண்டல்நிலம் எல்லாம் வெடித்துக் கிடந்தன. செம்மறியாடுகளும், வெள்ளாடுகளும், எருமைகளும் மேய்ந்தன. அவைகளின் காலடியில் உன்னிக்கொக்குகள் இரை தேடின. மேய்பவர்கள் வெயிலுக்கு தொலைவாக பனைநிழலில் உட்கார்ந்திருந்தனர்.

அரைமைல் தூரம் மண்பாதையில் கார் சென்றது. மண்பாதை ஓரமாக பெரிய அத்திமரத்தினடியில் சிமெண்ட் திண்டில் கல்நாகர்களோடு விநாயகர் இருந்தார். கோவிலின் முன்பு அத்திமரநிழலில் ஜெய்சங்கர் காரை நிறுத்தச் சொன்னார். அகில் காரை நிறுத்தி ஜெய்சங்கரோடு இறங்கி நடந்தான். விநாயகர் கோவிலை ஒட்டி ஓலைக்குடிசையில் தேநீர்கடை இருந்தது. தேநீர்கடைக்காரர் மரநாற்காலியில் உட்கார்ந்து தினத்தந்தி படித்துக் கொண்டிருந்தார். வேறு ஆட்கள் எவருமில்லை. பாய்லர் கூட கொதிக்கவில்லை. தேநீர்கடைக்காரர் ஜெய்சங்கரைப் பார்த்துக் கேட்டார்.

"டீ குடிக்கறீங்களா...?"

"புளியஞ்சோலை பக்கம் போயிட்டு வந்து குடிக்கறோமுங்க...?"

"போயிட்டு வந்து எங்க குடிக்கப் போறீங்க போங்க..."

தேநீர்கடைக்காரர் கிண்டலாகச் சிரித்தார். மறுபடியும் தினதந்தியில் மூழ்கிப் போனார். மண்பாதைக்கு வலப்புறத்தில் உயரம் குறைந்த கரும்பாறை மலைக்கரடு இருந்தது. மலைக்கரடு வரை முள்மரக்காட்டு தரிசு நீண்டிருந்தது. ஊசிப்புற்களும் செவ்வருகம்புற்களும் வளர்ந்து கிடந்தன. நீலவரிப் பட்டாம்பூச்சிகள் பறந்தன. ஒற்றைக்கால் தடம் மலைக்கரடு நோக்கி போனது. ஊசிப்புற்கள் இடுப்பில் உராய

ஜெய்சங்கர் அகிலை ஒற்றைக்கால் தடமேறி கூட்டிப் போனார். முற்றிய வெள்வேலாமரக் கிளைக்குள் தவிட்டுப் புறாக்கள் கத்தின. இங்கும் மாடுகளும் வெள்ளாடுகளும் மேய்ந்துக் கொண்டிருந்தன. கிட்டத்தில் எங்கோ காரைபுதருக்குள் கல்குருவிகள் கத்தின. வெயிலில் அகிலுக்கு முகமெல்லாம் வேர்த்து வடிந்தது. வீரானை தேடி புறப்பட்டு அலைவது எதற்காக என்றும் இருந்தது. இனியா இல்லை என்றானபின்பு கைவிட்டுவிட்டு நிம்மதியடைந்திருக்கலாம் என்றும் தோன்றியது. ஒன்றிலிருந்து ஒன்றாக தொடரும் கண்ணிகள் போல் இந்த விசயத்தில் விடுபட்டு வெளியேற முடியாமல் தவிக்கும் நிலை ஏற்பட்டுவிட்டது.

ஆகாயத்தில் பாம்புக்கழுகு தனித்து வட்டமிட்டுக் கொண்டிருந்தது. மலைக்கரட்டின் அடிவாரத்தில் பாழடைந்த அய்யனார் கோவில் இருந்தது. துருவேறிய வேல்மணிகள் அடிசாய்ந்து விழும் நிலையில் நின்றன. கோவிலில் வழிபாடு நிறுத்தி வெகுகாலம் இருக்கும் எனப்பட்டது. மண்குதிரையில் வேட்டைக்கு போகும் கோலத்தில் இரு முனிகள் நின்றன. சுற்றுக் கல்கட்டுகள் சரிந்துக் கிடந்தன. ஜெய்சங்கர் கோவிலை கடந்து கூட்டிப் போனார். முற்றிய புளியமர நிழலில் மூன்றுபேர் சீட்டுக்களைப் பிடித்தபடி ரம்மி விளையாண்டு கொண்டிருந்தனர். சீட்டுக்களைப் பரப்ப விரிக்கும் துண்டில் நூறு ரூபாய் தாள்களும் கிடந்தன. மூன்றுபேரும் ஒரே நேரத்தில் நிமிர்ந்தனர். ஜெய்சங்கரைப் பார்த்துச் சிரித்தனர். ஒருவன் மட்டும் சீட்டுக்களைத் துண்டில் கவிழ்த்து வைத்துவிட்டு எழுந்தான். யாரும் யாருடனும் பேசிக் கொள்ளவில்லை. மௌனமொழி சம்பாஷனையொன்று ஜெய்சங்கருக்கும் அந்த மூன்றுபேருக்கும் இடையே நடந்து முடிந்துவிட்டது. சீட்டு விளையாட்டிலிருந்து எழுந்தவன் மலைக்கரட்டை நோக்கி கடம்பப்புற்களுக்குள் நடந்தான். ஜெய்சங்கர் அகிலை பின்னே செல்லும்படி முகச்சாடை காட்டினார். அகில் அந்த ஆளை பின்பற்றி நடந்தான். சீட்டு விளையாட்டிலிருந்து எழுந்தவன் சிறிய கரும்பாறைகளினூடே மழைநீர் வடிந்திறங்கிய தடத்தில் மேலேறினான். அருகில் கடம்பமானின் குரல் கேட்டது. அந்த ஆள் திரும்பிப் பார்க்காமலேயே பேசினான்.

“எத்தனை பொட்டலம் வேணும்...?”

அகிலுக்கு எவ்வளவு கேட்பதென்று தெரியவில்லை. ஜெய்சங்கரிடமும் கேட்காமல் வந்துவிட்டான். உத்தேசமாக சொன்னான்.

“அஞ்சுங்க...”

“பொட்டலம் கைமாறும்போதே முழுப்பணத்தையும் குடுத்திரனும்...”

“எவ்வளவுங்க...?”

“ஒரு பொட்டலம் நானூறு ரூவா... அஞ்சுக்கு ரெண்டாயரம் ரூவா குடுக்கனும்...”

அகிலுக்கு அதிர்ச்சியாக இருந்தது. இது என்ன பொட்டலம் என்று புரிந்தும் புரியாமலும் இருந்தது. பாறை ஓரத்தில் கொண்டுக்கரிச்சான்கள் குரலிட்டன. அந்த ஆள் கல்குகை ஒன்றில் உள்நுழைந்தான். வெளியே வரும்போது ஐந்து சிறிய காகிதப் பொட்டலங்களை எடுத்து வந்தான். அகில் நான்கு ஐந்நூறு ரூபாய் தாள்களை எடுத்து நீட்டினான். அந்த ஆள் பணத்தாள்களை வாங்கிக்கொண்டு காகிதப் பொட்டலங்களை அகிலுக்கு கைமாற்றினான். காகிதப் பொட்டலங்கள் கனமின்றி இருந்தன. அந்த ஆள் அகிலை கூட்டிக்கொண்டு வந்தவழியே கீழிறங்கத் தொடங்கினான். பாறை எலி மீசை துடிக்க கரும்பாறை வெடிப்பிடுக்கில் ஊர்ந்தோடியது. காட்டுநாவல் மரக்கிளையில் குரங்குகள் உட்கார்ந்து பார்த்துக் கொண்டிருந்தன. முற்றிய புளியமர நிழல் வந்தபோது அந்த ஆள் பழையபடி சீட்டு விளையாட உட்கார்ந்துக் கொண்டான். அகில் ஜெய்சங்கரோடு நடந்தான். மண்குதிரை முனி ஒன்றின் தலைமீது ஓணான் உட்கார்ந்து கொக்காணி காட்டியது. முள்காட்டு தரிசு ஊசிப்புற்களின் மேலாக கறுப்புச்சிறகுப் பட்டாம்பூச்சிகளும் மழைத்தட்டான்களும் பறந்தன. கடம்பமான் கூட்டமொன்று மேய்ந்துக் கொண்டிருந்தது. அகில் ஜெய்சங்கரிடம் கேட்டான்.

“இதுதான் கிளீனர் கேட்ட தட்சணையுங்களா...?”

“ஆமாம்... எங்க பழநி ஏரியாவுல இதெல்லாம் சகசம்...”

“அப்புறம் எதுக்கு நாம இவ்வளவு தூரம் வந்து வாங்கனும்... பக்கத்திலேயே எங்காச்சும் கெடைக்கற எடத்துல வாங்கீருக்கலாமேங்க...?”

“இப்ப சில நாளா போலீசு கெடுபிடி அதிகம்... அதுதான் இங்க வரவேண்டியிருக்கு...”

“கெடுபுடியா இருக்கற போலீசு இவங்கள சுலபமா புடிக்கலாமேங்க...?”

“அகில் இன்னொன்னு தெரியுமா... இது பெரிய நெட்வொர்க்... இதை தடுக்கறது அவ்வளவு சுலபமில்ல... ஒழிக்கறதுக்கு நீண்டநாளு ஆகும்...”

“போலீசு லஞ்சம் வாங்கிட்டு மெத்தனம் காட்டுதுன்னு தோணுதுங்க...”

“அப்படி எல்லாம் திடுதிப்புன்னு நாம போலீசு மேல குத்தம் சுமத்த முடியாது... இந்த மூனு பேருத்த புடிக்கறதுன்னாவே தனிப்படை வேணும்...”

அகில் சிரித்தான். ஜெய்சங்கர் சுற்றும் முற்றும் பார்த்துவிட்டு தணிந்த குரலில் பேசினார்.

“சிரிக்காதீங்க அகில்... இங்க பொட்டலங்கள் விக்கற மூனு பேருமே... போலீசு வந்தா மாடு மேய்க்கறேன்னு பொய் சொல்லி தப்பிச்சுக்குவாங்க... அதுக்குன்னே மாடு மேய்க்கறவங்களுக்கு சில மாடுகளை வாங்கிக் குடுத்துருப்பாங்க... போலீசு வெசாரிச்சு பார்த்தாலும் இவங்க மாடு தரிசுல மேயறது நெசமா இருக்கும்... அப்புறம் பொட்டலம் வாங்க வர்ற ஆளுக தரிசுல நடந்து வரும்போதே மாடு மேய்க்கறவங்க கண்காணிச்சுருவாங்க... அவங்களுக்கு சந்தேகம் வந்துட்டா... உடனே கோயிலு பக்கம் சமிக்கை குடுத்துருவாங்க... அங்க புளியமரத்தடில இருக்கற ஆளுக தப்பிச்சிருவாங்க... நாம போகும்போதும் மாட்டுக்காரங்க நம்மை கண்காணிச்சாங்க... நானு ஏற்கனவே வந்தவன்கிறதால சமிக்கை எதுவும் குடுக்கல...”

அகில் மௌனமடைந்து ஜெய்சங்கர் பின்னே நடந்தான். தொலைவில் வெள்வேலாமர நிழலில் உட்கார்ந்திருந்த மாடு மேய்ப்பவர்கள் எழுந்து நின்று இருவரையும் கவனிப்பதை அகில் கண்டான். மழைக்காடைகள் ஒற்றைத்தடத்தின் குறுக்கே ஓடின. ஜெய்சங்கர் நடையில் வேகம் கூட்டினார். ஊசிப்புற்களையும் செவ்வருமம்புற்களையும் கோடைக்காற்று அசைத்துக் கடந்தது. தேநீர்கடையை சமீபிக்கும் முன் அகில் கேட்டான்.

“தட்சணைய வாங்கிக்கீட்டு கிளீனர் வீரானை பத்திய வெவரத்தை சொல்லுவாருங்களா... இல்ல போதையில மட்ட சாஞ்சிருவாருங்களா...?”

“என்ன இப்பிடி கேட்டுப் போட்டீங்க அகில்... வீரானை பத்திய எல்லா வெவரமும் அந்த மனுசனுக்கு தெரிஞ்சிருக்கும்... சித்தன் மாதிரி புட்டுபுட்டு வெப்பாரு பாருங்க...”

செவ்வருகம்புற்களுக்குள் வர்ணக்கௌதாரி இணையை கூப்பிடும் தொனியில் குரலிட்டது. உச்சி வெயில் தகிக்க துவங்கியிருந்தது. தேநீர்கடை வந்தபோது இரண்டு பேர் மரநாற்காலியில் உட்கார்ந்து தேநீர் குடித்துக் கொண்டிருந்தனர். அவர்கள் இருவரின் சாடையும் மப்டி போலீசுக்காரர்கள் போலவே இருந்தன. அவர்கள் இருவரும் தேநீரைக் குடித்தபடியே அகிலும் ஜெய்சங்கரும் மண்பாதை ஏறுவதையே நோட்டமிட்டனர். அகிலும் ஜெய்சங்கரும் அவர்கள் இருவரையும்

பார்க்காததுபோல கார் நிற்கும் அத்திமர நிழலடியை நோக்கி நடந்தனர். அவர்கள் இருவரும் எழுந்து நின்றனர்.

"கொஞ்சம் நில்லுங்க..."

அகில் நடுங்கிப் போனான். ஜெய்சங்கர் இயல்பாகவே நின்றார். அவர்கள் இருவரும் எதிரே வந்து நின்றனர். அவர்களில் மீசை தடிமனாக வைத்திருந்தவர் பேசினார்.

"கஞ்சா வழக்கில உள்ள புடிச்சு போட்டா... வெளிவர்றது எவ்வளவு சிரமமுன்னு தெரியுமில்ல...?"

ஜெய்சங்கர் பதில் சொன்னார்.

"தெரியும் சார்..."

"அப்புறம் எதுக்கு இந்த வேலையை செய்யறீங்க...?"

ஜெய்சங்கர் தலை தாழ்த்திக் கொண்டார்.

"உங்களை எனக்கு நல்லா தெரியும்... நீங்க வேற யாருக்கோ வாங்கி குடுக்கறீங்கன்னும் தெரியும்... நீங்க இங்க அடிக்கடி வர்றீங்கறதும் தெரியும்..."

ஜெய்சங்கர் மௌனமாகவே நின்றார். அகில் பயத்துடன் பார்த்துக் கொண்டிருந்தான்.

"அந்தக் காலத்துல எங்க அப்பா உங்க பஞ்சாமிர்த மடத்துல தங்கி சோறுதின்னு படிச்சதா சொல்லுவாரு... அதனாலதான் நான் இப்ப உங்கள சும்மா உடறேன்... இல்லீனா இப்பிடி கையும் களவுமா சிக்கினதுக்கு... இந்நேரம் உங்கள முட்டியத் தட்டி முறிச்சிருப்பேன்..."

ஜெய்சங்கர் கைகூப்பி வணங்கினார்.

"அப்புறம் இன்னொன்னு... நீங்க எவனோ ஆகாவழி பயலுக்கு இந்த பொட்டலங்கள வாங்கிக்கொண்டு போயி குடுக்கறீங்கல்ல... அவன எங்கிட்ட அடையாளம் காட்டுங்க... சூத்துல மிதிச்சு... குடுவைய ஒடைக்கறேன்... அப்புறம் ஏழேழு ஜென்மத்துக்கும் பொட்டலத்தையே கையில தொடமாட்டான்..."

அவர் நுனிமீசையை புறங்கையால் ஒதுக்கிவிட்டுக் கொண்டார். ஜெய்சங்கர் எதுவும் பேசாமலேயே இருந்தார். இன்னொரு மப்டி போலீஸ்காரர் பேசினார்.

"எங்க போலீசு இந்நேரம் அவங்கள மலக்கரட்டுல சுத்தி வளச்சிருக்கும்... நீங்க ரெண்டு பேரும் இன்னும் பத்து நிமிசம் தாமதிச்சு இருந்தீங்கன்னா... எங்க போலீசுகிட்ட மாட்டியிருப்பீங்க... அப்புறம் எங்களாலும் ஒன்னும் செய்ய முடியாம போயிருக்கும்... நல்ல நேரம் உங்க ரெண்டு பேருத்துக்கும் எங்ககிட்ட மாட்டினீங்க..."

அகில் ஜெய்சங்கரோடு அவசரமாக காருக்கு வந்து புறப்பட்டான். இன்னும் மனசுக்குள் சூழ்ந்த பயம் போகாமலே இருந்தது.

ooo

# 31

வீரான் ஆகாயத்தையே வெறித்துப் பார்த்துக் கொண்டிருந்தார். வெறி மூண்டவராக சப்தமாகச் சிரித்துச்சிரித்து ஆகாயத்தை கோபமூட்டினார். ஆகாயம் கீழே பார்த்துக் கொண்டேயிருந்தது. வீரானை பழிவாங்க தக்க தருணத்திற்கு காத்திருந்தது. பெய்யும் அடர் பெருமழைத்துளிகள் வீரானை எதுவும் செய்யவில்லை. ஆகாயம் கோபம் கொண்டது. ஆகாயம் கைவசமுள்ள வாயு முகில்களை ஏவிற்று. அடுத்தகணம் வாயு முகில்கள் நீர் இடியை நிலம் நோக்கி இறக்கியது. அண்டம் நடுக்கமுற மூர்க்கமாய் இடியொலி எழுந்தது. ஊருக்கு வடதிசைப் பாறைநிலம் ஒன்றை நீர் இடி துளைத்து இறங்கியது. அதளபாதாளத்துக்கு ஊருருவிப் பின் வீரியம் தணிந்தது. துவாரத்தில் நீர் பொங்கி மேலே வந்து ஊற்றாய் வழிந்தது. மண்ணில் ஓடி குழியில் தேங்கிக் குளமாயிற்று.

சற்றும் வீரான் அசரவில்லை. ஆகாயத்தை நிமிர்ந்து பார்த்துச் சப்தமாகச் சிரித்தார். ஆகாயம் அடுத்து வீரான் என்ன செய்யப் போகிறார் என்று கவனித்தது. சட்டென வீரான் கடலாக மாறினார். கால்களின் அடவுகளில் கடலலையின் பாவனை தொற்றியது. கடலலை உயர்ந்து எழுந்தது. தாழ்ந்து அமிழ்ந்தது. மணல்கரை நோக்கி முன்னேறி வந்து மோதி மறைந்தது. மறுபடியும் வேறொரு கடலலை தோன்றிற்று. அடர் பெருமழைத்துளியினூடே வீரான் கடலலையாகவே உருமாறிப் போனார்.

ஆகாயம் தடுமாறிப் போனது. அடுத்து என்ன செய்வதென்று யோசித்தது. ஆகாயத்திடம் கைவசமாக வியூகம் எதுவுமில்லை. ஆகாயம் நிராயுதபாணியான நிலையில் கடலலைகளை பார்த்துக் கொண்டேயிருந்தது. கடலலைகள் எழுந்தும் அமிழ்ந்தும் மணல்கரை வந்து மோதி மறைந்துக் கொண்டேயிருந்தன. ஆகாயம் செய்வதறியாது நின்றது. வீரான் கடலலைபோல நெளிந்து குதித்துப் புரண்டு நடனமிட்டபடியே இருந்தார். ஆகாயம் தோற்க வேண்டும். பெருமழை நிற்க வேண்டும். அனல் வளையம் தோன்ற வேண்டும். அந்தக்கணம் சட்டென சித்திரத்தேர் முன்பு அந்தப் பெண் உருவம் தோன்றிற்று. வீரான் உள்ளுக்குள் தடுமாறிப் போனார். சுலோசனாவின் கண்கள் வீரானையே நோக்கின. ஆகாயம் விழித்துக் கொண்டது. பெருமழையை மேலும் விசையுடன் பொழிந்தது. வீரான் நனைந்தபடி ஸ்தம்பித்து நின்றுக்கொண்டு சுலோசனாவையே பார்க்க ஆரம்பித்தார்.

○ ○ ○

மார்கழி முடிவுரும் தருவாயை நெருங்கியது. ரிக்வண்டி கோலாப்பூர் சுற்றுவெளி ஊர்களின் பருத்தி வயற்காடுகளில் ஆழ்துளைக் கிணற்றிட்டுக் கொண்டிருந்தது. மேஸ்திரி தைப்பொங்கலுக்கு ஊர் போகலாம் என்று அறிவித்தார். எல்லோருக்கும் ஈச்சங்கள்ளு வாங்கிக் கொடுத்தார். தை பிறக்க் நான்கு தினங்களே இருந்தன. தெற்கே ரிக்வண்டி புறப்பட்டுவிட்டது. ரிக்வண்டி மகாராஷ்டிராவை கடந்து கர்நாடகா எல்லைக்குள் நுழையும்போது அந்தி மங்கிவிட்டது. எல்லோருக்குமே ஊர் செல்லும் குதூகலம் இருந்தது. இரண்டாம் சாமவேளையில் ரிக்வண்டி பெல்காம் தாண்டிப் பயணித்தது. தார்சாலையின் இருமருங்கும் நீர்ப்பாசன நிலம். குளிர்காற்றும் ஈரவாடையுடன் வீசிற்று. மிகுந்த பனிப் பொழிவும் சேர்ந்து கொண்டது. லாரியில் எல்லோரும் நடுநடுங்கியபடி உட்கார்ந்திருந்தனர். ரிக்வண்டி ஆள் ஒருவர் சொன்னார்.

“ஒருவாய் டீத்தண்ணி மட்டும் கெடைச்சா... இப்ப அதுதா நமக்கு சொர்க்கம் கெடைச்ச மாதிரி...”

உடனே கிளீனர் அந்த ஆளுக்குப் பதில் சொன்னார்.

“ஆசயிருக்கு தாசில் பண்ண... அம்சமிருக்கு கழுத மேய்க்க...”

எல்லோரும் சிரித்தனர். அப்போது லாரி தார்சாலையோரமாக நின்றது. யாராவது சிறுநீர் கழிக்க இறங்குவார்கள் என வீரான் நினைத்துக் கொண்டான். சட்டென மேஸ்திரியும் லாரி ஓட்டுநரும் லாரியின் முன்புறத்திலிருந்து இறங்கி வந்தனர். மற்ற ஆட்களும் கீழே குதித்தனர். எல்லோரும் சேர்ந்து அப்பக்காரரை கீழே இழுத்துப் போட்டு அடிக்க ஆரம்பித்தனர். அப்பக்காரர் அத்தனை பேரின் அடியையும் சமாளிக்க முடியாமல் அலறினார். வீரான் என்ன செய்வதென்று தெரியாமல் விழித்தபடி நின்றான். அந்தசமயத்தில் கிளீனர் வீரானை லாரியின் மறுபக்கம் கீழே குதிக்கச் செய்து தானும் குதித்தார். வீரானின் கையைப் பிடித்து இழுத்துக்கொண்டு தார்சாலையில் ஓடினார். எதிரே இருந்த பாக்குமரத் தோப்புக்குள் இறங்கினார். இருளுக்குள் வேகமாக ஓடத் தொடங்கினார். இருளுக்குள் பாக்கின் அடிமரங்கள் முடிவற்று நீண்டன. வீரானுக்கு எதுவும் புரியவில்லை. கால்களில் காய்ந்த பாக்கு மட்டைகள் மிதிபட்டு ஓசையெழுப்பின. நெடுந்தூரம் ஓடி வந்தபின் கிளீனர் நின்றார். விரானின் கையை விடுவித்தார்.

“அடுத்து அவனுக நம்ம ரெண்டு பேருத்தையும்தான் அடிப்பானுகடா... இங்க நம்மல அடிச்சு கொன்னே போட்டாலும் கேக்கறதுக்கு ஆளில்ல... இப்ப நாம தப்பிச்சிட்டோமுன்னு தெரிஞ்சாத்தான்... அவனுக உங்கப்பக்காரன உசிரோட உட்டுட்டு

போவானுக... இல்லீன்னா... நம்ம மூனு பேருத்தையும் கொன்னு பாக்கு தோப்புக்குள்ள வீசிட்டு போயிருவானுகடா... கேக்கறதுக்கு நாதியில்ல... இங்கத்த போலீசும் நம்மள அனாத பொணமுன்னு அடக்கம் செஞ்சிரும்...”

வீரானுக்கு மேல்மூச்சு கீழ்மூச்சு வாங்கிற்று. அப்பக்காரரை நினைக்க நினைக்க அழுகை பீறிட்டு வந்தது. கிளீனர் மௌனமாக பாக்கு தோப்புக்கு அப்பால் தார்சாலையையே பார்த்துக் கொண்டிருந்தார். சில்வண்டுகளும் துள்ளுக்கிடாய்களும் ரீங்கரித்தன. அகாலத்தில் ஆள்நடமாட்டத்தைக் கண்டு பாக்குமர மட்டையில் அணைந்த காகம் ஒன்று இடமாறிக் கரைந்தது. தார்சாலையில் வெளிச்சப் புள்ளிகள் எதுவும் தென்படவில்லை. அருகில் மின்மினிகள் பறந்தன. வீரான் அச்சத்துடன் அப்படியே நின்று கொண்டிருந்தான். மூன்றாம் சாமம் முடிவுற்ற பின்னால் கிளீனர் தார்சாலையை நோக்கி நடந்தார். வீரான் பின்தொடர்ந்து கூடப் போனான். அச்சம் விலகவில்லை.

தார்சாலை இருளில் வெறிச்சோடிக் கிடந்தது. லாரி நின்ற இடத்தில் அப்பக்காரர் இல்லை. வீரானுக்கும் கிளீனருக்கும் ஒன்றும் விளங்கவில்லை. தார்சாலையின் இருபுறமும் ஓடி ஓடி தேடிப் பார்த்தனர். ஆள் கிடப்பதற்கான சுவடேயில்லை. வீரானுக்கு பயமேற்பட்டது.

“எங்கப்பக்காரருக்கு என்னாச்சுங்க...?”

கிளீனர் பதில் எதுவும் சொல்லவில்லை. தார்சாலையில் தெற்கு நோக்கி விரைவாக நடக்கத் துவங்கினார். வீரானுக்கு வேறு வழி தெரியவில்லை. அப்பக்காரர் உயிரோடு கிடைக்க வேண்டும் என்று ஜக்கம்மா தேவியிடம் வேண்டியபடியே கிளீனரைப் பின்தொடர்ந்து நடந்தான். அருகில் என்ன ஊர் இருக்கிறது என்றும் தெரியவில்லை. லாரிகள் கூட இயங்காத அகாலத்தில் ஆட்கள் எவராவது தட்டுப்படும் சாத்தியமுமில்லை. வீரானும் கிளீனரும் நடந்தபடியே இருந்தனர். எதிராக லாந்தர் கட்டிய மாட்டுவண்டி வந்தது. கிளீனர் மாட்டுவண்டியை வழிமறித்தார். மாட்டுவண்டி நின்றது. நெல்மூட்டைகளின் சாயலில் ஏதோ பாரம் ஏற்றப்பட்டிருந்தது. மாட்டுவண்டியில் வண்டியோட்டியோடு மேலும் இருவர் இருந்தனர். மூவரும் கிளீனரை திருடன் என சந்தேகப்பட்டுவிட்டனர். கையில் வீச்சரிவாள் பிடித்தபடி எழுந்து நின்றனர். வண்டியோட்டி கோபமாக கன்னடத்தில் கேட்டார்.

“நினகே இனு பேகு...?”

“நாங்க லாரி கிளீனர்... டிரைவரோடு சண்டை... இறக்கி வீட்டுட்டு போயிட்டான்... இப்ப நாங்க சித்தரதுர்க்கா போகனும்...”

“இன்னு ஹட்டு மைல்லி ஹோகபேகு...”

மாட்டுவண்டி நிற்கவில்லை. வண்டியோட்டி எருதுகளை அடித்து விரட்டினார். வீரானும் கிளீனரும் மேலும் தெற்கு நோக்கி நடந்தனர்.

“நாம லாரிக்காரங்க கிட்டயும் இதுமாதிரி பொய்தான் சொல்லனும்டா... ஏன்னா லாரிக்காரங்க இன்னொரு லாரிக்காரங்களுக்குதான் பரிஞ்சு பேசுவாங்க...”

அப்போது வடக்கேயிருந்து லாரி பெரும்முறைச்சலுடன் வந்தது. கிளீனர் கையை நீட்டி லாரியை குறுக்காட்டினார். லாரி நிற்காமல் விலகிப் போயிற்று.

“இங்கெல்லாம் திருட்டு பயம் சாஸ்தி போலிருக்குடா... நாம இனி நடந்தே சித்தரதுர்க்கா போயி சேர வேண்டியதுதான்...”

தார்சாலையின் வலப்புறம் சிறிய ஊர் ஒன்று வந்தது. நாட்டு ஓடுகள் வேய்ந்த கூரை கொண்ட பத்துக்கு மேற்பட்ட வீடுகள் தென்பட்டன. வீதிகளில் இருந்து நாய்கள் எழுந்து வந்து வழிமறித்துக் குரைத்தன. நாய்கள் கிட்டத்தில் வந்து கடிக்க முயலவில்லை. வீரான் கிளீனரைக் கேட்டான்.

“நாம இந்த ஊருக்குள்ள போயி... உதவி செய்ய சொல்லி கேப்போமுங்களா...?”

“வேண்டாமுடா... இந்நேரத்துல நம்மல பாத்தா அவ்வளவுதான்... தெக்குச் சீமையில இருந்து திருட வந்த திருடங்கன்னு நெனைச்சு... நம்மல புடிச்சு மரத்துல கட்டி வெச்சு... அடி பின்னிப் பெடலெடுத்து... கைகால முறிச்சு போட்டாலும் போட்டுரு வாங்கடா... ஊர்ச்சனங்க எந்திரிச்சு வர்றதுக்குள்ள நாம தூரமாப் போயிறலாம் வாடா...”

கிளீனர் நடையில் வேகம் கூட்டினார். வீரான் சரிசமமாகப் போக ஓட வேண்டியிருந்தது. தார்சாலையின் கருமை நெளிந்தும் நீண்டும் கிடந்தது. வீரான் மீண்டும் ஜக்கம்மா தேவியிடம் அப்பக்காரருக்கு கெட்டது எதுவும் நேர்ந்திருக்கக் கூடாது என்று மனதார வேண்டிக் கொண்டான். மீறி அப்பக்காரருக்கு தகாதது ஏதாவது நடந்திருந்தால் தான் பெரிய ஆளாகி மேஸ்திரியை இதேபோல் ஒரு கண்காணாத தேசத்துக்கு அடித்து இழுத்து வந்து கொன்று போட வேண்டும் என்றும் நினைத்துக் கொண்டான். கிளீனரின் தொடர்ந்த முயற்சியில் கொம்புச் சலங்கை ஒலிக்க விலகிச் சென்ற மாட்டுவண்டியில் ஏறிக் கொள்ள இடம் கிடைத்தது. வீரான் அப்பக்காரர் பற்றிய துயரத்தை பிரயனத்தப்பட்டு அடக்கிக்கொண்டு மாட்டுவண்டியில் உட்கார்ந்து

பயணித்தான். பாக்குத்தோப்புக்குள்ளிருந்த குயில்கள் விடிவதற்குமுன் அவசரப்பட்டுக் கூவின. கிளீனரும் வீரானும் மாட்டுவண்டியிலிருந்து இறங்கும்போது சித்திரதுர்கா இயக்கமற்றுக் கிடந்தது. தேநீர்க்கடைகள் மட்டும் திறந்திருந்தன. வீரான் சோர்ந்துப் போய் கிடப்பதைக் கண்டு கிளீனர் கேட்டார்.

"பசிக்குதாடா...?"

"ஆமாங்க..."

"என்னடா செய்யறது... நம்மகிட்ட இப்ப நயாபைசா இல்லையேடா... கைக்காசெல்லாம் ரிக்வண்டியில வெச்சிருந்த பையில போயிருச்சு... டீத்தண்ணி குடிக்கக்கூட வழியில்லயேடா..."

சற்றுநேரம் கிளீனர் யோசித்தபடியே நின்றார். பின் எதோ தோன்றியவராக கடைவீதியில் தெற்குப் பார்த்து நடக்கத் தொடங்கினார். கிளீனர் முகத்திலும் வாட்டம் தெரிந்தது. வீடுகளுக்கு மேலே ஆகாயவெளி தெளிவான நீலத்தில் இருந்தது. புறாக்கூட்டங்கள் பறந்தன. இருவரும் மூன்று மைல் தூரம் நடந்தனர். கற்கோட்டை வந்தது. கற்கோட்டையின் புறவாயில் பூட்டிக் கிடந்தது.

"போன மொற இங்க வந்தப்ப... நம்ம மேஸ்திரி எங்களயெல்லாம் இந்த கோட்டைக்குள்ள கூட்டிப் போயி காம்பிச்சான்டா... உங்க அப்பக்காரனும் வந்திருந்தான்... எல்லோராலும் இந்தக் கோட்டையில அவ்வளவு சுலுவா உள்ள போயிற முடியாதுடா... அம்பத்தெட்டு நொழவாயிலு இருக்காம்... இதுல பாதிக்கு மேலெ மாயஜால நொழவாயிலாம்டா... நம்மள கோட்டைக்குள்ள கூட்டிப் போகாம வேறபக்கம் கூட்டிப் போயி உட்டுருமாம்டா... அந்தக் காலத்துல எதிரி ராசன் நொழையாம இருக்க இப்பிடி செஞ்சு கட்டியிருக்காங்களாம்டா..."

கிளீனர் நீளக்கற்களை அடுக்கி வைத்த சாயலில் தென்பட்ட கல்மதில் முன்பு போய் நின்றார். வீரான் அன்னார்ந்து பார்த்தான். ஆகாயம் வரை கல்மதில் இருப்பதாய் தோன்றியது. கல்மதிலில் இடப்புறமாக நெளிந்து நகரும் தொனியில் ஏழுதலை கல்நாகம் செதுக்கப்பட்டிருந்தது. வீரானுக்கு கல்நாகம் பறக்கும் பாம்புபோல் தோற்றம் காட்டியது. கிளீனர் அந்த கல்நாகத்தை கைகுவித்து வணங்கியபடியே பேசினார்.

"டேய் இந்த நாகபாம்பு செலை ரொம்ப சத்தியவாக்கு நெறஞ்சதுடா... உங்க அப்பக்காரன் உசிரோட இருக்கனுமுன்னு வேண்டிக்கடா..."

வீரான் கிளீனர் சொன்னது மாதிரி வேண்டிக் கொண்டான். சிறு நம்பிக்கை வந்தது. கல்நாகம் சட்டென கல்மதிலிலிருந்து பறந்து போனது. மேஸ்தியையும் லாரி ஓட்டுநரையும் துரத்தி துரத்திக் கொத்தியது. இருவரும் விஷமேறி மயங்கிச் சரிந்து மாண்டனர். கல்நாகம் அப்பக்காரரைக் காப்பாற்றி வீரான் முன்பு அழைத்து வந்து நிறுத்தியது.

"என்னடா ரோசன...?"

கிளீனரின் குரல் வீரானை நினைவுலகுக்கு மீட்டியது. கிளீனர் மீண்டும் கற்கோட்டை மதிலை ஒட்டி தெற்கு நோக்கி நடந்தார். வீரானுக்கு கிளீனர் எங்கு போகிறார் எனத் தெரியவில்லை. ஓடி கிளீனரோடு சேர்ந்துக்கொண்டு பின்தொடர்ந்து நடந்தான். கற்கோட்டையின் தெற்குவாயில் முடிவுற்றது. கிழமேற்காக ஒரு குறுகிய வீதி போயிற்று. குதிரைவண்டியோட்டிகளின் லாயம் இருந்தது. ஈரக்காற்றில் குதிரைகளின் மூத்திரக் கவிச்சி அடித்தது. இளைத்துப்போன ஆறேழு கிழட்டுக் குதிரைகள் லாயத்தில் கட்டப்பட்டிருந்தன. அருகில் குதிரைவண்டிகளும் நின்றன. குதிரைவண்டிகளில் வண்டியோட்டிகளும் படுத்துறங்கிக் கொண்டிருந்தனர். குதிரை லாயத்திற்கு நேரெதிராக அக்ரஹாரத்து தட்டோட்டு வீடுகள் வரிசையாக இருந்தன. கிளீனர் நின்ற வீட்டு வெளிவாசலில் பசுஞ்சாணநீர் தெளித்து மாக்கோலமிடப்பட்டிருந்தது. நுண்வேலைப்பாடுகள் அமைந்த மரத்தூண்கள் தாங்கிய தாழ்வாரத்துத் திண்ணையும் இருந்தது. கிளீனர் திண்ணை வாசற்படியேறி நின்று உள்ளே எட்டிப் பார்த்தார். கதவுகளாக விரிந்துபோன நெட்டுக்கட்டு வீடு. கிளீனர் தணிந்த குரலில் கூப்பிட்டார்.

"சாமீ... சாமீ..."

சற்றுநேரம் நிசப்தத்தில் போயிற்று. கனத்த தொந்தியோடு கால்களை அகற்றி வைத்து கோயில் குருக்கள் உருவத்தில் விசுவநாத அய்யர் நடைகளைத் தாண்டி வந்தார். எந்த அறையிலிருந்து அவர் வந்தார் என தெரியவில்லை. அவரின் முடிச்சிட்ட தலைக்குடுமியின் மயிர்க்கற்றை பிடரியில் அலைந்தது. வீரானையும் கிளீனரையும் ஏறஇறங்கப் பார்த்தார். பின் கன்னடத்தில் பேசினார்.

"அல்லி சைடல்லி கூத்துக்கோளி... சித்தரான்னம் ரெடியாத்தாதே... ஊட்டாமாடான்னா..."

"நாங்க சாப்பிட வரலையிங்க... சாமிகிட்ட ஒரு ஓதவி கேட்டு வந்திருக்கோமுங்க..."

“இங்க நானும் மாமியும்தான்... அடுப்படியில நெறயா வேல கெடக்கு... சித்த பொறுங்கோ... முடிச்சுட்டு வாரேன்... சாவகாசமா பேசலாம்...”

பொழுது உதித்து ஒளிக்கிரணங்கள் வீதியில் விழுந்தது. விசுவநாத அய்யர் தாழ்வாரத்துத் திண்ணை மரபெஞ்சில் வாழையிலைக் கட்டையும் பித்தளைப்போசி நிறைய தாளித்த மஞ்சள்நிற சோற்றையும் எடுத்து வந்து வைத்தார். மறுபடியும் உள்ளே போய் போசியில் பச்சைநிற துவையலையும் எடுத்து வந்து வைத்தார்.

“இப்போ சொல்லுங்கோ உங்க தகுதாயம் என்னன்னு...?”

கிளீனர் சுற்றும் முற்றும் பார்த்தார். பின் தயக்கத்துடன் வீரானைக் காட்டிப் பேசினார்.

“நாங்க ரெண்டுபேரும் ரிக்குவண்டி லாரி கிளீனருங்க... டைவரோட சண்டையிங்க... பத்து மைலுக்கு முன்னால... நடுச்சாமத்துல எங்கள எறக்கி வுட்டுப்போட்டு போயிட்டானுங்க... நாங்க நடந்தே இங்க வர்றமுங்க...”

கிளீனர் பேச்சை நிறுத்தி யோசித்தார்.

“மேல சொல்லுங்கோ...”

“போனமொற ரிக்குவண்டி இந்த சித்திரதுர்க்காவ தாண்டி போகும்போது... நாங்க இதேமாதிரி ஒரு காத்தால நேரத்துல இங்க வந்து சாப்பிட்டோமுங்க... உங்களுக்கு கூட நெனைவு இருக்கலாம்...”

கிளீனர் மறுபடியும் பேச்சை நிறுத்தினார்.

“லேசா ஞாபகம் வருது சொல்லுங்கோ...”

“அப்பொறம் சாமீ... நாங்க ரெண்டு பேரும் லாரி கிளீனரு வேலயோட சேந்து ரிக்குவண்டி ஆளுகளுக்கு சோறாக்கிப் போடற வேலயும் சேந்து செஞ்சோமுங்க... நீங்க இங்க ஏதாச்சும் வேல குடுத்தீங்கன்னா...”

“ரெண்டு பேரும் எனக்கு வேலயெல்லாம் எதுவும் செய்ய வேண்டா... தெக்க போற போக்கு லாரி எதாச்சும் வந்தா ஏத்தி உடறேன்... மொதல்ல அந்த திண்ணையோரத்துல போயி சம்மணம் போட்டு உக்காருங்கோ... எல போடறேன்...”

விசுவநாத அய்யர் திண்ணையின் கிழக்குமுனையில் இரண்டு வாழையிலையை விரித்துப் போட்டு நீர் தெளித்தார். கிளீனரும் வீரானும் தயக்கத்துடன் இலையில் போய் அமர்ந்தனர்.

"சித்திரன்னம்... வயிறார சாப்பிடுங்கோ..."

இலையில் எலுமிச்சைச்சோறு சாயல் கொண்ட பதார்த்தம் பரிமாறப்பட்டது. புளித்த சுவையுடன் எச்சில் ஊற வைத்தது. தொட்டுக் கொள்ள கொத்துமல்லி இலைத்துவையல். இருவருக்கும் நல்ல பசி. விசுவநாத அய்யரும் திரும்பத் திரும்ப இலையில் சித்திரான்னத்தை வைத்தபடியே இருந்தார். இருவருக்கும் வயிறு நிறைந்து போயிற்று. இருவரும் இலையைச் சுருட்டியபடி எழுந்தனர்.

"இங்க போடுங்கோ... எதுத்தாப்புல குதிர லாயத்துல எடமிருக்கு... அங்க சொல்லி உடறேன்... போயி நல்லா தூங்கிட்டு மத்தியானம் வாக்குல குளிச்சுட்டு வாங்கோ... அப்பொறம் பேசலாம்..."

கிளீனருக்கு எச்சில் கை கழுவும்போதே கண்கள் கலங்கிவிட்டன. விசுவநாத அய்யரின் எதிரே வந்து நின்று கைகூப்பினார்.

"எங்கிட்ட குடுக்கறதுக்கு எதுவுமில்லை சாமீ..."

"நான் கேட்டேனா... போங்க... போயி ரெஸ்ட்டெடுத்துட்டு வாங்க..."

விசுவநாத அய்யர் வீட்டுக்குள் போய்விட்டார். வீரானும் கிளீனரும் வாசற்படி இறங்கினர். குதிரை லாயத்துக்கு வரும்போது கிளீனர் வீரானிடம் சொன்னார்.

"விசுவநாத அய்யருக்கு நாம ஆருடா... எதுக்கடா நமக்கு சோறு போடனும்... உனக்கு ஏதாச்சும் புரிஞ்சுச்சாடா..."

வீரான் கிளீனரையே பார்த்தான். கிளீனர் ஆதங்கத்தோடு பேசினார்.

"இந்த ஒலகம் எல்லாருத்துக்கும் நல்லது செய்யத்தாண்டா காத்திருக்கு... ஆனா இந்த ஒலகத்துல சீவிக்கற மனுசங்க நாமதாண்டா கெட்டதச் செஞ்சு அதக் கெடுத்துக்கறோம்..."

வீரான் புரிந்ததுபோல் தலையாட்டினான். வீதியில் கொம்புகள் இல்லாத பசுக்களை ஒருவர் ஓட்டிப் போனார். இருவரும் குதிரை லாயத்துக் சுண்ணாம்புக்காரைத் திண்ணைக்குப் போயினர். தூசியைக் கூட்டிவிட்டு படுத்துக் கொண்டனர். இருவருக்கும் அதீத அசதியின் மிகுதியில் சீக்கிரமாகவே உறக்கம் வந்துவிட்டது. இருவரும் விழித்து

எழுந்தபோது உச்சிப்பொழுது மேற்கே சரிந்து கொண்டிருந்தது. குதிரை லாயமும் வெறிச்சோடிக் கிடந்தது. குதிரைவண்டிகள் சவாரிகளுக்குப் போயிருந்தன. தீனிக்காடிகளின் கிட்டத்தில் சிதறிக் கிடந்த குதிரைகளின் லத்திகளை வெடைக்கோழிகள் கிளறிக் கொண்டிருந்தன. இருவரும் எழுந்து நீர்த்தொட்டிக்குப் போயினர். துண்டினால் கோவணம் கட்டிக் கொண்டனர். உடுத்தியிருந்த உடைகளைத் துவைத்து வெயிலில் காயப் போட்டனர். குளித்து முடித்தனர். உடைகள் காய்ந்ததும் எடுத்து உடுத்திக் கொண்டனர். மீண்டும் எதிரே இருக்கும் நெட்டுக்கட்டு வீட்டுத் தாழ்வாரத்துத் திண்ணைக்குப் போயினர். மரப்பெஞ்சில் விசுவநாத அய்யர் மல்லாந்து படுத்து குறட்டைவிட்டு தூங்கிக் கொண்டிருந்தார். இருவரும் திண்ணை வாசற்படியில் அமர்ந்துக் கொண்டனர். வீதியில் வெள்ளாடுகள் திரிந்தன.

வெகுநேரத்துப் பின் உள்ளேயிருந்து மாமி எட்டிப் பார்த்துவிட்டு ஓடி வந்தாள். விசுவநாத அய்யரை எழுப்பி விட்டுவிட்டு மறுபடியும் உள்ளே போனாள். விசுவநாத அய்யர் அவசரமாக எழுந்து இரு தலைவாழையிலைகளை திண்ணையின் கிழக்குமுனையில் விரித்துப் போட்டார். இருவரும் உட்கார்ந்த பின் நீர் தெளித்து அரிசிச்சோற்றை பரிமாறினார். துவரம்பருப்புச் சாம்பாரை ஊற்றினார். இருவரும் மௌனமாக உண்டு எழுந்தனர். எச்சில் இலைகளை மூங்கில் கூடையில் போட்டனர். இந்தமுறையும் கைகழுவும்போது கிளீனருக்கு கண்கள் கலங்கின. எதுவும் பேசாமலேயே விசுவநாத அய்யரைக் கையெடுத்துக் கும்பிட்டார். விசுவநாத அய்யரும் எதுவும் பேசவில்லை. வீட்டுக்குள் போய்விட்டார். இருவரும் மறுபடியும் வந்து குதிரை லாயத்துக் சுண்ணாம்புக்காரைத் திண்ணையில் அமைதியாக அமர்ந்துக் கொண்டனர்.

அன்றிரவு தெற்கே செல்லும் போக்கு லாரி எதுவும் கிடைக்கவில்லை. மறுதினமும் அதேபோல் தெற்கே செல்லும் போக்கு லாரி எதுவும் கிடைக்கவில்லை. இருவரையும் விசுவநாத அய்யர் முகம் கோணாமல் உபசரித்துக் கொண்டேயிருந்தார். மேலும் இரு தினங்கள் கடந்தபோதும் தெற்கே செல்லும் போக்கு லாரி கிடைக்கவில்லை. மதியம் சோறு உண்டபின் கிளீனர் கேட்டார்.

“சாமீ... நீங்க பத்துப் பாத்திரங்கள இப்பிடிக் கொண்டு வந்து போடுங்க... குதிர லாயத்துக்கு தூக்கிப் போயி... கழுவிக் குடுக்குறோமுங்க...”

விசுவநாத அய்யர் இருவரையும் ஒருகணம் ஊடுருவிப் பார்த்தார்.

“அப்போ பின்கட்டுக்கே வாங்கோ...”

இருவருக்கும் பெரும் தயக்கம் ஏற்பட்டது. இருவரும் பின்வாங்கி நகர்ந்தனர். சட்டென விசுவநாத அய்யர் கிளீனர் கையைப் பற்றி உள்ளே இழுத்தார்.

"தகிரீயமா உள்ளே வாங்கோ... ஒன்னும் தீட்டில்லை..."

விசுவநாத அய்யர் இருவரையும் வீட்டின் பின்கட்டு வாசலுக்கு கூட்டிப் போய் நிறுத்தினார். வாசல் முழுதும் முதிர்ந்த வேம்பின் நிழல் கவிழ்ந்திருந்தது. சமையல்கட்டு எங்கும் படுநறுவிசாக இருந்தது. பித்தளைப் பாத்திரங்கள் சமையல்கட்டுத் திண்ணையில் சுத்தமாகக் கழுவிக் கவிழ்த்து வைக்கப்பட்டிருந்தன. மாமி உள்ளறை ஒன்றில் லயித்துப் போய் முருகர் சுலோகம் பாடிக்கொண்டிருந்தார். ஈரமுடிக்கற்றை படர்ந்த முதுகு மட்டும் மங்கலாகத் தெரிந்தது.

*"அருவமும் உருவமாகி அநாதியாய் பலவாய் ஒன்றாய்*
*பிரம்மமாய் நின்ற ஜோதிப் பிழம்பதோர் மேனியாகி..."*

கிளீனரும் வீரானும் கழுவாத பாத்திரங்களை தேடினர். எதுவும் அகப்படவில்லை. விசுவநாத அய்யர் சிரித்தார்.

"நீங்க ரெண்டு பேரும் எங்களோட விருந்தாளிங்க... போக்கு லாரி கெடைக்கற வெரைக்கும் கம்முன்னு உண்டமா தூங்கினமான்னு இருக்கனும்..."

கிளீனரும் வீரானும் சரியென தலையசைத்தனர். பின் இருவரும் குதிரை லாயத்துக்கு வந்து காரைத் திண்ணையில் உட்கார்ந்துக் கொண்டனர்.

"வீரா... நாம அய்யரு ஊட்டுக்குள்ளார போயிட்டு வந்தத நம்ம ஊருல போயிச் சொன்னா ஆராச்சும் நம்புவாங்களாடா...?"

வீரானுக்கு கூட இன்னும் அய்யர் வீட்டுக்குள் போய் வந்த பிரமிப்பு அகலவில்லை. அதைப் பற்றியே நினைத்துக் கொண்டிருந்தான். சாயங்காலப் பொழுது மேற்கில் மறையத் தொடங்கியது. மாமி வெளித்திண்ணை விளக்குமாடத்தில் அகல் ஏற்றி வைத்துவிட்டு உள்ளே போனார். குறுகிய வீதியில் வெள்ளாடுகள் கத்தியபடி போயின. ஆட்டுக்காரர்கள் கன்னடத்தில் பேசிக்கொண்டு போனார்கள். இருள் கவிழ்ந்துவிட்டது.

விசுவநாத அய்யர் மரப்பெஞ்சில் வந்து உட்கார்ந்தார். பின் இருவரையும் கைதட்டிக் கூப்பிட்டார். இருவரும் எழுந்து வெளித்திண்ணைக்கு போனபோது உட்காரச் சொன்னார்.

“என்னடா அய்யரு மட்டமத்தியானத்துல அக்கரகாரத்து ஊட்டுக்குள்ள யெல்லாம் கூட்டிட்டுப் போறானேன்னு நெனைச்சிருப்பீங்கல்ல...?”

கிளீனரும் வீரானும் ஒருசேரச் சொன்னார்கள்.

“ஆமாங்க சாமீ...”

“நீங்க நெனைக்கற மாதிரி நானு ஒன்னும் அய்யரே இல்ல...”

இருவரும் அதிர்ச்சியுடன் ஒருவரை ஒருவர் பார்த்துக் கொண்டனர்.

“அப்போ எங்களுக்கு தாராவரத்துல சோளக்கடைவீதி பக்கத்துல வூடு... பொறக்கும்போதே அப்பக்காரன முழுங்கிப்போட்டு பொறந்தவன்... ஆத்தாக்காரிதான் ஏதேதோ வேலக்கி போயி... படுசெரமப்பட்டு என்னை ஆளாக்கினா... ஆனா நானு தொண்டு தொருசா திரிய ஆரம்பிச்சுட்டே... சந்தைப்பேட்டையில மூனு சீட்டு வெளையாடறது... ஆத்தங்கால்ல பட்டசாராயம் குடிக்கறதுன்னு நாலுகாசு புரையோசனத்துக்கு லாயக்கில்லாதவனா வளந்துட்டேன்... மொதல்ல என்னை ஆத்தாக்காரி திட்டிப் பாத்தா... அப்பொறம் நானு உருப்படமாட்டேன்னு தெரிஞ்சுக்கிட்டா... என்னைப் படச்ச பிரம்மங்கிட்டேயே போயி மொறயிட்டுப் போட்டு கொடுமுடி ஆத்துல உழுந்து மாண்டுக்கப் போறேன்னா... நானும் பெரிசா கண்டுக்கல... திடீருன்னு பாத்தா ஊட்டுல ஆத்தாக்காரிய காணாம்... நானும் விடாம தேடினே... எங்குமே கெடைக்கல... ஆத்தாக்காரி சொன்ன மாதிரி செஞ்சுட்டாளா... இல்ல உசிரோடதான் எங்காச்சும் இருக்காளான்னே தெரியல்ல... அப்பொறம் எங்கெல்லாமோ சுத்தி அலைஞ்சுட்டு... பழனிமல அடிவாரத்துல வந்து பழக்கடையில வேலைக்கு சேந்தேன்... ஒருநா மத்தியானத்துல எங்க கடை மொதலாளி மலவாழப் பழத்த சாக்கு நெறையா குடுத்து ஒரு வூட்டுல குடுக்கச் சொன்னாரு... நானும் மலவாழபழச் சாக்க தலையில தூக்கி வெச்சுக்கிட்டு நடக்கறேன்... அவரு சொன்ன வூடு திருவாவினங்குடிக்கு எதிர்வீதியில இருந்துச்சு... ஊட்டு வாசப்படியில போயி நின்னா... ஒரே பஞ்சாமிர்த வாசமா அடிக்குது... எங்குரலக் கேட்டு அய்யரு வூட்டு கொமரிப் பொண்ணு ஒன்னு வந்து எட்டிப் பாக்குது...”

கிளீனரினால் ஆவலை அடக்க முடியவில்லை.

“அதுதாங்க நம்ம மாமி... இல்லீங்களா...”

“அடேய் அவசரக் குடுக்கையா இருக்காதே... மீதிக்கதையும் கேளு...”

“அப்ப சொல்லுங்க சாமீ...”

“மாமியோட அய்யா மலப்பபடிக்கட்டுல பஞ்சாமிருதக் கடை வெச்சிருந்தாரு... வூட்டுலயே பஞ்சாமிருதம் போட்டு கடைக்கு எடுத்து போவாங்க...”

கிளீனர் பேச்சில் குறுக்கிட்டார்.

“அதிருக்கட்டுங்க... அன்னிக்கு என்ன நடந்துச்சுன்னு சொல்லுங்க...?”

“நானு மலவாழப் பழ சாக்க திண்ணையில ஏறக்கி வெச்சேனா... மாமி சட்டுன்னு வூட்டுக்குள்ள ஓடிப் போயி... ஒரு கிண்ணீ நெறையா பஞ்சாமிர்தத்த கொண்டு வந்து நீட்டினா... திங்கச் சொல்லி... நானு பஞ்சாமிருதத்த நக்கிக்கிட்டே மாமிய நோட்டமிட்டேன்... அப்போ மாமிக்கு இருவத்தஞ்சு வயசுக்கு மேல இருக்கும்... கலியாணம் கூடிவராத பொண்ணுன்னு தெரிஞ்சு போச்சு... அப்பொறம் நானே தினந்தினம் மலவாழபழ சாக்க கொண்டுபோயி மாமி வூட்டுல ஏறக்கி வெச்சேன்...”

கிளீனர் மறுபடியும் பேச்சில் குறுக்கிட்டார்.

“மாமியும் நாளு தவறாம கிண்ணீயில பஞ்சாமிருதத்த நீட்டினாங்க... இல்லீங்களா...?”

விசுவநாத அய்யருக்கு சிரிப்பு வந்தது. கிளீனரும் சிரித்தபடியே சொன்னார்.

“அப்பொறம் மாமிய இழுத்துக்கிட்டு இங்க வந்துட்டீங்க... இல்லீங்களா...?”

“அது அவ்வளோ சுலுவுல நடக்கல... ரெண்டு வருஷத்துக்கு மேல இப்படியே... நாளு போயிக்கிட்டு இருந்துச்சு... ஒருநா மாமிய ஊட்டுல காணோம்...”

“நீங்க மலவாழப்பழத்த ஏறக்கி வெச்சப்போ... மாமி பஞ்சாமருதத்த நீட்டுல இல்லீங்களா...?”

“ஆமா... வீடு பூட்டிக் கெடக்குது... இனி மாமிய மறந்துற வேண்டியதுதான்னு நெனைச்சுக்கிட்டு... பழக்கடைக்கு வந்தேன்... அன்னிக்கு ராத்திரி வெளக்கு வெச்ச நேரத்துல எங்க கடை மொதலாளி என்னைய பட்டக்காரர் மடத்துக்கு கூட்டிட்டு போறாரு... அங்க போனா... மாமிக்கு கலியாணம்... சீரும் செனத்தியுமா... தடபுடலா நடக்குது... மாப்பிள்ள வத்தலக்குண்டுன்னு சொன்னாங்க... எனக்கு

கண்ணுல தண்ணீ வந்துருச்சு... மொதப்பந்தியில உக்காந்து விருந்து உண்ணு போட்டு நேரா பழக்கடைக்கு வந்து படுத்துக்கிட்டேன்... வெடியற வெரைக்கும் தூக்கமே வரல... மக்யாநாளு பொழுது வெடியுது... நானு எந்திருச்சு மலய பாத்து கைகூப்பி... என்ன முருகா... இப்பிடி செஞ்சுட்டியே... என்னோட வாழ்க்கையில மண்ண அள்ளிப் போட்டிட்டியேன்னு... கதறி அழுதுட்டேன்..."

"அப்பொறம் நீங்க மாமிய மறந்துட்டீங்க... மாமி ஊட்டுக்கு மலவாழப்பழத்து சாக்க கொண்டு போயி எறக்கில.,.. இல்லீங்களா...?"

"அதுதா இல்ல... நானு மறுக்காவும் மலவாழப்பழத்து சாக்க கொண்டுபோயி மாமி வூட்டுல எறக்கிட்டுதான் இருந்தேன்... ரெண்டு மூனு மாசம் போயிருச்சு... ஒருநா பாத்தா மறுக்காவும் மாமி வூடு பூட்டிக் கெடக்கு..."

"எனக்கு புரிஞ்சு போச்சு சாமீ... மாமி புருசங்கோட பொழைக்காததால... வாழாவெட்டியா பொறந்த வூட்டுக்கே திரும்பி கூட்டிக்கிட்டு வர்றாங்க... இல்லீங்களா...?"

"ம்கூம்... மாமியோட புருசன் எனத்துனாலையோ செத்துப் போயிட்டான்... முண்டச்சியா வூட்டுக்கு கூட்டிக்கிட்டு வர்றாங்க..."

"அடக்கடவுளே... அப்பொறம் என்னாச்சுன்னு மேல சொல்லுங்க... சாமீ..."

"அப்பொறம் என்ன... நானு பழயபடி மலவாழப்பழத்து சாக்க கோண்டு போயி மாமி வூட்டுல எறக்கி வெக்கறே... மாமி பஞ்சாமிருதத்த நீட்டறா..."

"புரிஞ்சு போச்சு சாமி புரிஞ்சு போச்சு... பழனி முருகன்... உங்க வாழ்க்கையில மண்ணள்ளிப் போடல... இல்லீங்களா...?"

"ஆமா..."

விசுவநாத அய்யர் மீண்டும் சிரித்தார்.

"அப்புறம் பழனி ஆண்டவன் மேல பாரத்தை போட்டுட்டு ஊரவுட்டு பொறப்பட்டுட்டோம்... கண்காணாத சீமைக்கு போயி வாழ்ந்தறனுமுன்னுதான் மாமி சொன்னா... என்னோட ஒரு சிநேகிதன் சித்ரதுர்க்காவுல இருந்தான்... நேரா இங்க வந்து சேர்ந்தோம்... மூனுநாளு ஆயிருச்சு... இங்க வந்து சேர்றதுக்கு... ஊருல எல்லாரும் மாமிய தேடுவாங்கற பயம் வேற... அந்த சிநேகிதன் எங்கள பக்கத்துல ஆடுமல்லேசுவரா கொகைக்கோயிலுக்கு கூட்டி போனான்... அங்க

வெச்சு நானு மாமிக்கு தாலி கட்டினேன்... அப்புறம் நாங்க இந்த சின்ன ஓட்டல நடத்திக்கிட்டு சந்தோசமாகத்தான் வாழ்ந்துக்கிட்டு இருக்கோம்... ஆனா...?"

"ஆனா சாமீ...?"

"அந்த பழநி ஆண்டவன் ஏனோ எங்களுக்கு கொழந்தை பாக்கியம் மட்டும் இல்லாம செஞ்சுட்டான்..."

விசுவநாத அய்யர் கண்களில் கசிந்த கண்ணீரை தோள்துண்டின் நுனியால் துடைத்துக் கொண்டார். கிளீனர் மேற்கொண்டு எதுவும் கேட்கவில்லை. வீரானும் அமைதியாகவே அவரை பார்த்துக்கொண்டு அமர்ந்திருந்தான்.

○○○

# 32

இந்திரஜித் நாடகமேடையில் வெளிப்புற திரை விரிந்தது. பாசறைக்குள் சென்ற ஆஞ்சநேயர் ராமர் முன்பு குனிந்து பவ்வியமான பாவனையில் நின்றார். இராமர் ஆஞ்சநேயரை ஏறிட்டார். ஆஞ்சநேயர் சுலோசனா போரிட வந்திருப்பதைக் கூறினார். இராமர் ஆச்சரியமடைந்தார்.

"இந்திரஜித்தின் மனைவி சுலோசனாவின் வீரத்தை நான் மதிக்கிறேன்... இந்த அர்த்தசாமத்திலும் தன் கணவனை மீட்க வேண்டும் என்கிற தீரா வேட்கையோடு என்னிடம் போரிட வந்துள்ள துணிச்சலுக்கு நான் தலை வணங்குகிறேன்... அந்த வீரத்திருமகளிடம் நான் போர்புரியாமலேயே தோற்றேன் என்று கூறு... இந்த தோல்வியில் எனக்கு பெருமிதம்தான்... அந்த வீரப்பெண் கேட்டு வந்த கோரிக்கையையும் உடனே நிறைவேற்று..."

ஆஞ்சநேயர் இராமரை வணங்கி விடைபெற்றார். பட்டைச்சாராய வீரான் கைகளை மேலே உயர்த்தி சோம்பல் முறித்தார். ஓசையுடன் நீண்டு கொட்டாவிவிட்டார். கண்களில் போதை தெரிந்தது. அகில் வெள்ளைத்தாடிக்காரரை பார்த்தான். வெள்ளைத்தாடிக்காரர் வீரானை கேட்டார்.

"சொல்லு... வீரானை உனக்கு எப்பிடி தெரியும்...?"

"எனக்கு அப்போ பத்து பன்னெண்டு வயசிருக்கும்... உள்ளூர் பொடியன்களுக்கு எல்லாம் நாந்தான் தலைவன் மாதிரி மேகோலி... எப்பவும் ஊருக்குள்ள அஞ்சாறு பசங்களோடதான் திரிவேன்... எங்களுக்கெல்லாம் சாமக்கோடாங்கி ஆகற வயசு வரலை... அதனால ஊட்டுல கண்டுக்க மாட்டாங்க... பகல்ல பெருக்கான் வேட்டைக்கு போவோம்.... இல்லீனா வேலியோரம் போயி ஓடக்காய் அடிக்கறதுன்னு பொழுத போக்குவோம்... அப்பிடி ஒருநாளு நானு பசங்களோட ஊருக்கு வடக்கே இட்டேரியில ஓடக்காய் அடிச்சுக்கிட்டு இருந்தேன்... அப்போ வீரான் மட்டும் முத்துசாமி வாத்தியாரு நடத்துற சாயிங்கால திண்ணை பள்ளிக்கூடத்துல படிச்சுட்டு பைக்கட்ட சொமந்துக்கிட்டு ஊருக்கு வேகுவேகுன்னு வந்துக்கிட்டு இருந்தான்... இவன் மட்டுமென்ன மயிராண்டியாட்ட படிக்கறதுன்னு எனக்கு கோவம் வந்துச்சு...

வீரான குறுக்காட்டி பைக்கட்ட புடிங்கி பொசுத்தகத்தையெல்லாம் கிழிச்சு எறிஞ்சேன்..."

வெள்ளைத்தாடிக்காரர் பேச்சினிடையே குறுக்கிட்டார்.

"இந்த கதையெல்லாம் எங்களுக்கு முன்னமே தெரியும்... பழைய கதை... வீரான் இப்ப எங்கிருக்கான்னு சொல்லு... இல்லீனா நீ கடேசியா எப்ப... எங்க பாத்தீன்னு சொல்லு... வெட்டியா பேசி நேரத்த வீணாக்காத...?"

மறுபடியும் பட்டைச்சாராய வீரான் கைகளை உயர்த்தி சோம்பல் முறித்தார். ஓசையுடன் நீண்டு கொட்டாவிவிட்டார். வெள்ளைத்தாடிக்காரர் பொறுமையுடன் நின்றார். திடீரென பட்டைச்சாராய வீரான் சொப்பனவித்தைக்கார இரு நபர்களிடையே புகுந்து கோவிலை குறிவைத்து ஓடத் தொடங்கினார். சொப்பனவித்தைக்கார இரு நபர்களும் துரத்திக்கொண்டு பின்னே ஓடினர். வெள்ளைத்தாடிக்காரர் அகிலை பார்த்தார்.

"அகிலு தம்பி... வாங்க நாமும் போவோம்... இவன புடிச்சு அமுத்துவோம்... இவங்கிட்ட விசயம் இருக்கு..."

வெள்ளைத்தாடிக்காரரும் கோவிலை நோக்கி நடக்க ஆரம்பித்தார். அகிலுக்கு நம்பிக்கை சுத்தமாக போய்விட்டது. மெதுவாக நடந்தான். நாடகமேடையில் ஆஞ்சநேயர் ரத்தம் வழியும் அம்புக்காயங்களோடு துடித்த இந்திரஜித்தை இழுத்து வந்து சுலோசனாவிடம் ஒப்படைத்தார். கட்டியங்காரச் சிகப்புக் குதிரையில் இந்திரஜித்தும் சுலோசனாவும் ஏறி அமர்ந்தனர். கட்டியங்காரச் சிகப்புக் குதிரை சுமை தாளாது மனிதக்குரலில் கனைத்தது. கூட்டம் சிரித்தது.

○○○

**கா**ர் பாப்பம்பட்டி பிரிவு வந்து கொழுமத்திலிருந்து பழநி செல்லும் தார்சாலையில் கிழக்கே திரும்பி பயணித்தது. அகிலுக்கு மனதுக்குள் பயம் நீங்கியது. முகிலற்ற நீலஆகாயத்தில் சிறுவிமானம் வெண்புகை கக்கி போவது சன்னல் கண்ணாடிக்கு வெளியே தெரிந்தது. தார்சாலையில் கானல் அலைந்து கார் நெருங்கும்போது மறைந்தது. ஜெய்சங்கர் அகிலிடம் கேட்டார்.

"இவன் பொட்டலம் எல்லாம் இவ்வளவு சராங்கமாக வாங்கறானே... இவனுக்கும் இந்த பழக்கம் இருக்குமுன்னுதானே என்னையும் தப்பா நெனைச்சிருப்பீங்க...?"

"ஆமாங்க... கொஞ்சம் சந்தேகம் இருந்துச்சு..."

“எனக்கு இந்த பழக்கமெல்லாம் சுத்தமா இல்ல அகில்... இந்த லாரி கிளீனருக்கு வாங்கி குடுத்துக்குடுத்து பொட்டலம் எங்கு கெடைக்கும்... எப்பிடி வாங்கனுமுங்கற விசயம் எல்லாம் அத்துப்படி ஆயிருச்சு...”

அகில் கேட்டபடியே கார் ஓட்டுவதில் கவனமாக இருந்தான். கார் தார்சாலையில் முன்னே சென்ற வறுக்கி வியாபாரின் மிதிவண்டியை விலகியது. சிறிதுநேரம் ஜெய்சங்கர் ஏதோ சிந்தனையில் ஆழ்ந்திருந்தார். பின் பேசினார்.

“அப்புறம் உங்களுக்கு இன்னொரு சந்தேகம் இருக்குமே... நான் ஏன் லாரி கிளீனருக்கு இதையெல்லாம் போயி வாங்கிக் குடுக்கறேன்னு...?”

“ஆமாங்க... இருக்கு...”

“எங்க அப்பாவும் அம்மாவும் வடக்கு கர்நாடகத்துல இருக்கற சித்ரதுர்க்காவுல மெஸ் வெச்சு நடத்திக்கிட்டு வாழ்த்துக்கிட்டு இருந்திருக்காங்க... ரொம்ப வருசங்கழிச்சும் கொழந்தையில்ல... அந்த ஏக்கம் அவங்கள வாட்டீருக்கு... அப்பத்தான் ஒருநாளு இந்த கிளீனரும் உங்க வீரானும் போயிருக்காங்க... பழக்கமாயிருக்கு... அப்புறம் கொஞ்சநாளு போனவுட்டு... கிளீனரு எங்க அப்பா அம்மாவ சந்திச்சிருக்காரு... தினமும் பழநி ஆண்டவன கும்பிட்டு இல்லாத ஏழக்கொழந்தைகளுக்கு அன்னமிடுங்க... உங்களுக்கு கொழந்த பாக்கியம் உண்டாகுமுன்னு சொல்லியிருக்காரு... கிளீனரோட சொல்ல அந்த பழநி முருகனே சொன்னதா நெனைச்சு எங்க அப்பாவும் அம்மாவும் மெஸ்ஸையெல்லாம் மூடிட்டு... நேரா பழநி வந்துட்டாங்க... பஞ்சாமிர்தம் தயாரிச்சுக்கிட்டு இருந்த எங்க தாத்தாவும் கோவத்தை மறந்து ஏத்துக்கிட்டாரு... வீட்டையும் குடுத்துட்டாரு... ஒடனே எங்க அப்பாவும் அம்மாவும் தினமும் ரெண்டு வேளை தவறாம திருவாவிணன்குடி முருகனை கும்பிட்டு... பள்ளிக்கூடம் போற ஏழக்கொழந்தைகள் நெறையா பேருக்கு வீட்டுலேயே தங்கவெச்சு... மூனு வேளை சாப்பாடும் போட்டு... படிக்கறதுக்கும் ஒதவுனாரு... கூட ஒத்தாசையா கிளீனரே இருந்தாரு... உங்க வீரான் கூட அப்படி தங்கி படிச்சவானாத்தாம் இருப்பான்னு நெனைக்கிறேன்... முன்னால எங்க தாத்தா இந்த வீட்டுல பஞ்சாமிர்தம் தயாரிச்சுக்கிட்டு இருந்ததால எங்க வீட்டுக்கு பஞ்சாமிர்த மடமுன்னு பேராயிருச்சு... அப்புறம் எங்க அம்மா கர்ப்பமடைஞ்சு இருக்கறாங்க... நான் பொறக்கிறேன்... நானும் எடை கொறைவா பொறந்துட்டேனாம்... டாக்டருங்க கொழந்தை பொழைக்காதுன்னு சொல்லிட்டாங்களாம்... எங்க

அப்பா அம்மா மனசு உட்டுட்டாங்க... அழ ஆரம்பிச்சுட்டாங்க... ஆனா கிளீனரு மட்டும் நம்பிக்கையோட பச்சக்கொழந்தையான என்னை தூக்கிட்டு ஏதேதோ நாட்டு வைத்தியருகிட்ட எல்லாம் போயி காப்பாத்தியிருக்காரு... கிளீனரு நடிகர் ஜெய்சங்கர் ரசிகராம்... அப்பொறம் கிளீனருக்கு ஒரு பையன் இருந்தும் செத்து போயிட்டானாம்... அவன் பேரும் ஜெய்சங்கராம்... அதனால எனக்கு ஜெய்சங்கருன்னே பேரு வெச்சுட்டாங்க... இப்ப புரியுதா அகில்... நான் ஏன் கிளீனருக்கு பொட்டலம் எல்லாம் வாங்கி குடுக்கறேன்னு...?"

"புரியுதுங்க..."

தார்சாலை ஓரத்தில் பச்சைநிற கொழுஞ்சி வண்டுகள் பறந்தன. அகில் காரை கிளீனர் இருக்கும் மாந்தோப்புக்குள் திருப்பினான். மாமரங்களின் செந்தளிர்கள் பின்மதிய வெயிலுக்கு தனித்து தெரிந்தன. அகில் காரை வெல்லமண்டி கிடங்குக் கொட்டகைக்கு முன்பு நிறுத்தினான். ஜெய்சங்கர் காரிலிருந்து இறங்கும்போது சொன்னார்.

"ஒரு பொட்டலத்தை மட்டும் எடுத்துக் குடு அகில்... மத்தது உங்கிட்டேயே இருக்கட்டும்... கிளீனர் ஒரு பாகாசூரன்... எல்லாத்தையும் வாங்கினாருன்னா... சித்த நேரத்துல மொத்தமா ஊதி அழிச்சிருவாரு... நமக்கு காரியம் ஆகாது..."

அகில் ஒரு பொட்டலத்தை மட்டும் கையில் எடுத்துக் கொண்டான். காரிலிருந்து இறங்கி ஜெய்சங்கரோடு நடந்தான். சீமையோட்டு அகலத் திண்ணையில் கிளீனர் சுவரில் சாய்ந்து உட்கார்ந்து சிவவாக்கியர் பாட்டுப் பாடிக் கொண்டிருந்தார்.

"பருத்திநூல் முறுக்கிவிட்டு பஞ்சி ஓதும் மாந்தரே
துருத்திநூல் முறுக்கிவிட்டு துன்பம் நீங்க வல்லிரேல்
கருத்தில்நூல் கலைபடும் காலநூல் கழிந்திடும்
திருத்திநூல் கவலறும் சிவாய அஞ்சு எழுத்துமே..."

சைமனும் வெள்ளைத்தாடிக்காரரும் அமைதியாக உட்கார்ந்து கிளீனர் பாடுவதை கேட்டுக் கொண்டிருந்தனர். இருவருக்கும் பாடலின் பொருள் புரிந்திருக்க நியாயமில்லை. ஜெய்சங்கர் அகிலிடமிருந்து காகிதப் பொட்டலத்தை வாங்கி கிளீனரிடம் நீட்டினார். கிளீனர் காகிதப் பொட்டலத்தை வாங்காமல் சிரித்தார்.

"நான் கொஞ்சம் விசித்திரமான மனுசன்... எனக்கு விசுவாசமான சிநேகிதன் இந்த லோகத்துல எவனும் கெடையாது... நானு எவரையும்

சலுவுல நம்பிடவும் மாட்டேன்... அது எங்க ஜெய்சங்கராவே இருந்தாலும்...”

கிளீனர் காகிதப் பொட்டலத்தை வாங்கி கண்கள் அருகில் பிடித்தார். மேலும் கீழும் பார்த்தார். காகிதப் பொட்டலத்தை பிரித்து இலைத்துகளை முகர்ந்தார். உடனே புகைக்கவில்லை. மறுபடியும் மடித்துப் பழையபடி பொட்டலமாக்கினார். தொடைக்கு அருகில் வைத்துக் கொண்டார்.

“எங்காச்சும் மாந்தோப்புக்கு அந்தப்பக்கம் போயி காஞ்சு கெடக்கற செடிகளோட எலைய பொறிச்சு... நுனுக்கி காஞ்ச வாழமட்டையில பொட்டலங்கட்டிக்கிட்டு வந்திட்டீங்கன்னா என்ன பண்ணறது... நானு ஏமாறக் கூடாதுல்ல...”

கிளீனர் சிரித்தார். அகிலும் ஜெய்சங்கரும் திண்ணையில் உட்கார்ந்து கொண்டனர். திடீரென கிளீனர் பேச ஆரம்பித்தார்.

“வீரான் கத பெரீய்ய கத... அத எங்கிருந்து தொவங்கறதுன்னுதா ரோசன பண்ணறே... உத்தேசமா ஒரு எடத்துல இருந்து சொல்லறே... ஒங்களுக்கு புரையோசன படுதான்னு பாத்துக்கங்க... வீரானை எனக்கு மகாராசுட்டரா போனபோது ரிக்வண்டியிலதா பழக்கம்... ஆனா அங்க எங்களுக்கு நடந்ததெல்லாம் சிலாக்கியமில்ல... உசிர கையில புடுச்சுக்கிட்டு ஊருக்கு வர்ற மாதிரி ஆகிப்போச்சு... இங்க வந்து பாத்தா... வீரானொட அப்பக்கார உசிருக்கு போராடிக்கிட்டு காங்கேயம் பெரியாசுப்பத்திரியில கெடக்கறான்... அம்மாக்காரியோ வீரான் மேல திட்டி சாபமுடறா... வீரான் எங்க போவான்... ஆசுப்பத்திரி முன்னால அழுதுக்கிட்டு நிக்கறான்... எனக்கு மனசு கேக்கல... வீரான கூட்டிக்கிட்டு ஊதியூருல எங்க ஊட்டுக்கு வந்துட்டேன்... ஆனா என்னோட ஊட்டுக்காரி வீரான் சாமக்கோடாங்கிப் பய்யன்னு தெரிஞ்சு ஊட்டுக்குள்ளார அண்ட வுடுல... இத்தனைக்கும் என்ற ஜெய்சங்கர எழந்தும் கூட.... நானு வீரான வெளித்திண்ணையிலேயே தங்க வெச்சிருந்தேன்... எனக்கும் வேலயில்ல... தெனமும் வீரான கூட்டிக்கிட்டு ஊதியூரு மலக்கரட்டுக்கு போறது... மொசவேட்ட ஆடறது... தவிட்டு புறாவ புடிச்சு வறுக்கறது... ராத்திரிக்கு வெள்ளெலியும் முள்ளெலியும் தேடறதுன்னு நாளு போச்சு... அப்பதான் ஒருநாளு முத்துசாமி வாத்தியாரு எங்கள தேடிக்கிட்டு வந்தாரு... அவரு எங்கள காங்கேயத்து போலீசுகிட்ட கூட்டிக்கிட்டு போயி ரிக்வண்டி மேசுத்ரி மேலேயும் லாரி டிரைவரு மேலேயும் கேசு எழுத வெச்சாரு... போலீசும் அவங்க ரெண்டு பேருத்தையும் புடுச்சுக்கிட்டு போயி அடி பின்னி எடுத்து கோர்ட்டுல ஒப்படச்சிருச்சு... என்ன செஞ்சு என்ன புண்ணியம்... வீரானோட அப்பக்கார வீணா போனானே...

முத்துசாமி வாத்தியாரும் எவ்வளவோ முயற்சி செஞ்சு வைத்தியம் பாத்தாரு... ஆனா வீரானொட அப்பக்காரனுக்கு ஒடம்பு தேறிட்டு வந்துச்சு... ஆனா மனசு பித்து முத்திப் போச்சு... ஒன்னும் செய்ய முடியல... எல்லாம் எங்க அப்பன் பழநி ஆண்டவன் செயல்... நாம என்ன செய்ய முடியும் இல்லீங்களா..."

கிளீனர் கிழக்கு திசை பார்த்து கையெடுத்து கும்பிட்டார். பின் சிறிதுநேரம் சுவரில் சாய்ந்து மௌனமாக கண்களை மூடியிருந்தார். எல்லோரும் கிளீனரையே பார்த்தவாறு இருந்தனர். கிளீனர் கண்களை திறந்தார்.

"ஒருநா பொழுதெறங்கற மசங்க நேரத்துல... மலக்கரட்டுல ரெண்டு மொசக்குட்டிய வேட்டையாடிக்கிட்டு ஊட்டுக்கு வந்துக்கிட்டு இருந்தோம்... உத்தண்ட வேலாயுதசாமி கோயிலு நேருக்கு கீழெறங்கும்போது வீரான் ஏனோ வெரக்தியா சொன்னான்... நானு வெடியால எங்க ஊருக்கே போகலாமுன்னு இருக்கேன்னு... போயி என்னடா செய்வீன்னு கேட்டேன்... அதுக்கு வீரான் சாமக்கோடாங்கியாத்தான் குறிகூற போறேன்னு... எனக்கு ஏனோ அது நல்லதா படல... வெடிஞ்சதையும் வீரான நானு வட்டமலை கூட்டிக்கிட்டு போனேன்... பள்ளிக்கூடம் கூடற நேரத்துல முத்துசாமி வாத்தியார பாத்தோம்... அவரு கேட்டாரு வீரான... ஏன்டா உங்கப்பக்காரனுக்கு இந்த நெலம ஆனப்புறமும் நீ ராவுல சாமக்கோடாங்கியாவாடா திரிவேன்னு... அன்னிக்கே நேரா டேனியல் பாதிரியாருகிட்ட வீரான கூட்டிக்கிட்டு போயி உட்டுட்டாரு... அங்கதான் அவன் எட்டாம் வகுப்பு வெரைக்கும் படிச்சான்... அப்புறம் வீரான் ஒம்பதாம்பு படிக்க நானு பழநி கூட்டிக்கிட்டு போயிட்டேன்... எங்க பஞ்சாமிர்த மடத்துல தங்கித்தான் வீரான் காலேச்சு வெரைக்கும் படிச்சான்..."

கிளீனர் கண்களை மூடிக் கொண்டார். கிளீனர் இயல்பாக இருக்கிறாரா இல்லை போதையில் மிதக்கிறாரா என கண்டுபிடிக்க முடியவில்லை. எல்லோரும் கிளீனர் கண்களை திறப்பதற்காகக் காத்திருந்தனர். உச்சிப்பொழுது மேற்கு ஆகாயத்தை நோக்கி நகரத் தொடங்கியிருந்தது. மாமரங்களுக்குள் இடைவெளி விட்டுவிட்டு கோகிலக் குயில்கள் கூவின. மறுபடியும் கிளீனர் கண்களை திறக்கவேயில்லை.

○○○

என். ஸ்ரீராம் 343

# 33

இந்தமுறை ஆகாயம் வீரானிடம் தோற்கக் கூடாது என்று நினைத்தது. முதலில் பெருமழைத்துளியை அடர்வாக்கியது. வீரான் ஆனந்தமாக நனைந்தபடியே நின்று சுலோசனாவைப் பார்த்துக் கொண்டிருந்தார். சுலோசனாவின் கண்களும் வீரானையே பார்த்துக் கொண்டிருந்தன. ஆகாயத்தால் வீரானின் அடுத்த மூகாந்திரத்தை ஊகிக்க முடியவில்லை. வீரானை எதையும் செயல்படுத்தவே விடக்கூடாது என்று தீர்மானித்தது. வீரான் ஏனோ அமைதி காத்தார். ஆகாயம் முந்திக் கொண்டது. ஆகாயம் நாற்திசைக் காற்றையும் ஒரே நேரத்தில் வரவழைத்தது. நாற்திசைக் காற்றும் சூறைக்காற்றாய் விசுவரூபம் எடுத்தது. சூறைக்காற்று பெருவிசையுடன் ஊரை நெருங்கி வந்தது.

அதேநேரம் வீரானுக்கு பெருமழை பொழியும் ஆகாயம் பற்றிய பிரக்ஞை மறைந்தது. சுலோசனாவை நெருங்க யத்தனித்தார். இந்திரஜித்தானர். மீண்டும் ஆகாயம் இலக்குமணனாக மாறித் தெரிந்தது. இந்திரஜித் இலக்குமண ஆகாயத்தின் இந்த திடீர் அஸ்திரத்தை எதிர்பார்க்கவில்லை. யோசிக்க கூட அவகாசமில்லை. நிலைகுலைந்து போகும் சூழல் ஏற்பட்டுவிட்டது. நாற்திசை சூறைக்காற்றும் ஊருக்குள் புகுந்துவிட்டது. சூறைக்காற்று வரும்போதே சருகுகளையும் முட்களையும் சுமந்து வந்தது. பொழியும் பெருமழைத்துளிகளை சிதறடித்தது. தாழ்வாரக்கூரை சீமையோடுகளை பிய்த்தெறிந்தது. மரக்கிளைகளை முறித்தெறிந்தது. சித்திரத்தேரை அசைத்து நிலத்தில் சாய்க்கப் பார்த்தது. நேரம் செல்லச் செல்லச் சூறைக்காற்றின் விசை கூடியது. இந்திரஜித்தான வீரானால் சூறைக்காற்றின் திசையை அறிய முடியவில்லை. சூறைக்காற்று எங்கிருந்து வருகிறது என்றே ஊகிக்க முடியவில்லை. சூறைக்காற்றை நிறுத்தும் வழியும் தெரியவில்லை. இலச்சுமண ஆகாயத்திடன் தோற்று விடுவோம் என்று தோன்றியது. இந்திரஜித்துக்கு முதன்முறையாக அச்சம் எழுந்தது. இலக்குமண ஆகாயத்தைப் பார்த்தான். இலக்குமண ஆகாயம் இந்திரஜித் தோற்கப் போகும் கணத்திற்காகக் காத்திருந்தது. சித்திரத்தேரடியில் நின்ற சுலோசனா இந்திரஜித்தையே நோக்கியபடி இருந்தாள்.

இந்திரஜித் தனியனானான். இலக்குமண ஆகாயமும் தனித்தே நின்றது. துவந்துவ யுத்தம் ஆக்ரோசமாக நடந்தது. இந்திர்ஜித் யுத்தநேரம் முடிவடையும் தருணத்தை எதிர்பார்த்திருந்தான். திடீரென யுத்தகளத்தை

இருட்டு கவிழ்ந்தது. இந்திரஜித் மறைந்து தோற்றொடி போனப் பாவனையை உருவாக்கினான். இலக்குமண ஆகாயம் ஏமாந்துவிட்டது. இருட்டில் இந்திரஜித் அசுரபலம் பெற்றான். அந்தரத்தில் பறந்து நாக அஸ்திரத்தை அபிமந்திரித்து எடுத்தான். யுத்தகளத்திற்கு கீழிறங்கி வந்தான். இலக்குமண ஆகாயத்தின் மீது நாக அஸ்திரத்தை ஏவினான். தவவலிமை கொண்ட நாக அஸ்திரம் இலக்குமண ஆகாயத்தை இறுக்கிக் கட்டியது. இலச்சுமண ஆகாயத்துக்கு நாக அஸ்திரத்தை அறுத்துக் கொண்டு வெளிவரும் உத்தி தெரியவில்லை. மலைப்பாம்பாக நாக அஸ்திரம் இலக்குமண ஆகாயத்தை சுற்றி முறுக்கி நெருக்கிற்று.

○○○

மதிய வெயில் கூடியிருந்தது. மின்சாரக் கம்பியில் நீலச்சிறகு மீன்கொத்தி தனித்து உட்கார்ந்திருந்தது. வீரான் சண்முகநதியின் கிழக்குக்கரை மேட்டில் மிதிவண்டியை நிறுத்தி இறங்கினான். மிதிவண்டியை உருட்டிப் போய் மாவிலங்கு மரத்தில் சாய்த்து நிறுத்தினான். துருவேறியப் பூட்டை அழுத்திப் பூட்டினான். சாவியை எடுத்துக்கொண்டு கீழே சண்முகநதியை பார்த்தான். வடக்கு நோக்கி ஓடி வரும் நீர்ப்பிரவாகம். முழங்கால் அளவு நீர் ஓடிற்று. மொட்டையடித்த முருக பக்தர்கள் குறைவாகவே குளித்துக் கொண்டிருந்தனர். தாழம்புதருக்குள் செம்பூத்து கத்தியது. தூரத்தில் பதிலுக்கு இன்னொரு செம்பூத்து கத்தியது. வீரான் பூத்து நின்ற நாணல்களை விலக்கி மணற்தடத்தில் கீழிறங்கினான்.

சண்முகநதியின் மணற்பரப்பு சூடேறிக் கிடந்தது. வீரான் தென்திசை திரும்பி நடந்தான். செம்மூக்கு ஆள்காட்டிகள் வீறிட்டபடி தாழப் பறந்தன. எட்டிமர நிழலடியில் நாவிதக் கிழவர் குத்தவைத்து உட்கார்ந்து முதியவர் ஒருவருக்கு மும்முரமாக முடிவெட்டிக் கொண்டிருந்தார். வீரான் எட்டி மரத்தடிக்குப் போனான். நாவிதக் கிழவருக்கு எதிரே கிடந்த பலகைக்கல்லின் மீது உட்கார்ந்து கொண்டான். நாவிதக் கிழவர் துப்பிய வெற்றிலை எச்சிலை சிகப்பு கட்டெறும்புகள் மொய்த்தபடி இருந்தன. வீரானுக்கு மனம் நிச்சலனமாகவே இருந்தது. நாவிதக் கிழவரின் கத்திரிக்கோல் லாவகத்தை கவனித்தபடி இருந்தான். முதியவர் எழுந்தார். வேட்டியில் குத்தியிருந்த முடிகளை உதறிக் கொண்டார்.

"நாச்சி... வருசாந்தர கூலிநெல்லு வாங்க எப்ப வரப்போறே...?"

"சாமீ... அதுக்கென்னங்க அவசரம்... வாங்கிட்டா போதுங்க..."

"இப்பிடியே உட்டீனா... அடுத்த வருசமும் வந்துரும்..."

முதியவர் ஆற்று மணற்பரப்பில் இறங்கினார். வெயிலில் நீரோட்டத்தை நோக்கி நடந்தார். வீரான் எழுந்து நாவிதக் கிழவர் முன்பான பலகைக்கல்லின் மேல் அமர்ந்தான். நாவிதக் கிழவர் கிண்ணத்தில் நீர் அள்ளி வீரான் தலையில் தேய்த்தார். கத்திரிக்கோல் தலைமுடிக்குள் நுழைந்தது. முடிக்கற்றைகள் தரையில் விழத் துவங்கின. நாவிதக் கிழவர் வீரானிடம் பேச்சுக் கொடுத்தார்.

"என்ன ராசா... பரிட்சை எல்லாம் எழுதிட்டியா...?"

"நேத்துதான் எழுதி முடிச்சேனுங்க..."

"நீ படிச்சது ராசா..."

"பி.எஸ்.சி., கெமிஸ்ட்ரீங்க..."

"அதுக்கு கவுருமெண்ட் வேல கெடைக்குமா ராசா...?"

"கெடைக்குமுங்க..."

"என்ன வேலைக்கு போலாம் ராசா...?"

"எல்லா வேலைக்கும் போலாமுங்க..."

"அப்ப உட்ராதே... இந்த கவருமெண்ட் உன்னை மாதிரி படிச்ச புள்ளைக்கு எல்லாம் முடிக்கி முடிக்கி வேல குடுக்குது..."

"செரீங்க..."

"சவரம் செஞ்சுக்கறவனா ராசா...?"

"ஆமாங்க..."

நாவிதக் கிழவர் தூர்விட்ட கண்ணாடியை வீரானின் முகத்துக்கு நேராக பிடித்தார். முடி குறைந்து முகசாடையே மாறியிருந்தது.

"போதுமா... இன்னும் ஒண்ட வெட்டவா... ராசா...?"

"இப்பிடியே இருக்கட்டுங்க..."

நாவிதக் கிழவர் சானைக்கல்லில் சவரக்கத்தியை தீட்டத் தொடங்கினார்.

"என்ன ராசா... தவுசு ஏசரகூசரையா வளந்திருக்கு...?"

நாவிதக் கிழவர் சவரக்கத்தியை வீரானின் கன்னத்தில் பதித்து இழுத்தார். வீரான் நாவிதக் கிழவரையே பார்த்துக் கொண்டிருந்தான். நாவிதக் கிழவர் சவரக்கத்தியில் படிந்த சிறுமுடிச்சுருள்களை நீர்

கிண்ணத்தில் கழுவினார். மறுபடியும் சவரக்கத்தி வீரானின் கன்னத்தில் பதிந்திழுத்தது.

“அப்பொறம் உன்னொன்னும் சொல்லறேன் ராசா... கவுருமண்ட் மாப்பிள்ளைக்குதான் கெராக்கி... பொண்ணே தர்றாங்க... நீ கவுருமெண்ட் வேலய மட்டும் உட்ராதே...”

வீரான் மௌனமாகவே இருந்தான். நாவித கிழவரின் கத்தி முகவாய்கட்டையை சுரண்டிக் கொண்டிருந்தது.

“மீசைய கொறைக்கவா ராசா...”

“வேண்டாமுங்க...”

“செரி கிச்ச முடிய எடுக்கவா... ராசா...?”

“ஆமாங்க...”

“அப்ப ஒவ்வொரு கையா மேல தூக்கு... ராசா...?”

வீரான் சட்டையை கழற்றி பக்கத்து பலகைகல்லின் மீது வைத்தான். ஒவ்வொரு கையாக மேலே உயர்த்தினான். சவரக்கத்தி வீரானின் கிச்சத்தில் பதிந்தது. வீரானுக்கு படுகூச்சமாக இருந்தது. நெளிந்தான். நாவிதக் கிழவர் அதட்டினார்.

“ஆடக் கூடாது ராசா... கத்தி பட்டுச்சுன்னா அப்பொறம் ஏடாகூடமாயிரும்...”

வீரான் சிரமப்பட்டு நெளியாமல் தாக்குப் பிடித்தான். நாவிதக் கிழவர் சீக்கிரத்தில் கிச்ச முடிகளை சிரைத்துவிட்டார்.

“ரெண்டு கிச்சமும் நருவிசு ஆயிருச்சு... எந்திரி ராசா...”

வீரான் எழுந்தான். சட்டைப் பாக்கெட்டிலிருந்து இரண்டு ரூபாய் தாளை எடுத்து நாவிதக் கிழவரிடம் நீட்டினான். நாவிதக் கிழவர் பணத்தை வாங்கிக்கொண்டு சொன்னார்.

“அடுத்தமொற வரும்போது நீ கவுருமெண்ட் வேலையோடதா வருவே பாரு ராசா...”

வீரானுக்கு நாவிதக் கிழவரின் வாக்கு பலித்துவிட்டால் போதுமென்று இருந்தது. சண்முகநதி ஆற்று மணற்பரப்பில் இறங்கி நடந்தான். நீரோட்டத்தின் கிட்டத்தில் போய் நின்றான். மேல் துண்டால் கோவணம் கட்டிக்கொண்டு நீரில் இறங்கினான். சட்டையையும் வேட்டியையும்

துவைத்து மணற்திட்டு கோரைகள் மீது காயப் போட்டான். பக்கத்து மணற்திட்டு கோரைகளுக்குள் செத்த நீர்ப்பாம்பின் செதிள் கிடந்தது. மறுபடியும் கோவணத்துடன் நீரில் இறங்கி படுத்துக் கொண்டான். அடுத்து என்ன செய்வது என்கிற குழப்பமே ஓடியது. வேலை விசயமாக சிந்தித்தபடியே இருந்தான். கடைசியில் அரசு உத்தியோகத்தின் மீதுதான் ஆர்வம் எழுந்தது. துணி காயும் வரை நீருக்குள்ளேயே படுத்துக் கிடந்தான்.

சிப்பிலி சிறுகெண்டைகள் கால்களை பிராண்டின. செம்மூக்கு ஆள்காட்டிகள் இன்னும் நீரோட்டத்தின் மேலாக கத்தியபடி பறந்தலைந்துக் கொண்டிருந்தன. வீரான் நீரிலிருந்து எழுந்து மணற்பரப்பில் நடந்தான். மணற்திட்டு கோரைகள் மீது காய்ந்த சட்டையையும் வேட்டியையும் எடுத்து உடுத்திக் கொண்டான். கோவணத்துண்டை முறுக்கிப் பிழிந்து மேலே தூக்கிப் பிடித்து நடந்தான். எட்டிமர நிழல் கிழக்கே நீண்டிருந்தது. நாவிதக் கிழவர் நிழலில் படுத்துறங்கிப் போயிருந்தார்.

வீரான் சண்முகநதியின் கிழக்குக்கரை மேடேறி மிதிவண்டியில் புறப்பட்டான். திருவாவினன்குடி வந்து பஞ்சாமிர்த மடத்துக்குப் போனான். பஞ்சாமிர்த மடத்து வீட்டில் எல்லோரும் மதிய உணவை முடித்திருந்தனர். லாரி கிளீனர் திண்ணையில் படுத்து உறங்கிக் கொண்டிருந்தார். வீரான் அருகில் போய் எழுப்பினான். லாரி கிளீனர் எரிச்சலுடன் எழுந்து உட்கார்ந்தார்.

"என்னடா புதுமாப்பிள்ளையாட்ட வந்து நிக்கறே..."

"பணம் பத்து ரூவா வேணுமுங்க..."

"எதுக்கடா...?"

"முத்துசாமி வாத்தியார போயி பாத்துட்டு வரலாமுன்னு இருக்கேனுங்க..."

லாரி கிளீனர் எதுவும் பேசவில்லை. சட்டை பாக்கெட்டிலிருந்து பத்து ரூபாய் தாளை எடுத்துக் கொடுத்தார். மீண்டும் படுத்துக் கொண்டார். புறாக்கள் முனகலுடன் சிறகு விசிறும் ஓசை எழுந்தது. வீரான் முன்கட்டு வாசற்படி தாண்டும்போது லாரி கிளீனர் சொன்னார்.

"முத்துசாமி வாத்தியாருதான் எல்லாம்... அவருக்கு தெரியும் உனக்கு என்ன செய்யனமுன்னு... பாத்து சூதானமா போயிட்டு வாடா..."

வீரான் பஞ்சாமிர்த மடத்து வீட்டிலிருந்து வெளியே வந்து நடந்தான். பொழுது மேற்கே சரிந்து வெயிலின் தகிப்பு குறைந்திருந்தது. மாடு

வாலைத் தூக்கி சாணம் போட்டபடி நடந்தது. வீரான் மாட்டை விலகி நடந்தான். பழநி பேருந்து நிலையம் வரை எவ்வித யோசனையுமின்றி நடந்தான். ஈரோடு செல்லும் சேரன் போக்குவரத்து கழக பேருந்தில் ஏறி சன்னலோர இருக்கையில் அமர்ந்துக் கொண்டான். பேருந்து வடக்கு நோக்கிப் பயணித்தது. நெல்வயல்களில் நாற்று நடவு நடந்து கொண்டிருந்தது. வீரானின் மனம் புறக்காட்சிகளில் லயிக்கவில்லை. ஏதேதோ எதிர்காலம் பற்றிய எண்ணங்களாக ஓடின. பேருந்து சண்முகநதி, அமராவதி, உப்பாறு என ஆறுகளை கடக்கும்போது மட்டும் வெளியே கவனித்தான்.

வீரான் வட்டமலை வந்ததும் பேருந்திலிருந்து இறங்கிக் கொண்டான். பொழுது இறங்கும் தருவாயிலிருந்தது. அழகண்ணாங்குருவிகள் கத்திக்கொண்டு மேற்கு செந்நிற ஆகாயத்தை நோக்கி பறந்து போயின. வீரான் வட்டமலை முத்துக்குமாரசாமி மலைக்கோவில் செல்லும் வீதியில் மெதுவாக நடந்தான். ஆரம்ப பள்ளிக்கூடத்தின் முன்பிருந்த சிறு மைதானத்தில் வேம்பும் வாதநாரயணமும் தழைத்திருந்தன. வேம்பில் பூ உதிரும் காலமாக இருந்தது. பள்ளிக்கூட வகுப்பறைகள் பூட்டிக் கிடந்தன. பள்ளிக்கூடத்துத் தாழ்வாரத்துத் திண்ணையொன்றில் முத்துச்சாமி வாத்தியார் தோட்டியர் வளவு சிறுவர்களுக்கு விவேக சிந்தாமணியின் செய்யுளை பாடமாக நடத்திக் கொண்டிருந்தார்.

*“கட்டி அடிப்போர்க்கும் கல்மதில் ஏற்றுவர்க்கும்*
*எட்டி அடிப்போர்க்கும் ஈவரே - திட்டமுடன்*
*பாடுவோர்க்கு ஈயாரே பல்உதிரத் தாடையினில்*
*போடுவோர்க்கு ஈவார் பொருள்...”*

முத்துச்சாமி வாத்தியார் செய்யுளின் பொருளை விளக்கத் துவங்கினார். வீரான் முத்துச்சாமி வத்தியாரை வணங்கிவிட்டு தள்ளி வந்தான். வாதநாராயணத்தின் கீழ் நின்று கொண்டான். தார்சாலையில் லாரிகளும் பேருந்துகளும் போகும் முறைச்சல் கேட்டது. அருகில் எங்கோ செம்மறிக்குட்டிகளும் பசுங்கன்றுகளும் கத்தின. தோட்டியர் வளவு சிறுவர்கள் எழுந்து கலைந்து போயினர். முத்துச்சாமி வாத்தியார் வீரான் நின்ற வாதநாராயணத்தின் அருகே வந்தார்.

“செமஸ்டர் எப்பிடி எழுதியிருக்கே...?”

“நல்லா எழுதியிருக்கேன் சார்...”

“எத்தனை சதவீதம் வரும்...?”

“எம்பதுக்கு மேலே வரும் சார்...”

“அப்படியின்னா... நல்லது...”

முத்துச்சாமி வாத்தியார் வேறு எதுவும் கேட்கவில்லை. பள்ளிக்கூடத்துத் தாழ்வாரத்துத் திண்ணையோரம் நிறுத்தியிருந்த மிதிவண்டியிடம் போனார். மிதிவண்டியை நகர்த்தி உருட்டியபடி வந்தார். வீரான் கூடவே நடந்தான். காகம் கோடைக்காற்றின் விசையை சமாளிக்க முடியாமல் திணறிப் பறந்து போயிற்று. வேம்பின் பூக்கள் உதிர்ந்தன. முத்துச்சாமி வாத்தியார் கேட்டார்.

“அடுத்து என்ன செய்யலாமுன்னு இருக்கே...?”

“கவர்மெண்ட் வேலைக்கு ஏதாச்சும் எழுதிப் போடலாமுன்னு இருக்கேன் சார்... அது விசயமாத்தான் உங்கள பாக்க வந்தேன் சார்...”

முத்துச்சாமி வாத்தியார் பதிலேதும் கூறவில்லை. வீதியில் மிதிவண்டியை உருட்டிக்கொண்டு நடந்தார். வீடுகளின் முன்பு சேவல்கள் திரிந்தன. முத்துக்குமாரசாமி மலைக்கோவில் படிக்கட்டில் வெள்ளை வேட்டி கட்டிய சிலர் ஏறிக் கொண்டிருந்தனர். ஆலயமணி விட்டுவிட்டு ஒலித்தது. தார்சாலை வந்தது. முத்துச்சாமி வாத்தியார் தெற்குப் பார்த்துத் திரும்பினார். மிதிவண்டியில் ஏறி மிதித்தார். வீரான் ஓடிப் போய் மிதிவண்டியின் பின்புறத்தில் ஏறி அமர்ந்து கொண்டான். முத்துச்சாமி வாத்தியார் மௌனமாக மிதிவண்டியை வேகமாக செலுத்துவதிலேயே கவனமாக இருந்தார். லாரிகளும் பேருந்துகளும் விலகிக் கடந்தன. எதிராகவும் வந்தன. மூன்று மைல் போனபின்பு மிதிவண்டி தார்சாலையிலிருந்து கிழக்கே திரும்பிற்று. வறட்டுக்கரை ஓடை மேட்டில் போனது. இருட்டுவதற்கு முன்பான ஊமை வெளிச்சத்தில் உன்னிக்கொக்குக் கூட்டங்கள் மட்டும் பறந்தன. குடைச்சீத்தை வெளி வந்தது. முள்வாதுகளுக்குள் தவிட்டுப்புறாக்களும் மணிப்புறாக்களும் இடைவிடாமல் குரலிட்டன. கற்றாழை மர இட்டேரியில் மிதிவண்டி ஏறியது. சக்கரங்கள் மண்ணில் புதைந்து சரசரத்தன. வேகம் தணிந்தது. வீரான் குதித்திறங்கினான். முத்துச்சாமி வாத்தியாரும் மிதிவண்டியிலிருந்து இறங்கி உருட்டினார். கதுவேலிகள் விருட்டென எழுந்து பறந்து மறைந்தன. வீரானுக்கு இளம்பிராயத்தில் இங்கு முத்துச்சாமி வாத்தியாரிடம் மாட்டிக்கொண்ட நிகழ்வு ஞாபகம் வந்தது. இப்போது அதை நினைக்கும்போது சிரிப்பு வந்தது. திடீரென முத்துச்சாமி வாத்தியார் கேட்டார்.

“கவருமெண்ட் வெலைக்கு போயி என்ன செய்யப் போறே...”

வீரானுக்கு பதில் சொல்லத் தெரியவில்லை. மிதிவண்டியை பிடித்துக்கொண்டு மௌனமாக நடந்து வந்தான். முத்துச்சாமி வாத்தியாரே மீண்டும் கேட்டார்.

"நான் உன்னை எதுக்கு படிக்க வெச்சேன் தெரியுமா...?"

வீரானால் இதற்கும் பதில் கூற முடியவில்லை. மௌனமாகவே வந்தான்.

"நீ என்னை மாதிரி ஒரு நல்ல வாத்தியார ஆகனும்... ஊரூரா போயி சாமத்துல உடுக்கை அடிச்சுக்கிட்டு குறி சொல்லிக்கிட்டு இது எங்க முன்னோர் சாபமுன்னு சொல்லிக்கிட்டு திரியர உங்க வளவு பசங்க அத்தனை பேரையும் நீ படிக்க வெச்சு அவங்கள உன்னோட நெலைமைக்கு கொண்டு வரனும்... உங்க வறுமைக்கும் அவமானத்துக்கும் படிப்புதான் தீர்வு... என்ன நான் சொன்னது புரிஞ்சுதா...?"

"அப்பன்னா நான் எம்.எஸ்.சி., எம்.பீல்., படிக்கறேன் சார்..."

முத்துச்சாமி வாத்தியார் வீரானின் தோளைத் தட்டிக் கொடுத்தார். வீரானுக்கு மனக்குழப்பம் குறைந்தது. கற்றாழை மர இட்டேரி முடிவுற்றது. குளக்கரை வழி வந்தது. நாகபாம்பு நெளிந்து ஓடியது. மீண்டும் முத்துச்சாமி வாத்தியார் மிதிவண்டியில் ஏறி அழுத்தினார். வீரான் முன்பு போலவே மிதிவண்டியின் பின்புறத்தில் ஏறி அமர்ந்து கொண்டான். மனதுக்குள் தெளிவு பிறந்திருந்தது. பனைகள் இருளில் நின்றன. வெள்ளெலிகள் மண்தடத்தின் குறுக்கே ஓடின. செங்காட்டூரின் மேற்குப்புறம் வந்தது. பனைமரத்து முனீஸ்வரன் கோவிலில் முனிகள் வீச்சரிவாளுடன் அட்டணங்காலில் நிசப்தமாக அமர்ந்திருந்தன. வீரானுக்கு அனல் வளையங்கள் ஞாபகம் வந்தது. கொஞ்சம் அச்சமாகக்கூட இருந்தது. மிதிவண்டி ஊர் எல்லைக்குள் நுழைந்து நெடுவீதி ஒன்றை நெருங்கிற்று. வீரான் மிதிவண்டியிலிருந்து குதித்திறங்கினான்.

"நானு ஊருக்குள்ள வரலீங்க சார்... தோட்டத்து கட்டுத்தரையில போயி படுத்துக்கறேன்..."

முத்துச்சாமி வாத்தியார் மிதிவண்டியை நிறுத்திச் சிரித்தார். வீரான் மேற்கொண்டு அங்கு நிற்கவில்லை. முத்துச்சாமி வாத்தியாரின் தோட்டத்துக்குச் செல்லும் கையிட்டேரியில் ஏறி நடந்தான். மண்புழுதியில் காட்டுப்பக்கி உட்கார்ந்திருந்தது. இருள் கவிழத் தொடங்கியிருந்தது.

○○○

# 34

அகில் இருளும் விளக்கொளியும் படிந்த முகங்களை உற்று உற்றுப் பார்த்தாவாறே முன்னேறி நடந்தான். சனநெரிசலுக்குள் நுழைந்து நடப்பது படுசிரமாக இருந்தது. கண்ணில் பட்டவர்கள் எல்லாம் பட்டைச்சாராய வீரானாகவே தெரிந்தனர். இப்போது விரானை விட்டுவிட்டு பட்டைச்சாராய வீரானை தேடும் நிலை ஏற்பட்டுவிட்டது. கோவில் பூசாரி யானை உருவாரச்சாமிகளுக்கான பூசையை துவங்கியிருந்தார். பெரியவீட்டுக்காரர் சப்தமிட்டார்.

"பூசாரியாரே... மளாருன்னு பூசய முடியுங்க... மழ புடிச்சுக்கிச்சுன்னா... அப்புறம் அவ்வளவுதான்... எல்லாப்பூசயும் தடுதலாயிரும்... மாரியம்மன் சாட்டும் முடியாது..."

கோவில் பூசாரி திரும்பிக்கூட பார்க்கவில்லை. இயல்பான சுபாவத்திலேயே பூஜையை செய்து கொண்டிருந்தார். யானை உருவாரச்சாமிகளின் பூஜையை கோவில் பூசாரி முடிக்கவே இன்னும் அரைமணி நேரத்திற்கு மேலாகும் எனப்பட்டது. அகிலுக்கு என்ன செய்வதென்று தெரியவில்லை. அப்போது தென்கிழக்குத் திசையிலிருந்து குளிர்காற்று விசையுடன் வீச தொடங்கியிருந்தது. அங்கு மழை இன்னும் இறங்கிப் பெய்துக் கொண்டேயிருந்தது. இருண்ட ஆகாயமும் இன்னும் வெளுக்கவில்லை. அருகில் நின்றிருந்த பெரியவர் அகிலிடம் ஏற்கனவே நெடுநாள் பழகிய தொனியில் பேசினார்.

"செங்காட்டூரு பக்கம் ரெண்டுமூனு ஒழவு மழ இருக்குமுன்னு நெனக்கறே தம்பி... இந்த மாரித்தாயீ... அப்படியே நமக்கும் மொகமுழிக்கனும்..."

அகிலுக்கு அலைபேசி ஒலித்தது. அகில் எடுத்துப் பார்த்தான். அப்பாதான் அழைத்தார். உறுமிமேளத்தின் ஓசையும் நாதஸ்வரத்தின் ஓசையும் தூக்கலாக ஒலித்தது. பேசும் சூழல் இல்லை. அகில் அவசரமாக சனத்திரளுக்குள் மறுபடியும் நுழைந்து நடந்தான். சப்பரத்து உருவாரச்சாமிகளின் பூஜையை பார்க்க சனங்கள் அதிகமாகியிருந்தனர். ஒருவழியாக அகில் குறைந்த சனங்கள் நிற்கும் இடத்திற்கு வந்தான். அப்பாவே மறுபடியும் அழைத்தார்.

"சொல்லுங்கப்பா...?"

"எங்கடா இருக்கே...?"

"சாட்டுக் கோயில்ல..."

"அங்க மழயா...?"

"இல்லப்பா..."

"நம்மவூருக்கு மழயும் சூலக்காத்தும் ஒட்டுக்கா பிச்சு ஒதறுது... நீ ஊருக்கு வர்ற மாதிரி இருந்தா... இப்ப வந்திராதே..."

அப்பாவின் அழைப்பு துண்டிக்கப்பட்டது. அகில் அதே இடத்தில் நின்று கொண்டான். மறுபடியும் எந்த முடிவும் எடுக்க முடியாத குழப்பம் சூழ்ந்தது. மெதுவாக நடந்து இந்திரஜித் நாடகமேடைப் பக்கம் போனான். இருளான நாடகமேடையில் இராமன் ஆக்னேய அஸ்திரத்தைப் பிரயோகித்தான். யுத்தகளத்தில் பகலொளியை ஏற்படுத்தினான். இந்திரஜித்தின் நாக அஸ்திரத்தால் கட்டுண்டு கிடக்கும் இலக்குமணனும் அனுமனும் தெரிந்தனர். இராமன் அவர்கள் அருகில் அமர்ந்தான். துயரக்குரலில் புலம்பத் துவங்கினான். ஹார்மோனிய இசைப்பாடல் ஒலிக்கத் தொடங்கியது.

*"தாமரைக் கையால் தாளைத்தவரும் குறங்கைத்தட்டும்*
*தூமலர்க்கண்ணை நோக்கும்! மார்பிடைத் துடிப்புண்டென்னா..."*

ஹார்மோனிய இசைப்பாடலில் துளியும் சோகமில்லை. சால்ரா ஓசை மிகுந்து காதுகளை அடைத்தது. அகிலுக்கு பாடல் முழுவதையும் கேட்கும் பொறுமையில்லை.

*"ஏழுறும் விசும்பைப் பார்க்கும் எடுக்கும் தன்மார்பின் ஏற்றும்*
*பூமியில் வளர்த்தும் கள்வன் போயகன்றானோ என்னும்..."*

முகவாத்தியமும் சேர்ந்து முழங்கிற்று. உடனே இராமன் எழுந்து நாடகமேடையின் மத்தியில் வந்து நின்றான். தம்பி இறந்த துயரத்தால் தானும் இறக்கப் போவதாகக் கூறினான். மீண்டும் ஹார்மோனிய இசைப்பாடல் தொடங்கிற்று.

*"மீட்டும்வந்து இளையவீரன் வெற்பன்ன விசயந்தோளைப்*
*பூட்டுறு பாசந்தன்னைப் பன்முறை புரிந்து நோக்கி..."*

அகில் பெரும்சலிப்புடன் அவ்விடத்தில் நின்றான். கண்கள் வெள்ளைத்தாடிக்காரரையும் சொப்பனவித்தைக்கார இரு நபர்களையும் பட்டைச்சாராய வீரானையும் எதிர்பார்த்துக் காத்திருந்தன. நேரம் கடக்கக் கடக்க பட்டைச்சாராய வீரான் கிடைக்காவிட்டாலும் பரவாயில்லை

இவர்கள் மூவரும்கூட வந்தால் போதும் என்று இருந்தது. வீரானை தேடும் வேட்கையும் தணிந்துவிட்டது.

அப்போது நாடகமேடையில் கட்டியங்காரனே கருட பகவானாக பிரசன்னமானான். சிறகுகள் சிரிப்பை வரவழைத்தன. இருபக்கச் சிறகுகளும் எதிரெதிர் திசையில் அசைந்தன. நாக அஸ்திரத்தால் கட்டுண்டு கிடக்கும் இலக்குமணன் அனுமன் முதலியோரை சுற்றிச்சுற்றி வந்தான். மந்திரம் துதித்தான். நாக அஸ்திரத்தை சுலபமாக அறுத்தெறிந்தான். மாண்டவர்கள் மீண்டெழுந்தனர். இராமன் கருட பகவானுக்கு நன்றி கூறும் வசனம் கேட்கவில்லை. ஒலிப்பானில் ஏதோ கோளாறு. ஒரே முறைச்சலாக இருந்தது. அகில் காதுகளைப் பொத்திக் கொண்டான். ஒலிப்பானை சரிப்படுத்துபவன் மேடையேறி இராமனுக்கும் கருடனுக்கும் இடையே புகுந்து போய்க் கொண்டிருந்தான்.

○○○

**ஆ**காயத்தில் பறந்து செல்லும் கதிர்குருவி கூட்டத்தின் நிழல் அகலத் திண்ணைக்கு முன்பு தரையில் படிந்து மறைந்தது. கிளீனர் கண்களை மெல்லத் திறந்தார். தன்னியல்புக்கு மீண்டு வந்தவராய் எல்லோரையும் தனித்தனியாகப் பார்த்தார். சப்தமாகச் சிரித்தார். பின் சிவவாக்கியர் பாடல் ஒன்றை உரத்த குரலில் பாடினார்.

*"இருக்கலாம் இருக்கலாம் அவனியில் இருக்கலாம்*
*அரிக்குமால் பிரம்மனும் அண்டம் ஏழு அகற்றலாம்..."*

திடீரென கிளீனர் பாடுவதை நிறுத்தினார். எழுந்து அகலத் திண்ணையிலிருந்து இறங்கினார்.

"வாங்க நாம ஒருபக்கம் போவோம்..."

எல்லோரும் எழுந்து நின்றனர். எதுவும் புரியாமல் கிளீனரை நோக்கினர்.

"எனக்கு ரொம்ப நாளா ஒரு சந்தேகம்... வீரான் இங்குதான் இருப்பானான்னு... எதுக்கும் இன்னிக்கு ஒரு எட்டு போயி... ரெண்டுல ஒன்னு தெரிஞ்சுக்கலாம்..."

கிளீனர் கார் நிற்குமிடத்தை பார்த்து நடந்தார். எல்லோரும் மறுப்பு தெரிவிக்காமல் பின்தொடர்ந்தனர். செம்மிநாயும் கூட ஓடி வந்தது. கட்டெறும்புச் சாரைகள் வெல்லமண்டிக் கொட்டகைகளை நோக்கி ஊர்ந்து போய்க் கொண்டிருந்தன. தூரமாக தோட்டக்கள்ளனின் குரல் கேட்டது. அகில் காரை திருப்பி நிறுத்தினான். கிளீனர் முன்னிருக்கையில் ஏறி அமர்ந்து கொண்டார். சைமனும் வெள்ளைத்தாடிக்காரரும்

ஜெய்சங்கரும் பின்னிருக்கையில் ஏறி அமர்ந்தனர். கார் வேகம் பிடித்தது. முன்அந்தி வெயில் இறங்கிய மாந்தோப்புக்கள் பின்னோக்கி நகர்ந்தன. பழநி கொழுமம் தார்சாலை வந்தபோது கிளினர் அகிலுக்கு கட்டளையிட்டார்.

"நேரா கடத்தூரு போ..."

காரின் முன்கண்ணாடிக்கு அப்பால் பொழுது எதிரே நின்று கண்ணைக் கூசிற்று. கிளீனர் பாடலை விட்ட இடத்திலிருந்து பாட தொடங்கினார்.

*"கருக்கொளாத குழியிலே காலிலாத கண்ணிலே*
*நெருப்பறை திறந்த பின்பு நீயும் நானும் ஈசனே...!"*

பாடலின் பொருள் எல்லோருக்கும் விளங்கவில்லை. கிளீனர் எதற்காக இப்போது இந்த பாடலை பாடுகிறார் என்பதன் சூட்சமமும் புரியவில்லை. எல்லோருக்கும் கிளீனரிடம் கேட்க பயமாகவே இருந்தது. எல்லோரும் மௌனமாக பாடலை கேட்டுக்கொண்டே வந்தனர். கார் கொழுமம் மடத்துக்குளம் என தாண்டி தாராபுரம் தார்சாலையில் பயணித்தது. அமராவதி ஆற்றுப்பாலம் கடந்தது. கிளீனர் சொன்னார்.

"கடத்தூருக்குள்ள போ..."

கடத்தூர் நெல்வயல்களும் வாழைத்தோட்டங்களும் தென்னைத் தோப்புகளும் சூழ நடுநாயகமாக இருந்தது. ஊருக்குள் சின்ன சின்ன வீதிகள். நெருக்கமான சுண்ணாம்புக்காரை வீடுகள். மீண்டும் கிளீனர் சொன்னார்.

"ஆத்துக்கு போற தடத்துல ஓட்டு..."

அகில் காரை அமராவதி ஆற்றுக்கு செல்லும் வழியில் ஓட்டினான். குறுகிய ஈரமண்தடத்தின் ஓரமாக மேய்வதற்கு மாட்டுக்கன்றுகள் கட்டப்பட்டிருந்தன. இருமருங்கும் செவ்வாழைத் தோட்டங்கள். காட்டுச்சிலம்பன்களின் குரல்கள். மயில்களின் அகவல்கள். அரைமைல் தூரம் போனபின்பு பெரிய தென்னைத்தோப்பு வந்தது. மூங்கில்தட்டிக் கடவடியில் காரை நிறுத்தி எல்லோரும் இறங்கினர். கிளீனர் மட்டும் காரிலிருந்து இறங்கவில்லை.

"நான் கூட வந்தா சிலாக்கியமா இருக்காது... நீங்க எல்லாரும் தோப்புக்குள்ள போயி... சுலோசனாவ பாக்கனுமுன்னு சொல்லுங்க... சுலோசனாவ பாத்தப்புறம்... வீரான் எங்கீன்னு தெகிரீமா கேளுங்க... இன்னிக்கு உண்மை தெரிஞ்சிரும்..."

தென்னை மரங்கள் அருகருகே இருந்தன. நிலத்தில் வெயில் இறங்காதளவுக்கு நிழல் அடர்வுடன் கவிழ்ந்து கிடந்தது. கோடைக்காற்றுக்கு தென்னையோலைகள் உராயும் ஓசை கேட்டது. தென்னைகளிடையே தையல்சிட்டு கத்தியபடி பறந்து போனது. செந்நிற சீமைப்பசுமாடுகள் மேய்ந்தன. நடுத்தென்னந்தோப்பில் முக்கால்வாசி கட்டிட வேலை முடிந்த மச்சு வீடு இருந்தது. வெளிச்சுவர்களுக்கு காரை பூசி வெள்ளையடிக்கவில்லை. ஆட்கள் வசிக்கும் வீடாக தெரிந்தது. வாசலின் ஒருமுனையில் கோழிக் கொடாப்பு கிடந்தது. வீட்டைச் சுற்றிலும் பெருவெடைக்கோழிகளும் குஞ்சுகளும் சேவல்களும் நிறைய திரிந்தன. வாசலின் இன்னொரு முனையில் கிழவரும் கிழவியும் தென்னை மட்டைகளை பிளந்து தடுக்கு பின்னிக் கொண்டிருந்தனர். அவர்கள் இருவரும் வந்தவர்களை கண்டு கொள்ளவேயில்லை. நிமிர்ந்துக் கூடப் பார்க்கவில்லை. அவர்களின் விரல்கள் தென்னையோலைகளை ஒன்றோடு ஒன்று பிணைப்பதிலேயே மும்முரமாயிருந்தன. அகிலுக்கு அவர்கள் இருவரும் வேண்டுமென்றே அப்படி இருப்பதாகத் தோன்றியது. சற்றுநேரம் நால்வரும் அமைதியாகவே வாசலில் நின்றனர்.

அப்போது வீட்டுக்கு பின்புறம் இருந்து சும்மாட்டுத் தலையில் தேங்காய் நிறைந்த கூடையுடன் பெண்மணி ஒருவர் வாசலுக்கு வந்தார். ஐம்பது ஐம்பத்தைந்து வயது மதிக்கதக்க தோற்றம். மறைந்த நடிகை சுஜாதாவின் சாயல். மூக்குத்தி எடுப்பாக தெரிந்தது. வெள்ளைத்தாடிக்காரரர் கேட்டார்.

“சுலோசனாவ பாக்க வந்திருக்கோம்...”

“அப்படி யாரும் இங்கில்லையே...?”

வெள்ளைத்தாடிக்காரருக்கு மேற்கொண்டு என்ன கேட்பது என்று தெரியவில்லை. மௌனமாகிவிட்டார். சைமன் அந்த பெண்மணியின் முன்னே போனார்.

“நாங்க தாராபுரத்துல இருந்து வர்றோம்... ஒரு ஆளப்பத்தி வெசாரிக்கனும்... நீங்க தேங்காயை எறக்கி வெச்சுட்டு பொறுமையா பதில் சொன்னா போதும்...”

அந்த பெண்மணி தலையிலிருந்த தேங்காய் கூடையை மெதுவாக இறக்கி கோழிக் கொடாப்பு ஓரமாக வைத்தாள். சும்மாட்டை உதறி முந்தானையாக்கிக் கொண்டாள். சைமனை பார்த்தாள். சைமன் பேசினார்.

“நீங்க சுலோசனா தானே...?”

“இல்லீங்க எம்பேரு அபிராமி...”

“அப்ப சுலோசனாங்கறது நீங்க இல்லீங்களா...?”

“இல்லீங்க... நீங்க வழிமாறி வந்திட்டீங்க...”

சைமனாலும் மேற்கொண்டு பேச முடியவில்லை. மௌனமாக தள்ளி வந்து நின்று கொண்டார். அந்த பெண்மணி இறுகின முகத்தில் எவ்வித முகப்பாவனையும் காட்டாமல் நின்றபடியே இருந்தாள். ஜெய்சங்கர் பேசினார்.

“உண்மையில நீங்க சுலோசனா இல்லையா...?”

“நாந்தான் இல்லீன்னு சொல்லிட்டேனே... எனக்கு நெறைய வேல இருக்கு... தோப்பெல்லாம் தேங்காய் எறஞ்சு கெடக்கு... எடுத்து குவிக்கனும்... நாளைக்கு மொதலாளி வந்தா சத்தம் போடுவாரு... நீங்க கௌம்புங்க...”

அந்த பெண்மணி குனிந்து கூடையை எடுத்துக்கொண்டு நகர்ந்தாள். அகிலுக்கு கோபம் வந்தது.

“உங்களுக்கு வீரானை தெரியுமா...?”

அந்த பெண்மணி நின்று திரும்பி அகிலை உற்றுப் பார்த்தாள்.

“உங்களுக்கு என்ன வேணும்...?”

“வீரானை பத்தி வெசாரிக்க வந்திருக்கோம்...”

“நீங்க வெசாரிக்கற வீரான் செத்து நாற்பது வருசமாச்சு...”

நால்வரும் அதிர்ந்து போயினர். ஒருவரை ஒருவர் பார்த்துக் கொண்டனர்.

“இதுக்கே இப்படியின்னா... இன்னொரு விசயமும் சொல்லறே கேட்டுக்கங்க... வீரான் எப்படி செத்து போனாருன்னும் நீங்க தெரிஞ்சுக்கனுமில்ல...?”

நால்வரும் பதில் பேசாமல் அந்த பெண்மணியையே பார்த்தனர். அந்த பெண்மணியின் கண்களில் ஒருவித ரௌத்திரம் மூண்டது.

“உங்கள இங்க கூட்டிக்கிட்டு வந்தானே... ஒரு கஞ்சா கிழவன்... அதுதான் லாரி கிளீனர்... அவந்தான் வீரானை அமராவதி ஆத்து வெள்ளத்துல அமுக்கி கொன்னது... இப்ப அவன் உங்ககிட்ட நல்லவனாட்ட வேசம் போடறான்... போயி அவனை கேளுங்க வீரான் எங்கீன்னு... வெலாவாரியாச் சொல்லுவான்...”

அந்த பெண்மணியின் கண்களில் ரௌத்திரம் தணியவேயில்லை. கூடையுடன் திரும்பி நடந்தாள். வீட்டைக் கடந்து மறைந்தாள். நால்வரும் மௌனத்தில் உறைந்து போய் நின்றபடியே இருந்தனர். தடுக்குப் பின்னும் கிழவரும் கிழவியும் எதையும் கேட்காதவர்கள் போலவே வேலையில் தொடர்ந்து ஈடுபட்டுக் கொண்டிருந்தனர். கொண்டல் காற்றினால் அசைந்த தென்னோலை மேற்கு அஸ்தமன பொழுதின் மஞ்சளொளிக்கதிரை சிதறடித்துக் கொண்டிருந்தது. எங்கும் முன்அந்தியின் பெருநிசப்தம் சூழ்ந்திருந்தது.

○ ○ ○

# 35

ஆகாயம் தொடர்ந்து நாற்திசை சூறைக்காற்றையும் ஏவி ஊருக்குள் பெருத்த சேதத்தை உண்டாக்கிக்கொண்டே இருந்தது. பெருமழைத் துளிகளையும் விடாது பொழிந்தது. நெடுவீதிகளை எல்லாம் வெள்ளக்காடாக்கி நீருக்குள் தத்தளிக்கச் செய்தது. சித்திரத்தேரையும் வெள்ளத்தில் சாய்த்துச் சிதைக்க முயன்றது. இந்திரஜித்தான வீரானுக்கு இக்கட்டான நிலை ஏற்பட்டுவிட்டது. வெற்றி கைக்கெட்டாமல் போய்விட்டது. கருட பகவான் எங்கிருந்து வந்தான் என்று தெரியவில்லை. நாக அஸ்திரத்தை நொடிநேரத்தில் அறுத்தெரிந்துவிட்டான். வலிமையான நாக அஸ்திரம் தோற்றுவிட்டது. மீண்டும் இலக்குமண ஆகாயம் விஸ்வரூபம் கொண்டு எழுந்துவிட்டது. தந்தையான இராவணன் பரிகசித்துவிட்டான். இனியும் பொறுக்கொள்ள முடியாது. இப்படி தோற்று நிற்பதில் விருப்பமுமில்லை. இந்திரஜித் அவமானத்துடன் ஆகாய இலக்குமணனை அன்னார்ந்து பார்த்தான். ஏதேதோ யோசனை எழுந்தது. இன்னும் மிரட்டிப் பணிய வைக்கும் யுக்தி கைகூடி வரவில்லை. இந்திரஜித்தின் ஆத்திரமான மனத்துக்குள் குயுக்தியான யோசனை ஒன்று உதித்தது. செயல்படுத்த தீவிரமானான். இந்திரஜித் ஊர் அதிரும் மூர்க்கத்துடன் கத்தினான்.

"லக்குமணா... உன் அழிவு என்னிடம்..."

அப்போது எதிரே மழைத்துளிக்குள் யாரோ நடந்து வருவதான பிம்பம் தோன்றிற்று. இந்திரஜித் வீரானாக மாற வேண்டிய நிர்ப்பந்தம் ஏற்பட்டது. சித்திரத்தேரடியில் நின்ற சுலோசனாவும் நெடுவீதியில் ஓடி ஒளிந்துக் கொண்டாள். சன்னதம் வந்த சாமியாடிகள் மழையில் நடுநடுங்கிக் கொண்டே நெருங்கி வந்தனர்.

"நீ சொன்னது பலிக்குது... நீ எந்தவூரு சாமக்கோடாங்கி சொல்லுப்பா...?"

"ஆகாசம் எங்கிட்ட தோத்திருச்சு... அனல் வளையங்களும் எங்கிட்ட தோக்கனும்... அதுவெரைக்கும் நானு ஊருப்பேறற்றவன்... ஜக்கம்மா தேவியின் வரம் பெற்று வந்த சாமக்கோடாங்கி..."

"சாமக்கோடாங்கியாரே... அப்படீன்னா... மொதல்ல சூறைக்காத்த நிறுத்திக் காட்டுங்க..."

வீரான் சப்தமாக சிரித்தார். சன்னதம் வந்த சாமியாடிகளால் தொடர்ந்து சூறைக்காற்றின் குளிரையும் பெருமழைத்துளிகளின் பொழிவையும் தாங்கிக் கொள்ள முடியவில்லை. மறுபடியும் ஒண்டிக்கொள்ள தாழ்வாரத்துத் திண்ணை தேடி ஓடினர். இப்போது வீரானுக்கு சூறைக்காற்றை நிறுத்தும் வழி தெரியவில்லை. ஆகாயத்து கருமுகில் கூட்டம் பொழியும் பெருமழையையே பார்த்தபடி நின்றார்.

○○○

**ப**ங்குனியில் பழநிக்கு பகலும் இல்லை இரவும் இல்லை. எப்போதும் வெளிச்சம்தான். எங்கும் காவடிக்காரர்களின் நடமாட்டம்தான். எந்நேரமும் அரோகரா கோஷம்தான். அதுவும் இந்த சுக்கில வருசத்தில் ஏனோ கட்டுக்கடங்காத காவடிக்காரர்கள் கூட்டம். மாதக் கடைசியில்தான் பங்குனி உத்திரம் வருவதாகச் சொன்னார்கள். இன்னும் உத்திரத்திற்கு இருபத்தி நான்கு தினங்கள் இருந்தன. பஞ்சாமிர்த மடத்தில் தங்கிப் படிக்கும் மாணவர்கள் எவரும் இல்லை. கோடை விடுமுறைக்கு எல்லோரும் அவரவர் பூர்வீக ஊர் நோக்கிப் போய்விட்டனர். லாரி கிளீனரோடு வீரான் மட்டுமே தங்கியிருந்தான். விசுவநாத அய்யரும் மடத்தை காவடிக்காரர்கள் தங்க வாடகைக்கு விட்டுவிட்டார். வருடாவருடம் வந்து தங்கும் காவடிக்காரர்கள்தான் இந்த வருடமும் வந்து தங்கினர். பஞ்சாமிர்த மடத்தில் சதாகாலமும் பெரிய பித்தளை வட்டையில் சமையல் நடந்து கொண்டேயிருந்தது. கூரை சீமையோட்டுக்கு மேலே புகைபோக்கியில் எந்நேரமும் விறகுப்புகை கசிந்தபடியிருந்தது. விறகுப்புகை வீடுகளுக்குள்ளும் பரவி புகை வாசனை அடித்துக் கொண்டேயிருந்தது. சில நேரங்களில் கண்கள் கூட எரிந்தன. மடத்தில் மாமி தனியாக சமைக்கவில்லை. எல்லோருக்கும் காவடிக்காரர்களின் ஒருசந்தி சாதமே மூன்று வேளையும் கிடைத்தது. மேல்மாடத்துப் புறாக்களும் வயிறார சோற்றுப் பருக்கைகளை கொத்தித் தின்றுவிட்டு எந்நேரமும் விட்டத்தில் உட்கார்ந்து சிறகுகளைக் கோதிக்கொண்டே இருந்தன. புறாக்கள் வெளியில் பறந்து போய் பல நாட்களாகிவிட்டன.

வீரான் முத்துச்சாமி வாத்தியாருக்காகக் காத்திருந்தான். முத்துச்சாமி வாத்தியார் வந்து மேல்படிப்பு எம்.எஸ்.சி., சேர கோவை கூட்டிச் செல்வதாகச்சொல்லியிருந்தார். தேர்வு முடிவு இன்னும் வெளிவரவில்லை. அதனால் முத்துச்சாமி வாத்தியார் வருவதும் தாமதமானபடி இருந்தது. லாரி கிளீனர் மடத்தில் வந்து தங்கும் காவடிக்காரர்களுடன் பேசியபடி பொழுதைக் கழித்து வந்தார். வீரானுக்குத்தான் பொழுது போக மறுத்தது. இரண்டு முறை விசுவநாத அய்யரும் மாமியும் போகும்போது மலையேறி பாலதண்டாயுதபாணியையும் தரிசனம் செய்து வந்தான். ஊர் முழுக்க காவடியாட்டம், கரகாட்டம் பார்க்க

கூட்ட நெரிசலினூடே சுற்றி அலைந்தான். சில நாட்களிலேயே மனம் சலிப்புற்றது. ஒவ்வொரு கணமும் மெதுவாக நகர்வதாகப்பட்டது. லாரி கிளீனர்போல் மடத்து பின்கட்டுத் திண்ணையிலேயே வெறுமனே உட்கார்ந்திருக்க முடியவில்லை.

அந்த சமயத்தில் காவடிக்காரர்கள் கண்டுகளிக்க எல்லா மடங்களும் நாடகங்களுக்கு ஏற்பாடு செய்திருந்தன. பட்டக்காரமடத்தில் வள்ளி திருமணம் நாடகம் நடந்தது. தெலுங்குச் செட்டியார் மடத்தில் சூரபத்மன் வதம் நாடகம் நடந்தது. வேளாளர் மடத்தில் ஞானப்பழம் என்றொரு புதிய நாடகம் நடந்தது. பெரும்பாலும் வள்ளி திருமணம் நாடகம்தான் அதிகமாக நடந்தன. வீரானுக்கு விடிய விடிய நாடகம் பார்க்கும் பொறுமை இல்லை. கொஞ்சநேரம் ஏதாவது ஒரு நாடகத்தை பார்த்துவிட்டு பஞ்சாமிர்த மடத்துக்கு திரும்பி விடுவதை வழக்கமாக்கிக் கொண்டிருந்தான்.

அன்று முதல் சாமம் கடந்து கொண்டிருந்தது. பஞ்சாமிர்த மடத்தில் கூடியிருந்த காவடிக்காரர்கள் எல்லோரும் தொலைவிலிருந்து பாதயாத்திரை வந்த களைப்பில் உறங்கிப் போயிருந்தனர். மடத்தின் எல்லா மூலைகளிலும் காவடிக்காரர்கள் படுத்துக் கிடந்தனர். வீரானால் பின்கட்டுக்குள் கால்வைக்க முடியவில்லை. எங்கும் காவடிக்காரர்களை மிதித்துவிடும் நிலை இருந்தது. வெளியே வந்து தாழ்வாரத்துத் திண்ணையில் படுக்க இடம் கிடைக்குமாவென்று பார்த்தான். இங்கும் படுக்க இடமில்லை. வாசற்படி மீது உட்கார்ந்து கொண்டான். மலையடிவாரம் பக்கம் நய்யாண்டி மேளம் விசைகொண்டு ஒலித்தது. குறவனும் குறத்தியும் ஆடிக்கொண்டு பாடும் பாடல்கள் கேட்டன. வீரான் ஒருகணம் எழுந்து போய் பார்த்து வரலாமாவென நினைத்தான். அப்போது உள்நடைப் பக்கமிருந்து விசுவநாத அய்யரின் குரல் கேட்டது.

"வீரானா அது...? ஏன்டா வாசப்படியில உக்காந்து கெடக்கறே...?"

வீரான் திரும்பிப் பார்த்தான். அதற்குள் விசுவநாத அய்யர் கிட்டத்தில் வந்துவிட்டார்.

"பேசாம நம்ம மடத்துலயும் ஏதாவது நாடகத்துக்கு ஏற்பாடு செய்யலாமாடா...?"

"செஞ்சா நல்லா இருக்குமுங்க..."

"என்னடா நாடகம் போடறது...?"

"மத்த மடத்துல போடாத நாடகமா இருந்தா நல்லா இருக்குமுங்க..."

"செரி உள்ள வாடா... எடம் தர்றேன்... படுத்து தூங்கு... எதாயிருந்தாலும் வெடியால பேசலாம்..."

வீரான் எழுந்து விசுவநாத அய்யரின் பின்னே சென்றான். விளக்கு மாட அகல்கள் எல்லாம் ஒளி மங்கிக் கொண்டிருந்தன. இரண்டு தினங்கள் போயிருந்தன. வீரான் வெளியே சென்று காவடியாட்டம் பார்த்துவிட்டு பஞ்சாமிர்த மடத்துக்கு திரும்பி வந்தான். அந்தி தணிந்து இருள் பரவிக் கொண்டிருந்தது. வீதியோரம் மாட்டுவண்டி அவிழ்த்து விடப்பட்டு எருதுகள் தீனி தின்று கொண்டிருந்தன. தாழ்வாரத்துத் திண்ணையில் ஏழெட்டுப்பேர் அமர்ந்திருந்தனர். அவர்களினூடே அன்னக்கிளி படத்தில் நடித்த நடிகைபோல் ஒருத்தி அமர்ந்திருந்தாள். கண்கள் கூட அதே சாயல். மூக்குத்தி மட்டும் எடுப்பாகத் தெரிந்தது. வீரான் அங்கேயே நின்று அந்த பெண்ணையே பார்த்தபடி இருந்தான். லாரி கிளீனர் வீட்டுக்குள்ளிருந்து வெளியே வந்தார்.

"என்னடா அப்பிடி பாக்கறே... இவங்க நம்ம மடத்துல நாடகம் போடறதுக்காக வந்துருக்காங்க... அய்யரு சொன்னாருன்னு வாழைசமுத்திரம் பக்கமிருந்து நாந்தான் போயி கூட்டிக்கிட்டு வந்திருக்கேன்... இன்னியிலிருந்து இங்க இந்திரஜித் நாடகம் போடறாங்கடா..."

முதல் நாளில் இந்திரஜித்தும் ராவணனும் மண்டோதரியும் மட்டுமே நாடகத்தில் வந்தனர். வீரானுக்கு ஏமாற்றமாக இருந்தது. அன்னகிளி நடிகையின் சாயல் கொண்ட அந்த பெண் நடிக்க வரவில்லை. அவள் நாடகத்தில் என்ன பாத்திரம் ஏற்று நடிக்கிறாள் என்றும் தெரியவுமில்லை. பகலில்கூட அந்த பெண் தென்படவில்லை. பஞ்சாமிர்த மடத்துக்குள் இருக்கிறாளா என்பதும் சந்தேகமாக இருந்தது. வீரானும் வெளியே எங்கும் செல்லவில்லை. மடத்தையே சுற்றிச்சுற்றி வந்தான். அந்த பெண் மட்டும் தென்படவேயில்லை. இன்றைய முன்னிரவிலும் இந்திரஜித் நாடகம் நேற்று விட்ட இடத்திலிருந்து தொடங்கியது. இந்திரஜித்துக்கு விமரிசையாகக் கல்யாணம் நடந்தது. இந்திரஜித்தின் மணப்பெண் சுலோசனாவாக அந்த பெண் மேடையில் தோன்றினாள். வானுலகத்திலிருந்து குதித்திறங்கிய மாயப்பெண்போல் சுலோசனா தெரிந்தாள். சிகையலங்காரமும், நெடுஞ்சடையில் பூச்சூடலும், பட்டுப்புடவை உடுத்தலும் வசீகரித்தன. வீரான் கண்களை அகற்றாமல் சுலோசனாவையே பார்த்தவாறு இருந்தான். அந்த கணத்திலிருந்து சதாகாலமும் சுலோசனா என்ற சொல்லே மனதுக்குள் நிறைந்திருந்தது. சுலோசனாவை பார்க்கும்போது எல்லாம் இதுவரை ஏற்படாத ஒருவித உணர்வெழுச்சி ஏற்பட்டது. பதற்றமான தவிப்பும் மூச்சுமுட்டலும் தோன்றின. இது ஏதோ வித்தியாசமான

ஒருவித புதுஅனுபவமாக இருந்தது. வீரானால் சுலோசனாவை மறக்க முடியவில்லை. எந்நேரமும் சுலோசனாவைப் பார்த்துக் கொண்டேயிருக்க வேண்டும்போல் தோன்றியது. வீரான் நாடகக் குழுவினரே கதியென்று கிடந்தான். சுலோசனாவைப் பார்ப்பதற்காகவே ராவணனிடமும் மண்டோதரியிடமும் நெருங்கிப் பழகினான். அதிகநேரம் அவர்களோடு இருந்தான். ராவணனும் மண்டோதரியும்தான் நிஜத்தில் சுலோசனாவின் தாய்தந்தை என்று கண்டுபிடித்தான். இந்திரஜித்தாக நடிப்பவன்தான் சுலோசனாவின் முறைப்பையன் என்றும் கேள்விப்பட்டபோது அதிர்ந்து போனான். ராவணனும் மண்டோதரியும் சுலோசனாவை அடுத்த வருடம் இந்திரஜித்துக்குத்தான் கல்யாணம் செய்து கொடுப்பதாகச் சொன்னபோது மேலும் அதிர்ச்சி ஏற்பட்டது. வீரான் இந்திரஜித்திடமிருந்து சுலோசனாவை எப்படியாவது கைப்பற்ற வேண்டும் என்று தீர்மானித்தான்.

அன்று மதியத்தில் காவடிக்காரர்கள் எல்லோரும் ஒருசந்தி சாதம் உண்டபின் காவடிகளையும் கலசங்களை ஏந்தி கிரிசுற்றி மலையேறப் புறப்பட்டு விட்டனர். பஞ்சாமிர்த மடத்து ஆட்களும் நாடகக் குழுவினரும் மட்டுந்தான் உணவு உண்ண வேண்டும். இலை போடப்பட்டு எல்லோரும் உட்கார்ந்தனர். வீரான் பக்கத்து இலையில் வந்து சுலோசனா உட்கார்ந்து கொண்டாள். சமையற்காரரும் உதவியாளர்களும் பரிமாறினர். திடீரென மாமி சொன்னாள்.

> “வீரானுக்கு இந்த சுலோசனா மாதிரிதான் ஒரு பொண்ணை பாக்கனும்... என்ன சோடிப் பொருத்தம்... என் கண்ணே பட்டுரும் போல இருக்கு...”

விசுவநாத அய்யர் சொன்னார்.

> “இந்த சுலோசனாவையே புடிச்சு கட்டி வெச்சா போகிறது... என்ன இந்திரஜித்துதான் கோவுச்சுக்குவாரு... அப்புறம் வாட்போர் புரிய... நம்பியாராட்ட வந்துருவாரு... நம்ம வீரானும் எம்.ஜி.ஆரா மாற வேண்டியிருக்கும்...”

எல்லோரும் சிரித்தனர். வீரான் கடைக்கண்ணால் சுலோசனாவை பார்த்துக் கொண்டே உணவு உண்டான். கிணற்றடியில் கைகழுவும்போது சுலோசனா பின்னால் வந்து நின்றாள்.

> “நீங்க என்னை பாக்கறது எனக்கும் தெரியும்... இந்த நாடகம் முடிஞ்சு போகும்போது உங்களுக்கு ஒரு நல்ல சேதி சொல்லறேன்...”

வீரான் சுலோசனாவின் கண்களையே ஆழ்ந்து பார்த்தான். சுலோசனாவும் வீரானை ஆழ்ந்து பார்த்தாள். இருவரும் ஒருவரை

ஒருவர் பார்த்துக்கொண்டே இருந்தனர். இருவர் பார்வையிலும் லயிப்புக் கூடியது. புறச்சூழல் மறைந்து போனது. அப்போது வீரானின் எச்சில் கைக்கு யாரோ வாளிநீரை ஊற்றுவது கண்டு திடுக்கிட்டான். நிமிர்ந்தபோது பக்கத்தில் கிளீனர் நின்று கொண்டிருந்தார். வீரானுக்கு பகீரென்று இருந்தது. சுலோசனா வெட்கப்பட்டு பார்வையை வேறுபக்கம் திருப்பிக் கொண்டாள். கைகழுவ இன்னொரு நீர்த்தொட்டியை தேடி ஓடினாள். வீரானுக்கு தன்னிடம் சுலோசனா பேசியதை கிளீனர் கேட்டிருப்பாரோ என்கிற அச்சம் எழுந்தது. கிளீனரோ கைகழுவி விட்டு போய்விட்டார். கண்டு கொள்ளவேயில்லை. மறுதினம் கூட எதுவும் கேட்கவில்லை. அதன்பின்பு வீரானிடம் சுலோசனா இயல்பாகப் பேசினாள். எவரும் சந்தேகப்படவில்லை. கிளீனர் கூட பார்க்காதவர் போலவே போய்விட்டார். வீரான் முதன்முறையாக தன் வாழ்வில் ஒவ்வொரு நாளையும் பெருமகிழ்ச்சியோடு நகர்த்தினான்.

பங்குனி உத்திரமும் நெருங்கிக் கொண்டிருந்தது. இந்திரஜித் நாடகமும் இறுதி கட்டத்தை அடைந்திருந்தது. சுலோசனா இந்திரஜித் லட்சுமணன் மூவரும் மதியத்திலேயே ஒத்திகை பார்த்துக் கொண்டிருந்தனர். இந்திரஜித் யாகம் செய்யும்போது லட்சுமணன் வதம் செய்வதும் சுலோசனா கதறுவதும் மடத்து உள்திண்ணையில் ஆர்ப்பாட்டமில்லாமல் அரங்கேறிக் கொண்டிருந்தது. வீரான் மரத்தூணில் சாய்ந்தபடி ஒத்திகையைப் பார்த்துக் கொண்டிருந்தான். ஒத்திகையைப் பார்ப்பதாகப் பாவனை செய்துக்கொண்டு சுலோசனாவை மட்டும் பார்த்துக் கொண்டிருந்தான். பின்கட்டு கிணற்றடியில் அந்தி வெளிச்சம் விழுந்துக் கொண்டிருந்தது. கிளீனர் வாளியில் தண்ணீர் சேந்தி சேந்தி குளித்துக் கொண்டிருந்தார். கிணற்றடியிலிருந்து கிளீனர் தன்னை கவனிப்பதையும் வீரான் கண்டுக் கொண்டான். இதுவரை கிளீனர் இது விசயமாக எதுவுமே கேட்கவில்லை என்பதுதான் நெருடலாக இருந்தது.

அப்போது வெளிநடைப் பக்கமிருந்து பேச்சரவம் கேட்டு திரும்பினான். முத்துச்சாமி வாத்தியார் விசுவநாத அய்யரோடு பேசியபடி உள்ளே வந்து கொண்டிருந்தார். வீரான் எழுந்து நின்று வணங்கினான்.

> "வீரான் பொறப்படு... மேல்படிப்பு விசயமா நாம நம்ம ஊரு போயிட்டு... அப்படியே கோயமுத்தூரு போகனும்..."

வீரான் இதை எதிர்பார்க்கவில்லை. படுஅதிர்ச்சி ஏற்பட்டது. சற்றுநேரம் அமைதியாக அங்கேயே நின்றான். சுலோசனாவை பார்த்தான். சுலோசனா என் கணவரை ஏன் கொன்றாய் என்று இலட்சுமணனை கேள்வி கேட்டுக் கொண்டிருந்தாள். கிணற்றடியிலிருந்து தலை துவட்டியபடி வந்த கிளீனர் சொன்னார்.

“நல்ல விசயம் நடக்கப் போகுது... ஒடனே பொறப்படு வீரான்...”

இரவு உணவு கொஞ்சம் முன்பே பரிமாறப்பட்டது. மாமி சமைத்த பருப்பு சாதமும் நெய்யும் தனி மணத்துடன் ருசித்தது. முத்துச்சாமி வாத்தியார் உணவு உண்டவுடனே புறப்பட்டார். வீரானால் மறுப்பு தெரிவிக்க முடியவில்லை. கூடவே புறப்பட்டான். சுலோசனா ஒப்பனை செய்ய உள்ளறையில் உட்கார்ந்துவிட்டாள். வீரானால் பார்க்க முடியவில்லை. திருவாவினன்குடி வீதியில் நடக்கும்போது முத்துச்சாமி வாத்தியார் சொன்னார்.

“உன்னோட காரியம் எல்லாம் முடிய ரெண்டுமூனு நாளு ஆகும்...”

வீரான் மறுபடியும் படுஅதிர்ச்சி அடைந்தான். மெளனமாக முத்துச்சாமி வாத்தியாரை பின்தொடர்ந்து நடந்தான். எதிரே குளத்துப்பாளையம் காவடி வந்து கொண்டிருந்தது. காவடியாட்டமும் கரகாட்டமும் உச்சத்தில் அரங்கேறிக் கொண்டிருந்தன. அலங்கரித்த சாமி எருதுகள் முன்வரிசையில் வந்தன. வீரான் முத்துச்சாமி வாத்தியாரோடு பேருந்து ஏறி அர்த்தசாமத்தில் செங்காட்டூர் போய் சேர்ந்தான். பனமரத்து முனீஸ்வரன் கோவில் எல்லையில் வீரான் நின்று கொண்டான். முத்துச்சாமி வாத்தியார் எவ்வளவோ சொல்லிப் பார்த்தார். கேலி செய்து பார்த்தார். வீரானை ஜக்கம்மா தேவியின் அனல் வளையச்சாபம் மனதுக்குள் விஸ்வரூபமிட்டு மிரட்டியது. வீரான் மறுஅடி எடுத்து வைக்க மறுத்துவிட்டான். முத்துச்சாமி வாத்தியார் வேறுவழியில்லாமல் வீரானை தோட்டத்துக்குப் போகச்சொல்லிவிட்டார். வீரான் கையிட்டேரியில் நடந்து தோட்டத்து மாட்டுச்சாய்ப்பில் போய் படுத்துக் கொண்டான். மறுதினம் முத்துச்சாமி வாத்தியார் அவர் சோலியைப் பார்க்கத் துவங்கிவிட்டார். வீரானை கோயமுத்தூர் எல்லாம் அழைத்துச் செல்லவில்லை. மேற்படிப்பு சம்பந்தமாக எவரையும் பார்க்கப் போகவில்லை. வீரானுக்கு மூன்று தினங்களின் முழுப்பொழுதும் தோட்டத்து மாட்டுச்சாய்ப்பிலேயே வெறுமனே கழிந்தன. நான்காம் தினம் இளமதியத்தில் முத்துச்சாமி வாத்தியார் வந்து பத்து ரூபாய் நோட்டை எடுத்து நீட்டினார். வீரான் புரிந்து கொண்டான்.

சேரன் போக்குவரத்து கழக பேருந்து பிடித்து பழநி வந்தான். திருவாவினன்குடி பஞ்சாமிர்த மடத்துக்கு ஓடினான். பங்குனி உத்திரம் கடந்துவிட்டது. இந்திரஜித் நாடகமும் முடிந்துவிட்டது. மடத்தில் நாடகக்குழுவினர் எவரும் இல்லை. சுலோசனா போய்விட்டாள். தனக்கு சொல்ல ஏதோ ஒரு சேதி வைத்திருந்தாள். அதை சொல்லாமலே போய்விட்டாள். மடத்தில் உத்திரத்திற்கு பின்னிட்ட தினத்தில் கிரிசுற்றி மலையேறும் குள்ளாய்பாளையம் காவடிக்காரர்கள் வந்து தங்கியிருந்தனர். பின்மதியத்தில் கிளீனர் காவடிக்காரர்களின் ஒருசந்தி

சாதத்தை வயிறு நிறைய உண்டுவிட்டு உள்கட்டுத் திண்ணையில் மல்லாந்து படுத்துறங்கிக் கொண்டிருந்தார். உள்ளறையில் விசுவநாத அய்யரையும் மாமியையும் கூட காணவில்லை. சுலோசனாவை குறித்து கிளீனரிடம் விசாரிக்க மனம் தயங்கியது. கிளீனரின் மிதிவண்டியை எடுத்துக்கொண்டு வாழைசமுத்திரம் போனான். வெயிலுக்கு முகத்தில் பெருகி வழியும் வியர்வையை துடைத்தபடி நாடகக் குழுவினரைப் பற்றி விசாரித்தான். இருபது தினங்களுக்கு முன் மாகாளியம்மன் கோவில் சாட்டில் இந்திரஜித் நாடகம் நடந்ததாகச் சொன்னார்கள். அடுத்து நாடகம் போட பழநி போனதாகவும் சொன்னார்கள். நாடகக் குழுவினரின் பூர்வீக ஊர் எந்த ஊர் என்று அங்கு எவருக்கும் தெரியவில்லை. இனியும் வாழைசமுத்திரத்துக்குள் அலைவது வீண்வேலை என தெரிந்தது. வெயிலும் தாழ்ந்து வந்தது. மிதிவண்டியை பழநி சாலையில் செலுத்தினான். நெல் வயலோரங்களில் எருக்கும் ஆவாரையும் பூத்துக் கிடந்தன. நாணல் கதிர்குருவிகள் மென்குரலிட்டபடி பறந்தன. பழநி வந்ததும் நாடகம் நடக்கும் விளம்பர அறிக்கைகளை எல்லாம் சேகரித்துப் பார்த்தான். இந்திரஜித் நாடகம் மட்டும் பழநி சுற்றுவட்டாரத்தில் எங்குமே நடக்கவில்லை.

வீரானுக்கு மனம் சுலோசனாவையே மையமிட்டிருந்தது. வேறு சிந்தனையில்லை. சித்திரை மாதம் முழுவதும் பஞ்சாமிர்த மடத்து திண்ணைத்தூணில் சாய்ந்து உட்கார்ந்து சதாகாலமும் சுலோசனாவை பற்றியே நினைத்துக் கொண்டிருந்தான். சுலோசனா நாடகத்தின் கடைசி தினத்தன்று தனக்கு சேதியாக என்ன சொல்லியிருப்பாள் என்பது தெரியாமலேயே போய்விட்டதை யோசிக்கும் போதெல்லாம் வேதனையில் அழுகையே வந்தது. வைகாசியில் தேர்வு முடிவுகள் வெளிவந்தன. வீரான் தொன்னூறு சதவீதத்திற்கு மேல் மதிப்பெண் எடுத்திருந்தான். பஞ்சாமிர்த மடத்திற்கு முத்துச்சாமி வாத்தியார் வந்தார். வீரானை கோயமுத்தூர் அழைத்துப் போக ஏற்பாடானது. வீரான் சுலோசனாவை மறக்க முடியாமலேயே முத்துச்சாமி வாத்தியாரோடு கோயமுத்தூர் புறப்பட்டான்.

○○○

# 36

தென்கிழக்கு திசையில் கருமுகில்கள் மேலேறிக் கொண்டிருந்தன. வீசும் குளிர்காற்றில் ஈரத்தன்மையும் வேகமும் கூடிவிட்டது. செங்காட்டூர் பக்கமிருந்து பெருமழையும் சூறைகாற்றும் நகர்ந்து வருவதுதான் தாமதமாகிக் கொண்டிருந்தது. வெள்ளைத்தாடிக்காரர் சொன்னதுபோல் சப்பரத்து உருவாரச்சாமிகளின் பூஜை எல்லாம் முடியும்போது பெருமழை நிச்சயம் இறங்கும் என்பது உறுதியாகிவிட்டது. ஆகாயம் அதற்கான கூறுவாறை உருவாக்கிக் காத்திருந்தது.

இந்திரஜித் நாடகமேடையில் யுத்தகளத் திரை விரிந்தது. அரக்கன் மகோதரன் வந்து நின்றான். தன் மாயசக்தியால் தேவலோகத்து இந்திரனாக மாறினான். மகோதரன் மாறுவது சிரிப்பை வரவழைத்தது. கட்டியங்கார வெள்ளையானையில் ஏறி போருக்கு புறப்பட்டான். இராமலக்குமணர்களின் கவனம் சிதறச் செய்தான். அப்பொழுது நாடகமேடையின் விளிம்பில் மறைந்திருக்கும் இந்திரஜித் பிரம்மனால் ஆசிர்வதிக்கப்பட்ட பிரம்மாஸ்திரத்தை ஏவினான். திரை மூடித் திறந்தது. பிரம்மாஸ்திரம் நேராக இலக்குமணனை சென்று தாக்கிற்று. இலக்குமணனுடன் நின்ற சுக்ரீவன் அனுமன் எல்லோரையும் தாக்கிற்று. இலக்குமணன்தான் முதலில் நாடகமேடை மத்தியில் மாண்டு விழுந்தான். நாடகமேடை விளிம்பில் நின்ற இந்திரஜித் எகத்தாளச் சிரிப்புடன் இறங்கி வெளியேறினான். இராமன் நாடகமேடையேறி அழுது கதறியபடி ஓடி வந்தான். தம்பியின் இறந்த நிலை கண்டு புலம்பி மூர்ச்சையடைந்து சாய்ந்தான். மீண்டும் திரை மூடித் திறந்தது. வானரர்களுக்கு உணவுதேடச் சென்ற விபீஷணன் யுத்தகளம் வந்தான். இராமலக்குமணர், அனுமன், சுக்ரீவன் நிலைகண்டு அழுதான். அனுமனின் மூர்ச்சை தெளிவித்தான். உடம்பில் பாய்ந்த அம்புகளை அகற்றினான். அனுமனை சஞ்சீவனி மூலிகை தேடி துரோணகிரி மலைக்குப் பயணப்பட வைத்தான்.

அகிலும் அங்கிருந்து நகர்ந்தான். பழையபடி கூட்டத்துக்குள் நுழைந்து சாட்டுப் பூஜை நடக்குமிடத்திற்குப் போனான். மொத்த சனங்களின் கவனமும் சப்பரத்து உருவாரச்சாமிகளுக்கு நடக்கும் பூஜை மீதே பதிந்திருப்பதைக் கண்டான். கோயில் பூசாரி சிறு உருவாரச்சாமிகளின் பக்கம் நின்று பூஜையின் கடைசிக்கட்ட துதி பாடிக் கொண்டிருந்தார். உருமிமேளங்களும் நாதஸ்வரங்களும் ஒலிப்பது ஓய்ந்துவிட்டன.

அகிலின் அலைபேசி ஒலித்தது. அம்மாதான் அழைத்தாள். அகில் மறுபடியும் சனங்களினூடே புகுந்து முன்பு நின்ற இடத்திற்கு வந்து பேசினான்.

"சொல்லும்மா...?"

"நீ ஊருக்கு எப்ப கண்ணு வருவே...?"

"ஏம்மா... தாத்தாவுக்கு ஏதாச்சும்...?"

"அந்த கெழவெ அப்படியேதா கெடக்கு..."

"அப்புறம்...?"

"இங்கே... நம்ம ஊரு சித்தரத்தேரு முன்னாடி எங்கிருந்தோ ஒரு சத்தியவாக்கான சாமக்கோடாங்கி வந்து குறிகூறி ஆடறான்... இப்ப பெய்யற மழயே அவஞ்சொல்லித்தா எறங்குச்சுன்னா பாத்துக்கவே... நீ ஊருக்கு கெளம்பி வா கண்ணு... நாம எப்பிடியாச்சும் அந்த சாமக்கோடாங்கிய புடிச்சு நீ தேடிக்கிட்டு இருக்கற கட்டியதின்னி வீரான் எங்கிருக்கிறான்னு கேப்போம்... அந்த சாமக்கோடாங்கி செரியா சொல்லீருவான்னு எம்மனசுக்கு படுது கண்ணு..."

"செரீம்மா... நீ போனை வெய்யி... நான் கெளம்பி வர்றேன்..."

அம்மாவின் அலைபேசி துண்டிக்கப்பட்டது. அகிலுக்கும் கடைசி முடிவாக அந்த சாமக்கோடாங்கியை போய் பார்த்துவிடலாம் என்று தோன்றியது. அகில் வெள்ளைத்தாடிக்காரரையும் சொப்பனவித்தைக்கார இரு நபர்களையும் தேடினான். அவர்கள் யாரும் தென்படவேயில்லை. இன்னும் பட்டைச்சாராய வீரானை தேடிக்கொண்டு சனத்திரளினூடே அலைந்து திரிகிறார்கள் என்று ஊகித்தான். உடனே அகில் செங்காட்டூருக்கு கிளம்ப ஆயத்தமானான்.

○○○

**கோ**ழிக் கொடாப்பு இந்திரஜித் நாடகத்தின் கிழிந்த திரைச்சீலையால் மூடிக் கட்டப்பட்டிருந்தது. அகிலுக்கு சகலமும் புரிந்துவிட்டது. கிளீனர் சொன்னதுபோல் இந்த பெண்மணிதான் சுலோசனா என்பது உறுதியாயிற்று. இந்த சுலோசனாவுக்கும் வீரானுக்கும் ஏதோ ஒருவித உறவு இருக்கிறது என்பதில் கடுகளவும் ஐயமில்லை. சுலோசனாவிடமிருந்து எந்தவித தகவலும் வாங்க முடியாது என்பதும் தெரிந்துவிட்டது. சுலோசனா கிளீனர் மீது சுமத்தும் கொலைப்பழி உண்மையாக இருக்குமா என்பதும் தெரியவில்லை. கிளீனர்தான் வீரானை அமராவதி வெள்ளத்தில் மூழ்கச் செய்து கொலை செய்தது உண்மை

என்றால் இனி வீரானை தேடுவதும் புரையோசனமில்லை. இத்தனை ஆண்டுகள் ஆகியும் சுலோசனா ஏன் கிளீனரை காவல்துறையிடம் காட்டிக் கொடுக்காமல் இருக்கிறாள் என்பதும் விநோதப் புதிராக இருந்தது. இதில் ஏதோ புரிபடாத சதி ஒன்று ஒளிந்து கிடந்தது. சதிகாரர் எவர் என்பதுதான் தெரியவில்லை. அகிலுக்கு யோசிக்க யோசிக்க குழப்பங்களே மிஞ்சின.

மேற்கு ஆகாயத்தின் மஞ்சள் வெயில் மங்கிவிட்டது. தென்னை மட்டையில் உட்கார்ந்திருந்த கருஞ்சின்னான் இணையை நெருங்கிக் கொஞ்சிக் குரலிட்டது. நால்வரும் தென்னத்தோப்பை விட்டு வெளியேறி வந்தனர். மூங்கில்தட்டிக் கடவடிக்கு அப்பால் மண்சாலையில் நிறுத்தியிருந்த காரை அடைந்தனர். முன்னிருக்கையில் கிளீனர் சிவவாக்கியர் பாடலை பாடிக் கொண்டிருந்தார்.

*"அகாரமானது அம்பலம் அனாதியானது அம்பலம்*
*உகாரமானது அம்பலம் உண்மையானது அம்பலம்..."*

நால்வரும் காரில் ஏறி அமர்ந்தனர். கிளீனரோடு யாரும் பேசவில்லை. கார் வந்தவழியே கிளம்பிப் பயணித்தது. கிளீனர் தொடர்ந்து பாடினார்.

*மகாரமானது அம்பலம் வடிவமானது அம்பலம்*
*சிகாரமானது அம்பலம் தெளிந்ததே அம்பலம்..."*

செவ்வாழை மரங்களை தழுவி வந்த வாடைக்காற்று குளிருடன் வீசிற்று. அருகில் எங்கோ மயில் கூட்டம் அகவிற்று. மடத்துக்குளம், கொழுமம் எல்லாம் கடந்து பழநி தார்சாலையில் கார் ஏறியபோது கிளீனர் பேச ஆரம்பித்தார்.

"நானு ஒரு துரோகம் பண்னிட்டேன்... வீரானுக்கும் சுலோசனாவுக்கும்..."

நால்வரும் அமைதியாகவே இருந்தனர். கிளீனர் கார் சன்னலுக்கு அப்பால் தெரியும் நீர் தளும்பிய குளத்தைப் பார்த்தார். நீர்நிலைக்கு மேல் தாழப் பறந்து செல்லும் பூநாரை கூட்டத்தைப் பார்த்தார். பின் திடீரென திரும்பி பேச ஆரம்பித்தார்.

"நானு வீரானும் சுலோசனாவும் சிநேகிதமானத கண்டு புடிச்சுட்டே... ஆனா அவங்க ரெண்டு பேருத்துகிட்ட எதுவும் தெரியாத மாதிரி காட்டிக்கிட்டே... இந்திரஜித் நாடகம் கடேசி கட்டத்த நோக்கி போயிக்கிட்டு இருந்துச்சு... அன்னைக்கு சாயிங்காலத்துல பஞ்சாமிர்த மடத்து உள்திண்ணையில சுலோசனா தனியா ஒத்திகை பாத்துக்கிட்டு இருந்தா... இந்திரஜித் ராமன் கிட்ட

சிக்கி சிறைபட்டர்றான்... சுலோசனா இந்திரஜித்த மீட்கறதுக்கு ராமன் கிட்ட போயி என்னோட யுத்தத்துக்கு வந்து மோது நான் ஜெய்ச்சுட்டா... நீங்க இந்திரஜித்த விடுவிச்சறனுமுன்னு கேக்கறா... ராமனும் பொம்பளகிட்ட எதுக்கு சண்டையின்னு நானு தோத்துட்டே... உம்புருசன கூட்டிட்டு போன்னு சொல்லறான்... சுலோசனா இந்த காட்சிகளோட வசனத்த உணர்ச்சிகரமா பேசி நடிச்சு பாக்கறா... மடத்துல ஆருமில்ல... நானு நேரா சுலோசனாகிட்ட போனேன்... நாடகத்துல வேண்ணா நீ இந்திரஜித்த மீட்டுறலாம்... நிஜத்துல நீ வீரானை மீட்டுற முடியாதுன்னேன்... சுலோசனா அப்படியே அதிர்ச்சி அடைஞ்சுட்டா... நெசத்த சொல்லு அன்னிக்கு கைகழும்போது வீரான்கிட்ட கடேசி நாள் ஏதோ சொல்லறமின்னியே அது என்னன்னு எங்கிட்ட சொல்லுன்னு கேட்டேன்... சுலோசனா என்னை கண்டு பயந்துட்டா... என்னை கலியாணம் செஞ்சுக்குவீங்களான்னு கேப்பேன்னா... உடனே நான் கேட்டேன்... வீரான் செரீன்னு சொன்னான்னா என்ன செய்வீன்னு... அதுக்கு சுலோசனா... நானு அவர என்னோடவே கூடிட்டு போயி கலியாணம் செஞ்சுக்குவேன்னா... அப்புறம் இந்திரஜித்தா நடிக்க வெப்பேன்னா... எனக்கு தூக்கி வாரிப் போட்டுச்சு... நானு உடனே கத கெட்டுப் போயிருமுன்னு நெனைச்சு... முத்துசாமி வாத்தியாருக்கு ஆளனுப்பிச்சுட்டேன்... நானு ரெண்டு பேருத்தையும் பிரிச்சுட்டேன்... இல்லின்னா வீரான் நாடகக்காரி பின்னால போயி இந்திரஜித்தா சீரழிஞ்சிருப்பான்..."

நால்வரும் மௌனமாக யோசிக்க ஆரம்பித்தனர். கிளீனர் மறுபடியும் சிவவாக்கியர் பாடலை பாடத் தொடங்கிவிட்டார்.

*"கள்ளவுள்ளமே யிருக்க கடந்த ஞானம் ஓதுவீர்*
*கள்ளம்உள் அறுத்தபோது கதி இதன்றிக் காண்கிலீர்..."*

○○○

# 37

பெருமழை துளிகள் வீரான் மீது விழுந்து தெறித்துக் கொண்டிருந்தன. சூறைக்காற்று கண்முன்னால் தென்படும் எல்லாப் பொருட்களையும் பிடிங்கியெறியும் வீர்யத்துடன் அசைத்துக் கொண்டிருந்தது. வீரான் பெருங்குழப்பத்துடன் நின்று யோசித்துக் கொண்டிருந்தார். இந்த இக்கட்டைத் தீர்க்கும் வழி எதுவும் புலப்படவில்லை. அதிகநேரம் வெறுமனே நின்று கொண்டேயிருக்கவும் முடியாது. ஏதாவது செய்தாக வேண்டும். வீரான் விழித்துக் கொண்டார். இலக்குமண ஆகாயத்திடமும் சன்னதம் வந்த சாமியாடிகளிடமும் தோற்று அவப்பெயர் வாங்கக்கூடாது என உறுதி பூண்டார். மேடையில் நடனமிடும் இந்திரஜித்தாக பாவித்துக் கொண்டார். இந்திரஜித் சூறைக்காற்றுக்கும் பெருமழைத்துளிக்கும் உத்திசைவாக கால் அடவுகளை திட்டமிட்டான். மெதுவான தொனியில் கால் அடவுகள் அமைந்தன. ஒருநிலையில் கால் அடவுகள் அப்படியே நடனமாக மாறிற்று. சூறைக்காற்று ஒத்துழைத்தது. இந்திரஜித் உடலை நெளிந்து நெளித்து நடனமாடினான். இந்த நடனம் எதுவாக மாறும் என்பதில் இந்திரஜித்துக்கே தெளிவில்லை. தான்தோன்றித்தனமான நடனமாக முதலில் தெரிந்தது. போகப்போக சூறைக்காற்று நடனத்தை மேலும் வலுப்படுத்திற்று.

சூறைக்காற்றின் வேகம் கூடக்கூட இந்திரஜித்துக்கு உடல் நெளிகள் வேகம் கொண்டன. ஒற்றை நாகமானான். ஒற்றை நாகம் நடனமாடி இணைநாகத்தை ஈர்த்தது. இணைநாகம் வந்து ஒற்றை நாகத்தோடு ஒட்டிக்கொண்டு நடனமாடியது. திடீரென தாவி ஒற்றை நாகத்தை பிணைந்துக்கொண்டு நடனமாடியது. பிணையல் இறுகி முடிச்சிட்டது. ஒற்றை நாகமும் இணைநாகமும் அதே கோலத்தில் எழுந்து நடனமாடின. சற்றுநேரத்தில் இரண்டும் பிணையல் நாகங்களாக மாறின. பிணையல் நாகங்கள் நடனத்தின் உச்சத்தை நோக்கி நகர்ந்தன. ஈருடல் ஒருடலாயிற்று. நடனத்தின் நீட்சியில் ஒற்றை நாகமாக மயக்கத் தோற்றம் காட்டிற்று. நெளிந்து நெளிந்து எழுந்தது. நுனி வாலை மட்டும் நிலத்தில் ஊன்றி ஆகாயத்தை நோக்கி உயர்ந்து நின்றது. அப்படியே சரிந்து நிலத்தில் விழுந்தது. பிணையல் பிரிந்தது. மீண்டும் ஈருடலாக மாறி நடனமிட்டன. விலகி விலகி சென்றவாறே நடனமிட்டன. திடீரென ஓடிவந்து ஒன்றோடு ஒன்று இணைந்தன. மீண்டும் பிணையல் நாகங்களாயின.

இலக்குமண ஆகாயம் இந்திரஜித்தின் நாகநடனத்தைப் பார்த்துக் கொண்டேயிருந்தது. இந்திரஜித்திடம் தோற்கக் கூடாது என தீர்மானித்தது. இந்திரஜித்தின் நாகநடனம் உச்சமடைவது எதனால் என்று கூர்ந்து கவனித்தது. தன்னுடைய சூறைக்காற்றினால்தான் என்பதை உடனே கணித்தது. சூறைக்காற்று இல்லையெனில் இந்திரஜித்தினால் நாகநடனம் ஆடமுடியாது என்பதனையும் தெரிந்து கொண்டது. இலக்குமண ஆகாயம் இந்திரஜித்தை அடக்க தீர்மானித்தது. முதல்காரியமாக நாகநடனத்தை ஒழிக்க நினைத்தது.

இலக்குமண ஆகாயம் துரிதமாக நாற்திசை சூறைக்காற்றையும் நிறுத்தியது. ஊருக்குள் வீசும் சூறைக்காற்றையும் விரைவாக நகர்ந்து வடமேற்கு திசை பார்த்துப் போகச் செய்தது. சூறைக்காற்று வீசாமல் இந்திரஜித்தினால் நாகநடனத்தின் அடுத்த படிநிலைக்கு முன்னேற முடியவில்லை. நாகநடனத்தில் தடங்கல் ஏற்பட்டது. நாகநடனத்தின் மூர்க்கமும் ஆக்ரோஷமும் தணிந்தது. நாகநடனம் நீர்த்துப் போனது. இலக்குமண ஆகாயம் சிரித்தது. இந்திரஜித் தோற்றுவிட்டதாக நினைத்தது.

இந்திரஜித்துக்கும் இனி நாகநடனத்தின் இறுதி கட்டத்தை அடைய முடியாது என தெரிந்துவிட்டது. வேறுவழியில்லாமல் நாகநடனத்தின் படிநிலையை குறைக்க தொடங்கினான். நாகநடனம் தளர்ந்துப் போனது. இந்திரஜித் பிணையல் பிரித்து ஒற்றை நாகமானான். ஒற்றை நாகமும் மறைந்து இந்திரஜித்தாக நின்றான்.

ஊரின் மேல் பெருமழைத்துளிகள் அடர்வுடன் இறங்கி பெய்தபடியே இருந்தது. வீதிகளில் பெருகி ஓடும் மழைநீரின் அளவு கூடிக் கொண்டிருந்தது. சித்திரத்தேர் யாரும் வடம் பிடித்து இழுக்காமல் மழைநீருக்குள் நின்றே கிடந்தது. இலக்குமண ஆகாயம் மேலிருந்து கவனித்தபடியே இந்திரஜித்தின் அடுத்தகட்ட நகர்வுக்காக காத்திருந்தது. இந்திரஜித் அமைதி காத்தான். சித்திரத்தேரின் வலப்புறத்தில் நின்றிருந்த சுலோசனா தன்னையே பார்த்துக் கொண்டிருப்பதை கண்டான்.

○○○

பருவமழை இறங்கும் அறிகுறி தென்பட்டது. இளமதியத்திலேயே ஆகாயம் நிறைய கருமுகில்கள் கவிழ்ந்து கிடந்தன. அமராவதியில் மூன்று ஆளுயர தண்ணீர் ஓடிற்று. பரிசல் சுழன்று சுழன்று நகர்ந்தது. பரிசல்காரரினால் துடுப்பு மூலம் பரிசலை தாங்க முடியவில்லை. நீர்ச்சுழற்சியில் பரிசல் இழுபட்டுக் கொண்டேயிருந்தது. பரிசல்காரர் துடுப்பை கவனமாக வலித்துப் பரிசலை தாங்கினார். முத்துச்சாமி வாத்தியாருக்கும் லாரி கிளீனருக்கும் இடையே வீரான்

உட்கார்ந்திருந்தான். மச்சு வீட்டுக்கு எதற்காக போகிறோம் என்பதே வீரானுக்கு தெரியவில்லை. படுமர்மமாக இருந்தது. கொண்டை நீர்க்காகங்கள் நீரில் இறங்காமல் வட்டமிட்டுக் கொண்டிருந்தன. ஆறு எங்கும் நீர்ச்சுழிப்போசை எழுந்தது. வெள்ளத்தில் வாழைமரங்களும் தென்னைமட்டைகளும் வைக்கோல் போரும் மிதந்து வந்தன. பரிசல்காரர் பேசினார்.

"உங்கள தவிர ஆரு கூப்பிட்டிருந்தாலும் பரிசலை ஆத்துல எறக்கீருக்க மாட்டேனுங்க... இது ஆபத்தோட வெளையாடற வெளையாட்டா இருக்கு..."

எருமைக்கன்று வயிறு உப்பி மிதந்து போய் கொண்டிருந்தது. லாரி கிளீனர் சொன்னார்.

"இது அமராவதி சண்முகநதி சேர்ந்த ரெண்டாத்து வெள்ளம்... தெக்கே அலங்கியத்து பக்கம் நெறைய சேதமுன்னு பேசிக்கிட்டாங்க... நெல்லு வயலெல்லாம் நீருல மெதக்குதுன்னு சொன்னாங்க... மொதலை எல்லாம் கூட மொதந்து வருதாமா... நீங்க ரொம்ப சாக்கிரதையா பரிசல் ஓட்டனும்..."

"ஆமாங்க... இத்தன வருசத்து வெள்ளத்துல இந்த வருசந்தான் இங்ககூட மொதல குட்டிகள பாத்ததா சொல்லறாங்க..."

வீரானால் அவர்களின் பேச்சில் கவனம் செலுத்த முடியவில்லை. முத்துச்சாமி வாத்தியார் எதற்காக மச்சு வீட்டுக்கு அழைத்துப் போகிறார் என்பது குறித்தே யோசித்தபடி இருந்தான். கோவை அரசு கலை அறிவியல் கல்லூரியிலிருந்து முத்துச்சாமி வாத்தியார் தன்னை தாராபுரத்துக்குப் புறப்பட்டு வரச் சொன்ன போதும் கேட்டான். முத்துச்சாமி வாத்தியார் பதில் சொல்லவில்லை. தில்லாபுரி அம்மன் கோவில் இலுப்பைத்தோப்பு வந்து காத்திருக்கும்போதும் லாரி கிளீனரை கேட்டான். லாரி கிளீனருக்கும் எதுவும் தெரியவில்லை. வீரான் விசையுடன் ஓடும் கலங்கல் வெள்ளத்தையே பார்த்தவாறு அமர்ந்திருந்தான். பரிசல் அசைந்து அசைந்து நகர்ந்தது. நீர்ச்சுழிப்பு அச்சத்தை ஏற்படுத்திக் கொண்டிருந்தது. பரிசல்காரர் சாமர்த்தியமாக துடுப்பை நீருக்குள் ஊன்றி வலித்து பரிசலை சரியான திசைக்கு செலுத்திக் கொண்டிருந்தார். பரிசல் மெல்ல அக்கரை நோக்கிப் போயிற்று.

விராலடிப்பான் குருவி அந்தரத்தில் சிறகடித்தபடி அசையாமல் நின்று வெள்ளத்தில் எதையோ கண்காணித்தது. பிணந்தின்னிக் கழுகுகள் படை திரண்டு மேற்கே பறந்துப் போயின. ஒருவழியாக வெள்ளவெளியைக் கடந்து பரிசல் அக்கரை போய் சேர்ந்தது. எல்லோரும் பெருநிம்மதி

அடைந்தனர். பரிசலிலிருந்து ஒவ்வொருவராக இறங்கினர். சேற்றுமணல் நாணல்வழியில் மேலேறினர். தாழைக்கோழிகள் கத்திக்கொண்டு குறுக்கே ஓடின. தென்னந்தோப்புக்குள் நீர் தேங்கி நின்றது. உயரவரப்பில் நடந்து மச்சு வீட்டைச் சென்று சேர்ந்தனர். ஏற்கனவே தாழ்வாரத்துத் திண்ணையில் டேனியல் பாதிரியார் உட்கார்ந்து சமையல் பண்டாரச்சியுடன் பேசிக் கொண்டிருந்தார். எல்லோரையும் வாசலில் கண்டதும் சமையல் பண்டாரச்சி எழுந்து வீட்டுக்குள் போய் விட்டாள். டேனியல் பாதிரியார் எழுந்து நின்றார். நடைக்குள்ளே இருந்து வயோதிகப் பெண்மணி அழைத்துக் கூப்பிட்டாள். முத்துச்சாமி வாத்தியாரும் டேனியல் பாதிரியாரும் மட்டும் வீட்டுக்குள் போனார்கள். நடை சாத்தப்பட்டது.

வீரானும் லாரி கிளீனரும் தாழ்வாரத்துத் திண்ணையிலேயே உட்கார்ந்து கொண்டனர். நெடுவருசங்கள் கழித்து பலாமரங்கள் காய் பிடித்திருந்தன. மேற்கிளையில் கனத்தச் செதில்காய்கள் தொங்கின. சவ்வாரி வண்டி கூட்டின் மேல் அணில்கள் ஏறி விளையாண்டன. நடை திறக்கப்பட்டது. சமையல் பண்டாரச்சி லாரி கிளீனரை மட்டும் உள்ளே கூப்பிட்டாள். லாரி கிளீனர் எழுந்து வீட்டுக்குள் போனார். வீரானுக்கு இன்னும் இந்த பயணம் எதற்கு என்கிற குழப்பம் நீடித்தது. தீவிரமாக யோசித்தபடியே உட்கார்ந்திருந்தான். தென்னந்தோப்புக்குள் பனங்காடைகளும் மரங்கொத்திகளும் கத்தின. உச்சி மதியமானது. வயோதிகப் பெண்மணி நடை மீது வந்து நின்றாள். கட்டளையிடும் தொனியில் சொன்னாள்.

"எந்திரிச்சு உள்ள வாப்பா... சாப்பிடலாம்..."

வீரானுக்கு அச்சம் ஏற்பட்டது. எழுந்து தயங்கி நின்றான். வயோதிகப் பெண்மணியே பேசினாள்.

"என்னப்பா ரோசனை... இப்ப நீ எம்.எஸ்.சி., எம்.பீல்., முடிக்கப் போறே... அப்புறம் கவுர்மெண்ட் ஸ்கூலு வாத்தியாரா ஆகப் போறே... ஒரு வாத்தியாருக்கு குடுக்கற மதிப்ப உனக்கும் குடுக்கறேன்... பயப்படாம உள்ள வாப்பா..."

வயோதிகப் பெண்மணி திரும்பி ஆசாரத்துக்குள் போய் மறைந்து விட்டாள். வீரானால் நம்பவே முடியவில்லை. கூப்பிட்டது வயோதிகப் பெண்மணிதானா என்று சந்தேகம் கூட எழுந்தது. வீரான் முதன்முறையாக மச்சு வீட்டு நடைக்குள் கால் வைத்து நுழைந்தான். மனதை ஒருவித இனம்புரியாத பரவசம் சூழ்ந்தது. தன் வாழ்நாளில் இப்படியெல்லாம் நடக்கும் என்று நினைத்துக்கூட பார்த்ததில்லை. ஆசாரத்து வடக்குத் திண்ணையில் முத்துச்சாமி வாத்தியார், டேனியல்

பாதிரியார், லாரி கிளீனர், சுருட்டு பிடிக்கும் வயோதிகர் என எல்லோரும் சம்மணங்கால் போட்டு உட்கார்ந்திருந்தனர். எதிரே தலைவாழையிலைகள் விரிக்கப்பட்டிருந்தன. ஒரு தலைவாழையிலை மட்டும் ஆளில்லாமல் இருந்தது. வீரானின் கண்கள் ஆசாரத்தை நோட்டமிட்டன. இளம் பிராயத்தில் பானுமதி அக்கா சொன்ன குந்தியின் அரண்மனையின் தோற்றம் கொண்டிருந்தது. வீரானுக்கு பிரமிப்பு தீரவில்லை. தூணோரம் நின்ற வயோதிகப் பெண்மணி சொன்னாள்.

"எலையில போயி உக்காருப்பா..."

வீரான் மெதுவாக நடந்து போய் ஆளில்லாத தலைவாழையிலையின் பின்னே உட்கார்ந்தான். சமையல் பண்டாரச்சி இலையில் கோழிக்கறி வறுவல் பறிமாறினாள். வீரானுக்கு இதுவரையில் சாப்பிட்டிராத எச்சில் சுரக்கும் ருசி. வயோதிகப் பெண்மணி சமையல் பண்டாரச்சிக்கு உத்தரவிட்டாள்.

"வீரான் விடுதிச்சோறு திங்கற பையன்... எலையில இன்னும் கொஞ்சம் கறி வெய்யி புள்ளே..."

சமையல் பண்டாரச்சி வீரானின் இலையில் மேலும் கோழிக்கறி வறுவலை வைத்தாள். வயோதிகப் பெண்மணி இப்படி படுபாந்தமாகப் பேசுவது ஆச்சரியத்தை ஏற்படுத்தியது. வீரானுக்கு எதுவுமே நம்பும்படியாக இல்லை. சாப்பிட்டு முடித்து கை கழுவியது வரை எல்லாமே கனவில் நடப்பதுபோல் இருந்தது. எல்லோரும் வெற்றிலை பாக்கு போட்டனர். திடீரென பருவமழை சடசடத்து இறங்கியது. ஆசாரத்துக் கூரைநீர் இடைவிடாமல் சொட்டிட்டன. வீரான் ஆசாரத்து முற்றத்தில் மழை இறங்கிப் பெய்வதையே பார்த்துக் கொண்டிருந்தான். மனதுக்குள் ஏதோ நிறைவு ஏற்பட்டது. கனத்த இடி இடித்து மழை ஓய்ந்தது. வாசலில் தேங்கிய மழைநீரில் பலா இலைகள் மிதந்தன. மறுபடியும் எல்லோரும் பரிசல் ஏறி மறுகரை வந்திறங்கினர். நாணலினூடே சேற்றுமணல் வழியில் மேடேறினர். இலுப்பைத்தோப்பு பகலிலேயே நிழல்கட்டிக் கிடந்தது. தில்லாபுரி அம்மன் கோவில் வெளிவாசற்படி வந்ததும் முத்துச்சாமி வாத்தியார் வீரானை கிட்டத்தில் கூப்பிட்டு பேசினார்.

"நீ எந்த வூட்டுக்குள்ள கால் வைக்க முடியலையோ... அந்த வூட்டுக்குள்ள உக்காந்து சாப்பிட முடியுதுன்னா... அதுதான்டா படிப்பு செய்யற மாயம்... நா எதுக்கு எல்லாரும் படிக்கனுமுன்னு சொல்லறேன்னு இப்ப புரியுதா வீரான்...?"

வீரான் ஆமோதித்து தலையசைத்தான். இலுப்பை இலைக்குள் மாங்குயில் குரலிட்டது. டேனியல் பாதிரியார் பையிலிருந்து நிலக்கிரயப் பத்திரத்தை கையில் எடுத்தார். இலுப்பைத்தோப்புக்கு மேற்கே கைகாட்டி சொன்னார்.

"இதுல நாலு ஏக்கரு நெல்லு வயலு இனி உனக்கு சொந்தம் வீரான்..."

வீரான் புரியாமல் பார்த்தான். லாரி கிளீனர் விளக்கினார்.

"என்னடா முழிக்கறே... மச்சு வீட்டு இந்திராணியம்மாகிட்ட இருந்து இந்த நாலு ஏக்கரு வயலையும் முத்துச்சாமி வாத்தியார் விலைக்கு வாங்கி... உம்பேருல எழுதி வெச்சிருக்காரு... நீ வாத்தியாரான அப்புறம் செய்யற நல்ல காரியத்துக்காக..."

எல்லோரும் இலுப்பை மரங்களிடையே நடந்து மண்பாதைக்கு வந்தனர். வீரானின் நெல்வயலின் மீது பின்மதிய வெயில் படிந்திருந்தது. புடை தள்ளிய நெற்கதிர்களுக்கு மேலாக மழைத்தட்டான்களும் உழவாரன் குருவிகளும் நிறைய பறந்துக் கொண்டிருந்தன. உன்னிக்கொக்குகள் கூட வெண்சிறகைத்துப் பறந்துக் கொண்டிருந்தன. வீரான் நெல்வயலை பார்த்தபடியே நின்றான். இன்று நடந்ததை எல்லாம் நம்பமுடியவில்லை.

○○○

# 38

அகில் நாலாத்திக்கிலும் பார்வையை செலுத்தித் தேடினான். சனங்களுக்குள் எங்குமே வெள்ளைத்தாடிக்காரரையும் சொப்பனவித்தைக்கார இரு நபர்களையும் காணவில்லை. அவசரமாக ஊர் போக மனம் பரபரத்தது. அகாலத்தில் வாகனம் எதுவும் கிடைக்கவில்லை. வெள்ளைத்தாடிக்காரரின் மொபட் இல்லாமல் ஊர் போக முடியாது. இங்கு வேறு வாகனம் ஏற்பாடு செய்பவர் எவரும் இல்லை. அந்த சமயத்தில்தான் அகிலுக்கு நாணல்மடைவலசுக் கொத்துக்கார வீரான் ஞாபகத்தில் வந்தார். அவரிடம் நிச்சயமாக வாகனம் இருக்கும் எனப்பட்டது. வாங்கிக்கொண்டு ஊர் போய்விடலாம் என்று நினைத்தான். அகில் சனங்களிடையே நகர்ந்து நகர்ந்து சப்பரத்து உருவாரச்சாமிகளின் பூஜை நடக்குமிடத்திற்கு வந்து சேர்ந்தான். நாணல்மடைவலசுக் கொத்துக்கார வீரான் கோயில் பூசாரிக்கு உதவி செய்து கொண்டிருந்தார். அகிலால் அவர் கிட்டத்தில் நெருங்க முடியவில்லை. உருமிமேளக்காரர்களையும் நாதஸ்வரக்காரர்களையும் விலக்கிதான் போக முடியும். அவர்கள் தன்னிலை மறந்து இசைப்பதில் மூழ்கி இருந்தனர். நாணல்மடைவலசுக் கொத்துக்கார வீரானை சப்தமிட்டுக் கூப்பிட்டாலும் கேட்க வாய்ப்பில்லை. கூப்பிடும் குரல் உருமிமேள நாதஸ்வர ஓசையை தாண்டிப் போக சாத்தியமில்லை. அகிலுக்கு நாணல்மடைவலசுக் கொத்துக்கார வீரானை நெருங்கும் வழி குறித்து யோசித்தவாறே நின்றிருந்தான்.

சப்பரத்து உருவாரச்சாமிகளுக்கான மொத்த பூஜையும் முடியும் தருவாயிலிருந்தது. உச்சி ஆகாயம் இருண்டுவிட்டது. ஈரக்காற்று வீசத் துவங்கிவிட்டது. கனமழை இறங்கும் அறிகுறியும் அதிகமானது. பெரியவீட்டுக்காரர் சப்தமிட்டார்.

“எருமக்கெடாய்கள கொண்டு வரச் சொல்லுங்கப்பா...”

நாணல்மடைவலசுக் கொத்துக்கார வீரான் சப்பரத்து உருவாரச்சாமிகளின் இடைவெளியில் புகுந்து கிழக்கே ஓடினார். அகில் பார்த்துக் கொண்டிருக்கும்போதே மறைந்து போனார். அகிலுக்கு அவர் திரும்பி வரும்வரை காத்திருப்பதை தவிர வேறுவழியில்லை. அந்த நேரத்தில் அலைபேசி ஒலித்தது. அம்மாதான் மறுபடியும் அழைத்தாள். பூஜை நடக்குமிடத்தைவிட்டு வெளியேறி வந்து பேசினான்.

“சொல்லும்மா...”

“என்னடா இந்நாவெரைக்கும் போனையே எடுக்க மாண்டீங்கறே... அந்த சத்தியவாக்கான சாமக்கோடாங்கி நம்ம ஊர போட்டு வட்டவாசி செஞ்ச சூறக்காத்தையே நிறுத்திட்டாருடா... நீ இப்பவே வந்தா... நமக்கு நல்லது நடக்குமடா... மளார்ன்னு வாடா...”

அகிலுக்கு தன் நிலை கண்டு சிரிப்பாக வந்தது. இப்போது நாணல்மடைவலசுக் கொத்துக்கார வீரானையும் சேர்த்து தேட வேண்டியிருந்தது. திரும்பி நடந்து நாடகமேடை தெரியும்படி நின்று கொண்டான். நாடகமேடையில் யுத்தகளத்திரை விரிந்தது. இந்திரஜித் சீதையின் தலைமயிர் பற்றி இழுத்து வந்தான். இராமலக்குமணர் அனுமன் சுக்ரீவன் விபீஷணன் எல்லோரும் திகைத்தனர். இந்திரஜித் அவர்கள் கண்முண்ணால் சீதையின் கழுத்தை வாளால் அறுத்துக் கொன்றான். பார்வையாளர்கள்கூட அதிர்ச்சியடைந்தனர். ஹார்மோனிய இசையுடன் பாடும் பாடகர் ஒப்பாரி அழுகையில் பாடினார்.

*“பாதக அரக்கன் தெய்வப் பத்தினி தவத்துளாளைப் பேதையை...”*

○○○

**பொ**ழுது இறங்கி மறைந்துவிட்டது. இருளுக்கு முன்னான ஊமைவெளிச்சம் மட்டுமே எஞ்சியிருந்தது. கார் மிதமான வேகத்தில் கிழக்கே பயணித்தது. கார் சன்னலுக்கு வெளியே வறண்டு கிடந்த தரிசு வயல்களின் மேலே நாரை கூட்டங்கள் பறந்து போய்க் கொண்டிருந்தன. கண்களை மூடி உட்கார்ந்திருந்த கிளீனர் திடீரென விழித்தார். உறக்கத்தில் விசித்திர கனவு கண்டு விழித்தவராய் வெறித்தார். நாற்புறமும் தலையை திருப்பி எல்லோரையும் பார்த்தார். சிவவாக்கியர் பாடல் எதுவும் பாடவில்லை. நேராக பேச துவங்கிவிட்டார்.

“வீரான் எம்.பீல்., முடிக்கப்போற சமயத்துல... அந்த சம்பவம் நடந்துச்சு... அப்போ ஐப்பசி மழகாலம்... அன்னிக்கு அடமழயில்ல... சாயிங்காலமா பஞ்சாமிர்த மடத்துல நான்மட்டுமே இருந்தேன்... பாத்தா திடீர்ன்னு சுலோசனா ஒத்தீல வந்து நிக்கறா... நா உள்ள கூட்டிட்டு போய் பின்கட்டு திண்ணையில உக்கார வெக்கறேன்... ஒடனே அவ கேட்டா... என்னோட வீரான் எங்கேன்னு... எதுக்குன்னு நான் கேட்டேன்... பாக்கனுமுன்னு சொன்னா... பாத்து என்ன செய்யப் போறேன்னு கேட்டேன்... என்ன செய்யனுமோ அதை செய்யப் போறேன்னா... இவ ஏதோ ஒரு முடிவோடதான் வந்திருக்கறான்னு எனக்கு தெரிஞ்சு போச்சு... அப்புறம் நானு அமைதியாயிட்டேன்... அவளும் அமைதியாகவே உக்காந்திருந்தா...”

கிளீனர் பேச்சை நிறுத்தினார். சன்னலுக்கு வெளியே நோக்கினார். இருள் வேகமாக கவிழ்ந்துக் கொண்டிருந்தது. வெல்லமண்டிக் கிடங்குக்கு வெல்லமூட்டை ஏற்றிப்போன லாரியை கார் முந்தியது. கிளீனர் விட்ட இடத்திலிருந்து பேச்சைத் தொடங்கினார்.

“இனிமே நானு சொல்லப் போறது கொஞ்சம் அதிர்ச்சியாத்தான் இருக்கும்... இத்தனை நாளைக்கும் பொறகு நானு இத உங்ககிட்டத்தான் சொல்லறேன்... சுலோசனா எழுந்திரிச்சு போற மாதிரி தெரியல... வீரான் இல்லாம பஞ்சாமிர்த மடத்துல இருந்து போகாமாட்டான்னு தெரிஞ்சு போச்சு... நானும் அவளையே பாத்துக்கிட்டு நின்னேன்... அப்பத்தான் எம்புத்தி பெசகினது... ஊட்டுலயும் ஆருமில்ல... நானு சத்தமெழுப்பாம நடந்து கதவ சாத்தி தாழ்வெச்சே... நேரா சுலோசனா எதிருல்ல போயி நின்னே... எனக்கு மூச்சு முட்டுது... ஏதோ ஆகாசத்துல இருந்து எறங்கி வந்த தேவதை கணக்கா சுலோசனா உக்காந்திருக்கா... அவ அழகு என்னை ஈர்க்குது... நானு இன்னுங்கொஞ்சம் கிட்ட போனே... அவ அப்பக்கூட என்னை தப்பா நெனைக்கல... ஏதோ சொல்லவர்றான்னு நெனைக்கிட்டு அவளும் எழுந்திருச்சு நின்னா... நானோ வெறியேறி நிக்கறே... அவ கேட்டா... வீரான் இருக்கற எடத்துக்கு கூட்டிக்கிட்டு போகப்போறீங்களான்னு... நானோ அப்படி நா உன்னை கூட்டிக்கிட்டு போகனுமுன்னா... இப்ப நீ எஞ்சொன்னபடி கேக்கனுமுன்னு சொன்னே... அவ நாடகக்காரில்ல புருஞ்சுக்கிட்டா... எதுவும் பேசல மறுக்காவும் அமைதியாவே நிக்கறா... எனக்கு தெகிரியம் வந்துருச்சு... என்னால நம்பமுடியல... சுலோசனா இவ்வளோ சீக்கிரத்துல உடன்படுவான்னு... நானு வதனமான அவ மொகத்த பாத்துக்கிட்டே... அப்படியே இழுத்து அணைக்க கைய நீட்டரே... அவ சடார்ன்னு இடுப்புல மறச்சு வெச்சிருந்த சூரிக்கத்திய எடுத்து நீட்டரா... ஏன்டா நானு ஊரூரா போற நாடகக்காரி... உன்னைமாதிரி உருப்படாத எத்தனை கூறுகெட்ட சென்மத்த பாத்திருப்பே... இன்னும் ஓரடி எடுத்து வெச்சீன்னா... உன்னோட குஞ்சாமணியெ நறுக்கி வீதியில போற நாயிக்கு போட்டுட்டு நாம்பாட்டுக்கு போயிருவே... அக்கிட்ட போடா ஆகாவழி நாயின்னா... இனி நானு இங்க நிக்கறது சிலாக்கியமில்லேன்னு தோனுச்சு... நானு தாழவெலக்கி கதவ நீக்கிக்கிட்டு வாசற்படி எறங்குனே... அப்பப்பாத்து. முத்துசாமி வாத்தியாரு வீதில பஞ்சாமிர்த மடத்த நோக்கி வந்துக்கிட்டு இருக்கறாரு... எனக்கு நெஞ்சுல ஒருகூட தீ உழுந்த மாதிரி ஆயிருச்சு... சுலோசனா எங்காச்சும் முத்துசாமி வாத்தியாருகிட்ட நடந்த உண்மைய சொல்லிட்டா... என்னாவரதுன்னு யோசிச்சே... அதேநேரத்துல முத்துசாமி வாத்தியார தடுக்க முடியாது... அதேமாதிரி சுலோசனாவும்

நடந்தத சொல்லாம இருக்கமாட்டா... என்ன செய்யறதுன்னு தெரியாம தவிக்க ஆரம்பிச்சிட்டேன்... நேரா ஊட்டுக்குள்ளார ஓடி... சுலோசனா கால்ல உழுந்துட்டேன்... நானு உனக்கு வீரான காட்டறேன்... கொஞ்ச நேரத்துக்கு முன்னால நடந்ததை ஆருகிட்டயும் சொல்லீறாதேன்னு கையெடுத்துக் கும்பிட்டறேன்... ஆனா சுலோசனாவோ எந்திரீடா மானங்கெட்டவனே... இப்பப்பாரு உனக்கு என்ன நடக்குதுன்னு சொல்லறா... நானு பயத்தோட எழுந்திரிச்சு நிக்கறே... அந்தநேரம் முத்துச்சாமி வாத்தியாரு பின்கட்டு திண்ணைக்கு வர்றாரு..."

கிளீனர் பேசுவதை நிறுத்திக் கொண்டார். சீட்டின் மீது தலையை சாய்த்தபடி கண்களை மூடிக் கொண்டார். கார் பாப்பம்பட்டி பிரிவு கடந்தது. தார்சாலையின் தென்புறத்தில் பரோட்டா கடை தென்பட்டது. பரோட்டா கடையின் முன் கூட்டம் பெரிதாக இல்லை. அகில் காரை பரோட்டா கடை முன்பு கொண்டு போய் நிறுத்தினான். கிளீனர் கண்களை திறந்தார். சுலோசனாவின் சூரிக்கத்தி இன்னும் கண்முன் அசைவது போன்ற உணர்வின் பாவனையில் பார்த்தார். அகில் கிளீனரையும் இறங்கச் சொல்லி கடைக்குள் கூட்டிப் போனான். மதியம் சாப்பிடாததால் எல்லோருக்குமே நல்ல பசி எடுத்திருந்தது. பரோட்டா கடைக்குள் கொடைக்கானல் பண்பலை ஒலித்தது. மலேசியா வாசுதேவன் 'ஆசை நூறு வகை வாழ்வின் நூறு சுவை...' எனப் பாடிக் கொண்டிருந்தார். அகில் எல்லோருக்குமே கொத்துப்பரோட்டா போடச் சொன்னான். கொத்துப்பரோட்டா இலைக்கு வர தாமதமானது. கிளீனர் மீண்டும் பேசத் துவங்கினார்.

"நானோ முத்துசாமி வாத்தியாரு முன்னால என்னோட மானம் மருவாதி எல்லாம் கப்பலேறப்போகுதுன்னு நெனைச்சு பயந்து நடுங்கிக்கிட்டு நிக்கறேன்... சுலோசனா எதுவுமே நடக்காததுபோல முத்துசாமி வாத்தியார் காலில் உழுந்து வணங்கி ஆசி வாங்கறா... அப்பத்தான் எனக்கு கொஞ்சம் நிம்மதியாச்சு... முத்துசாமி வாத்தியாரு பெரிய அனுபவசாலில்ல... ஒடனே அவ வந்திருக்கற விசயத்தை புரிஞ்சுக்கிட்டாரு... நேரா அவகிட்ட சொன்னாரு... இங்க பாரும்மா வீரான் இன்னும் படிச்சுக்கிட்டு இருக்கிறான்... அவன் வாத்தியாரு வேலைக்கு போனப்புறம்தான் உன்னை கல்யாணம் செஞ்சுக்க முடியும்... நீ அவசரப்படாதே... அவனுக்கு படிப்பு முடிஞ்சு வாத்தியாரு வேலை வாங்கினதும் நானே உங்க ரெண்டு பேருத்துக்கும் கல்யாணம் செஞ்சு வெக்கறேன்... இன்னும் கொஞ்சநாள் பொறுமையா காத்திருன்னாரு... சுலோசனா புருஞ்சுக்கிட்டா... ஒடனே மடத்துல இருந்து பொறப்பட்டுட்டா... ஆனா எனக்கு அவள பழிவாங்கனமுன்னு எண்ணம் எழுந்திருச்சு...

நானும் அவ பின்னாலையே போனே... தாழ்வார வாசற்படியில போயி அவகிட்ட சொன்னே... உன்னோட வீரான் இனி உனக்கு எப்பவுமே கெடைக்க மட்டான்னு... அதுக்கு அவ ஏங் கெடைக்க மாட்டான்னு கேட்டா... அதுக்கு நானு... வீரானை அமராவதி ஆத்து வெள்ளத்துல அமுத்தி கொன்னுட்டேன்னு சொன்னேன்... அதை கேட்டதும் அவ அப்பிடியே அதிர்ச்சி அடைஞ்சுட்டா... உடம்பு நடுக்கம் எடுத்துருச்சு... கண்ணுல தண்ணீ பெருகுது... சட்டுன்னு வீதியில ஏறங்கி நிக்காம நடக்க ஆரம்பிச்சுட்டா..."

ஏதோ இந்தக்கணம்தான் சுலோசனாவை பழிவாங்கிய தோரணையில் கிளீனர் சப்தமாகச் சிரித்தார். உடனே அகில் கிளீனரிடம் கேட்டான்.

"அப்போ நீங்க... வீரானை கொன்னது உண்மைதானா...?"

கிளீனர் பதிலேதும் கூறவில்லை. மீண்டும் சப்தமாகச் சிரித்தார். பின் சட்டெனச் சிரிப்பை அடக்கினார். சிவவாக்கியர் பாடலை பாட ஆரம்பித்தார்.

"ஆவதும் பரத்துளே அழிவதும் பரத்துளே
போவதும் பரத்துளே புகுவதும் பரத்துளே..."

கொத்துப்பரோட்டா இலைக்கு வந்து சேர்ந்தது. கிளீனர் பாடுவதை நிறுத்தினார். எல்லோருக்கும் கிளீனரின் பேச்சு பெருங்குழப்பத்தை ஏற்படுத்தியிருந்தது. யோசித்தபடியே பரோட்டாவை மென்று தின்றனர். கிளீனர் சின்னப்பையன்போல் கொத்துப்பரோட்டவை ரசித்துச் சாப்பிட்டார்.

"எங்க ஊர்ப்பக்கம் நாந்தான் லாரியில வடநாடு போயி மொதமொதன்னு புரோட்டா சாப்பிட்டது... ஊருக்கு வந்து புரோட்டா பத்தி சொல்லறே... அப்ப ஊருக்குள்ள ஆரும் நம்பவேயில்ல... இன்னிக்கு குஞ்சுகுளுவானெல்லாம் புரோட்டா சாப்பிடுது..."

கிளீனர் எச்சில் தெறிக்க சப்தமாகச் சிரித்தார். எல்லோரும் சாப்பிட்டு முடிக்கும்போது கொடைக்கானல் பண்பலையில் சொர்ணலதா 'குயில்பாட்டு ஓ வந்ததென்ன இளமானே...' என்று பாடிக் கொண்டிருந்தார். அகில் கல்லாவிடம் போய் பில்லுக்கான பணத்தைக் கொடுத்தான். கடைக்காரர் கிளீனர் சாப்பிட்டதிற்கு பணம் வாங்க மறுத்துவிட்டார்.

"தூளு சித்தங்கிட்ட... நாங்க எப்பவுமே சாப்பிட்டதுக்கு காசு வாங்கறது இல்லன்னே... தூளு சித்தன் கைராசிக்காரன்... அவன்

சாப்பிட்டுட்டு போனா எங்களுக்கு எப்பவும் நாலுகாசு அதிகமா கல்லாவுல தங்குமுன்னே..."

அகில் கிளீனரை தேடினான். கிளீனர் எல்லோரோடும் காரை நோக்கி போய்க் கொண்டிருந்தார். பசுமாடுகளை ஏற்றிக்கொண்டு கேரளா செல்லும் லாரி ஒன்று வந்து கார் அருகில் நின்றது. லாரிக்குள் கயிறுகளால் பிணைத்துக் கட்டப்பட்ட பசுமாடுகள் அசைப்போட்டுக் கொண்டிருந்தன.

o O o

# 39

சூறைக்காற்று முற்றிலும் அடங்கி ஒடுங்கிவிட்டது. பெருமழைத்துளிகள் பெய்யும் ஓசை மட்டுமே கேட்டுக் கொண்டிருந்தது. சன்னதம் வந்த சாமியாடிகள் ஊர்க்காரர்களோடு சித்திரத்தேரை விலகி இந்திரஜித்திடம் வந்தனர். இந்திரஜித்தை சூழ்ந்து வட்டமாக நின்று கொண்டனர். அமைதியாக ஏறிட்டனர். அதுவரை சுலோசனாவையே பார்த்துக் கொண்டிருந்த இந்திரஜித் வீரானாக மாறினார். சன்னதம் வந்த சாமியாடிகளில் மூத்தவர் மட்டும் பேசினார்.

"நீங்க படுசத்தியவாக்கான சாமக்கோடாங்கின்னு நிரூபிச்சுட்டீங்க... நாங்களும் ஒத்துக்கிறோம்... எங்களுக்கு சித்திரத்தேர் இப்பிடி பாதியில நிக்கக் கூடாது... அது சாமி குத்தமாயிரும்... நீங்க எங்களுக்கு சித்திரத்தேர் ஓடறமாதிரி செய்யனும்..."

வீரான் தலையை சன்னதம் வந்த சாமியாடிகளில் மூத்தவர் பக்கம் திருப்பினார்.

"சித்திரத்தேர் ஓட நான் என்ன செய்யனும்...?"

"நீங்க சூறைக்காத்த நிறுத்தின மாதிரி மழயையும் நிறுத்தனும்..."

"நான் ஜக்கம்மா தேவியின் அருள் பெற்றவன்... மகாகாற்றே எனக்காக தணிந்து அடங்கி விட்டது... வேறுதிசை நோக்கி நகர்ந்து போய் விட்டது... மழை எனக்கு துச்சம்..."

உடனே சன்னதம் வந்த சாமியாடிகள் ஊர்க்காரர்களோடு கலைந்து மறைந்தனர். மறுபடியும் வீரானுக்கு சுலோசனாவின் ஞாபகம் வந்தது. சித்திரத்தேரின் வலப்புறத்தில் சுலோசனாவை தேடினார். இப்போது அந்த இடம் வெற்றிடமாக இருந்தது. இனி சுலோசனாவின் மீது கவனம் செலுத்த அவகாசம் இல்லை. பெருமழைத்துளிகளை நிறுத்தும் வழி பற்றி சிந்திக்க வேண்டும். கருமுகில்கள் சூழ்ந்த ஆகாயத்தையே அன்னார்ந்து வெறித்தபடி நின்றார். ஆகாயம் வீரானை தோற்கடித்துவிட்ட இறுமாப்புடன் மின்னலை படரவிட்டு இடியை இடித்தது. மேலும் மழை அடர்வு கொண்டது.

○○○

வீரான் வாவிக்கரைப்புதூர் வந்து சேர்ந்தபோது அந்தி மஞ்சள் ஒளி வீசிக்கொண்டிருந்தது. எல்லாவற்றின் நிழல்களும் கிழக்கே நீண்டு விழுந்திருந்தன. கல்குறிஞ்சி மண்டபத்தில் அமர்ந்து பேசிக் கொண்டிருந்த உள்ளூர் சாமக்கோடாங்கிகள் எவரும் வீரானோடு பேசவில்லை. ஊருக்குள் நுழைந்து நெடுவீதி ஏறி நடந்தான். வீடுகளின் பனையோலை கூரைமீது சிட்டுக்குருவிகளும் கொண்டலாத்திகளும் அணையும் நேரத்தில் மென்குரலிட்டன. நாய்கள் விரட்டிக் குரைத்தன. எதிரே வந்த உள்ளூர் பெண்களும் குழந்தைகளும் விலகி நடந்தனர். வீரான் எதையும் பொருட்படுத்தவில்லை. வீதியில் தொடர்ந்து நடந்தபடியே இருந்தான். இன்னொரு வீதிக்கு மாறி நடந்தபோது அப்பக்காரர் எதிரே வந்தார். சாமக்கோடாங்கி என்கிற பாவனையில் சிற்றுடுக்கை அடித்துக்கொண்டு குறிகூறியபடி நெருங்கி வந்தார்.

> "நல்லகாலம் பொறக்குது... நல்ல காலம் பொறக்குது... ஜக்கம்மா தேவி அருளால... நானு உங்களுக்கு ஒரு நல்ல சேதி சொல்ல போறேன்..."

அப்பக்காரருக்கு பகல் பொழுது சாமமாக தெரிந்தது. சாமம் பகலாக தெரிந்தது. சுயநினைவுகள் இழந்து தவித்தார். வீரான் அப்பக்காரர் நேர்ரெதிரே நிற்கவில்லை. விலகி வழிவிட்டு மண்சுத்திண்ணை ஓரமாக ஒதுங்கினான். வீரானை அப்பக்காரர் கண்டுக்கொள்ளாமல் கடந்தார். சிற்றுடுக்கை ஓசை தேய்ந்து மறைந்தது. வீரானுக்கு கண்ணீர் முட்டியது. மனதை துயரம் சூழ்ந்தது. பதினைந்து வருசமாக அப்பக்காரர் இப்படியேதான் இரவுபகலென ஊர் ஊராக வீதி வீதியாக பைத்தியகாரக் கோடாங்கி என்கிற பட்டம் சுமந்து அலைந்து திரிந்தபடியுள்ளார். நேரத்திற்கு நேரம் பசியெடுப்பதில்லை. தாகமும் எடுப்பதில்லை. ரிக்வண்டி மேஸ்திரியும் லாரி ஓட்டுநரும் குழிராடால் அப்பக்காரர் தலையில் அடித்த அடி பலமாகி இந்த நிலைமைக்கு ஆளாக்கிவிட்டது. முத்துச்சாமி வாத்தியார் வைத்தியம் பார்க்க எவ்வளவோ முயன்றார். அப்பக்காரர் ஒத்துழைக்கவில்லை. பித்தும் தெளிந்தபாடில்லை. வீரானுக்கும் இனி அப்பக்காரரின் பித்து தெளியும் என்கிற நம்பிக்கை போய்விட்டது.

வீரான் தன் வீட்டுக்கு போனபோது மண்சுத்திண்ணையில் உட்கார்ந்திருந்த அம்மாக்காரி எழுந்து வீட்டுக்குள் போனாள். கதவை இழுத்துச் சாத்தித் தாழிட்டுக் கொண்டாள். பதினைந்து வருசமாக வீரானோடு அம்மாக்காரியும் பேசுவதில்லை. அப்பக்காரரின் இந்த நிலைமைக்கு வீரான்தான் காரணம் என்று அம்மாக்காரி நம்பத் துவங்கிவிட்டாள். வீரான் மண்சுத்திண்ணையில் அமைதியாக உட்கார்ந்து கொண்டான்.

இருள் சூழ்ந்துவிட்டது. வீடுகளில் சிம்னிகள் எரிந்தன. அம்மாக்காரி கதவை திறக்கவேயில்லை. முதல் சாமத்தில் உள்ளூர் சாமக்கோடாங்கிகள் குறிகூற வேறு ஊர்களுக்கு புறப்பட்டுப் போயினர். நாய்கள் குரைத்தோய்ந்தன. வீரான் மண்சுத்திண்ணையிலேயே படுத்துக் கொண்டான். உறக்கம் வர மறுத்தது. முதல் சேவல் கூவிற்று. வீரான் எழுந்து போய் கல்குறிஞ்சி மண்டபத்தில் படுத்துக் கொண்டான். மறுதினம் விடியக்கருக்கலில் சேந்துக் கிணற்றடியில் போய் நின்று கொண்டான். தண்ணீர் சேந்த குடங்களுடன் வரும் உள்ளூர் பெண்களிடம் பேசினான்.

"நான் இப்ப வாத்தியாராயிட்டேன்... நம்ம பொடியன்களை படிக்க வைக்கலாமுன்னு வந்திருக்கிறேன்... அவங்களும் என்னை மாதிரி ஆகனும்..."

தண்ணீர் சேந்தும் உள்ளூர் பெண்கள் எவரும் பதில் பேசவில்லை. வீரானை விட்டு ஒதுங்கிப் போயினர். இளமதியத்தில் வீரான் வீடுவீடாகப் போய் நின்றான். உறக்கம் கலைந்து எழுந்த உள்ளூர் சாமக்கோடாங்கிகளிடம் பேசினான். அவர்கள் எவரும் முகம் கொடுத்துப் பேசவில்லை. மாறாகக் கெட்ட வார்த்தையால் திட்டி அனுப்பினர். அன்று அந்தியில் வீரான் பட்டக்காரக் கோடாங்கியை பார்க்க போனான். பட்டக்காரக் கோடாங்கி அறிவுரை மட்டுமே வழங்கினார்.

"நாம எல்லாம் சாமக்கோடாங்கியாவே இருக்கனுமுன்னு பெரியவங்க விதிச்ச விதியிருக்கு... அதை மீறக் கூடாது... அப்படி மீறினா உங்குடும்பத்துக்கு ஏற்பட்ட நெலைமைதான் அவங்களுக்கும் நேருமுன்னு நெனைக்கறாங்க... உங்க அப்பக்காரன் பைத்தியமாகிட்டான்... உங்க அம்மாக்காரி ஊமைச்சியாகிட்டா... நீயோ பரதேசியா... எங்கோ கண்காணாத சீமையில அலையறே... இந்த நெலைமை எல்லாருக்கும் வந்திருமுன்னு ஊர்சனம் பயக்குது... உன்னை கண்டாவே ஒதுங்கி ஓடுது... நீ ஒடனே ஊரவுட்டு போயிரு... அதுதான் உனக்கும் நல்லது... எங்களுக்கும் நல்லது..."

வீரான் பட்டக்காரக் கோடாங்கியையே பார்த்தபடி இருந்தான். பட்டக்காரக் கோடாங்கியும் மேற்கொண்டு பேசாமல் மௌனமாகி விட்டார். வீரான் மனம் தளரவில்லை. முன்னிரவில் எலிவேட்டைக்கு புறப்பட்ட இளவட்டங்கள் பின்னே சென்றான். மிதிவண்டி டயரில் தீகொளுத்தி கொறங்காடு கொறங்காடாக வெள்ளெலி வேட்டையாடிய இளவட்டங்களிடம் பேசினான்.

"இப்பவெல்லாம் டுட்டோரியல் காலேஜ் வந்திருக்கு... எட்டாம் வகுப்பு... பத்தாம் வகுப்பு... டிகிரின்னு நீங்களும் படிக்கலாம்... உங்களை நான் படிக்க வைக்கிறேன்..."

வீரானை இளவட்டங்களும் புறக்கணித்தனர். வீரான் அவமானமாகவே உணரவில்லை. உள்ளூர் பொடியன்கள் கிணற்றுமேடு கிணற்றுமேடாக பெருக்கான் வேட்டைக்கு புறப்பட்டபோது வீரான் பின்னே நடந்தான். படிப்பு விசயமாகப் பேசினான். கிணற்றுமேட்டு கருங்கற்குவியல்களிடையே வங்கு தோண்டி பதுங்கியிருக்கும் பெருக்கான்களை வெளியே முட்ட செய்து கவைக்குச்சியால் அழுத்தி பிடிக்கும் பொடியன்கள் வீரானை துளியும் கண்டுக் கொள்ளவேயில்லை.

இனி ஊருக்குள் பேச ஆளில்லை. முதன்முறையாக வீரான் மனம் தளர்ந்து போனான். புறப்பட்டு வட்டமலை போனான். பள்ளிக்கூடத்தில் முத்துச்சாமி வாத்தியாரை சந்தித்தான். முத்துசாமி வாத்தியார் வீரானை வேப்பமரத்தினடிக்கு அழைத்து வந்தார். இப்போதும் வேப்பம்பூ உதிரும் காலமாக இருந்தது. கோடைக்காற்றும் வீசியது.

"எங்க ஊருல ஆருமே... படிக்க வரமாட்டேன்னு சொல்லறாங்க... நானு என்ன செய்யறது சார்...?"

"நீ கூட மொதமொதல்ல படிக்க வரலை... நான் என்ன உட்டுட்டா போயிட்டேன்... இன்னிக்கு நீ படிச்சு பெரியாளா வரலையா... போயி தொடர்ந்து முயற்சி செய்... அவங்க உம்பின்னால வருவாங்க..."

வீரான் ஊர் வந்து மீண்டும் முயன்றான். நாலு வாரம் கடந்தது. முயற்சியில் எவ்வித முன்னேற்றமும் இல்லை. இனி என்ன செய்வது என்று தெரியாத குழப்பத்தில் கல்குறிஞ்சி மண்டபத்தில் உட்கார்ந்திருந்தான். அந்தி மங்கி இருள் சூழ்ந்துக் கொண்டிருந்தது. உள்ளூர் சாமக்கோடாங்கிகள் மொத்தமும் கல்குறிஞ்சி மண்டபத்தை சுற்றிலும் திரண்டு வந்து நின்றிருந்தனர். அவர்களோடு பட்டக்காரக் கோடாங்கியும் நின்றிருந்தார்.

"இங்க பாரு வீரான்... நீ தொடர்ந்து நம்ம மூதாதையர் சாபத்துக்கு ஆளாகிறே... அதனாலதான் உன் குடும்பமே இப்பிடி சீரழிஞ்சு போயிருக்கு... இனியும் நீ ஊருக்குள்ள இருந்துக்கிட்டு எங்க கொழந்தைகள படிக்க வெக்கறேன்னு சொல்லி திரிஞ்சீன்னா... நடக்க போறதே வேற... நீ மொதல்ல ஊரவுட்டு போயிரு..."

"நான் ஊரவிட்டு எல்லாம் போகமாட்டேன்... நம்ம கொழந்தைகள எல்லாரையும் பள்ளிக்கூடம் கூட்டிட்டு போயி சேர்த்து படிக்க

வெக்காம ஓயவும் மாட்டேன்... இது நம்ம ஜக்கம்மா தேவி மேல சத்தியம்..."

"கவருமெண்ட் சொல்லியே நாங்க கொழந்தைகள படிக்க வெக்கல... நீ சொல்லியா கேக்கப் போறோம்... நாம சாமக்கோடாங்கியா பொறந்தோம்... சாமக்கோடாங்கியாத்தான் சாகனும்... வேற மாதிரி வாழ நெனைச்சா... ஜக்கம்மா தேவி நம்மள சும்மா விடமாட்டா... செமையா தண்டுச்சிருவா... புரிஞ்சுக்க வீரான்..."

"நீங்க எல்லாரும் முன்னோர் சாபமுன்னு முட்டாள்தனமா புரிஞ்சுக்கிட்டு இருக்கீங்க... அதையே இன்னும் நம்பிக்கிட்டு இருக்கீங்க... ஜக்கம்மா தேவி நாம நல்லா இருக்கனுமுன்னுதான் அருள் புரிவா... ஒருநாளும் நம்மலை தண்டுச்சு கெடுக்க மாட்டா..."

"வீரான் நீ முடிவா என்ன சொல்லறே...?"

"நம்ம ஊரை உட்டு போகமாட்டேனுங்க..."

உள்ளூர் சாமக்கோடாங்கிகள் தங்களுக்குள் முனுமுணுத்துக்கொண்டு கலைந்து போயினர். அந்த சமயத்தில் வீரானின் அப்பக்காரரின் சிற்றுடுக்கை ஒலி எழுந்தது.

"நல்ல காலம் பொறக்குது... நல்ல காலம் பொறக்குது... ஜக்கம்மா தேவி நல்ல விசயம் நடக்கப் போகுதுன்னு அருள்வாக்கு சொல்ல வந்திருக்கா..."

வீரானுக்கு அப்பக்காரர் மீது பெருஞ்சினம் மூண்டது. கல்குறிஞ்சி மண்டபத்திலிருந்து குதித்திறங்கினான். நேராக அப்பக்காரர் எதிரே போனான். அப்பக்காரர் கன்னத்தில் ஓங்கி அறைந்தான். சிற்றுடுக்கையைப் பிடுங்கி இருளுக்குள் தூரமாக வீசி எறிந்தான். அப்பக்காரர் எவ்வித உணர்வும் காட்டாமல் சிற்றுடுக்கையைத் தேடி இருளுக்குள் நடந்தார். வீரானுக்கு அழுகை வந்தது. முகத்தில் அறைந்துக்கொண்டு அழுதான். அப்பக்காரர் இருளுக்குள் போய் மறைந்துவிட்டார். வீரான் அழுகை ஓய்ந்த பின்னும் அதே இடத்தில் நின்றான். அப்பக்காரரை அடித்துப் பெரும்பாவம் செய்துவிட்டதாகத் தோன்றியது.

அன்றிரவு வீரான் கல்குறிச்சி மண்டபத்தில் விழித்துக்கொண்டே படுத்திருந்தான். மேல் விதானத்தில் பல்லிகள் தொடர்ந்து சகுனித்தன. நடுச்சாமம் வாக்கில் கல்குறிஞ்சி மண்டபத்தை இளவட்டங்கள் கம்புடன் சூழ்ந்து நிற்பதைக் கண்டான். இளவட்டங்கள் தன்னை

அடித்து விரட்டத்தான் வந்திருக்கிறார்கள் என்று வீரானுக்கு புரிந்து போயிற்று. வீரான் சப்தமான தொனியில் பேசினான்.

"எல்லாரும் நல்லா கேளுங்க... நம்ம ஊருக்கு வரும்போதே... தாராபுரம் போலீசு ஸ்டேசன்ல லெட்டர் எழுதி கையெழுத்து போட்டுக் குடுத்துட்டுத்தான் வந்திருக்கேனுங்க... அந்த லெட்டருல என்னோட உசிருக்கு ஏதாச்சும் ஒன்னுன்னா அதுக்கு வாவிக்கரைபுதூர் இளவட்டங்கள்தான் காரணமுன்னு உங்க எல்லார் பேரையும் வரிசையா எழுதியிருக்கிறேனுங்க... உங்களுக்கு சந்தேகமுன்னா இன்ஸ்பெக்டர் அய்யாகிட்ட போயி வெசாரிச்சுங்க..."

கல்குறிஞ்சி மண்டபத்தை கம்புடன் சூழ்ந்து நின்ற இளவட்டங்கள் இருளில் மறைந்து போயினர். இருப்பினும் வீரான் உறங்காமல் சுற்றுப்புறத்தை உற்றுக் கவனித்தபடியே இருந்தான். யோசனையும் நீண்டது. இனி இந்த ஊருக்குள் இருந்து எவ்வித புரையோசனமும் இல்லை என்று தெரிந்தது. மனம் கனக்க ஆரம்பித்தது. முடிவை மாற்றிக்கொள்ள தீர்மானித்தான். இரண்டாம் சாமம் கடந்து கொண்டிருந்தது. வீரான் எழுந்து கல்குறிஞ்சி மண்டபத்திலிருந்து இறங்கினான். ஊரே நிசப்ததில் கிடந்தது. வீதியில் நடந்து தன் வீட்டின் முன்பு போய் நின்றான். மெதுவாக நடைப்பக்கம் போய் கதவை தட்டினான்.

"அம்மா... கதவ நீக்கு... நானு ஊரவுட்டு போறதுன்னு முடிவு செஞ்சுட்டேன்... இனி எப்பவுமே நானு நம்ம ஊருக்கு திரும்பி வரமாட்டேன்... உன்னை ஒரேவொரு முறை பாத்துட்டு போயிரறேன்..."

வீரான் நடை மீதே நின்றான். வீட்டுக்குள் அம்மாக்காரி அழும் ஓசை கேட்டது. அம்மாக்காரி கதவை திறக்கவில்லை. வீரானுக்கும் அழுகை வந்தது. வெகுநேரம் அதே இடத்தில் நின்றான். பின் வீதியில் இறங்கி நடந்து கல்குறிஞ்சி மண்டபம் வந்தான். ஏறி அமர்ந்தான். எல்லாவகையிலும் தோற்றுவிட்டதாக இருந்தது. மீண்டும் அழுகை வந்தது. கட்டுப்படுத்திக் கொண்டான். வைகறை வருவதற்காக காத்திருந்தான். இருளையே பார்த்துக் கொண்டிருந்தான். மூன்றாம் சாமம் தொடங்கியது. ஊருக்குள்ளிருந்து பெண்களின் ஓலம் கேட்டது. வீரான் எழுந்து ஓடினான். தன் வீடு தீப்பற்றி எரிந்து கொண்டிருந்தது. ஊர்ப்பெண்கள் மட்டும் தூரமாக நின்று கதறி அழுதுக் கொண்டிருந்தனர்.

வீரான் தீயை அணைக்க ஆட்களை தேடினான். ஊருக்குள் ஆண்களே இல்லை. உள்ளூர் சாமக்கோடாங்கிகள் சுற்றுவெளி ஊர்களுக்கு குறிகூறப் புறப்பட்டுப் போயிருந்தனர். இளவட்டங்கள் வெள்ளெலி

வேட்டைக்கு போய்விட்டனர். தீயை அணைக்க ஆட்கள் எவரும் இல்லை. தீயும் அணைக்கும் நிலையைத் தாண்டிவிட்டது. வீட்டுக் கூரை தீக்கனலாகி உதிர்ந்தது. வீரான் இயலாமையில் பார்த்துக் கொண்டேயிருந்தான். வீரானின் அப்பக்காரர் சிற்றுடுக்கை அடித்தார். குறிகூறினார்.

"நல்ல காலம் பொறக்குது... நல்ல காலம் பொறக்குது... ஜக்கம்மா தேவி நல்ல விசயம் நடக்கப் போகுதுன்னு அருள்வாக்கு சொல்ல வந்திருக்கா..."

வீட்டுக்குள் அம்மாக்காரி முற்றிலும் எரிந்து கரிக்கட்டையாகிப் போயிருந்தாள். விடியும் தருவாயில் தாராபுரத்திலிருந்து ஜீப்பில் போலீஸ்காரர்கள் வந்திறங்கினர். அம்மாவை எரித்துக் கொன்றதாக வீரானை கைது செய்து ஜீப்பில் ஏற்றினர். ஊரே ஒளிந்து நின்று வேடிக்கை பார்த்தது. காற்றில் இன்னும் எரிந்து கருகிய சாம்பல் நாற்றம் வீசிற்று.

○○○

# 40

ஊர்க்காரர்கள் இளம் பருவத்து எருமைக்கிடாய்களை பிடித்துக் கொண்டு சாட்டுக்கம்பத்தை நோக்கி வந்தனர். எருமைக்கிடாய்களை சாட்டுக்கம்பத்துக்கு முன்னே இழுத்து வந்து வரிசையாக நிறுத்தினர். நாணல்மடைவலசுக் கொத்துக்கார வீரான் வழிநடத்தி ஒழுங்கு செய்தபடி வந்தார். சாட்டின் கடைசி சடங்காக எருமைக்கிடாய் பலியிடுதலுக்கு முன்னேற்பாடு துவங்கியது. உருமிமேளங்களும் நாதஸ்வரங்களும் அடங்கின. கோயில் வளாகம் பேரமைதிக்கு மாறியது. கோயில் பூசாரி சப்பரத்து உருவாரச்சாமிகளின் பூஜையை முடித்துவிட்டார். சனங்களுக்கு விபூதி தீர்த்தம் வழங்கிக் கொண்டிருந்தார். அகில் நாணல்மடைவலசுக் கொத்துக்கார வீரானை நோக்கி நடந்தான். எருமைக்கிடாய்களின் பின்வரிசையில் அவர் முகம் தென்பட்டது.

அந்தநேரம் சனங்கள் திமுதிமுவென சாட்டுக்கம்பத்தை குறிவைத்து ஓடி வந்தனர். ஓடிவந்த சனங்கள் எருமைக்கிடாய்களின் இருபுறமும் வரிசையாக நிற்கத் துவங்கினர். சனங்கள் எல்லோரும் எருமைக்கிடாய் பலியிடுதல் நிகழ்வை பார்க்க வந்து குவிந்தபடியிருந்தனர். அகிலினால் நாணல்மடைவலசுக் கொத்துக்கார வீரானை நெருங்க முடியவில்லை. அவரும் சனங்களுக்குள் எங்கோ மறைந்துவிட்டார். அவரின் குரல்கூட சனங்களின் கூச்சலோடு அமிழ்ந்துவிட்டது.

அகில் திரும்பி வந்து சனங்களோடு சாட்டுக்கம்பத்தின் கிட்டத்தில் நின்று கொண்டான். எப்படியும் நாணல்மடைவலசுக் கொத்துக்கார வீரான் இங்கு வந்துதான் ஆகவேண்டும். அவரிடம் வண்டிச்சாவி வாங்கிக்கொண்டு ஊர் புறப்பட்டு விடவேண்டும். ஊர் சென்று சேர்ந்ததும் ஊரில் சாமியாடும் சத்தியவாக்கான சாமக்கோடாங்கியை சந்தித்து வீரான் குறித்து விசாரித்து விடவேண்டும். அகில் மனதுக்குள் திட்டமிட்டபடியே தென்கிழக்கு திசையை நோட்டமிட்டான். சூறைக்காற்று நகர்ந்து இங்கு வரத் துவங்கிவிட்டது. சூறைக்காற்றைப் பின்தொடர்ந்து கருமுகில்களும் கனமழையை பொழிய வந்து கொண்டிருந்தது.

சாட்டுக்கம்பத்தை ஒட்டி வரிசையில் முதலாவதாக நின்ற எருமைக்கிடாய் மிரட்சியுடன் சனங்களை பார்த்துக் கொண்டிருந்தது. அதன் சிற்றறிவுக்கு இன்னும் சற்றுநேரத்தில் தான் பலியாகப் போகிறோம் என்று அறிய

நியாயமில்லை. அதன் பின்னே நின்ற எருமைக்கிடாய் சாணியிடும் துவாரத்தை முகர்ந்து முகர்ந்து தொந்தரவு செய்து கொண்டிருந்தது. துணைப்பூசாரிகள் எருமைக்கிடாய்களை பலியிட வீச்சரிவாளுடன் தயாராகிக் கொண்டிருந்தனர். சனங்கள் பலிதரிசனம் பார்க்க முண்டியடித்துக் கொண்டு காத்திருந்தனர். கொட்டுக்காரர்கள் வந்து பலகை அடித்தனர். கொம்பூதிகளும் வந்து ஊதினர்.

கோவில் பூசாரியும் பெரியவீட்டுக்காரரும் சாட்டுக்கம்பத்தின் பக்கம் வந்து சேர்ந்தனர். எருமைக்கிடாய் வரிசையின் பின்பகுதியிலிருந்து நாணல்மடைவலசுக் கொத்துக்கார வீரானும் எப்படியோ ஓடி வந்து பெரியவீட்டுக்காரரின் கிட்டத்தில் நின்று கொண்டார். ஆகாயம் மிரட்டிக் கொண்டிருந்தது. கோவில் பூசாரிக்கு சீக்கிரத்தில் பூஜையை முடிக்க வேண்டிய நிர்ப்பந்தம் ஏற்பட்டது. கோவில் பூசாரி சாட்டுக்கம்பத்தை ஒட்டி முதலாவதாக நின்ற எருமைக்கிடாய்க்கு செவ்வரளி மாலை அணிவித்தார். மஞ்சள் தண்ணீர் தெளித்து தீபாராதனை காட்டினார். பின் எருமைக்கிடாயை பலியிட காத்திருந்த துணைப்பூசாரியிடமிருந்து வீச்சரிவாளை வாங்கினார். மூன்றுமுறை ஓங்கி ஓங்கி எருமைக்கிடாயின் கழுத்தில் வைத்து வெட்டுவதுபோல் பாவனை செய்தார். துணைப்பூசாரியிடமே வீச்சரிவாளை கொடுத்தார். பெரியவீட்டுக்காரர் சப்தமாக சொன்னார்.

"அதுதான் ஆத்தாவே உத்தரவு குடுத்தாச்சு... காரியம் சீக்கிரமா நடக்கட்டும்..."

சனங்கள் குலவையிட்டு ஆர்ப்பரித்தனர். கொட்டுமுழக்குகளும் கொம்புகளும் வேகம் பிடித்து முழங்கின. துணைப்பூசாரி மந்திரம் சொல்லி வேண்டினார். வீச்சரிவாளை ஓங்கினார். முதலாவதாக நின்ற எருமைக்கிடாயின் கழுத்தில் இறக்கினார். எருமைக்கிடாயின் கழுத்து துண்டித்து முன்னே விழுந்தது. வெட்டுண்ட முண்டம் தரையில் விழுந்து துடிதுடித்தது. இன்னொரு துணைப்பூசாரி வெட்டுண்ட தலையின் கொம்பை பிடித்து தூக்கி தூரமாக வீசினார். துணைப்பூசாரிகளின் வெறிமூண்ட சிவப்பேறிய விழிகள் அச்சத்தை ஏற்படுத்தின. நாணல்மடைவலசுக் கொத்துக்கார வீரான் அடுத்து நின்ற எருமைக்கிடாயை சாட்டுக்கம்பத்தின் முன்னே இழுத்து நிறுத்தினார். துணைப்பூசாரி ஆங்காரமான குரலில் மந்திரம் சொல்லி வேண்டினார். வீச்சரிவாளை ஓங்கினார். அகிலினால் அதற்குமேல் அங்கு நிற்க முடியவில்லை. சனங்கள் நிற்கும் வரிசையைவிட்டு தள்ளி வந்து நின்று கொண்டான்.

சாட்டுக்கம்பத்தின் பக்கம் ரத்தவாடை அடித்தது. சனங்களின் ஆக்ரோஷமான கூச்சலும் குலவையொலியும் கேட்டபடியிருந்தது.

துணைப்பூசாரிகளின் ஆங்காரமான குரலில் மந்திரம் சொல்லி வேண்டுவது கேட்டது. எருமைக்கிடாய்களின் தலைகள் தொடர்ந்து வெட்டுண்டு விழுந்துக்கொண்டே இருந்தன. எருமைக்கிடாய்கள் வரிசை சுருங்கிவிட்டது. அகில் இந்திரஜித் நாடகம் நடக்கும் இடத்தை நோக்கி நடந்தான். நாடகமேடையில் விபீஷணன் தான் வண்டாக ரூபம் எடுத்து அசோகவனம் சென்று சீதையை கண்டு திரும்பி வந்ததை பாடலாகப் பாடினான். விபீஷணனுக்கு நல்ல குரல்வளம். தெளிவான உச்சரிப்பு. ஹார்மோனிய இசையோடு இயைந்து பாடும் சாதுர்யம்.

*"இருந்தனள் தேவியானே எதிர்த்தனனென் காணார*
*அருந்ததி கற்பினாளுக் கழிவுண்டோ..."*

இந்திரஜித்தால் கழுத்தறுபட்டது மாயசீதைதான் எனத் தெரிந்ததும் ஆனந்தத்தில் இராமலக்குமணரும் அனுமனும் சுக்ரீவனும் எழுந்து ஆர்ப்பரித்தனர். விபீஷணன் தொடர்ந்து பாடினான்.

*"... அரக்கன் நம்மை*
*வருத்திட மாயஞ் செய்து நிகும்பலை மருங்குபுக்கான்*
*முருங்கழல் வேள்விமுற்றி முதலற முடிக்க மூண்டான்..."*

இந்திரஜித் நிகும்பலை யாகம் தொடங்கிவிட்ட சேதி கண்டு இராமலக்குமணரும் அனுமனும் சுக்ரீவனும் அப்படியே நாடகமேடையின் நடுவில் அமர்ந்து சோகமுற்றனர்.

அப்போது அகிலை யாரோ கூப்பிடுவதுபோல் இருந்தது. திரும்பிப் பார்த்தான். வெள்ளைத்தாடிக்காரர் விரைசலாக வந்து கொண்டிருந்தார். அவருக்கு பின்னே சனங்களுக்குள்ளிருந்து சொப்பனவித்தக்காரர இரு நபர்களும் பட்டைச்சாராய வீரானும் வெளிப்பட்டு வந்தனர். எல்லோரும் நடந்து இந்திரஜித் நாடகம் மேடை கடந்து வெளிச்சம் படும்படியான இடத்தில் போய் குழுமி நின்றனர். வெள்ளைத்தாடிக்காரர் பட்டைச்சாராய வீரானை பார்த்து அதட்டினார்.

"இப்ப சொல்லுடா... வீரானை பத்தி...?"

பட்டைச்சாராய வீரான் எச்சிலை முழுங்கிவிட்டு பேசினார்.

"வீரானை ஊருக்குள்ளார இருந்து வெரட்டனுமுன்னுதான் மொதல்ல கம்பை தூக்கிக்கிட்டு குறிஞ்சி மண்டபத்துல படுத்திருந்த வீராங்கிட்ட போனோம்... ஆனா அது முடியாமப் போச்சு... அது எனக்கு பெரிய்ய அவமானமா இருந்துச்சு... சின்ன வயசுல இருந்து வீரான்கிட்ட தோத்துக்கிட்டே இருக்கறோமேன்னு மனசுக்குள்ளார கருவினேன்... அப்பொறம் நானு வீரானை சும்மா உடக்கூடாதுன்னு

இளவட்டங்களையெல்லாம் கூட்டி வெச்சு... வீரானை ஒழிக்க ஒரு பெரிய்ய சதித்திட்டம் போட்டேன்... அது குடிசுக்குள்ளார போயிட்டு கதவெ தெறக்காம இருக்கற அவுங்க அம்மாவ குடிசயோட சேத்து வெச்சு எரிச்சறலாம்... வீரான போலீசுகிட்ட மாட்டி உட்டறலாமுன்னு ரகசியமா திட்டம் போட்டோம்... நடுச்சாமம் வெரைக்கும் காத்திருந்தோம்... அப்பொறம் ஆருக்கும் தெரியாம... நாங்க இளவட்டமெல்லாம் ஒன்னு சேந்து தீபந்தத்த கொளுத்திக்கிட்டு... வீரானோட ஊட்டுப் பக்கமா போனோம்... குடிசய கொளுத்தறதுக்கா பாக்கி... அப்போ அங்கே எப்படியோ பட்டக்காரகோடாங்கி வந்துட்டாரு... எங்களோட திட்டமெல்லாம் ஊகிச்சுக்கிட்டாரு... இதெல்லாம் தப்புன்னு திட்டி எங்ககிட்ட இருந்த தீப்பந்தத்த புடிங்கி வெச்சுக்கிட்டு எங்கள வெரட்டி உட்டுட்டாரு... நாங்களும் எலிவேட்டைக்கு போறவங்களாட்ட ஊரவுட்டு வடக்கே கொளத்தங்கரை இட்டேரில போயி உக்காந்துக்கிட்டோம்... ஆனா சித்த நேரத்துல வீரானோட குடிச தீப்பத்தி எரியுது... பொண்டுபுள்ளை எல்லாம் ஓலமிட்டு அலறுது... எங்களுக்கு ஒன்னுமே புரியல... ஆரு குடிசுக்கு தீ வெச்சிருப்பாருன்னும் தெரிஞ்சுக்க முடியல... பட்டக்காரகோடாங்கிதா கடேசியா தீ பந்தத்த புடிச்சுக்கிட்டு இருந்தவரு... அவரு மேல ஒரு சின்ன சந்தேகம்... ஆனா நாங்க எல்லாரும் போலீசுகிட்ட போக பயந்துகிட்டு பட்டக்காரகோடாங்கிய காட்டிக் குடுக்கல... அதேநேரத்துல நாங்க போட்ட திட்டம் மாதிரியே வீரான் போலீசுகிட்ட மாட்டிக்கிட்டானுங்கறது சந்தோசமா இருந்துச்சு..."

"நீ வீரானை கடேசியா எப்ப பாத்தே...?"

"அன்னிக்கு வீரானை போலீசு புடிச்சுக்கிட்டு போகும்போதுதான் நானு கடேசியா பாத்தது... அப்பொறம் இதுநாளு வெரைக்கும் நானு வீரானை பாக்கவேயில்லீங்க..."

வெள்ளைத்தாடிக்காரருக்கு பட்டைச்சாராய வீரானிடம் வீரானை பற்றி விசாரிப்பது காலவிரயம் எனப்பட்டது. அகிலை பார்த்தார். அகிலும் அதே முடிவுக்கு வந்திருந்திருந்தான். பட்டைச்சாராய வீரானை போய்விடும்படி சாடைக் காட்டினான்.

○○○

**கோ**டைமழை தூறியது. சீமையோட்டுக் கூரைநீர் சொட்டிடும் அளவு பெய்துவிட்டு நின்றுவிட்டது. கோடைக்காற்றில் மண்வாசனை அடித்தது. குளிரும் கூடியிருந்தது. அகலத் திண்ணையில் எல்லோரும் உட்கார்ந்து கிளீனரையே பார்த்தவாறு இருந்தனர். கிளீனர் மௌனமாக

மாந்தோப்புக்குள் கவிழ்ந்திருக்கும் இருளையே வெறித்துக் கொண்டிருந்தார். ஒற்றை இராக்கொக்கு குரலிட்டது. கிளீனர் திரும்பி பேச துவங்கினார்.

“வீரான் போலீசுகிட்ட சிக்கிட்டான்னு தெரிஞ்சுக்கிட்டதும்... நானும் விசுவநாத அய்யரும் தாராபுரம் போலீசு நெலையத்துக்கு ஓடினோம்... அங்க முன்னமே முத்துச்சாமி வாத்தியாரு, டேனியல் பாதிரியாரோட வந்து பேசிக்கிட்டு இருந்தாரு... அப்போ இன்ஸ்பெக்டரா இருந்தவரு ரவீந்தருன்னு ஒருத்தரு... அவரு ஜெகச்சால கில்லாடி... முத்துச்சாமி வாத்தியாரு கெஞ்சறாரு... பையன உட்டுருங்க... அவன் படிச்சுட்டு கவுர்மெண்ட் வாத்தியாரு வேலைக்கு போறதுக்கு எழுதிப் போட்டுருக்கான்... அப்புறம் எந்த தப்பும் செஞ்சிருக்க மாட்டான்னு... இன்ஸ்பெக்டரு ரொம்ப தெனாவெட்டா பதிலு சொல்லறாரு... குடிசைக்கு நாந்தான் தீ வெச்சேன்னு ஒத்துக்கிட்டு லாக்கப்புக்குள்ள நீங்க போங்க... நானு அவனை விட்டர்றேன்னு... முத்துச்சாமி வாத்தியாருக்கு என்ன செய்யறதுன்னு தெரியல... என்னை போயி மச்சுவூட்டு இந்திராணியம்மாகிட்ட விசயத்த சொல்லி கூட்டிக்கிட்டு வான்னு அனுப்பிச்சாரு... நானும் ஓடுன... ஆத்துல கனவெள்ளம்... பரிசல் புடிச்சு மச்சுவூடு போயி இந்திராணியம்மாவ பாத்து நடந்தத சொன்னேன்... அவங்க ஒடனே காரை எடுத்துக்கிட்டு சுத்துவழியில கெளம்பி வந்துட்டாங்க... ரவீந்தரு இன்ஸ்பெக்டருகிட்ட அவங்களும் பாந்தமாத்தான் கேட்டாங்க... அதுக்கும் அந்த இன்ஸ்பெக்டரு என்ன சொன்னாரு தெரியுமா... இப்பவும் ஒன்னும் கொறஞ்சு போகல... குடிசைய எரிச்சது நாந்தான்னு சொல்லிட்டு லாக்கப்புல போங்க... நான் வேண்ணா அவன விட்டர்றன்னு... இந்திராணியம்மாவுக்கு கோவம் பொத்துக்கிட்டு வந்துருச்சு... இன்னிக்கு சாயிங்காலத்துக்குள்ள பையனை நீயே கூட்டிக்கிட்டு வந்து வெளியே உடறமாதிரி வெக்கறேன்... அப்பிடி செய்யலையின்னா... நானு ஒரு பொம்பளையில்லன்னு... அதுக்கு இன்ஸ்பெக்டரு சொன்னாரு... அப்பிடி உங்ககிட்ட தோத்துட்டா நானும் ஆம்பளையில்லைன்னு... இந்திராணியம்மா அதுக்கும் பொறகு அங்க நிக்கல... எங்கள எல்லாரையும் கூட்டிக்கிட்டு போலீசு நெலையத்துக்கு வெளியில வந்துட்டாங்க... காரை நேரா அனுமந்தராய சாமீ கோயிலுகிட்ட அக்கரகாரத்துக்குள்ளார உட்டாங்க... வக்கீல் மஞ்சுநாத் ஊட்டுக்கு முன்னால நிறுத்தி எறங்கி எங்கள கூட்டிக்கிட்டு உள்ள போனாங்க... மஞ்சுநாத் வக்கீலும் கோர்ட்ல இருந்து வந்து மத்தியான சாப்பாடு சாப்பிட்டுட்டு திண்ணை ஊஞ்சல்ல ஓய்வா உக்காந்திருந்தாரு... இந்திராணியம்மா வீரானுக்கு நடந்ததை எல்லாம் சொன்னாங்க... பொறுமையா

கேட்ட மஞ்சுநாத் வக்கீல் சொன்னாரு... நீங்க இன்ஸ்பெக்டர்கிட்ட சபதம் போட்டபடி ஜெயிச்சறலாம் கவலையெ உடுங்கன்னு... அப்பத்தான் எங்க எல்லாருக்கும் கொஞ்சம் நிம்மதியாச்சு... ஒடனே மஞ்சுநாத் வக்கீலு உதவி வக்கீல்கள கூட்டிக்கிட்டு... வாவிக்கரைபுதூரு கெளம்பறாரு... நானும் முத்துசாமி வாத்தியாரும் வழிகாட்டறதுக்கு கூடப் போறோம்... நேரா எரிஞ்சு போன குடுச பக்கத்துல போய் காருல இருந்து எல்லாரும் எறங்கறோம்... உள்ளூர் சாமக்கோடாங்கிகளும் பட்டக்காரக் கோடாங்கியோட வந்து நின்னு வேடிக்கை பாக்கறாங்க... அந்தநேரத்துல வீரானோட அப்பக்காரரு நல்ல காலம் பொறக்குது... நல்ல காலம் பொறக்குதுன்னு குடுகுடுப்பை அடிச்சுக்கிட்டு அங்க வர்றாரு...

மஞ்சுநாத் வக்கீலு வீரானோட அப்பக்காரரையே உத்துப் பாக்கறாரு... அப்புறம் அமைதியா நின்னு ஏதோ பெரிசா யோசிக்கறாரு... எங்கிட்ட இவரு ஆருன்னு கேக்கறாரு... நானும் வீரானோட அப்பக்காரருன்னு சொல்லறேன்... ஒடனே மஞ்சுநாத் வக்கீலு உள்ளூர் சாமக்கோடாங்கிகிட்ட போறாரு... இங்க பாருங்க... வீரான் குடிசைக்கு நீங்க தீ வெக்கலையின்னு எல்லார்த்துக்கும் தெரியும்... அப்படீன்னா குடிசைக்கு தீ வெச்சது ஆருன்னு... சொல்லுங்கன்னு கேக்கறாரு... உள்ளூரு சாமக்கோடாங்கிகளும் பட்டக்காரக் கோடாங்கியும் கம்முன்னு நிக்கறாங்க... மஞ்சுநாத் வக்கீலு சொல்லறாரு... வீரான் தீ வெக்கலையின்னா... உங்கள்ல ஒருத்தருதான் குடிசைக்கு தீ வெச்சிருக்கிறீங்கன்னு... அய்யய்யோ இல்லீன்னு சாமீன்னு எல்லா சாமக்கோடாங்கிகளும் ஒருசேர மறுக்கறாங்க... ஆனா மஞ்சுநாத் வக்கீலு உடுல... நீங்க சொல்லறத போலீசு கேக்காது... சந்தேகப்பட்டு உங்கள அரெஸ்ட் செஞ்சு கூட்டிக்கிட்டு போயி அடிச்சு வெசாரிக்கும்... அப்புறம் உங்களுல ஒருத்தரு போலீசுல மாட்ட வேண்டி வரும்... அப்படியொரு நெலைமை உங்களுக்கு வரக்கூடாதுன்னா... நாஞ்சொல்லறபடி கேக்கனுமுன்னு... உள்ளூர் சாமக்கோடாங்கிகளும் பட்டக்காரக் கோடாங்கியும் சரியின்னு தலையசைச்சாங்க... ஒடனே மஞ்சுநாத் வக்கீலு உதவி வக்கீலுகிட்ட குசுகுசுன்னு ஏதோ சொன்னாரு... அப்புறம் உதவி வக்கீல அங்கேயே உட்டுப்போட்டு எங்கள கூட்டிக்கிட்டு தாராபுரம் வந்துட்டாரு... மஞ்சுநாத் வக்கீலு வேற கேசுல மும்முரமாயிட்டாரு... நாங்க எல்லாம் அவரு ஊட்டுலையே காத்துக் கெடக்கோம்... பொழுது மேக்கே சாய ஆரம்பிக்குது... வீரானை விடுவிக்கற எந்த தகவலும் எங்களுக்கு வ்ரல... இந்திராணியம்மா மட்டுமில்ல... நாங்களும் பதட்டமாகிட்டோம்... என்ன செய்யறதுன்னு தெரியாம முழிக்கறோம்..."

கிளீனர் பேசுவதை நிறுத்தினார். காதுக்கு மேலே சொருகியிருந்த பீடியை எடுத்தார். தொடையோரமாக வைத்திருந்த பொட்டலத்தை எடுத்து பிரிக்க துவங்கினார். மின்சார விளக்கு வெளிச்சத்திற்கு மாந்தோப்புக்குள்ளிருந்து மழைக்காலத்து ஈசல்கள் பறந்துவந்தன. இருளுக்குள்ளிருந்து நூற்றுக்கணக்கில் ஈசல்கள் பறந்துவந்து கொண்டேயிருந்தன. கிளீனர் பீடியில் துகள்களை நிரப்பி பற்ற வைத்தார். ஆழ்ந்து உறிஞ்சியபடி ஈசல்களை கவனிக்க ஆரம்பித்துவிட்டார். அகிலும் மற்றவர்களும் அமைதியாக உட்கார்ந்து கிடந்தனர்.

ooo

# 41

ஆகாயம் பெருமழைத்துளிகளை நிறுத்தியபாடில்லை. மழை சீரான கதியில் பொழிந்தபடியிருந்தது. சித்திரத்தேரின் முன்பு நின்ற வீரான் மழையை நிறுத்துமளவுக்கு தன்னிடம் சக்தியில்லை என்பதை உணர்ந்திருந்தார். அனல் வளையத்தின் புதிரை அவிழ்க்க வந்து வேறொரு சிக்கலில் மாட்டிக்கொண்டதும் புரிந்தது. இதிலிருந்து சீக்கிரத்தில் விடுபட முடியாது என்பதும் தெரிந்தது. ஏதாவது செய்து நேரத்தை கடத்துவது தவிர வேறு வழியில்லை. மறுபடியும் இந்திரஜித்தாக மாறினார். இந்திரஜித் நாடகமேடை யுத்தகளத்தில் எதிரியைப் பார்த்து நடனமாட துவங்கினான். இந்த நடனத்தில் வேகமில்லை. ஆக்ரோசமில்லை. ஒரே நிதானம். அம்சபாத நடனம். அடிமேல் அடிவைத்து முன்னும் பின்னும் நடப்பதுபோல் நடனமாடினான். சீக்கிரத்தில் அன்னப்பறவையானான். இலக்குமண ஆகாயம் அன்னப்பறவையை கவனித்துக் கொண்டேயிருந்தது. இந்திரஜித் அம்சபாத நடனத்தை ஆடிக்கொண்டே இருந்தான். இந்த நடனத்தில் எவ்வித சுவாராசியமும் இல்லை. கால் அடவுகளில் நுனுக்கமில்லை. விவேகமில்லை. ஒழுங்கில்லை. இலக்குமண ஆகாயம் தன்னிடம் சரணடைவதற்காக இந்திரஜித் இதுபோல் நடனமாடுவதாக நினைத்தது. அன்னப்பறவைக்கு கருணை காட்டவும் முடிவு செய்தது. விரைந்து பெருமழைத்துளிகளை வடமேற்குத்திசை பார்த்து அனுப்பிவைத்தது. சூறைக்காற்று சென்ற பாதையைப் பின்பற்றி பெருமழைத்துளிகள் மெல்ல நகர்ந்து போக ஆரம்பித்தன. சட்டென மழை ஓய்ந்துவிட்டது. இந்திரஜித் இலக்குமண ஆகாயத்தை ஜெயித்துவிட்டதாக நினைத்தான். இலக்குமண ஆகாயத்தை பெருமிதத்தோடு நிமிர்ந்து பார்த்துச் சொன்னான்.

“பெரிய போர்வீரனையும் சிறிய அஸ்திரம் சாய்த்துவிடும்...”

○○○

சுற்றிலும் சீமைக்கருவேலா மரங்களின் அடிப்பகுதியாகத் தெரிந்தது. முட்கிளைகள் கோடைக்காற்றுக்கு உராய்ந்து பெருமுறைச்சலிட்டுக் கொண்டிருந்தது. வீரான் குளுமையான மணலில் கால் நீட்டி உட்கார்ந்திருந்தான். வலதுகாலில் பிணைக்கப்பட்டிருந்த இரும்புச் சங்கிலி கனத்த சீமைக்கருவேலா மரத்தோடு சேர்த்து சுற்றிக்கட்டி

பூட்டப்பட்டிருந்தது. கைகளை சேர்த்து விலங்கிடப்பட்டிருந்தது. சற்றுத்தள்ளி சீமைக்கருவேலா மரங்களின் அடியில் மணலுக்குள் பாதி புதைந்த சாராய ஊரல் மொடாக்கள் இருந்தன. அதிலிருந்து வேலாம்பட்டையின் நொதித்த நாற்றம் அடித்தது. கூப்பிடு தூரத்தில் சீமைக்கருவேலா மரங்களுக்கிடையே தெரிந்த சிறு வெட்டாரவெளியில் சாராய அடுப்புகள் வரிசையாக இருந்தன. இதுவரை சாராய அடுப்பு புகையவில்லை. எவரும் ஊரல் மொடாவிலிருந்து நொதித்துப் பொங்கிய நீரை இறைக்கவுமில்லை.

வீரானால் இது எந்த இடம் என்று அனுமானிக்க முடியவில்லை. சாராயம் காய்ச்சும்போது சொட்டிடும் சாராயத்தை சேகரிக்க வைத்திருக்கும் மண்சட்டி ஒன்றில் குடிக்க நீரை நிரப்பியிருந்தனர். வீரான் அந்த நீர் அமராவதி நீர் என யூகித்தான். இது அமராவதி ஆற்றங்கரையாகத்தான் இருக்க வேண்டும் என்றும் யோசித்தான். மப்டி போலீஸ்க்காரர் சாயல் கொண்ட ஒரே ஒருவர் மட்டும் மூன்று நேரமும் சாப்பாடு கொண்டு வந்து கொடுத்தார். வீரானுக்கு விலங்கிடப்பட்டிருந்த இரு கைகளையும் ஒன்று சேர்த்தே சாதத்தைப் பிசைந்து அள்ளி சாப்பிட வேண்டியிருந்தது. அந்த ஆள் வீரானோடு எதுவும் பேசுவதில்லை. கேட்டதிற்கு மட்டும் பதில் சொன்னார். இன்று மதிய சாப்பாடு கொண்டு வந்த அந்த ஆள் வீரான் எதுவும் கேட்காமலேயே பேசினார்.

"உனக்கு ஏதாச்சும் சொத்து பத்து இருக்காப்பா...?"

"ஏங்கேக்கறீங்க சார்...?"

"அப்பிடி ஏதாச்சும் இருந்துச்சுன்னா... நம்ம இன்ஸ்பெக்டர் சாருக்கு கைமாத்தி வுடு... உன்னை சாரு எப்படியாச்சும் காப்பாத்திருவாரு..."

"ஒரு நாலு ஏக்கரு நஞ்சை வயலு ஆத்தங்கரையோரமா இருக்குங்க..."

"எந்தப் பக்கம் இருக்கு...?"

"தில்லாபுரியம்மன் கோயிலுக்கு மேக்குப் பக்கமா... இருக்குங்க..."

"என்னப்பா சொல்லறே...? பொன்னு வெளையற பூமி அது..."

"நெசமாத்தான் சொல்லறேங்க..."

மேற்கொண்டு அந்த ஆள் எதுவும் பேசவில்லை. சாப்பாட்டுப் போசியைத் தூக்கிக் கொண்டு சீமைக்கருவேலா மரங்களுக்குள் சென்று மறைந்துவிட்டார். கிட்டத்தில் கட்டெறும்புகள் ஊர்ந்தன. மணலில் நெளிந்து வந்த நாகப்பாம்பு மனிதவாடையை நுகர்ந்ததும் திரும்பி போயிற்று. உச்சிப் பொழுது மேற்கே மெல்ல சரிந்தது. சற்றுநேரத்தில்

என். ஸ்ரீராம் 399

அந்த ஆள் இன்ஸ்பெக்டர் ரவீந்தருடன் வந்தார். வீரான் எழுந்து நின்று விலங்கிட்ட கைகளையை உயர்த்தி வணங்கினான். அந்த ஆள் இன்ஸ்பெக்டர் ரவீந்தரிடம் சொன்னார்.

"அய்யா... இவனுக்கு நம்ம தில்லாபுரியம்மன் கோயிலு பக்கமா நாலு ஏக்கரு வயக்காடு இருக்காம்..."

"என்னையா சொல்லறே...?"

"ஆமாங்கையா... இவந்தான் சொன்னான்... உங்களுக்கு குடுக்கறதுக்கும் பிரியப்படறான்..."

இன்ஸ்பெக்டர் ரவீந்தர் வீரானை ஏற இறங்கப் பார்த்தார். வீரான் சம்மதம் என்பதுபோல் தலையசைத்தான். இன்ஸ்பெக்டர் ரவீந்தர் வீரானை கேட்டார்.

"உன்னோட நெலம் இப்ப யாருகிட்ட இருக்குடா...?"

"இந்திராணியம்மாகிட்டீங்க சார்..."

"எந்த இந்திராணியம்மா...?"

"தில்லாபுரி அம்மன் கோயிலுக்கிட்ட... ஆத்துக்கு அக்கரையில இருக்கற மச்சுவீட்டு இந்திராணியம்மாங்க சார்...?"

"அவ ராங்கி புடிச்ச பொம்பள..."

இன்ஸ்பெக்டர் ரவீந்தர் யோசிக்க தொடங்கினார். வல்லூறு தன் கூர்நகங்களால் ஓணானை வேட்டையாடிக்கொண்டு பறந்து வந்தது. வீரான் கண்ணெதிரே சீமைக்கருவேலா முட்கிளையில் சராங்கமாக உட்கார்ந்து கொத்தித் தின்ன ஆரம்பித்தது. இன்ஸ்பெக்டர் ரவீந்தர் அந்த ஆளுக்கு ஏதோ சங்கேத சாடை செய்தார். அந்த ஆள் சாராய அடுப்பு அருகில் சென்றார். மண்மொடா ஒன்றில் கையைவிட்டு வீரானின் உடையை எடுத்து வந்தார். கால்களில் பிணைத்த இரும்புச் சங்கிலியை கழற்றிவிட்டார். கைவிலங்கையும் விலக்கினார். வீரான் உடலில் ஒட்டிக் கிடந்த மணலை உதறிக் கொண்டான். சட்டையையும் வேட்டியையும் உடுத்திக் கொண்டான். மீண்டும் அந்த ஆள் வீரானுக்கு கைவிலங்கை மாட்டினார். இன்ஸ்பெக்டர் ரவீந்தர் பின்னே வீரானை கூட்டிக்கொண்டு போனார். சீமைக்கருவேலா மரங்களினூடே மணல்தடம் மேலேறிப் போனது. முள்வாதுக்குள் சிவப்புமீசை சின்னாங்குருவிகள் கத்தின. மூவரும் கரையெறி நடந்தனர். புளியந்தோப்பு வந்தது. காய்ந்த நுண்புளிய இலைகளும் வறண்ட புளியம்பழ ஓடுகளும் கால்களில் மிதிபட்டு நொறுங்கின. புளியமரத்து நிழலில் இன்ஸ்பெக்டர் ரவீந்தரின்

ஜீப் நின்றது. இன்ஸ்பெக்டர் ரவீந்தர் ஜீப்பின் ஓட்டும் இருக்கையில் ஏறி அமர்ந்தார். அந்த ஆளும் வீரானும் ஜீப்பின் பின்புறத்தில் ஏறி அமர்ந்தனர். சிலம்பக்குருவிக் கூட்டம் எச்சரிக்கை குரலிட்டது. ஜீப் புறப்பட்டது. மண்ணில் புதைந்து சுழலும் சக்கரங்களில் புழுதிகள் எழும்பின. ஜீப் தார்சாலை வரை மாட்டுவண்டி செல்லும் மண்சாலையில் மெதுவாக பயணித்தது. இன்ஸ்பெக்டர் ரவிந்தர் ஜீப்பை ஓட்டியபடியே கேட்டார்.

"வீரான்... உன்னோட நாலு ஏக்கர் நிலத்து பத்திரத்தை எங்க வெச்சிருக்கே...?"

"பழநில சார்... நான் தங்கிருக்கற பஞ்சாமிர்த மடத்துலீங்க..."

இன்ஸ்பெக்டர் ரவீந்தர் வேறு எதுவும் பேசவில்லை. ஜீப் தாராபுரம் கடந்து தெற்கே அலங்கியம் வழியில் செல்வதை வீரான் கண்டான். தார்சாலையின் இருபுறமும் முன்அந்தி வெயில் படிந்த நெல்வயல்களில் ஆட்கள் களையெடுத்துக் கொண்டிருந்தனர். உரமூட்டைகள் ஏற்றிய மாட்டுவண்டிகள் எதிரே வந்தன. திருவாவினன்குடி பஞ்சாமிர்த மடத்தின் முன்பு போய் ஜீப் நின்றது. இன்ஸ்பெக்டர் ரவீந்தர் அந்த ஆளிடம் சொன்னார்.

"செல்வம்... துப்பாக்கி இருக்கில்ல...?"

"வெச்சிருக்கேன் சார்..."

"இவங்கூட நீயும் போ..."

அந்த ஆள் வீரானின் கைவிலங்கைக் கழற்றினார். வீரான் பஞ்சாமிர்த மடத்து வாசற்படி ஏறி நடைக்குள் நுழைந்தான். அந்த ஆளும் வீரான் பின்னே போனார். பின்கட்டு வாசலில் தானியம் பொருக்கிக் கொண்டிருந்த புறாக்கள் கலைந்து பறந்தன. சிறகடிப்புகளின் ஓசை எழுந்தன. முற்றத்தில் சிறு பொங்குகள் மிதந்து பறந்தன. வீரான் பின்கட்டு திண்ணையில் நடந்து தெற்குமூலை அறைக்குள் குனிந்து உள்ளே போனான். அந்த ஆள் நடைப்பக்கம் வந்து நின்று கொண்டார். வீரான் டிரங்குப் பெட்டியைத் திறந்து நாலு ஏக்கர் நிலப்பத்திரத்தை எடுத்தான். வெளியே வந்தான். மேல்மாடத்து விட்டங்களில் உட்கார்ந்திருந்த புறாக்கள் அணத்தின. காலடி அரவம் கேட்டு மாமி இன்னொரு உள்ளறையின் நடைப் பக்கமிருந்து எட்டிப் பார்த்தாள். வீரான் பொய் சொன்னான்.

"முத்துச்சாமி வாத்தியாரு... நெலப்பத்திரத்தை எடுத்துக்கிட்டு வரச் சொன்னாருங்கம்மா..."

மேலும் மாமி ஏதோ கேட்க நினைத்தாள். வீரான்கூட அடையாளம் தெரியாத வேறொரு ஆள் இருப்பதைக்கண்டு அமைதி அடைந்தாள். நிறைமாதக் கர்ப்பிணிக் கோலத்தில் நின்ற மாமி மேற்கொண்டு வீரானை விசாரிக்காமல் போகச் சொல்லிவிட்டாள். பழையபடி புறாக்கள் பின்கட்டு வாசலுக்கு வந்திறங்கின. வீரான் ஜீப்புக்கு வந்தான். அந்த ஆளும் பின்னே வந்தார். வீரான் நாலு ஏக்கர் நிலப்பத்திரத்தை இன்ஸ்பெக்டர் ரவீந்தரிடம் கொடுத்தான். இன்ஸ்பெக்டர் ரவீந்தர் நாலு ஏக்கர் நிலப்பத்திரத்தை அங்கேயே மேலோட்டமாகப் படிக்க ஆரம்பித்தார். அந்த ஆள் மீண்டும் வீரானுக்கு கைவிலங்கை மாட்டினார். மூவரும் ஜீப்பில் ஏறி அமர்ந்தனர். மாமி வெளிவாசற்படி மீது வந்து நின்று பார்த்தபடியிருந்தாள். நடைக்கதவு இடைவெளியில் புறாக்கள் வெளியேறிப் பறந்தன.

ஜீப் பழநி கடந்து வடக்கே வேகம் பிடித்தது. சண்முகநதி ஆற்றுப்பாலத்தைத் தாண்டியபோது இன்ஸ்பெக்டர் ரவீந்தர் அக்கறை கலந்த பாவனையில் வீரானிடம் பேசினார்.

"வீரான்... நான் உன்னை இந்த கேஸ்ல இருந்து விடுவிச்சிருவேன்... அதேபோல நீ மறக்காம உன் பேர்ல இருக்கற இந்த உயில் பத்திரத்தை என் பேர்ல மாத்தி தரனும்..."

"ஒடனே செஞ்சு தர்றேனுங்க சார்..."

"அப்புறம் இன்னொரு விசயம்... நீ குற்றவாளியில்லையின்னு நிரூபிக்க இப்ப வேறவொரு ஆள குற்றவாளியின்னு புடிச்சு உள்ள போடறேன்... மேலதிகாரி கண்டுபுடிச்சுட்டா... இதுவே எனக்கு பெரிய பிரச்சனையை குடுத்துரும்... எல்லாம் உன்னோட நல்ல மனசுக்கும்... உன்னோட எதிர்காலம் கருதியும்தான் செய்யறேன்..."

"எனக்கு எல்லாம் புரியுதுங்க சார்..."

"இல்ல வீரான்... நீ நல்லவங்க யாரு... கெட்டவங்க யாருன்னு இன்னும் புரிஞ்சுக்கல..."

"என்ன சார் சொல்லறீங்க...?"

"ஆமா வீரான்... நீ நல்லது செய்யறதா நம்பிக்கிட்டு இருக்கறவங்கதான்... இப்ப நீதான் குற்றவாளியின்னு சொல்லிட்டு உன்னை மறுபடியும் புடிச்சு லாக்கப்புல போட... நம்ம ஸ்டேசன் முன்னால காத்திருங்காங்க... நீ ரொம்ப ஜாக்கிரதையா இருக்கனும்..."

"சார்... எனக்கு எதுவும் புரியலீங்க..."

“புரியற மாதிரி சொல்லறேன் கேளு... நீ நம்பற முத்துச்சாமி வாத்தியாரு... இந்திராணியம்மா... லாரி கிளீனரு... பஞ்சாமிர்த மடத்து விசுவநாத அய்யரு... அப்புறம் அந்த டேனியல் பாதிரியாரு... இவங்கதான் இப்ப உனக்கு எதிரா திரும்பியிருக்கறது... நீதான் குற்றவாளின்னு முத்திரை குத்தி ஜெயிலுக்கு அனுப்பி வெக்கறதுல குறியாக இருக்காங்க...”

“சார்... அவங்க நாலுபேருந்தான்... எனக்கு எல்லாமே... அவங்க போயி...”

“அப்ப நான் பொய் சொல்லறேனா...?”

“அய்யோ... அப்படியெல்லாம் இல்லீங்க சார்...”

“ஏன்னா உன்னோட நாலு ஏக்கர் நஞ்சை நெலத்த அபகரிக்கத்தான் இத்தனையும் நடக்குது... உனக்கு புரிய மாட்டேங்குது...”

வீரானுக்கு இன்ஸ்பெக்டர் ரவீந்தர் சொன்னதை எல்லாம் நம்பவும் முடியவில்லை. நம்பாமல் இருக்கவும் முடியவில்லை. இதுநாள் வரை தனக்கு நல்லது செய்து வந்தவர்கள் எப்படி இவ்வளவு சீக்கிரத்தில் காழ்புணர்ச்சி கொண்டவர்களாக மாறமுடியும் என்பது விசித்திரமாகவே இருந்தது. அதுவும் அவர்கள் கொடுத்த நிலத்தை அவர்களே அபகரிப்பார்களா என்பதும் சந்தேகமாக இருந்தது. வீரான் யோசிப்பதைக் கண்டு இன்ஸ்பெக்டர் ரவீந்தர் மீண்டும் அக்கறை கலந்த பாவனையில் பேசினார்.

“இங்க பாரு வீரான்... நான் உனக்கு கடைசியா ஒன்னு சொல்லறேன்... இந்த பிரச்சனை முடிஞ்சப்புறம் நான் உனக்கு மந்திரிய புடிச்சு கவர்மெண்ட் வாத்தியார் வேலை வாங்கிக் குடுக்கறேன்... நீ புடிச்ச ஊருக்கு போஸ்டிங் வாங்கிக்கிட்டு போய்... நிம்மதியா வாழலாம்...”

“சந்தோசமுங்க சார்...”

“அப்புறம் இன்னொரு விசயம்... போலீஸ் ஸ்டேசன் போனதும் நீ அவங்க பின்னால போயிறாதே... உயில் பத்திரத்த எம் பேர்ல மாத்தற வரைக்கும் நீ எங்கூடத்தான் இருக்கனும்...”

“செரீங்க சார்...”

இன்ஸ்பெக்டர் ரவீந்தரின் பேச்சு வீரானை குழப்பம் கொள்ளவைத்தது. யோசிக்க யோசிக்க இன்ஸ்பெக்டர் ரவீந்தர் சொன்னதிலும் உண்மை இருக்கும் என்று தோன்றியது. வீரான் கலக்கமடைந்த மனதுடன்

ஜீப்பின் பின்புறத்தில் ஒடுங்கி உட்கார்ந்திருந்தான். பள்ளி மாணவர்கள் மிதிவண்டியில் எதிரே வந்து கொண்டிருந்தனர். பின்அந்தி மஞ்சள் வெயிலும் புளியமர நிழலும் படிந்த தார்சாலையில் ஜீப் படுவேகமாக வடக்கே பயணித்தபடியே இருந்தது.

ooo

# 42

அகில் பார்த்துக் கொண்டிருக்கும்போதே ஆகாயம் இடியொலியுடன் அதிர்ந்தது. சூறைக்காற்று பெருமழைத்துளிகளை கூட்டிவந்துவிட்டது. சூறைக்காற்றின் விசையால் பெருமழைத்துளிகள் நேராக கீழே விழாமல் சரிந்து விழுந்தன. நாலாத்திக்கும் சிதறித் தெறித்தன. திடீரென பட்டைச்சாராய வீரான் ஆகாயத்தைப் பார்த்து கைகூப்பி வணங்கினார்.

"மாரித்தாயே... இந்த சாட்டுலயும் மழய கொண்டு வந்துட்டே... உன்ற மகத்துவமே மகத்துவம் தாயே..."

சட்டென பட்டைச்சாராய வீரான் நிலத்தில் நெடுஞ்சாண் கிடையாக விழுந்து வணங்கி எழுந்தார். கோவில் வளாகத்தில் நிறைந்திருந்த சனங்களும் சூறைக்காற்றின் விசை கண்டு அஞ்சவில்லை. பெருமழைத்துளிகளின் அடர்வு கண்டு அச்சப்படவில்லை. வெள்ளைத்தாடிக்காரர் அகிலிடம் சொன்னார்.

"அகிலு தம்பி... மழ புடிச்சுக்கிச்சு... இனி நாம வீரானை இங்க தேடி... புரயோசனமில்ல... நாம உங்க ஊரு போவோம்... நீங்க சாட்டுக்கம்பத்துக்கிட்ட வந்து நில்லுங்க... நாம்போயி... சரவானத்துக்காரங்ககிட்ட சொல்லிவிட்டு... அப்படியே மொபட்டை எடுத்துக்கிட்டு வாறேன்..."

வெள்ளைத்தாடிக்காரர் பொட்டொலி போடும் இடத்தை நோக்கி வேகமாக நடந்தார். சொப்பனவித்தைக்காரர்கள் இருவரும் பட்டைச்சாராய வீரானோடு கோவில் பக்கம் பார்த்து நடந்தனர். இந்திரஜித் நாடகமேடையின் பின்புறத்தில் யாகம் நடப்பது போன்ற திரைச்சீலை சூறைக்காற்றுக்கு அசைந்தபடி தொங்கியது. திரைச்சீலையின் நடுக்கம் யாகத்தீ சூறைக்காற்றுக்கு மேலேழும்பாமல் அணைந்துக் கொண்டிருப்பது போன்ற பிம்பத்தை தோற்றுவித்தது. இந்திரஜித் நடந்து நாடகமேடையின் மையத்தில் வந்து அமர்ந்தான். தனக்கு வலிமை ஏற்றும் நிகும்பலை யாகத்தை துவங்கினான். யாகத்தின் மந்திரம் ஒலித்தது. இந்திரஜித் எழுந்து நாடகமேடையின் முன்விளிம்புக்கு வந்து நின்றான். இராமலக்குமணருக்குச் சவால்விட்டுப் பாடினான்.

*"இலக்குவனாக! மற்றை ராமனேயாக ஈண்டு*
*விலக்குவரெல்லம் வந்து விலக்குக!..."*

காட்சியில் துளியும் சுவாராசியம் இல்லை. நாடகமேடையின் முன்புறம் அமர்ந்திருந்த சனங்கள் எழுந்து கலைந்து கொண்டிருந்தனர். அகில் சாட்டுக்கம்பத்தைப் பார்த்து நடந்தான். சூறைக்காற்று விசை இன்னும் குறையவில்லை. மழைத்துத்துளிகள் அடர்வு கொண்டன. இந்திரஜித் பிரம்மாவிடம் வரம் வேண்டி உரத்த குரலில் பாடுவது கேட்டது. சாட்டுக்கம்பத்தின் முன்பு இன்னும் எருமைக்கிடாய்கள் பலியிடுவது நிற்கவில்லை. தலை வெட்டுண்ட எருமைக்கிடாய்களின் ரத்தம் மழைநீரில் கலந்து ஓடிற்று. துணைப்பூசாரிகளுக்கு மழை ஒரு பொருட்டில்லை. சனங்களும் மழையை பொருட்படுத்தாமல் பலிதரிசனம் பார்த்துக் கொண்டிருந்தனர். இந்திரஜித் யாகத்தின் மூலம் தவவலிமை பெற்றுவிட்டான். இராமலட்சுமனனை வதம் செய்ய புறட்டும்போது ஒலிக்கும் ஜெயகோஷங்கள் எழுந்தன.

வெள்ளைத்தாடிக்காரர் மொபட்டை எடுத்து வந்துவிட்டார். அகில் மொபட்டில் ஏறி உட்கார்ந்தான். மழைக்கு சிதறிக் கலைந்து கொண்டிருந்த சனங்களினூடே மொபட் கோவில் வளாகத்தைக் கடக்கச் சிரமப்பட்டது. வெள்ளைத்தாடிக்காரர் காலூன்றி காலூன்றி மொபட்டை மெதுவாக நகர்த்தினார். நாடகமேடையில் இந்திரஜித்தும் இலக்குமணனும் நேருக்குநேராக நின்று பாணங்களை ஏவிக்கொண்டிருந்தனர். ஹார்மோனியம் இசைப்பவரை ஒட்டி விபீஷணனே உட்கார்ந்து தன் இனிமையான குரலில் பாடிக்கொண்டிருந்தார்.

*“புரிந்தோடின புகைந்தோடின பொரிந்தோடின புகைபோய்*
*எரிந்தோடின கரிந்தோடின இடமோடின வலமே*
*திரிந்தோடின செறிந்தோடின விரிந்தோடின திசைமேல்*
*சரிந்தோடின கருங்கோளரிக் கிளையான் விடுசரமே...”*

மழை இறங்கிவிட்ட காரணத்தால் நாடகத்தின் இறுதிக் காட்சிகளைக் குறைத்துவிட்டனர். நேராக இந்திரஜித்தும் இலக்குமணனும் போர்புரியும் காட்சிக்கு வந்துவிட்டனர். மொபட் கோவிலின் தென்புறத்து இறக்கம் வந்ததும் வேகம் பிடித்தது. அக்னிமூலை நோக்கி செல்லும் மண்பாதையில் புறப்பட்டது. மண்பாதையின் இருபுறமும் மேய்ச்சல் கொறங்காடுகள். கிளுவை வேலிகளை சூறைக்காற்று சுழன்று முறிக்க முயன்று கொண்டிருந்தது. இருளில் கொறங்காடுகள் அத்துவானமாகக் கிடந்தன. மொபட்டின் சக்கரங்கள் மண்பாதையின் ஈரமண்ணில் புதைந்து புதைந்து மீண்டன. வெள்ளைத்தாடிக்காரர் மொபட்டை சூதானமாக ஓட்டுவதிலேயே குறியாக செயல்பட்டுக் கொண்டிருந்தார். அகிலும் மௌனமாகவே இருந்தான். வீரான் கிடைக்கவில்லை. இந்த இறுதித் தேடலும் தோல்வியிலேயே முடிந்துவிட்டது, பகவான்

கோயில் மகான் சொன்னதும் பொய்த்துவிட்டது. வெள்ளைத்தாடிக்காரர் பேசினார்.

"அகிலு தம்பி... இப்ப மட்டும் சேத்துல கெடக்கற முள்ளுகிள்ளு குத்தி வண்டி டயரு பஞ்சருன்னு வெய்யிங்க... நாம பத்து மைலுக்கு மேலே வண்டிய உருட்டிக்கிட்டுதான் நடக்கனும்... எங்க கன்னியாத்தாதான் காப்பத்தி நம்மல நல்லபடியா ஊரு கொண்டுபோயி சேத்தனும்..."

அகில் பதில் பேசவில்லை. திடீரென சூறைக்காற்றும் பெருமழைத்துளியும் இல்லாத கொறங்காட்டுவெளி தென்பட்டது. குழிகளில் மழைநீர் தேங்கிக் கிடந்தது. நீர் கண்ட தவளைகள் குதூகலத்தில் கத்தின. வேலியோரக் கிளுவைகள் நீர் சொட்டின. மொபட் மிதமான வேகத்தில் மண்பாதையில் போய்க் கொண்டேயிருந்தது. அகில் கேட்டான்.

"உங்களுக்கு இந்திரஜித்தோட பொண்டாட்டி சுலோசனா கதை தெரியுமாங்க...?"

"தெரியும்... அது எதுக்கு இப்ப உங்களுக்கு தம்பி...?"

"நாடகம் பாத்தேன்... இந்திரஜித்தோட கதை மட்டுமே சொல்றாங்க... சுலோசனாவோட இறுதிக்கட்டம் என்னன்னு தெரிஞ்சுக்கலா முன்னுதான்..."

"சுலொசனா கதெ கேக்கறளவுக்கு வந்திட்டீங்க... இனி வீரான் கெடைக்கமாட்டான்னு முடிவு செஞ்சுட்டீங்க போலிருக்கு..."

"ஆமாங்க..."

வெள்ளைத்தாடிக்காரர் ஈரமண்சாலையில் கவனத்தை செலுத்தியபடியிருந்தார். ஏனோ சுலோசனாவின் இறுதிக் கதையை சொல்லவில்லை.

○○○

கறையான்புற்று ஈசல்கள் மாந்தோப்பு இருளுக்குள்ளிருந்து பறந்து வந்தன. மின்சார விளக்கு வெளிச்சத்தில் ரெக்கையடித்து மேலும் கீழும் பறந்தன. மின்சார பல்பில் மோதத் துடித்தன. பெரும்பாலான ஈசல்களின் ரெக்கைகள் உதிர்ந்து திண்ணை மீது விழுந்தன. ரெக்கையில்லாத ஈசல்கள் மறுபடியும் கறையான்களாகி திண்ணையிலும் தரையிலும் ஊர்ந்து திரிந்தன. அகலத் திண்ணையில் உட்கார்ந்திருந்த ஆட்கள் மீதும் ஈசல்கள் விழுந்து ஊர்ந்தன. எல்லோரும் ஈசல்களை தட்டிவிட்டபடியே கிளீனர் பேசுவதற்காகக் காத்துக் கிடந்தனர். இரவு போய்க் கொண்டிருந்தது. இருள் ஆகாயத்தில் குருட்டுக்கொக்கு

கத்திப் போனது. கிளீனர் பாதி புகைத்த துகள் பீடியை அணைத்தார். முன்புபோல் காதோரும் சொருகி வைத்தார். வீரான் குறித்து முன்பு விட்ட இடத்திலிருந்து பேசத் தொடங்கிவிட்டார்.

"இந்திராணியம்மா சபதம் போட்ட சாயிங்காலம் சரியா முடியப் போற நேரம்... நாங்க நாலுபேரும் தாராபுரம் போலீசு ஸ்டேசனுக்கு போறோம்... அங்க போனா... லாக்கப்புக்குள்ள நல்ல காலம் பொறக்குது... நல்ல காலம் பொறக்குது... அப்படீன்னு வீரானோட அப்பக்காரர் சொல்லிக்கிட்டு குறுக்கும் நெடுக்கும் நடக்கறாரு... எனக்கு மஞ்சுநாத் வக்கீலோட கில்லாடித்தனம் புரிஞ்சு போச்சு... சுயநினைவு இல்லாத வீரானோட அப்பக்காரர்தான் குடிசைக்கு தீ வெச்சுட்டாருன்னு ஊர்க்காரங்களை சாட்சியாக்கி வீரானை நிரபராதியாக்கிட்டாரு... எங்க நாலுபேருத்துக்கும் சந்தோசம்... வீரானை இன்ஸ்பெக்டர் ஒப்படைச்சதும் கூட்டிக்கிட்டு போலாமுன்னு போலீசு ஸ்டேசன் வாசல்யே வீரானை எதிர்பார்த்து ஆவலா காத்துக் கெடக்கோம்... அப்போ இன்ஸ்பெக்டர் ரவீந்தர் ஜீப்பிலிருந்து எறக்கி வீரானை உள்ளே கூட்டிக்கிட்டு வர்றாரு... வீரான் எங்க பக்கமே மொகத்தை திருப்பல... எங்களுக்கெல்லாம் அவமானமாப் போச்சு... இன்ஸ்பெக்டரு ரவீந்தரு மட்டும் இந்திராணியம்மாகிட்ட வந்து சொல்லறாரு.. நானு பொம்பளகிட்ட தோத்ததே இல்ல... இப்பவும் தோத்துப் போகல... உங்களோட வீரான் இப்ப என்னோட ஆளுன்னு... இந்திராணியம்மாவுக்கு மட்டுமில்ல எங்க எல்லாருக்கும் கோவம் பொத்துக்கிட்டு வந்துச்சு... ஆனா எதுவும் செய்ய முடியாம அவமானத்தோட அவுங்க அவுங்க ஊருக்கு பொறப்பட்டுட்டோம்... வீரான் ஏம் மனசு மாறினான்னுதான் எங்க எல்லாருக்கும் புரியல..."

கிளீனர் கொட்டாவி விட்டார். கண்கள் சொருகி சுவரில் சாய்ந்து கொண்டார். இன்னும் விளக்கு வெளிச்சத்திற்கு ஈசல்கள் பறந்து வந்து விழுந்து கொண்டேயிருந்தன. நால்வரும் எழுந்து காரை நோக்கி நடக்கத் துவங்கினர். திண்ணையோரத்தில் செம்மிநாய கண்டுகொள்ளாமல் படுத்திருந்தது

○○○

# 43

பெருமழை கொஞ்சம் கொஞ்சமாகத் தணிந்தது. ஈரக்கொண்டல் குளிர்ந்து வீசிற்று. ஆகாயம் வெளிவாங்கியது. ஊர்ச்சனங்கள் நிம்மதியாயினர். இந்திரஜித் அம்சபாத நடனம் ஆடுவதை நிறுத்தினான். சன்னதம் வந்த சாமியாடிகள் மெல்ல தாழ்வாரத்துத் திண்ணைகளில் இருந்து இறங்கி சித்திரத்தேர் முன்பு வந்தனர். வடம் பிடித்து இழுப்பவர்களும் வடம் பிடிக்கக் காத்திருந்தவர்களும் விரைசலாக வந்து கூடினர். சித்திரத்தேரின் இருபுறமும் வரிசை பிரிந்து நின்றனர். ஈரவடத்தை கையில் தூக்கிப் பிடித்தனர். வடம் பிடிக்க காத்திருந்தவர்களும் தயாராகினர். வாத்தியக்காரர்களும் மேளக்காரர்களும் இசைக்கத் துவங்கினர். ஊர்ச்சனங்களும் சித்திரத்தேரை சூழ்ந்தனர். கோவில் பூசாரி சித்திரத்தேருக்கு சூடம் கொளுத்தி தீபாராதனை காட்ட தொடங்கினார். வடம் பிடித்து இழுப்பவர்களும் வடம் பிடிக்க காத்திருப்பவர்களும் ஊர்ச்சனங்களும் ஒருசேர சிவகோஷமிட்டனர். சித்திரத்தேர் நகரும் தருணம் வந்தது. வீரான் சித்திரத்தேரின் முன்பு போய் வழிமறித்து நின்றார். எல்லோருக்கும் எதுவும் புரியவில்லை. மீண்டும் குழப்பம் ஆரம்பித்தது.

வீரான் இடக்கை பற்றிய சிற்றுடுக்கையை ஆவேசம் கொண்டு ஓங்கி அடிக்க ஆரம்பித்தார். சிற்றுடுக்கையின் ஒலி ஈரச்சுவர்களில் மோதி எதிரொலித்து வந்தது. வீரான் குறிகூறும் தொனிக்கு மாறினார். கண்களில் கடும்சினம் கொண்டவரானார். ஆகாயம் பார்த்து வேண்டினார். குரல் ஆக்ரோஷமானது.

“ஜக்கம்மா தேவியே... அனல் வளையங்கள காட்டு... அப்புறம் சித்திரத்தேர ஓட்டு...”

○○○

விடிய விடிய பெருமழை கொட்டி ஓய்ந்திருந்தது. மீண்டும் ஆகாயத்தில் கருமுகில்கள் திரண்டெழுந்து கொண்டேயிருந்தன. ஸ்ரீதேவி விலாஸ் ஓட்டல் மேல்மாடி அறையில் வீரான் நாளெல்லாம் வெறுமனே உட்கார்ந்து கிடந்தான். கிழக்குப்புற சுவற்று சன்னலுக்கு வெளியே தாராபுரத்தின் நெருக்கமான வீடுகள் தெரிந்தன. முன்அந்தியில் இன்ஸ்பெக்டர் ரவீந்தர் மப்டி உடையில் வந்தார். வீரானை புல்லட்டில் உட்காரவைத்து அழைத்துப் போனார். கடைவீதி

கடந்து அமராவதி ஆற்றுப்பாலம் சென்று வடக்கே திரும்பினார். மண்பாதை எங்கும் ஈரம் படிந்து கிடந்தது. புல்லட் சக்கரங்களில் சேறு அப்பி சிதறிக் கொண்டிருந்தது. இலுப்பைத்தோப்புக்குள் நுழைய முடியாதளவுக்கு மழைநீர் தேங்கியிருந்தது. இன்ஸ்பெக்டர் ரவீந்தர் தில்லாபுரி அம்மன் கோவில் தென்புறத்தில் புல்லட்டை நிறுத்தி இறங்கினார். புல்லட்டின் பின்புறத்தில் உட்கார்ந்து வந்த வீரானும் குதித்திறங்கினான். இன்ஸ்பெக்டர் ரவீந்தர் புல்லட்டின் பெட்டியை திறந்து நிலப்பத்திரத்தை எடுத்துக் கொண்டார். கைத்துப்பாக்கியை பிருட்ஷத்தின் பக்கம் அரணாக்கயிற்றின் ஆதரவோடு சொருகிக் கொண்டார். இலுப்பைத்தோப்பு மழைநீருக்குள் இறங்கி நடந்தார். அடியொற்றி வீரானும் நடந்தான். இருவரின் காலடியிலும் நீர் அலம்பி சிற்றலை எழுப்பிற்று. இருவரும் நாணலினூடே வழுக்குத்தடத்தில் கீழே இறங்கினர். அமராவதியில் இரண்டாளுயர செவ்வெள்ளம் பிரவாகமெடுத்து ஓடிற்று. அக்கரையிலிருந்து பரிசல் வரும்வரை காத்திருந்து ஏறிக் கொண்டனர். பரிசல்காரர் எதுவும் விசாரிக்கவில்லை. துடுப்பு வலிப்பதிலேயே கவனமாக இருந்தார். நீட்டிய குத்துப்பாறைகள் மீது வெள்ளத்தின் நீர்ச்சுழல் மோதி ஓசையிட்டது.

வீரானுக்கு வயோதிகப் பெண்மணியை எதிர்கொள்வதை நினைத்து உள்ளுக்குள் அச்சமெடுத்தது. இயல்புத்தன்மை மறைந்துவிட்டது. பரிசல் அக்கரை சேரும்வரை ஜக்கம்மா தேவியை வேண்டியபடியே உட்கார்ந்திருந்தான். பரிசலில் இருந்து இறங்கிய இன்ஸ்பெக்டர் ரவீந்தர் அக்கரை மேடேறும்போது வீரானிடம் பேசினார்.

"இங்க பாருடா... பேசினபடி இன்னிக்கே எட்டு ஏக்கர் நெலமும் எம்பேருல மாறனும்... ஏதாச்சும் தப்பு நடந்துச்சு... உன்னையெ சுட்டு... இந்த ஆத்து வெள்ளத்துல தூக்கி வீசீருவேன்..."

வீரான் பதிலேதும் சொல்லாமல் தலை கவிழ்ந்து நடந்தான். பரிசல்காரர் பரிசலை கரையோர திட்டில் கவிழ்த்துவிட்டு பின்னே நடந்து வந்தார். சேற்றுத்தடத்து தாழம்புதர்களின் மீது முசுட்டைப் படர்கொடிகள் ஏறித் தழைத்திருந்தன. நாணலுக்குள் தண்ணீர்க்கோழிகள் குரலிட்டன. தென்னந்தோப்பு வழியும் சேறாகவே கிடந்தது. இன்ஸ்பெக்டர் ரவீந்தர் நேராக மச்சுவீட்டின் தாழ்வாரத்துத் திண்ணை வாசற்படியேறினார். அதிகாரத்தொனியில் சப்தமிட்டார்.

"இந்திராணியம்மா... இந்திராணியம்மா..."

வீரான் பரிசல்காரருடன் வெளிவாசல் பலாமரத்தடியில் நின்று கொண்டான். மச்சுவீட்டின் வெளிநடைக்கதவு அகலத் திறந்தது. வயோதிகப் பெண்மணி எட்டிப் பார்த்தார். இன்ஸ்பெக்டர் ரவீந்தரை

எதிர்பார்க்கவில்லை என்பது முகக்குறிப்பில் தெரிந்தது. இன்ஸ்பெக்டர் ரவீந்தர் நிலப்பத்திரத்தை முன்னே நீட்டி சொன்னார்.

"இந்திராணியம்மா... உங்கள மொதமொறையா தோக்கடிக்கற ஆம்பள ஒருத்தன் வந்திருக்கான்..."

வயோதிகப் பெண்மணி ஏகதேசமாக இன்ஸ்பெக்டர் ரவீந்தர் வந்த விசயத்தைப் புரிந்து கொண்டாள். வீரானை அருகில் அழைத்தாள். வீரான் பயத்துடன் தாழ்வாரத்துத் திண்ணையோரம் போய் நின்றான். வீரானுக்கு வயோதிகப் பெண்மணியை நேராகப் பார்க்க திராணியில்லை.

"ஏன்டா... பொழைக்கத் தெரியாதவனே... இது நாங்க உனக்கு எழுதி வெச்ச சொத்து... நீ அத இந்த தராதரமில்லாத போலீஸ்காரனுக்கு தாரைவார்க்க போறயாடா... எங்களுக்கொன்னும் நட்டமில்ல... நீதான் ரோசன செய்யுனும்..."

வீரான் மௌனமாகவே நின்று கொண்டிருந்தான். இன்ஸ்பெக்டர் சப்தமாக சிரித்தார்.

"இங்க பாரு இந்திராணியம்மா... நீங்க என்ன சொன்னாலும் அவன் மனசு மாறாது... நீங்க இப்பவே பத்தரத்தை எம் பேர்ல மாத்தி எழுதி குடுக்கற காரியத்த பாருங்க..."

வயோதிகப் பெண்மணி யோசிக்கத் துவங்கினாள். பின் பருவகாரர்களை கூப்பிட்டு பேசினாள். பருவகாரர்கள் ஆளுக்கு ஒரு திசையில் புறப்பட்டுப் போயினர். வயோதிகப் பெண்மணி திரும்பி ஆசாரத்துக்குள் போய் மறைந்து கொண்டாள். மறுபடியும் வெளிநடைக்கதவு சாத்தப்பட்டது. இன்ஸ்பெக்டர் ரவீந்தர் தாழ்வாரத்துத் திண்ணையில் உட்கார்ந்து தொடர்ந்து சிகரெட் புகைத்தபடி இருந்தார். பரிசல்காரர் திரும்பி ஆற்றை நோக்கி நடந்தார். வீரான் பலாமரத்தினடியில் உட்கார்ந்து கொண்டான். வீரானுக்கு இந்த இக்கட்டான நிலையிலிருந்து தப்பிக்கும் வழி தெரியவில்லை. உள்ளுக்குள் நடுக்கமெடுத்துக் கொண்டேயிருந்தது. பரிசல்காரரிடம் பேசினால் ஆறுதல் கிடைக்குமென்று தோன்றியது. திடிரென எழுந்து ஆற்றைப் பார்த்து ஓட துவங்கினான். ஈரத்தடத்தின் மீது இரை தேடி உட்கார்ந்திருந்த செந்நாரை எழும்பிப் பறந்தது. ஆற்றங்கரையில் பரிசல்காரர் நீரில் இறக்கிக் கொண்டிருந்தார். அக்கரை இலுப்பைத்தோப்பின் கீழே ஆட்கள் நின்றிருப்பது தெரிந்தது. வீரான் முழங்காலளவு நீருக்குள் இறங்கி நின்றான்.

"அய்யனே... நானும் கூட வாறேனுங்க..."

பரிசல்காரர் வீரானை ஏறிட்டும் பார்க்கவில்லை. பரிசலில் ஏறி உட்கார்ந்து துடுப்பை நீருக்குள் ஊன்றி துழாவினார். பரிசல் வெள்ளத்தின் போக்கில் நகர்ந்து மேற்குத்திசை திரும்பிற்று. வீரான் பரிசலையே பார்த்துக்கொண்டு நின்றான். மங்கும் அந்தி மஞ்சள் வெயில் வெள்ளப் பிரவாகத்தின் மேல் விழுந்து பிரகாசித்தது. பரிசல் அக்கரை நோக்கி முன்னேறிக் கொண்டேயிருந்தது. வீரானுக்கு பரிசல்காரர் பேசாததைத் தாங்கிக் கொள்ள முடியவில்லை. தேம்பித்தேம்பி சப்தமாக அழ ஆரம்பித்தான். அழுகையை நிறுத்த முடியவில்லை. பரிசல் அக்கரை சேர்ந்து ஆட்களை ஏற்றிக் கொண்டிருந்தது. தாழம்புதரோரம் மயில் உள்ளான்கள் மிரண்டு கத்தின. வீரான் திடுக்கிட்டு திரும்பிப் பார்த்தான். இன்ஸ்பெக்டர் ரவீந்தர் கைத்துப்பாக்கியால் குறிபார்த்தபடி நின்றிருந்தார்.

"என்னடா இது... அழுவாச்சி நாடகம்... எனக்கு தெரியாம தப்பிக்கலாமுன்னு பாக்கறியா...?"

வீரான் கண்களைத் துடைத்தபடி எதுவும் பேசாமல் கரையேறி நடந்தான். இன்ஸ்பெக்டர் ரவீந்தர் கைத்துப்பாக்கியை பிருட்டத்தின் பக்கம் சொருகிக்கொண்டு கூட நடந்தார். கிழக்கு ஆகாயத்தில் பருவமழை முகில்கள் திரண்டெழுந்து கொண்டிருந்தன. கொக்கினப் பறவைகள் ஆற்றைக் கடந்து அவசரமாக மேற்கு நோக்கிப் பறந்து போயின. முதல் சாமத்தில் கனத்த மழை இறங்கும் அறிகுறி தெரியத் துவங்கிற்று. மறுபடியும் வீரான் பலாமரத்தினடியிலேயே வந்து உட்கார்ந்து கொண்டான். மச்சு அறையில் சுருட்டுப் பிடிக்கும் வயோதிகர் இருப்பதற்கான சுவடே தென்படவில்லை. நிலப்பத்திரம் சார்ந்த ஆட்கள் எல்லோரும் வந்து ஆசாரத்தில் அமரும்போது முன்னிரவு கடந்துவிட்டது. முத்துச்சாமி வாத்தியார், டேனியல் பாதிரியார், விசுவநாத அய்யர், லாரி கிளீனர் என எவருமே தன்னோடு பேசாதது வீரானுக்கு பெரும்வேதனையை தந்தது. வீரான் வலிய சென்று பேசியபோது கூட அவர்கள் முகம் கொடுத்து பேசவில்லை. அவர்களுக்குள்ளேயே பேசியபடி இருந்தனர். வீரான் அவர்களின் நிழல் சுவற்றில் அசைவதை பார்த்தவாறே நேரத்தைக் கடத்தினான்.

வயோதிக பெண்மணியின் இரவு விருந்தாக சமையல் பண்டாரச்சி வெடைக்கோழி குழம்பும் விலாங்குமீன் வறுவலும் பரிமாறினாள். வீரானுக்கு மிகுந்த பசியிருந்தும் உணவில் லயிக்க முடியவில்லை. கையெழுத்திட்டதும் தப்பிக்கும் தருணத்திற்காக காத்திருந்தான். இனி எங்கு போவது என்பதும் கேள்விக்குறியாகவே இருந்தது. போக்கிடம் இல்லாத அபலை ஆகிவிட்டதாக உணர்ந்தான். இனி அரசு வேலைக்கு போவதுகூட பெரும்பாடுதான் எனப்பட்டது. நிலப்பத்திரங்களை மாற்ற வழக்கறிஞர் மஞ்சுநாத் தனது உதவி வழக்கறிஞர் ஒருவரை

அனுப்பியிருந்தார். அவர் நிலப்பத்திரம் சட்டப்படி இன்ஸ்பெக்டர் ரவீந்தருக்கு மாறும் கையெழுத்துக்களை வாங்கினார். இறுதியாக நிலப்பத்திரத்தை இன்ஸ்பெக்டர் ரவீந்தரிடம் கொடுத்து சொன்னார்.

"கூடியசீக்கிரம் கோர்ட் மூலமும் பதிவு செஞ்சுக்கலாம்... இவங்க யாரும் பேச்சு மாறமாட்டாங்க..."

சமையல் பண்டாரச்சி வந்திருந்தவர்கள் எல்லோரும் உறங்க ஆசாரத்து திண்ணையில் சமுக்காளம் விரித்துப் போட்டு தலையணை வைத்தாள். இன்ஸ்பெக்டர் ரவீந்தர் சொன்னார்.

"நானும் வீரானும் இப்பவே பொறப்படுறோம்... அக்கரை போக பரிசலுக்கு ஏற்பாடு செய்யுங்க...?"

யாரும் யாருடனும் பேசவில்லை. ஆசாரம் எங்கும் பெரும்மௌனம் கவிழ்ந்திருந்தது. இன்ஸ்பெக்டர் ரவீந்தர் நிலப்பத்திரத்திரத்தை ஆட்டியபடி வயோதிகப் பெண்மணி எதிரில் போய் நின்று கேலியாக சிரித்தார்.

"எல்லா ஆம்பளையும் உங்க ஊட்டுக்காரர் மாதிரி கையிலாகாத சோப்பலாங்கின்னு நெனைச்சிராதீங்க..."

சட்டென வயோதிகப் பெண்மணி உள்ளறைக்குள் போய் கதவை சாத்திக் கொண்டாள். விசும்பி விசும்பி அழும் ஓசை கேட்டது. சமையல் பண்டாரச்சி குரலிட்டபடி கதவின் வெளிப்புறம் நின்று தட்டிக் கொண்டேயிருந்தாள். கதவு திறக்கப்படவேயில்லை. திடீரென லாரிக் கிளீனர் வேட்டியை மடித்துக் கட்டிக்கொண்டு வீரானை நோக்கி ஓடிவந்தார். வலக்காலை உயர்த்தி எட்டி வீரானின் அடிவயிற்றில் உதைத்தார். வீரான் தடுமாறி ஆசாரத்துத் திண்ணையில் விழுந்துருண்டான். லாரிக் கிளீனர் ஆவேசமாகக் கத்தினார்.

"எங்கியோ தொண்டு சுத்தி திரிஞ்சுட்டு வந்த அனாதை நாயி... உனக்கு சோறு போட்டு வளர்த்தாங்க பாரு... அதுக்கு செரியான கூலி குடுத்திட்டடா..."

முத்துச்சாமி வாத்தியார் வீரானிடம் ஓடினார். வீரானைத் தூக்கி நிமிர்த்தி எழுந்து உட்காரவைத்தார். வீரானுக்கு அடிவயிறு உயிர் போவதுபோல் வலித்தது. லாரிக் கிளீனர் கெட்டவார்த்தையில் திட்டியபடி மறுபடியும் வீரானை காலால் உதைக்க நெருங்கினார். இன்ஸ்பெக்டர் ரவீந்தர் கைத்துப்பாக்கியை லாரிக் கிளீனரை நோக்கி நீட்டினார்.

"ஒரு போலீசுக்காரன் முன்னாலையே நீ கைநீட்டி அடிக்கறீனா... நீயென்ன பெரிய புடுங்கீன்னு நெனைப்பாடா...? சுட்டுப் பொசுக்கீருவேன்... ஜாக்கிரதை... வாடா வீரான் நாம போகலாம்..."

லாரிக் கிளீனர் பின்வாங்கினார். வீரான் எழுந்து இன்ஸ்பெக்டர் ரவீந்தரோடு வெளிநடைக்கதவை நோக்கி நடந்தான். முத்துச்சாமி வாத்தியார் தடுத்தார்.

"ஆத்துல வெள்ளம் அதிகமாயிட்டு இருக்கு வீரான்... இந்த அர்த்தராத்திரியில ஆத்தைப் பரிசல்ல கடக்கறது அவ்வளவு சிலாக்கியமில்ல... நீ போகாதேடா..."

வீரான் பொருட்படுத்தவில்லை. இன்ஸ்பெக்டர் ரவீந்தரோடு தாழ்வாரத்துத் திண்ணை இறங்கி பலாமரத்து வாசல் கடந்து நடந்தான். இன்ஸ்பெக்டர் நவீந்தருக்கு பயந்து வேறுவழியில்லாமல் பரிசல்காரரும் கூட நடந்துவந்தார். தென்னந்தோப்பு செடிகொடிப் பதவளுக்குள் வெட்டுக்கிளிகள் ரீங்கரித்தன. ஆற்றங்கரை இருளில் லாந்தர் எரிந்துக் கொண்டிருந்தது. வெள்ளத்தின் ஓரமாக பரிசல் நிமிர்த்தி வைக்கப்பட்டிருந்தது. சுருட்டுப் பிடிக்கும் வயோதிகர் குழல் துப்பாக்கியுடன் நின்றிருந்தார். வலக்கை விரலிடுக்கில் சுருட்டுப் புகைந்துக் கொண்டிருந்தது. ஆற்றின் வெள்ளப் பேரோசை அச்சமூட்டியது.

"வாங்க இன்ஸ்பெக்டர்... உங்களை பாராட்டத்தான் இத்தனை நேரமும் நான் இங்க காத்திருந்தேன்... இத்தனை வருசமும் என்னால் சாதிக்க முடியாத ஒன்னை நீங்க சாதிச்சுட்டீங்க... என் பொண்டாட்டி மொதல் மொறையா ஒரு ஆம்பளைகிட்ட தோத்துப் போயி அழுதிருக்கா..."

சுருட்டுப் பிடிக்கும் வயோதிகர் இன்ஸ்பெக்டர் ரவீந்தரோடு கைகுலுக்கிக் கொண்டார். பரிசல்காரர் பரிசலை வெள்ளத்துக்குள் இறக்கி துடுப்பை ஊன்றி நிறுத்தினார். முதலாவதாக இன்ஸ்பெக்டர் ரவீந்தர் பரிசலில் ஏறி அமர்ந்தார். அடுத்து வீரான் ஏறினான். பரிசல் நகர எத்தனித்தது. சுருட்டுப் பிடிக்கும் வயோதிகர் பரிசல்காரரிடம் சொன்னார்.

"திரும்பி வரும்போது உனக்கு தொணை வேண்டாமாடா... இந்த அகாலத்துல ஆத்து வெள்ளத்த நம்ப முடியாது... பொறுடா நானும் வாறேன்..."

சுருட்டுப் பிடிக்கும் வயோதிகர் லாந்தருடன் பரிசலில் ஏறி அமர்ந்தார். தோளில் தொங்கிய குழல் துப்பாக்கியை மடியில் கிடத்திவைத்தார். சுவாசத்தில் சுருட்டுக் கவிச்சி அடித்தது. பரிசல் வெள்ளத்தின்

போக்கில் நகர்ந்தது. அந்தியைவிட இப்போது ஆற்றில் வெள்ளம் அதிகரித்திருந்தது. நீர்ப்பிரவாகத்தின் போக்கும் ஒரே சீராக இல்லை. பரிசல் அக்கரையின் திசைப் பார்த்து திரும்பிற்று. அசைந்து அசைந்து மெதுவாக சுழல் நீரோட்டத்தை வகுந்து முன்னேறிற்று. பரிசல்காரர் துடுப்பை வலிப்பதில் போராடிக் கொண்டிருந்தார். வீரானுக்கு சீக்கிரத்தில் அக்கரை போய் சேர்ந்துவிட்டால் போதுமென்றிருந்தது. இன்ஸ்பெக்டர் ரவீந்தர் மௌனமாகவே பரிசலில் அமர்ந்திருந்தார். வெள்ளத்தின் நீர்ச்சுழற்சி பரிசலில் மோதி நீர்த்துளிகள் பரிசலுக்குள் தெறித்து விழுந்தன. பரிசல்காரர் ஆகாயத்தை அன்னார்ந்து பார்த்துவிட்டு சுருட்டுப் பிடிக்கும் வயோதிகரிடம் பேசினார்.

"சாமீ... ஆகாசத்துல கருக்கல் ஏறீருச்சு... சீக்கிரத்துல கனமழ எறங்கும் போலிருக்குங்க... நாம சட்டுப்புட்டுன்னு அக்கரை போயி... இவங்கள எறக்கி உட்டுப்போட்டு வந்துறனுமுங்க..."

"செரி செரி... நம்ம நட்டாத்து குத்துப்பாறை ரெண்டும் தெரியுதான்னு பாருடா... ஆத்து வெள்ளத்தோட அளவக் கண்டுபுடுச்சிறலாம்..."

பரிசல்காரர் துடுப்பை நீரோட்டத்திற்கு மேலே தூக்கிப் பிடித்தார். சட்டென பரிசல் வெள்ளத்தின் போக்குத் திசையில் வேகமாக நகர்ந்தது. சுழன்று சுழன்று குலுங்கிற்று. கண்ணெதிரே இரு குத்துப்பாறைகள் தென்பட்டன. பரிசல்காரர் துடுப்பை ஊன்றி வலித்தார். பரிசலை குத்துப்பாறைகளின் அருகே கொண்டு போய் நிறுத்தினார். குத்துப்பாறைகளின் உச்சி மட்டுந்தான் இன்னும் வெள்ளத்தில் மூழ்காமல் இருந்தது.

"சாமீ... குத்துப்பாறை முழூகறதுக்கு இன்னும் ரெண்டடிதாங்க பாக்கியிருக்கு... நாம அக்கரை போறது உசுருக்கு உசிதமில்லீங்க...?"

"அப்ப திரும்பிப் போயிறலாமாடா...?"

"இல்லீங்க சாமீ... சித்தநேரம் பொறுத்திருந்து பாக்கலாமுங்க... வெள்ளம் எறங்குதா... ஏறுதான்னு... எறங்குனா அக்கரை போலாமுங்க... ஏறுனா திரும்பீறலாமுங்க..."

"இதுவும் நல்ல ரோசனைதான்டா..."

"அப்பொறம் சாமீ தப்பா நெனைச்சுக்கக் கூடாது... ஒரு சின்னக் கோரிக்கையுங்க...?"

"என்னடா... சொல்லு...?"

“பரிசல... ரொம்ப நேரம்... இங்க துடுப்புல தாங்கி நிறுத்த முடியாதுங்க... சித்த நேரம் நீங்க எல்லாம் குத்துப்பாறை மேல ஏறி உக்காந்தீங்கன்னா... கொஞ்சம் எனக்கு சவுகரியமா இருக்குமுங்க...”

சுருட்டுப் பிடிக்கும் வயோதிகர் வீரானைப் பார்த்தார். வீரான் குத்துப்பாறையில் ஏறுவதற்காக பரிசலில் இருந்து எழுந்தான். இன்ஸ்பெக்டர் ரவீந்தர் கைத்துப்பாக்கியை எடுத்து பரிசல்காரரை குறிவைத்தார்.

“என்ன... நடு ஆத்துல பரிசல நிறுத்திட்டு... ரெண்டு பேரும் வெளையாடறீங்களா...?”

பரிசல்காரர் சப்தமாக சிரித்தார்.

“சாமீ... நாம வெளையாடறது இவரு மரமண்டைக்கு இப்பத்தான் புரியும் போலிருக்கு...”

சுருட்டுப் பிடிக்கும் வயோதிகரும் சப்தமாக சிரித்தார்.

“அடிமுட்டாளு போலீசே... உன்னோட துப்பாக்கியில வெறும் அஞ்சு குண்டுதான் இருக்கும்... எங்கிட்ட அய்நூறு ஆளுக இருக்காங்க... இப்ப பாரு...”

சுருட்டுப் பிடிக்கும் வயோதிகர் லாந்தரை தூக்கிக் காட்டினார். மேற்கே இலுப்பைத்தோப்புக்குள் நூற்றுக்கு மேல் தீப்பந்தங்கள் உயர்ந்தன. அதேபோல் கிழக்குப் பக்கம் தென்னந்தோப்புக்குள்ளும் நூற்றுக்கு மேல் தீப்பந்தங்கள் உயர்ந்தன. இன்ஸ்பெக்டர் ரவீந்தரின் முகம் இறுகிற்று. வீரானுக்கு கைகால்கள் நடுங்கின. ஏதோ விபரீதம் நடக்கப் போவது உறுதியானது. இன்ஸ்பெக்டர் ரவீந்தர் கத்தும் தொனியில் பேசினார்.

“உயிரையெல்லாம் நான் துச்சமாக மதிக்கறவன்... உங்க மிரட்டலுக்கெல்லாம் பயக்கற ஆள் நானில்லை...”

பரிசல்காரர் குறுக்கிட்டார்.

“மொதல்ல வீம்பா பேசறதையெல்லாம் உட்டுரு இன்ஸ்பெக்டரு சாரு... இப்பவும் எங்க சாமீ... உனக்கு உசுருப்பிச்சை குடுத்தாத்தான் நீ பொழைக்கவே முடியும்... உனக்கு புரியுதா இல்லயா...?”

இன்ஸ்பெக்டர் ரவீந்தருக்கு ஆத்திரம் அதிகமானது. முன்னே நகர்ந்து கைத்துப்பாக்கியை பரிசல்காரரின் கழுத்தில் அழுத்திப் பிடித்தார். பரிசல்காரர் துளியும் பதட்டமடையவில்லை.

“முட்டாள் இன்ஸ்பெக்டரு... என்னை சுட்டீன்னா... பரிசல் கவிழ்ந்திரும்... வெள்ளத்துல சிக்கி நீ பரலோகம்தான் போயிருவே...”

திடீரென இன்ஸ்பெக்டர் ரவீந்தர் திரும்பினார். கைத்துப்பாக்கியை சுருட்டுப் பிடிக்கும் வயோதிகர் நெற்றில் குறி வைத்தார். மறுபடியும் பரிசல்காரர் கேலியாக சிரித்தார்.

“எங்க சாமீயை சுட்டீனாலும் உனக்கு அதே கதிதான் நேரும்...”

இன்ஸ்பெக்டர் ரவீந்தர் யோசிக்க ஆரம்பித்தார்.

“இப்ப நான் என்ன செய்யனும்...?”

“எங்க சாமீ... உன்னைய உசிரோட உடனுமுன்னா... நீ ரெண்டு காரியம் செய்யனும்...”

“என்ன காரியம்...?”

“ஒன்னு உன்ற கைத்துப்பாக்கிய தூக்கி வெள்ளத்துல போடனும்...”

“இன்னொன்னு...?”

“மொதல்ல இத செய்யீடா கழுமுண்டம்... அப்பொறம் அடுத்து என்னன்னு சொல்லறேன்...”

இன்ஸ்பெக்டர் ரவீந்தர் கஷ்டப்பட்டு தன் ஆத்திரத்தை கட்டுப்படுத்துவது தெரிந்தது. நீண்ட யோசனைக்குப்பின் சுருட்டுப் பிடிக்கும் வயோதிகர் நெற்றியிலிருந்து கைத்துப்பாக்கியை எடுத்துக் கொண்டார். சுருட்டுப் பிடிக்கும் வயோதிகரையும் பரிசல்காரரையும் மாறிமாறிப் பார்த்தபடி அமைதியாக மேலும் ஏதோ யோசனை செய்தார். வீரானுக்கு அச்சம் அதிகமாயிற்று. இன்ஸ்பெக்டர் ரவீந்தர் இந்த இக்கட்டான நிலைமையை சமாளிக்க தெரியாமல் எல்லோரையும் சுடக்கூட சாத்தியம் உண்டு. வீரான் பிதிர்கெட்ட நிலையில் எதுவும் செய்ய முடியாமல் உட்கார்ந்திருந்தான். சுருட்டுப் பிடிக்கும் வயோதிகர் சுருட்டை பற்ற வைத்து புகைவிட ஆரம்பித்தார். திடீரென பரிசல்காரர் துடுப்பை கைமாற்றி மறுபுறம் ஊன்றினார். பரிசல் வெள்ளத்தின் போக்கில் நகர்ந்து மச்சுவீட்டின் திசைப் பார்த்து செல்ல துவங்கியது. வீரானுக்கு கொஞ்சம் நிம்மதியானது.

“சாமீ... இந்த காக்கிச்சட்டை கழுமுண்டம்... நம்ம பருவகாரங்ககிட்ட சிக்கி சாவறதுன்னு முடிவு செஞ்சுட்டான் போலிருக்கு...”

வெள்ளத்தின் வேகமும் முறைச்சலும் அதிகமாகியிருந்தது. சில இடங்களில் நீர்ச்சுழல் பரிசலை நகரவிடாமல் உள்ளிழுத்தது. பரிசல்

கவிழ்ந்துவிடும் என்கிற பீதியை தோற்றுவித்தது. வீரான் ஜக்கம்மா தேவியை வேண்டியபடி இருந்தான். அந்த சமயத்தில் யாரும் எதிர்பாராத கணத்தில் இன்ஸ்பெக்டர் ரவீந்தர் கைத்துப்பாக்கியை தூக்கி வெள்ளத்துக்குள் வீசி எறிந்தார். பின் பரிசல்காரரைப் பார்த்துக் கேட்டார்.

"இன்னொரு காரியம் செய்யனுமுன்னு சொன்னியே அது என்ன...?"

"கொஞ்ச நேரத்துக்கு முன்னால நீ எழுதி வாங்கிட்டு வந்தியே நெலப்பத்திரம்... அதை சுக்குநூறா கிழிச்சு எங்க சாமீ பாக்க... தண்ணீயில மொதக்கவுடனும்..."

இன்ஸ்பெக்டர் ரவீந்தரின் முகம் சோர்ந்து போனது. யோசனையோடு நிலப்பத்திரத்தை எடுத்தார். சுருட்டுப் பிடிக்கும் வயோதிகர் பார்வையில் படும்படி தூக்கிப் பிடித்தார். சுருட்டுப் பிடிக்கும் வயோதிகர் எதுவும் பேசவில்லை. இன்ஸ்பெக்டர் ரவீந்தர் சற்றுநேரம் நிலப்பத்திரத்தையே உற்றுப் பார்த்தார். பின் அவசரமாக வெறுப்புடன் நிலப்பத்திரத்தை சிறுசிறு துண்டாகக் கிழித்தார். வெள்ளத்தின் மீது வீசி எறிந்தார். காகிதத் துண்டுகள் கலங்கல் நீரோட்டத்தின் சிற்றலைகள் மீது விழுந்து, மிதந்து மிதந்து போய் மறைவது லாந்தர் ஒளியில் தெரிந்தது. இன்ஸ்பெக்டர் ரவீந்தர் நிராயுதபாணியாக மாறிப் போனார். அதன்பின்பு சுருட்டுப் பிடிக்கும் வயோதிகரும், பரிசல்காரரும் அமைதியாயினர். வீரானும் மௌனமாக வெள்ளத்தினூடே பரிசல் நகர்வதையே பார்த்துக் கொண்டிருந்தான். தெற்கத்திக்காற்று குளிர்நிறைந்து வீசிற்று. தென்திசை ஆகாயத்தில் மின்னலும் இடியும் தோன்றியது. பழநிக்கு அப்பால் மலைக்கரட்டில் கனமழை இறங்கிப் பெய்வது தெரிந்தது. சீக்கிரத்தில் சண்முகநதியில் பெருவெள்ளம் ஏற்பட்டு இங்கும் வெள்ளம் உயரும் அபாயத்தையும் யூகிக்க முடிந்தது.

பரிசல் கரை ஒதுங்கியது. கரைமேட்டில் நூற்றுக்கு மேற்பட்ட பருவகாரர்கள் குத்தீட்டியும் தீப்பந்தமும் பிடித்தபடி வரிசையாக நின்றிருந்தனர். சுருட்டுப் பிடிக்கும் வயோதிகர் குழல் துப்பாக்கியை தோளில் தொங்கவிட்டு லாந்தருடன் பரிசலிலிருந்து முதலில் இறங்கினார். இன்ஸ்பெக்டர் ரவீந்தரை மச்சுவீட்டை நோக்கி அழைத்துப் போனார். வீரானும் பரிசல்காரரும் பருவகாரர்களோடு பின்னே சென்றனர். சுருட்டுப் பிடிக்கும் வயோதிகர் இன்ஸ்பெக்டர் ரவீந்தரை பலாமரத்து வெளிவாசல் கூட்டிப் போய் நிறுத்தினார். பருவகாரர்கள் குத்தீட்டியும் தீப்பந்தமுமாக சூழ்ந்து நின்றனர். உயரமான இளவயது பருவகாரன் ஒருவன் ஓடிவந்து லாந்தரை வாங்கிக்கொண்டு தூக்கிப் பிடித்தான். சுருட்டுப் பிடிக்கும் வயோதிகர் மச்சுவீட்டின் வெளிநடைக் கதவைப் பார்த்து சப்தமிட்டார்.

"இந்திராணி..."

மச்சுவீட்டின் ஈரச்சுவர் எதிரொலித்தது. வெளிநடைக் கதவு திறந்தது. அகல் ஒளியோடு வயோதிகப் பெண்மணி வாசற்படியிறங்கி வெளிப்பட்டாள். வாசலில் நடந்து லாந்தர் வெளிச்சத்துக்குள் வந்து நின்றாள். முத்துசாமி வாத்தியார், லாரிக் கிளீனர், விசுவநாத அய்யர், டேனியல் பாதிரியார், சமையல் பண்டாரச்சி எல்லோரும் தாழ்வாரத்துத் திண்ணை மீது வந்து நின்றனர். சுருட்டுப் பிடிக்கும் வயோதிகர் பரிசல்காரரைப் பார்த்தார். பரிசல்காரர் இன்ஸ்பெக்டர் ரவீந்தருக்கு கட்டளையிட்டார்.

"எங்க எசமானியம்மா கால்ல உழுந்து மன்னிப்பு கேளு... அவங்க மாப்பு உட்டா உனக்கு ஆயிசு கெட்டீன்னு அர்த்தம்..."

சிறிதுநேரம் இன்ஸ்பெக்டர் ரவீந்தர் தலைகவிழ்ந்தபடி யோசித்தார். தெற்கத்திக்காற்று பலாமரக்கிளைகளை அசைக்கும் ஓசை தவிர்த்து எங்கும் பேரமைதி நிலவியது. இன்ஸ்பெக்டர் ரவீந்தர் வயோதிகப் பெண்மணியின் எதிரே வந்து நின்றார். சட்டென கீழே குனிந்து காலடியில் நெடுஞ்சாண்கிடையாக விழுந்து வணங்கினார். பின் நிமிர்ந்து கையெடுத்துக் கும்பிட்டார்.

"என்னை மன்னிச்சிருங்கம்மா..."

வயோதிகப் பெண்மணியிடம் எவ்வித சலனமும் இல்லை. திரும்பி தாழ்வாரத்து வாசற்படியேறி வெளிநடைக் கதவுக்குள் நுழைந்து மறைந்தாள். அகலொளியும் மறைந்தது. சுருட்டுப் பிடிக்கும் வயோதிகர் முன்னகர்ந்து எழுந்து நின்ற இன்ஸ்பெக்டர் ரவீந்தரை நெருங்கி கேலியாக சிரித்தார்.

"எம்பொண்டாட்டிய... உன்னை மாதிரி ஒரு பொக்கிட்டி போலீசு இன்ஸ்பெக்டருகிட்ட தோக்க உட்டுருவமாடா..."

அதற்குமேல் அங்கு அதிகநேரம் நிற்பது உசிதமில்லை என்று பரிசல்காரருக்கு தெரிந்திருந்தது. இன்ஸ்பெக்டர் ரவீந்தரையும் வீரானையும் கூட்டிக்கொண்டு ஆற்றங்கரை நோக்கி நடந்தார். லாந்தர் பிடித்திருந்த இளவயது பருவகாரன் கூடவே வந்தான். மறுகையில் குத்தீட்டி பிடித்திருந்தான். வீரானுக்கு அவன் கூட வருவது சற்று நெருடலாக இருந்தது. ஆற்றங்கரை வரும்வரை எதையும் வெளிக்காட்டிக் கொள்ளாமல் நடந்தான். மறுபடியும் ஆற்று வெள்ளத்தைக் கடக்கும் பரிசல் பயணம் துவங்கியது. வெள்ளம் செங்கலங்கலாய் மாறியிருந்தது. சண்முகநதியின் புதுமழைவெள்ளம் அமராவதியில் கலந்துவிட்டது. கருமுகில் கூட்டம் உச்சி ஆகாயத்திலும் அடர்ந்து ஏறிவிட்டது.

குளிர்காற்று திசைமாறி கிழக்கேயிருந்து வீசிற்று. எந்தக் கணமும் கனமழை இறங்கும் என்கிற சூழல் உருவாயிற்று.

பரிசல் நட்டாற்று முதல் குத்துப்பாறையின் அருகே போய் நின்றது. வெள்ளம் முதல் குத்துப்பாறையை மூழ்கடிக்க இன்னும் அரையடி மட்டுமே பாக்கியிருந்தது. லாந்தர் பிடித்திருந்த இளவயது பருவகாரன் எழுந்து குத்தீட்டியையும் லாந்தரையும் நீட்டி நின்றான். வீரான் உள்ளுக்குள் பயப்பட்டான். மீண்டும் பரிசல்காரர் ஏதோ அசம்பாவிதத்தை நிகழ்த்தப் போகிறார் என்பதை உணர முடிந்தது.

"அடேய் காக்கிச்சட்டை கழுமுண்டமே... எந்திரிச்சு இந்த குத்துப்பாறையில ஏறி உக்காரு..."

இன்ஸ்பெக்டர் ரவீந்தர் மறுப்பேதும் காட்டாமல் எழுந்தார். பரிசலில் இருந்து தாவி முதல் குத்துப்பாறையின் மீது போய் நின்றார். வீரான் பயத்தோடு பார்த்தபடியிருந்தான். பரிசல்காரரின் சூட்சுமம் புரிந்துவிட்டது. பரிசல் நகர்ந்து அருகில் இருந்த இரண்டாவது குத்துப்பாறையை ஒட்டி நின்றது. பரிசல்காரர் வீரானைப் பார்த்தார். வீரானுக்கு சப்தநாடியும் ஒடுங்கிப் போயிற்று. அழுகை முட்டியது. கையெடுத்து பரிசல்காரரைக் கும்பிட்டான். பரிசல்காரர் துளியும் இரக்கம் காட்டவில்லை. இளவயது பருவகாரனைப் பார்த்தார். இளவயது பருவகாரன் குத்தீட்டியை வீரான் மார்பை உரசியவாறு பிடித்தான். வீரான் எழுந்தான். தாவி இரண்டாவது குத்துப்பாறையின் மீது ஏறி நின்றான். இரண்டாவது குத்துப்பாறையை வெள்ளம் மூழ்கடிக்க இன்னும் ஓர் அடி மீதமிருந்தது. வீரான் தன் மீது பரிசல்காரர் கருணை கொள்வார் என நினைத்திருந்தான். ஏனோ அது நடக்கவில்லை.

பரிசல் திரும்பி வந்தவழியே வெள்ளத்தில் நகர்ந்தது. பரிசல்காரர் வீரானையும் இன்ஸ்பெக்டர் ரவீந்தரையும் மாறிமாறி பார்த்தபடியே துடுப்பு வலித்தார். பின் சப்தமிட்டார்.

"எங்க எடத்துக்கு வந்து... ரெண்டு பேரும் என்னல்லாஞ் சேட்ட செஞ்சீங்க... இப்ப நீங்க உசிரு பொழைக்கனுமுன்னா... எங்க ஆறுதான் மனசு வெக்கனும்..."

கிழக்குத் திசையில் பரிசல் கொஞ்சம் கொஞ்சமாக பார்வையில் இருந்து மறைந்து போனது. லாந்தர் வெளிச்சம் சிறு புள்ளியானது. வீரான் இரண்டாவது குத்துப்பாறையின் ஈரத்தளத்தில் குத்தவைத்து உட்கார்ந்து கொண்டான். முதல் குத்துப்பாறையின் மீது இன்ஸ்பெக்டர் ரவீந்தர் இன்னும் நின்றுகொண்டே இருந்தார். இரு குத்துப்பாறைகளுக்கும் இடையே இருபதடி தூரம் இருந்தது. இன்ஸ்பெக்டர் ரவீந்தர் மனமுடைந்துவிட்டார் என்றே தோன்றியது. தன்னோடு பேசிப்

புரையோசனமில்லை என்று அமைதியடைந்தும் விட்டார். இறுதிக்கணத்தை எதிர்கொள்ள தயாராகியும் விட்டார். வீரானால் இன்ஸ்பெக்டர் ரவீந்தர்போல் அமைதியாக இருக்க முடியவில்லை. மனம் பல்வேறு குழப்ப எண்ணங்களை நினைக்கத் துவங்கிவிட்டது. தப்பிக்கும் வழி புலப்படவில்லை. நீந்திக் கரையேறும் சாத்தியம் துளியுமில்லை. பரிசல்காரர் சொல்லிவிட்டுப் போனதுபோல் அமராவதி ஆறுதான் மனசு வைக்க வேண்டும். வெள்ளம் உயராமல் உயிர் பிச்சையிட வேண்டும். தெற்கே இன்னும் கனத்த மழை பெய்தபடியிருந்தது. வெள்ளநீர்ப் பிரவாகம் அச்சுறுத்தும்படி உயர்ந்து கொண்டேயிருந்தது. இன்ஸ்பெக்டர் ரவீந்தர் நிழலுருவாய் இன்னும் நின்று கொண்டேயிருந்தார். இருந்திருந்தாற்போல் இங்கும் கனமழை இறங்கிவிட்டது. இந்தமுறை வீரானுக்கு ஜக்கம்மா தேவியிடம்கூட வேண்டப் பிடிக்கவில்லை. இன்ஸ்பெக்டர் ரவீந்தர்போல் அமைதியாக இருக்க முயன்றான். முடியவில்லை. கண்களில் கண்ணீர் திரண்டது. இந்த அகாலத்திலும் அடர்மழைக்குள் ஒற்றை இராக்கொக்கு ஆற்றைக் கடந்து மேற்குத்திசையில் போயிற்று. மழை சீற்றத்துடன் கொட்டிக் கொண்டிருந்தது. வீரான் திரும்பி முதல் குத்துப்பாறையை உற்று நோக்கினான். இன்ஸ்பெக்டர் ரவீந்தரை காணவில்லை.

○○○

# 44

ஆகாயம் வெளிவாங்கிக் கொண்டிருந்தது. மழை கொண்டலோடு வடமேற்காக வெகுதூரத்திற்கு நகர்ந்துவிட்டது. மொபட்டின் விளக்கொளி விழும் சேற்றுமண்பாதை ஏற்றமும் இறக்கமுமாக எதிர்பட்டது. வெள்ளைத்தாடிக்காரர் வழித்தடத்தை உன்னித்துக் கவனித்தபடியே மொபட்டை ஓட்டுவதில் குறியாக இருந்தார். இந்திரஜித் நாடகம் பார்த்த தருணங்களை நினைவுகூர்ந்து கொண்டிருந்தார். சின்ன வயதிலிருந்து நிறைய தடவை பார்த்திருந்தும் சுலோசனாவின் இறுதிக்காட்சிகள் சட்டென ஞாபகம் வர மறுப்பதைச் சொன்னார். அகில் கேட்டான்.

"அப்ப சுலோசனாவுக்கு என்னாச்சுன்னு உங்களுக்கும் தெரியல..."

"ஆமாங்க தம்பி... ஆனா அதெல்லாம் பானுமதிக்குதான் நல்லா வெலாவாரியா தெரியும்... அவகிட்ட இருக்கற புராணக்கதை கொஞ்ச நஞ்சமில்ல..."

"அதுக்கு நானு கூகுள்லேயே தேடிக்குவேன்... உங்களுக்கு தெரிஞ்சத சொல்லுங்கன்னா... அதவுட்டுப்போட்டு..."

"அகிலு தம்பி... உங்க நெலமையில மத்தவங்களா இருந்தா இந்திரஜித்துக்கு என்னாச்சுன்னு தெரிஞ்சுக்கறதுக்குதான் பிரியப்படுவாங்க... ஆனா நீங்க சுலோசனாவுக்கு என்னாச்சுன்னு தெரிஞ்சுக்கனுமுன்னு ஆர்வமா இருக்கீங்க..."

"ஆமாங்க... நம்ம சந்திச்ச நெச சுலோசனாவுக்கும் புராணகாலத்து சுலோசனாவுக்கும் ஏதோ ஒருவித தொடர்பு இருக்குதுன்னு படுதுங்க..."

"நீங்க வீரான் கெடைக்காத வெரக்தியில கொழம்பிப்போயி இருக்கீங்க தம்பி..."

"இல்லீங்க... இந்த தொடர்பெ கண்டுபிடிச்சமுன்னா... வீரானை சுலுவா சந்திச்சிறலாமுனு தோனுதுங்க..."

"வைக்கபுல்லு கூளமும் காரியத்துக்கு ஒதவுமுன்னு செலவாந்திர பேச்சு இருக்கு..."

"அப்படித்தாங்க..."

வெள்ளைத்தாடிக்காரர் மௌனமாக யோசிக்கத் துவங்கிவிட்டார். ஊரும் சனமும் எதிர்படாத அத்துவான மேய்ச்சல்வெளிக்குள் சேற்றுமண்பாதை நீண்டுப் போய்க் கொண்டேயிருந்தது. மொபட் அதிகப்படியான முறைச்சலையும் வெளிப்படுத்திக் கடந்தது. திடீரென மொபட் ஊர் செல்லும் தெற்கு நோக்கிய சேற்றுமண்பதையை விட்டு கிழக்கே திரும்பிப் பயணித்தது. அகிலுக்கு குளிர்கொண்டல் ஈரப்பதத்துடன் முகத்தில் அடித்தது.

"என்னங்க... வேற வழியில போறீங்க...?"

"எல்லாம் உங்களுக்காகத்தான் தம்பி..."

வெள்ளைத்தாடிக்காரர் தென்னைமரச்சால் கொண்ட தோட்ட வெளியினூடே மொபட்டை செலுத்தினார். சேற்றுமண்பாதையின் நடுவில் அமர்ந்திருந்த ஒற்றை இராப்பாடி விருட்டென எழுந்து பறந்து இருளுக்குள் மறைந்தது. நொச்சிப்பாளையத்தின் வீதிகளுக்குள் மொபட் நுழைந்து கிழக்கு வளவில் போய் நின்றது. வெள்ளைத்தாடிக்காரர் மொபட்டிலிருந்து இறங்கியதும் எதிரிலிருந்த வீட்டின் கதவை தட்டினார். மயில்மாணிக்கக்கொடி ஏறிப்படர்ந்த கீற்றுப்பந்தல் கொண்ட சீமையோட்டு வீடு. வாசற்படியில் படுத்துறங்கிக் கொண்டிருந்த செம்மிநாய் எழுந்து குரைக்காமல் வாலாட்டியது. வெளித்திண்ணையில் கூடைகொண்டு மூடப்பட்டிருந்த கோழிகள் கொக்கரித்தன. நடை திறந்த பானுமதி சோம்பல் முறித்தபடி விலகி வழிவிட்டாள்.

"தம்பிக்கும் எனக்கும் சூடா டீ போடும்மா..."

வெள்ளைத்தாடிக்காரர் அகிலையும் அழைத்துக்கொண்டு வீட்டுக்குள் நுழைந்தார். கூடத்துக் கயிற்றுக் கட்டிலில் அகிலை உட்கார வைத்தார். பானுமதியோடு சமயற்கட்டுக்குள் போய் ஏதோ பேசிவிட்டு வந்தார். கூடத்துத் தரையில் வந்து மரத்தூணோரம் சாய்ந்து உட்கார்ந்தார். அகில் அரிக்கேன் ஒளியினால் சுவரில் படரும் தன் நிழலையே பார்த்தபடியிருந்தான். விட்டத்துப் பல்லிகள் நிசப்தத்தை குலைத்தன. வீட்டில் வேறுசனம் இருப்பதற்கான சுவடு இல்லை. பானுமதி சூடான தேநீர் டம்ளர்களை தட்டில் வைத்து எடுத்து வரும் நிழல்பிம்பம் சுவரில் அசைந்தது. அகிலும் வெள்ளைத்தாடிக்காரரும் பானுமதியிடமிருந்து சூடான தேநீர் டம்ளரை வாங்கிக் கொண்டனர். அகிலுக்கு தேநீரின் சூடு நாக்குநுனியை சுட்டது. வெள்ளைத்தாடிக்காரர் தேநீரை ஊதி ஊதி குடித்தார். பானுமதி வெள்ளைத்தாடிக்காரரை ஒட்டி கூடத்துத் தரையில் உட்கார்ந்தாள்.

"பானு... அகிலு தம்பிக்கு சுலோசனா கதெ வேணுமாம்... சொல்லீரு..."

"அர்த்த சாமத்துல எழுப்பி சுலோசனா கதை வேணுமுன்னா... எந்த சுலோசனா கதையுங்க...?"

"ஊருக்குள்ள இருக்கற சுலோசனா கதையெல்லாம் எனக்கே தெரியும்... புராணத்துல வர்ற இந்திரஜித்து பொண்டாட்டி கதெய மட்டுஞ் சொல்லு... அப்புறம் சும்மா தொனந்தொனன்னு முழுக்கவும் சொல்லாத... கடேசில சுலோசனாவுக்கு என்னாச்சுன்னு நேராச் சொல்லு..."

பானுமதி வெள்ளைத்தாடிக்காரரை முறைத்தாள். பின் அகிலை பார்த்துப் பேசினாள்.

"நீங்க கேக்கற சுலோசனாவோட கதெயவே... ஒருநா எனக்கு வீரானை தேடி வந்த சுலோசனாதான் சொன்னா...?"

"என்னங்க சொல்லறீங்க...?"

"ஆமா தம்பி... நானு கன்னியாத்தா அருளுல சாமியாட ஆரம்பிச்சப்ப... ஒருநா நெறஞ்ச அமாவாசையில எங்கிட்ட அருள்வாக்கு கேக்க அந்த சுலோசனா வந்தா... அன்னிக்கு இவரும் இல்ல... கொத்தனூருல சாமி எருது பழக்கிட்டு இருந்தாரு... அவ எங்கிட்ட எடுத்த எடுப்புலேயே வீரான் கெடைப்பானா... கெடைக்கமாட்டானான்னு கேட்டா... எனக்கு ஏனோ அருள்வாக்கு எதுவும் வர்ல... அவ மறுக்கா மறுக்கா அதே கேள்விய கேட்டா... திண்டாடிப் போயிட்டேன்... நானு சாமியாட்டமெல்லாம் நிறுத்தி கூட்டமெல்லாம் கலஞ்சு போனப்புறமும் அவ போகலே... செரி வீரானை பத்திதான் சொல்லமாட்டேங்கறீங்க... அவரைக் கொன்ன அந்த கிளீனரு இப்ப எங்கிருக்கறான்னு சொல்லுங்கன்னு கேட்டா... என்ன சொல்லறே கிளீனரு கொன்னுபோட்டாரான்னு நாங்கேட்டேன்... ஆமா இந்த ஆத்துல கனவெள்ளம் போனப்ப ஆனைமடுவுல அமுத்திக் கொன்னு போட்டாருன்னு சொன்னா... அப்புறம் இப்ப நானு எங்கையால அந்தக் கிளீனரெ கொன்னு எங்கோவத்த தீக்கனும்... இல்ல அவரு செத்துப்போன இந்த ஆனைமடுவுல உழுந்து சாகனும்... இப்ப நீங்களே சொல்லுங்க நானு என்ன செய்யட்டுமுன்னு கேட்டா... எனக்கு என்ன பதிலு சொல்லறதுன்னே தெரியல... அப்படியே முழிக்கறே... அவ அப்பொறமும் சொல்லறா... எங்க நாடகத்துல இந்திரஜித் பொண்டாட்டி சுலோசனா இருக்காளே... அவ பொறக்கும்போது ஆதிசேசனோட பொண்ணு... பருவ வயசடைஞ்சதும் ஆதிசேசன்

அவள இந்திரனுக்கு கலியாணம் செஞ்சு வெக்கனுமுன்னு ஆசப்பட்டாரு... அதுக்கு சுலோசனா எசயில... ஆதிசேசனுக்கு கோவம் வந்து சாபமிட்டாரு... உன்னை மணக்கறவன் என் அவதாரத்தால கொல்லப்படுவான்னு... அப்பொறம் அவள அவங்க லோகத்தவிட்டே தொரத்திட்டாரு... அவளும் பூலோகத்துக்கு வந்து ஒரு பெருமாள் கோயில்ல தங்கறா... அப்பத்தான் இந்திரனையே செயிச்ச ராவணனோட பையன் மேகநாதன் இந்திரஜித்தாகி அந்த பெருமாள் கோயில்ல தங்கீருந்த சுலோசனாவ பாத்து மயங்கி கலியாணம் செஞ்சுக்கறான்... ஆனா ராவணனோட அரண்மனைக்கு போன சுலோசனாவுக்கு பெருமாளக் கும்படக்கூட உரிமை குடுக்கல... கசுட்டப்படறா... அப்பத்தான் ராவணன் சீதையை தூக்கிட்டு வந்து அசோகவனத்துல வெச்சுக்கறான்... ராமர் லச்சுமனரு லங்காபுரிமேல போர் தொடுக்கறாங்க... அப்பனுக்காக இந்திரஜித்து போருக்கு போறான்... லச்சுமனன செயிக்க முடியாதுன்னு தெரியுது... அப்பத்தான் இந்திரஜித்துக்கு பிரம்மகிட்ட வரம் வாங்கினது ஞாபகம் வருது... மாயமாக மறஞ்சு நிகும்பலை யாகத்தை தொடங்கிறான்... இந்த நிகும்பலை யாகத்தை எவன் வந்து அழிக்கிறானோ... அவனாலதான் இந்திரஜித்த கொல்ல முடியுமுங்கற வரம் இருக்கு... அப்பிடி அந்த யாகத்தை அழிக்கனுமுன்னா பதினாலு வருசம் தூங்காம ஒருத்தன் இருக்கனும்... ஆனா லச்சுமனன் அந்த நிகும்பலை யாகத்தை அழிச்சறான்... இந்திரஜித்த சுலுவா கொன்னு போடறான்... ஏன்னா ராமர் வனவாசம் போன கடேசி பதினாலு வருசமும் லச்சுமனன் ராமருக்கும் சீதைக்கும் காவலிருந்துக்கிட்டு தூங்கல... அப்பத்தான் லச்சுமனனுக்கு இன்னொன்னும் தெரிஞ்சுச்சு... நாமதானே போன பிறப்புல ஆதிசேசனா இருந்தோமுன்னு... அய்யோ பெத்த பொண்ணையே முண்டச்சியாக்கிட்டோமேன்னு கதறி அழுவறான்... அந்த லச்சுமனன் அழுத மாதிரி உங்க கிளீனரும் ஒருநாளு இல்லாட்டியும் ஒருநாளு அழுவான்... பெத்த பையனாட்ட கூடவே திரிஞ்ச வீரானை கொன்னுட்டமேன்னு... சுலோசனா தேம்பி தேம்பி அழ ஆரம்பிச்சா... சட்டுன்னு எந்திரிச்சு நின்னா... எனக்கு பெத்தவங்க வெச்ச பேரு அபிராமி... ஆனா இப்ப சுலோசனாவாவே மாறி வீரானை தேடிக்கிட்டு திரியறே... இனி அந்த சுலோசனா இந்திரஜித்து செத்துப்போனதும் எப்பிடி ஓடி தீக்குண்டமிறங்கி மேலுலோகம் போனாளோ அதுமாதிரி நானும் மேலுலோகம் போறதுன்னு முடிவு செஞ்சுட்டேன்னு சொல்லி ஆனைமடுவ நோக்கி நடக்க ஆரம்பிச்சுட்டா... எனக்கு பகீருன்னுச்சு... நானு ஓடிப்போயி அவள தடுத்து மறுக்காவும் கோயிலுக்கு கூட்டிட்டு வந்தேன்... கன்னியாத்தா முன்னால குறிஞ்சியப் போட்டு அருள்வாக்கு சொல்ல உத்தரவு கேட்டேன்... எனக்கு அப்பவும் அருள்வாக்கு வரல...

ஆனா சுலோசனாவுக்காக பொய் சொன்னேன்... வீரான் நிச்சயமா உசிரோட திரும்பி வருவான்... அதுக்கு நீ சாகாம இருக்கனுமுன்னு ஆத்தா சொல்லறான்னு சொன்னேன்... அப்பிடி அவரு உசிரோட திரும்பி வரலையின்னான்னு கேட்டா... நானு சாமியாடறத உட்டறேன்னு சொன்னேன்... அவளும் அதுக்கு போட்டியா வீரான் கெடைக்கறவெரைக்கும் நான் இந்திரஜித் நாடகத்துல சுலோசனாவா வேசம் கட்டமாட்டேன்னு சத்தியம் செஞ்சுட்டு... இனி சாகமாட்டேன்னு எங்கிட்ட சொல்லிட்டு போயிட்டா..."

பானுமதி பேச்சை நிறுத்தினாள். சற்றுநேரம் வீடெங்கும் நிசப்தம் கவிழ்ந்தது. மறுபடியும் விட்டத்துப் பல்லிகள் சயனித்து வீடெங்கும் சூழ்ந்த நிசப்தத்தை கலைத்தது. வெள்ளைத்தாடிக்காரர் ஆழ்ந்து யோசித்தபடியே எழுந்து நடைக்கதவை நோக்கி நடந்தார். அகிலும் கயிற்றுக் கட்டிலிருந்து எழுந்தான். பானுமதி உட்கார்ந்திருந்த இடத்திலிருந்தே பேச துவங்கினாள்.

"இத்தனை நாளும் வீரான் எங்கிருந்தாச்சும் வந்திருவான்னு எனக்கு நம்பிக்கையிருந்துச்சு... இன்னைக்கோட அந்த நம்பிக்கையும் போயிருச்சு... நானும் அன்னிக்கு சுலோசனாவுக்கு சொன்ன வாக்கை நாளையிருந்து கடைபிடிக்கறதுன்னு முடிவு செஞ்சுட்டேங்க..."

வெள்ளைத்தாடிக்காரர் பானுமதிக்குப் பதிலேதும் கூறவில்லை. மொபட்டை திருப்பிப் புறப்பட ஆயத்தமானார். பானுமதி எழுந்து நடைக்கதவோரம் வந்து நின்றாள். அகில் மொபட்டின் பின்புறம் ஏறிக் கொண்டான். மொபட் நொச்சிப்பாளைத்தை கடந்ததும் மழை இருட்டு வழிநெடுக கவிழ்ந்து கிடந்தது. அருகில் ஊர்களில் எங்கும் வீதிவிளக்குகள் அணைந்திருந்தன. சுற்றுவெளியின் தொலைதூரத்திலும் ஒளிப்புள்ளிகள் தெரியவில்லை. வெள்ளைத்தாடிக்காரர் மொபட்டை வேகமாக ஓட்டியபடியே கேட்டார்.

"அகிலு தம்பி... புராண சுலோசனா கதைக்கும் நாம பாத்த சுலோசனா கதைக்கும் ஏதாச்சும் தொடுப்பு இருக்கா...?"

"இருக்குங்க... ரெண்டு பேருத்துக்கும் இந்திரஜித்துனா உசிரு..."

"நீங்க சொல்லறது புரியல தம்பி...?"

"வீரான்தான் இந்திரஜித்..."

"அப்படீன்னா...?"

"ஏதாச்சும் இந்திரஜித்து நாடகத்துல வீரான் இன்னும் இந்திரஜித்தா இருப்பான்..."

வெள்ளத்தாடிக்காரர் மௌனமானார். சேற்றுப்பாதையின் குறுக்கே ஓடிய முயல்குட்டி ஊசிப்புற்களுக்குள் போய் ஒளிந்தது. தூரத்தில் வங்குநரிகள் ஊளைச்சப்தம் எழுப்பின. மொபட் முன்னேறியபடியிருந்தது.

○○○

ஜெய்சங்கர் காரிலிருந்து திருவாவினன்குடியிலேயே இறங்கிக் கொண்டார். அகில் காரை அலங்கியம் வழியில் வடக்கே செலுத்தினான். கரைவெளி விவசாயிகள் தார்சாலையின் ஓரமாக நெல்தாம்படி முடிந்த வைக்கோலை உதறிக் காயப்போட்டிருந்தனர். பின்னிரவில் தாராபுரம் கடைவீதி அடங்கிக் கிடந்தது. சைமன் தான் தங்கியிருந்த ஸ்ரீதேவி விலாஸ் ஓட்டல் மேல்மாடி அறைக்குக் கூட்டிப் போனார். அகிலும் சைமனும் கட்டில் மெத்தையில் படுத்துக் கொண்டனர். வெள்ளைத்தாடிக்காரர் கூடுதல் படுக்கை வாங்கி கீழே தரையில் விரித்துப் படுத்துக் கொண்டார். படுத்ததும் குறட்டையிட்டு உறங்கிப் போனார். அகிலுக்கு உறக்கமே வரவில்லை. சுண்டெலி கட்டில் மெத்தை வரை வந்து குதித்தோடியது. குளியலறை கதவு தூர்விட்டு உடைந்து கிடந்தது. கரப்பான் பூச்சிகள் தரையெங்கும் ஊர்ந்தன. ஒருவித துர்க்கவிச்சியும் அடித்தது. சைமன் சிரித்தபடி சொன்னார்.

“கடுவன்புலி காராடர நேரத்துல மல்லு மண்டா இப்படித்தான் துர்நாத்தம் வீசும் அகில்...”

அகிலுக்கும் சிரிப்பு வந்தது. சீக்கிரத்தில் சைமனும் உறங்கிப் போனார். சைமன் இப்படியான ஓர் ஓட்டலில் எதற்கு அறை எடுத்து தங்கினார் என்பதுதான் புரியவில்லை. அகில் விழித்தபடி சப்தமிட்டு சுழலும் மின்விசிறியையே பார்த்துக்கொண்டு படுத்திருந்தான். உறங்குவதற்கு எவ்வளவோ முயன்றான். உறக்கம் கண்ணைச் சொருக மறுத்தது. உடம்பின் அசதி அதிகமானபடியிருந்தது. விடியும் தருணத்தில் எப்படியோ உறங்கிப் போனான். அறையின் கிழக்குச் சன்னலில் பொழுதின் வெளிச்சம் படிந்திருந்த சமயத்தில் விழித்தான். வெள்ளைத்தாடிக்காரர் வெளியில் எங்கோ போயிருந்தார். சைமன் குளித்து வேறு உடையில் மடிக்கணினியுடன் அமர்ந்திருந்தார்.

“அகில்... இன்னிக்கு ராத்திரி ஒன்பது மணிக்கு விவேகம் டிராவல்ஸில் பெங்களூருக்கு டிக்கெட் புக் பண்ணிட்டேன்... அங்கிருந்து நாகர்ஹொளே கூட்டிப் போக கார் வந்துரும்...”

“சார்... நேத்தோட எனக்கும் வீரானைத் தேடறது வீண்வேலையின்னு தெரிஞ்சு போச்சு... நானும் நாளைக்கே ஊதியானா கௌம்பலாமுன்னு இருக்கேன்...”

சைமன் மேற்கொண்டு எதுவும் பேசவில்லை. மௌனமாக எதைப் பற்றியோ தீர்க்கமாக யோசித்தபடியிருந்தார்.

“என்ன சார்... யோசிக்கறீங்க...?”

“இன்னிக்கு ஒருநாளும் வீரானை தேடுவோம்...”

“எங்க சார் போயி தேடறது...?”

“அகில்... நீங்க கண்ணை மூடி ஒரு அஞ்சு நிமிசம் எந்த சிந்தனையுமில்லாமல் உட்காருங்க... இந்த பிரபஞ்சம் வீரான் இருக்கற எடத்தை அறிய கடைசியாக ஒரு உத்தரவு குடுக்கும்... அதன்படி செயல்படலாம்...”

அகிலுக்கு சிரிப்பு வந்தது. குளியலறைக்குள் போய் கதவைச் சாத்திக் கொண்டான். துருவேறிய குழாயிலிருந்து ஈயவாளியில் தண்ணீரை திருகி விட்டான். குவளையினால் தண்ணீரை மொண்டு மொண்டு தலையில் ஊற்றிக் கொண்டேயிருந்தான். தண்ணீர் பனிக்கட்டியின் குளிரில் இருந்தது. மனதை ஒருநிலைப்படுத்தி யோசிக்க முயன்றான். மனம் எதை எதையோ நினைக்க முற்பட்டது. இனியாவை, முத்துச்சாமி தாத்தாவை, வீரானை, சுலோசனாவை என வரிசையாக நினைத்தது. அநேகமாக வீரானோடு பழகிய அத்தனை ஆட்களையும் சந்தித்த கணத்தை தோராயமாக நினைத்தது. இனி சந்திப்பதற்கு எவரும் பாக்கியில்லை என்கிற நிலையில் யோசிப்பதை நிறுத்தினான். வீரானை மறந்து விடுவதென்கிற முடிவுக்கே வந்தான். கடைசியாக பிரபஞ்சம் எந்த உத்தரவையும் கொடுக்கவில்லை. அறைக்குள் வந்து தலை துவட்டி உடை மாற்றினான். சைமன் அலைபேசியில் யாருடனோ கன்னடத்தில் பேசிக் கொண்டிருந்தார். அதுகூட புலிகள் பற்றிய சம்பாஷனையாகத்தான் இருந்தது. அப்போது படிக்கட்டில் செருப்புக்கால்கள் மேலேறி வரும் சப்தம் கேட்டது. வெள்ளைத்தாடிக்காரரும் இரு காபி டம்ளர்களுடன் ஓட்டல் சிப்பந்தியும் அறைக்குள் வந்தனர். ஓட்டல் சிப்பந்தி இரு காபி டம்ளர்களை அழுக்கு மரமேஜை மீது வைத்துவிட்டு திரும்பி படிக்கட்டில் இறங்கிப் போனார். அகிலும் சைமனும் ஆறிப்போன காபியை எடுத்துப் பருகும்போது வெள்ளைத்தாடிக்காரர் சொன்னார்.

“நாம இன்னும் ஒரேயொரு ஆள சந்திக்கறது பாக்கியிருக்கு அகிலு தம்பி... அந்த ஆள சந்திச்சமுன்னா... ஒருசமயம் வீரான் இருக்கற எடம் தெரியலாம்...”

“ஆருங்க அவரு...?”

“போவோம் வாங்க...”

வெள்ளைத்தாடிக்காரரோடு சைமன் கிளம்ப தயாரானார். விருப்பமேயில்லாமல் அகிலும் கூடப் புறப்பட்டான். பெரியகடைவீதியின் காலை இயக்கங்கள் மெல்ல உயிர்பெற்றுக் கொண்டிருந்தன. கார் கோட்டைமேட்டு சந்தை நுழைவாயில் கடந்ததும் வெள்ளைத்தாடிக்காரர் சொன்னார்.

“அகிலு தம்பி நேரா காரை நாணல்மடைவலசுக்கு ஓட்டுங்க...”

அமராவதியை ஒட்டிய மண்பாதையின் வழியெங்கும் அலாதியான தனிமையில் கிடந்தது. கார் சக்கரங்கங்களில் புழுதி பறந்தது. தரிசு வயல்களில் மயில்கள் உலவிக் கொண்டிருந்தன. அகிலுக்கு நேற்றைய இரவின் உறக்கமின்மை கொட்டாவிகளாக வெளிப்பட்டன. நாணல்மடைவலசு தாண்டி மாகாளியம்மன் கோவில் ஆலமரத்தடியில் காரை நிறுத்தி மூவரும் இறங்கினர். மண் உருவாரச்சாமிகள் வண்ணங்கள் பூசப்பட்டு நிறுத்தி வைக்கப்பட்டிருந்தன. அமராவதியைக் கடந்து கரைமேட்டில் வடக்கே நடந்தனர். உப்பாற்றுக் கூடுதுறை தென்னந்தோப்புக்குள் நுழைந்தனர். நெடுந்தென்னை நிழலுக்குள் பார்த்தீனியமும் அமுக்கராவும் கருஊமத்தையும் முளைத்து நெருக்கமாக மண்டிக் கிடந்தன. கீற்றோலைக் கொட்டகையின் முன்பு ஒருவர் நாட்டுச்சேவலின் பொங்குகளை பொசுக்கிக் கொண்டிருந்தார். வீசும் மென்கொண்டலுக்கு அடர்சிகப்புப் பொங்குகள் கலைந்து பறந்தன.

சமீர் மணற்கிணற்று மேட்டில் நின்று கொண்டிருந்தார். வெள்ளைத்தாடிக்காரர் சமீரை நோக்கி நடந்தார். அகிலும் சைமனும் கீற்றோலைக் கொட்டகையின் பக்கமே நின்று கொண்டனர். நாட்டுச் சேவலின் பொங்குகளைப் பொசுக்கிக் கொண்டிருந்தவர் எதுவும் கண்டுக் கொள்ளவில்லை. மணற்கிணற்று தொளைவாரி மரக்கம்பங்களில் கட்டப்பட்டிருந்த கயிற்று ஏணி மேலும் கீழும் போனபடியிருந்தது. டீசல்புகை நாற்றம் மிகுதியாக வீசிற்று. வெள்ளைத்தாடிக்காரர் சமீரோடு ஏதோ பேசினார். மரச்சட்டங்களைப் பிடித்து மணற்கிணற்றின் ஆழத்தைப் பார்த்துக் கொண்டிருந்த சமீர் நிமிர்ந்தார். சட்டென திரும்பி கீற்றோலைக் கொட்டகைப் பக்கம் பார்த்தார். ஆச்சரியமான சிரிப்போடு மணற்கிணற்று மேட்டிலிருந்து வேகமாக கீழே இறங்கி வந்தார். சைமன் எதிரே வந்து நின்றதும் சொன்னார்.

“நானு உங்களை பசீர் அண்ணாகிட்ட கூட்டிட்டு போகனுமுன்னு நெனைச்சேன்... ஆனா நீங்க பசீர் அண்ணாவை எங்கிட்ட கூட்டிக்கிட்டு வந்துட்டீங்க...”

அகிலுக்கு சைமன்தான் பசீர் என்பது பெரும் வியப்பை ஏற்படுத்தியது. வெள்ளைத்தாடிக்காரர் நம்பமுடியாதவராகவே சைமனையும் சமீரையும்

மாறிமாறிப் பார்த்தபடி இருந்தார். சமீர் சைமனை கட்டிப்பிடித்து தழுவிக் கொண்டார். கால் பாதங்களை தொட்டு வணங்கி எழுந்தார். நாட்டுச்சேவலில் பொங்கு பொசுக்கிக் கொண்டிருந்தவரைப் பார்த்து சப்தமிட்டார்.

"கந்தப்பா... சேவலை கொண்டுபோயி... ஊட்டுல ஆஷாகிட்ட குடுத்து சமைக்கச் சொல்லுங்க... அப்படியே பசீர் அண்ணா வந்துருக்காருன்னும் சொல்லுங்க..."

கந்தப்பா நாட்டுச்சேவலை மழைக்காகிதச் சாக்குப்பையில் சுருட்டி எடுத்துக் கொண்டார். தென்னந்தோப்பின் ஈசானத் திசையில் நடந்து மறைந்தார். காலைப்பொழுது நெடுந்தென்னை உயரத்திற்கு மேலேறியிருந்தது. சமீரும் மூவரையும் அழைத்துக்கொண்டு ஈசானத் திசையிலேயே நடந்தார். ஆற்றங்கரை மேடேறினார். ஆயமரத்து நிழலில் நின்றிருந்த மகேந்திரா ஜீப்பில் ஏறச்சொல்லி புறப்பட்டார். மகேந்திரா ஜீப் கரைமேட்டிலேயே கிழக்கே சென்றது. ராமபட்டினத்தின் தென்புறம் போய் நின்றது. சமீர் வீடு பழமை மாறாமல் இருந்தது. வீட்டுத்திண்ணை எங்கும் பக்கத்து வீட்டு ஆட்கள் வந்து கூடியிருந்தனர். சைமனை சூழ்ந்துகொண்டு பேசியபடியே இருந்தனர். உச்சிப்பொழுதானபோது அகிலையும் வெள்ளைத்தாடிக்காரரையும் வீட்டு முன்கூடத்தில் அமர வைத்து சாப்பிட வைத்தனர். காரம் தூக்கலான நாட்டுசேவல்கறி தனித்த ருசியை தந்தது. சைமன் சமீர் வீட்டிலிருந்து புறப்படும்போது பழைமையான திருக்குரானின் கைபிரதி ஒன்றை எடுத்துக்கொண்டு வந்தார். மகேந்திரா ஜீப்பில் தென்னந்தோப்பு வரும்வரை அதை படித்துக்கொண்டே வந்தார். பின்பு சமீரிடம் விடைபெற்று ஸ்ரீதேவி விலாஸ் ஓட்டல் அறை வரும்போதும் அந்த திருக்குரானின் கைப்பிரதியிலேயே மூழ்கியிருந்தார். இரவாகி சொகுசு பேருந்துக்கு கிளம்பும் தருணம் வந்தது. சைமன் தோள்பையுடன் ஆயத்தமானார். அகில் தனக்கு சைமன் ஏதாவது கூறுவார் என்று காத்திருந்தான். சைமன் எதுவுமே கூறவில்லை. பசீர் எப்படி சைமன் ஆனார் என்பதையும் சொல்லவில்லை. மௌனமாக விடைபெற்றுச் சென்றுவிட்டார்.

அன்றைய இரவும் அகிலுக்கு அந்த அறையில் உறக்கமே வரவில்லை. விழித்தபடியே படுத்துக் கிடந்தான். மேல்மாடியில் உள்ள மற்ற அறைகள் எல்லாம் காலியாகவே கிடந்தன. எங்கும் பேச்சு சப்தமே இல்லை. முதல்சாமம் தாண்டி அகிலின் அலைபேசி ஒலித்தது. அம்மா பேசினாள்.

"அகிலுக்கண்ணு... நம்ம இனியாவுக்கு அவுங்கப்பன் வேற மாப்புள்ளை பாத்து பேசி முடிச்சிட்டானாம்... தானாவதிக்காரர் இப்பத்தா சொன்னாரு... இனி நீ அந்த தெல்லவாரிக்காரன் வீரான

தேடறத உட்டுப்போட்டு ஊட்டுக்கு வர்ற வழியப்பாரு கண்ணு... உனக்குன்னு ஒருத்தி சீமையில பொறக்காமயா போயிருப்பா..."

அம்மா மேற்கொண்டு ஏதேதோ வெகுநேரம் பேசிவிட்டுத்தான் அலைபேசியை துண்டித்தாள். அகில் மனம் அமைதியிழந்தது. இனி உறக்கம் துளியும் வர வாய்ப்பில்லை. கட்டிலில் இருந்து எழுந்தான். கீழே வெள்ளைத்தாடிக்காரர் ஆழ்ந்த உறக்கத்தில் குறட்டைவிட்டு கொண்டிருந்தார். கிழக்குச்சன்னலை ஒட்டி அழுக்கு மரமேஜையை இழுத்துப்போட்டு உட்கார்ந்து கொண்டான். தெருவிளக்குப் புள்ளிகளினூடே வீடுகள் மங்கலாக தெரிந்தன. சாம்பல் ஆகாயத்தில் விண்மீன்கள் நிறைந்திருந்தன. ஆகாயம் மழைமுகில்கள் எடுத்து நீண்ட நாட்கள் ஆகிவிட்டன. மழைக்காலமும் முடிவுறும் தருவாயிற்கு வந்துவிட்டது. ஈரப்பதமற்ற கொண்டல் பனிக்குளிரோடு வீசிற்று. சிறிது நேரத்தில் அகிலுக்கு புறக்காட்சியில் மனம் லயிக்கவில்லை. ஏனோ மனதை மீண்டும் மீண்டும் வெறுமையே வியாபித்தது. வீரானும் கிடைக்கவில்லை. முத்துச்சாமி தாத்தாவின் மரணமும் நேரவில்லை. இனியாவும் இனி இல்லை. எல்லாமே தோல்வியில் முடிந்துவிட்டது.

அகில் வைகறைக்கு முன்பு எழுந்தான். ஓசையிடாமல் அறைக்கதவை திறந்து ஓட்டலின் கீழ்தளத்திற்கு வந்தான். ஓட்டலுக்கான காலையுணவு சமையல் வேலை நடந்து கொண்டிருந்தது. தொந்திப் பெரியவர் ஒருவர் மரநாற்காலியில் உட்கார்ந்து கண்காணித்துக் கொண்டிருந்தார். அகிலை பார்த்ததும் கிட்டத்தில் கூப்பிட்டார். தொந்திப் பெரியவரிடம் மூக்குப்பொடி வாடை அடித்தது. இன்னொரு மரநாற்காலியை இழுத்துப் போட்டு அகிலை உட்கார வைத்தார். இருவருக்கும் அடுப்படியிலிருந்து காபி டம்ளர் வந்தது. தொந்திப் பெரியவர் காபி டம்ளரை ஊதிக் பருகியபடி பேசினார். பதினெட்டு வயதிலிருந்து தான் ஒரே ஆளாக இந்த ஓட்டலை நடத்துவதைப் பற்றி நெடுநேரம் சொல்லியபடியிருந்தார். அகில் விடியட்டும் என அமைதியாக கேட்டபடியே இருந்தான். திடீரென அவர் பேச்சில் ஒருவித ஈர்ப்பு ஏற்பட்டது.

"உங்களுக்கும் தூக்கம் வரலையில்ல... எனக்கும் இங்க படுத்தா தூக்கம் வராது... ஊருக்குள்ளார இதையெ பாடாவதி லாட்சுன்னுதான் சொல்லறாங்க... ஆனா ஒரு காலத்துல இந்த ஸ்ரீதேவி விலாஸ்தான் இந்த ஊருக்கே அடையாளம்... ரெண்டாம் உலக யுத்தம் நடந்தப்ப தொடங்கினது எங்க ஓட்டல்... அப்படீன்னா எத்தனை வருசம் ஆச்சுன்னு நீங்களே கணக்கு போட்டுக்குங்க... வெள்ளைக்கார தொரை எல்லாம் வந்து தங்கியிருக்கான்... தேர்தல் சமயத்துல பிரச்சாரத்துக்கு பேச வர்ற அரசியல் தலைவருங்க எல்லாம் இங்கதான்

தங்குவாங்க... சினிமா நடிகர்களும் நெறைப்பேரு தங்கியிருக்காங்க... ஜெமினிகணேசனும் ஜெய்சங்கரும் முத்துராமனும் சிவக்குமாரும் எல்லாம்கூட இங்க வந்து தங்கியிருக்காங்க... சரோஜாதேவி வந்து தங்கினப்ப கடைவீதி புடிக்காத கூட்டம்...”

“அப்புறம் ஏங்க ஓட்டல் இந்த நெலைமைக்கு ஆச்சு...?”

“சாமி சக்தி...”

“புரியலீங்க...”

“நாப்பது வருசத்துக்கு முன்னால நடந்த கதைய கேட்டீங்கன்னாதான் புரியும்...”

“சொல்லுங்க...”

“அப்ப இந்த ஊருக்கு இன்ஸ்பெக்டரா ரவீந்தருன்னு ஒருத்தன் வந்தான்... அவன் எமகாதப்பயல்... காசுக்காக என்னவேணுமின்னாலும் செய்வான்... நெறைய ஏழபாழ சொத்தை எல்லாம் மெரட்டியே எழுதி வாங்கிட்டான்... அவன் வெளியூர்க்காரன்... குடும்பம் புள்ளக்குட்டியெல்லாம் எங்கிருக்குன்னு ஆருக்கும் தெரியாது... எங்க ஓட்டல்லதான் மூனு வேளையும் சாப்பிட்டான்... காசெல்லாம் குடுக்கமாட்டான்... ஒருநாள் எப்படியோ எங்க ஓட்டல் மேலெ கண்ணு வெச்சுட்டான்... நேரா எங்கிட்ட வந்து அவன் பேருக்கு ஈனவெலைக்கு எழுதிக் குடுக்க சொல்லி மெரட்டினான்... இது எங்க பூர்வீக சொத்து... முடியாதுன்னு கெஞ்சினேன்... அவன் விடறதாயில்ல... எழுதிக் குடுக்கறதுக்கு கெடுவும் வச்சிட்டான்... அவங்கிட்ட போலீசு செல்வாக்கு இருக்கு... நானோ ஒண்டிக்கட்டை ஓட்டல்காரன்... என்ன செய்வேன்... வெடியக்காலையில நேரா போயி அமராவதி ஆத்துல முங்கி எந்திரிச்சேன்... தில்லாபுரி அம்மன் முன்னால நெடுஞ்சான் கெடையா உழுந்து எஞ்சொத்தை காப்பாத்துன்னு வேண்டிக்கிட்டேன்... ரெண்டுமூனு நாள்கூட போகல தில்லாபுரி அம்மன் வேலைய காட்டிட்டா...”

தொந்திப் பெரியவர் பேசுவதை நிறுத்தி அகிலை நோக்கினார். வறண்ட வாழைமட்டையைப் பிரித்து மூக்குப்பொடி எடுத்து ஆழ்ந்து உறிஞ்சிக் கொண்டார். இப்போது அகிலுக்கும் கேட்பதில் கொஞ்சம் சுவாராசியம் வந்திருந்தது.

“எப்படியின்னு சொல்லுங்க...?”

“ஒரு சாமக்கோடாங்கி பையனோட வயக்காட்ட எழுதி வாங்கறதுக்கு அதே தில்லாபுரி அம்மன் கோயிலு பக்கமா ஆத்தக் கடக்கறதுக்கு

தண்ணீல எறங்கீருக்கான் எமகாதன்... மழைவெள்ளம்... அவன அடிச்சுக்கிட்டு போயிருச்சு... ஆத்துல வெள்ளம் வத்தினப்புறம் அவனோட புல்லட்டை மதுக்கம்பாளையம் பக்கத்துல ஆத்துமணல்ல பொதஞ்சு கெடக்கறத கண்டுபுடிச்சு தோண்டி எடுத்தாங்க... அன்னிக்கு தில்லாபுரியம்மனோட சக்தி மட்டும் இல்லீனா இந்த ஓட்டல் என்னவுட்டு போயிருக்கும்... ஆனா அதே தில்லாபுரியம்மனோட சக்திதான் இப்ப இந்த ஓட்டல் என்னவுட்டு போகாமலேயும் தடுக்குது... நானு எவ்வளவோ தகிடுதத்தம் பண்ணிட்டேன்... விக்கவும் முடியல... ஒரு ஓரத்தை இடுச்சு புதுப்பிக்கவும் முடியல..."

தொந்திப் பெரியவர் ஆயாசப் பெருமூச்சுவிட்டார். அகில் கேட்டான்.

"செரி உங்க ஓட்டல் கதை இருக்கட்டும்... அன்னிக்கு இன்ஸ்பெக்டர் ரவீந்தருடன் இருந்த சாமக்கோடாங்கிப் பையன் என்ன ஆனான்னு தெரியுமா...?"

"அவனையும் வெள்ளம் அடிச்சுக்கிட்டு போயிருச்சு..."

"உங்களுக்கு உறுதியா தெரியுமா...?"

"ஆமா... அப்ப அப்படித்தான் பேப்பர்ல போட்டிருந்துச்சு..."

"அந்த சாமக்கோடாங்கி பையனோட பேரு தெரியுமா உங்களுக்கு...?"

"இப்ப எல்லாம் மறந்து போச்சு... ஆனா அந்த செய்தி வந்த பேப்பரை எல்லாம் ஊட்டு பீரோவுல பத்திரப்படுத்தி வெச்சிருக்கேன்... வேண்ணா மத்தியானமா எடுத்துட்டு வந்து காட்டறேன்... ஆமா எதுக்கு அந்த சாமக்கோடாங்கி பையன் பேரக் கேக்கறீங்க... உங்களுக்கு தெரிஞ்சவனா...?"

"ஆமாங்க... அந்த சாமக்கோடாங்கி பையனத்தான் நாங்க இப்ப தேடிக்கிட்டு இருக்கோம்..."

"இத்தனை வருசம் கழிச்சுமா...?"

"ஆமாங்க..."

"அவன் செத்துப் போனவன்னு உங்களுக்கு ஆரும் சொல்லலையா...?"

"சொல்லீருக்காங்க... ஆனா அவன் சாகலை..."

தொந்திப் பெரியவர் அகிலை புரியாமல் பார்த்தார். பெரியகடைவீதியில் பால்காரரர்களின் மிதிவண்டிகள் மணியோசையிட்டன. கிழக்கு

வெளுக்கும் நேரமும் நெருங்கிற்று. அகில் மரநாற்காலியிலிருந்து எழுந்தான். எதுவும் பேசாமல் மேல்மாடிப் படிக்கட்டில் மேலேறினான். அலைபேசி ஒலித்தது. சைமன் பேசினார். சைமன் பெங்களூரு மெசஸ்டிக் பேருந்து எதிரில் தேநீர் அருந்தியபடி நாகர்ஹொளே செல்ல காருக்காக காத்திருப்பதாகச் சொன்னார். நெடுநாட்கள் கழித்து வாப்பாவின் திருகுரான் கைப்பிரதி கிடைத்த மகிழ்ச்சியை பகிர்ந்துக் கொண்டார். கடைசியாக சொன்னது மட்டும் அகிலுக்கு நம்பிக்கையை அளித்தது.

"இந்தப் பிரபஞ்சம் இங்கு ஜீவித்திருக்கற எல்லா உசுருகளுக்கும் ஒரு காலக்கணக்கு வெச்சிருக்கு அகில்... இது நான் அனுபவத்துல கத்துக்கிட்டது... இயற்கையோட பழகி பழகி கத்துக்கிட்டது... இப்படியான ஒரு காலக்கணக்குப்படிதான் நீ இப்ப வீரானை தேடிக்கிட்டு இருக்கறே... வீரானை நீ நிச்சயமா சந்திப்பே... இல்லீனா இந்தப் பிரபஞ்சம் இந்தக் காலக்கணக்கை உன்னோடு நடத்தாது... அதேமாதிரிதான் இனியாவும்... அந்தப் பொண்ணு கண்டிப்பா உனக்கு கெடைப்பா..."

அறைக்குள் வெள்ளைத்தாடிக்காரர் எழுந்து உட்கார்ந்திருந்தார். காலையுணவுக்குப்பின் அகிலும் வெள்ளைத்தாடிக்காரரும் ஸ்ரீதேவி விலாஸ் ஓட்டல் அறையைக் காலி செய்து காரில் கிளம்பினர். வெள்ளைத்தாடிக்காரரை தில்லாபுரி அம்மன் கோவிலடி இலுப்பைத்தோப்புக்குள் இறக்கிவிட்டான். வெள்ளைத்தாடிக்காரரும் ஒன்றும் பேசாமல் ஆற்றைக் கடந்து செல்ல நாணல்கரையை நோக்கி நடக்க தொடங்கிவிட்டார். அகில் காரை திருப்பி ஊர் செல்லும் மண்பாதையில் ஓட்டினான். திடீரென பெருந்தனிமை பீடித்துக் கொண்டது. வாழ்வின் மொத்தப் பிரயத்தனங்களும் முடிந்து போனதாய்பட்டது.

○○○

# 45

நடுவளவின் நெடுவீதியில் சித்திரத்தேர் முன்பு கூடியிருந்த மொத்தப்பேரும் ஸ்தம்பித்துப் போய் வீரானையே பார்த்துக் கொண்டிருந்தனர். வீரான் அசைவின்றி ஸ்திரமாக நின்றுகொண்டு சிற்றுடுக்கை அடித்தபடி திரும்பத் திரும்பச் சொன்னார்.

"ஜக்கம்மா தேவியே... அனல் வளையங்களை காட்டு... அப்புறம் சித்திரத்தேர ஓட்டு..."

சன்னதம் வந்த சாமியாடிகளில் ஒருவர் வீரான் எதிரே வந்து நின்றார்.

"இந்த அம்மனோட சக்தி பெரிசு... உன்னோட ஜக்கம்மா தேவியினால அனல் வளையங்கள காட்ட முடியாது..."

ஆகாயத்தை நோக்கி நிமிர்ந்திருந்த வீரானின் தலை தாழ்ந்து வெறித்தது.

"என் ஜக்கம்மா தேவி அனல் வளையங்கள காட்டுவா... அப்பிடியில்லீனா சித்திரத்தேரே நகராது..."

"நாங்க போலீசுக்கு போக வேண்டியிருக்கும்... போலீசு வர்றதுக்குள்ள நீ இங்கிருந்து ஓடீரு..."

"போலீசினால என்னை ஒன்னும் செய்ய முடியாது... அனல் வளையங்கள பாக்காம நானு இங்கிருந்து ஒத்தையடி கூட எடுத்து வெக்கமாட்டேன்..."

"இது சாமியோட காரியம்... இதுல நீ வெளையாடாதே...?"

"நானும் சாமியோட காரியத்துக்காகத்தான் காத்திருக்கேன்..."

○○○

ஐப்பசி பருவமழை ஓய்ந்தபாடில்லை. கருமுகில்கள் மூர்க்கம் கொண்டுவிட்டன. இடி மின்னல் தணிந்து பெருமழைத்துளிகளைப் பொழிந்தன. விரானின் பார்வையிலிருந்து முதல் குத்துப்பாறை முற்றிலும் மறைந்துவிட்டது. இரண்டாவது குத்துப்பாறையிலும் வெள்ளம் வீரானின் பாதங்களை மறைத்து மேலேறத் துவங்கியது. அமராவதி ஆற்றின் வெள்ளமும் சன்னம் சன்னமாக உயர்ந்து கொண்டேயிருந்தது.

இன்னும் சற்று நேரத்தில் இரண்டாவது குத்துப்பாறையும் வெள்ளத்தில் மூழ்கிவிடும் அபாயத்தைக் காட்டியது. அதன்புன்பு இன்ஸ்பெக்டர் ரவீந்தருக்கு நேர்ந்த கதிதான் தனக்கும் என்பதில் எவ்விதச் சந்தேகமும் இல்லை. வீரான் மரணத்தின் இறுதிக்கணத்தை எதிப்பார்த்துக் காத்திருக்கத் தொடங்கினான். மரணபயம் கணத்துக்கு கணம் குலை நடுங்கவைத்தது. இந்த இளம் வயதில் மரணமுறும் துர்ப்பாக்கியத்தை நினைக்க நினைக்க அழுகை வந்தது. தானாக கண்ணீர் துளிகள் திரண்டு மழைநீரோடு கன்னத்தில் வழிந்தன.

ஆற்றின் கிழக்குத் திசையில் ஒற்றை மயில் திரும்பத் திரும்ப அகவியது. ஆட்களோ நாய்களோ நடமாட்டமில்லாமல் அகாலத்தில் மயில் அகவச் சாத்தியமேயில்லை. அகில் கிழக்குத் திசை நோக்கித் திரும்பி நின்று உற்றுப் பார்த்தான். ஆற்று வெள்ளத்தின் அனாயசப் பாய்ச்சல் தவிர வேறு எதுவும் கண்களுக்கு தென்படவில்லை. வெள்ளம் சுழித்தோடும் பெருமுறைச்சல் தவிர வேறு எதுவும் காதுகளுக்குக் கேட்கவில்லை. வீரான் பாதங்களைப் பாறையின் மீது ஸ்திரமாக ஊன்றி அசைவின்றி நின்றுகொண்டு கிழக்குத் திசையையே பார்த்தபடியிருந்தான். சீக்கிரத்தில் மயிலின் அகவல் மங்கிவிட்டது. வெள்ளமும் கெண்டைக்கால் மட்டத்துக்கு உயர்ந்துவிட்டது. கடைசி நம்பிக்கையும் போய்விட்டது. வெள்ளத்துக்குள் குதித்து நீந்தினாலும் கரையேறும் சாத்தியமில்லை. மரணமடைவதைத் தவிர வேறு மார்க்கமில்லை.

அப்போது வீரான் கிழக்குத் திசையிலிருந்து வெள்ளத்தில் தள்ளாடியபடி குத்துப்பாறைகளைக் குறிவைத்துப் பரிசல் வருவதைக் கண்டான். பார்வையைக் கூர்மையாக்கினான். நெருங்கி வரும் பரிசலில் இரு உருவங்கள் உட்கார்ந்திருப்பது தெரிந்தது. பரிசல் முதல் குத்துப்பாறையிடம் தேங்கி நின்றது. பரிசல்காரர் எட்டி நோட்டமிட்டார்.

"சாமி எருதுக்காரனே... இந்நேரம் போலீசு கழுமுண்டம் எமலோகம் போயிருக்கும்..."

பரிசல் மீண்டும் மெல்ல நகர்ந்தது. இரண்டாவது குத்துப்பாறையைப் பார்த்து வந்தது. வீரான் பரிசலை நோக்கிப் பார்வையைத் திசை திருப்பவில்லை. பரிசல் இரண்டாவது குத்துப்பாறையை உரசி நின்றது.

"காட்டுல மிருகங்க செத்தா... பொணந்தின்னி கழுகுக்கு மூக்கு வேர்க்குமாம்... அதுமாதிரி பானுமதிக்கு எப்பிடியோ விசயம் தெரிஞ்சு போச்சு... இல்லீன்னா சித்தநேரத்துல நீயும் எமலோகம் போயிருப்பே..."

சாமி எருதுக்காரன் வலக்கையை நீட்டினான்.

"மளாருன்னு ஏறுடா... மழ தெக்கே கனக்குது... ஆத்து வெள்ளம் ஒசந்துக்கிட்டு இருக்கு..."

வீரான் சாமி எருதுக்காரனின் வலக்கை விரல்களைப் பற்றினான். விரல்கள் குளிர்ந்து கிடந்தன. பரிசலுக்குள் வந்து உட்கார்ந்தான். நிம்மதிப் பெருமூச்சு விட்டான். பரிசல் வந்த திசையில் திரும்பிச் செல்லவில்லை. மேற்குப் பார்த்து முன்னேறியது. பரிசலுக்குள்ளும் மழைநீர் சொதும்பி ஈரமாகிக் கிடந்தது. பரிசல்காரர் பரிசலைச் செலுத்துவதில் மட்டுமே கவனமாக இருந்தார். மிகுநீர்ச் சுழல்கள் அச்சமூட்டின. வெள்ளம் பரிசலைச் சுழற்றி இழுத்தது. வீரான் சாமி எருதுக்காரனின் வலக்கை விரல்களை மெல்ல விடுவித்தான். சட்டென சாமி எருதுக்காரனின் மடியில் முகம் புதைத்தான். விசும்பி விசும்பி அழ ஆரம்பித்தான், சாமி எருதுக்காரன் வீரானின் முதுகைத் தட்டிக் கொடுத்தான். ஆறுதலாக அணைத்துக்கொண்டான். வீரானுக்கு மரணப்பயம் கொஞ்சம் கொஞ்சமாகத் தணிந்தது. அழுகையும் ஓய்ந்தது.

பரிசல் இலுப்பைத்தோப்பு ஓரமாக வந்து கரைசேர்ந்தது. வீரான் எழுந்து இறங்கிக் கரையேறினான். பரிசல்காரர் சாமி எருதுக்காரனின் ஒத்தாசையுடன் பரிசலை இழுத்துக் கரை மீது கவிழ்த்து வைத்தார். மூவரும் முழங்கால் மூழ்குமளவுக்குத் தேங்கிய மழைநீருக்குள் சூதானமாக நடந்தனர். இலுப்பை இலைகள் நீர் சொட்டின. தில்லாபுரி அம்மன் கோவில் முன்பு குடைக்குள் பானுமதியும் பையனும் நின்றிருந்தனர். இலுப்பை மரங்களிடையே மாட்டுவண்டி அவிழ்த்து விடப்பட்டிருந்தது. எருதுகளின் முதுகில் மழைநீர் தாரைகள் வழிந்தொழுகின. பானுமதி குடைக்குள்ளிருந்து வெளிப்பட்டு வீரானை நோக்கி வந்தாள். வீரானுக்கும் பானுமதியைக் கண்டதும் மீண்டும் அழுகை முட்டியது. பானுமதி தன் முந்தானையால் வீரானின் ஈரத்தலையைத் துவட்டிவிட்டாள். பையன் குடையைச் சாமி எருதுக்காரனிடம் கொடுத்துவிட்டு நீருக்குள் ஓடினான். மாட்டுவண்டிக்குள் ஏறிக் கட்டுச்சேவலோடு இறங்கி வந்தான். தலைகீழாகத் தொங்கிய கட்டுச்சேவலை வீரானை நோக்கி நீட்டினான். வீரான் புரியாமல் பானுமதியைப் பார்த்தான்.

"சேவல வாங்கிக்கிடா... நம்ம கோட்டைமேட்டு புளியமரத்து கறிக்கடையில கொண்டுபோய் குடு... கடைக்காரரு காசு தருவாரு... வாங்கிக்கிட்டு எங்காச்சும் கண்காணாத சீமைக்கு போய் பொழச்சுக்கடா... இனி நீ இங்கிருந்தீன்னா... உன்னை உசிரோட உடமாட்டாங்கடா..."

பானுமதிக்கும் கண்கள் கலங்கின. வீரான் பையனிடமிருந்து கட்டுச்சேவலை வாங்கி இக்கத்தில் அணைத்துப் பிடிதுக்கொண்டான்.

என். ஸ்ரீராம் 437

வீரானின் கண்கள் இன்ஸ்பெக்டர் ரவீந்தரின் புல்லட்டைத் தேடியது. இலுப்பைத்தோப்புக்குள் நேற்று அந்தியில் நிறுத்தியிருந்த இடத்தில் புல்லட்டைக் காணவில்லை. நிதர்சனம் புரிந்துவிட்டது. அதன் பின்பு வீரான் அங்கு நிற்கவில்லை. தெற்குப் பார்த்து மண்பாதையில் வேகமாக நடக்கத் தொடங்கினான். மண்பாதையும் மழைநீருக்குள் மூழ்கிக் கிடந்தது. இருளுக்குள் வெள்ளத்தின் மீது நடப்பதுபோல் இருந்தது. ஆற்று வெள்ளம் சூழ குத்துப்பாறையில் நிற்கும் பிரமை ஏற்பட்டது. ஓயாத வெள்ளப் பேரோசை காதுகளில் இன்னும் எதிரொலித்தது. உடல் நடுங்கி உதறியது. கட்டுச்சேவல் இறக்கையில் படிந்த மழைநீரைச் சிலுப்பிக் கொக்கரித்தது. கோட்டைமேடு புளியமரத்துக் கறிக்கடை போய்ச் சேர்ந்தான். ஆட்கள் லாந்தர் வெளிச்சத்தில் கழுத்தறுப்பட்ட வெள்ளாட்டுக் கிடாயில் கறி அரிந்து வாழைமட்டையில் வைத்துக்கொண்டிருந்தனர். கறிக்கடைக்காரர் வீரானிடமிருந்து கட்டுச்சேவலை வாங்கித் தூக்கிப் பார்த்தார்.

"என்னடா பெருவெடை வர்க்கம்... மயில்கால் பொன்னறத்தை கொண்டு வந்திருக்கே... இது கட்டுச்சேவல் வகையறா... காசு கசுட்டமுன்னாக்கூட கசாப்புக்கடைக்கு விக்கிலாமாடா..."

வீரான் பதிலேதும் பேசவில்லை. கனமழைக்கு கீற்றுப்பந்தலின் ஓரங்கள் ஒழுகிக்கொண்டிருந்தன. கறிக்கடைக்காரர் கல்லாப்பெட்டியிலிருந்து பத்து ரூபாய்த் தாள்களாக நான்கை எடுத்துத் தந்தார். வீரான் பேரம் பேசவில்லை. பணத்தாள்களை உள்ளங்கையில் வாங்கி மழைநீர் படாமலிருக்க நாம்பி பிடித்துக்கொண்டு நடந்தான். வீரான் சோளக்கடைவீதி ராஜவாய்க்கால் கரையேறி ஓடத் தொடங்கினான். இளம்பிராயத்தில் இதேபோல் ஒரு மழைநாளில் சிலுவைப் பாதிரியார் மடத்துப் பள்ளியிலிருந்து பசீரோடு தப்பித்தது ஞாபகம் வந்தது. காலச்சுழற்சியில் தற்போதும் போக்கிடமின்றி ஓடும் அதே சூழலே மிஞ்சியிருந்தது.

தாராபுரத்தின் மீது இன்னும் இருளும் மழையும் சேர்ந்தே கவிழ்ந்திருந்திருந்தன. பேருந்து நிலையத்தை அடைந்தான். அடர்இருளான இடத்தில் போய் நின்றான். சுற்றும் முற்றும் பார்த்துவிட்டுச் சட்டையைக் கழற்றினான். முறுக்கிப் பிழிந்து அணிந்து கொண்டான். திருப்பூரிலிருந்து வந்து நின்ற சேரன் போக்குவரத்துக் கழகப் பேருந்தில் கூட்டமில்லை. ஏறிப் பின்னிருக்கை வலதுமூலையோரம் போய் அமர்ந்து கொண்டான். நனைந்த வேட்டியிலிருந்து நீர் சொட்டியது. சன்னலுக்கு வெளியே வைகறை விடியல் இருளில் மழைப் பொழிவோடு நீர் தேங்கிய நெல்வயல்கள் தென்பட்டன. பேருந்திலிருந்து பழநியில் இறங்கியவனுக்கு எங்கு செல்வது என்கிற

குழப்பம் ஏற்பட்டது. திருவாவினன்குடி பஞ்சாமிர்த மடத்திற்குச் செல்ல அச்சமாக இருந்தது. கிளீனர் ஆத்திரமாக அடிக்க நிற்கும் பிம்பமே கண்முன் நின்றது. தலைமுடியும் தாடியும் வளர்ந்து கிடந்தது. பழநிக்குள் திருவோடு ஏந்தித் திரியும் தொலைதூரப் பரதேசியின் தோற்றம் வந்துவிட்டது. நேராக நெய்க்காரன்பட்டி தார்சாலை பிடித்து நடந்தான். சிற்பக்கூடங்களில் உருவம் பூரணமடையாத கற்சிற்பங்கள் மழையில் நனைந்து கொண்டிருந்தன. சண்முகநதிப்பாலம் போய் தென்புறத்தில் கீழே இறங்கும்போது மழை ஓய்ந்துவிட்டது. சண்முகநதியில் மழைவெள்ளம் குறைவு. ஆள் இறங்கிக் கடக்குமளவே ஓடிற்று. நாவிதக் கிழவர் முடிவெட்டும் எட்டிமரத்தடிக்குப் போனான். தலைக்கு மேலே எட்டிக் கிளைக்குள் நீலக்கண்ணிப்பூங்குயில் நிசப்தமாக அமர்ந்திருந்துவிட்டுப் பறந்துபோனது. பலகைக்கல்லில் அமர்ந்துகொண்டான். முடிவெட்டி சவரம் செய்ய நாவிதக் கிழவர் வருவதற்காகக் காத்திருந்தான். ஈரமணல் தரையில் கருநத்தைகள் ஊர்ந்த வெண்தடங்கள் நாணல்வரை நீண்டிருந்தன. பொழுது மேலேறி மழைவெயில் இறங்கிற்று. கரைமேட்டில் தெற்கு நோக்கிச் சவ ஊர்வலம் போயிற்று. பாடையின் பின்னே பத்துப்பேர்கூடப் போகவில்லை. அடக்கக் காரியத்துக்கான ஆர்ப்பாட்டமே இல்லை. கொண்டல் மிகுவிசை கொண்டபோது எட்டியின் நச்சுப்பழங்கள் உதிர்ந்தன. நீர்க்கரை ஓரமாக வண்ணார் கழுதையில் வெள்ளாவி அழுக்குமோலியுடன் வந்து துணி துவைக்கத் துவங்கினார். நாவிதக் கிழவரை காணவில்லை.

வீரான் எழுந்து வண்ணாரை நோக்கி நடந்தான். நாணல்கள் ஓரமாகத் தண்ணீர்க்கோழிகள் இரைதேடித் திரிந்தன. கழுதைகள் கோரையில் மேய்ந்து கொண்டிருந்தன. வண்ணார் கல்லில் துணி தப்புவதை நிறுத்தி நிமிர்ந்தார். வீரான் நாவிதக் கிழவரை பற்றி விசாரித்தான்.

“இப்ப கரைமேட்டுல பாடை போச்சே... அது நீ கேக்கற மனுசனோடதுதான்... ஊட்டுத் திண்ணையில படுத்திருந்த மனுசன்... சாமத்துல தண்ணீன்னு கத்தீருக்காரு... பக்கத்துவூட்டுப் கெழவி தண்ணீ எடுத்துக்கிட்டு வர்றதுக்குள்ளார அப்படியே சாஞ்சுட்டாரு... ஆமா நீ அவருக்கு ஒறவா...?”

வீரானுக்கு என்ன பதில் கூறுவது எனத் தெரியாமல் வண்ணாரையே பார்த்தபடி நின்றான்.

“அவருக்கு கடேசி காலத்துல ஒறவுன்னு சொல்லிக்க ஆருமில்ல... பழனி வையாபுரிக்குளத்து தெம்புறத்துல இந்திரசித்து நாடகம் நடத்தறவங்க ஊடு இருக்கு... எப்பவாச்சும் அங்க போவாரு... ராவணன் வேசம் கட்டற எவனோ ஒருத்தன் சினேகிதனாம்...”

வண்ணார் அதற்கு மேல் எதுவும் பேசவில்லை. கல்லில் துணி தப்பத் தொடங்கிவிட்டார். வீரான் நகர்ந்து எட்டிமரத்தடிக்கே வந்து நிழலில் நின்றான். நாவிதக் கிழவர் நேற்று கத்தரித்த தலைமுடி கொத்துக்கொத்தாக ஈரமணலுக்குள் புதைந்து கிடந்தது. அருகில் ஆள் அச்சமின்றி வெள்ளைவாலாட்டி இணைகள் இரை பொறுக்கின. வீரானுக்கு ஏனோ சுலோசனாவின் ஞாபகம் எழுந்து, மனதை பாரமாய் அழுத்தியது. நாவிதக் கிழவர் சுலோசனா இருக்குமிடத்தை வழிகாட்டிச் சென்றதாகவும் பட்டது. ஈரமணல்கரையில் நடந்து ஆழமற்ற நீர்ப்பிரவாகத்தில் இறங்கினான். நீரடி ஆழத்தில் மணற்கிளிஞ்சல்கள் மிதந்து நகர்ந்தன. குளித்துக் கரையேறி குறுக்குவழியில் நடந்தான். கிழக்குத் திசையில் படிக்கட்டு மண்டபங்களோடு பழநிமலை பார்வைக்குத் தெரிந்தது. பால்பூட்டைப் பிடித்த பச்சை நெற்கதிர்வயல் வரப்பு அருகு நுனிகளில் ஒட்டியிருந்த சிறுதுள்ளுக்கிடாய்கள் தாவிப் பறந்தன.

உச்சிப் பொழுதின் உக்கிர மழைவெயில் அனலோடு இறங்கியது. வீரான் வையாபுரிக் குளத்தின் தெற்குக்கரை மீது ஏறி நடந்தான். மாட்டுவண்டி மண்தடத்தின் இருபுறமும் மலக்குத்தாரிகள் மிகுந்தும் ஈரத்தன்மையுடனுமாகக் கிடந்தன. ஈரக்கொண்டலில் சகிக்க முடியாத துர்வாடை வீசிற்று. இன்னும் சிலர் ஆள்நடமாட்டம் குறித்த வெட்கமின்றிக் குத்தவைத்து உட்கார்ந்திருந்தனர். சேற்றுக்கரையோரமாக அல்லிக்குருவிகள் திரிந்தன. வீரான் வெறும்பாதங்களைச் சூதானமாகப் பார்த்துப் பார்த்து எட்டி வைத்து நடந்தான். பசி மயக்கம் வேறு வாட்டியது. எச்சிலைத் துப்பிக்கொண்டே வந்ததால் நீர்த்தாகமும் எடுத்தது. குளத்துநீரை அருந்த மனம் ஒப்பவில்லை. ஆங்காங்கே மலம் கழித்த ஆட்கள் வேறு நீருக்குள் இறங்கிக் கால்கழுவிக் கொண்டிருந்தனர். சுலோசனாவைக் குறித்து யாரிடம் விசாரிப்பது என்கிற யோசனை நீண்டது. வையாபுரிக்குளத்தின் கிழக்குப் பக்கத்தில் குதிரைவண்டிகள் அவிழ்த்து விடப்பட்டிருக்கும் இடத்திற்கு வந்து சேர்ந்தான். தலை நரைத்த குதிரைவண்டிகாரர் ஒருவர் இணக்கமாகப் பேசினார். பத்து ரூபாய் தாள் ஒன்றை வாங்கிக்கொண்டு பெட்டைக் குதிரையை அவிழ்த்து வண்டியில் பூட்டினார். வீரான் குதிரைவண்டியின் பின்புறத்தில் ஏறி அமர்ந்தான். குதிரைவண்டி மிகமெதுவாக வையாபுரிக்குளத்தின் தென்புறப்பாதைக்கு நகர்ந்தது. குதிரைவண்டிக்காரர் குதிரையை அதன்போக்கில் நடக்கவிட்டிருந்தார்.

“இது செனைக்குதிர... குட்டி ஈனற காலம் நெருங்கீருச்சு... வண்டி கொஞ்சம் மெல்லமாகத்தான் போகும்...”

வீரான் எதுவும் பேசாமல் வையாபுரிக்குளத்தை நோட்டமிட்டுக்கொண்டு வந்தான். நாராயண பட்சிகள் தென்திசையிலிருந்து கூட்டமாகப் பறந்து வந்து குளத்து நீரின் மேலே வட்டமிட்டுக் கொண்டிருந்தன. குதிரைவண்டி இடப்பக்கம் திரும்பிக் குறுகலான வீதிகளில் சென்றது. கல்மதில் சுற்றுச்சுவர் அமைந்த வீட்டின் முன்பு நின்றது. வீரான் குதிரைவண்டியிலிருந்து இறங்கினான். கல்மதிலிடையே கடவு மூங்கில்தட்டி மண்ணில் சாய்ந்து கரையான்கள் அரித்துக் கிடந்தது. சுண்ணாம்புக் காரைச்சுவர்களில் விரிசல்கள் படர்ந்திருந்தன. வீட்டில் ஆட்கள் புழங்கி வெகுநாட்கள் ஆன அடையாளமே எஞ்சியிருந்தது. அருகில் உள்ள வீட்டிலும் ஆட்கள் புழங்கும் சுவடில்லை. வீதியில் நிறைய வீடுகள் ஆட்கள் புழங்காதவையாகவே தென்பட்டன. ஒரு தட்டோட்டுக் கூரைவீட்டின் வாசலில் வடகமிட்டுக் கொண்டிருந்த முதியவளிடம் சுலோசனா பற்றி விசாரித்தான். முதியவள் மூக்கடைத்த குரலில் பேசினாள்.

“ஆமாமா... ராவண வேசங்கட்டற ராமசாமி ஊடுதான் அது... அவம் பொண்ணுதா நீ கேக்கற சுலோசனா... ஆனா அவங்க ரெண்டு வருசத்துக்கு முன்ன மேக்குசீமைக்கு நாடகம் போட போனவங்க திரும்பி வரல...”

ஆகாயம் நீலமாய்த் தெளிந்திருந்தது. வீரான் மனக்குழப்பத்துடன் குதிரைவண்டியில் ஏறி அமர்ந்தான். அதே குதிரைவண்டியில் பழநியின் அருகில் ஊரெல்லாம் சுலோசனாவைத் தேடி அலைந்தான். இந்திரஜித் நாடகம் எங்குமே நடைபெறவில்லை. விளம்பரத்துண்டுச் சீட்டுகளும் தட்டிகளும் தட்டுப்படவில்லை. குதிரைவண்டிக்காரரும்கூடத் தேடிச் சலித்துப் போனார். நான்கு தினத்தில் கட்டுச்சேவல் விற்ற நாற்பது ரூபாயும் செலவாகிப் போனது. வீரான் இனி சுலோசனாவை மறந்துவிட வேண்டியதுதான் என்கிற முடிவுக்கு வந்தான். மலைக்கோவில் அடிவாரம் போனான். இலவச முடிக்காணிக்கை செலுத்துமிடத்தில் மொட்டை அடித்துக் கொண்டான். சரவணப்பொய்கையில் குளித்து யானைப்படியேறினான். ராஜஅலங்காரத்தில் முருகரைத் தரிசனம் செய்தான். போகர் சித்தர் பீடத்தில் வேண்டி, குதிரைப்படியில் கீழிறங்கினான். கடுமையான பசி. படிக்கட்டுகளில் அமர்ந்து சாப்பிடுபவர்களின் சோற்றுப்பருக்கைகளைக் காணும்போது வாயில் நீர் சுரந்தது. வீரானால் பசி தாளமுடியவில்லை. கையிலும் காசில்லை. இப்படியே நீண்ட தினங்கள் பழநியில் சுற்றித் திரிய முடியாது எனத் தெரிந்துவிட்டது. நேராக பஞ்சாமிர்த மடத்தின் எதிரே போய் நின்றான். முன்வாசற்படியில் கிளீனரின் செருப்பு இல்லாமல் இருந்தது. இன்னும் உள்ளுக்குள் அச்சமும் தயக்கமும் அகலவில்லை. வெளிநடைக் கதவை நகர்த்தி உள்நுழைந்தான். வீட்டுப்புறாக்கள் குனுகி நகர்ந்தன. கூடத்தில்

விசுவநாத அய்யரையும் காணவில்லை. மரத்தூண்களைப் பிடித்தபடி வீரான் மௌனமாக நின்றுகொண்டே இருந்தான். வெகுநேரம் கழித்தே மாமி உள்ளறை நடை தாண்டிக் கூடத்துக்கு வந்தாள். வயிறு தூக்கியிருந்தது. மொட்டைத்தலையோடு நின்ற வீரானைக் கண்டு ஆச்சரியப்பட்டாள். எதுவும் பேசவில்லை. சமயற்கட்டுக்குப் போய் பித்தளைப் போசியை எடுத்து வந்தாள். மூடியைக் கழற்றி வீரான் முன்பு வைத்தாள். பித்தளைப் போசி நிறைய ஆறிப்போன சர்க்கரைப் பொங்கல் இருந்தது. வீரானும் எதுவும் பேசவில்லை. பித்தளைப் போசி முன்பு சம்மணங்காலிட்டு அமர்ந்தான். நாக்கில் நீர் சுரந்தது. சர்க்கிரைப் பொங்கலை அள்ளி அள்ளி அவசராகச் சாப்பிடத் துவங்கினான். கண்களில் தானாக நீர் தளும்பிற்று. பசி தீரும்வரை சாப்பிட்டுக் கொண்டேயிருந்தான். எழுந்து நீர்த்தொட்டிக்குப் போய் கை அலம்பி வந்தான். மாமியின் காலில் நெடுஞ்சாண் கிடையாக விழுந்து வணங்கினான். கர்ப்பிணி மாமிக்கும் கண் கலங்கிற்று. பேச்சற்ற மௌனத்தில் நேரம் போய்க் கொண்டேயிருந்தது. மாமி மெல்ல உள்ளறையை நோக்கி நடந்தாள். மண் உண்டியலை வெள்ளைத்துண்டில் முடிந்து எடுத்து வந்து நீட்டினாள். வீரான் மறுப்பு காட்டாமல் வாங்கிக் கொண்டான். கைகூப்பி விடைபெற்றுப் புறப்பட்டான். காலடியில் புறாக்கள் அணத்தல் ஒலியுடன் நகர்ந்து வழிவிட்டன.

திருவாவினன்குடியின் கடைவீதி இயக்கங்கள் பெருங்கூச்சலோடு கிடந்தன. எதிர்கால நாட்கள் அசாதாரணத்துவம் பெற்றுவிட்டன. நிகழ்கணத்தில் என்ன செய்வதென்று தெரியவில்லை. வடக்குத்திசை பார்த்து தாராபுரம் தார்சாலையில் நடந்தான். சண்முகநதி வந்து படுகிடைப்பாறை மீது ஏறி உட்கார்ந்தான். கோரைத்திட்டில் நீர்ப்பாம்பு வால்நுனியை விசிறியபடி தவளையை விழுங்கிக் கொண்டிருந்தது. வெள்ளைத்துண்டை விலக்கி மண் உண்டியலைப் பிரித்து உடைத்தான். ஈயச்சில்லறைக் காசுகள் ஓசையுடன் விழுந்து சிதறின. பொறுக்கி வெள்ளைத்துண்டில் சுருட்டி முடிந்துக் கொண்டான். படுகிடைப்பாறையிலிருந்து எழுந்தான். ஆடையொட்டிச் செடிகளுக்குள் புகுந்து தார்சாலை ஏறினான். மறுபடியும் வடக்குத்திசை பார்த்தே நடந்தான். மஞ்சள் வெயிலில் நெல்வயல்களின் மேல் முள்வால் உழவாரன் குருவிக்கூட்டங்கள் பறந்தலைந்தன. மானூர்பாளையம் தொட்டபோது பொழுதின் ஒளி முற்றிலும் மறைந்துவிட்டது. மனதுக்குள் நம்பிக்கையின்மை தீவிரமடைந்தது. விரக்தி கவிழ்ந்தது. வீரான் இருளின் தனிமையில் வடக்குப் பார்த்து தார்சாலையில் நடந்துகொண்டேயிருந்தான்.

○○○

# 46

ஊசிப்புற்கள் அசையும் வெட்டாரவெளி நிலத்துக்குள் நீளும் ஈரமண் வண்டிப்பாதையில் மொபட் நிதானமாகப் போய்க் கொண்டிருந்தது. அருகில் கல்குருவிகள் குரலிடுவது தனித்துக் கேட்டது. அகிலின் உடம்பு கூதல் வாடைக்கு நடுங்கிற்று. அந்தநேரம் திடீரென வெள்ளைத்தாடிக்காரர் மொபட்டை நிறுத்தினார். அகில் வெள்ளைத்தாடிக்காரரின் முதுகில் தலைமோதி தடுமாறிச் சுதாரித்தான். வெள்ளைத்தாடிக்காரர் தணிந்த குரலில் சொன்னார்.

"அகிலுத் தம்பி... சத்தம் போடாம முன்னால பாருங்க..."

அகில் மொபட்டிலிருந்து இறங்கினான். மொபட்டின் முன்னே ஈரமண் வண்டிப்பாதையைப் பார்த்தான். நாகனும் சாரையுமான பிணையல் பாம்புகள். மொபட்டின் விளக்கொளியைப் பொருட்படுத்தாத ஆழ்ந்த லயிப்பில் பிணைந்து கிடந்தன. நிமிர்ந்தெழுந்து நடனமிட்டன. வெள்ளைத்தாடிக்காரர் மொபட்டின் இயந்திரத்தை அணைக்கவில்லை. மொபட்டின் விளக்கொளி பிணையல் பாம்புகளின் மீது படும்படி விட்டிருந்தார். பிணையல் பாம்புகள் விளக்கொளியை உற்சாகத்தின் கூறாக எடுத்துக் கொண்டன. நடனத்தைத் துரிதப்படுத்தின.

"ஹாரன் அடிச்சு பொணையல் பாம்பை வெரட்டீட்டு நாம போயிட்டே இருக்கலாமுங்க...?"

"வேண்டாந் தம்பி... பொணையல் பாம்பை பிரிக்கறது மகாபாவமுன்னு பெரியவங்க சொல்லுவாங்க..."

"அப்ப அதுக வெடியவெரைக்கு ஆடினா... நாம இப்பிடியே நின்னுக்கிட்டு கெடக்கறதுங்களா...?"

"ஆத்திரப்படாதீங்க அகிலு தம்பி... பொணையல் பாம்பே பாத்துட்டு போனா நல்லது நடக்குமுன்னு பெரியவங்க சொல்லுவாங்க... பொணையல் பாம்ப பாத்த புண்ணியத்துல நமக்கு இன்னிக்கே வீரான் கெடச்சுட்டான்னா...?"

"ஆறு மாசமா தேடற நமக்கு கெடைக்காத வீரான... இந்த பொணையல் பாம்புக கண்டுப்புடுச்சுக் குடுத்துருங்களா...?"

வெள்ளைத்தாடிக்காரர் அகிலை முறைத்தார். மொபட்டின் இயந்திரத்தை அணைத்தார். விளக்கொளி மங்கி வண்டிப்பாதை இருண்டது. அப்போதும் பிணையல் பாம்புகள் திடுக்கிட்டுப் பிணையல் பிரித்துக் கலையவில்லை. புறச்சூழல் பிரக்ஞைகொண்டு துளியும் கவனம் மாறவில்லை. நடனத்தைத் தீவிரமாகவே தொடர்ந்தன.

அகில் எரிச்சலுடன் அடரிருளுக்குள் பிணையல் பாம்புகளையே பார்த்தபடியிருந்தான். இப்போது பிணையல் பாம்புகள் ஊதும் முறைச்சல் துல்லியமாகக் கேட்கத் தொடங்கியிருந்தது. நடனத்தின் உச்சத்தில் பிணையல் பாம்புகள் ஈடுபட்டிருந்தன. கண்ணுக்கெட்டும் தூரம் வரை வண்டிப்பாதையின் இருதிசையும் வெறிச்சிட்டுக் கிடந்தது. சிறு வெளிச்சப்புள்ளிகள்கூட தென்படவில்லை. வெட்டார்ரவெளியும் பெருநிசப்தத்தில் ஆழ்ந்து கிடந்தது. அந்தகணம் அலைபேசியில் அம்மா அழைத்தாள். அகில் ஈரமண்பாதையில் நகர்ந்து போய் நின்று பேசினான்.

"அகிலுக்கண்ணு... சித்தநேரத்துக்கு முன்னால நம்ம ஊட்டுக்கு உங்கப்பாரப் பாக்க... அபிராமின்னு ஒருத்தி வந்தாடா... அவ இந்திரஜித்து நாடகத்துல சுலோசனா வேசங்கட்டற நாடக்காரியாமுடா... அவளும் வீரானத்தான் தேடிக்கிட்டு இருக்காளாம்..."

"செரீம்மா... இப்ப அவங்க அங்க இருக்காங்களா...?"

"இல்லடா... சித்திரத்தேரு பக்கம் போயிட்டாங்க..."

அகில் அலைபேசியை துண்டித்தான். அவசரமாக வெள்ளைத்தாடிக்காரர் கிட்டத்தில் வந்தான். தணிந்த குரலில் தன் வீட்டுக்கு சுலோசனா வந்த சேதியைச் சொன்னான். வெள்ளைத்தாடிக்காரர் காதிலேயே வாங்கிக் கொள்ளவில்லை. பிணையல் பாம்புகளின் நடனத்தை பயபக்தியுடன் ரசிப்பதிலேயே குறியாக இருந்தார். அகில் ஆத்திரத்தைக் கட்டுப்படுத்த முடியாமல் நின்றான்.

○○○

**அ**ந்தி துவங்கி மஞ்சள் வெயில் படர்ந்து கொண்டிருந்தது. தார்சாலையோரம் மயில்கள் திரிந்தன. அகில் குண்டடம் தாண்டிப் போய் காரை வடக்கே திருப்பினான். சீமையோட்டு வீடுகள் கொண்ட ருத்ராவதி எதிர்ப்பட்டது. ருத்ராவதியின் வீதியில் நாய்கள் குரைத்தபடி காரை ஒட்டி ஓடிவந்தன. அகில் ருத்ராவதியின் பின்வளவிலிருந்து ஈசானத் திசையில் சென்ற சிறிய கைபிட்டேரியில் காரை மிகமெதுவாக ஓட்டினான். இருபுறத் தோட்டங்களிலும் தென்னந்தோப்புகளுடன்

பப்பாளித்தோப்புகளும் இருந்தன. பப்பாளித் தோப்புகள் எங்கும் அலகண்ணாங்குருவிகளின் குரலோசை நிறைந்து கிடந்தது. எந்நேரமும் நூற்றுக்கணக்கான அலகண்ணாங்குருவிகள் குரலிட்டுக்கொண்டு குறுக்கும் நெடுக்கும் பறந்துகொண்டிருந்தன. அலகண்ணாங்குருவிகளின் மஞ்சள் அலகு வெயிலில் வசீகரித்தது.

அகில் தானாவதிக்காரரின் பப்பாளித்தோப்புக்குள் காரை நிறுத்தி இறங்கினான். தலைக்கு கொங்காடையிட்ட பெண்கள் பப்பாளிகளின் பச்சைக்காய்களைக் கத்தியினால் கீறி வடியும் பாலைக் கிண்ணத்தில் பிடித்துக்கொண்டிருந்தனர். அகில் பப்பாளி மரங்களினூடே சென்ற வரப்பில் ஏறி நடந்தான். கோடைக்காற்றில் பப்பாளிப்பழ வாசனை வீசிற்று. பப்பாளி மரங்களில் அலகண்ணாங்குருவிகள் ஆளைச் சட்டை செய்யாமல் பழுத்த பப்பாளிப்பழங்களை கொத்தித் தின்றுகொண்டிருந்தன. ஈரநிலமெங்கும் பப்பாளிப்பழங்கள் விழுந்து விதைகளோடு சிதறியிருந்தன.

அகிலுக்கு வீரானை தேடும் முயற்சியைக் கைவிட்டபின்பு ஊருக்குள் வெறுமனே பொழுதைக் கழிக்க பிடிக்கவில்லை. தான் வேலை பார்த்த நாய் பிஸ்கட் உற்பத்தி செய்யும் தொழிற்சாலை மேலாளர் பிரதாப்சிங்கிடம் பேசினான். ஹூதியானாவுக்கு மாதத்தின் இறுதியில் வரச் சொன்னார். அடுத்த மாத முதல் தேதியிலிருந்துதான் புது சம்பளக்கணக்கு வைப்பதாகவும் சொல்லிவிட்டார். அறைநண்பர் கலியமர்த்தன கிருஷ்ண நம்பூதிரியும் அதையேதான் சொன்னார். மாத இறுதிக்கு இன்னும் பதினைந்து தினங்கள் இருந்தன. பரபரப்பு இல்லை. பதட்டம் இல்லை. மனம் இலகுவாக இருந்தது. நேரம் நிறைய கிடந்தது. கிடை சேர்ந்து முடங்கிக் கிடக்கும் முத்துச்சாமி தாத்தாவையும் கண்டுகொள்வதில்லை. எப்போதோ இறுதிமூச்சை நிறுத்தட்டும் என விட்டுவிட்டான். இனியாவின் ஞாபகம் வரும் கணம் மட்டும் மனம் வேதனைப்பட்டது.

அன்று உச்சிப்பகலில் அம்மா அகிலிடம் அப்பாவுக்கு பதிலாக தோட்டம் போய் பட்டுப்பூச்சியிலைகளை பறித்து வரும்படி கட்டளையிட்டாள். அகில் மூங்கில் கூடையை எடுத்துக்கொண்டு வீதிகளைக் கடந்து நடந்தான். தங்கரளிப்புதர் மண்தடத்தில் மேய்ந்த மணிப்புறாக்கள் மிரண்டெழுந்து பறந்தன. பனைமரத்து முனீஸ்வரன் கோவிலைக் கடக்கும்போது காளியப்பன் பூசாரி கோவில் வெளிநடையைச் சாத்திப் பூட்டிக்கொண்டிருந்தார். அகிலைக் கண்டதும் சப்தமிட்டார். அகில் கிட்டத்தில் போனான். பூஜைக்கூடைக்குள்ளிருந்து வாழையிலைத் தளிகைச்சோற்றை எடுத்து நீட்டினார்.

"இந்தா அப்புனு... முனீசுவரன் தளுவுஞ்சோறு..."

அகில் வாழையிலை தளிகைச்சோற்றை வாங்கி விரித்தான். பச்சரிசிப் பொங்கலின் நடுவில் குழியிட்டு நாட்டுச்சர்க்கரை வைத்திருந்தது. காளியப்பன் பூசாரி பூஜைக்கூடையை தூக்கி சும்மாட்டுத்தலையில் வைத்தபடி பேசினார்.

"உங்க அப்பாரய்யன் மொனகிட்டுக் கெடக்கற ஆசாமியை தேடி கண்டுபுடிச்சிட்டீங்களா அப்புனு...?"

அகில் இல்லையென உதட்டைப் பிதுக்கினான்.

"உங்க அப்பாரய்யன் மூச்சு நெராசையில இழுத்துக்கிட்டுக் கெடக்குது... எப்படியாச்சும் அந்த ஆசாமிய கண்டுபுடுச்சுக் கூட்டிக்கிட்டு வந்தீங்கன்னாத்தான்... ஆத்மா திருப்தியா போய் சேரும்... அவரு ஏதோ மனசுக்குள்ள கெடக்கறத சொல்ல பிரியப்படறாரு... அதுக்கு அந்த ஆசாமி வரனும்..."

அகில் பதில் பேசாமல் யோசிக்க ஆரம்பித்தான். காளியப்பன் பூசாரி தங்கரளிப்புதர் மண்பாதையை நோக்கி நடக்கத் துவங்கினார். சில அடி தூரம் நடந்த காளியப்பன் பூசாரி நின்று திரும்பினார்.

"அப்புறம் அந்த துங்காவி பொண்ணு என்னாச்சு அப்புனு...?"

"அதுவும் இழுத்துக்கிட்டே கெடக்குதுங்க... கலியாணம் நின்னு போனமாதிரிதான்..."

"நீங்க அந்த தானாவதிக்காரரையே புடியுங்க அப்புனு... இதுநாளு வெரைக்கும் அவரு தானாவதி செஞ்ச எந்த கலியாணமும் நின்னதில்ல..."

காளியப்பன் பூசாரி தங்கரளிப்புதர் மண்பாதையேறி ஊரின் திசை நோக்கி நடந்து மறைந்துவிட்டார். அகிலுக்கு பிரபஞ்சம் புது உத்தரவு கொடுத்துவிட்டதாகத் தோன்றியது. தளிகைச்சோற்றில் நாட்டுச்சர்க்கரை ஊறிய பகுதியை மட்டும் பிய்த்து தின்றான். மீதியை தோட்டம் செல்லும் வழியில் எதிரே ஓடிவந்து வாலைக் குனைத்த பெட்டைநாய்க்கு வைத்துவிட்டு சென்றான்.

பப்பாளித்தோப்பின் கிழக்குப்புறத்தில் தானாவதிக்காரரின் சீமையோட்டு மாட்டுச் சாய்ப்பு இருந்தது. முளைக்குச்சியில் கட்டியிருந்த ஆறேழு காங்கேயமாடுகள் பச்சைப்புடைச்சோளப்பயிரைத் தின்றுகொண்டிருந்தன. மாட்டுச் சாய்ப்பின் பின்புறம் நறுவிழி மரத்தினடியில் பத்துக்கு மேற்பட்ட கட்டுச்சேவல்கள் கால்சங்கிலியிட்டுக் கட்டப்பட்டிருந்தன. தானாவதிக்காரர் கட்டுச்சேவல்களுக்கு ஈயக்கிண்ணியில் தண்ணீரும்

தீனியும் இட்டுக்கொண்டிருந்தார். அகிலைக் கண்டதும் கட்டுச்சேவல்கள் மிரட்சியாகப் பார்த்துக் கொக்கரித்தன.

தானாவதிக்காரர் சம்பிரதாயமாகக் கும்பிட்டார். அகிலை அழைத்துக் கொண்டு போய் நீர்த்தொட்டிச் சுவரின் மீது உட்கார வைத்தார். எதிரே நின்று கொண்டார். தானாவதிக்காரருக்கு அறுபது கடந்த வயது. பருமனும் உயரமும் கொண்ட திடகாத்திரத் தோற்றம். தேங்காய் எண்ணெய் போட்டு மேலே சீவிய நரைத்த அடர்கேசம். தடித்த கனமீசை. வெற்றிலைச்சாறு படிந்த பற்கள். அகிலுக்கு தானாவதிக்காரரிடம் எப்படி பேச்சைத் துவங்குவது என தெரியவில்லை. நீர்த்தொட்டியில் தளும்பிய தண்ணீரின் மீது நீர்ப்பூச்சிகள் கோலமிட்டு அலைந்தன. கட்டுச்சேவல்களில் செம்பூத்துக்கீரி இறக்கையடித்துக் கூவியது. தானாவதிக்காரரே பேச்சைத் தொடங்கினார்.

“சாட்சிக்காரன் கால்ல உழுவறதவிட சண்டைக்காரன் கால்ல உழுவறதா சேமம்... நீங்க நாளைக்கு வெடியால வெள்ளனே வாங்க மாப்பிள்ளை... இந்த தானாவதிக்காரனா கொக்கான்னு பாத்துருவோம்...”

அகிலுக்கு தானாவதிக்காரரின் பூடகமான பேச்சு புரியவில்லை. மறுதினம் பொழுது கிளம்ப காரில் கோவையை நோக்கிப் செல்லும்போதுதான் புரிந்தது. தானாவதிக்காரர் இனியாவுக்கு நிச்சயமாகியிருந்த மாப்பிள்ளையை போய் பார்ப்பதாகச் சொன்னதும் அகில் அதிர்ச்சியடைந்தான். அகிலுக்கு இது குருட்டுத்தனமான யோசனையாகப் பட்டது. விபரீதம் ஏதாவது நடந்துவிடும் என்கிற அச்சம் ஏற்பட்டது. இனியாவின் அப்பாவை நினைத்து மனம் நடுக்கம் கொண்டது. துங்காவிக்காரர்களுடன் ஊர் வந்து தன் அப்பா அம்மாவை அவமானப்படுத்தி விடுவாரோ என்கிற கவலை எல்லாம்கூட எழுந்தது. தானாவதிக்காரரோ துளியும் பதட்டமின்றி வெற்றிலை பாக்கை கடைவாயில் அதக்கிக்கொண்டு கம்பீரமாக காரின் பின்இருக்கையில் உட்கார்ந்து வந்தார். கோவை துடியலூர் போய் காரை இடதுபுறம் திருப்பிப் போகச் சொன்னார். குறுகிய தார்சாலை. அனுவாவி மலைக்கோவிலை நோக்கி திருப்பங்களுடன் நீண்டது. கைவிடப்பட்ட செங்கல் சூளைகள் நிறைய இருந்தன. தடாகம் போகும் தார்சாலை பிரிந்து சென்றதும் அனுவாவி சுப்பிரமணியர் கோவில் மலையேறும் படிக்கட்டுகள் பார்வைக்கு தெரிய ஆரம்பித்தது. தானாவதிக்காரர் தென்னைமரங்களும் பாக்குமரங்களும் அடர்ந்திருந்த கம்பிவேலியிட்ட தோப்புக்குள் காரை ஓட்டிச் செல்லச் சைகைக் காட்டினார். இரண்டு மாடம் கொண்ட மச்சு வீடு வந்தது. வீட்டின் வடக்குப் பார்த்த வாசலில் ராஜபாளையம் கோம்பை நாய் புது இரும்புச்சங்கிலியில்

கட்டியிருந்தது. காரிலிருந்து இறங்கிய இருவரையும் நாய் குரைக்காமல் பார்த்தது. கழுத்து நிறைய தங்கநகை அணிந்த நடுத்தர வயதுப் பெண்மணி வீட்டின் முன்னறை வாசற்படிக்கு வந்து எட்டிப் பார்த்தாள். தானாவதிக்காரர் சுற்றுமதில் இரும்புக்கிராதிக்கதவை நெருங்கி போய் நின்று பேசினார்.

"ஈசுவரமூர்த்திய பாக்க வந்திருக்கோமுங்க அம்மிணி..."

"அவங்க தெக்கே பாக்குத்தோட்டத்துக்கு போயிருக்காங்க..."

"எப்ப வருவாருங்க அம்மிணி...?"

"சொல்ல முடியாதுங்க... இன்னிக்கு கோழிகூப்பிட மலக்கரட்டுல இருந்து ஆனைக ஏறங்கி வந்துருச்சுங்க... எங்க பாக்குத்தோட்டத்துக்குள்ள பூந்து மரத்தையெல்லாம் முறிச்சுப் போடுச்சுங்க... இப்ப அவங்க ஊர்க்காரங்களோட சேந்து ஆனைகள வெரட்டிக்கிட்டு இருக்காருங்க..."

யானைகள் புகுந்த பாக்குத்தோட்டம் அனுவாவி மலைக்கோவிலைவிட்டு கிழக்கே வெகுதூரம் தள்ளியிருந்தது. மலையடிவாரத்தை ஒட்டி விரிந்த பாக்குத்தோட்டம். முறிந்த பாக்குமரங்களினூடே ஆறு யானைகள் தெரிந்தன. அதில் இரண்டு கொம்பன் யானைகள் இருந்தன. யானைகள் கம்பிவேலியை கடந்து உள்ளே எப்படி புகுந்தது எனத் தெரியவில்லை. ஊர்ச்சனங்கள் வெடித்த பட்டாசுகளுக்கும் எழுப்பிய தகரவோசைகளுக்கும் யானைகள் அசைந்து கொடுக்கவில்லை. ஆட்கள் ஓடுவதற்கு வசதியாக யானைகளை விட்டு சற்றுத் தள்ளியே நின்றிருந்தனர். அலைபேசியில் படமெடுத்து ஓய்ந்துவிட்டனர். செய்தி ஊடகக்காரர்கள் ஈஸ்வரமூர்த்தியிடம் பேட்டி எடுத்துக் கொண்டிருந்தனர். ஈஸ்வரமூர்த்திக்கு ஐம்பது வயதுக்கு மேலிருந்தது. வெள்ளைவேட்டி சட்டையில் பணக்காரத் தோற்றத்தில் இருந்தார். அகில் தானாவதிக்காரரைப் பார்த்தான்.

"இவருதான் துங்காவிப் பொண்ணுக்கு பாத்திருக்கற மாப்பிள்ளைக்கு அப்பா... நாம இப்ப இவர பாத்தமுனாத்தான் நம்ம காரியம் செயிக்கும்..."

அகில் மௌனமாக யானைகள் நிற்கும் திசையில் பார்வையைத் திருப்பினான். யானைகளிடம் துளியும் நகர்வு இல்லை. வயிறு நிறைய தீனி தின்றுவிட்டு ஓய்வெடுக்கும் நிலையில் நின்றிருந்தன. ஏறுவெயில் பாக்குமர நிழல்களுக்குள் விழுந்து பரவியது. ஊர்ச்சனங்கள் எல்லோரும் ஆனைகட்டி மலையடிவாரத்திலிருந்து வனக்காவலர்கள் வருவதற்காகக் காத்திருந்தனர். வனக்காவலர்கள் மாங்கரை சோதனைச்சாவடி

தாண்டிவிட்டதாகக்கூட தகவல் வந்துவிட்டது. தானாவதிக்காரர் வாய் நிறைந்த வெற்றிலை பாக்கு அதக்கலை காறி துப்பினார்.

"ஆனைகள வெரட்டினாத்தான் நாம ஈசுவரமூர்த்திக்கிட்ட பேச முடியும் மாப்பிள்ள... அதுவெரைக்கும் நாமும் இங்க எதுக்கு நின்னு கெடக்கனும்...? வாப்பா போய் முருகனையாவது கும்புடுவோம்..."

தானாவதிக்காரர் அகிலை பாக்குத்தோட்டத்திலிருந்து வெளியே கூட்டி வந்தார். கருநொச்சிகளும் விண்ணாவரங்கொடிகளும் மண்டிய ஒற்றைக்காலடி மண் தடத்தில் மேற்குத்திசை நோக்கி நடந்தார். அனுவாவி சுப்பிரமணியர் மலைக்கோவில் படிக்கட்டை நெருங்கியபோது கம்பிவலையிட்ட தடுப்புக்கதவு பூட்டியிருந்தது. கிட்டத்தில் ஆள்நடமாட்டமே இல்லை. கீழே திரும்பி கனுவாய் தார்சாலையில் நடந்தனர். பெட்டிக்கடைக்காரர் கடையைப் பூட்டிவிட்டு பீடி புகைத்தபடி நின்றிருந்தார்.

"சீக்கிரத்துல வடக்கே போயிருங்க... ஆனைக பொறப்பட்டுச்சுன்னா இந்த லெக்குலதான் நடந்து வரும்... ஊர்க்காரனுக காலங்காத்தால இருந்து செய்யற சேட்டையில் மனுசங்க மேலே பயங்கர கோவத்துல இருக்கும்..."

தானாவதிக்காரர் அகிலை தடாகம் பிரிவு வரை நடந்தே கூட்டி வந்தார். அகிலுக்கு யானைகளை விட்டு தூரமாக வந்துவிட்டது கொஞ்சம் நிம்மதியை தந்தது. இருவரும் காலைநேரப் பசிக்கு தேநீர்க்கடையில் ஆளுக்கொரு மெதுவடை தின்று தேநீர் குடித்தனர். அங்கும் ஆட்கள் பாக்குத்தோப்புக்குள் புகுந்துவிட்ட யானைகளைக் குறித்தே பேசிக் கொண்டிருந்தனர். தானாவதிக்காரர் மறுபடியும் அகிலை ஈஸ்வரமூர்த்தியின் இரண்டு மாடம் கொண்ட மச்சுவீட்டின் முன்புறத்துக்கே கூட்டி வந்தார். காரை நிறுத்தியிருந்த இடத்தை நெருங்கியபோது கோம்பை நாய் பார்த்துவிட்டது. இம்முறை இரும்புச்சங்கிலியிலிருந்து விடுவித்துக் கொள்ளும் மூர்க்கத்துடன் சப்தமாகக் குரைக்க ஆரம்பித்தது. வீட்டுக்குள்ளிருந்து ஈஸ்வரமூர்த்தியே எச்சில் கையோடு வாசலுக்கு வந்தார். கோம்பை நாயை அதட்டி அடக்கினார். தானாவதிக்காரர் மட்டும் கிட்டத்தில் போனார்.

"அனுவாவி முருகர சாமி கும்பிட வந்தோமுங்க... அப்படியே போறவழியில இது இனியாப் பொண்ணு வாக்கப்பட்டு வர்ற ஊடுன்னு தெரிஞ்சுது... ஒரு எட்டு பாத்துட்டுப் போலாமுன்னு..."

"உள்ள வாங்க...?"

ஈஸ்வரமூர்த்தி திரும்பி வீட்டுக்குள் போய்விட்டார். அகிலும் தானாவதிக்காரரும் முன்னறைக்குள் போய் சோபாவில் உட்கார்ந்தனர். கிழக்குச்சன்னல் பலகையில் ஏழிதழ் காசிவில்வக்கிளை வாடைக்காற்று வீசும்போதெல்லாம் உராய்ந்து ஓசையிட்டது. அக்னிமூலை சமயற்கட்டுக்குள்ளிருந்து கோதுமைத்தோசையின் வாசனை வந்தது. முன்னறைச் சுவரில் நிறைய கருப்புவெள்ளை புகைப்படங்கள் மாட்டியிருந்தன. காவல்துறை சீருடையில் இருந்த ஒரே நபர்தான் எல்லாப் புகைப்படங்களிலும் காணப்பட்டார். தானாவதிக்காரர் அந்த புகைப்படங்களையே உற்றுப் பார்த்தபடி இருந்தார். திடீரென தானாவதிக்காரர் அகிலிடம் தணிந்த குரலில் கேட்டார்.

“இந்த ஆளு ஆருன்னு தெரியுமா மாப்புள்ள...?”

“தெரிலீங்களே... ஏதோ போலீசு இன்ஸ்பெக்டரா இருந்திருப்பாரு போலிருக்கு...”

“சாதாரண போலீசு இன்ஸ்பெக்டரு கெடையாது மாப்பிள்ள... ஒரு காலத்துல நம்ம தாராபுரத்தையே நடுநடுங்க வெச்ச சர்க்கில் இன்ஸ்பெக்டரு... எனக்கே இன்னிக்குதா தெரியுது இது அவரு ஊடுன்னு...”

“பேருங்க...?”

“ரவீந்தரு... அந்தக் காலத்துல அவரு பேரைக் கேட்டாவே போதும்... டவுசரோட மல்லுமண்டு போடுவானுக...”

அகில் அதிர்ச்சியடையவில்லை. பிரபஞ்சம் இன்னொரு உத்தரவு கொடுத்துவிட்டதாக நினைத்தான். தானாவதிக்காரர் அந்த புகைப்படங்களையே பிரமிப்பாய் பார்த்துக் கொண்டேயிருந்தார். ஈஸ்வரமூர்த்தி ஈரக்கையை வெள்ளைவேட்டியில் துடைத்தபடி வந்து எதிர் சோபாவில் அமர்ந்தார். அக்னிமூலை சமயற்கட்டுக்குள் இருந்து பசும்பால் பொங்கும் வாசனை வந்தது. தானாவதிக்காரர் அகிலைக் காட்டிப் பேசினார்.

“மாப்புள்ளைக்குதான் இனியாப் பொண்ணை மொதல்ல பேசி முடிச்சோமுங்க... நாந்தான் தானாவதிக்காரன்...”

“எனக்கும் தெரியும்...”

“இனியாப் பொண்ணுக்கும் மாப்புள்ளைய ரொம்ப புடிச்சிருந்துச்சு...”

“ஆமாம்… அப்புறம் இவரு அப்பாரு கெடைசேந்து இழுத்துட்டுக் கெடக்கறதால கலியாணமும் நின்னு போச்சுன்னு எங்களுக்கு சமுந்தி ஊட்டுல சொன்னாங்க… அதுவும் தெரியும்…”

“இப்பக்கூட இனியாப் பொண்ணு உங்க பய்யனைவிட மாப்புள்ளையைதான் விரும்புது…”

“விரும்பினாலும் எனக்கு கவலையில்ல… நானு இந்தக் கலியாணத்தை நிறுத்தப் போறதில்ல…”

அந்த சமயத்தில் கழுத்து நிறைய தங்கநகை அணிந்த நடுத்தர வயதுப் பெண்மணி மூவருக்கும் பசும்பால் மணத்தோடு தேநீர் கொண்டுவந்து கொடுத்தாள். ஈஸ்வரமூர்த்தி தேநீர் டம்ளருடன் எழுந்தார்.

“ஆனைய வெரட்ட வனத்துறைக்காரங்க வந்துட்டாங்க… நானு அவசரமா பாக்குத்தோட்டத்துக்கு போகனும்…”

“எங்களுக்கு நல்ல பதில் சொல்லுவீங்கன்னு நெனைச்சேன்…”

தானாவதிக்காரரும் எழுந்தார். ஈஸ்வரமூர்த்தி சமயற்கட்டு நடையோரமாக நின்று மூவரும் பேசுவதைக் கேட்டுக் கொண்டிருந்த கழுத்து நிறைய தங்கநகை அணிந்த நடுத்தர வயதுப் பெண்மணியை கவனித்தார்.

“ரெண்டுபேரும் வாங்க எங்கோட…”

ஈஸ்வரமூர்த்தி வீட்டின் பின்கட்டுநடை திறந்து தென்னந்தோப்புக்குள் கூட்டிப் போனார். அகிலும் தானாவதிக்காரரும் எதுவும் புரியாமல் பின்னே நடந்தனர். தென்னைகளின் அடிமரத்தை ஒட்டி நிழல் படிந்த தரையெங்கும் சொட்டுநீர் பாசன குழாய்கள் இறைந்துக் கிடந்தன. காலில் கயிற்றுத் தலையலிட்ட இரு இளஞ்செம்மறிக் கிடாய்கள் மத்தங்காய்புற்கள் வளர்ந்த இடத்தில் மேய்ந்து கொண்டிருந்தன. ஈஸ்வரமூர்த்தி தென்னந்தோப்பின் மையத்துக்கு வந்தும் சற்று மெதுவாக நடந்தபடியே பேசத் தொடங்கினார்.

“எங்கப்பா செத்துப்போன இழவுசேதி வரும்போது எனக்கு பத்து வயசு… அப்ப அவிநாசி ஆரம்ப பள்ளிக்கூடத்துல அஞ்சாம் வகுப்பு படிச்சுக்கிட்டு இருந்தேன்… வெளையாட்டு பய்யன்… வெளியுலகமே தெரியாது… என்னை வளர்த்தினது எல்லாம் எங்கம்மாதான்… எங்கப்பா மாசத்துக்கு ஒருக்காத்தான் ஊட்டுக்கே வருவாரு… வந்தன்னிக்கும் எங்கம்மாளோட ஒரே சண்டையா இருக்கும்… எங்கப்பாகிட்ட எங்கம்மா இப்படி தகாத வழியில சொத்து சேர்க்காதேன்னு கெஞ்சுவாங்க… எங்கப்பா கேக்கவேயில்ல… எங்கம்மாவும் எங்கப்பாவ திருத்த முடியாம உட்டுட்டா…

அப்புறம் எங்கப்பா செத்துப்போனது உறுதியானதும் ஒருநாளு ராத்திரி நடுச்சாமத்துல எங்கப்பாவோடவே வலதுகையாட்ட இருந்த காண்ஸ்டபிள் செல்வா எங்க ஊட்டுக்கு வந்தான்... அந்நாளு வந்ததையும் எங்கம்மாகிட்ட தப்பா நடக்க பாத்தான்... எங்கம்மா அருகாமனைய தூக்கிட்டா... அப்புறம் போயிட்டான்... மக்யாநாளு வந்து எங்கள அடிச்சு ஊட்டவுட்டு தொறத்திட்டான்... அப்பத்தான் எங்கம்மாவுக்கு தெரிஞ்சுது அந்த ஊடு அவம்பேருக்கு எழுதியிருக்குன்னு... எனக்கும் எங்கம்மாவுக்கும் எங்க போறதுன்னு தெரியல... நாங்க அனாதையா அவினாசி நடுத்தெருவுல நிக்கறோம்... எங்கப்பா ஏமாத்தி சம்பாதிச்ச சொத்து எதுவும் நமக்கு வேண்டாமுடான்னு எங்கம்மா புடிவாதமா சொல்லிட்டா... அப்பத்தான் எனக்கு ஒரு குருட்டுத்தனமான நம்பிக்கை வந்துச்சு... எங்கம்மாவ கூட்டிக்கிட்டு எங்கப்பா வேலபாத்த தாராபுரம் போலீசு ஸ்டேசன் போனேன்... அங்க போலீசுக்காரங்க ஆரும் எங்களுக்கு ஒதவி செய்யல... அப்ப அங்க எங்கப்பாவோட ஆத்து தண்ணீல அடிச்சுட்டு போன வீரான்கிற சாமக்கோடாங்கிப் பயலை காணாமுன்னு புகாரு குடுக்க கிளீனருன்னு ஒருத்தரு வந்தாரு... அவருதான் எங்களோட நெலைமைய பாத்துட்டு முத்துச்சாமி வாத்தியாருன்னு ஒரு புண்ணியவான்கிட்ட கூட்டிக்கிட்டு போனாரு... அந்த முத்துச்சாமி வாத்தியாருதான் என்னை சிலுவை பாதிரியாரு மடத்துல டேனியல் பாதிரியாருகிட்ட ஒப்படைச்சு படிக்க வெச்சாரு... அதுக்கப்புறம் நானு நல்லா படிச்சு சிவில் என்சீனியர் ஆனேன்... வேலைக்கு போகல... கவுர்மெண்டு ரோடு காண்ட்ராக்ட் எடுத்து செஞ்சேன்... கோடிகோடியா சம்பாதிச்சேன்... நல்ல வசதியான எடத்துல கலியாணமும் ஆகி பய்யனும் பொறந்துட்டான்... ஆனா குடும்பத்துல துளியும் நிம்மதியில்ல... தொட்டதெல்லாம் பிரச்சனையிலேயே முடிஞ்சுது... கோயிலு கொளமுன்னு அலைஞ்சேன்... எத்தனையோ பரிகாரம்... எத்தனையோ பிராயச்சித்தம்... எதுவுமே நல்லது நடக்கல... அப்புறம் பில்லி சூனியம் ஏவலா இருக்குமோன்னு தோஷமெல்லாம் கழிச்சுப் பார்த்தேன்... அதுக்கும் எம் பிரச்சனை கட்டுப்படல... அத்தனையும் வெளியில சொல்ல முடியாத பிரச்சனை... இப்பக்கூட அத உங்ககிட்ட சொல்லமுடியாது நானு... ஒருநெலையில விட்டத்துல நாண்டுக்கிட்டு செத்துப் போயிறலாமுன்னுகூட இருந்துச்சு..."

ஈஸ்வரமூர்த்தி மௌனமானார். நெருக்கமாக இருந்த தென்னைமரங்களை கடந்து செவ்வாழை தோட்டத்துக்குள் நுழைந்து உயரவரப்பேறி நடந்தார். அகிலும் தானாவதிக்காரரும் எதுவும் பேசாமல் பின்தொடர்ந்து நடந்தனர். ஈஸ்வரமூர்த்தி மலைக்கரட்டோரம் பாக்குத்தோட்டத்தை கவனித்தபடியே மறுபடியும் பேச ஆரம்பித்தார்.

“எங்க குடும்பத்த புடிச்சு ஆட்டிப்படைக்கற பிரச்சனை தீரல... இனி எங்க பிரச்சனை தீராதுன்னு தெரிஞ்சுபோச்சு... எம் பைய்யனுக்கு ஒரு கலியாணத்தையாவது செஞ்சு வெச்சுட்டா போதும்கிறளவுக்கு வந்துட்டேன்... ஏனோ எம் பைய்யனுக்கு பொண்ணே அமைய மாட்டேன்கிறது... இத்தனைக்கும் ஜாதகத்துல கொறையில்ல... சொத்து செல்வாக்குல கொறையில்ல... பய்யன் நல்லாப்படிச்சு பெங்களூருல கம்யூட்டர் கம்பனியில நல்ல வேலையிலும் இருக்கான்... எனக்கு ஒன்னுமே புரியல... அப்பத்தான் ஒருநாளு நானு தனியா இருக்கறப்ப எங்கம்மா எங்கிட்ட ஒருவிசயத்த சொல்லறா... அது என்னன்னா... எங்கப்பா ஆத்துத் தண்ணீ அடிச்சுட்டுப்போயி சாகல... உங்கப்பா செஞ்ச துரோகத்த தாங்கிக்க முடியாம ஒருத்தங்க கொன்னுட்டாங்கன்னு... எனக்கு ரொம்ப அதிர்ச்சியா இருந்துச்சு... ஆரு கொன்னதுன்னு கேட்டேன்... அதுக்கு எங்கம்மா அந்த ரகசியம் அந்த சாமக்கோடாங்கிப் பயலுக்குதான் தெரியுமுன்னா... சாமக்கோடாங்கிப் பயலும் சேர்ந்துதானே செத்துப் போனான்னேன்... இல்லடா... அந்த சாமக்கோடாங்கிப் பயல் உசிரோடதான் இருக்கான்... அவனைக் கண்டுபுடி உண்மை தெரியுமுன்னா... இனி உண்மை தெரிஞ்சு என்ன புரையோசனமுன்னேன்... அப்படீன்னா ஒன்னு செய்யி... உங்கப்பன் துரோகம் செஞ்ச அத்தனை பேரையும் கண்டுபுடிச்சு ஏதாச்சும் நல்லது செஞ்சு பிராயசித்தம் தேடு... இனிமேலாவது நம்ம குடும்பம் நல்லாயிருக்குமுன்னா... அதுக்கப்புறம் நானு ரகசியமா அந்த சாமக்கோடாங்கிப்பயலை தேட ஆரம்பிச்சேன்... அவனைப் பத்தின எல்லா விசயமும் எனக்கு தெரிய வந்துச்சு... நானும் அவனை தேடாத எடமில்ல... இன்னிக்குவெரைக்கு தேடிக்கிட்டே இருக்கறேன்... கண்டுபுடிக்கவே முடியல... ஆனா ஒன்னு மட்டும் தெரியுது... அவன் கடேசியா தாராபுரத்து சிலுவை பாதிரியாரு மடத்து டேனியல் பாதிராரைத்தான் பாத்திருக்கான்... அப்புறம்தான் அவன் என்ன ஆனான்னு தெரியல... அந்த பாதிரியாருகிட்ட கேட்டா அவனப்பத்தி எதுவும் வாய் தெறக்க மாட்டீங்கறாரு... அவருகிட்டதான் எல்லா ரகசியமும் இருக்கு... எனக்கு ஒரே ஒரு ஆச இருக்கு எங்கப்பாவ கொன்னது ஆருன்னு மட்டும் தெரியனும்... கண்டுபுடிச்சாலும் அவங்க மேல போலீசு நடவடிக்கையெல்லாம் எடுக்க மாட்டேன்... ஏன்னா எங்கப்பா அவுங்களுக்கு பெரிய்ய துரோகம் செஞ்சிருப்பாரு... இல்லீன்னா கொல்லறளவுக்கு போகமாட்டாங்கல்ல... அந்த துரோகத்துக்கு பரிகாரமா ஏதாச்சும் செஞ்சு சிறுபுண்ணியத்தையாவது தேடனும்... அவ்வளவுதான்...”

காலில் கயிற்றுத் தலையலிட்ட இரு இளம்செம்மறிக்கிடாய்களும் செவ்வாழைத் தோட்டத்துக்குள் கத்திக்கொண்டு ஓடி வந்தன. ஈஸ்வரமூர்த்தி பேச்சை நிறுத்தினார். செம்மறிக்கிடாய்கள் கிட்டத்தில் வந்ததும் இரண்டின் முதுகிலும் நீவிக் கொடுத்தார். பின் அகிலும் தானாவதிக்காரரும் நிற்கும் திசைப்பக்கம் திரும்பிப் பேசத் துவங்கினார்.

"எனக்கு சாமக்கோடாங்கிப்பயல் வீரானும் எங்கப்பாவக் கொன்னவங்க மட்டுந்தான் சிக்கலையே தவிர... எங்கப்பா துரோகம் செஞ்ச மத்தவங்கல்ல முக்கால்வாசிப்பேரைக் கண்டுபுடிச்சேன்... சிலரு செத்துப் போயிருந்தாங்க... அவங்க குடும்பங்களையெல்லாம் கண்டுபுடிச்சேன்... அவங்க எல்லாருத்துக்கும் என்னால முடிஞ்ச ஒதவிய செஞ்சு குடுத்தேன்... அப்படி செஞ்சுக்கிட்டு இருக்கற சமயத்துலதான் எம்பய்யனுக்கு கலியாணமும் உறுதியாச்சு... எங்கம்மா சொன்னதோட சூச்சுமம் இப்ப எனக்கு புரிஞ்சுது... இதெல்லாம் நானு எதுக்கு உங்க ரெண்டுபேருத்துகிட்ட சொல்லறேன்னு உங்களுக்கு புரிஞ்சுதாங்க...?

ஈஸ்வரமூர்த்தி அகிலையும் தானாவதிக்காரரையும் உற்றுப் பார்த்தார். அகிலுக்கும் தானாவதிக்காரருக்கும் என்ன பதில் சொல்வதென தெரியவில்லை. ஈஸ்வரமூர்த்தி நெருங்கி வந்து நின்றார்.

"எங்கப்பா பொல்லாத மனுசன்... நெறைய பேருக்கு துரோகம் செஞ்சு செஞ்சு தீராத பாபமும் சாபமும் சேர்த்தாரு... அவருக்கு விட்ட சாபமெல்லாம் எங்கள இன்னும் தொரத்துது... எங்கப்பா கடேசியா சாமக்கோடாங்கி நெலத்த எழுதி வாங்க போயிருக்கறாரு... சாமகோடாங்கியே ஜக்கம்மா சாமி வரம் பெற்றவன்... சத்தியவாக்கு கொண்டவன்... அவன் சாபம் உடும்போது எப்பவும் அய்யோன்னு போயிருவான்னுதான் சாபம் உடுவானாம்... அவன் நெலத்தப் போயி அபகரிக்க நெனைக்கலாமாங்க... சாமக்கோடாங்கி சாபம் சும்மா உடுமாங்க... எங்க குடும்பமே நாசமாப் போச்சு... இன்னும் நாசமாப் போயிக்கிட்டு இருக்கு... கொஞ்சநாளைக்கு முன்னாலகூட எங்களோட எட்டு செங்கல் சூளைகளையும் எவனோ பிடிசன் எழுதிப்போட்டான்னு மூடவேண்டியதா போச்சுங்க... எட்டுக்கோடி ரூவா மொடங்கிக் கெடக்கு... அதிலிருந்து இன்னும் தலதூக்கல... இந்த ஊருக்குள்ள எத்தனையோ பாக்குத்தோட்டம் இருக்கு... ஆனா அந்த ஆனைக எந்தோட்டத்த குறிவெச்சே வருது... இது மூனாவது மொற... இதெல்லாம் எங்கப்பா வாங்கின சாபமுன்னு எனக்கு தெரியுது... இத்தன கெடுதலுக்கும் மத்தியில எங்களுக்கு ஒரு நல்லது நடந்திருக்குதுன்னா... அது எம் பய்யனுக்கு ஒரு நல்ல குடும்பத்துல இருந்து பொண்ணு கெடச்சதுதான்... இந்த கலியாண

சம்பந்தம் வந்த நாளில்ல இருந்து நாங்க கொஞ்சம் சிரிக்கறோம்... நீங்க அதையும் கெடுத்துட்டு போயிறாதீங்க..."

ஈஸ்வரமூர்த்தி யாரும் எதிர்பாராத கணத்தில் அகிலின் காலில் விழுந்தார். பாதங்களைப் பற்றிக் கொண்டார். அழுத் தொடங்கினார். அகில் பாதங்களை உதறி தள்ளிப்போய் நின்றான். தானாவதிக்காரர் ஈஸ்வரமூர்த்தியை நிமிர்த்தி நிற்க வைத்து சமாதானப்படுத்தினார். ஈஸ்வரமூர்த்தி அழுகையை நிறுத்தவில்லை. இளமதியப்பொழுதின் ஒளி செவ்வாழைமடலினூடே புகுந்து நிலத்தின் மீது சிதறி விழுந்தது. தெற்கே மலைக்கரட்டோரம் பாக்குத்தோட்டத்துக்குள் இருந்து வனக்காவலர்களின் துப்பாக்கி வெடியோசை எழுந்தது. ஈஸ்வரமூர்த்தி புறப்பட ஆயத்தமானார். தானாவதிக்காரர் கேட்டார்.

"இத்தன பேருத்துக்கு பிராயச்சித்தமா ஒதவீருக்கீங்க... உங்கள படிக்க வெச்ச முத்துச்சாமி வாத்தியாருக்கு மட்டும் எதுவுமே செய்யலையே...?"

"ரெண்டு மூனு வருசத்துக்கு முன்னால அவரையும் போய் பாத்தேனுங்க..."

தானாவதிக்காரரும் அகிலும் ஒருவரை ஒருவர் பார்த்துக் கொண்டனர். ஈஸ்வரமூர்த்தி தெற்கே திரும்பி பாக்குத்தோட்டத்தை நோட்டமிட்டபடியே பேசினார்.

"அவருதான் எனக்கு இப்ப எதுவும் வேண்டாமுங்க... எப்பவாச்சும் என்னை தேடி வீரான்னு ஒரு சாமக்கோடாங்கி வருவான்... அவனுக்கு குடுக்கறதுக்கு நானு நெலம் வெச்சிருக்கேன்... அந்த நெலத்துல நாங்க பள்ளிக்கூடம் கட்டப் போறோம்... நீங்க முடிஞ்சா பள்ளிக்கூடம் கட்ட ஒதவுங்கன்னாரு... நானும் திரும்பி வந்துட்டேன்... அப்பிடி அவரு பள்ளிக்கூடம் கட்டினா நானு நிச்சயமா அவருக்கு ஒதவுவேன்..."

ஈஸ்வரமூர்த்தி அதற்கு மேல் அங்கு நிற்கவில்லை. கையெடுத்துக் கும்பிட்டுவிட்டு செவ்வாழை தோட்டத்து வரப்பில் தென்திசை நோக்கி நடந்தார். வனத்துறையினர் யானைக் கூட்டத்தை விரட்ட தீவிர முயற்சியில் இறங்கி இருப்பதை அறிய முடிந்தது. அகிலும் தானாவதிக்காரரும் திரும்பி வந்தவழியே நடந்து காரை அடைந்தனர். காரில் கிளம்பி துடியலூர் கடந்து வரும்போது தானாவதிக்காரர் கேட்டார்.

"ஏம் மாப்பிள்ளே... நாம ஒன்ன மறந்துட்டோம்... நீங்கதான் முத்துச்சாமி வாத்தியார் பேரன்னு சொல்லியிருக்கனும்..."

"சொன்னாலும் அந்தாளு விட்டுக் குடுக்க மாட்டாருங்க மாமா... நானு இன்னையோட இனியாவை மறந்துட முடிவு செஞ்சுட்டேன்... நீங்களும் மேக்கொண்டு முயற்சி செய்ய வேண்டாமுங்க... வேற பொண்ணு இருந்தா பாருங்க..."

தானாவதிக்காரர் மௌனமானார். எதையோ ஆழ்ந்து யோசித்தபடியே வந்தார். கார் கோவைக் கடைவீதியினூடே சூலூர் செல்லும் தார்ச்சாலையில் மிகமெதுவாக முன்னேறியது. அகில் காரின் முன்புறக் கண்ணாடிக்கு அப்பால் நகர நெரிசலையும் வாகன இரைச்சலையும் பொருட்படுத்தாமல் அலகண்ணாங்குருவிக் கூட்டம் ஒன்று தார்சாலையைப் பறந்து கடந்து மறைவதைக் கண்டான்.

○○○

# 47

வீரான் மனவுறுதியுடன் சிற்றுடுக்கை அடித்தபடியே அசையாமல் நின்றார். சட்டென அலைபாயும் மனம் அடங்கியது. விழிப்பு நிலை வியாபித்தது. புறவுலகு வெறுமையானது. முதலில் எதிரே இருந்த சித்திரத்தேர் மட்டுமே கண்ணுக்கு தெரியாமல் மறைந்தது. பின்பு ஊர்ச்சனங்கள் மறைந்து போயினர். நெடுவீதியும் வீடுகளும் இருளுக்குள் மூழ்கி பார்வைக்கு வெற்றிடமே எஞ்சியிருந்தது. பொருட்களின் புறத்தோற்றங்கள் சாரமிழந்தன. எங்கும் சப்தங்கள் ஒடுங்கின. நிசப்தங்கள் சாசுவதமாயின. வீரான் அனல் வளையங்களின் சூட்சுமத்தை உணரும் தருணம் நெருங்கி வருவதை அறிந்து கொண்டார். எக்கணத்திலும் அனல் வளையங்கள் தென்படும் சாத்தியம் சூழ்வதை உள்ளுணர்வு உணர்த்தியது. அழிவற்ற ஜக்கம்மா தேவி மனமிறங்கி வரக் காத்திருந்தார். இது மாபெரும் தவம். எவர் கலைக்கவும் அனுமதிக்கப் போவதில்லை. திடமுடன் ஜக்கம்மா தேவியை பிரார்த்தித்தார்.

"ஜக்கம்மா தேவியே இனியும் தாமதிக்காதே... அனல் வளையங்களை தோற்றுவி..."

அந்த சமயத்தில் சன்னதம் வந்த சாமியாடிகளில் ஒருவர் அகிலின் அப்பாவிடம் ஓடினார்.

"அவனுக்கு பித்து முத்திப் போச்சு... அவன் சித்திரத்தேர நகர்த்த உடமாட்டானுங்க... நீங்க உடனே போலீசுக்கு தகவல் குடுங்க... போலீசு வந்து அவன ரெண்டு சாத்து சாத்தி அக்கிட்ட இழுத்துட்டு போனாத்தான் நாம வெடியறதுக்குள்ள தேர்வலத்த பூர்த்தி செய்ய முடியுமுங்க... இல்லீனா அம்மன் கோவத்துக்கு ஆளாகிருவோமுங்க..."

அகிலின் அப்பா எதுவும் பேசாமல் சித்திரத்தேரையும் வீரானையும் பார்த்தபடியே இருந்தார். பதட்டமடைந்த ஊர்ச்சனங்களும் கிட்டத்தில் வந்து சூழ்ந்து நின்றனர். வீரானின் சிற்றுடுக்கையொலி ஓங்கி முழங்கிற்று. அசைவற்ற சித்திரத்தேர் நிலைக்கு வந்துவிட்ட தோரணையில் நின்று கிடந்தது. சுலோசனா சித்திரத்தேரின் வலப்புற இருளில் ஒளிந்து நின்று வீரானையே உற்றுப் பார்த்துக் கொண்டிருந்தாள்.

○○○

வீரான் அகஸ்தீஸ்வரர் கோவில் படிக்கட்டில் அமர்ந்து இருளில் நகரும் அமராவதியின் வெள்ளப் பிரவாகத்தைப் பார்த்தபடியே இருந்தான். இந்த சிறியகால வாழ்வில் வெள்ளப் பிரவாகம் எத்தனையோ நினைவுகளைக் கிளர்த்தெழச் செய்து கொண்டேயிருந்தது. சில தினங்களுக்குமுன் இதே வெள்ளப் பிரவாகம்தான் இன்ஸ்பெக்டர் ரவீந்தரை இழுத்துப் போய்க் கொன்றது. தன்னையும் இழுத்துப் போகக் காத்திருந்தது. பானுமதியின் பெருமுயற்சியில் உயிர் தப்ப முடிந்தது. தன்னை போக்கிடமற்றவனாக அலையவைத்து மறுபடியும் இந்த வெள்ளப் பிரவாகம் தன் கிட்டத்தில் அழைத்து வந்துவிட்டது. பரந்த உலகத்தில் இனி எங்கும் செல்ல முடியாத இக்கட்டான சூழ்நிலையை ஞாபகமூட்டி தன்னிடம் கவர்ந்து ஈர்க்கத் துவங்கிவிட்டது. தற்போது வெள்ளப் பிரவாகமே கதி. வீரான் துணிந்து எழுந்தான். வெள்ளப் பிரவாகத்தை நோக்கி படிக்கட்டில் மெதுவாகக் கீழிறங்கினான். சமீப தினங்களாக தார்சாலையின் பகல்சூட்டில் நடந்து நடந்து பிய்ந்த பாதங்கால்களின் மேல்தோல்கள் எரிந்தன. முழங்கால்கள் படுவலியெடுத்தன. பதினெட்டாம்படி மூழ்கி ஓடிய வெள்ளப் பிரவாகத்திடம் துளியும் ஆர்ப்பாட்டமில்லை. நீர்ச்சுழலின் ஓசையில்லை. வெள்ளப் பிரவாகம் ஏற்றமான வழித்தடத்தில் ஏறுவதுபோல் தேங்கி நிதானமாக ஓடியது. கண்ணுக்குப் புலனாகாத ஆழத்தில் நீர்மடுவுகளை உருவாக்கி நகர்ந்தது.

வீரானுக்கு பாதங்கள் நீர்ப்படிக்கட்டில் பட்டதும் உடல் சிலிர்த்தது. வெள்ளப் பிரவாகத்தின் இழுப்புக்கு ஒத்துழைப்பது என திடம் கொண்டது. மனதுக்குள் வியாபித்த அச்சங்கள் முற்றிலும் மறைந்துவிட்டன. கீழிறங்கி இன்னொரு நீர்ப்படிக்கட்டில் கால்களை வைத்தான். வெள்ளப் பிரவாகம் கணுக்கால் மேவி சிற்றலையடித்துக் கடந்தது. வீரான் இருளுக்குள் நாலாத்திசைகளையும் பார்வையால் உற்றுப் பார்த்தான். அருகில் மனித உருவம் எதுவும் தென்படவில்லை. கருநிற தாழைக்கொக்கு மட்டும் குரலிட்டபடி வெள்ளப் பிரவாகத்தின் மேலே பறந்து மறைந்தது. அன்னாந்து ஆகாயத்தை நோக்கினான். முகில்களற்ற ஆகாயத்தில் சுடர்ந்த தொலைதூர விண்மீன்கள் இடம் மாறியிருந்தன. வீரான் மீண்டும் வெள்ளப் பிரவாகத்தைப் பார்த்தான். வெள்ளப் பிரவாகம் உறைந்து கிடப்பதான கானல்தோற்றம் காட்டிக் கடந்தது. வீரான் அடுத்தடுத்த நீர்ப்படிக்கட்டுகளின் ஆழத்தில் உள்ளிறங்கினான். கழுத்துக்கு மேலே வெள்ளப் பிரவாகம் தளும்பிற்று. சடுதியில் விசையுடன் இழுக்கத் தொடங்கிற்று. பச்சைப்பாசம் படிந்த படிக்கட்டில் ஊன்றிய பாதங்கள் பிடிமானமில்லாமல் வழுக்கத் துவங்கிற்று. உடம்பின் ஸ்திரம் நழுவிற்று. மெல்ல பாதங்கள் படிக்கட்டுக்கு மேலே நீருக்குள் உயர்ந்தன. உடம்பு இலகுவாகி மிதந்தது. வெள்ளப் பிரவாகம் இழுத்துக்கொண்டு புறப்பட்டது.

வெள்ளப் பிரவாகம் ஆசைப்பட்டதை அடைய ஒத்துழைப்புக் கொடுத்தான். மனமும் முழு அமைதியடைய முயன்றது.

திடீரென மிதந்து சென்ற உடல் நின்றுவிட்டது. இடது பாதங்காலை வலுவான கைவிரல்கள் அழுத்தமாகப் பற்றியிருந்தன. உடல் நகராமல் வெள்ளப் பிரவாகத்தின் மேல் மிதந்தலைந்தது. தொடர்ந்து மூர்க்கமாக இழுத்துப் பார்த்த வெள்ளப் பிரவாகம் தோற்று நகர்ந்தது. வலுவான கைவிரல்கள் உடலை இழுத்து நீர்படாத படிக்கட்டில் உட்கார வைத்தது. கன்னத்தில் ஓங்கி அறைந்தது.

"கொல்லையில போன கட்டீத்தின்னீ... அறிவிருக்காடா உனக்கு... என்ன நடந்துருச்சுன்னு இப்பிடி செய்யறே...?"

கோபாவேசமான குரலை ஈரப்படிக்கட்டுகள் சப்தமாக எதிரொலித்தன. வீரான் நிமிர்ந்து எதிரே நின்ற ஆளை நோக்கினான். ஈரவேட்டியில் நீர்சொட்ட நின்ற ஆளுக்கு முன்வழுக்கை. சிறுகருந்தாடி. ஒல்லியாக உயரம் குறைந்த உடம்பு. மங்கல் இருளில் வயதை அனுமானிக்க முடியாத தபசித்தோற்றம். அந்த ஆள் கோபம் தணிந்து பேசினார்.

"எந்திரி கோயில் நடைவாசற்படிகிட்ட போலாம்..."

கைவிரல்கள் வீரானின் இடதுதோளைப் அழுத்தப் பற்றி வழிநடத்தின. கோவில் வெளிநடைக்கதவு முன்பு வாசற்படியில் படுந்திருந்த வெள்ளாடுகள் எழுந்து ஆற்றுப்படிக்கட்டை நோக்கி நடந்தன. கொண்டல் விசையில் வெள்ளாட்டு மூத்திர வீச்சம் வீசிற்று. கைவிரல்கள் ஈரத்துண்டால் வெள்ளாட்டுப் புழுக்கைகளை கூட்டி சுத்தப்படுத்தின.

"உக்காருடா..."

வீரான் நடைவாசற்படியின் மீது உட்கார்ந்தான். அருகில் அந்த ஆள் உட்கார்ந்தார். கொண்டல் நடைக்கதவின் சிறுமணிகளை ஒலிக்க வைத்தது.

"ரெண்டு மூனு நாளாவே நானு உன்னை பாத்துக்கிட்டே இருந்தேன்டா... நீ ஆத்துப்படிக்கட்டே கதியின்னு கெடக்கும்போதே எனக்கு சின்ன சந்தேகம் வந்துருச்சு..."

வீரான் எவ்வித முகபாவனையுமின்றி அருகில் நகரும் வெள்ளப் பிரவாகத்தையே வெறித்தபடி இருந்தான். மீண்டும் அந்த ஆளின் குரலில் கோபம் கூடியது.

"சித்தநேரம் நானு கண்காணிக்காம உட்டுருந்தா என்னாகியிக்கும்... ரோசன செஞ்சு பாருடா... இன்னேரம் சவமா ஆத்துத் தண்ணீல

வெகுதூரத்துக்கு போயிருப்பே... நானு இருவது முப்பது வருசமா இந்தக் கோயில்லதான் எடுபுடி வேல செய்யற திருவேலைக்காரனா இருக்கேன்... எனக்கு இங்க வந்து ஆத்துத் தண்ணீயில உழுவரவங்களப் பத்தி நல்லாத் தெரியுமுடா..."

திருவேலைக்காரர் தன்னருகில் சுருட்டி வைத்திருந்த துணிக்கடைப்பையை விரித்தார். குங்குமக்கறை படிந்த வெள்ளைவேட்டியை எடுத்து நீட்டினார். வீரான் வெள்ளைவேட்டியை வாங்கவில்லை. சட்டென எழுந்து நின்றான். திருவேலைக்காரர் சுதாரிப்பதற்குள் வேகமாக ஆற்றுப் படிக்கட்டிகளில் கிழிறங்கி ஓடினான். பின்னால் திருவேலைக்காரரும் எழுந்து சப்தமிட்டுக்கொண்டு ஓடி வருவது தெரிந்தது. வீரான் எதைப் பற்றியும் யோசிக்கவில்லை. எம்பி வெள்ளப் பிரவாகத்துக்குள் குதித்தான். உடம்பு நீருக்குள் மூழ்கி மேலெழுந்தது. ஆசுவாசப் பெருமூச்சு விட்டபின் நிமிர்ந்து பார்த்தான். படிக்கட்டில் திருவேலைக்காரரைக் காணவில்லை. வீரான் நிம்மதியடைந்தான். உடம்பை வெள்ளப் பிரவாகம் எட்டத்திற்கு இழுத்துக்கொண்டு போனது. இனிப் பிழைப்பது அரிது. மீட்புக்கு வழியில்லை.

வீரான் கைகால்களை நீந்தும் தொனியில் அசைத்தான். வெள்ளப் பிரவாகம் உடம்பை உள்ளிழுக்காமல் மிதக்க வைத்து இழுத்துச் சென்றது. அரசம்பழுப்பிலையின் மிதப்புப் போலக் கற்பனை செய்துக் கொண்டான். உடம்பு வெள்ளப் பிரவாகத்தின் மையத்தை நோக்கி முன்னேறியது. இன்னும் வெள்ளப் பிரவாகத்தில் நீர்சுழற்சி தென்படவில்லை. அதற்குள் வீரானுக்கு கைகால்கள் களைப்படைந்தன. திடீரென வெள்ளப் பிரவாகம் வேகம் கொண்டது. உடம்பு தள்ளாடியது. மனதுக்குள் தவறான முடிவெடுத்ததாக அச்சம் பரவியது. வெள்ளப் பிரவாகத்தோடு மிதந்து செல்லும் உடம்பை நிலைநிறுத்திக் கொள்ள முடியவில்லை. வெள்ளப் பிரவாகம் உடம்பை உள்ளிழுக்கத் தொடங்கியது. உடம்பில் சூடு குறைந்து குளிர் விரவியது. நடுக்கமெடுத்து நீரருந்தும் நிலை ஏற்பட்டது. வீரானுக்கு மனவுணர்ச்சியின் சமநிலை குலைந்தது. உடம்பின் தன்முனைப்புப் போராட்டங்கள் தோல்வியடைந்தன. வெள்ளப் பிரவாகத்தில் நீரோசை ஓங்கி எழுந்தது. நீர்ச்சுழற்சியிடம் உடம்பு நெருங்கிச் செல்வதை உணர முடிந்தது. மனவிழிப்புணர்வு மங்கத் துவங்கியது. நீர்ச்சுழற்சியில் உடம்பு சிக்கிச் சுழன்றது. உடம்பை உள்ளிழுத்துப் போய் மேலே தூக்கியெறிந்தது. வீரான் அச்சத்தில் கண்களை மூடிக் கொண்டான். தன்னுணர்வு தப்பத் தொடங்கியது. மரணத்திடம் புகலடைவது நிகழ்ந்துவிட்டது.

கைவிரல்கள் தலைமயிற்றை நாம்பிப் பற்றின. உடம்பு வெள்ளப் பிரவாகத்தின் எதிர்த்திசைக்கு இழுபட்டு முன்னேறியது. திடீரென

திருவேலைக்காரர் வெள்ளப் பிரவாகத்துக்கு மேலே எம்பி முகம் காட்டினார். மறுகையால் விசையுடன் படிக்கட்டுகளை நோக்கி நீந்தினார். நீருக்குள் கால்கள் மிகுபலத்துடன் உதைத்துக் கடந்தன. வீரானுக்கு லேசான சுயநினைவு இருந்தது. கைகளும் கால்களும் குளிரில் நடுங்கின. உடம்பு விறைத்ததன்மைக்கு போய்விட்டது. வெள்ளப் பிரவாகத்தை வகிர்ந்துகொண்டு சென்றது. இறுதியில் வெள்ளப் பிரவாகம் தோற்றுவிட்டது. உடம்பை தூக்கி திருவேலைக்காரர் வறண்ட படிக்கட்டின் மீது கிடத்தினார். படிக்கட்டுகளில் படுத்திருந்த வெள்ளாடுகள் எழுந்து நகர்ந்தன. கருநிற தாழைக்கொக்கு கத்தியபடி தலைக்கு மேலே பறந்து மறைந்தது. ஈரம் சொட்டும் வேட்டியுடன் திருவேலைக்காரர் கிட்டத்தில் உட்கார்ந்தார். கைவிரல்களால் தலையைத் துவட்டியபடியே பேசினார்.

“இப்ப ஆத்துல ஆறேழு ஆளுந்தண்ணீ போகுது... உள்ளுழுந்தவன் பொழைக்கவே முடியாதுடா... இந்தாத்து தண்ணீயப் பத்தி எனக்கு நல்லா தெரியும்... தெக்குவடக்குல அம்பது மைலு சுத்து நீளத்துக்கு எவன் ஆத்துல உழுந்தாலும் நாந்தான் போயி முங்கித் தேடனும்... நாலஞ்சு நாளைக்கு முன்னாலகூட நம்மூரு போலிசு இன்சுபெக்டர ஆத்து தண்ணீ அடிச்சுக்கிட்டு போயிருச்சுன்னு தேடறதுக்கு என்னை வந்து கூட்டிட்டு போனாங்க... நம்ம தில்லாபுரியம்மன் கோயிலுகிட்டத்தான்... நானும் ஆத்துத் தண்ணீயில நட்டாத்து லெக்குக்கு நீந்திப் போயி... மதுக்கம்பாளையம் வெரைக்கும் பாதாளசூரியெல்லாம் போட்டு தேடிப் பாத்தேன்... ஒடம்பு சிக்கல... ஆத்துதண்ணீயில கூடச்சிக்கிட்ட சாமக்கோடாங்கிக்காரனையும் தேடச் சொன்னாங்க... அவனோட ஒடம்பும் சிக்கல... எதுக்கு இதெல்லாம் ஒனக்கு சொல்லறன்னா... அந்த போலீசு இன்சுபெக்டரு கெட்டவன்... ஆத்துத் தண்ணீயில போயிட்டுப் போறான்... ஆனா அந்த சாமக்கோடாங்கிக்காரன் இருக்கறானே அவன் அப்புராணிப்பய்யன்னு சொல்லறாங்க...அவன் வாழனுமுன்னு இந்த ஆத்துத் தண்ணீயில உசுருக்கு எப்பிடியெல்லாம் போராடியிருப்பான்... நல்லவன்னு ஆத்துத் தண்ணீ உட்டுச்சா... அவனையும் உடல... இந்த ஆத்துத் தண்ணீக்கு நல்லவன் கெட்டவனெல்லாம் எதுவும் கெடையாது...உழுந்தவன இழுத்துக்கிட்டு போயி சாகடுச்சிரும்... இந்த ஆத்துத் தண்னீ அந்த சாமக்கோடாங்கிக்காரனுக்கு குடுக்காத சந்தர்ப்பத்த ஒனக்கு குடுத்துருக்கு... உனி நீ சாக நெனைக்காதே...”

இருவரும் எழுந்து நடைவாசற்படி வந்து சேர்ந்தனர். வீரான் உடுத்தியிருந்த ஈர உடையை கழற்றித் தூர எறிந்தான். மொட்டைத்தலையை உதறினான். குங்குமக்கரை படிந்த வெள்ளைவேட்டியை எடுத்து

உடுத்திக் கொண்டான். திருவேலைக்காரரும் உடை மாற்றிக் கொண்டார். நடைவாசற்படியில் கால்நீட்டிப் படுத்தபடியே பேசினார்.

“இன்னும் ரெண்டாம் சாமம்கூட ஆகல... நிம்மதியா படுத்து தூங்கு... வெடியால பொழைக்கற வழியெ பாத்து நீ போலாம்... நானு தூங்கிட்டப்புறம் நீ மறுக்காவும் ஆத்து தண்ணீல குதிச்சிறலாமுன்னு நெனச்சுறாதே... இப்ப மாதிரி நீ ஆத்துப்பாலம் தாண்டறதுக்குள்ள ஒன்னை கண்டுபுடிச்சு கரைக்கு இழுத்துட்டு வந்துருவேன்... உனக்கு ஒன்னு தெரியுதுடா... நீ வாழனுமுன்னு விதியிருக்கு... அதுதான் இந்த ஆத்துத் தண்ணீ ஒன்னை உசிரோட உட்டுருக்கு... இப்ப அந்த விதி ஒங்கையில இருக்கு...”

திருவேலைக்காரர் கண்களை மூடிக்கொண்டார். வீரான் உட்கார்ந்தபடியே உறக்கம் வராமல் யோசித்தான். அமராவதியின் வெள்ளப் பிரவாகம் மறுபடியும் காப்பாற்றிவிட்டது. மரணத்திடம் புகலடைவது கடும் வேதனையானது. இனி ஒருபோதும் துயர காலத்தில் மரணத்தை நோக்கி செல்லக் கூடாது என நினைத்தான். திருவேலைக்காரரை ஒட்டி குறுக்கிப் படுத்துக்கொண்டான். வெள்ளாடுகளும் படிக்கட்டுகளிலிருந்து மேலேறி வந்து கிட்டத்தில் படுக்கத் துவங்கின. ஆற்றின் வெள்ளப் பிரவாகத்து சலசலப்பு ஒலி மட்டுமே கேட்டது. திடீரென வேறு ஏதோ சரசரப்பு ஒலி கேட்டது. வீரான் எழுந்து உட்கார்ந்து இருளுக்குள் உற்றுப் பார்த்தான். கையெட்டும் தூரத்தில் கனசீவனான நாகபாம்பு தலையுயர்த்திப் பார்த்துக் கொண்டிருந்தது. வீரானுக்கு பயத்தில் சப்தநாடியும் ஒடுங்கிப் போனது. ஓசையெழுப்பாமல் திருவேலைக்காரர் கால்விரலைப் பிறாண்டி உறக்கத்திலிருந்து எழுப்பினான்.

“நா... நாகபூச்சி...”

திருவேலைக்காரர் தலை நிமிர்த்திப் பார்க்காமலேயே உடம்பின் மீது கிடந்த துண்டை எடுத்து உதறினார்.

“அக்கிட்ட போ... உனக்கு இப்ப இங்க என்ன வேல...”

நாகபாம்பு திரும்பி வடக்குத்திசைப் பார்த்து இருளுக்குள் நெளிந்தூர்ந்து மறைந்தது. திருவேலைக்காரர் சிரித்தபடி சொன்னார்.

“ஒருக்கா ஆத்துவெள்ளத்துல இந்த நாகன் மொதந்து வந்துச்சு... நாந்தான் குதிச்சு... அதனோட வாலப் புடுச்சு தூக்கி படிக்கட்டுல வீசினேன்... அன்னீல இருந்து அது எப்பவாச்சும் சாமத்துல என்னை வந்து பாத்துட்டு போகும்... எதுவும் செஞ்சறாது... நீ நிம்மதியாக படுத்து தூக்குடா...”

வீரானுக்கு திருவேலைக்காரர் பொய் சொல்வதாகப்பட்டது. நாகபாம்பு திரும்பி வந்து தீண்டிவிடும் என்கிற அச்சம் எழுந்தது. வடக்குத்திசை இருளையே உற்றுப் பார்த்தபடி படுத்திருந்தான். நேரம் செல்லச் செல்ல நாகபாம்பின் மீதான கவனம் சிதறியது. நாளைய வாழ்க்கைக்கு என்னவழி என்கிற எண்ணம் எழுந்தது. அதுவே சிந்தை முழுவதும் வியாபித்து வேதனையாக வாட்டியது. எங்கு போவது என்பதும் சூன்யவெளியாக விரிந்து பயமுறுத்தியது. வெகுநேரத்திற்கு பின்பே உறக்கம் கண்ணைச் சொருகியது.

மறுதினம் விழித்தெழுந்தபோது வெள்ளப் பிரவாகத்திற்கு அப்பால் பொழுது உதித்து மேலேறிக் கொண்டிருப்பது தெரிந்தது. திருவேலைக்காரர் எழுந்து போயிருந்தார். வெள்ளாடுகளும் எழுந்து போயிருந்தன. நடைவாசற்படி எங்கும் ஈரப்புழுக்கைகள் இறைந்து கிடந்தன. மூத்திர வீச்சமும் அதிகமாக அடித்தது. இது கோவிலின் திறவாத நடைக்கதவு. நடைக்கதவில் சீந்தில்கொடிகளும் சிறுகுறிஞ்சான்கொடிகளும் பின்னித் தொற்றியேறி மதில்வரை படர்ந்திருந்தன. மதிலில் பூப்பூத்த சிறுகுறிஞ்சான் கொடியோரமாக வீரான் நேற்றிரவு கழற்றியெறிந்த ஈரவுடைகளை திருவேலைக்காரர் துவைத்துக் காயப்போட்டிருந்தார். வடக்குத்திசையில் கருநிறத் தாழைக்கொக்கின் குரல் கேட்டது. வீரான் நடைவாசற்படியிறங்கி கரைமேட்டுத்தடத்தில் வடக்கே நடந்தான். இங்கும் வெள்ளாடுகளின் ஈரப்புழுக்கைகள் சிதறிக் கிடந்தன. நாணலோரம் குரலிட்ட கருநிறத் தாழைக்கொக்கு அமைதியாக உட்கார்ந்திருந்தது. வீரான் காலைக்கடனை முடித்துவிட்டு வந்தான். படிக்கட்டோரம் ஆற்றுத்தட்டான்கள் நிறையப் பறந்தன. வீரான் கீழிறங்கி வெள்ளப் பிரவாகத்தைப் பார்த்தபடியே குளித்தான். இப்போது வெள்ளப் பிரவாகத்திடம் தன்னை உள்ளிழுக்கும் ஈர்ப்பில்லை. இளங்காலைப் பொழுதின் நுண்ஒளி பிரகாசிக்க ஆர்ப்பாட்டமின்றி நகர்ந்து கொண்டிருந்தது. வீரானிடமும் முன்பான பதற்றம் இல்லை. மெதுவாகக் குளித்து படிக்கட்டேறினான். மதில் மேல் காய்ந்த உடைகளை எடுத்து உடுத்திக் கொண்டான்.

கோவிலின் தென்புறநடை திறந்திறந்தது. கோவிலுக்கு சனவரத்தே இல்லை. திருவேலைக்காரர் அக்னிமூலை மதிலோரம் கல்லடுப்பில் விறகு பற்றவைத்து பிரசாதத்திற்கு பித்தளைப்பானையில் வெண்பொங்கல் சமைத்துக் கொண்டிருந்தார். சிவன் சன்னதி முன்பு குருக்கள் கல்தரையில் அமர்ந்து முதுமைத் தம்பதிக்கு ஜாதகம் கணித்துப் பார்த்துக் கொண்டிருந்தார். வீரானுக்கு அகஸ்தீசுவரரிடமும் அகிலாண்டேஸ்வரியிடமும் என்ன வேண்டுவது எனத் தெரியவில்லை. வெறுமனே சன்னதிகளைச் சுற்றி வந்து வெளியேறினான். பழையபடி படுத்துறங்கிய நடைக்கதவு வாசற்படியில் வந்து உட்கார்ந்து

கொண்டான். வெள்ளப் பிரவாகத்தைப் பார்த்தவாறே இருந்தான். பருவ மழைக்காலம் முடிவுறும் தருணம் வரை இந்த வெள்ளப் பிரவாகத்தின் உயரம் தணியப் போவதில்லை. தன்னை மாதிரி வேறு சிலரும் குதிக்கப் போகிறார்கள் என்கிற தேவையில்லாத கற்பனைகூடத் தோன்றியது. குருக்கள் கோவில் நடைசாற்றிச் சென்றபின்புதான் திருவேலைக்காரர் இரு வாழையிலைப் பொட்டலங்களுடன் வந்தார். ஆளுக்கொரு வாழையிலைப் பொட்டலங்களை பிரித்து உண்ணத் துவங்கினர். வீரானின் கடும்பசிக்கு மிளகு ருசியுடன் கூடிய வெண்பொங்கல் போதுமானதாகவே இருந்தது. திடீரென திருவேலைக்காரர் ஆற்றாமையுடன் பேசினார்.

"அன்னிக்கு அந்த சாமக்கோடாங்கிக் காரனையும் நானு உன்ன காப்பாத்துன மாதிரி ஆராவது காப்பாத்தீருந்தா... இந்நேரம் அவனும் உன்னையாட்ட இப்பிடி உக்காந்து பொங்கல தின்னுக்கிட்டு இருப்பான்ல... நான் மட்டும் அன்னிக்கு அந்த எடத்துல இல்லாம போயிட்டேன்டா..."

வீரான் துணுக்குற்று திருவேலைக்காரரை நிமிர்ந்து பார்த்தான். திருவேலைக்காரர் வெண்பொங்கலை வாயில் மென்றபடியே பேசினார்.

"இந்த ரெண்டு மூனு நாளாவே எனக்கு அப்பப்ப தோனுமடா... அந்த சாமக்கோடாங்கி செத்துருக்கக் கூடாதுன்னு... அதிர்ஷ்டவசமா அவன் பொழச்சிருந்து... எப்பவாவது ஒரு நாளு என்னை தேடி வந்தா நல்லா இருக்குமுன்னு நெனைக்கறேன்டா..."

வீரான் வெண்பொங்கலை உண்பதிலேயே கவனமாக இருந்தான். தான்தான் அந்த சாமக்கோடாங்கிக்காரன் என்கிற நிஜத்தையும் சொல்லவில்லை. திருவேலைக்காரர் வெண்பொங்கல் உண்பதை நிறுத்திவிட்டு ஆற்றின் வெள்ளப் பிரவாகத்தை வெறித்தவாறு பேசினார்.

"எம்பொண்டாட்டிக்கும் கொழந்தைக்கும் இந்த ஆத்துத் தண்ணீதான்டா எமனா வந்துச்சு... அப்போ நானு கோட்டமேடு சந்தைப்பேட்டையில மாட்டுத் தரகன்... தட்டை முறின்னு ஏவாரத்துல சங்கேதபாஷை பேசிக்கிட்டு நல்ல வரும்படி சம்பாதிச்சுக்கிட்டு இருந்தேன்டா... அங்க செவ்வாக்கிழம சந்தையில வெத்தல ஏவாரம் செஞ்சவரோட புள்ளதா எம் பொண்டாட்டி... ரெண்டு பேருக்கும் சிநேகிதமாகி கலியாணமும் மூச்சுக்கிட்டோம்... தலைச்சானா ஆம்பளப்புள்ளையும் பொறக்குது... நல்லாப் போயிக்கிட்டு இருந்துச்சு எங்க பொழப்பு... நாந்தான் பாவி... எல்லாத்தையும் கெடுத்துப் போட்டேன்டா... பட்டச்சாராயத்துக்கு அடிமையாயிட்டேன்... கூலிக்காசையெல்லாம் குடிச்சே அழிச்சேன்... ஒவ்வொரு நாளும் அவ அழ ஆரம்பிச்சா...

நானு கண்டுக்கல்ல... அப்ப அய்பசி மாசம்... ஆத்துத் தண்ணீ நெறைஞ்சு போகுது... குதிக்கறவன எல்லாம் இழுத்துட்டுபோற கூறுகெட்ட ஆத்துத் தண்ணீ... அன்னிக்கு அவளையும் கொழந்தையும் இழுத்துட்டுப் போயிருச்சு... எல்லாம் ஒரு நொடியில முடிஞ்சு போச்சு... படிக்கட்டுல நின்ன எல்லாரும் வேடிக்கதாம் பாக்க முடிஞ்சிச்சு... ஒருத்தருக்கும் ஆத்துத் தண்ணீயில குதிச்சு காப்பத்தற தெகிரியம் வரல... அன்னிக்கு நானு முடிவு செஞ்சேன்... ஆத்துத் தண்ணீயில ஆரு உழுந்தாலும் குதிச்சுக் காப்பாத்தறதுன்னு... நெறையப் பேருத்த காப்பாத்திட்டேன்... என்னோட உசிரு இருக்கறவெரைக்கும் அதைதான் செய்வேன்... நானு காப்பாத்தின எல்லாரும் இப்ப நல்லா வாழறாங்கடா... நீயும் எங்காச்சும் பொறப்பட்டுப் போ... நல்லா வாழ்வே..."

வீரான் எழுந்து எச்சில் வாழையிலையை வீசிவிட்டு கைகழுவி வந்தான். கோவில் மதிலில் கல்லிச்சி முளைத்து வெடிப்பாகப் பிளந்திருந்த இடத்திற்குப் போனான். நேற்றிரவு வெள்ளப் பிரவாகத்தில் குதிப்பதற்கு முன் வைத்துவிட்டுச் சென்ற வெள்ளைத்துணிப் பொட்டலம் அதே இடத்தில் இருந்தது. குனிந்து எடுத்துக் கொண்டான். காசுகள் குலுங்கும் ஓசையுடன் நடைவாசற்படிக்கு வந்தான். திருவேலைக்காரரைப் பார்த்து நீட்டினான். திருவேலைக்காரர் ஓசையிட்டுச் சிரித்தார்.

"எனக்கு எதுக்கடா இந்த காசு... அஞ்சாறு வருசத்துக்கு முன்னால உன்ன மாதிரி ஆத்துத் தண்ணீயில அடிச்சுக்கிட்டு வந்த வெள்ளாட்டுப் பிரவக்குட்டி ஒன்னக் காப்பாத்தினேன்டா... அது இன்னிக்கு பெருகி எங்கிட்ட இப்ப இருவது வெள்ளாடுக இருக்கு... இங்க திரியற வெள்ளாடுக எல்லாம் என்றதுதான்டா... உனக்கு காசு வேணுமுன்னா சொல்லு நாந்தாறேன்..."

வீரான் வேறு எதுவும் பேசவில்லை. புறப்படும் கடைசி தருணத்தில் வெள்ளப் பிரவாகத்தை ஒருமுறை பார்த்துக் கொண்டான். கோவிலடியிலிருந்து நகர்ந்து கரைமேடு ஏறினான். நெற்புடைகள் முற்றிய வயல் வரப்புகளில் இறங்கி நடந்தான். வயல் தட்டான்கள் தாழப் பறந்தன. இளமதிய மழைவெயில் தகித்தது. அருள்ஜோதி ஆசிரமத்தின் எதிரே போய் தார்சாலையில் ஏறினான். அருள்ஜோதி ஆசிரமத்துக்குள் மதிய அன்னதான ஶூகாந்திரம் நடந்து கொண்டிருந்தது. பழநி செல்லும் கிருஷ்ணவேனி பேருந்து கடந்தது. சப்தமிட்டு நிறுத்தி ஏறியிருக்கலாம் என்றுகூட நினைத்தான். பழநி போனாலும் போக்கிடமில்லை. தாராபுரம் சந்தைப்பேட்டை வழியாக சென்றான். கீற்றுக் கசாப்புக்கடை தெரிந்தது. அன்றைய மழைநாளில் கட்டுச்சேவல் வாங்கிய கசாப்புக் கடைக்காரர் தோலுரித்துத் தொங்கும் ஆட்டுக்கறியுடன்

உட்கார்ந்திருந்தார். ராஜவாய்க்கால் கரைமேடேறி நடந்தபோது இனி இலக்கொன்றும் இல்லாத மௌனியாக நடந்தலைந்து திரியக்கூடாது என்று தீர்மானித்தான். கண்காணாத சீமைக்கு சென்று கஷ்டமில்லாமல் வாழ வழியிருக்கிறதாவென்று யோசித்தபடியே நடந்தான். தேவாலயம் பார்வையில் பட்டது. நெருக்கமான வீடுகள் கொண்ட வீதியில் நுழைந்து தேவாலயத்தை அடைந்தான். மொட்டைத்தலையை மழைவெயில் உக்கிரத்தன்மையுடன் சுட்டெரித்தது. வகுப்பறையிலிருந்து டேனியல் பாதிரியார் வரும்வரை மலையரளி மரநிழலில் உட்கார்ந்து கொண்டான். மனதுக்குள் அமைதியில்லை. எண்ணற்ற உணர்ச்சிகள் ஓடிக் கொண்டிருந்தன.

மாணவர்களின் மதிய உணவு இடைவேளையில் டேனியல் பாதிரியார் தேவாலயத்துக்கு வந்தார். வீரானைக் கண்டதும் ஆச்சரியப்பட்டார். எதிர்க் கட்டிடத்து மாடிப்படிகள் ஏறி வெளிச்சம் குறைந்த அறைக்குள் அழைத்துப் போனார். நாற்காலியில் உட்கார வைத்தபின்பும் எதுவும் பேசவில்லை. மேசையில் சலேசிய சபையை நிறுவிய புனித தொன் போஸ்கோ பற்றிய வாழ்வளித்த வள்ளல் என்கிற புத்தகம் இருந்தது. வீரான் எப்படி பேச்சை துவங்குவது எனத் தெரியாமல் குழப்பத்துடன் காத்திருந்தான். நீண்ட மௌனத்தைக் கலைத்து டேனியல் பாதிரியாரே பேசினார்.

"நீ சேவை செய்ய தயாராக இருக்கிறாயா ஆபரகாம்...?"

வீரான் ஆமோதிப்பாக தலையசைத்தான். டேனியல் பாதிரியார் புத்தகத்தின் முன்பக்கங்களில் இருந்த கருப்பு வெள்ளை ஓவியத்தில் இருந்தவரை காட்டி பேசினார்.

"அதற்கு நீ... எங்கள் புனித தொன் போஸ்கோ போல தூயவராக இருக்க வேண்டும் என்பதே இறைவனின் திருவுளம்..."

வீரானுக்கு டேனியல் பாதியாரின் பூடகமான பேச்சு புரியவில்லை. டேனியல் பாதிரியாரையே பார்த்தபடி இருந்தான்.

"நான் உனக்கு ஒரு வேலை வாங்கித் தருகிறேன்... அதுக்கு நீ வெகுதூரம் போக வேண்டும்... சம்மதமா...?"

அதற்கும் வீரான் ஆமோதிப்பாய் தலையசைத்தான். டேனியல் பாதிரியார் ஒரு வெள்ளைத்தாளை எடுத்து மேசையில் வைத்து எழுதியபடியே பேசினார்.

"தன் காலத்தை மனுசன் அறியான்... மச்சங்கள் கொடிய வலையில் அகப்படுவது போலவும்... குருவிகள் கண்ணியில் பிடிபடுவது

போலவும்... மனுபுத்திரர் பொல்லாத காலத்திலே சடுதியில் தங்களுக்கு நேரிடும் ஆபத்தில் அகப்படுவார்கள்..."

டேனியல் பாதிரியார் எழுதுவதை நிறுத்திவிட்டு வீரானை நிமிர்ந்து பார்த்தார்.

"புரியுதா...?"

வீரான் புரியவில்லை என தலையசைத்தான். டேனியல் பாதிரியார் மெலிதாகப் புன்னகைத்தார்.

"கர்த்தர் முன்னால் பாவபுண்ணியங்கள் உண்டு... இன்ஸ்பெக்டர் ரவீந்தர் நீரில் மாண்டு போனது அவர் செய்த பாவம்... நீ பிழைத்து வந்தது நீ செய்த புண்ணியம்... இனிமேல் நீ குற்றவுணர்வு கொள்ள வேண்டாம்..."

டேனியல் பாதிரியார் மீண்டும் வெள்ளைத்தாளில் எழுத ஆரம்பித்துவிட்டார். வீரான் உள்ளுக்குள் சிந்தனையற்று மௌனித்தே இருந்தான். வாழ்வளித்த வள்ளல் புத்தகத்தை எடுத்து புரட்டினான். மூன்றாவது அத்தியாயத்தில் ஒரு பத்தி கவர்ந்தது. வாசிக்க ஆரம்பித்தான்.

"தூரினிலிருந்து பன்னிரண்டு கல் தொலைவிலிருக்கும் கியேரிக்கு அப்பால் கஸ்தல் நூவா எனும் அழகிய மலை. அது கடைத்தெருக்கள் நிறைந்ததொன்றாகும். மலையினின்று வளைந்து நெளிந்து வரும் பாதைகள் அதன் எழிலை மேலும் சிறப்பிக்கின்றன. லம்பார்டிகள் படையெடுப்பால் பாழடைந்த சில அரண்களும் உண்டு... இத்தகு வரலாற்றுப் புகழ் பெற்ற இடம் இரு பெரும் சான்றோர்களைத் தோற்றுவித்தது. ஒருவர் ஜோசப் காப்பாசோ மற்றொருவர் ஜான் போஸ்கோ."

டேனியல் பாதிரியார் எழுதி முடித்த வெள்ளைத்தாளிட்ட கடிதத்தை நீட்டினார். வீரான் வாசித்துக் கொண்டிருந்த வாழ்வளித்த வள்ளல் புத்தகத்தை மூடி மேசையின் மீது வைத்தான். எழுந்து நின்று கடிதத்தை வாங்கிக் கொண்டான். டேனியல் பாதிரியாரும் எழுந்து நின்றார். வீரான் மண்டியிட்டு பணிவாக தலை குனிந்தான். டேனியல் பாதிரியார் இரு கைகளையும் நீட்டி தலைமீது ஆசீர்வதித்தார்.

"நீங்கள் கோபங்கொண்டாலும் பாவஞ் செய்யாதிருங்கள்... சூரியன் அஸ்தமிக்கிறதுக்கு முன்னாக உங்கள் எரிச்சல் தணியக் கடவது... எபேசியருக்கு இறைதூதர் மூலமாக கடவுள் சொன்ன இந்த வாக்குதான் நான் உனக்கு கடைசியாக சொல்வது... கர்த்தரே

உனக்கு நித்திய வெளிச்சமாயிருப்பார்... நல்லபடியாக போய் வா ஆபரகாம்..."

"எனக்கு ஒரு விண்ணப்பம் உண்டு பாதர்..."

"நிறைவேற்றுகிறேன் சொல்லு ஆபரகாம்...?"

"நான் எங்கிருக்கிறேன்கிறதை நீங்கள் ஒருத்தர்கிட்டேயும் சொல்லக் கூடாது..."

"என் மரணத்துக்கு பின்னாலும் உன் ரகசியம் காக்கப்படும்..."

வீரான் எழுந்து டேனியல் பாதிரியாரை பார்த்தான். டேனியல் பாதிரியார் புன்னகைத்தார்.

"உன்னைத்தான் நான் தத்து எடுக்கலாமுன்னு நெனைச்சிருந்தேன்... இப்ப அது சாத்தியமில்லை... அதனால நான் விக்டரை தத்து எடுக்க போறேன்..."

வீரான் பதிலேதும் பேசவில்லை. அறையை விட்டு வெளியேறினான். மாடிப்படியிறங்கி கீழே வந்தான். வகுப்பறை துவங்கியதிற்கு அடையாளமாக தண்டவாள மணி ஒலித்தது. வீரான் தேவாலயத்தின் பின்புறமதில் கதவு அருகே வந்து நின்றான். கடிதத்தின் பெறுநர் முகவரியை பார்த்தான். சகோதரி ஐரினா செலின்ஸ்கா, தெங்குமரகடா என இருந்தது. வந்தவழியே நடந்து அகஸ்தீஸ்வரர் கோவிலடிக்கு வந்தான். நடைவாசற்படியில் படுத்துறங்கிக் கொண்டிருந்த திருவேலைக்காரரை எழுப்பி விசயத்தைச் சொன்னான். திருவேலைக்காரர் துண்டை உதறி தலைக்கு உருமால் கட்டினார். நெல்புடை முற்றிய வயல் வரப்பில் இறங்கி வேகமாக நடந்து போனார். ஆகாய அந்தரத்தில் சாம்பல் கழுத்து நாரைகள் பறந்து போயின. ஆற்றுப் படிக்கட்டுகளில் அரச இலைகள் உதிர்ந்து கிடந்தன. வீரான் வெள்ளப் பிரவாகத்தை ஒட்டிய படிக்கட்டில் உட்கார்ந்து கொண்டான். வெயில் சூடேறிய வெள்ளப் பிரவாகம் நிதானமாக நகர்ந்து கொண்டிருந்தது. இந்தமுறை மாயத்தன்மை மிக்க வெள்ளப் பிரவாகம் மனதுக்குள் பழைய துயரங்கள் சஞ்சலங்கள் எதையும் எண்ண விடவில்லை. மாறாக உற்சாகத்தையும் மகிழ்ச்சியையும் தந்து நகர்ந்தது. படிக்கட்டோரம் தெளிந்த நீரில் நீந்தித் திரியும் சிப்பிலிக்கெண்டை மீன்களைப் பார்த்தபடியே நேரத்தைப் போக்கினான். நஞ்சைவயல் செம்மூக்கு ஆள்காட்டிகள் வெள்ளப் பிரவாகத்தின் மீது கத்தியபடிப் பறந்தலைந்தன.

பொழுது உச்சியேறிபோது திருவேலைக்காரர் மிதிவண்டியை உருட்டிக்கொண்டு வந்த கசாப்புக்கடைக்காரருடன் கோவிலடியில் நுழைந்தார். சீழ்க்கையடித்து வெள்ளாடுகளைக் கிட்டத்தில் கூப்பிட்டார்.

வெள்ளாடுகள் வடக்குத் திசையிலிருந்து வந்து திருவேலைக்காரரை சூழ்ந்து நின்றன. கசாப்புக்கடைக்காரர் இரு கருமைநிற வெள்ளாட்டுக் கிடாய்க்குட்டிகளை பிடித்து தொடைச்சதையின் மேலே விலா எலும்போடு சேர்த்து நசுக்கிப் பார்த்தார். பின் இரு வெள்ளாட்டுக் கிடாய்க்குட்டிகளையும் தூக்கி மிதிவண்டியின் பின்புற மரப்பெட்டியில் கிடத்தினார். வெள்ளாட்டுக் கிடாய்க்குட்டிகள் துள்ளிக் குதிக்காமல் இருக்க சூடிக்கயிற்றினால் சுற்றி வரிந்து கட்டினார். வெள்ளாட்டுக் கிடாய்க்குட்டிகள் பெருங்குரலெடுத்துக் கத்தின. வெள்ளாடுகளும் கத்தின. கசாப்புக்கடைக்காரர் அரணாக்கயிற்று சுருக்குப்பையை அவிழ்த்தெடுத்து பத்துரூபாய் தாள் அடுக்கிய பணக்கட்டை நீட்டினார். திருவேலைக்காரர் வீரானைப் பார்த்தார். வீரான் பணக்கட்டை வாங்கிக் கொண்டான். கசாப்புக்கடைக்காரர் மிதிவண்டியைத் திருப்பி ஏறி மிதித்து மறைந்தார். வெள்ளாடுகளின் ஓலக்கத்தல் ஈரப்பபடிக்கட்டில் எதிரொலித்துக் கேட்டுக் கொண்டேயிருந்தது. திருவேலைக்காரர் எதுவும் பேசவில்லை. வீரானிடமிருந்து கடிதத்தையும் பணக்கட்டையும் வெள்ளைத்துணிக் காசுகளையும் வாங்கிக் கோவில் பிரசாதப் பையில் வைத்து சுற்றிக் கொடுத்தார். வீரானும் எதுவும் பேசவில்லை. தெங்குமரகடா புறப்பட்டுவிட்டான். பேருந்துகள் மாறிமாறிப் பயணித்தான். புஞ்சைப்புளியம்பட்டியில் இறங்கி துணிக்கடை ஒன்றில் நான்கைந்து வேட்டியும் சட்டையும் விலைக்கு வாங்கிக் கொண்டான். பண்ணாரி அம்மன் துணை என்று எழுதியிருந்த சைவ ஓட்டலில் வயிறு நிறைய மதிய உணவு உண்டான். மறுபடியும் பேருந்து ஏறினான். அந்தி இருள் சூழ கீழ் பவானி அணை பேருந்து நிலையம் போய் சேர்ந்தான். மாலை ஐந்தரை மணிக்கு தெங்குமரகடா புறப்படும் சேரன் போக்குவரத்து கழக அரசுப் பேருந்து போய்விட்டது. இனி தெங்குமரகடாவுக்கு மறுதினம் இளமதியத்தில் பதினோரு மணிக்கு மேல்தான் பேருந்து என்றார்கள். தெங்குமரடா பேருந்தை தவறவிட்டவர்கள் பேருந்து நிலையத்தில் படுத்துறங்கிய இடத்திற்குப் போனான். துணிப்பையுனுள் பிரசாதப்பையை வைத்து நெஞ்சில் அணைத்துப் பிடித்தபடியே மல்லாக்கப் படுத்துக் கொண்டான். ஆகாயத்தில் சுடரும் விண்மீன்களை கருமுகில் கூட்டங்கள் மூடி மறைத்துக் கொண்டிருந்தன. மழை இறங்குமாவென்று தெரியவில்லை. மழை.இறங்கிப் பெய்தாலும்கூட ரசிக்கும் மனநிலையே வாய்த்திருந்தது. இதுவரை மனதைக் கவ்விய பெரும் வெறுமை போய்விட்டது. சதா உள்ளுக்குள் சூழும் பயத்தின் பதற்றம் இல்லை. பிறர்மீது ஏற்படும் வருத்தங்களும் கோபங்களும் சுவடின்றி மறைந்துவிட்டன. மனம் சிற்றலையடங்கிய ஸ்படிக நீர்க்குளமாக மாறியிருந்தது. இனி தன் இறுதி வாழ்வு வரை இப்படியே இருக்க வேண்டும் எனத் தீர்மானித்தான்.

வாலாட்டிக் கரிச்சான்களும் சுடலைக்குயில்களும் கிட்டத்தில் ஓசையிடுவது கேட்டது. வீரான் கண்விழித்தபோது இரவு படுத்த கோலத்திலேயே இருந்தான். நெஞ்சின் மீது துணிப்பை பத்திரமாக இருந்தது. ஆகாயத்தில் வைகறையின் வெளிச்சக்கீற்று பரவியிருந்தது. அவசரமாக எழுந்தான். துணிப்பையுனுள் வெள்ளைத்துணிக் காசுகள் குலுங்கி ஓடையிட்டன. பேருந்தைத் தவறவிட்டவர்கள் எல்லோரும் எழுந்து பேருந்து நிலையத்தை விட்டு வெளியே போய்க் கொண்டிருந்தார்கள். வீரானும் பின் தொடர்ந்தான். அந்த ஆட்கள் கொத்தமங்கலம் செல்லும் மண்சாலையோரமாக நடந்தனர். இருமருங்கும் ஊஞ்சல்மரங்களும் வேப்பமரங்களும் மண்டிய தரிசுநிலம் அடர்வனமென விரிந்து கிடந்தது. அந்த ஆட்கள் தரிசுநிலத்துக்குள் போய் மறைந்தனர். வீரானும் தரிசுநிலத்தினுள் நுழைந்து காலைக்கடனை முடித்துவிட்டு வந்தான். அந்த ஆட்களில் சிலரைப் போலவே அணை மதகிலிருந்து வெளியேறும் கீழ் பவானி வாய்க்காலில் போய் குளித்தான். உடுத்தியிருந்த உடைகளையே உதறி உடுத்திக் கொண்டான். அணைக்கட்டின் மீதேறி தேங்கிய நெடுநீர்ப்பரப்பை பார்த்தபடி நடந்தான். நெடுநீர்ப்பரப்பின் மேலாகப் பறந்து திரிந்து இரைதேடும் பெரிய நீர்க்காகங்களும் முக்குளிப்பான்களும் கூட தண்ணீரை சலனப்படுத்தவில்லை. சலனமடையாத அணையின் நெடுநீர்ப்பரப்பு போலவே தன் மனமும் மிகுநிதானமாக இருப்பதை உணர்த் தொடங்கினான். கடந்து சென்ற ஒவ்வொரு கணத்தையும் மகிழ்ச்சியாகவே கழிக்க முடிந்தது. எதிர்காலம் குறித்த அச்சம் அகன்றுவிட்டது. எதையோ சாதிக்கப்போகிற துடிப்பு மிகுந்திருந்தது. காலைநேரத்தில் சுற்றுலாப் பயணிகள் எவரும் வரவில்லை. அணைக்கட்டின் மீது நடப்பதற்கு அலாதித் தனிமை கிடைத்தது. அணைக்கட்டின் மறுகோடி வரை நடந்து கீழிறங்கினான். மதகுநீர் வெளியேறும் வாய்க்கால் ஓரமாக வெள்ளை அரிவாள் மூக்கன்கள் இரை தேடிக் கொண்டிருந்தன. பேருந்து நிலையம் வந்து சேர்ந்தபோது நல்ல பசியெடுத்திருந்தது. பனையோலைக் கொட்டகை ஓட்டலில் தென்னை ஈர்க்கில் வட்டமாகக் கோர்த்த பூவரசு இலையில் இட்லி வாங்கித் தின்றான். தேங்காய்ப்புண்ணாக்கு அரைத்தூற்றிய சட்னி படுகாரமாக இருந்தது. ஆகாயத்தில் அணைக்கட்டு இருக்கும் திசை நோக்கி பூநாரைகள் போய்க் கெண்டேயிருந்தன.

இளமதியத்தில் தெங்குமரகடா செல்லும் சேரன் போக்குவரத்து கழக அரசுப் பேருந்து மேட்டுப்பாளையத்திலிருந்து சரியான நேரத்திற்கு வந்து சேர்ந்தது. வீரானுக்கு பேருந்துக்குள் இருக்கை கிடைக்கவில்லை. நின்று செல்லவும் இடமில்லை. சனக்கூட்டம் மிகுந்துவிட்டது. சில இளைஞர்கள் பேருந்தின் பின்புற ஏணியில் ஏறிப் பேருந்தின் உச்சியில் அமர்ந்தனர். வீரானும் அதுபோலவே செய்தான். பேருந்து

புறப்பட்டுவிட்டது. ஆகாயத்தில் பறந்து பயணிப்பதான பிரமை ஏற்பட்டது. பேருந்து வனத்துக்குள் நுழைந்ததும் பாடாவதியான மண்வனச்சாலை குண்டும்குழியுமாக நேர்திசையில்லாமல் நீண்டது. மலைப்பாம்பு ஒன்று மண்வனச்சாலையை புரண்டுக் கடந்தது. பேருந்து அதுவரை நின்று புறப்பட்டது. மேய்ந்த புள்ளிமான்கள் தலை நிமிர்த்திப் பார்த்தன.

மண்வனச்சாலையின் வலப்புறம் உயர்ந்த மலைக்கரடு. ஆகாயத்தைத் தாங்கி நிற்பதான விசுவரூபம். இடப்புறத்தில் மாயாற்றின் கனநீர்ப்பெருக்கு. நீர்ச்சுழலின் ஓசை. நெஞ்சுக்குள் அச்சம் சூழ்ந்து மூச்சு முட்டிற்று. அருகில் யானைகள் பிளிரும் ஓசை கேட்டது. பார்வையில் படும்படி கேளையாடுகள் திரிந்தன. சில இடங்களில் பேருந்து கவிழ்ந்து விடுவதுபோல் குலுங்கிக் குலுங்கி முன்னேறியது. மருதமரங்களின் பூக்கள் செறிந்த உச்சிக்கிளைகள் பேருந்தில் உராய்ந்தன. ஆகாயத்தில் உச்சிப்பொழுதை மழைக் கருமுகில்கள் மூடி மூடி விலக்கின. அடர்வனம் நிழல் போர்த்தி மீண்டது. பேருந்தும் அடர்வனத்துக்குள் ஒரு சிறு இலைப்புழுப்போல் ஊர்ந்து போய்க் கொண்டேயிருந்தது.

வீரான் பேருந்தின் உச்சியில் மிகுபரவசத்துடன் அமர்ந்திருந்தான். முதன்முறையாகப் பேருந்துப் பயணத்தையும் புறக்காட்சிகளையும் ரசிக்க துவங்கியிருந்தான். மனமும் தொடர்ந்து மகிழ்ச்சியிலேயே திளைத்திருந்தது. உச்சிப்பொழுது மேற்கே சரியும் சமயத்தில் மண்வனச்சாலை மாயாற்றங்கரையில் போய் முடிந்தது. பேருந்து திரும்பி வந்தவழி பார்த்து நின்றது. மொத்த சனங்களும் இறங்கிப் பரிசல்துறையை நோக்கிப் போயினர். வீரானுக்கு அவசரமில்லை. துணிப்பையுடன் கடைசி ஆளாகப் பேருந்தின் உச்சியிலிருந்து இறங்கினான். மாயாற்றங்கரைமேட்டுப் புளியமர நிழலில் போய் நின்று கொண்டான். வட்டப்பரிசல் நான்கைந்து பேரை ஏற்றி அக்கரை போய் இறக்கிவிட்டு திரும்பி வந்து கொண்டிருந்தது. வெள்ளப் பிரவாகத்தில் பரிசல் தடுமாறுவதைப் பொருட்படுத்தாமல் பழக்கப்பட்ட சனங்கள் ஏறிப் போய்க் கொண்டேயிருந்தனர்.

வீரானுக்கு மாயாற்றின் வெள்ளப் பிரவாகம் பயமுறுத்தும்படி இருந்தது. அமராவதியின் வெள்ளப் பிரவாகத்தைவிட வேகம் அதிகம். இந்த இடத்தில் மாயாறு இறக்கத்திலும் ஓடிற்று. நீர்ச்சுழற்சியின் பேரோசை அருகிலிலுள்ள எல்லாவித சப்தங்களையும் அடக்கி விழுங்கியிருந்தது. வீரான் மாயாற்றையே பார்த்தபடியிருந்தான். வட்டப்பரிசலில் கடைசி ஆளாக அக்கரை செல்லக் காத்திருக்கவும் முடிவு செய்தான்.

○○○

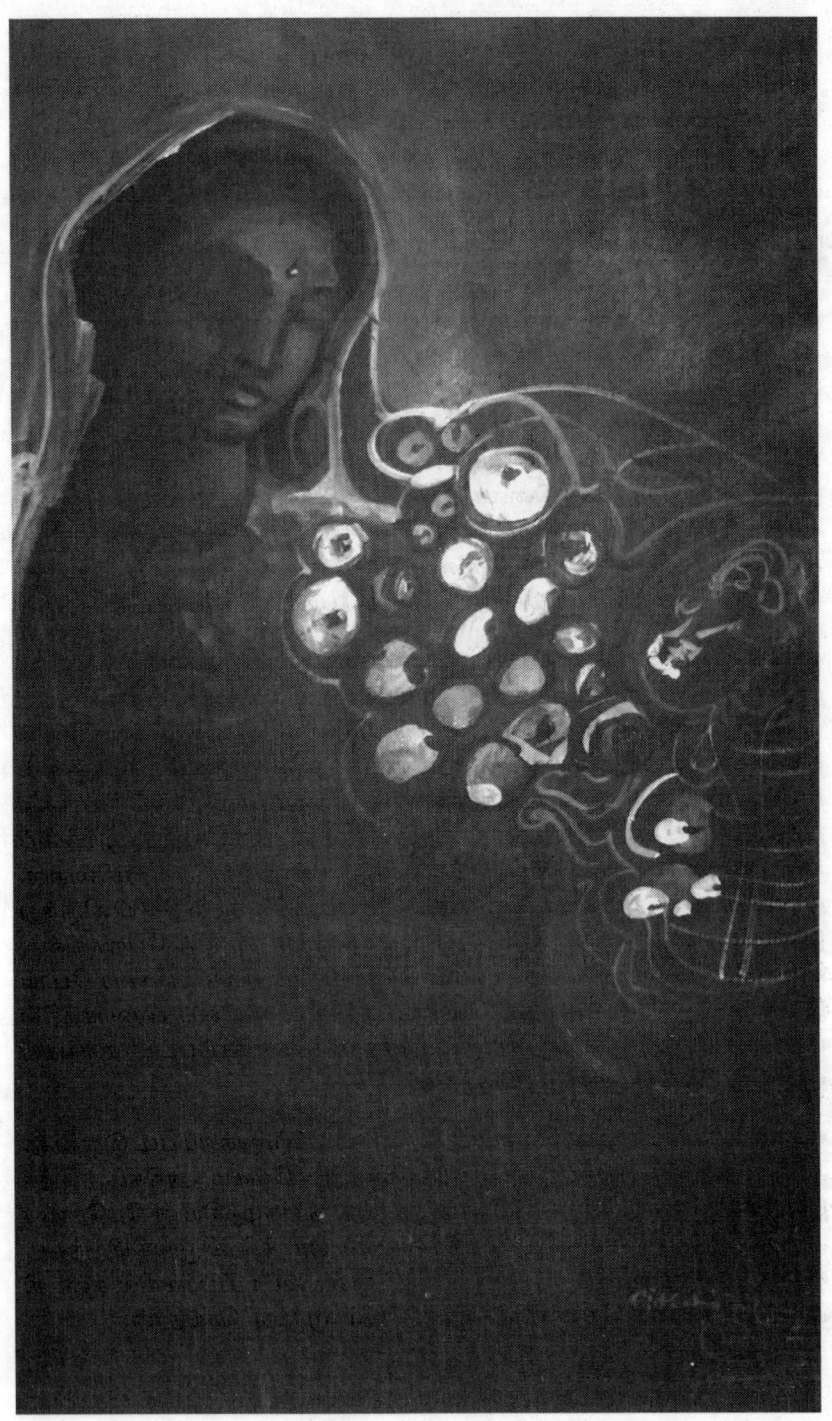

# 48

வெட்டாரவெளியின் இருள் மண்டிய வண்டிப்பாதையில் பிணையல் பாம்புகள் இன்னும் நடனமிட்டபடியே இருந்தன. வெள்ளைத்தாடிக்காரரும் தொடர்ந்து பிணையல் பாம்புகளின் நடனத்தையை உற்றுக் கவனித்துக் கொண்டிருந்தார். அகிலுக்கு இனி சித்திரத்தேரோட்டத்தையும், சத்தியவாக்கான சாமக்கோடாங்கியையும், சுலோசனாவையும் பார்க்கும் சாத்தியம் இல்லையென்றே தோன்றியது.

அந்த சமயத்தில் திடீரென எங்கிருந்தோ ஒற்றையாய் பறந்து வந்த புஞ்சைக்காட்டு மஞ்சள் மூக்கு ஆள்காட்டி குரலிட்டபடியே தலைக்கு மேலாக வட்டமிட்டது. திடீரென ஆட்களைக் கொத்துவதான தோரணையில் தாழ கீழிறங்கி மேலெழுந்தது. மீண்டும் வீறிட்டு வட்டமிட்டது. வெள்ளைத்தாடிக்காரர் ஆள்காட்டியின் வீறிடலை தொந்தவராக நினைத்தார். அன்னார்ந்து ஆள்காட்டியை வெறுப்பாகப் பார்த்தார். அகில் ஆள்காட்டியின் வீறிடல் கண்டு சந்தோஷப்பட்டான். நடனமிடும் பிணையல் பாம்புகளை பிரித்து ஓடவிரட்ட ஆள்காட்டியின் வீறிடலினால் மட்டுமே முடியும் என நம்பிக்கை கொண்டான். பிணையல் பாம்புகள் பிரியும் கணத்திற்காகக் காத்திருந்தான். ஒற்றை ஆள்காட்டியின் வீறிடல் பிணையல் பாம்புகளிடம் எவ்விதத் தாக்கத்தையும் ஏற்படுத்தவில்லை. சிறு சலனமின்றி பிணையல் நடனமும் தொடர்ந்தது.

அகிலும் வேறு வழியின்றி நடனமிடும் பிணையல் பாம்புகளையே பார்க்கத் துவங்கினான். பிணையல் பாம்புகள் ஆவேசமும் மூர்க்கமும் கொண்டு நடனமிட்டன. நேரம் கடக்கக் கடக்க பார்வையின் தீர்க்கப்புள்ளியில் பிணையல் பாம்புகள் மறைந்து போயின. இருள் கருமைக்குள் இரு மனித ஆண்பெண் நிர்வாண உடல்கள் பின்னிப் பிணைந்து கலவிகொள்வதான தோற்றமயக்கத்தையே தந்தன. கற்பனை விரிந்து இனியாவை நினைக்க வைத்தது. பிணையல் பாம்புகளின் மீதான கோபமும் கொஞ்சம் கொஞ்சமாக தணிந்துவந்தது.

ஒற்றை ஆள்காட்டியும் அசரவில்லை. வீறிட்ட கத்தலை நிறுத்தாமல் வட்டமிட்டுப் பறந்தபடியே இருந்தது. கால்மணி நேரம் கடந்தது. ஒரு எதிர்பாராதக் கணத்தில் நாலாத்திசையின் இருளுக்குள்ளும் இருந்து வேறு சில மஞ்சள் மூக்கு ஆள்காட்டிகளும் பறந்து வந்தன. தலைக்கு

மேலே குரலிட்டு வட்டமிட்டன. ஒற்றை ஆள்காட்டி கூட்டத்தோடு கலந்து மறைந்து போனது. மொத்த ஆள்காட்டிகளின் பெருங்கத்தலும் பிணையல் பாம்புகளை எதுவும் செய்யவில்லை. பாம்புகள் பிணையல் நடனத்தை தொடர்ந்தபடியே இருந்தன.

சட்டென ஆள்காட்டிகள் ஆட்களை விட்டுவிட்டது. பிணையல் பாம்புகளை கொத்துவது போன்ற பாவனையில் தாழப் பறந்து மிரட்டின. பிணையல் பாம்புகளின் கவனம் ஆள்காட்டிகளின் மீது திரும்பியது. பிணையல் நடனத்தின் தீவிரம் குலைந்தது. பிணையல் பாம்புகள் தடுமாறின. பிணையல் நடனமும் தடைப்பட்டது. பிணையல் பாம்புகளுக்கு ஆள்காட்டிகளை விரட்டும் வழி தெரியவில்லை. தாழப் பறக்கும் ஆள்காட்டிகளை சீறிக் கொத்த முயன்றன. ஆள்காட்டிகள் சாதுர்யமாக உயரப்பறந்து தப்பித்தன. மீண்டும் ஆள்காட்டிகள் பிணையல் பாம்புகளைக் கொத்த முயல்வதான சாமர்த்தியத்தில் மிரட்டின. பிணையல் பாம்புகள் பயந்துவிட்டன. உயிர் அச்சம் வந்துவிட்டது. வேறுவழியின்றி பிரிந்து கலைந்தன. வண்டிப்பாதையிலிருந்து ஒன்றின்பின் ஒன்றாக ஊசிப்புற்களுக்குள் நெளிந்தோடி மறைந்தன. ஆள்காட்டிகள் ஊசிப்புற்களுக்குள் ஓடி ஒளிந்த பாம்புகளையும் விடவில்லை. துரத்திக்கொண்டு குரலிட்டபடி தாழப் பறந்து தேடின. வெள்ளைத்தாடிக்காரரும் அகிலும் மொபட்டில் புறப்பட்டனர். ஏகாந்த வண்டிப்பாதை சின்னச்சின்ன மேடு பள்ளமாகக் கடந்தது.

"அகிலு தம்பி... வீரான் கெடைச்சிட்டானா நானு எங்க கன்னிமாரு கோயிலுல பங்குனிச் சாட்டப்ப... மொட்டை போடறதா வேண்டியிருக்கேன்..."

"அப்ப இந்த சென்மத்துல நீங்க மொட்ட போடறதுக்கு வாய்ப்பில்ல..."

"எனக்கு என்னமோ இது நடக்குமுன்னு தோனுது அகிலு தம்பி..."

மொபட் வேகம் பிடித்தது. முறைச்சல் தனித்துக் கேட்டது. அகில் வண்டிப்பாதையோரம் காற்றுக்கு அசைந்தபடி கடக்கும் ஊசிப்புற்களைப் பார்த்தபடி வந்தான். வெள்ளைத்தாடிக்காரர் மொபட்டின் விளக்கொளி விழுந்து படியும் வண்டிப்பாதையை கவனமுடன் பார்த்துக்கொண்டு ஓட்டினார். வாடைக்குளிர்காற்று மிகவும் வலுவாக வீசியது. அந்தநேரம் மொபட்டின் முன்சக்கரம் உலட்டியது. மொபட் தடுமாறி ஊசிப்புற்களுக்குள் எட்டப் போய் நின்றது. நல்லவேளை மொபட் கீழே சாயவில்லை. ஆளும் கீழே விழவில்லை. வெள்ளைத்தாடிக்காரர் சாமர்த்தியமாக காலூன்றி மொபட்டை நிறுத்திவிட்டார். அகில் மொபட்டின் பின்புறத்திலிருந்து எதுவும் புரியாமல் இறங்கினான்.

மொபட்டின் முன்சக்கரத்து டயர் வதங்கிக் கிடந்தது. துளியும் காற்று இல்லை. வெள்ளைத்தாடிக்காரர் இறங்கி காற்றுப்போன முன்சக்கரத்து டயரை விரல்களால் தடவினார். எருதின் கால்குளம்பு லாடத்து ஆணியை பிடுங்கி உயர்த்திக் காட்டினார்.

"அகிலு தம்பி... இப்ப நாம உங்கவூருக்கும் எங்கவூருக்கும் நடுவுல இருக்கோம்... எந்தப்பக்கம் போனாலும் வண்டிய உருட்டிக்கிட்டு நாலு மைலுக்கிட்ட நடக்கனும்..."

"பொணையல் பாம்பை கண்டா நல்லது நடக்குமுன்னு சொன்னீங்க...?"

வெள்ளைத்தாடிக்காரர் மௌனமானார். மொபட்டை திருப்பி வண்டிப்பாதை நோக்கித் தள்ளினார். ஊசிப்புற்களுக்குள் அணைந்திருந்த இரு கருங்காடைகள் விருட்டென எழுந்து குரலிட்டுப் பறந்தன. அகில் இருளில் வெட்டாரவெளி ஊசிப்புற்கள் நிலத்தை வெறித்தபடி பின்னே சென்றான். மொபட் ஊசிப்புற்களை மிதித்து வண்டிப்பாதைக்கு வந்து சேர்ந்தது.

"அகிலு தம்பி... உங்க ஊருக்கே போயி சித்திரத்தேராச்சும் பாப்போம்..."

மொபட்டின் அல்லைப்புறத்தில் நடந்த அகில் எதுவும் பேசவில்லை. செங்காட்டூர் செல்லும் வண்டிப்பாதையின் ஓரத்தில் ஆவாரையும் எருக்கும் பூத்தசைந்தன. வெள்ளைத்தாடிக்காரரால் மொபட்டை உருட்டிக்கொண்டு வேகமாக நடக்க முடியவில்லை.

"அகிலு தம்பி... இனி வீரான் நமக்கு கெடைக்கமாட்டான்னு ஆகிப் போச்சு... அப்படியே கெடச்சு... கெடை சேர்ந்த உங்க அப்பாரு முன்னால கொண்டுபோயி நிக்க வெச்சாலும் உங்கப்பாரு சாவாருங்கறதுக்கு எந்த உத்தரவாதமும் கெடையாது... நானு ஒரு ரகசியம் சொல்லறேன் தட்டாமக் கேப்பீங்களா...?

"சொல்லுங்க...?"

"நம்ம நாணல்மடைவலசுல நூறுவயசுப் பாங்கெழவி ஒருத்தி இருக்கா... அவளக் கூட்டி வந்தோமுன்னா... எப்பேர்ப்பட்ட கெடை சேர்ந்த பழுத்த பெரிய சீவனையும் சிறுசா பண்டுதம் பாத்து... சீக்கிரத்தில பரலோகம் போக வெச்சிருவா... நீங்க செரீன்னு ஒரு வார்த்தை சொன்னீங்கன்னா போதும்... வெடியால போயி கூட்டிக்கிட்டு வந்திருவேன்... ஆருக்கும் சந்தேகம் வராம பொழுது எறங்கறதுக்குள்ள காரியத்த கணகச்சிதமா முடிச்சிருவா..."

அகில் மௌனமாக யோசிக்க ஆரம்பித்தான். ஈசானத்திசைக் கருமுகில்கள் ஆகாய உச்சி நோக்கி ஏறத் துவங்கியிருந்தன. வெளித்தெரிந்த விண்மீன்கள் சில மறையத் தொடங்கின. அனாதரவான இருள்வெட்டாரவெளி நிலத்துக்குள் வண்டிப்பாதை ஆகாயத்தின் தொடுவிளிம்பு வரை நீண்டிருப்பதான தோற்றத்தை ஏற்படுத்தியிருந்தது.

○○○

அகிலுக்கு இரண்டு மாதங்கள் ஹூதியானாவிலேயே கழிந்தன. கலியமர்த்தன கிருஷ்ண நம்பூதிரியின் அறைக்கு வந்து படுத்துறங்குவதும் மறுபடியும் நாய் பிஸ்கட் தொழிற்சாலைக்குக் கிளம்புவதுமாக நாட்கள் வேகமாகப் கடந்தன. செங்காட்டூரில் முத்துச்சாமித் தாத்தாவின் கிடைச் சேர்ந்த உடல்நிலையிலும் எவ்வித முன்னேற்றமும் இல்லை. மதியநேரத்தில் ஆகாரமாக ஒரு இளநீர் மட்டும் குடிப்பதாக அப்பா சொன்னார். கிழவன் இப்போதைக்கு எல்லாம் சாகமாட்டார் என அம்மா கிண்டலடித்தாள். நாய் பிஸ்கட் தொழிற்சாலையிலும் எப்போதும் போலவே பழையகால இயந்திரங்கள் பழுதடைந்து சதாநேரமும் கடும்வேலை வாங்கிக் கொண்டேயிருந்தன. அகிலின் அனுதின நேரத்தையும் பழுதடைந்த இயந்திரங்கள் விருப்பமில்லாமல் விழுங்கிக் கொண்டிருந்தன. கிடைக்கும் அவகாசத்தில் கலியமர்த்தன கிருஷ்ண நம்பூதிரி மட்டும் கதகளிப் பயிற்சி மேற்கொள்வதை நிறுத்தவில்லை. இந்தமுறை குருவாயூர் கோவிலில் நடக்கும் நளசரிதம் கதகளி ஆட்டக்கதையில் தமயந்தி வேடம்பூண்டு ஆட வாய்ப்புக் கிடைத்திருப்பதாகச் சொன்னார். மீண்டும் பெண்வேடம் என்பதில் மட்டும் சிறு வருத்தம் இருந்தது. பெண்வேடத்தின் தத்ரூபமும் நுணுக்கமும் முகபாவத்திலும் கையசைவுகளிலும் கூடி வரவேண்டும் என பெரும் போராட்டதுடன் பயிற்சி செய்துக் கொண்டிருந்தார். ஒப்பனை உடையலங்காரமின்றியே அவர் கதகளி நடனத்தில் தமயந்தியாக மினுக்கு வேசம் கட்டிய பாவனையில் குதித்தாடுவது ரசிக்கும்படி இருந்தது. அகிலுக்கு மட்டும் ஏனோ கலியமர்த்தன கிருஷ்ண நம்பூதிரியின் நளசரிதக் கதையில் குரலில்லாத அபிநய ரூபத் தமயந்தியை காணும் கணமெல்லாம் இனியாவின் ஞாபகம் எழுந்தது. நளனைப் பிரிந்து வாடும் தமயந்தியின் நிலையில் இனியா தவிப்பதாய் கற்பனை ஓடியது. அறைக்குள் கலியமர்த்தன கிருஷ்ண நம்பூதிரியின் தமயந்தி ரூபம் மறைந்து இனியாவே நடமாடுவதாகத் தோன்றியது. அகிலின் அகத்துக்குள்ளும் நிகழ்கணச் சித்திரங்களாக இனியாவே நிரம்பி நகர்ந்தாள். சுயபிரக்ஞையில் நிதர்சனம் புரிந்து இனியாவை தவிர்க்கவே முயன்றான். ஏனோ மனம் நிதர்சனத்தை ஊதாசீனப்படுத்தி சதாகாலமும் இனியாவையே நினைத்துத் தவித்தது. மறக்கும் உபாயத்தைக் கண்டடையப் போராடித் தோற்றுக் கொண்டிருந்தான்.

அன்று முன்னிரவில் கலியமர்த்தன கிருஷ்ண நம்பூதிரி கதகளிப் பயிற்சி முடிந்து பாயில் மல்லாக்கப் படுத்து உறங்கிப் போனார். அவர் அலைபேசியை அணைக்க மறந்துவிட்டார். அலைபேசி மத்தளத்தையும் செண்டைமேளத்தையும் கலந்து ஒலித்தபடி இருந்தது. அந்த ஒலி அறை கடந்து சட்லெட்ஜ் நதியின் நீர்ப்பிரவாகம் வரை சென்று சேர்ந்து கொண்டிருந்தது. இரவு கடக்கக் கடக்க அந்த ஒலியும் தமயந்தியை தோற்றுவித்து இனியாவை கண்முன் நிறுத்தியது. அகில் படுக்கையிலிருந்து எழுந்து போய் அலைபேசியை அணைத்தான். ஒலி மறைந்து அறை நிசப்தமானது. மனதுக்குள் தமயந்தி ரூபத்தில் அபிநயத்து நிற்கும் இனியா மறையவில்லை. இனியாவை மறக்க நினைத்தால் வெறுமை வியாபித்து மனச்சூன்யத்தைத் தந்தது. மீண்டும் படுத்த பின்பு உறக்கம் வர மறுத்தது. அகிலுக்கு சமீப இரவுகள் சில இப்படித்தான் கழிந்து கொண்டிருந்தன.

அகில் எழுந்து அறையின் மேற்குப்புறச் சன்னலைத் திறந்தான். இருளுக்குள் எங்கோ சிகப்பு மூக்கு ஆள்காட்டிகளின் குரல் கேட்டது. சட்லெட்ஜ் நதியின் நீர்ப்பிரவாகம் கரையோர விளக்கொளிகளின் பிரதிபலிப்புடன் ஆர்ப்பரித்து நகர்ந்து கொண்டிருந்தது. அகில் சட்லெட்ஜ் நதியின் நீர்ப்பிரவாகத்தைப் பார்த்தபடியே இருந்தான். சட்லெட்ஜின் நீர்ப்பிரவாகம் எப்போதும் குறைந்ததேயில்லை. நதி பெருகுகிறதே தவிர ஒருபோதும் நீர்மட்டம் தாழ்ந்ததில்லை. சட்லெட்ஜுக்கு நீர்வடிந்த காலமொன்று வாய்த்ததில்லை. வறண்ட சட்லெட்ஜை சனங்கள் எவரும் கண்டதேயில்லை. நீர்ப்பிரவாகம் தன் நினைவுகளை எழுப்பி இனியாவை மெல்ல மறக்க வைத்துக் கொண்டிருந்தது. அந்தநேரம் சைமன் அலைபேசியில் அழைத்தார்.

"அகில்... நான் தெங்குமரகடாவில் இருக்கேன்... வீரான் இங்குதான் இருக்கார்... ஸ்பெஷல் போலீஸோட ஏடிஎஸ்பி சொன்னாரு... நீங்க கௌம்பி இங்க வரமுடியுமா...?"

"நான் லூதியானாவில் இருக்கேன் சார்..."

"தெரியும் அகில்... வீரானுக்கான கடைசி முயற்சியாக நெனைச்சு வாங்க..."

"இனியாவுக்கு வேற மாப்பிள்ளையோட நிச்சயதார்த்தம் நடக்கப் போகுது சார்... இந்தமொறை கலியாணம் நடந்திரும்... அதேமாதிரி தாத்தாவுக்கும் ஆகாரம் எறங்க மறுத்துக்கிட்டு வருது..."

"பிரபஞ்சம் சாகசம் செய்யும் அகில்... இனியா உங்களுக்குத்தான்..."

சைமன் அலைபேசி அழைப்பைத் துண்டித்துக் கொண்டார். அகிலுக்கு இனியாவே இனி இல்லை என்றானபின் வீரானை சந்தித்து என்ன ஆகப்போகிறது எனத் தோன்றியது. மறந்துக்கொண்டு வந்த இனியா மறுபடியும் நினைவுக்குள் வந்து அமர்ந்துக் கொண்டாள். ஊர் செல்வது குறித்தும் குழப்பமாகவே இருந்தது. அப்பா அம்மா உட்பட நெருங்கிய உறவினர்கள் எல்லோருமே வீரானைத் தேடுவதை விரும்பவில்லை. வீரான் வந்துவிட்டால் நாலு ஏக்கர் நிலத்தைத் திருப்பித் தரும் சிக்கல் எழும். இன்றைய நிலவரப்படி அந்த நிலத்தின் மதிப்பு இரண்டு கோடி ரூபாய்க்கு மேல் விற்கக்கூடிய பொறுமானம் கொண்டது. அகில் உறக்கமின்றி யோசித்துக்கொண்டு சட்லெட்ஜ் நீர்ப்பிரவாகத்தைப் பார்த்தபடியிருந்தான்.

விடிந்ததும் கலியமர்த்தன கிருஷ்ண நம்பூதிரியுடன் ஜாவாவில் பயணமானான். மஜ்ராகாலன் தொழுவங்கள் எருமைகளின் குரல் நிறைந்து கிடந்தது. ஜாவா கதிர்முற்றி தாள்பழுப்படைந்த கோதுமை வயல்களினூடான புழுதிப்பாதையில் வேகம் குறைந்து சென்றது. அன்றில் பறவைகள் தென்படவில்லை. அப்ராபிண்டு ஏரியும் நீர்வற்றிப் போயிருந்தது. நாய் பிஸ்கட் தொழிற்சாலையினுள் நுழைந்ததும் பிரதாப்சிங்கிடம் பெண் பார்க்கப் போவதாகப் பொய் சொன்னான். பிரதாப்சிங் மிகுசடைவுடன் விடுமுறை தந்தார்.

மீண்டும் அகில் தனக்கு அலுப்புத் தரும் ரயில் பயணத்தையே மேற்கொண்டான். வழியெங்கும் மழை கொட்டி ரயில் தாமதித்து தாமதித்துப் புறப்பட்டது. மூன்று தினங்கள் கழித்து நடுராத்தியில் செங்காட்டூர் வந்து சேர்ந்தான். ஊரிலும் அந்த ராத்திரி கனமழை கொட்டியது. வைகறை வெளிச்சத்தில் ஊர்க்காரர்களின் முகங்களில் வெகுகாலம் கழித்து கனமழை பெய்த பூரிப்பு மிகுந்திருந்தது. வடக்கே பனைச்சால் குளம் நிரம்பி நீர் தடுப்புச்சுவர் தாண்டி கடைவழிந்து போனது. பொழுது உதித்த தருணத்தில் அல்லிச்சிறகிகள் வந்து ஆகாயத்தில் வட்டமிட்டு நீருக்குள் இறங்கி நீந்தின. வீட்டில் வீரானை தேடிப் போவதாகச் சொன்னால் ஏற்றுக் கொள்ளமாட்டார்கள். வெள்ளைத்தாடிக்காரர் தானாவதி செய்துப் பெண் பார்த்திருப்பதாகப் பொய் சொன்னான். காரில் புறப்பட்டான். இன்னும் தார்ச்சாலை மழைநீர் வடிந்த ஈரச்சுவடுகளுடன் கிடந்தது.

அகில் தாராபுரம் அகஸ்தீஸ்வரர் கோவிலடி போய் காரை நிறுத்தி இறங்கினான். அமராவதி ஆற்றிலும் மழைநீர்பிரவாகம். செங்குழம்பாய் நீர்ச்சுழலிட்டு ஓடிற்று. கோவிலிலிருந்து ஆற்றுப் படிக்கட்டுக்குச் செல்லும் கிழக்குப்புற நடையோரம் வெள்ளாடுகள் கூட்டமாக நின்றன. பச்சைவேட்டிக் கட்டிய ஆசாமியும் வேறு சிலரும் வெள்ளாடுகள்

கலைந்து போகாமல் காவலிருந்தனர். இளங்குட்டிகளுக்கு பாலூட்டும் வெள்ளாடுகள் கத்தின. கோவிலின் தெற்குப்புற நுழைவு வாசற்படியில் வெள்ளாடுகளை ஏலமிடுபவர்கள் பெரிய குருக்களுடன் பேசிக்கொண்டு நின்றனர். வெள்ளாடுகளை ஏலம் எடுக்க வந்தவர்கள் அரசங்கிளை நிழல் படிந்த ஆற்றுப் படிக்கட்டோரம் நின்றனர். அகில் கோவிலின் தென்புற மதில் நிழலில் நின்று வெள்ளைத்தாடிக்காரரை அலைபேசியில் அழைத்தான்.

"அகிலு தம்பி... அது ஒன்னுமில்ல... எங்கிட்ட கோயிலு சாட்டுல சரவானம் உடற பச்சவேட்டிக்காரன் இருக்கானே... ரெண்டு வருசத்துக்கு முன்னால ஊடு கட்டறேன்னு ஒன்றலட்சம் கடன் வாங்கினான்... இன்னிக்கு வெரைக்கும் ஒத்தக்காசு திருப்பிக் குடுக்காம இழுத்தடிக்கறான்... இப்ப பச்சவேட்டிக்காரன் இந்த வெள்ளாடுகள ஏலம் எடுக்கறதுக்காக வந்திருக்கிறான்... நானு பக்கத்துலதான் ஒளிஞ்சு பாத்துக்கிட்டு இருக்கேன்... அவ ஏலம் எடுத்துட்டான்னா... நா வந்து கையும் களவுமாகப் புடிச்சு... வெள்ளாடுகள நானு வித்து பணத்தை எடுத்துக்குவேன்... நீங்க கோயில்ல சாமி கீது கும்பிட்டுட்டு சித்தநேரம் பொறுத்துக்குங்க... நாம பொறப்பட்டு போலாம்..."

அகில் கோவிலடி முழுதும் தேடிப் பார்த்தான். வெள்ளத்தாடிக்காரர் எங்கு ஒளிந்து இருக்கிறார் என்று கண்டுபிடிக்க முடியவில்லை. வெள்ளாடுகளை ஏலம் விடுவதற்கான காரியம் துரிதமாகத் துவங்கிற்று. அகில் தெற்கு நுழைவு வாசற்படியில் நின்றிருந்த பெரியகுருக்களிடம் போனான்.

"இது ஈசுவரங்கோயிலு... வெள்ளாடுகள எப்படீங்க நேர்த்திக்கடனா உட்டுருக்காங்க...?

"நேர்த்திக்கடனாவெல்லாம் ஆரும் நேர்ந்துக்கல தம்பி... இங்க இருந்த திருவேலக்காரனோடது..."

அகில் புரியாமல் பெரியகுருக்களைப் பார்த்தான்.

"திருவேலக்காரனுக்கு தொன்னூறு வயசுக்கு மேலிருக்கும்... இந்த கோயிலே கதீன்னு திருவேல செஞ்சுக்கிட்டு கெடந்தான்... ரெண்டு நாளைக்கு முன்னால செத்துப் போயிட்டான்... அவனுக்கு கொள்ளிபோட ஒறவுன்னு சொல்லிக்க ஆருமில்ல... தெங்குமரகடாவுல வீரான்னு ஒருத்தந்தான் தோஸ்து... இவனும் அவனும் நாப்பது வருசமா மாறிமாறி கடிதாசி எழுதிக்குவானுக... முன்ன இவனுக்கு நாந்தான் கடிதாசியெல்லாம் எழுதிக் குடுப்பேன்... இப்பவெல்லாம் ரெண்டு பேரும் செல்போன்லதான் பேசிக்கிட்டு

இருந்தானுக... இவன் எப்படியோ தூங்கும்போது நடுராத்திரியில செத்துப் போயிட்டாம் போலிருக்கு... காத்தால நானு கருக்கிருட்டுல கோயிலுக்கு வந்து பாக்கும்போது உசிரு இல்ல... நாந்தான் இவன் செல்போன்ல இருந்த வீரான் நம்பருக்கு கூப்பிட்டு தகவல் சொன்னேன்... அந்த வீரான் தெங்குமரகடாவுல இருந்து கௌம்பி சாய்ங்காலம் வந்துட்டான்... ஆத்தங்கரையில வடக்கே தூக்கிட்டுப் போயி பொன்னிகெராய் சுடுகாட்டுல வெச்சு இவனுக்கு கொள்ளியும் போட்டான்... அப்பதான் நானு இந்த வெள்ளாடுகளயெல்லாம் என்ன செய்யறதுன்னு கேட்டேன்... வித்து கோயிலுக்கு செலவு செய்யுங்கன்னு சொல்லிப்போட்டு போயிட்டான்... இன்னிக்கு ஏலம் உடறோம்...”

“உங்ககிட்ட வீரானோட செல் நம்பர் இருக்காங்க...?”

“இல்லையே... திருவேலக்காரன் போன்லதான் நம்பர் இருந்துச்சு... அந்த வீரான் கொள்ளிப்போட்ட கையோட இவஞ் செல்போனையும் எடுத்துட்டுப் போயிட்டான்...”

“கடிதாசியின்னு சொன்னீங்களே அட்ரஸ் இருக்குமாங்க...?”

“வீரான், தெங்குமரகடா... கோத்தகிரி வட்டம், நீலகிரி மாவட்டமுன்னு எழுதுவோம்... கடிதாசி போய் சேர்ந்திரும்... ஆமா அவனப் பத்தி இத்தன வெவரம் கேக்கறீங்களே... அவன் உங்களுக்கு தெரிஞ்சவனா...”

“ஆமாங்க... எங்க தாத்தாவுக்கு வேண்டியவரு...”

“உங்க தாத்தாவா...?”

“முத்துச்சாமி வாத்தியாருன்னு சொல்லுவாங்க... வடக்குவெளி ஊருலயெல்லாம் அவர நல்லாத் தெரியும்...”

“அந்த மனுசன எனக்கும் தெரியும்... நல்ல முறுக்கத்துல எங்களயெல்லாம் கண்டா ஓதைக்கனும்... கோயிலையெல்லாம் கொளுத்தனுமுன்னு சொல்லிக்கிட்டு திரிஞ்சவரு... இப்ப உசிரோட இருக்காரா...?”

“கெடை சேர்ந்திட்டாருங்க...”

“நூறு வயசுக்கு பக்கமா இருக்குமில்ல... இந்த பகவான் எப்பவும் அவர நிந்திக்கற பாவிகளுக்குத்தான் தீர்க்காசுசக் குடுக்கறான்...”

அதற்கு மேல் அகிலுடன் பெரியகுருக்கள் பேசப் பிரியப்படவில்லை. திரும்பி நுழைவுவாசற்படியிறங்கி கோவிலுக்குள் சென்று மறைந்துவிட்டார். ஏலம் முடிவுறும் தருவாயிற்கு போய்விட்டது. பச்சைவேட்டிக்காரனே மொத்த வெள்ளாடுகளையும் ஏலம் எடுத்து விட்டான். ஏலமிடுபவர்களிடம் மூன்று லட்சத்துக்குப் பணம் கட்டி ரசீது வாங்கினான். அந்தநேரம் மேலே தார்சாலையிலிருந்து மூன்று குட்டியானை வாகனத்துடன் வெள்ளைத்தாடிக்காரர் வந்து சேர்ந்தார். பச்சைவேட்டிக்காரனிடமிருந்து வெள்ளாடுகளை முற்றுக்கையிட்டுக் கைப்பற்றினார். வெள்ளாடுகளை மூன்று குட்டியானைகள் பிடிக்குமளவுக்கு ஏற்றினார். புறப்பட்டுப் போய்விட்டார். பச்சைவேட்டிக்காரன் மீதி வெள்ளாடுகளுடன் சோர்ந்துப்போய் ஒற்றையாளாய் நின்று கொண்டிருந்தான். ஏலமிடுபவர்கள் பணக்கட்டுகளுடன் பெரியகுருக்களைத் தேடிக் கோவிலுக்குள் போயினர். அகில் வெள்ளைத்தாடிக்காரரை அலைபேசியில் அழைத்தான்.

"அய்யோ... அகிலு தம்பி... நானு உங்ககிட்ட சொல்ல மறந்துட்டேன்... நீங்க நேரா கார எடுத்துக்கிட்டு கோட்டமேடு சந்தப் பேட்டக்கிட்ட வந்துருங்க..."

அகில் அவசரமாக கோவிலடியிலிருந்து காரில் புறப்பட்டான். பெருமாள் கோவிலில் ஏகாதசி பூஜை நடந்து கொண்டிருந்தது. சந்தைப்பேட்டையின் எதிரிலிருந்த கசாப்புக்கடை பெரியவருடன் வெள்ளைத்தாடிக்காரர் பேசிக்கொண்டு நின்றிருந்தார். கையில் கும்பாபிசேக மஞ்சள் பை இருந்தது. காரின் முன்பக்கத்தில் ஏறிக்கொண்டார்.

"வெள்ளாடுகள ரெண்டு லட்சத்துக்கு வித்துப் போட்டேன்... ஒன்றலட்சம் அசலு... அம்பதாயரம் வட்டி... நாஞ்செஞ்சது நியாயந்தானே அகிலு தம்பி..."

அகில் பதில் பேசவில்லை. கார் உப்பாற்றுப்பாலம் தாண்டித் திருப்பூர் பிரிவை அடைந்தபோது பேருந்து நிறுத்தக் குடையின் முன்பு மொபட்டுடன் பானுமதி நிற்பது தெரிந்தது. அகில் காரை நிறுத்தினான். வெள்ளைத்தாடிக்காரர் காரிலிருந்து இறங்கினார். பணக்கட்டுகள் கொண்ட கும்பாபிசேக மஞ்சள் பையை பானுமதியிடம் கொடுத்துவிட்டு ஏதோ குசுகுசுவெனப் பேசினார். பின் காரில் ஏறி உட்கார்ந்தார். கார் புறப்பட்டது. அகில் வீரான் திருவேலைக்காரருக்கு கொள்ளிப்போட வந்ததைச் சொன்னான்.

"என்ன தம்பி சொல்லறீங்க...?"

"நெசந்தாங்க..."

என். ஸ்ரீராம் 481

“அப்படீன்னா... வீரான் தெங்குமரகடாவுல இருக்கறது உறுதி...”

எங்கும் நிற்காத கார் பயணம். பவானி சாகர் அணை சென்று சேர்ந்தபோது பின்மதியம் கடந்துவிட்டது. அணை நீரின் மேலே சங்குவளை நாரைகள் வட்டமிட்டபடி இருந்தன. பவானி சாகர் வனச்சரக அலுவலத்தில் சைமன் பச்சைவண்ண ஜீப்புடன் காத்திருந்தார். அங்கேயே அகில் காரை நிறுத்திவிட்டு வெள்ளைத்தாடிக்காரருடன் ஜீப்பில் ஏறிக் கொண்டான். அருகில் எங்கோ கொதி எண்ணெய்யில் அணைமீன் பொறிக்கும் வாசனை வீசிற்று. வழியில் காட்டுமாடுகளும் கடமான்களும் தென்பட்டன. சைமன் ஜீப்பை மண்வனச்சாலையில் மிகநிதான வேகத்தில் ஓட்டியபடியே பேசினார்.

“சத்தியமங்கலம் முதுமலை புலிகள் சரணாலயத்துக்குள்ள தெங்குமரகடா வருது... கவர்மெண்ட் இப்ப இங்கு வசிக்கற மக்களையெல்லாம் இடமாற்றம் செய்ய முயற்சி செய்யுது... அதை எதிர்த்து இந்த மக்களெல்லாம் போராட்டம் செய்யறாங்க... இதையெல்லாம் வெச்சு ஒரு புத்தகம் எழுதலாமுனு நானு இங்கு வந்தேன்... அப்பத்தான் வீரான் இங்கிருக்கற விசயம் தெரிஞ்சுது...”

அகிலும் வெள்ளைத்தாடிக்காரரும் வீரான் கிடைத்துவிட்ட மகிழ்ச்சியில் வனப்பிரதேசத்தைப் பார்த்தபடி வந்தனர். ஜீப் மஞ்சள் வெயில் பரவிய பின்அந்தியில் நீர் குறைந்து ஓடிய மாயாற்றை கடந்தது. இருபுறமும் கம்பிவேலியிட்ட வாழைத்தோட்டங்களினூடே மண்சாலையில் பயணித்தது. தெங்குமரகடா வீதிகளைத் தாண்டி மலையடிவாரத்தை ஒட்டிய செவ்வந்தி வயல்களுக்குள் சென்றது. தென்னைகள் சூழ தனித்திருந்த சீமையோட்டு வீட்டின் முன்பு நின்றது. சைமன் அகிலையும் வெள்ளைத்தாடிக்காரரையும் வாசலில் கிடந்த கயிற்றுக் கட்டிலில் உட்கார வைத்தார். தென்னைமரத்தினடியில் ராஜ்தூத் பைக் நின்றது. சைமன் பேச்சிலிருந்து அந்த வீடும் செவ்வந்தித் தோட்டமும் ஓய்வு பெற்ற கர்நாடக வனத்துறை அதிகாரி சந்தாலேஸ் கவுடாவுடையது எனத் தெரிந்தது. மேலும் சைமன் தெங்குமரகடாவில் தட்டுப்படும் சிறுத்தைப்புலிகளையும் யானைகளையும் அழிந்து வரும் கழுதப்புலிகளையும் குறித்தே பேசினார். வீரானைச் சந்திக்கச் செல்வதைப் பற்றி எதுவும் பேசவில்லை.

பொழுதிறங்கும்போது மலையடிவாரத் தென்திசையிலிருந்து செவ்வந்தி வயல் வரப்பில் நடந்துவந்த சந்தாலேஸ் கவுடா மூவரையும் வணங்கி வரவேற்றார். பிசிறு பிசிறாகத் தொங்கிய பெரிய நரைமீசை வளர்த்திருந்தார். அவர் பின்னே நடந்துவந்த கேசவா என்ற திடகாத்திர இளைஞன் வீட்டுக்குள் போய் எல்லோருக்கும் சுக்குக்காபி போட்டுக்கொண்டு வந்து கொடுத்தான். சாந்தாலேஸ் கவுடாவும் தன்

குடும்பத்தினர் கோலார் பக்கம் கம்மசந்திராவில் வசிப்பது குறித்தும் வாரத்தில் பாதிநாள் தன் ராஜ்தூத் பைக்கிலேயே கம்மசந்திரா சென்று தங்கிவிட்டு வருவது குறித்தும் பேசினார். அவரும் வீரானைச் சந்திக்கச் செல்வதைப் பற்றி எதுவும் பேசவில்லை. முன்னிரவிலேயே பனியுடன் குளிர்காற்று வீசிற்று. தோட்டவெளியும் வனாந்திர நிசப்தத்தில் உறைந்துவிட்டது. கேசவா நால்வருக்கும் தலைவாழையிலை விரித்துப் போட்டான். மாயாற்றின் பாறையிடுக்கில் பிடித்த ஆரைமீன் குழம்புடன் கந்தசாலா அரிசிச்சாதம் பரிமாறினான். அகில் மதியம் உணவருந்தாத பசியின் வேகத்தில் கொஞ்சம் அதிகமாகவே சாப்பிட்டான். சந்தாலேஸ் கவுடா கைமின்விளக்குடன் கம்பிவேலிக்கு மின்சார இணைப்புக் கொடுக்க கிணற்று மேட்டுக்குப் புறப்பட்டுப் போனார்.

கேசவா மூவருக்கும் வீட்டின் உள்ளறையில் கயிற்றுக் கட்டிலைப் போட்டு படுக்க ஏற்பாடு செய்தான். திரும்பி வந்த சந்தாலேஸ் கவுடா முன்னறை மரநாற்காலியில் வேட்டைத் துப்பாக்கியை தலைமாட்டில் வைத்துப் படுத்துக்கொண்டார். நடிகர் ராஜ்குமார் பாடிய கன்னட திரைப்பாடல்களை அலைபேசியில் சப்தமாக ஒலிக்கவிட்டுக் கேட்டபடியே இருந்தார்.

*"ஹூட்டிதாரே கன்னட நாடினல்லி ஹுட்டபேக்கு..."*

கேசவா வீட்டின் எந்த மூலையில் படுத்துக் கொண்டான் என அறிய முடியவில்லை. அகில் உறக்கம் கண்ணைச் சொருகும் தருணத்தில் சைமனைக் கேட்டான்.

"சார்... நாளைக்கு நாம வீரானை எப்பப் போய் பாக்கப் போறோம்...?"

"பாக்கறதா... நாளைக்கு நாமதான் ஊருக்குள்ள போய் வீரானை கண்டுபுடிக்கனும்..."

மறுபடியும் அகிலை அவநம்பிக்கைத் தொற்றிக் கொண்டது. இந்த பயணமும் வீணாகிவிடும் என்கிற எண்ணம்கூட எழுந்தது. அண்ணார்ந்து முகட்டுவளையைப் பார்த்தபடி படுத்திருந்தான். நடுச்சாமத்திற்கு பின் எப்படியோ உறங்கிப் போனான். வீட்டுக்கு அருகில் ஏதோ வீறிட்ட அலறல் கேட்டு விழித்தெழுந்தான். எழுந்து முன்னறைக்கு வந்தான். சாந்தாலேஸ் கவுடா கைமின்விளக்கு வேட்டைத் துப்பாக்கி சகிதமாக வாசலில் நின்று கொண்டிருந்தார். வீறிட்ட அலறல் வந்த தென்திசையை உற்று அவதானித்தபடி இருந்தார். அகில் அவர் கிட்டத்தில் போனான். பனிக்குளிர் உடம்பை சிட்டெடுக்க வைத்தது. கேசவா எனச் சப்தமிட்டார். சமையற்கட்டில் மின்சார விளக்கு எரிந்தது.

“காட்டுப்பன்னி கம்பிவேலியில அடிபட்டிருக்கும்... கொஞ்சம் வெடியட்டும் போய் பாப்போம்...”

இருவரும் முன்னறை மரநாற்காலியில் வந்து உட்கார்ந்து கொண்டனர். கேசவா மூன்று டம்ளர் கடுங்காபியுடன் வந்தான். கேசவா கீழே சிமெண்ட் தரையில் உட்கார்ந்து கொண்டான். மூவரும் கடுங்காபியைக் குடித்தனர். சந்தாலேஸ் கவுடா காட்டுமாடுகளும் கடம்பமான்களும் மலைக்கரட்டிலிருந்து இறங்கி வெள்ளாமை வயலுக்குள் வருவது பற்றியே பேசிக் கொண்டிருந்தார். வைகறை ஒளி படர்ந்தது. சைமனும் வெள்ளைத்தாடிக்காரரும் இன்னும் உள்ளறைக் கட்டிலில் ஆழ்ந்து குறட்டையொலியுடன் உறங்கிக் கொண்டேயிருந்தனர். கேசவா கம்பிவேலி மின்சார இணைப்பைத் துண்டிக்க கிணற்றுமேடு சென்றான். சந்தாலேஸ் கவுடா வேட்டைத் துப்பாக்கியை மட்டும் எடுத்துக்கொண்டு புறப்பட்டார். அகில் சந்தாலேஸ் கவுடாவிடம் வீரானைப் பற்றி விசாரிக்க வேண்டும் என்கிற விருப்பத்துடன் பின்னே நடந்தான். செவ்வந்தி வயல் வரப்புப் புற்களில் பனித்திவலைகள் படிந்திருந்தன. செவ்வந்திச் செடிகளுக்கிடையே நின்ற நீர்மருது மரவுச்சியில் காட்டு ஆந்தைகள் குடுகின. கம்பிவேலிக்கு மறுபுறம் முதிர்ந்த காட்டுப்பன்றி அடிபட்டுக் கிடந்தது. மேற்தோல் முடிகள் கருகியிருந்தன. சந்தாலேஸ் கவுடா கம்பிவேலியின் ஓரமாக நடந்து ஓரிடத்தில் நின்றார். குனிந்து பலகைக்கருங்கள் ஒன்றைப் புரட்டி நகர்த்தினார். கம்பிவேலிக்குக் கீழே மண்தரையில் ஆள் புகுந்து மறுபுறம் செல்லுமளவுக்குக் குழி இருந்தது. சந்தாலேஸ் கவுடா வயலுக்குள் இறங்கி செவ்வந்திப் பூங்கொத்துகளை இனுங்கிப் பறித்துக் கொண்டார். குழியில் தலையை நுழைத்து தவழும் தொனியில் மறுபுறம் போனார். செத்துக்கிடந்த காட்டுப்பன்றியைக் கடந்து நடந்தார். அகிலும் குழிக்குள் தலையை நுழைத்து மறுபுறம் சென்று அவரைப் பின்தொடர்ந்தான். விடியல் ஒளி கருமலையின் மீது விழுந்து அடர்பச்சையாக்கிக் கொண்டிருந்தது. சந்தாலேஸ் கவுடா கம்பிவேலி ஓரமாக நடந்து போய்க் கொண்டேயிருந்தார்.

ஒற்றையாகச் சிலுவை ஊன்றிய கரும்பளிங்குக்கல் கல்லறை வந்தது. சந்தாலேஸ் கவுடா கல்லறை மீது செவ்வந்திப் பூங்கொத்துகளை வைத்துக் கும்பிட்டார். கல்லறையில் பொறித்திருந்த எழுத்துக்கள் புரியாத மொழியில் இருந்தன. அகிலினால் பிறப்பு: 14-11-1951 இறப்பு: 16-12-2020 என்பதை மட்டும் படிக்க முடிந்தது.

“இந்த கல்லறை வாசகம் ஹிப்ரூவுல எழுதியிருக்கு... பைபிள்ல இருக்கற வாசகந்தான்...”

“இவங்க...?”

“ஐரினா செலின்ஸ்கா... நீங்க தேடி வந்திருக்கீங்கல்ல வீரான்... அந்தாளுக்கு இந்த தெங்குமரகடாவுல அடைக்கலம் குடுத்து காப்பாத்தினவங்க...”

சந்தாலேஸ் கவுடா திரும்பி காட்டுப்பன்றி விழுந்துகிடந்த இடத்தை நோக்கி நடக்க துவங்கினார். அகில் கல்லறையையே பார்த்தபடி நின்றான். கிழக்குத்திசையில் யானைகள் பிளிறின. மலையடிவாரத்தில் தனித்தலைந்த கிழட்டுச் செம்மிநாய் கிட்டத்தில் வந்து நின்று முகர்ந்து பார்த்தது. அகில் விரைசலுடன் நடந்து காட்டுப்பன்றி விழுந்துகிடந்த இடத்திற்கு வந்தான். சந்தாலேஸ் கவுடா கேசவாவோடு சேர்ந்து காட்டுப்பன்றியை தூக்கினார். கம்பிவேலி தாண்டி செவ்வந்தி வயல் வரப்பின் மீது வீசிப்போட்டார். வீட்டை நோக்கி நடக்கும்போது அகிலிடம் சொன்னார்.

“பாரு கழுகுக வந்து தின்னும்...”

அன்றும் இளமதியம் வரை யாரும் வீரானைத் தேடி புறப்படவில்லை. சைமன் எழுதுவற்கான தரவுகளைக் குறிப்பெடுத்துக் கொண்டிருந்தார். சந்தாலேஸ் கவுடா செவ்வந்தி வயல்களில் பூப்பறிக்கும் ஆட்களை பார்வையிடப் போய்விட்டார். வெள்ளைத்தாடிக்காரரர் மதிய உணவு சமையலில் ஈடுபட்டிருந்த கேசவாவுடன் ஏதேதோ பேசிக்கொண்டிருந்தார். அகிலுக்கு என்ன செய்வதென்று பிடிபடவில்லை. வாசலில் கிடந்த கயிற்றுக் கட்டிலில் உட்கார்ந்து நேரத்தை கடத்திக் கொண்டிருந்தான். அப்போது செவ்வந்தி வயலினூடான பாதையில் வந்த வெள்ளைநிறக் கார் வாசலில் வந்து நின்றது. சிறப்புக் காவல் படையின் கூடுதல் துணைக் கண்காணிப்பாளர் காரிலிருந்து இறங்கி கயிற்றுக் கட்டிலிடம் வந்தார். அகில் எழுந்து வணங்கினான்.

“உட்காருங்க அகில்... நாந்தான் நம்ம வீரான் இங்கிருகறதை கண்டுபிடிச்சவன்...”

கூடுதல் துணைக் கண்காணிப்பாளர் அகிலுடன் கயிற்றுக் கட்டிலில் உட்கார்ந்தார். அகில் அவரின் காக்கிச்சட்டையில் குத்தியிருந்த பெயரைப் படித்தான். சிவக்குமார் கலியுகநாதன் என்றிருந்தது.

○○○

# 49

வீரான் சிற்றுடுக்கையின் லயம் மாறாமல் பார்த்துக் கொண்டார். அடித்து அடித்து இடக்கை விரல்கள் தொய்வடைந்துவிட்டன. காற்றோசை அடங்கிய வெளியில் சிற்றுடுக்கையின் ஒரே லயவொலி எவ்வித தாக்கத்தையும் ஏற்படுத்தவில்லை. சித்திரத்தேர் முன்பு வடம் பிடித்து இழுப்பவர்கள் அயற்சியில் உட்கார்ந்துவிட்டனர். அதேபோல் வாத்தியக்காரர்களும் மேளக்காரர்களும் இசைக்கப் பிரியப்படாமல் உட்கார்ந்துவிட்டனர். சன்னதம் வந்த சாமியாடிகள் மட்டும் வீராப்பில் நின்று கொண்டிருந்தனர். வீரானுக்கு நகராத சித்திரத்தேரையே பார்த்துக் கொண்டிருப்பது இயலாதக் காரியமாகிவிட்டது. நாலாப்புறமும் நோட்டமிட்டார். நெடுவீதியில் திரண்டிருந்த மொத்த சனங்களின் பார்வையும் இன்னும் தன்னையே நோக்கியிருப்பது ஆறுதலளித்தது. இன்று ஜக்கம்மா தேவி முற்றிலும் கைவிட்டுவிட்டாள். அவள் அனல் வளையப் புதிரை அவிழ்க்க விரும்பவில்லை. இனி ஜக்கம்மா தேவியின் அருளுக்கு பாத்தியப்பட்டவன் இல்லையென்றும் உணர்த்திவிட்டாள். மனம் மட்டும் இங்கிருந்து தோல்வியுடன் திரும்பிப் போக ஒப்புக்கொள்ள மறுத்தது. இன்னும் கொஞ்சநேரம் போராடிப் பார்க்க முடிவு செய்தது. சுயபிரக்ஞை தப்பாத நிலையில் இந்த கணத்தில் என்ன செய்வதென்றும் தெரியவில்லை. அடுத்தடுத்து அபத்த யோசனைகள் எழுந்தன. உடனே ஓர் அபத்த யோசனையை உடல் செயல்படுத்த துவங்கியது. நெடுவீதியையே சிலம்பத்தின் ஆடுகளமாக பாவித்துக் கொண்டது. பாதங்கள் சிலம்பவீரனின் கால்வரிசை நுணுக்கத்துடன் எட்டி எட்டி வைத்தன. சிற்றுடுக்கை சவ்விலிருந்து இடக்கை விரல்கள் தானாக விலகின. வலக்கை சிற்றுடுக்கையே சிலம்பக்கோலாயிற்று. பாவனையில் பொய்த்தனம் மிகுந்திருந்தது. சிரிப்பு வந்தது.

வீரான் கம்பு சுற்றத் தொடங்கினார். நெடுங்கம்பு வீச்சு வீசினார். அலங்காரக் கம்பு வீச்சு ஆரம்பித்தார். வேல்கம்பு வீச்சில் பாய்ந்தார். ஒருநிலையில் கைவரிசைகள் ஓய்ந்தன. கால்வரிசைகள் ஆரம்பித்தன. பம்மின. பதுங்கின. மின்னின. மிரட்டின. பாவலாக் காட்டின. கால்வரிசைகளும் ஓய்ந்து தளர்ந்தன.

அந்தக்கணம் சித்திரத்தேர் முன்பு சன்னதம் வந்த சாமியாடிகள் ஊர்ப் பிரமுகர்களைக் கூப்பிட்டு ஏதோ விவாதிப்பது தெரிந்தது. போலீஸ் வருவது உறுதியாகிவிட்டது. சுலோசனாவும் சனக்கூட்டத்துக்குள்

இருந்து வெளிப்பட்டு சித்திரத்தேரை விலகி எதிரே வந்து நின்றாள். இளவயதில் கண்ட அதே முகம். சாயல் மாறாமல் இருந்தது. வீரானுக்கு சுலோசனாவைப் பார்க்கப் பார்க்க மனம் நடுங்கிற்று. இப்போது சிலம்பாட்டத்தையும் நிறுத்த முடியாது. சுலோசனாவையும் நெருங்க முடியாது. வீரான் முதல்தடவையாக இக்கட்டான நிலையில் இருப்பதை உணர்ந்தார்.

○○○

வீரான் கடம்ப மரங்கள் சூழ்ந்த மாயாற்றங்கரையில் பரிசலுக்காகக் காத்திருந்தார். கடம்ப இலைகளின் அசைவு மண்தரை நிழலையும் அசைத்தது. நீர்க்கரையோரத்தில் காய்ந்த சருகிலைகள் இற்று அழுகும் நாற்றம் வீசியது. அருகில் பரிசல் கவிழ்த்து வைக்கப்பட்டிருந்தது. பரிசல்கார மணிகண்டன் மதியச் சாப்பாட்டிற்கு ஊருக்குள் இருக்கும் வீட்டிற்குப் போய்விட்டார். அக்கரையில் மேட்டுப்பாளையம் செல்லும் மதியநேர அரசுப் பேருந்து இன்னும் வந்து சேரவில்லை. ஏற்கனவே அக்கரை சென்றுவிட்ட ஒருசிலர் புளியமர நிழலில் பேருந்துக்காகக் காத்திருந்தனர். வீரான் பெருகி உயரும் மாயாற்றின் நதிவெள்ளத்தையே பார்த்தபடியிருந்தார்.

அன்றொரு தினத்தில் தெங்குமரகடா வந்து சேர்ந்த உச்சிப்பொழுதிலும் இதேபோல்தான் பரிசலுக்காக மாயாற்றங்கரையில் காத்திருந்தார். அன்றும் மாயாற்றில் நதிவெள்ளம் பெருகி ஓடிக் கொண்டிருந்தது. அன்று அக்கரை. இன்று இக்கரை. வேறுபாடு எதுவுமில்லை. தோற்றம் இளமை முடிந்து முதுமை கொண்டுவிட்டது. காலம் தன் நெடியவாழ்வை விழுங்கிச் சீரணித்துவிட்டது. நீங்காத நினைவுகளைத் தவிர மிஞ்சுவது எதுவுமில்லை. நினைவடுக்கில் ரணவடுக்களும் சுகஞாபகங்களும் நீர்க்குமிழியாகத் தோன்றித் தோன்றி வெடித்து மறைந்தன.

அன்று நாற்புறமும் மலைகள் சூழ நடுவே தனித்திருக்கும் நிலம் வீரானை வசீகரித்தது. தெங்குமரகடா ஊரைக் கடந்து தென்கிழக்குத் திசையில் மலையடிவாரத் தோட்டத்திற்குப் போகச் சொன்னார்கள். வீரான் நடந்தான். தோட்டம் உழவடிக்காத தரிசாகக் கிடந்தது. தோட்டத்தின் தென்மேற்குமுனையில் தென்னோலைக் கூரையிட்ட குடிசையில் ஐரினா செலின்ஸ்கா தனிமையில் வசித்து வந்தாள். முப்பது வயது மதிக்கத்தக்கத் வெள்ளைக்காரத் தோற்றம். காற்றில் அலையும் செம்பட்டைக் கேசங்கள் வசீகரித்தன. கண்திறந்து சிலதினங்களான செம்மிநாய்க்குட்டிக்கு கண்ணாடிப்புட்டியில் பால் புகட்டிக் கொண்டிருந்தாள். வீரான் டேனியல் பாதிரியார் கொடுத்தனுப்பிய கடிதத்தை நீட்டினான். கடிதவுறை கிழித்துப் படித்த

ஐரினா செலின்ஸ்கா புன்னகைக்க மட்டுமே செய்தாள். அந்தி இருள் கவிழும் சமயத்தில் பரிசல்காரப் பெரியவர் வந்து ஊருக்குள் அழைத்துப் போனார். தென்னோலை கூரை வீட்டில் தங்க வைத்தார். மறுதினம் வைகறையில் பரிசல்கார பெரியவர் வீரானோடு வேறு சில ஆட்களையும் கூட்டிக்கொண்டு ஐரினா செலின்ஸ்காவின் தோட்டத்திற்கு சென்றார். தோட்டத்தின் தென்மேற்குமுனையில் இன்னொரு தென்னோலைக் கீற்றுக் கொட்டகையை வேய்ந்துக் கொடுத்தார். அதுவே வீரானின் நிரந்தர வாசஸ்தலமாயிற்று.

சில தினங்கள் சென்றன. பகலில் அந்த கீற்றுக் கொட்டகைக்கு இருளப் பழங்குடிக் குழந்தைகள் படிக்க வந்தனர். வீரான் ஐரினா செலின்ஸ்காவுடன் சேர்ந்து வகுப்பெடுக்க ஆரம்பித்தான். தமிழும் கணிதமும் வரலாறும் வீரானுக்கு ஒதுக்கப்பட்டன. கணிதப் பாடத்தில் சந்தேகம் ஏற்படும் தருணத்தில் எல்லாம் பண்ணாரி அம்மன் கோவில் பக்கம் வசித்த ஓய்வுப்பெற்ற கணித ஆசிரியரிடம் கேட்டுத் தெளிவடைந்து வந்து வகுப்பெடுத்தான். இரு வருடங்கள் போயின. கற்க வரும் குழந்தைகளின் எண்ணிக்கை கூடவில்லை. வீரானுக்கு சலிப்பு ஏற்பட்டுவிட்டது. ஐரினா செலின்ஸ்காவோ படுபொறுமையாக மாறாப்புன்னகையுடன் காத்திருந்தாள். மெல்ல இதரப் பழங்குடிக் குழந்தைகளும் படிக்க வரத் துவங்கினர். பள்ளிக்கூடத்திற்கு பரிசல்கார பெரியவர் நீண்ட கீற்றுக் கொட்டகை ஒன்றை வேய்ந்துக் கொடுத்தார்.

ஒவ்வொரு தினமும் இருள் சூழும் தருணத்திற்கு முன்பு பள்ளிக் குழந்தைகள் எழுந்து கலைந்துப் போனபின்பு வீரான் தனிமையில் இருப்பதுபோல் உணர்ந்தான். தோட்டத்தில் பேச்சுத்துணைக்கு ஆளேயில்லை. ஐரினா செலின்ஸ்கா பள்ளிக் குழந்தைகளிடம் மட்டுமே வகுப்பெடுக்கும்போது பேசினாள். மற்ற எவரிடமும் தேவைக்கு அதிகமாக ஒருவார்த்தை பேசுவதில்லை. அந்தி மங்கி ஊமைவெளிச்சம் படிந்த நேரத்தில் தென்கிழக்குத்திசை நோக்கி அமர்ந்து கொண்டாள். மலைகுன்றையே பார்த்தபடி இருந்து நேரத்தைக் கடத்தினாள். ஆரம்பத்தில் வீரானுக்கும் மேற்புற மலைநிழல் படிந்த குன்று மெல்ல கருநிறம் போர்த்துவதைக் காண்பதில் என்ன இருக்கிறது என்றுதான் தோன்றியது. ஐரினா செலின்ஸ்காவின் இப்படியான விநோதச் செயல்பாடுகள் எல்லாம் எரிச்சலைக்கூடத் தந்தது. ஆறாத மனக்காயங்கள் பட்ட பெண் இப்படி தனிமையின் இறுக்க மௌனச் சுபாவத்திற்கு மாறிவிட்டதாகக்கூட நினைத்துக் கொண்டான். ஒருதடவை வரலாற்றுப் புத்தகம் ஒன்றை எடுப்பதற்காக ஐரினா செலின்ஸ்காவின் கீற்றுக்குடிசைக்குள் சென்றான். மரமேசையில் கோவணத் தோற்றத்து ரமண மகரிஷியின் கருப்பு வெள்ளைப் புகைப்படத்துடன் ‘Silence is also conversation’ என்கிற வாசகம் இருப்பதைக் கண்டான்.

வீரானுக்கும் தேவையில்லாமல் பேசுவதில் என்ன புரையோசனம் இருக்கிறது எனப்பட்டது. பேசும் சொற்கள் தானாகக் குறைந்துவிட்டன. எவரிடமாவது ஏதாவது பேசியே தீரவேண்டும் என்கிற ஏக்கம் ஏற்படவில்லை. அதிகம் தனிமையில் இருக்க முயன்றான். ஒவ்வொரு தினமும் அந்தி மங்குவதற்காகக் காத்திருந்தான். தென்கிழக்குத்திசை மலைகுன்றைக் கவனிக்க ஆரம்பித்தான். மலைகுன்று வெளிச்சத்திலும் இருளிலும் பல்வேறு மாயம் புரியத் தொடங்கியது. ஐரினா செலின்ஸ்காவின் செயல்பாடுகளையும் புரிந்துக்கொள்ள முடிந்தது.

வீரானுக்கும் தனிமைச் செயல்பாடுகள் ஆழ்ந்த அமைதியைக் கொடுத்தன. கீற்றுக் கொட்டகைகளைச் சுற்றி பூச்செடிகளும் பழமரங்களும் நடத் துவங்கினான். மனோரஞ்சிதமும் பவளமல்லியும் செண்பகமும் தென்னையும் கொய்யாவும் வளர்ந்து நின்றன. அதே காலகட்டத்தில் வளர்ந்த பள்ளிக்குழந்தைகளும் மேற்படிப்புக்காகச் சிறுமுகையும் மேட்டுப்பாளையமும் கோத்தகிரியும் போயினர். ஐரினா செலின்ஸ்காவே அதற்கான எல்லா ஏற்பாடுகளையும் செய்தாள்.

வீரானுக்கு நிகழ்கணச் செயல்களில் முழுக்கவனம் செலுத்துவது பிடித்துவிட்டது. புதிதாகக் கற்றுக்கொள்ளவும் ஆர்வம் ஏற்பட்டது. முதலில் சமையல் செய்யக் கற்றுக் கொண்டான். பரிசல்காரப் பெரியவரிடம் போய் மாயாற்றில் பரிசல் செலுத்தக் கற்றுக் கொண்டான். புதிது புதிதாக சாத்தியப்படும் ஏதாவது கற்றுக் கொள்ளும்போது மனமும் மிருதுவானது. போட்டிப் பொறாமைகள் தோன்றுவது முற்றிலும் நின்று போயின. உலகமும் அன்புமயமானதாயிற்று. அகப்புறச் சூழ்நிலையின் அழுத்தம் பாதிக்கவில்லை. தன்னுள் புதைந்திருந்த அனாதைத் தன்மையும் மறைந்து போயிற்று. வாழ்வின் மீதான குறைபாடு இல்லை. அனுதினங்கள் மகிழ்ச்சியாகக் கடந்து சென்றன.

அந்த சமயத்தில் மலையடிவாரத்தில் பதுங்கியிருந்த சிறுத்தைப்புலி ஒன்று ஊருக்குள் வந்து உயிர்ச் சேதத்தை விளைவிக்கத் தொடங்கிவிட்டது. முதலில் மேய்ந்துக் கொண்டிருந்த ஆடுமாடுகளை மட்டுமே கவ்வி இழுத்துப் போய் தின்றது. பின்பு இரவு நேரத்தில் ஆட்டுப்பட்டிக்கும் மாட்டுக்கட்டுத்தரைக்குமே வந்து வேலையைக் காட்டியது. அநேகப்பேர் அந்த சிறுத்தைப்புலியை தூரத்தில் பார்த்திருந்தனர். எவராலும் அதனை எதுவும் செய்ய முடியவில்லை. சிலநாளில் வனமூர்க்க மிருகம் கம்பீர கதாநாயகன் ஆகிவிட்டது. தெங்குமரகடா சமவெளி முழுவதும் அதைப் பற்றிய பேச்சாகக் கிடந்தது. பரிசல்காரப் பெரியவர் தலைமையில் இளைஞர் படையமைத்து இரவெல்லாம் சிறுத்தைப்புலிக்கு காவலிருந்தனர். இருப்பினும் சிறுத்தைப்புலியின்

துர்க்காரியங்களைக் கட்டுப்படுத்த முடியவில்லை. கல்லம்பாளையம் ஹள்ளிமோயார் வரை அதன் சாம்ராச்சியம் விரிந்தது.

ஒரு இளமதிய நேரம். பள்ளிக்கூடத்தில் பாட இடைவேளை. பள்ளிச்சிறுமிகள் கீற்றுக்கொட்டகைக்குப் பின்புறம் கனகாம்பரச் செடிகளுக்கிடையே சிறுநீர் கழிக்கப் போயினர். முன்னால் சென்ற வேம்பரசி என்ற சிறுமி சிறுத்தைப்புலியிடம் சிக்கிக் கொண்டாள். வேம்பரசியின் இடக்காலைக் கவ்வித் தரிசு நிலத்தில் இழுத்துப் போவதைச் சகச்சிறுமிகள் பார்த்துவிட்டுக் கத்தினர். வேம்பரசியின் உயிரோலமும் கேட்டது. வீரானும் ஐரினா செலின்ஸ்காவும் எழுந்தோடினர். சிறுத்தைப்புலி தரிசு நிலத்தில் இருபதடி தூரம் தாண்டிவிட்டது. தென்னைமட்டையை இழுத்துப் போவதைப்போல் வேம்பரசியைத் தென்கிழக்கு மலைக்குன்றை நோக்கி இழுத்துப் போய்க் கொண்டிருந்தது. வேம்பரசி உயிர் அச்சத்தில் மயங்கிவிட்டாள். எல்லோராலும் சிறுத்தைப்புலியை இடைவெளி விட்டுப் பின்தொடர்ந்து சென்று சப்தமிடுவதைத் தவிர வேறு எதுவும் செய்ய முடியவில்லை. சப்தம் கேட்டு வடக்குத்திசை மலையடிவாரத்தில் ஆடுமாடுகளை மேய்த்துக் கொண்டிருந்தவர்களும் சீழ்க்கையடித்தபடிக் கையில் கம்புடன் ஓடி வந்தனர். அதேபோல் மேற்குத்திசையிலும் ஊருக்குள்ளிருந்த சனங்களும் கையில் கிடைத்த ஆயுதங்களுடன் ஓடி வந்தனர்.

சிறுத்தைப்புலி சுற்றிலும் ஆட்கள் சூழ்ந்து வருவதை உணர்ந்துவிட்டது. வேம்பரசியின் இடக்காலில் கவ்விய தன் கோரைப்பற்களை விடுவித்தது. இரத்தம் சொட்டும் வாயுடன் நிமிர்ந்து சுற்றும் முற்றும் நோட்டமிட்டது. கூர்ந்து கவனித்தது. தென்திசையில் மட்டும் மலையடிவாரம் வரை ஆட்கள் இல்லாமல் வெற்றிடமாகக் கிடப்பதைக் கண்டுக் கொண்டது. சட்டென முடிவெடுத்து தென்திசை நோக்கித் தாவியது. திரும்பிப் பார்த்துக்கொண்டு மிதவேகத்திலேயே ஓடியது.

சிறுத்தைப்புலி பயந்தோடுவதை அறிந்த பின்பு ஆட்களில் அநேகப்பேர் சிறுத்தைப்புலியைப் பின் தொடர்ந்து துரத்திக்கொண்டு ஓடினர். வீரானும் ஐரினா செலின்ஸ்காவும் வேம்பரசியை நோக்கி ஓடினர். வேம்பரசியின் இடக்காலில் சிறுத்தைப்புலியின் பற்கள் பட்ட காயத்திலிருந்து ரத்தம் பீறிட்டு வெளியேறிக் கொண்டிருந்தது. வீரான் வேம்பரசியைத் தூக்கித் தோளில் கிடத்தினான். திரும்பிக் கீற்றுக்கொட்டகைக்கு விரைந்தான். ஐரினா செலின்ஸ்கா வேம்பரசியின் முகத்தில் நீர்தெளித்துப் பார்த்தாள். வேம்பரசி இன்னும் உயிர் அச்சத்திலிருந்து மீளவில்லை. வீரான் வேம்பரசியைச் சுமந்தபடி மாயாற்றங்கரை நோக்கி ஓடினான். ஐரினா செலின்ஸ்காவும் ஊர்ப்பெண்களும் பின்னே ஓடிவந்தனர். எதிரே விசயம் கேள்விப்பட்டு பரிசல்காரப் பெரியவரும் ஓடி வந்தார். தன் பேத்திக்கு

இப்படியான கதி நேர்ந்ததைக் கண்டு அழுதார். பரிசலில் மாயாற்றைக் கடக்கும்போது வேம்பரசிக்கு மூர்ச்சை தெளிந்தது. சிறுத்தைப்புலியின் பற்கள் பட்ட இடக்காலின் வலியைப் பொறுத்துக் கொள்ள முடியாமல் கதறினாள். மேட்டுப்பாளையத்திலிருந்து வரும் சேரன் போக்குவரத்துக் கழகப் பேருந்தில் ஏற்றிப் போய் சிறுமுகை அரசு மருத்துவமனையில் வேம்பரசியை சேர்த்தனர். பரிசல்காரப் பெரியவர் பேத்திக்கு உதவியாக மருத்துவமனையில் இருந்து கொண்டார். ஊர் திரும்பிய வீரான் பேருந்து வரும் நேரத்தில் மட்டும் மாயாற்றில் பரிசல் ஓட்டினான்.

உச்சிமதியம் ஒன்றில் ஹள்ளிமோயார் மாதேஸ்வரச் சுவாமி கோவில் முன்பு தெங்குமரகடாவின் ஊர்க்கூட்டம் கூடியது. வனத்துறையினரிடம் புகார் கொடுக்கப்பட்டது. கோத்தகிரியின் வனத்துறை அதிகாரி சந்தாலேஸ் கவுடா வரவழைக்கப்பட்டார். அவரின் உயரமான திடகாத்திர ஆகிருதியும் கருத்த தடிமீசை வைத்திருந்த முகஅமைப்பும் எதிரில் நிற்பவர்களுக்கு அச்சத்தை உண்டாக்கியது. பள்ளிக்கூடக் கீற்றுக்கொட்டகையில் தன் வனப்பரிவாரங்களுடன் தங்கிச் சிறுத்தைப்புலியைக் கண்காணிக்கத் தொடங்கினார். அவருக்கு சிறுத்தைப்புலி தென்படவில்லை. வேம்பரசியை இழுத்துப் போன சம்பவத்திற்கு பின் சிறுத்தைப்புலி கொஞ்சம் அடங்கிவிட்டதாகக் கூடத் தோன்றியது. சந்தாலேஸ் கவுடா தன் வனப்பரிவாரங்களை அனுப்பிவிட்டு வீரானைத் துணைக்குக் கூட வைத்துக் கொண்டார். வீரானுக்கு சாந்தாலேஸ் கவுடாவின் ஆளுமைப் பிம்பம் பிரமிப்பூட்டியது. அவரின் சகல செயல்களிலும் இருக்கும் நேர்த்தியைக் கண்டும் வியந்தான். வீரானுக்கு அவரிடம் கற்றுக் கொள்ள நிறைய இருந்தது. அதேசமயம் அவர் சுருட்டுப் பிடிக்கும் வயோதிகர் சாயல் கொண்டிருப்பது மட்டும் நெருங்க முடியாமலும் செய்தது.

மருத்துவமனையிலிருந்து வேம்பரசியும் பரிசல்காரப் பெரியவரும் ஊர் திரும்பிய முன்னிரவில் சிறுத்தைப்புலி மீண்டும் தென்பட்டது. கல்லாம்பாளையத்தின் கிழக்கு வீதியில் மாட்டுச்சாய்ப்புக் கட்டிலில் படுத்துறங்கிக் கொண்டிருந்த இளைஞன் ஒருவனை சிறுத்தைப்புலி குறிவைத்துவிட்டது. அந்த இளைஞனின் உயிர் போகும் தருணத்து வலி நிறைந்த ஓலக்கதறல் ஊரை எழுப்பிற்று. வேட்டைத் துப்பாக்கியுடன் சந்தாலேஸ் கவுடா வீரானைக் கூட்டிக்கொண்டு அந்த இடத்திற்கு ஓடினார். தீப்பந்தங்கள் பிடித்த உள்ளூர் இளைஞர்களுடன் சிறுத்தைப்புலியைத் தேடினார். மலையடிவாரம் வரை சென்று திரும்பினார். அந்த இளைஞனுக்கு ஏதோ அவகதி ஏற்பட்டுவிட்டதை அறிந்து அவனின் குடும்பத்தினர் பெருங்குரலெடுத்து ஒப்பாரியிட்டனர். மறுதினம் பொழுது உதிக்கும் வேளையில் சந்தாலேஸ் கவுடா வீரானுடன் சென்று மூன்றுதிசை மலையடிவாரப் பகுதிகளிலும்

தேடினார். கல்லாம்பாளையத்தின் கிழக்குமலை அடிவாரத்தில் அந்த இளைஞனின் சடலத்தைக் கண்டுப்பிடித்தார். சிறுத்தைப்புலி பாதி தின்றது போக மீதி உடலை பாறையிடுக்கில் மறைத்து வைத்திருந்தது. அந்த இளைஞனின் ஈமக்கிரியை முடிந்த முன்னிரவு சந்தாலேஸ் கவுடா தெங்குமரகடாவின் சுற்றுவெளிச் சனங்களையும் ஒன்றாகத் திரள வைத்துப் பேசினார்.

"நீங்களெல்லாம் எச்சரிக்கையாக இருக்க வேண்டிய காலம் இது... சாதாரண சிறுத்தைப்புலி இப்ப மனுசக்கறி தின்னு ஆட்கொல்லியா மாறிருச்சு... சிறுத்தைப்புலிய கண்டாக்கூட அவசரப்பட்டு அதை உடனே அடிச்சுக் கொல்ல முயற்சி செய்யாதீங்க... உடல் பலம் பொருந்திய காட்டு மிருகத்துகிட்ட நாம எப்பவும் எதிரில போய் நின்னு மோதக் கூடாது... அப்படி மோதினா ஆபத்து நமக்குத்தான்... நீங்களெல்லாம் ரொம்ப ஜாக்கிரதையா இருக்கோனும்... நான் எண்ணிக்கிட்டு எட்டே நாள்ல அதை உசிரோடவோ இல்ல சாகடிச்சோ புடிச்சு உங்க முன்னால கொண்டு வாறேன்..."

இருதினங்கள் போயின. சிறுத்தைப்புலி எவர் பார்வையிலும் தென்படவில்லை. எங்கும் இரைக்கான தாக்குதல் இல்லை. மூன்றுபக்க மலையடிவாரப் பகுதிகளிலும் அதன் நடமாட்டத்தை எவரும் அறியவில்லை. சந்தாலேஸ் கவுடா பகலெல்லாம் மலையடிவாரத்திற்கு முன்பு இருக்கும் தரிசில் அதன் காலடிச்சுவடுகளை ஆராய ஆரம்பித்தார். எந்தவொரு இடத்திலும் சிறுத்தைப்புலியின் காலடிச்சுவடுகள் தட்டுப்படவில்லை. வீரானுக்கு எச்சரிக்கை அடைந்த சிறுத்தைப்புலி மலைவனத்துக்குள் மேலேறி கொடநாடு பக்கம் நகர்ந்துவிட்டதாகத் தோன்றியது. சந்தாலேஸ் கவுடாவோ யோசித்தபடியே இருந்தார். திடீரென முன்அந்தியில் வனத்துறை ஜீப்பில் புறப்பட்டு கீழ் பவானிசாகர் அணை போனார். வனத்துறை அலுவலகத் தொலைபேசியில் பத்ரா வனவிலங்கு சரணாலத்தில் வேலை பார்க்கும் சைமன் என்பவரிடம் வெகுநேரம் பேசிவிட்டு வந்தார். வனத்துறை ஜீப்பில் தெங்குமரகடாவுக்கு திரும்பி வரும்போதும் யோசித்தபடியே வந்தார். கீற்றுக்கொட்டகையில் இரவு உணவுக்குப் பின் சந்தாலேஸ் கவுடா சொன்னார்.

"சைமன் சொல்லறாரு... இந்த இடத்துல சிறுத்தைக்கு தேவையான இரை கிடைக்கறதால... அது இந்த இடத்தை தன்னோடதுன்னு நெனைக்குது... அதுக்கு நாம எல்லாந்தான் அந்நியங்களா தெரிவோமாம்... அதனால் அது அவ்வளவு சீக்கிரத்தில இந்த இடத்தை விட்டு வேற இடம் போகாதுன்னு... வீரான் நாம

இனிமேல்தான் ரொம்ப ரொம்ப கவனமா இருக்கனும்... கொஞ்சம் தவறினாலும் உயிச்சேதம் ஏற்பட்டுரும்..."

சந்தாலேஸ் கவுடா விழித்துக் கொண்டே படுத்திருந்தார். வீரானுக்கும் உறக்கம் வரவில்லை. ஐரினா செலின்ஸ்காவின் குடிசையிலும் விளக்கு எரிந்து கொண்டிருந்தது. வேகமாக எட்டாவது தினமும் வந்துவிட்டது. சிறுத்தைப்புலி சிக்கவில்லை. சந்தாலேஸ் கவுடா தோல்வியை நோக்கிப் போய்க் கொண்டிருந்தார். ஒரேவொரு சிறுத்தைப்புலி மொத்தச் சனங்களின் நிம்மதியையும் தொலைத்துவிட்டது. ஒன்பதாவது தினத்திலும் சந்தாலேஸ் கவுடா மௌனமாகவெ இருந்தார். பின்மதிய நேரத்தில் கீற்றுக் கொட்டகையின் மேற்குப்புறத்தில் காட்டு நாகணவாய் கூட்டம் விடாதுக் கத்துவது கேட்டது. சந்தாலேஸ் கவுடாவும் வீரானும் எழுந்து போய் பார்த்தனர். வீரான் பாகற்கொடிக்கும் பீர்க்கன்கொடிக்கும் வரிசையாக முள்சரல் நட்டிருந்த இடத்தின் ஓரமாகக் காட்டு நாகணவாய் கூட்டம் தரையில் கத்திக்கொண்டு ஓடியது. முள்சரல் முடிவுற்ற இடத்தில் நெடுஞ்சாரை ஒன்று வெளியேறிற்று. தரிசு நிலத்துப் புதர்ப்பதவலுக்குள் ஓடி மறைந்தது.

அன்றிரவு சந்தாலேஸ் கவுடா உறங்கவில்லை. வேட்டைத் துப்பாக்கியுடன் தரிசு நிலத்தில் போய் உட்கார்ந்துக் கொண்டார். தரிசு நிலத்து மரங்களில் அணைந்திருந்த இரவுக் குருவிகளின் ஓசையை உன்னித்துக் கேட்க ஆரம்பித்தார். வீரானிடம் பரிசல்காரப் பெரியவரைப் போய் அழைத்து வரும்படிக் கட்டளையிட்டார். பரிசல்காரப் பெரியவருக்கு ஓசையிடும் ஒவ்வொரு குருவியின் அருகில் எந்த விலங்கு நடமாடுகிறது என்பதை அவதானிக்கும் நுட்பறிவு இருந்தது. பரிசல்காரக் பெரியவர் ஒவ்வொரு ராத்திரி வேட்டையாடிக் குருவிகளின் ஓசையையும் அவதானித்துச் சொன்னார். பன்னிரண்டாவது தின நடுச்சாம இரவில் தென்கிழக்கு மலையடிவாரத்திற்கு முன்பான தரிசில் ஆள்காட்டிகள் இடைவிடாமல் வீறிட்டுக் கத்தின. பரிசல்காரப் பெரியவர் எழுந்து பதட்டமாகச் சொன்னார்.

"மஞ்ச மூக்கு ஆக்காட்டி கத்துது... சிறுத்தப்புலிதா வந்துக்கிட்டு இருக்குதுங்க..."

சந்தாலேஸ் கவுடா வீரானையும் பரிசல்காரப் பெரியவரையும் கீற்றுக் கொட்டகைக்குத் திரும்பிப் போகச் சொன்னார். இருளினூடே வேட்டைத் துப்பாக்கியுடன் தரிசு நிலத்தில் தென்கிழக்குத்திசை நோக்கி நடந்தார். ஆள்காட்டிகள் வீறிட்டுக் கத்திக்கொண்டே இருந்தன. வீரானும் பரிசல்காரப் பெரியவரும் கீற்றுக் கொட்டகையின் வாசலுக்கு வந்து தென்கிழக்குத்திசைப் பார்த்து நின்று கொண்டனர். இருளுக்குள் தென்கிழக்குத் திசையில் ஆள்காட்டி கத்துவதைத் தவிர வேறு எந்தச்

சலனமும் இல்லை. ஐரினா செலின்ஸ்காவும் உறக்கம் கலைந்து எழுந்து வந்து கூட நின்று கொண்டாள். நேரம் கடந்தது. மூவருக்கும் சிறுத்தைப்புலி சிக்காவிடினும் பரவாயில்லை சந்தாலேஸ் கவுடாவுக்கு அசம்பாவிதம் ஏதும் நேரக் கூடாது என்றிருந்தது. ஆள்காட்டிகள் மாறாத வீறிட்டக் கத்தலை எழுப்பிக் கொண்டேயிருந்தன. திடீரென வேட்டைத் துப்பாக்கியின் வெடியோசை அடுத்தடுத்து எழுந்தடங்கியது. மூவரும் நிம்மதியடைந்தனர். ஆள்காட்டிகள் மலையடிவாரம் பக்கமாகப் பறந்து போய்க் கத்தின.

சுற்றுவெளி ஊர்ச்சனங்களும் தீப்பந்த வெளிச்சத்துடன் புறப்பட்டு வந்துவிட்டனர். உச்சந்தலையிலும் அடிவயிற்றிலும் வேட்டைத் துப்பாக்கியின் தோட்டாக்கள் பாய்ந்த சிறுத்தைப்புலி இரத்தம் சொட்டச் சொட்ட மல்லாந்து மண்ணில் கிடந்தது. தரிசு நிலம் கொண்டாட்டக் களமாயிற்று. ஐரினா செலின்ஸ்கா சந்தாலேஸ் கவுடாவுக்கு தெங்குமரகடாவின் ஜிம் கார்பெட் என்கிற பட்டம் கொடுத்தாள். ஜிம் கார்பெட் யார் என அங்கு குழுமியிருந்தவர்களுக்கும் வீரானுக்கும் தெரியவில்லை. சந்தாலேஸ் கவுடா மேலும் சில தினங்கள் தெங்குமரகடாவிலேயே தங்கியிருந்தார். தான் சுட்டு வீழ்த்தியது ஆட்கொல்லி புலிதான் என உறுதி செய்துக் கொண்டார். கோத்தகிரி புறப்படும் இளமதியத்தில் ஐரினா செலின்ஸ்காவிடம் தரிசு நிலத்தைக் காட்டிச் சொல்லிவிட்டுப் போனார்.

"விளையற நிலத்தை வீணாப் போடக்கூடாது... ஏதாவது வெள்ளாமை செய்யுங்க..."

சில மாதங்கள் கழிந்தன. கோடைக்கால நண்பகல் ஒன்றில் ஐரினா செலின்ஸ்கா வீரானிடம் ஓர் ஆங்கிலப் புத்தகத்தைக் கொடுத்தாள். பழையகால அச்சுப் புத்தகம். தாள்கள் பழுப்படைந்து நுனுங்கும் நிலையில் இருந்தது. தரங்கம்பாடியில் அச்சிடப்பட்டிருந்தது. '*Silkworm in South Indian Soil*' என்பது புத்தகத்தின் தலைப்பு. 1790 இல் மெட்ராஸ் மெடிக்கல் கவுன்சிலின் இயக்குநராக இருந்த ஜேம்ஸ் ஆண்டர்சனின் நெருங்கிய நண்பர் புரூக் வெல்லீஸின் எழுதியது. புரூக் வெல்லீஸின் பேரன் அச்சுப் புத்தகமாக்கியிருந்தார். புத்தகத்தில் பட்டுப்பூச்சிகளின் வளர்ச்சிப் பருவங்களின் விளக்கப்படங்களுடன் தென்னிந்திய மண்ணில் பட்டுப்புழு வளர்ப்புப் பற்றி விரிவாக எழுதிருந்தது. கடின ஆங்கிலம். மிகவும் ஊன்றிப் படிக்க வேண்டியிருந்தது. ஜேம்ஸ் ஆண்டர்சன் பட்டுப்பூச்சிச் செடிகளையும் பட்டுப்புழுக்களையும் வளர்த்த அனுபவத்தைக் கிரகித்து புருக் வெல்லீஸ் இந்தப் புத்தகத்தை விரிவாக எழுதியிருந்தார். வீரானுக்கு புத்தகத்தை முழுவதும் வாசித்து

முடிக்க இரு வாரங்கள் ஆயின. பட்டுப்புழு வளர்ப்பின் மீது தானாக ஈர்ப்புக் கூடியது.

அன்றைய முன்னிரவில் கேரளத்துக் கோடைமுகில் சாரலாகத் தூறிக் கொண்டிருந்தது. வீரான் ஐரினா செலின்ஸ்காவின் கீற்றுக் குடிசைக்குள் போனான். சிம்னி விளக்கொளியில் ஐரினா செலின்ஸ்கா யாருக்கோ கடிதம் எழுதிக் கொண்டிருந்தாள். வீரான் பட்டுப்புழுப் பற்றிய புத்தகத்தை மரமேசை மீது வைத்தான். ஐரினா செலின்ஸ்கா நிமிர்ந்தாள்.

“சந்தாலேஸ் கவுடாவுக்குத்தான் கடிதம் எழுதிக்கிட்டிருக்கிறேன்... அவரு நம்ம தரிசு நிலத்தில மல்பரி பயிரிட உதவறதா சொல்லியிருக்கறாரு வீரான்...”

ஐரினா செலின்ஸ்கா எழுந்து புத்தகத்தை எடுத்தாள். சாணி மெழுகிய மண்தரையில் இருந்த மரபெட்டியைத் திறந்து அதனுள் புத்தகத்தைப் பத்திரமாக வைத்து மூடினாள். மீண்டும் வந்து மரமேசையின் முன்பு உட்கார்ந்தாள். வீரான் ஆர்வமாகக் கேட்டான்.

“இந்த புஸ்த்தகம் உங்களுக்கு எப்பிடிக் கெடைச்சுதுங்க...?”

“என்னோட அம்மா வெச்சிருந்தாங்க... எங்கம்மாவுக்கு பட்டுப்புழு வளர்க்கிறதுல விருப்பம் அதிகம்... கல்யாணத்தப்ப அதை தெரிஞ்சுக்கிட்ட எங்கப்பா எங்கம்மாவுக்கு இந்த புத்தகத்தை பரிசாகக் கொடுத்திருக்கறாரு... அவரு பிரிட்டீஷ் ஓவர்சீஸ் ஏர்வேஸ் கார்ப்பரேசனில் சீனியர் பைலட்டா இருக்கும்போது புரூக் வெல்லீஸின் வம்சாவழியில் வந்த ஒருத்தரும் சுகப்பைலட்டா கூட வேலை பார்த்திருக்கறாரு... அவருகிட்ட இந்த புத்தகத்தை வாங்கியிருக்கறாரு... ஆனா நான் பொறந்த அன்னிக்கு அதாவது பதிமூன்று மார்ச் ஆயிரத்து தொள்ளாயிரத்து ஐம்பத்தி நாலுல... அப்பா ஆஸ்திரேலியாவுக்கு ஒரு வேலையாக போய்விட்டு சிட்னியிலிருந்து லண்டனுக்கு லாக்ஹீட் பயணிகள் விமானத்துல ஒரு பயணியாக வந்துக்கிட்டு இருந்தாரு... எங்கப்பாவுக்கு அந்த விமானத்தை ஓட்டின விமானி ஹோய்ல் நல்ல நண்பர்... அதனால அந்த விமானத்துல ஏறியிருக்கறாரு... விமானம் சிங்கப்பூர் கல்லாங் விமான நிலையத்துல தரையிறங்கும்போது ஓடுபாதையை ஒட்டியிருந்த கடல் தடுப்புச்சுவரில் மோதி தீப்பிடிச்சிருச்சு... அப்பாவும் எரிஞ்சு உருத்தெரியாம பஷ்பம் ஆயிட்டாரு...”

ஐரினா செலின்ஸ்காவின் மஞ்சள் விளக்கொளி படிந்த முகம் கடந்த காலத்துத் துயர நினைவுகளில் மூழ்கியிருப்பதன் பாவனையைக் காட்டியது. வீரான் வேறொரு மரநாற்காலியை ஐரினா செலின்ஸ்காவின் அருகில் இழுத்துப்போட்டு உட்கார்ந்தான். மண்சுவரில் இருவரின்

நிழல்களும் உருக்கலைந்து அசைந்தன. வீரான் ஐரினா செலின்ஸ்காவிடம் இத்தனை தினமும் கேட்க தயங்கிய கேள்வியைக் கேட்டான்.

"நீங்க எப்பிடி நம்மவூருக்கு வந்தீங்க...?"

"நான் வரலை வீரான்... எங்கம்மாதான் வந்தாங்க... அதுவும் ஒரு சோகமான கதைதான்..."

தென்கிழக்கு மலையோரம் கேளையாடு நாய் குரைப்பதுபோல் ஒலி எழுப்பியது. அதனை வேட்டையாடும் வனமிருகம் சூழ்ந்திருக்கக் கூடும். ஐரினா செலின்ஸ்கா வலிய நினைவில் பதிந்த விசயங்களை வரவழைத்துப் பேசினாள்.

"அப்போ ரெண்டாம் உலக யுத்தம் தீவிரமா நடந்துக்கிட்டு இருந்த சமயம். ஹிட்லரின் நாஜிப்படை ஜெர்மனி ஆஸ்திரியா தாண்டி எங்க போலந்து யூதர்களையும் குறிவெச்சு அழிச்சுது... இன்னொரு பக்கம் சோவியத் படையின் தாக்குதல்... அப்ப எங்கம்மாவோட குடும்பம் கிழக்குப் போலந்துல வார்ஜா பக்கத்துல ஒரு பண்ணை வீட்டுல நல்ல வசதி வாய்ப்பா அரசியல் செல்வாக்கோட வாழ்ந்துக்கிட்டு இருந்தாங்க... அப்போ திடீருன்னு கிழக்குப் போலந்து சோவியத் யூனியன் கண்ரோல்ல வந்திருச்சு... சோவியத் யூனியன் அரசாங்கம் கிழக்கு போலந்தை சோவியத் யூனியனுக்குள்ள கொண்டுவர முயற்சி செஞ்சது... அதோட முதல் நடவடிக்கையா கிழக்கு போலந்துல வசிச்ச ஒன்றரை லட்சம் பேரை டிரக்குல ஏத்தி சைபீரியாவுக்கு அனுப்பி வெச்சிருச்சு... அதுல எங்கம்மாவும் சிக்கிட்டாங்க... அங்கே அகதிகளா தொழிலாளர் முகாம்கள்ல கஷ்டப்பட்டுக்கிட்டு நாட்கள கடத்தியிருக்காங்க... அப்போ அந்த அகதிக் கூட்டத்துல இருந்த ஆம்பளைக எல்லாம் ரானுவசேவை செய்ய யுத்ததுக்கு போயிட்டாங்க... பொம்பளைகளையும் குழந்தைகளையும் தங்க வெச்சிருக்கறதுல ஒரு புரையோசனமும் இல்லையின்னு தெரியுது... அப்போ ஒருநாளு சோவியத் யூனியன் அரசாங்கம் அவங்கள திடீருன்னு விடுவிச்சிருது... அப்படி விடுவிச்ச அவங்களுக்கு மறுபடியும் போலந்துக்குள்ள போகிற சூழ்நிலை இல்லை... அப்புறம் எங்க அடைக்கலம் தேடி போறதுன்னு ஒரே குழப்பம்... கஷ்டமான முடிவெடுக்கறாங்க... பாடாவதியான டிரக்குகளில் ஏறி உஸ்பெகிஸ்தான் வழியாக ஈரான் வந்து சேர்றாங்க... அந்த பயணத்துல நெறைய பேரு செத்து போயிற்றாங்க... சில பேரு பாதிவழியிலேயே எறங்கிக்கறாங்க... அவங்களுக்கு ஈரான்லயும் என்ன செய்யறது எங்க தங்கறதுன்னு ஒன்னும் தெரியல... அப்போ எங்கம்மா மாதிரியான ஆயிரக்கணக்கான குழந்தைகளுக்கு குஜராத் நவநகர் இளவரசர் ஜம்சாகேப் திக்விஜய்சிங்ஜி அடைக்கலம்

கொடுக்க முன்வர்றாரு... பிரிட்டீஷ் கவுர்மெண்டும் ஒப்புதல் தருது... உடனே கப்பலை ஈரானோட பந்தர் அப்பாஸ் துறைமுகத்துக்கு அனுப்புச்சு... அந்த குழந்தைகள பம்பாய் கூட்டி வர்றாங்க... எங்கம்மாவும் அப்படித்தான் இந்தியாவுக்கு வந்து சேர்றாங்க... அப்புறம் அந்த மகராஜா அந்த குழந்தைகள எல்லாம் குஜராத் கூட்டிப்போயி... பாலாசாடியில தங்க வெச்சு படிக்கறதுக்கு உதவியிருக்காரு... அப்போ எங்கம்மாவுக்கு பதிமூனு வயசு... அங்க தங்கிப் படிச்ச எங்கம்மா... அப்புறம் மெட்ராஸ் வந்து சிவில் சர்வீஸ் படிச்சிருக்காங்க... மெட்ராஸ் ஏரோட்ரோமுல டெம்பர்வரியாக வேலைக்குப் போயிருக்காங்க... அங்கதான் எங்கப்பாவை சந்திச்சிருக்காங்க... அதுக்கு முன்னால் லண்டன்ல எங்கப்பா போர் பயிற்சி விமானத்துல பைலட்டா இருந்திருக்கறாரு... இரண்டாம் உலக யுத்தத்தின்போது பிரிட்டீஷ் ஆர்மி மெட்ராஸ் ஏரோட்ரோமை ராயல் இந்திய விமானப் படைத்தளமாக மாற்றீருக்காங்க... அதில போர்விமானம் ஓட்டறதுக்கு மெட்ராஸ் வந்திருக்காரு... யுத்தமெல்லாம் முடிந்தப்புறமும் மெட்ராஸ் பிடித்துப் போய் மெட்ராஸிலேயே தங்கிட்டாரு... எங்கம்மாவையும் காதலிச்சு கல்யாணம் செய்துக்கிட்டாரு... அப்புறம் நான் பொறந்த சமயத்திலதான் எங்கப்பா அல்பாயுசில் இறந்துட்டாரு... அப்புறம் எங்கம்மா யாரும் ஆதரவு இல்லாம ரொம்ப கஷடப்படிருக்காங்க... அப்போ திரிசூலத்துல இருந்த மெட்ராஸ் ஏரோட்ரோமை மீனம்பாக்கத்துல சர்வதேச விமான நிலையமாக மாத்தறாங்க... அதிர்ஸ்டவசமா அதில எங்கம்மாவுக்கும் ஒரு நல்ல வேலை கிடைக்குது... நான் வளர்ந்து பெரியவளாகிறேன்... மெட்ராஸ் யுனிவர்சிடியில் பி.எஸ்சி., பாட்டனி படிக்கறேன்... அப்போதுதான் எங்கம்மா எனக்கு இந்த புத்தகத்தைக் கொடுக்கறாங்க...”

ஐரினா செலின்ஸ்கா மீண்டும் தன் கடந்தகால நினைவுகளில் மூழ்கி மௌனமானாள். சற்றுநேர ஆசுவாசத்திற்குப் பின்பு கண்ணாடிக் குடுவையில் இருந்த நீரை பருகிவிட்டு வீரானைப் பார்த்தாள். வீரானும் ஐரினா செலின்ஸ்கா தொடர்ந்து பேசுவதற்கான அவகாசத்தைக் கொடுத்து மௌனமாகவே இருந்தான்.

“எனக்கு இந்த புத்தகம் படித்து முடித்ததையும் ஒரு மலையடிவாரக் கிராமத்துக்குப் போய் நிலம் வாங்கி மல்பரி பயிரிட்டு பட்டுப்புழு வளர்க்கனுமுன்னு ஆர்வம் ஏற்பட்டிருச்சு... அந்த சமயத்துல தீராத ஆஸ்துமா தொல்லையால கஷ்டப்படுக்கிட்டிருந்த எங்கம்மாவும் திடீர்ன்னு இறந்து போயிட்டாங்க... எங்கம்மா இல்லாத தனிமை ஒருபக்கம்... மேற்கொண்டு மெட்ராஸுலயும் என்ன வேலைக்குப் போறதுன்னும் தெரியல... வேப்பேரியில் இருந்த எங்க பங்களாவை

வித்து பணத்தை எடுத்துக்கிட்டு நேரா பழநி போயிட்டேன்... திருவாவினன்குடியில இருந்த பஞ்சாமிர்த மடத்துல தங்கி நிலம் வாங்க முயற்சி செய்தேன்..."

"என்ன சொல்லறீங்க நீங்க...?"

"ஆமாம் வீரான்... அப்போ அந்த மாமி நீ அங்க தங்கியிருந்ததைப் பத்தியும் எனக்கு சொல்லியிருக்காங்க..."

வீரான் அமைதியடைந்து யோசிக்க ஆரம்பித்தான். ஐரினா செலின்ஸ்கா தொடர்ந்து பேசினாள்.

"விஸ்வநாத அய்யரும் கிளீனரும் எனக்கு உதவினாங்க... கணக்கம்பட்டி பக்கத்துல நிலம் கிரயம் செய்யற நேரத்துல முத்துச்சாமி வாத்தியாரும் டேனியல் பாதிரியாரும் மடத்துக்கு வந்தாங்க... அவங்கதான் என்னை பட்டுப்புழு வளர்க்கறதைவிட பள்ளிக்கூடம் ஆரம்பிச்சு படிக்க வசதியில்லாத குழந்தைகள படிக்க வையுங்கன்னு யோசனை சொன்னாங்க... அவங்க சொல்லறதிலையும் நியாயம் இருந்துச்சு... என்னோட மனசும் மாறுச்சு... நானும் இந்த தெங்குமரகடா வந்து நிலம் வாங்கினேன்... பள்ளிக்கூடம் தொடங்க டேனியல் பாதிரியாரு உன்னை அனுப்பிச்சு வெச்சாரு..."

வீரானுக்கு என்றுமில்லாமல் இன்று ஐரினா செலின்ஸ்கா சற்று அதிகநேரம் பேசியதாகப்பட்டது. திறந்திறந்த குடிசைக் கதவுக்கு அப்பால் இருள் தரிசு நிலத்தில் புல்விதைகள் பொறுக்கும் மயில் உள்ளான்கள் குரலிட்டன. மீண்டும் மயில் உள்ளான்களின் குரலை வீரானும் ஐரினா செலின்ஸ்காவும் தரிசு நிலத்தில் பயிரிட்ட மல்பரி செடிகளுக்குள்தான் கேட்டனர். பரிசல்காரப் பெரியவர் தென்னங்கீற்று வேய்ந்து பட்டுப்புழு வளர்ப்புக்கூடம் அமைத்துக் கொடுத்தார். சந்தாலேஸ் கவுடா கொள்ளேகால் அருகே பேரிகையிலிருந்து பட்டுப்புழுக்களை ஜீப்பில் கொண்டுவந்து இறக்கினார். கூடவே '*Silkworm in South Indian Soil*' பழைய புத்தகப்பிரதி ஒன்றையும் கொடுத்தார். வீரானும் ஐரினா செலின்ஸ்காவும் ஆச்சரியப்பட்டுப் போனார்கள். சந்தாலேஸ் கவுடா ஜீப்பில் புறப்பட்டுப் போகும்போது சொன்னார்.

"எங்க எள்ளுத்தாத்தாவோட தாத்தா பிரிட்டீஷ் படையில் வேல செஞ்சுக்கிட்டே திப்புசுல்தானுக்கு ஒற்றனாகச் செயல்பட்டவரு... அவரு திப்புசுல்தான் ஆலோசனைப்படி கொள்ளேகால் வனத்தோரப் பகுதியில... மொதல்மொதலா மல்பரி செடிகள பயிரிட்டு வளர்த்து பரப்பினவரு... அவரு எறந்தப்புறம் அவரு பொட்டியில இந்த பொஸ்தகம் இருந்ததா சொல்வாங்க..."

நாட்கள் நகர்ந்தன. வீரான் பட்டுப்புழுக்களுக்கு மல்பரி இலைகளை பறித்து நறுக்கிப் போடும் பணியில் மும்முரமானான். ஐரினா செலின்ஸ்கா பள்ளிக்கூடத்திற்கு இன்னொரு வாத்தியாராக கொடுமுடியிலிருந்து மணிப்பிரகாஷை வரவழைத்தாள். அனுபவம் மிக்க மணிபிரகாஷ் வீரானைவிட நன்றாக வகுப்பெடுத்தார். வயதிலும் வீரானைவிட பத்து வருஷம் மூத்தவராக இருந்தார். எல்லாக் காரியங்களும் நல்லபடியாகப் போய்க் கொண்டிருந்தன. தரிசு நிலம் முழுவதும் மல்பரி செடிகள் காற்றாடி நின்றன. பட்டுப்புழு வளர்ப்புக்கூடங்களும் விஸ்தீரம் கொண்டன. அரசு பள்ளி துவங்கிய பின்பும் பள்ளிக்கூடத்திற்கு எவ்விதப் பாதிப்பும் இல்லை. குழந்தைகளும் அதிகமாகவே வருகை புரிந்தனர். வருஷங்களும் விரைந்து கடந்தன.

அன்றொரு தினம் சாயங்காலத்தில் ஆகாயத்தை கூராக்குவதுபோல மின்னல் வெட்டியது. மலைச்சிகரம் நடுங்கும் அதிபயங்கர இடி இடித்தது. கனமழை வலுத்து இறங்கும் அறிகுறி தென்பட்டது. ஐரினா செலின்ஸ்கா மணிபிரகாஷிடம் மழை இறங்கும் முன் எல்லாக் குழந்தைகளையும் வீட்டுக்கு அனுப்பி வைக்கும்படி சொன்னாள். மணிப்பிரகாஷும் மழை இறங்குவதற்குள் குழந்தைகளை வீட்டுக்குப் போகச் சொல்லிவிட்டார். கனமழையும் இறங்கிவிட்டது. காலியான வகுப்பறையில் ஒரே ஒரு குழந்தை மட்டும் அச்சத்துடன் வீட்டுப்பாடம் எழுதிக் கொண்டிருப்பதை வீரான் கண்டான். அந்த நேரம் மணிபிரகாஷ் குடையுடன் வந்து அந்தக் குழந்தையை வீட்டுக்குக் கூட்டிப் போகப் புறப்பட்டார். ஊர் இருக்கும் திசையில் செல்லவில்லை. மல்பரி செடிகள் வளர்ந்த வயல் வரப்பில் குழந்தையின் கைபிடித்து நடந்தார். மழை கனத்துப் பெய்தபடியே இருந்தது. வீரானுக்குச் சந்தேகத்தை தோற்றுவித்தது. குடையுடன் மல்பரி வயல் வரப்பில் இறங்கி நடந்தான். மணிப்பிரகாஷையும் குழந்தையையும் காணவில்லை. திடீரென மாயமுட்டதுபோல மறைந்துவிட்டனர். வீரான் வேறுவேறு வரப்பில் நடந்து தேடினான். மணிப்பிரகாஷும் குழந்தையும் தென்படவேயில்லை. மல்பரி தோட்டம் முடியும் இடத்தில் இருந்த ஊர்பாதையில் போய் நின்று கொண்டான். மழையிருள் சூழ்ந்தது. மணிப்பிரகாஷையும் குழந்தையையும் காணவில்லை. மழை இறங்கும் வேகமும் அதிகமாயிற்று. பள்ளிக்கூடத்திற்கே திரும்பினான். மணிப்பிரகாஷ் உட்கார்ந்திருந்தார். வீரான் மனம் குழப்பமடைந்தது. இரவு உறக்கத்தின்போது தன் சந்தேகம் தப்பானதோ எனத் தோன்றியது. மறுதினம் உச்சிமதியத்தில் வீரான் அந்தக் குழந்தையை தனியே அழைத்துக் கேட்டான்.

"வாத்தியாரு உன்னை பட்டுப்பூச்சி செடிக்குள்ளார எதுக்கு கூட்டிக்கிட்டுப் போனாரு...?"

"மொசக்குட்டிய காமிக்கறேன்னு சொன்னாரு...?"

"காமிச்சாரா...?"

அந்த குழந்தை அழத் துவங்கியது. வீரான் புரிந்து கொண்டான். மணிபிரகாஷின் ஒழுங்கீன நடத்தை குறித்து முன்னிரவில் ஐரினா செலின்ஸ்காவிடம் சொன்னான். ஐரினா செலின்ஸ்கா பயந்துவிட்டாள்.

"இது குழந்தைகளோட எதிர்காலம் சம்பந்தமான விசயம்... நாம ரொம்ப ஜாக்கிரதையா கையாளனும் வீரான்..."

அந்த வாரமெல்லாம் வீரானும் ஐரினா செலன்ஸ்காவும் மணிபிரகாஷை கண்காணித்துக் கொண்டேயிருந்தனர். மணிபிரகாஷும் சந்தேகம் ஏற்படும்படி நடந்து கொள்ளவில்லை. அன்று மழை தூறலாகப் பெய்துக் கொண்டிருந்த விடியக்காலையில் வீரானுக்கு ஓர் யோசனை தோன்றியது. பொழுது கிளம்ப தெங்குமரகடாவிலிருந்து புறப்படும் முதல் பேருந்தில் ஏறி புறப்பட்டான். பவானி சாகர் அணையில் இறங்கி பேருந்து மாறி கொடுமுடி போய் சேர்ந்தான். மகுடேசுவரன் சன்னதியிலிருந்து காவேரியாற்றுக்கு செல்லும் பாதையில் இருந்த தனியார் பள்ளிக்கூடத்திற்குப் பேனான். மணிபிரகாஷை பற்றி விசாரித்தான். ஓய்வு பெறும் வயதில் இருந்த ஒரே ஓர் ஆசிரியர் மட்டும் உண்மையை சொன்னார்.

"நீங்க தப்பாக நெனைக்கலையின்னா... நானு ஒன்னு சொல்லலாமாங்க... அவன் கவுர்மெண்டு வாத்தியாராத்தான் மொதல்ல வேலைக்கு சேர்ந்திருக்கானுங்க... சின்ன வயசிலேயே நல்லாசிரியர் விருதெல்லாம் வாங்கிட்டான்... அவங்கிட்ட இருந்த ஒரே கெட்ட பழக்கம் சின்னக் கொழந்தைகிட்ட கொஞ்சம் சில்மிசம் பண்ணுவான்... எப்படியோ மாட்டிக்கிட்டான்... அடிச்சு தொரத்திட்டாங்க... வேலையும் போயிருச்சு... அப்புறம் இங்க வேலைக்கு வந்தான்... அவனை வேலைக்கு எடுக்கும்போது எங்களுக்கு அவனப் பத்தி எதுவும் தெரியல... இங்கயும் அதே தப்பச் செஞ்சு மாட்டிக்கிட்டான்... நாங்களும் அடிச்சு தொரத்திட்டோமுங்க..."

வீரான் மணிபிரகாஷ் பற்றி யோசித்தபடியே பேருந்து நிலையத்தை நோக்கி நடந்தான். ரயில் தண்டவாளத்தின் முன்பு மலையப்பர் கோவில் எதிரே ஸ்ரீ அபிராமி நாடக மன்றம் என்ற பெயர் பலகையை கண்டான். ஏனோ சுலோசனா பற்றி விசாரித்தறிய மனம் விரும்பவில்லை. பேருந்து பிடித்து தெங்குமரகடாவிற்கு திரும்பிவிட்டான். ஐரினா செலின்ஸ்காவிடம் கொடுமுடியில் விசாரித்ததைச் சொன்னான். மணிப்பிரகாஷுக்கு சந்தேகம் வராமல் ஐரினா செலின்ஸ்கா ரகசியமாக

நடவடிக்கை எடுக்க ஆரம்பித்தாள். அடுத்து வந்த ஞாயிற்றுக்கிழமை இளமதியத்தில் கிணற்று நீரோடும் மல்பரி வயக்காட்டு வாய்க்காலில் மணிபிரகாஷ் துணி துவைத்துக் கொண்டிருந்தார். வீரான் கிட்டத்தில் போனான். பொய் சொல்லிக் கூப்பிட்டான்.

"மாயாத்து அக்கரையில பட்டுப்பூழு கூடு வந்திருக்கு... வாங்க போயி எடுத்துட்டு வரலாம்..."

மணிபிரகாஷ் வீரானோடு கிளம்பி நடந்தார். இருவரும் எதுவும் பேசிக் கொள்ளவில்லை. மாயாறு வந்து பரிசலில் ஏறினர். மாயாற்றிலும் நீர்ப்பெருக்கு அதிகமாகவே இருந்தது. கோடநாடு மலை பக்கம் வைகறையில் பொழிந்த மழை கீழிறங்கி செங்குழம்பாய் கலந்திருந்தது. பரிசல்காரப் பெரியவருக்கு துடுப்பு வலிக்கும்போது கை நடுங்கியது. மாயாற்றின் மிகுவிசை கொண்ட நீர்ச்சுழலை சமாளித்து பரிசலை செலுத்துவது படுசிரமாக இருந்தது. அக்கரையில் சந்தாலேஸ் கவுடா ஜீப்பின் முன்பு போலீஸ்காரர்களுடன் நிற்பதை மணிபிரகாஷ் பார்த்துவிட்டார்.

"என்னை மன்னிச்சிரு வீரான்... இனிமேல் இப்படி தப்பு செய்ய மாட்டேன்... பரிசலை திருப்ப சொல்லு... இக்கரைக்கு போலாம்..."

"மல்பரி காட்டுக்குள்ள வெச்சு உன் சூத்தை அறுத்திருக்கனும்... கொழந்தைகளோட வாழ்க்கை பிரச்சனையிங்கறதால உன்னை போலீசுல புடிச்சுக் குடுக்கறோம்..."

"அன்னக்கிளி படம் பார்த்திருக்கறயா வீரான்... அதுல தியாகராஜன்னு ஒரு வாத்தியாரு இந்த ஊருக்கு வருவாரு... அன்னக்கிளிய காதலிப்பாரு... அப்புறம் அவளோட தோழி சுமதிய கல்யாணம் மூய்ச்சுக்குவாரு... நானும் தியாகராஜன் வாத்தியார் நெனைப்புலதான் இங்க வந்தேன்... எனக்கு அன்னக்கிளியும் கெடைக்கல... சுமதியும் கெடைக்கல... வேற வழியில்லாமத்தான்... இப்பிடி கொழந்தைகிட்ட நடந்துக்கிட்டேன்..."

"அப்ப கொடுமுடியில எந்த அன்னக்கிளி கிடைப்பான்னு போயி வேல பார்த்தே...?"

"விசாரிச்சிட்டியா வீரான்...?"

"உன்னோட வண்டவாளத்த எல்லாம் தண்டவாளத்துல ஏத்திட்டாங்க..."

மணிபிரகாஷ் மௌனமானார். பரிசல் நீர்ச்சுழலுக்குள் தடுமாறி நட்டாற்றை நெருங்கிற்று. காட்டுப்புறாக் கூட்டம் நீர்ப்பரப்பின்

மேலே பறந்து கடந்தது. மணிபிரகாஷ் பரிசலில் இருந்து எழுந்தார். எழுந்த வேகத்தில் நீருக்குள் குதித்துவிட்டார். பரிசல் அசைந்து நிலை கொண்டது. நீர்ச்சுழல் மணிபிரகாஷை உள்ளமிழ்த்தி வெளியே தூக்கிப் போட்டது. நீரோட்டத்தின் போக்கில் அடித்துக்கொண்டு போனது. வீரானும் பரிசல்காரப் பெரியவரும் மணிபிரகாஷை காப்பாற்ற முயற்சி செய்யவில்லை.

"இவ ரொம்ப நாளா இந்த கெடுங்காரியத்தை செஞ்சுக்கிட்டு இருந்திருக்கறான் வாத்தியாரே... இன்னிக்கு இந்த மாயாறு செரியான தண்டனை குடுத்திருச்சு..."

வீரான் மாயாற்றின் நீர்ச்சுழலையே பார்த்தபடியிருந்தார். மணிபிரகாஷ் நினைவிலிருந்து மறைந்தே வெகுகாலம் போய்விட்டது. அக்கரைக்கு இன்னும் பேருந்து வந்து சேரவில்லை. பரிசல்துறைக்கு மேலே மாயாற்றில் கடமான்கள் நீரருந்திக் கொண்டிருந்தன. வீரானுக்கு மறுபடியும் கடந்தகால நினைவுகள் எழுந்தன. ஐரினா செலின்ஸ்காவை பரிசல்துறைக்குத் தூக்கி வந்த மதியத்திலும் மாயாற்றில் கடமான்கள் நீரருந்திக் கொண்டிருந்தன. பரிசல் நட்டாற்றுக்குச் செல்லும்போது பரிசல்காரர் ஐரினா செலின்ஸ்காவின் நிலைகண்டு கண்கலங்கிச் சொன்னார்.

"டீச்சர் அம்மிணிக்கு கண்ணெல்லாம் சொருகிப் போச்சு... இனி பொழைக்காது... இவங்கள எதுக்கு அவ்வளோ தூரம் ஆஸ்பத்திரியெல்லாம் கொண்டுபோய் சேத்துறீங்க...?"

வீரானுக்கு நம்பிக்கை இருந்தது. ஐரினா செலின்ஸ்காவை பரிசலிலிருந்து இறக்கினான். அக்கரையில் தயாராக நின்ற சந்தாலேஸ் கவுடாவின் ஜீப்பில் ஏற்றினான். கோத்தகிரி மெடிக்கல் பெல்லோஷிப் மருத்துவமனையின் தீவிரச் சிகிச்சைப் பிரிவில் சேர்த்தான். முதலில் மருத்துவர்கள் பிழைக்கும் சாத்தியம் குறைவு என்றுதான் சொன்னார்கள். அங்கு பரிசல்காரரின் பேத்தி வேம்பரசி கிருஸ்துவத்திற்கு மாறி எஸ்தர் என்ற பெயரில் தலைமை செவிலியாக இருந்தாள். ஐரினா செலின்ஸ்காவுக்கு எல்லா உதவிகளும் விரைந்து கிடைத்தன. ஐரினா செலின்ஸ்கா தீவிர சிகிச்சைப் பிரிவிலேயே பத்து தினங்களுக்கு மேல் அனுமதிக்கப்பட்டு நினைவு திரும்பினாள். வீரான் ஆஸ்பத்திரியிலேயே உடனிருந்து கவனித்துக் கொண்டான். ஐரினா செலின்ஸ்காவுக்கு ஆஸ்துமா தொந்தரவு குறைய ஆரம்பித்தது. மூன்று மாதங்களுக்குப் பின்பு முற்றிலும் குணமாகி தெங்குமரகடாவுக்குக் கூட்டி வந்தான். ஏற்கனவே குழந்தைகளின் வரவு குறைந்திருந்த பள்ளிக்கூடத்தை மூடிவிடுவது என்கிற முடிவுக்கு வந்தான். ஐரினா செலின்ஸ்கா வேறொரு முடிவும் எடுத்தாள். தோட்டத்தைச் சந்தாலேஸ் கவுடாவுக்கு விலை கூறினாள்.

சந்தர்ப்பத்தை எதிர்பார்த்துக் காத்திருந்த சந்தாலேஸ் கவுடா சொன்ன விலைக்கு கிரயம் செய்துக் கொண்டார். ஐரினா செலின்ஸ்கா பணத்தை பெற்றுக் கொண்டதும் போலந்துக்கு புறப்பட்டுப் போய்விட்டாள். ஓடர் நதியின் நீர்வழித்தடத்தில் அமைந்த சிலேசியா நகரத்தில் ஹிப்ரு கற்றுக் கொடுக்கும் பள்ளிக்கூடம் நிறுவி தங்கிக் கொண்டாள்.

வீரானுக்கு சோறிட்டு உபசரித்துக் கொண்டிருந்த பரிசல்காரப் பெரியவர் காலமாகிப் போனார். மாயாற்றங்கரையில் எரியூட்டிய தினத்திலிருந்து வீரான் தெங்குமரகடாவில் யாருமற்றவனாகிப் போனான். வெறுமனே ஊர்த்திண்ணையில் உட்கார்ந்து கொண்டிருக்க பிடிக்கவில்லை. இனி சுலோசனாவை தவிர யாருமில்லை எனத் தோன்றியது. நெடிய வருடங்களுக்குப் பின்னால் வீரான் தெங்குமரகடாவைவிட்டு சுலோசனாவைத் தேடிப் பயணப்பட்டான். மாயாற்றை பரிசலில் கடக்கும்போது மனதுக்குள் சுலோசனா தன்னை எதிர்பார்த்துக் காத்துக் கொண்டிருப்பதான சித்திரம் எழுந்தது. அப்போதும் மாயாற்றின் தெற்குத் திசைப்பக்கம் கடமான்கள் நீரருந்திக் கொண்டிருந்தன.

நேராகக் கொடுமுடி ஸ்ரீ அபிராமி நாடக மன்றம் சென்று இந்திரஜித்தாக நடிக்க வாய்ப்புக் கேட்டான். ராவணனும் மண்டோதரியும் மகோதரனும் கட்டியங்காரனும் சிரித்தனர். விபீஷணன் மட்டும் காவிரியின் கரைக்கு அழைத்துப் போய் பொறுமையாக எடுத்துச் சொன்னார்.

“இந்திரஜித் வேசம் கட்டறது அவ்வளவு சுலபமில்லை... அதுக்கு நீ எங்ககூடவே சில வருஷம் தங்கி இருக்கனும்...”

வீரான் ஸ்ரீ அபிராமி நாடக மன்றத்துடனேயே எடுபுடியாகத் தங்கிக் கொண்டான். நாடகம் நடக்கும் தினத்தில் ஒவ்வொரு வேசக்காரர்களின் முகபாவனையையும் வசன உச்சரிப்பையும் உடல்மொழியையும் ஊன்று அவதானித்தான். இரு வருஷங்கள் கடந்தோடின. காவிரியில் நீர்வற்றிய கோடைகால அந்தியில் விபீஷணன் கூழாங்கற்களை மிதித்து அக்கரை அழைத்துப் போனார். எங்கும் நாணல்களின் வெள்ளைப்பூக்கள் காற்றாடிக் கொண்டிருந்தன. வெயிலின் சூடேறிய மணற்கரை நாடகமேடையானது. விபீஷணன் இந்திரஜித் வேசம் கட்டும் வீரானுக்கு ராஜபார்ட் நடிப்புக்கான நுணுக்கங்களைக் கற்றுக் கொடுக்கத் தொடங்கினார். மேடையில் எப்படி நடக்க வேண்டும் எப்படி எதிரே நடிக்கும் வேசக்காரரைப் பார்க்கவேண்டும் என்கிற வழிமுறைகளையும் புரியும்படி நடித்தே சொல்லிக் கொடுத்தார். வீரானால் விபீஷணன் எதிர்பார்த்தளவுக்கு நடிக்க முடியவில்லை.

“இன்னிக்கு நான் விபீஷணனா வேசங்கட்டிக்கிட்டு இருக்கறேன்... ஆனா ஒரு காலத்துல நான் இந்திரஜித்தாகத்தான் வேசம் கட்டினேன்...

நான் இந்திரஜித் வேசக்காரனாக கொடிகட்டிப் பறந்ததுக்கு காரணம் என்னோட நாடக வாத்தியாரு... அவர் எனக்கு சொல்லிக் கொடுத்த வித்தியாசமான நடிப்பு வழிமுறை..."

விபீஷணன் வீரானை சுடுமணற்கரை நாடகமேடையில் கட்டுச்சேவலாகப் பாவிக்க வைத்தார்.

"எதிர் வேசக்காரர்கிட்ட சண்டை போடறமாதிரி ஒடம்ப முறுக்கி குதிச்சுக்கிட்டு போய் முன்னால நிக்கனும்... கத்துற பாணியில் குரல ஒசத்தி வசனத்த பேசனும்..."

அடுத்து பிணையல் பாம்பாக நடனம் புரிய வைத்தார். நாடக மேடையில் நெளிந்தாடி பாட்டுப் பாட வைத்தார்.

"சுலோசனாவை உரசி அணைச்சு நிக்கனும்... பிணையல் பாம்புக ஆரம்பத்துல செய்யற மாதிரி... அப்படியே சுலோசனா கூட்டிக்கிட்டு நாடகமேடைய வட்டமடிக்கனும்... சட்டுன்னு பிரிஞ்சு நின்னு காதல் வசனத்த பேசனும்... பாட்டெடுத்து பாடனும்..."

அதற்கடுத்து இலக்குமண ஆகாயத்தைப் பார்த்துப் போர்புரியச் செய்தார்.

"யுத்தகளம் ஆரம்பிச்சாச்சு... உனக்கு ஆகாசந்தான் இலக்குமணன்... எதிரி... அம்புமாரி பொழியுது... இப்ப நீ யுத்தம் செய்யு பாக்கலாம்..."

கோடை மாதங்கள் கடந்து போயின. பாவனைப் பயிற்சிகள் தொடர்ந்தன. வீரான் சீக்கிரத்தில் முழு இந்திரஜித்தாக மாறினான். காவிரியிலும் ஆள் இறங்கி அக்கரை செல்லமுடியாதளவுக்கு நீரோட்டம் உயர்ந்துவிட்டது. அடுத்த பங்குனியில் பழநி பட்டக்காரர் மடத்திலேயே வீரான் இந்திரஜித்தாக மேடையேறினான். இந்திரஜித்தின் தனித்துவமான உடல்மொழியும் வசன உச்சரிப்பும் பார்வையாளர்களிடையே கைதட்டல்களைப் பெற்றுத் தந்தன. நிறைய மேடைகள். சுலோசனாவாக வேசம் கட்டும் பெண்கள் மாறிக்கொண்டே இருந்தனர். எப்படியும் ஒருதினம் சுலோசனா இந்த இந்திரஜித்தை தேடி வருவாள் என்று மனதுக்குள் வலுவான நம்பிக்கை இருந்தது. ஒரு தினமும் வீரான் விரும்பும் சுலோசனா வந்து நாடகமேடை ஏறவில்லை. வீரானின் கணக்கு தப்பிற்று. காலம் ஓடிற்று. வீரானுக்கும் முதுமை கூடிற்று. விபீஷணன் மரணமடைந்தார். வீரானை விபீஷணன் வேசம் கட்டச் சொன்னார்கள். வீரான் மறுத்துவிட்டார். தன்னை இந்திரஜித்தாகவே பாவித்துக் கொண்டார். சுலோசனாவின் நினைவுகளிலேயே வாழ்ந்தார்.

மழை பொய்த்த வருஷம் ஒன்றில் சந்தாலேஸ் கவுடா கருப்புநிற ஜீப்பில் கொடுமுடி வந்து மீண்டும் வீரானை தெங்குமரகடாவுக்கு அழைத்துப் போனார். சத்தியமங்கலம் முதுமலை புலிகள் சரணாலயத்துக்குள் தெங்குமரகடா வந்துவிட்டது. இங்கு வசிக்கற சனங்களை அத்தனைபேரையும் இடமாற்றம் செய்ய முயற்சி நடந்து கொண்டிருந்தது. ஐரினா செலின்ஸ்கா தலைமையில் சனங்கள் போராட்டம் செய்து கொண்டிருந்தனர். ஐரினா செலின்ஸ்கா எழுவது வயது முதுமையில் தளர்ந்து போயிருந்தாள். ஆஸ்துமா தொந்தரவு அதிகம் பேச முடியாதளவுக்கு செய்திருந்தது. ஐரினா செலின்ஸ்காவுடன் சனங்களின் போராட்டத்தில் வீரானும் இணைந்து கொண்டார். மறுகுடியமர்வு முயற்சியை புறக்கணித்த போராட்டம் தீவிரமடைந்த தினமொன்றில் ஐரினா செலின்ஸ்கா மூர்ச்சையடைந்து விழுந்தாள். வீரான் சந்தாலேஸ் கவுடாவின் ஒத்தாசையுடன் கோத்தகிரி மெடிக்கல் பெல்லோஷிப் மருத்துவமனையின் தீவிரச் சிகிச்சைப் பிரிவில் சேர்த்தார். வீரானுக்கும் இந்தமுறை ஐரினா செலின்ஸ்கா பிழைக்கமாட்டாள் என்றே பட்டது. அப்படியே நடந்தும் விட்டது. ஐரினா செலின்ஸ்காவுக்காக போலந்து ஓடர் நதிக்கரை ஊரிலிருந்து உறவினர் எவரும் வரவில்லை. சந்தாலேஸ் கவுடா தோட்டத்தின் தென்கிழக்கு மூலையில் அடக்கம் செய்ய இடம் வழங்கினார். சனங்கள் எல்லோரும் நிதி வசூல் செய்து கல்லறையும் கட்டிக் கொடுத்தனர். சனங்களின் போராட்டத்திற்கு வீரான் தலைமையேற்றுக் கொண்டார். சட்ட ஒழுங்கைப் பாதுகாக்க சிறப்பு காவல் படையினர் தெங்குமரகடாவுக்கு வந்திறங்கினர். அதன் கூடுதல் துணைக் கண்காணிப்பாளர் சிவக்குமார் கலியுகநாதனை வீரான் அடையாளம் கண்டுகொண்டார். சாமி எருதுக்காரனின் முகச்சாயல் அச்சாக பதிந்திருந்தது. சின்னப் பையனாக மழை கொட்டும் தினத்தில் தில்லாபுரி அம்மன் கோவில் இலுப்பைத்தோப்பில் கட்டுச்சேவலை தூக்கி வந்து கொடுத்த தருணம் ஞாபகம் வந்தது.

அருகில் கேளையாடு நாய்போல் ஒலி எழுப்பியது. மாயாற்றில் நீரருந்த வந்திருந்த கடமான்கள் மறைந்துவிட்டன. அக்கரைக்கு பேருந்து வரும் முறைச்சல் கேட்டது. வீரான் எழுந்து நின்று பரிசல்காரர் வரும் வழியை நோக்கினார்.

○○○

# 50

அகிலுக்கு சத்தியவாக்கான சாமக்கோடாங்கியை பார்க்கும் ஆவல் மிகுந்தது. ஊர் தலைவாசல் வந்ததும் வெள்ளைத்தாடிக்காரரை கண்டுகொள்ளாமல் சித்திரத்தேர் நின்று கிடக்கும் நெடுவீதியை நோக்கி ஓடினான். மண்தரையில் மழை ஈரம் இன்னும் வடியவில்லை. சித்திரத்தேர் நிற்குமிடம் நிசப்தமாகவே கிடந்தது. சத்தியவாக்கான சாமக்கோடாங்கி சித்திரத்தேரின் தேர்வலத்தை தடுத்து நிறுத்தியிருந்தார். இடக்கையில் சிற்றுடுக்கை. தலைமுடியிலும் தாடியிலும் துறவியின் சாயல். அகில் தேர்வடம் பிடிப்பவர்களையும் காத்திருப்பவர்களையும் விலக்கி முன்னேறினான். சத்தியவாக்கான சாமக்கோடாங்கியின் அல்லைப்புறத்தில் போய் நின்றான். வெள்ளைத்தாடிக்காரர் வருவதற்காகக் காத்திருந்தான். நேரம் போயிற்று.

தெங்குமரகடாவில் சிறப்புக் காவல் படை கூடுதல் துணைக் கண்காணிப்பாளரும் வெள்ளைத்தாடிக்காரரின் மகனுமான சிவக்குமார் கலியுகநாதனோடு வீரான் தங்கியிருந்த வீட்டிற்குப் போனபோது வீரான் அங்கு இல்லை. நிரந்தரமாக ஊரைக் காலி செய்துகொண்டு போயிருந்தார். எங்கு போனார் எனக் கண்டுபிடிக்க முடியவில்லை. அகில் வீரானை தேடுவதை நிறுத்திவிட்டான். விரைவு ரயிலேறி ஹூதியானா போய்விட்டான். நாய் பிஸ்கட் தொழிற்சாலையின் வேலையில் தீவிரமானான். இனியாவின் ஞாபகம் எழும் கணத்தில் வலிய வேறு விசயத்தில் கவனம் செலுத்தினான். எவ்வித சிறப்புமில்லாமல் தினங்கள் கடந்து மறைந்தன. அந்த சமயத்தில் நளசரிதம் கதகளி நாட்டியமாட குருவாயூர் கிளம்பிப் கொண்டிருந்த கலியமர்த்தன கிருஷ்ண நம்பூதிரி துணைக்கு அழைத்தார். அகிலுக்கும் கதகளி பார்க்கும் ஆர்வம் இருந்தது. குருவாயூரில் கதகளி நாட்டியம் நான்கு தினம் அரங்கேறியது. கலியமர்த்தன கிருஷ்ண நம்பூதிரி தமயந்தியாக மாறிப் போயிருந்தார். இறுதிநேரத்தில் பார்வையாளர்கள் கண்களில் நீர் ததும்பப் பார்த்தனர். குருவாயூரில் தங்கியிருந்த தருணத்தில்தான் ஊரில் சித்திரத்தேரோட்டம் பார்க்க அம்மா அழைத்தாள். ஊருக்கு வந்தவனை வெள்ளைத்தாடிக்காரர் வீரான் வருவார் என வாவிக்கரைப்புதூர் சாமி சாட்டுக்கு கூட்டிப் போனார். அங்கு வீரான் கிடைப்பான் என்கிற கடைசி நம்பிக்கையும் கைவிட்டுப் போய்விட்டது. அம்மா சொன்னதிற்காக ஒரே ஒருதடவை இந்த சத்தியவாக்கான சாமக்கோடாங்கியிடம் மட்டும் வீரானை

குறித்து கேட்டு விடுவதென முடிவு செய்தான். தன்னோடு துணைக்கு வரவேண்டிய வெள்ளைத்தாடிக்காரரை இன்னும் காணவில்லை. அகில் மனதுக்குள் துணிச்சலை வரவழைத்துக் கொண்டான். நகர்ந்து சத்தியவாக்கான சாமக்கோடாங்கியின் எதிரே போய் நின்றான்.

அந்தகணம் நெடுவீதியின் மேற்குத்திசையில் அனல் வளையங்கள் தோன்றிச் சுழன்றன. பொட்டொலி நிலமதிரும் அதிர்வுடன் வெடித்தது. அகில் அச்சத்துடன் ஸ்தம்பித்து நின்றுவிட்டான். சத்தியவாக்கான சாமக்கூடாங்கி திரும்பி அனல் வளையங்களை வெறித்துப் பார்த்தார். மறுபடியும் திரும்பி அனல் வளையங்களுக்கு எதிர்திசையில் நடந்தார். சித்திரத்தேரைக் கடந்து தலைவாசலை நோக்கிப் போனார். கூடியிருந்த ஊர்சனங்களும் சன்னதம் வந்த சாமியாடிகளும் பயத்துடன் பார்த்துக் கொண்டிருந்தனர். நெடுவீதியின் கிழக்குத் திசையிலும் திடீரென அனல் வளையங்கள் தோன்றிச் சுழன்றன. பொட்டொலி வெடித்து ஓசையிட்டது. சத்தியவாக்கான சாமக்கோடாங்கி நின்று கிழக்குத் திசையில் சுழலும் அனல் வளையங்களை வெறித்தார். மீண்டும் மேற்குத் திசை திரும்பி நடந்து வந்தார். சித்திரத்தேரை விலகி நேராக நெடுவீதியின் மேற்குத் திசையில் சுழன்ற அனல் வளையங்களை நோக்கிச் சென்றார். நின்று அனல் வளையங்கள் சுழல்வதையே வெறித்தார். அந்தசமயத்தில் அசரீரியின் தொனியில் ஒரு கம்பீரமான பெண்குரல் ஒலித்தது.

“மகனே... என் உத்தரவு இல்லாமல் இனி இந்த ஊருக்குள் போவாயா...?”

“உங்க மேல சத்தியமாக இனி எந்தவூருக்கும் போகமாட்டேன் தாயே...”

“என் சனங்களான சாமக்கோடாங்கிகள்... இனி இந்த ஊருக்குள்ளே எப்போதும் வரக்கூடாது...”

“அப்படியே ஆகட்டும் தாயே...”

“உன்னை மன்னித்துவிட்டேன்... வந்தவழியே ஓடிப் போய்விடு...”

அதன்பின்பு அசரீரியின் குரல் ஒலிக்கவில்லை. சத்தியவாக்கான சாமக்கோடாங்கியும் மௌனமானார். மேற்குத்திசையில் சுழன்ற அனல் வளையங்கள் மெல்ல மறைந்தன. கிழக்குத் திசையிலும் அனல் வளையங்கள் மறைந்தன. அகில் குழப்பமான மனநிலையுடன் அங்கு நடப்பதை பார்த்தபடியிருந்தான். சத்தியவாக்கான சாமக்கோடாங்கி நெடுவீதியில் மேற்குத் திசை நோக்கி நடக்கத் தொடங்கினார்.

சித்திரத்தேரின் மீது உற்சவசாமிக்கு முன்பு உட்கார்ந்திருந்த காளியப்பன் பூசாரி சப்தமிட்டார்.

"சத்தியவாக்கான சாமக்கோடாங்கி பயந்து ஓடறாம் பாருங்க... இன்னும் என்ன தாமசம்... சீக்கிரம் தேர்வடத்தை புடியுங்கோ... வெடியப் போகுதுல்ல..."

நய்யாண்டி மேளங்கள் முழங்கின. வாத்தியங்கள் ஒலித்தன. சித்திரத்தேரடியில் சிவகோஷங்கள் எழுந்தன. அகில் மேற்குத் திசை பார்த்து தேர்வடம் பிடிக்க குவிந்த சனங்களினூடே புகுந்து ஓடினான். சத்தியவாக்கான சாமக்கோடாங்கி நெடுவீதி முடியுமிடத்திற்கு போயிருந்தார். அகில் ஓட்டத்தின் வேகத்தைக் கூட்டினான். சத்தியவாக்கான சாமக்கோடாங்கி நெடுவீதி கடந்துவிட்டார். பனைத்தோப்பு தாண்டி வெடக்குவெளி ஊர்களுக்கு செல்லும் மணபுழுதிச் சாலையில் இறங்கி நடந்தார். அகில் நெருங்கிவிட்டான். மீண்டும் வீரானை குறித்து கேட்க நினைத்த கணத்தில் சத்தியவாக்கான சாமக்கோடாங்கிக்கு எதிரே இருளுக்குள் ஒரு பெண் உருவம் தென்பட்டது. அதற்கப்பால் காரின் பின்புற சிகப்பு ஒளிப்புள்ளிகள் சுடர்ந்தன. சத்தியவாக்கான சாமக்கோடாங்கி நின்று பெண் உருவத்தையே உற்றுப் பார்க்க ஆரம்பித்தார்.

அகில் அதற்மேல் அங்கு நிற்கவில்லை. திரும்பி நடந்தான். பனைத்தோப்புக்குள் நுழைந்தபோது பட்டக்காரக் கோடாங்கி நடுங்கும் தள்ளாட்டத்துடன் நின்றிருந்தார். கைகூப்பி வணங்கியபடி பேசினார்.

"உங்கிட்ட ஒரு நெசத்த சொல்லவந்தேன் அப்புனு... ஒருநாளு இல்லாட்டியும் ஒருநாளு நீ எப்படியும் வீரானை பார்ப்பே... அப்ப நீ இத மறக்காம அவங்கிட்ட சொல்லீரு... அன்னிக்கு அவ அம்மாக்காரிய உசிரோட குடிசைக்குள்ள கொளுத்தியது நானுன்னு நெனைச்சுக்கிட்டு என்னைப் பாக்க வராம இருக்கான்... அது நெசமில்ல அப்புனு... அன்னிக்கு அவ அம்மாக்காரி அவளாகவே கொளுத்திக்கிட்டா... இது எங்கண்ணு முன்னால நடந்துச்சு... ஆனா நானு ஒரு கோழ... போலிசுக்கிட்ட சொல்ல பயந்து மறச்சுட்டேன்... அதனாலதான் அவன் கவுர்மெண்டு வாத்தியாராக வேண்டியவன்... எங்கியோ போய் சீரழுஞ்சு போயிட்டான்... அந்த ஒரு பாவத்துக்காகவே ஜக்கம்மா தேவி என்னை இத்தன நாளும் கூடக் கூட்டிக்கிட்டு போகாம இழுத்தடிக்கறா..."

பட்டக்காரக் கோடாங்கி வடக்குவெளி மண்புழுதிச் சாலையை குறிவைத்து மெதுவாக அசைந்தசைந்து நடந்தார். அகில் பனைமரத்து முனீஸ்வரன் கோவில் வந்து வெளிவாசற்படியில் உட்கார்ந்து கொண்டான்.

சித்திரத்தேர் ஊரின் கடைசி நெடுவீதியையும் கடந்து கிழக்கே செல்லியாத்தா கோவிலை நோக்கிப் போய்க் கொண்டிருந்தது. அகிலுக்கு தன் தேடல் முடிந்துவிட்டதாகத் தோன்றியது. சில தேடல்களுக்கு அர்த்தங்கள் கிடையாது. நிறைய அனுபவங்கள் கொடுப்பவை. முத்துச்சாமி தாத்தாவின் ஆசையை தான் நிறைவேற்ற வேண்டும் என்பதற்காகவே காலக்கணக்கு இந்த தேடலை தனக்கு வழங்கியதாக நினைத்தான். மனத்தெளிவும் வந்துவிட்டது. விடியட்டுமென கிழக்கே கீழ்ஆகாயத்தில் வைகறையொலி படர்வதைப் பார்த்தபடியிருந்தான்.

சித்திரத்தேர் செல்லியாத்தா கோவில் சென்று நிலை கொண்டுவிட்டது. ஊரிலிருந்து பிரியும் எல்லா சாலைகளிலும் வாகனங்கள் செல்வதும் ஓய்ந்துவிட்டன. அகில் எழுந்து நடந்தான். நிலத்தில் இன்னும் ஈரவாசனை அடித்தது. நெடுநாட்கள் கழித்து தீர்த்தக்கிணற்றின் தண்ணீர் சேந்தும் மரவுருளி தொங்கும் தோரணப்பலகை மீது இராக்கோட்டான்கள் உட்கார்ந்து குடுகின. அகில் தாடகிப்புதர்கள் மண்டிய மயானவெளி தடமேறி நடந்தான். மேற்குப்புறமாக ஊருக்குள் நுழைந்தான். எங்கும் திருவிழா நடந்த சுவடில்லை. சித்திரத்தேர் ஓடிய ஆரவாரம் இல்லை. மீண்டும் ஊர் நிசப்தத்தில் வெறுமையடைந்துவிட்டது. சனங்கள் சாமி சாட்டு முடிந்த களைப்பின் மிகுதியில் ஆழ்ந்து உறங்கிக் கிடந்தனர். நாய்களும் பூனைகளும் இருப்புத் தெரியாமல் அடங்கிவிட்டன. சேவல்கள் மட்டும் இயல்புக்கு வந்து கூவிக் கொண்டிருந்தன. வீட்டு வாசலில் அறிமுகமற்ற கார் நின்றது. தாழ்வாரத்துத் திண்ணை வாசற்படியிலும் வேற்றுச் செருப்புகள் கழற்றி விடப்பட்டிருந்தன. அகில் யோசனையுடன் வெளிநடை கதவு தாண்டி ஆசாரத்துக்குள் இறங்கினான். ஆசாரத்து வடக்குமூலை திண்ணை மரநாற்காலியில் இனியாவின் அப்பா உட்கார்ந்திருந்தார். கிட்டத்தில் கிடந்த கயிற்றுக் கட்டில் மீது உட்கார்ந்திருந்த அப்பா சப்தமிட்டார்.

"எங்கடா போனே இத்தன நேரம்... சமுந்தி உன்னைப் பாக்கறதுக்குதான் வந்து கோழிகூப்புட புடிச்சு உக்காந்திருக்காரு..."

அகில் இனியாவின் அப்பாவை கும்பிட்டான். இனியாவின் அப்பாவும் கும்பிட்டபடி மரநாற்காலியிலிருந்து எழுந்தார்.

"உங்க அப்பாரு மூச்சு நல்லபடியா அடங்கட்டும்... கலியாணத்த வெச்சுக்கலாம் மாப்பிள்ள... நேரம் கெடைக்கும்போது நீங்க ஒரு எட்டு வந்து இனியாவையும் பாத்துட்டுப் போங்க..."

இனியாவின் அப்பா புறப்பட்டுவிட்டார். அகில் அவரோடு கார் வரை சென்று வழியனுப்பிவிட்டு ஆசாரத்துக்கு வந்தான். அகிலுக்கு

நடப்பது எதுவும் புரியவில்லை. சமையற்கட்டு நடையில் நின்ற அம்மா சொன்னாள்

"முந்தாநாளு நடுச்சாமத்துல சத்தியவாக்கான சாமக்கோடாங்கி ஒருத்தரு இனியா ஊட்டுக்கு போயி... இனியாவ உனக்கு கட்டிவெச்சாத்தான் தாலிப் பாக்கியம் நெலைக்குமுன்னு குறிசொல்லியிருக்காரு... அதுதா சாமிசாட்டு முடியட்டுமுன்னு காத்திருந்துட்டு... இன்னிக்கு பொறப்பட்டு வந்துட்டாரு உன்ற அருமை பெத்த மாமனாரு..."

அகில் யோசிக்கத் தொடங்கினான். அப்பா கயிற்றுக் கட்டிலிலிருந்து எழுந்து பின்கட்டுக்கு போனார். யாருடனோ பேசுவது கேட்டது. அகில் பின்கட்டு நடைமீது நின்று எட்டிப் பார்த்தான். தரையில் துணி சுற்றிய மிதிவண்டி சக்கர டயர்கள் கருகிப் புகைந்து கொண்டிருந்தன. காற்றில் பெட்ரோல் வாசனை கலந்திருந்தது. பட்டுப்புழு கூடத்தில் பானுமதியும் வெள்ளைத்தாடிக்காரரும் வேறு சில ஆட்களோடு நின்றிருந்தனர். கிட்டத்தில் பொட்டொலி உபகரணங்கள் கிடந்தன. அப்பா அவர்களுக்குப் பணம் கொடுத்துக் கொண்டிருந்தார். வெள்ளைத்தாடிக்காரர் அப்பாவிடம் சொன்னார்.

"போன தலமொறையில வாத்தியாரய்யா... மூடசம்பிரதாயம் ஒழியனும்... சாமக்கோடாங்கி பசங்களெல்லாம் பள்ளிக்கோடம் வந்து படிக்கனுமுன்னு அனல் வளையத்த உட்டு மெரட்டினாரு... இந்த தலமொறையில சித்திரத்தேரு ஓட நீங்க அனல் வளையத்த உட்டு மெரட்டிட்டீங்க... அன்னிக்கும் எளந்தாரிப்பயலா நாந்தான் பொட்டொலி போட்டேன்... கொமரிப்புள்ளையா பானுமதிதான் சாமிவாக்கா பேசினா... என்ன அன்னிக்கு நாங்க ரெண்டு பேருமே அந்த சாமக்கோடாங்கி பயல நேருல பாக்கல... ஆனா விதி அப்பவே அவன எங்ககிட்டத்தான் கூட்டி வந்து உட்டுருக்கு... இன்னிக்குமொரு சத்தியவாக்கான சாமக்கோடாங்கிய வெரட்டீருக்கோம்... விதி அந்த மனுசனையும் கூடிய சீக்கிரம் எங்ககிட்டயே கூட்டி வந்து உடுமுன்னு நெனைக்கிறோம்..."

அகில் திரும்பி ஆசாரத்து வடக்குமூலை திண்ணைக்கே வந்தான். கயிற்றுக் கட்டிலில் கால்நீட்டிப் படுத்துக் கொண்டான். காலக்கணக்கின் மாயப்புதிர் விளையாட்டை நினைத்து சிரிப்பு வந்தது. இனியாவிடம் பேச அலைபேசியை எடுத்தான். அந்த நேரத்தில் தாழ்வாரத்துத் திண்ணை சுவரில் ஆளின் நிழலாடியது. அகில் எழுந்து நின்று பார்த்தான். சத்தியவாக்கான சாமக்கோடாங்கி ஆசாரத்துக்குள் நுழைந்து காரைத்திண்ணையின் தெற்குமூலை நோக்கிப் நடந்தார். நேராக

முத்துச்சாமி தாத்தா கிடை சேர்ந்து கிடக்கும் கட்டிலடிக்குப் போய் நின்றார். குனிந்து முத்துச்சாமி தாத்தாவின் காதோரம் சொன்னார்.

"நாந்தான்... உங்க வீரான் வந்திருக்கேனுங்க சார்..."

முத்துச்சாமி தாத்தாவிடமிருந்து பெருமூச்சின் சப்தம் எழுந்தது. முகத்தின் இறுக்கம் தளர்ந்து சாந்தமடைந்து மெல்ல அசைந்தது. தொட்டிக்கட்டு முற்றத்து வாசலில் விழுந்த காலை வெளிச்சம் ஆசாரமெங்கும் பரவிற்று.

**முற்றும்**